AF845509

ഗ്രീൻ ബുക്സ്

ചെറുകഥയുടെ രാഗതാളങ്ങൾ

വി. രാജകൃഷ്ണൻ

പാലക്കാടുള്ള ഒരു കർഷക കുടുംബത്തിൽ ജനനം. തിരുവനന്തപുരത്ത് വിദ്യാഭ്യാസം പൂർത്തിയാക്കി. മുപ്പത്തിയഞ്ചു വർഷക്കാലം സർവ്വകലാശാലധ്യാപകൻ. രണ്ടുകൊല്ലം യു.ജി.സിയുടെ പ്രൊഫസ്സർ എമിരറ്റസ്. അമേരിക്കൻ ഗവൺമെന്റിന്റെ സീനിയർ ഫുൾബ്രൈറ്റ് ഫെല്ലോഷിപ്പും കനേഡിയൻ ഗവൺമെന്റിന്റെ ഫാക്കൾറ്റി റിസർച്ച് ഫെല്ലോഷിപ്പും ഉൾപ്പെടെയുള്ള അന്തർദ്ദേശീയ ബഹുമതികൾ. ചലച്ചിത്രനിരൂപണം, സിനിമാസംവിധാനം എന്നീ മേഖലകളിൽ സംസ്ഥാന-ദേശീയ പുരസ്കാരങ്ങൾ. സാഹിത്യവിമർശനത്തിന് കേരളസാഹിത്യ അക്കാദമി അവാർഡ്, വിലാസിനി പുരസ്കാരം, ഒന്നാമത്തെ എം.പി. പോൾ അവാർഡ് തുടങ്ങിയ ബഹുമതികൾ.

ഗ്രീൻ ബുക്സ് പ്രസിദ്ധീകരിച്ച
ഗ്രന്ഥകർത്താവിന്റെ ഇതര കൃതികൾ

നിരൂപണം

നഗ്നയാമിനികൾ

ആളൊഴിഞ്ഞ അരങ്ങ്

ലേഖനം

എന്റെ രാഷ്ട്രീയ ലേഖനങ്ങൾ

പഠനം

ചെറുകഥയുടെ രാഗതാളങ്ങൾ

വി. രാജകൃഷ്ണൻ

ഗ്രീൻ ബുക്സ്

green books private limited
gb building, civil lane road, ayyanthole,
thrissur- 680 003, kerala, ph: +91 487-2381066, 2381039
website: www.greenbooksindia.com
e-mail: info@greenbooksindia.com

malayalam
cherukathayute ragathalangal
study
by
v. rajakrishnan

first published june 2019

cover design : sajith peupa

branches:
thrissur 0487-2422515
palakkad 0491-2546162
thiruvananthapuram 0471-2335301
calicut 0495 4854662
kannur 0497-2763038

isbn : 978-93-88830-49-2

GMPL/1088/2019

മുഖക്കുറി

മലയാളത്തിൽ സജീവമായ ചെറുകഥാസാഹിത്യത്തെക്കുറിച്ചുള്ള സൗന്ദര്യശാസ്ത്രപരമായ ഒരു പഠനമാണ് വി. രാജകൃഷ്ണൻ നമുക്ക് തരുന്നത്. ഇങ്ങനെയൊരു പഠനം മലയാളത്തിൽ ആദ്യമാണ് എന്നതുകൊണ്ടുതന്നെ ഈ പുസ്തകത്തിന്റെ പ്രാധാന്യം പറയേണ്ടതില്ലല്ലോ.

കൃഷ്ണദാസ്
മാനേജിങ് എഡിറ്റർ

ഇത് ചെറുകഥയുടെ ചരിത്രമല്ല. ചെറുകഥ എന്ന സാഹിത്യരൂപത്തെ വലംവച്ചുകൊണ്ട് ഒരു സൗന്ദര്യശാസ്ത്രം രൂപപ്പെടുത്താനുള്ള ആഗ്രഹത്തിൽനിന്ന് പിറവിയെടുത്ത ഒന്നാണീ കൃതി. ഇതിലെ ഒന്നാം ഭാഗത്തിലുള്ള പതിനഞ്ചധ്യായങ്ങളിൽ ഓരോന്നും ചെറുകഥയുടെ ആധാരഘടകങ്ങളിൽ ഓരോന്നിനെ ലക്ഷ്യമിടുന്നു. കവിതയ്ക്ക് എന്നപോലെ നോവലിനും ചെറുകഥയ്ക്കും ഒരു ലാവണ്യശാസ്ത്രം ആവശ്യമാണെന്ന് ഞാൻ കരുതുന്നു. സാഹിത്യവും സാമൂഹ്യശക്തികൾ ഉല്പാദിപ്പിക്കുന്ന പാഠവും തമ്മിലുള്ള ബന്ധത്തെ അതിസരളമായ സമവാക്യങ്ങളിൽ കുടുക്കിയിട്ട് സിദ്ധാന്തങ്ങൾ നിർമ്മിക്കുന്നവർക്ക് ഒരുപക്ഷേ അംഗീകരിക്കാൻ പ്രയാസമുള്ള കാര്യം കൂടിയാണിത്.

ആധുനിക കാലഘട്ടത്തിലെ ചെറുകഥാ സാഹിത്യത്തിൽ ഏറെ പരീക്ഷിക്കപ്പെട്ടിട്ടുള്ള ഒന്നാണ് ഭ്രമകല്പനയുടെ സങ്കേതം. പാശ്ചാത്യ ചെറുകഥാ പഠനങ്ങളിൽ ഭ്രമകല്പനയ്ക്ക് അർഹമായ പരിഗണന ലഭിച്ചിട്ടുള്ളതായി കാണാൻ കഴിയും. എന്നാൽ മലയാളത്തിലെ സ്ഥിതി വേറെയാണ്. ഇക്കാര്യം മനസ്സിൽവെച്ചുകൊണ്ട് ഭ്രമകല്പനയെ ആസ്പദമാക്കിയുള്ള നിരീക്ഷണങ്ങൾക്കായി പുസ്തക ത്തിൽ മൂന്ന് അധ്യായങ്ങൾ മാറ്റിവെച്ചിരിക്കുന്നു (10, 11, 12).

രണ്ടു പതിറ്റാണ്ടുകൾക്ക് മുമ്പാണ് എന്റെ *ചെറുകഥയുടെ ഛന്ദസ്സ്* എന്ന പുസ്തകം പുറത്തുവന്നത്. അതിന്റെ തുടർച്ചപോലെ വായിക്കാവുന്ന ഒന്നാണ് *ചെറുകഥയുടെ രാഗതാളങ്ങൾ*. ഇരു ശീർഷകങ്ങളിലും ഉൾച്ചേർന്നിട്ടുള്ള സംഗീതപരാമർശം യാദൃച്ഛികമായ ഒന്നല്ല എന്ന് ചിലർക്കെങ്കിലും തോന്നിക്കൂടായ്കയില്ല.

ആർ.കെ.

“ഒരു കഥ ഉണ്ടായാലേ ഒരുവൻ മനുഷ്യനാകൂ.”

ചിനു അച്ചീബി

ഉള്ളടക്കം

ഭാഗം ഒന്ന്

ഒന്ന്

ഷഹ്റസാദ് കഥയെഴുതുകയാണ്

ഷഹ്റസാദിനെ ഓർമ്മിക്കാതിരിക്കാൻ ആർക്കു കഴിയും? അവൾ കഥ പറച്ചിലുകാരുടെ ആദിമ ഗോത്രത്തിൽ പിറന്നവൾ. സ്വന്തം വംശത്തിന്റെ അഭിമാനം വീണ്ടെടുക്കാനായി ആപത്തിനെ കൈനീട്ടി വാങ്ങി, തന്റെ ജീവിതത്തെ സാഹസികമായൊരു പരീക്ഷണത്തിനു വിധേയമാക്കിയവൾ. അതിജീവനത്തിന്റെ ഒരു മഹാരഹസ്യം അവളുടെ പ്രവൃത്തിയിലൂടെ അവളറിയാതെ രൂപംകൊണ്ടു. പിന്നീടുവന്ന തലമുറകളിൽ അക്ഷരങ്ങളെ മുത്തുകളാക്കാൻ ശ്രമിച്ചവർക്കെല്ലാം ആശയും പ്രചോദനവുമായിത്തീർന്നു, അവൾ വിധിയുമായി നടത്തിയ ഉടമ്പടി.

വിശ്വപ്രശസ്തമായ "ആയിരത്തൊന്നു രാവുകൾ" ആരംഭിക്കുന്നത് ഷഹ്രിയാർ എന്ന രാജാവിന്റെ മനസ്സിന്റെ സമനില തെറ്റിയതിനു കാരണമായിത്തീർന്ന ഒരു സംഭവത്തിന്റെ വിവരണത്തോടുകൂടിയാണ്.* തന്റെ ഭാര്യ തന്നെ സ്ഥിരമായി വഞ്ചിച്ചുകൊണ്ടിരിക്കുകയാണെന്ന് സഹോദരനായ ഷാ സമാൻ പറഞ്ഞ് ഷഹ്രിയാർ അറിയാനിട വന്നു. ഇത് സത്യമാണോ എന്നു കണ്ടെത്താൻ അയാൾ ഒരു പദ്ധതി തയ്യാറാക്കി. രാജാവ് രണ്ടുമൂന്നു ദിവസം നാട്ടിലുണ്ടായിരിക്കുകയില്ല എന്നു അറിയിപ്പു കിട്ടിയതിനെത്തുടർന്ന് തന്റെ ഭാര്യ രാത്രിനേരത്ത് തോഴിമാരുമൊത്ത് കൊട്ടാരത്തിലെ ഉദ്യാനത്തിലുള്ള ജലാശയത്തിനരികെച്ചെന്ന് വസ്ത്രങ്ങൾ അഴിച്ചുമാറ്റി കാഴ്ചയിൽ അറപ്പുതോന്നിക്കുന്ന ഒരു കാപ്പിരിയുമൊത്ത് കാമകേളികളിൽ ഏർപ്പെടുന്ന കാഴ്ച ഷഹ്രിയാർ മറഞ്ഞുനിന്നു കണ്ടു. അതോടുകൂടി സ്ത്രീയുടെ വിശുദ്ധിയിൽ അയാൾക്കുള്ള വിശ്വാസത്തിന് ഉടവുതട്ടി. 'സ്ത്രീകളെ വിശ്വസിക്കരുത്; അവരുടെ ഹൃദയരഹസ്യങ്ങൾ ആർക്കുമറിയില്ല' എന്ന നിഗമനത്തിൽ അയാൾ എത്തിച്ചേർന്നു. തനിക്കു നേരിട്ട അപമാനത്തിന്റെ ഭാരം ഉള്ളിൽ പേറിനടന്ന ഷഹ്രിയാർ വിചിത്രമായ ഒരു തീരുമാനം കൈക്കൊണ്ടു. രാത്രിതോറും തന്നോടൊപ്പം കിടപ്പറ

* The Book of the Thousand Nights and a Night, Translated and annotated by Richard F. Berton.

പങ്കിടാൻ ഓരോ പെൺകുട്ടിയെ കണ്ടെത്താൻ അയാൾ മന്ത്രിയെ ചുമതലപ്പെടുത്തി. നവവധുവിന്റെ കന്യകാത്വം കവർന്നെടുത്തതിനു ശേഷം അടുത്തദിവസം പുലർച്ചെയ്ക്ക് അവളെ വധിക്കാൻ കല്പന നൽകിക്കൊണ്ടാണ് അയാൾ തന്റെ വിവാഹം ആഘോഷിച്ചത്. ഈ പതിവ് മൂന്നു വർഷക്കാലം നീണ്ടുനിന്നു. നാട്ടിലുള്ള പെൺകിടാങ്ങളുടെ അച്ഛനമ്മമാർ രാജാവിനെ ശപിച്ചുതുടങ്ങി. ഒടുവിൽ രാജാവിന്റെ ക്രൂര വിനോദത്തിന് ഇരയാകാൻ പാകത്തിലുള്ള കന്യകമാർ നാട്ടിൽ ബാക്കി യില്ലാത്ത ഒരവസ്ഥ വന്നു. രാജാവിന്റെ ഇച്ഛ നടപ്പാക്കിയില്ലെങ്കിൽ തനിക്കു വരാൻപോകുന്ന ദുർഗതിയോർത്ത് വിഷണ്ണനായാണ് മന്ത്രി ഒരുനാൾ തന്റെ വീട്ടിൽ തിരിച്ചെത്തിയത്. മന്ത്രിയുടെ മക്കളായ ഷഹ്റസാദും ദുന്യ സാദും കഥയിൽ കടന്നുവരുന്നത് ഈ സന്ദർഭത്തിലാണ്.

മൂത്തവളായ ഷഹ്റസാദിന്റെ അഴകിനേയും പാണ്ഡിത്യത്തേയും ബുദ്ധിവൈഭവത്തേയും കുറിച്ച് ആദ്യംതന്നെ നമുക്ക് സൂചനകൾ ലഭി ക്കുന്നുണ്ട്. പഴയകാലത്തെ രാജാക്കന്മാരെ സംബന്ധിക്കുന്ന പുസ്തക ങ്ങളും ഐതിഹ്യങ്ങളുമായി അവൾ പരിചയം സമ്പാദിച്ചിട്ടുണ്ട്. പ്രാചീന വംശങ്ങളുടേയും മൺമറഞ്ഞ ഭരണാധിപന്മാരുടേയും ചരിത്രങ്ങൾ വിവരി ക്കുന്ന ആയിരം പുസ്തകങ്ങൾ അവൾ ശേഖരിച്ചിട്ടുണ്ട്. അവൾക്ക് കവിതകൾ മനഃപാഠമാണ്. അവൾ തത്ത്വചിന്തയും പലതരം ശാസ്ത്ര ങ്ങളും പഠിച്ചിട്ടുണ്ട്. അവൾ സുശീലയും സുഭാഷിണിയുമാണ്.

തന്റെ അച്ഛനെ അലട്ടുന്ന പ്രശ്നം ഷഹ്റസാദിനെ വല്ലാതെ സ്പർശി ക്കുന്നു. “അള്ളാ, രാജാവ് സ്ത്രീകളോട് അനുഷ്ഠിക്കുന്ന ഈ പാതക ത്തിനു അവസാനമെവിടെയാണ്?” എന്ന് അവൾ വികാരവായ്പോടെ ചോദിക്കുന്നു. ഈ തകർച്ചയിൽനിന്ന് തന്റെ വംശത്തെ രക്ഷിക്കാൻ അവൾ ഒറ്റ മാർഗ്ഗമേ കാണുന്നുള്ളൂ. രാജാവിന്റെ വെല്ലുവിളി ഏറ്റെടു ക്കാൻ താൻ തയ്യാറാണെന്ന് അവൾ അച്ഛനെ അറിയിക്കുന്നു. അവളെ ഇതിൽനിന്നു പിന്തിരിപ്പിക്കാൻ മന്ത്രി ആവുന്നത്ര ശ്രമിക്കുന്നു. പെൺ ബുദ്ധി പിൻബുദ്ധി എന്നു സ്ഥാപിക്കാനായി മന്ത്രി മകൾക്ക് ഒരു കാള യുടേയും കഴുതയുടേയും കഥ പറഞ്ഞുകൊടുക്കുന്നു. എന്നാൽ ഷഹ്റ സാദ് തന്റെ തീരുമാനത്തിൽ ഉറച്ചുനിൽക്കുന്നു. തന്റെ ബുദ്ധിശാലയിൽ ചിലതൊക്കെ ആലോചിച്ചുറപ്പിച്ചതിനുശേഷമാണ് അവൾ ഈ ദൗത്യം ഏറ്റെടുക്കുന്നത് എന്നത് സ്പഷ്ടം.

കൊട്ടാരത്തിലേക്കു യാത്ര തിരിക്കുന്നതിനുമുമ്പായി അവൾ ദുന്യ സാദിനെ അടുത്തുവിളിച്ച് താൻ അവലംബിക്കാൻ പോകുന്ന തന്ത്രത്തെ ക്കുറിച്ചു പറയുന്നു: “ഞാൻ അവിടെ ചെന്നതിനുശേഷം നിന്നെ വിളിച്ചു കൊണ്ടുവരാൻ ആളിനെ അയയ്ക്കും. രാത്രിയിൽ രാജാവ് എന്നെ ഉപ യോഗിച്ച് കാമസംതൃപ്തി വരുത്തിയതായി കാണുമ്പോൾ നീ എന്നോട് ഇങ്ങനെ പറയണം: ‘ചേച്ചിക്ക് ഉറക്കം വരുന്നതായി തോന്നുന്നു. അതു കൊണ്ട് മനസ്സിന് ആഹ്ലാദം പകരുന്ന ഒരു പുതിയ കഥ പറഞ്ഞ് പ്രഭാത ത്തിനുമുമ്പുള്ള മണിക്കൂറുകളെ തള്ളിനീക്കാൻ നോക്കൂ.” ഇതുകേട്ടപാടെ

ഞാൻ കഥ പറയാൻ തുടങ്ങും. ഇത് നമ്മുടെ മോചനമാർഗ്ഗമായിരിക്കും. ഈശ്വരൻ സഹായിച്ചാൽ ഇതിലൂടെ രാജാവിനെ അദ്ദേഹം ചെയ്യുന്ന ക്രൂരകൃത്യത്തിൽനിന്നു പിന്തിരിപ്പിക്കാൻ നമുക്കു കഴിഞ്ഞേക്കും."

ഷഹ്റിയാർ തൊട്ടടുത്തദിവസം താൻ കൊലയ്ക്കു കൊടുക്കാൻപോകുന്ന മണവാട്ടിയുമൊത്ത് രതി അനുഷ്ഠിക്കുന്ന ദൃശ്യത്തോടുകൂടി ഈ കഥ അതിന്റെ അടുത്തഘട്ടത്തിലേക്കു കടക്കുന്നു. നേരത്തെ നിശ്ചയിച്ചുറപ്പിച്ചതുപോലെ ഷഹ്റസാദ് തന്റെ അനിയത്തിയെ കൊട്ടാരത്തിൽ ക്ഷണിച്ചുവരുത്തുന്നു. അർദ്ധരാത്രിയാകുമ്പോൾ ദുന്യസാദ് സഹോദരി നൽകുന്ന സൂചനയനുസരിച്ച് പ്രവർത്തിക്കുന്നു. നിദ്രയുടെ അവസാനഘട്ടത്തിനും പുലരിക്കുമിടയിലുള്ള യാമങ്ങൾ കഴിച്ചുകൂട്ടാൻ സഹായിക്കുന്ന ചേതോഹരമായ ഒരു കഥ പറയാൻ അവൾ ചേച്ചിയോടാവശ്യപ്പെടുന്നു.* ഈ സമയത്ത് നമ്മുടെ ശ്രദ്ധയിൽപ്പെടുന്ന ഒരു സംഗതി രാജാവും ഉറക്കമില്ലാതെ അസ്വസ്ഥനായി കഴിയുകയാണ് എന്നതാണ്. അങ്ങനെ അയാളും കഥകൾ കേൾക്കാൻ കൗതുകം കാണിക്കുന്നു. ഷഹ്റസാദ് ഒട്ടും വൈകാതെ തന്റെ കഥകളുടെ മാന്ത്രികച്ചെപ്പ് തുറക്കുന്നു. സംസാരിക്കുന്ന പക്ഷിമൃഗാദികളും ജിന്നുകളും ഇഫിരിത്തുകളും ദുർമ്മന്ത്രവാദികളും തിങ്ങിപ്പാർക്കുന്ന അറബിക്കഥകളുടെ ഉല്പത്തി ഇപ്രകാരമാണ്.

വാക്കുകൾകൊണ്ട് മായാപ്രപഞ്ചം തീർക്കുന്ന വേളയിലെല്ലാം ഷഹ്റസാദ് തന്റെ തലയ്ക്കുമീതെ തൂങ്ങിക്കിടക്കുന്ന രാജാവിന്റെ ഖഡ്ഗത്തെക്കുറിച്ച് ബോധവതിയാണ്. താൻ പറയുന്ന കഥകൾ കേൾക്കുന്നതിൽ രാജാവിനുള്ള ഔത്സുക്യത്തിനു എവിടെയെങ്കിലുംവെച്ച് ഉടവുതട്ടിയാൽ അയാൾ ഇടംവലം നോക്കാതെ മുൻ തീരുമാനമനുസരിച്ച് തന്നെ കശാപ്പുചെയ്യാൻ ആജ്ഞാപിക്കുമെന്ന് അവൾക്കറിയാം. അതിനാൽ അവൾ ഓരോ രാത്രിയിലും കഥ പറഞ്ഞുനിർത്തുന്നത് കഥയിൽ അടുത്തതായി എന്തു സംഭവിക്കും എന്നതു സംബന്ധിച്ച രാജാവിന്റെ ജിജ്ഞാസ വളർത്തിയെടുത്തുകൊണ്ടാണ്. ആ ജിജ്ഞാസ ബാക്കിനിൽക്കുമ്പോൾ രാജാവ് സ്ത്രീവംശത്തിനെതിരായി കൈക്കൊണ്ടിട്ടുള്ള

---

* നേരം പുലരുന്നതിനു തൊട്ടുമുമ്പുള്ള മണിക്കൂറുകളിൽ മനുഷ്യരുടെ ലൈംഗിക ചോദനകൾക്കു വന്നുപെടുന്ന മാറ്റങ്ങൾ അടുത്തുനിന്നു നിരീക്ഷിക്കുന്ന ഒരു പ്രശസ്ത രചനയാണ് എഡ്വഡ് ആൽബിയുടെ 'വിർജീനിയാ വുൾഫിനെ ആർക്കാണ് പേടി?' എന്ന നാടകം. വാർദ്ധക്യത്തിലെത്തിനിൽക്കുന്ന ഒരു ഭർത്താവും ഭാര്യയും പുതുതായി വിവാഹം കഴിച്ച ഒരു ചെറുപ്പക്കാരനും ചെറുപ്പക്കാരിയുമടങ്ങുന്നതാണ് ഈ നാടകത്തിലെ പാത്രനിര. ഈ ദമ്പതികൾ പ്രത്യക്ഷത്തിൽ യുക്തിരഹിതമെന്നു തോന്നിക്കുന്ന സംഭാഷണത്തിലേർപ്പെടുന്നതും ഇണയെ പരസ്പരം വെച്ചുമാറുന്നതും പയ്യെ തങ്ങളുടെ ജീവിതത്തിന്റെ പൊള്ളത്തരത്തെക്കുറിച്ചുള്ള അറിവിൽ ചെന്നടുക്കുന്നതുമാണ് ഇതിലെ പ്രതിപാദ്യം. അക്രമവാസനയും മടുപ്പും ആസക്തിയും നിറഞ്ഞ ഒരന്തരീക്ഷം സൃഷ്ടിച്ചെടുത്തുകൊണ്ട് അമേരിക്കൻ സംതൃപ്തകുടുംബത്തെ സംബന്ധിച്ച മിഥ്യാധാരണ തകർക്കാനാണ് ആൽബി ഈ നാടകത്തിലൂടെ ശ്രമിക്കുന്നത്.

പ്രതിജ്ഞ നടപ്പിലാക്കുന്നത് നീട്ടിവെയ്ക്കും എന്നവൾക്ക് ഉറപ്പുണ്ട്. അതു കാരണം താൻ പറയുന്ന കഥയുടെ രസച്ചരട് മുറിയാത്ത തരത്തിലുള്ള ഒരാഖ്യാനരീതി അവലംബിക്കാൻ അവൾ ബാദ്ധ്യസ്ഥയാണ്. കഥയുടെ 'ക്ലൈമാക്സ്' അവൾ അടുത്ത ദിവസത്തേക്ക് മാറ്റിവെയ്ക്കുന്നു. കഥയുടെ പരിണാമഗുപ്തി അറിയാനുള്ള ആകാംക്ഷകാരണം രാജാവ് പ്രതിദിനം അവൾക്ക് ശിക്ഷയിൽ നിന്ന് ഇളവനുവദിക്കുന്നു. ചില കഥകളിലെ കഥാപാത്രങ്ങൾ 'ഓ, ഇപ്പോൾ കേട്ട കഥ ഒന്നുമല്ല. ഇതിനെക്കാൾ വിചിത്രമായ ഒരു കഥ ഞാൻ പറയാം' എന്നു പറഞ്ഞുകൊണ്ട് കഥകൾ കേൾക്കാനുള്ള രാജാവിന്റെ ദാഹത്തിന് ശക്തി പകരുന്നു. ഉദാഹരണത്തിന് കൂനന്റെ കഥ ക്രിസ്ത്യാനിയുടെ കഥയിലേക്ക് നയിക്കുന്നു. ക്രിസ്ത്യാനിയുടെ കഥയെത്തുടർന്ന് പാചകക്കാരൻ മുസ്ലീമിന്റെ കഥ, അതിന്റെ പിന്നാലെ ജൂതവൈദ്യന്റെ കഥ, അടുത്തതായി തുന്നൽക്കാരന്റെ കഥ, തുടർന്ന് ക്ഷുരകന്റെ കഥ. ഹാരൂൺ അൽ റഷീദിന്റെ രാത്രിസഞ്ചാരം വിവരിക്കുന്ന ഭാഗങ്ങളിലും ഇതിനു സമാനമായ ഒരു കഥനരീതി കാണാൻ കഴിയും. കഥയിലെ ഒരു കഥാപാത്രം പറയുന്ന കാര്യങ്ങളെ വേറൊരാൾ ഖണ്ഡിക്കുന്നു, അയാൾ നടന്ന സംഭവങ്ങൾ സംബന്ധിച്ച് മറ്റൊരു വ്യാഖ്യാനവുമായി മുന്നോട്ടുവരുന്നു, അപ്പറഞ്ഞതിനെ തള്ളിപ്പറഞ്ഞുകൊണ്ട് മൂന്നാമൻ പ്രത്യക്ഷപ്പെടുന്നു. 'ആയിരത്തൊന്നു രാവുകൾ' എന്ന കഥാസരിത്സാഗരം പരന്നൊഴുകുന്നത് ഇത്തരം ശില്പോപായങ്ങളിലൂടെയാണ്.

നാം ഇന്നറിയുന്ന ചെറുകഥ എന്ന സാഹിത്യരൂപത്തിന്റെ രസതന്ത്രം ഷഹ്റസാദ് പിന്തുടരുന്ന ഈ കഥപറച്ചിൽ രീതിയിൽ അന്തർഭവിച്ചിട്ടുണ്ട്. ആധുനികകാലഘട്ടംവരെയുള്ള ഈ സാഹിത്യരൂപത്തിന്റെ വളർച്ചയുടെ ചരിത്രം പരിശോധിച്ചാൽ കാണാൻ കഴിയുന്ന ഒരു വസ്തുത, 'ഇനിയെന്ത്' എന്നറിയാനുള്ള വായനക്കാരന്റെ കൗതുകത്തെ ചൂഷണം ചെയ്തുകൊണ്ടാണ് എഴുത്തുകാർ തങ്ങളുടെ കഥാശില്പം ഒരുക്കൂട്ടിയത് എന്നതാണ്. ചെറുകഥാകൃത്തിന്റെ അന്തിമലക്ഷ്യം ആദിമദ്ധ്യാന്തമൊപ്പിച്ച കഥ പരത്തിപ്പറയുക എന്നതല്ല എന്ന മട്ടിലുള്ള തിരിച്ചറിവുണ്ടായത് ആന്റൺ ചെക്കോവിന്റെ വരവോടുകൂടിയായിരുന്നു.

("ആയിരത്തൊന്നു രാവുകളി"ലെ കഥാഘടനയെ 'ചൈനീസ് ബോക്സി'നോട് ചിലരൊക്കെ ഉപമിച്ചുകണ്ടിട്ടുണ്ട്. പെട്ടി, പെട്ടിക്കുള്ളിൽ പെട്ടി, അതിനുള്ളിൽ വേറൊരു പെട്ടി എന്ന ക്രമത്തിൽ ഒരു കഥ അതിനുള്ളിൽ മറ്റൊരു കഥ, ആ കഥയിൽ വേറൊരു കഥ, എന്നിങ്ങനെ പലരുടെ കൈകളിലൂടെയും കടന്നുപോയി, പലതരം കൂട്ടിച്ചേർക്കലുകൾക്കും വിധേയമായിത്തീർന്നതായി കരുതപ്പെടുന്ന ഈ മഹാഗ്രന്ഥത്തിന്റെ സംഘടനാശില്പം).

ഭാര്യയുടെ വ്യഭിചാരം നേരിൽ കണ്ടതിനെത്തുടർന്ന് ഷഹ്രിയാർ രാജാവിന്റെ മനസ്സിൽ കയറിക്കൂടിയ പ്രതികാരവാസനയാണല്ലോ അയാളുടെ ഉഗ്രവ്രതത്തിനു പിന്നിലുള്ളത്. ഷഹ്റസാദ് പറയുന്ന

കഥകൾ സ്ത്രീയുടെ അടിസ്ഥാനപരമായ നന്മയിലുള്ള വിശ്വാസം വീണ്ടെടുക്കാൻ അയാളെ എത്രമാത്രം സഹായിക്കുന്നവയാണ് എന്നൊരു ചോദ്യം ബാക്കിനിൽക്കുന്നു. പൊതുവിൽ പറഞ്ഞാൽ "ആയിരത്തൊന്നു രാവുകളി"ലെ കഥാന്തരീക്ഷം ജാരബന്ധങ്ങളെക്കുറിച്ചുള്ള പരാമർശങ്ങളും വെറിപൂണ്ട കാമകേളികളുടെ വർണ്ണനകളുമടങ്ങിയ ഒന്നാണ്. രതിലീലകളുടെ വിവരണങ്ങൾ പലപ്പോഴും സഭ്യതയുടെ അതിരുകൾ ലംഘിക്കുന്നു. സ്ത്രീകൾക്കിടയിൽ സ്വവർഗ്ഗരതിയുടെ വിവരണമുൾച്ചേർന്ന കഥാസന്ദർഭങ്ങളും ഇതിൽ കാണാം. ഒരിടത്ത് സഹോദരീസഹോദരന്മാർ തമ്മിലുള്ള അവിശുദ്ധബന്ധത്തിന്റെ സൂചന കടന്നുവരുന്നുണ്ട്.

ഷഹ്റസാദ് ഒരുക്കൂട്ടുന്ന കഥാലോകത്തിൽ അതികാമികളായ ജാരന്മാർ പുളച്ചുനടക്കുന്നത് നമുക്കു കാണാം. വിശ്വാസയോഗ്യരല്ലാത്ത ഭാര്യമാരുടെ ചെറിയൊരു നിരതന്നെ ഇവിടെയുണ്ട്. ചില കഥകളിൽ നാം കണ്ടുമുട്ടുന്ന രാജ്ഞിമാർ തങ്ങളുടെ ഭർത്താക്കന്മാരുടെ കണ്ണുവെട്ടിച്ച് അടിമകളായ കാപ്പിരികളുമൊത്ത് കൊണ്ടുപിടിച്ച ആവേശത്തോടെ സംഭോഗത്തിലേർപ്പെടുന്നു. (അസംതൃപ്തകളായ സ്ത്രീകൾക്ക് നീഗ്രോകളുടെ സാമാന്യത്തിലേറെ വലിപ്പമുള്ള ലിംഗത്തോട് തോന്നുന്ന പ്രതിപത്തിയെക്കുറിച്ച് കഥാരംഭത്തിൽത്തന്നെ, ഒരടിക്കുറിപ്പിൽ 'ആയിരത്തൊന്നു രാവുകൾ' ഇംഗ്ലീഷിലേക്ക് പരിഭാഷപ്പെടുത്തിയ ബർട്ടൺ പറയുന്നുണ്ട്) ഷഹ്രിയാറിന് ഭാര്യയിൽ നിന്നനുഭവപ്പെട്ട വഞ്ചന ഈ കഥാപ്രപഞ്ചത്തിലെ ഒറ്റപ്പെട്ട ഒരു സംഭവമല്ല. ഉദാഹരണത്തിന് ഏഴാം രാവിൽ ഷഹ്റസാദ് പറയുന്ന കഥയിൽ അരയ്ക്കു കീഴിലുള്ള ഭാഗങ്ങളിൽ മാർബിളിന്റെ രൂപംപൂണ്ട ഒരു സുൽത്താനെ നാം കണ്ടുമുട്ടുന്നു. ഈ ചെറുപ്പക്കാരന്റെ ഭാര്യ രാത്രിനേരത്ത് അയാൾ കുടിക്കുന്ന പാനീയത്തിൽ ഭാംഗ് കലർത്തി അയാളെ മയക്കിക്കിടത്തിയതിനുശേഷം നഗരത്തിനു പുറത്തുള്ള ഒരു മൺകുടിലിലെത്തി അവിടെവെച്ച് കുഷ്ഠരോഗിയെപ്പോലെ തോന്നിപ്പിക്കുന്ന വികൃതരൂപിയായ ഒരു നീഗ്രോയുമൊത്ത് പേക്കൂത്തുകളിലേർപ്പെട്ടുവരികയായിരുന്നു. (എലികളുടെ വേവിച്ച എല്ലിൻകഷണങ്ങളും ചാരായവുമായിരുന്നു ഈ കാമുകീകാമുകന്മാരുടെ ഭക്ഷണം) ഈ ചതി ഭർത്താവ് കണ്ടുപിടിച്ചപ്പോൾ അവൾ ഒരു ശാപവാക്യമുച്ചരിച്ച് അയാളുടെ രൂപം മാറ്റി.

"ആയിരത്തൊന്നു രാവുകളെ"ക്കുറിച്ചെഴുതിയ തീർത്തും മൗലികമായ ഒരാസ്വാദനക്കുറിപ്പിൽ ബോർഹസ് നടത്തുന്ന ഒരു നിരീക്ഷണമുണ്ട്. അറുന്നൂറ്റിരണ്ടാം രാവിൽ രാജാവ് ഷഹ്റസാദിന്റെ നാവിൽനിന്ന് തന്റെതന്നെ കഥ കേൾക്കുന്നു (രാത്രിയുടെ കണക്ക് പല പതിപ്പുകളിലും പലതരത്തിലാണ്). അയാൾ ഈ കഥയുടെ തുടക്കം കേൾക്കുന്നു. അതിൽ തുടർന്നു വരാൻ പോകുന്ന കാര്യങ്ങളെക്കുറിച്ചുള്ള സൂചനകളും അടങ്ങിയിട്ടുണ്ട്. ഇങ്ങനെ ഷഹ്റസാദ് പറയുന്ന അനേകം കഥകളിലൊന്ന് 'ആയിരത്തൊന്നു രാവുകളു'ടെതന്നെ കഥയാണെന്ന്

ബോർഹസ് ചൂണ്ടിക്കാണിക്കുന്നു. ഇതോടൊപ്പം ബോർഹസ് നടത്തുന്ന കുസൃതികലർന്ന വേറൊരു നിരീക്ഷണമുണ്ട്. കഥകൾ കേൾക്കുന്നതിൽ രാജാവിനുള്ള കമ്പം നന്നായി മനസ്സിലാക്കിയ ഷഹ്റസാദിന് വേണമെങ്കിൽ ഈ സങ്കേതം തുടർന്നും അവലംബിക്കാമായിരുന്നു. രാജാവ് മന്ത്രമുഗ്ദ്ധനായി കാതോർത്തിരിക്കുമ്പോൾ അവൾക്ക് ആയിരത്തൊന്നു രാവുകളുടെ തുമ്പുവെട്ടിയ കഥ ചില്ലറ വ്യത്യാസങ്ങളോടെ ആവർത്തിക്കാമായിരുന്നു. അതോടുകൂടി ഈ കൃതി അനന്തമായി നീണ്ടുപോകുന്ന, ചാക്രികഘടനയോടുകൂടിയ ഒരു കഥാമാലികയായി പരിണമിക്കുമായിരുന്നു.

പുരുഷന്മാർക്ക് സൽബുദ്ധി ഉപദേശിക്കുകയും അവരെ ആപത്തിൽ നിന്നു രക്ഷിക്കുകയും ചെയ്യുന്ന ഉത്തമസ്ത്രീകളും ഈ കഥകളിൽ കുറവല്ല. 'പണ്ഡിതയായ അടിമപ്പെണ്ണ്' എന്ന കഥയിലെ ദയ എന്ന പെൺകുട്ടിയും "ആലിബാബയും നാല്പതുകള്ളന്മാരും" എന്ന കഥയിലെ മോർജിയാനയും ഇതിനുദാഹരണമാണ്.

എല്ലാ കഥകളും മരണത്തിൽ ചെന്നവസാനിക്കുന്നു എന്നാരോ പറഞ്ഞിട്ടുണ്ട്. 'ആയിരത്തൊന്നു രാവുകളി'ലെ ഒട്ടുമുക്കാലും കഥകളും തിന്മയുടെമേൽ നന്മ കൈവരിക്കുന്ന വിജയം ചിത്രീകരിച്ചുകൊണ്ട് ശുഭകരമായാണ് അവസാനിക്കുന്നത്. അതേസമയം ഷഹ്റസാദിന്റെ ഹൃദയത്തിന്റെ അടിത്തട്ടിൽ നശ്വരതയേയും മരണത്തേയുംകുറിച്ചുള്ള ബോധം തങ്ങിനില്പുണ്ട് എന്നതിന് തെളിവുണ്ട്. ശുഭപര്യവസായിയായ കഥകളിലെ നായികാനായകന്മാരെപ്പറ്റി അവൾ പലപ്പോഴും പറഞ്ഞവസാനിപ്പിക്കുന്നത്, 'അവർ ഏറെക്കാലം ആനന്ദത്തോടെ ജീവിച്ചതിനുശേഷം ഒടുവിൽ മരണത്തിനു കീഴ്പ്പെട്ടു' എന്നു പറഞ്ഞുകൊണ്ടാണ്. 'ആയിരത്തൊന്നു രാവുകളി'ൽ ആവർത്തിച്ചു കടന്നുവരുന്ന ഒരു വർണ്ണനാശകലമിതാണ്: "സന്തോഷത്തോടെ ഇല്ലായ്മ ചെയ്യുന്നവനും സമൂഹങ്ങളെ പിളർക്കുന്നവനും വാസസ്ഥലങ്ങളെ വിജനമാക്കുന്നവനും ശവപ്പറമ്പുകൾ കൂമ്പാരം കൂട്ടുന്നവനുമായ മരണം അവരെ കൊണ്ടുപോയി." ഷഹ്റസാദിന്റേയും ഷഹ്രിയാറുടേയും ജീവിതാന്ത്യം സംബന്ധിച്ച വിവരവും ഈ മട്ടിലാണ് വായനക്കാരന് കൈവരുന്നത്.

തന്റെ നിർത്താതെയുള്ള കഥാകഥനത്തിലൂടെ രാജാവിന്റെ ആയിരത്തൊന്നു രാവുകളെ കോരിത്തരിപ്പിച്ചതിനിടയിൽ ഷെഹ്റസാദിന്റെ മാതൃത്വം മൂന്നുവട്ടം പൂവണിഞ്ഞതായി നാം മനസ്സിലാക്കുന്നു. അവൾ പറയുന്ന കഥകൾ കേട്ടുകഴിയുമ്പോൾ രാജാവിന് മാനസിക പരിവർത്തനം സംഭവിക്കുന്നു. തന്റെ നാട്ടിലെ ജനങ്ങളെ താൻ അവർക്ക് കല്പിച്ചരുളിയ അടിച്ചമർത്തലിൽനിന്നും കൂട്ടക്കൊലയിൽനിന്നും രക്ഷിക്കാൻ ദൈവം നിയോഗിച്ച വ്യക്തിയാണ് ഷഹ്റസാദ് എന്ന് അയാൾ സ്വയം പറയുന്നു. ഒടുവിൽ ഷഹ്രിയാർ ഷഹ്റസാദിനെ വിവാഹം കഴിക്കുന്നു. ഒപ്പം അയാളുടെ സഹോദരനായ ഷാ സമാൻ ദുന്യസാദിനെ

ഭാര്യയായി സ്വീകരിക്കുന്നു. അധികം വൈകാതെ ഷഹ്റിയാർ നാട്ടിലുള്ള പകർപ്പെഴുത്തുകാരേയും ചരിത്രകാരന്മാരേയും വിളിച്ചുവരുത്തി ഷഹ്റസാദ് തന്നോടുപറഞ്ഞ കഥകളെല്ലാം രേഖപ്പെടുത്തിവെയ്ക്കാൻ ആവശ്യപ്പെട്ടു. ഈ കഥാസഞ്ചയമാണ് "ആയിരത്തൊന്നു രാവുകൾ" എന്ന പേരിൽ പിന്നീട് അറിയപ്പെട്ടത്. മുപ്പതു വാല്യങ്ങളായി പരന്നുകിടക്കുന്ന ഈ പുസ്തകം തന്റെ ഖജനാവിൽ സൂക്ഷിച്ചുവെയ്ക്കാനും രാജാവ് തീരുമാനിച്ചു.

ഷഹ്റസാദ് നേരിടുന്ന പരീക്ഷയിൽ കലയും അധികാരവും തമ്മിലുള്ള ബന്ധത്തെ സ്പർശിക്കുന്ന ഒരന്യാപദേശകല്പന മറഞ്ഞുകിടപ്പുണ്ട്. വീർപ്പുമുട്ടിക്കുന്ന രാഷ്ട്രീയ സാഹചര്യങ്ങളിൽ എഴുതാനും ചിത്രം വരയ്ക്കാനും പാടാനും ആടാനും വിധിക്കപ്പെട്ട കലാകാരന്മാരുടെ കഥകൾക്ക് ചരിത്രാതീതകാലത്തോളം പഴക്കമുണ്ട്. ഇങ്ങനെ വാഴ്വിനും മൃത്യുവിനുമിടയിലുള്ള നൂൽപ്പാലത്തിലൂടെ തെന്നിനീങ്ങുന്ന കലാകാരന്മാരുടെ ആദ്യപ്രതിനിധിയായി ഷഹ്റസാദിനെ കാണുന്നതിൽ തെറ്റുണ്ടാവില്ല. സ്വേച്ഛാധിപത്യ സ്വഭാവമുള്ള ഭരണകൂടത്തിന്റെ ഭാഗത്തുനിന്നുള്ള സമ്മർദ്ദങ്ങളും വിലക്കുകളും തന്റെ സർഗ്ഗപ്രേരണകളെ ഞെരുക്കുന്ന സന്ദർഭത്തിൽ ഒരു കലാകാരന്റെ മുമ്പിൽ തുറന്നുകിടക്കുന്ന മാർഗ്ഗങ്ങൾ എന്തൊക്കെയാണ്? ഭരണവ്യവസ്ഥിതിയുമായി തുറന്ന ഏറ്റുമുട്ടലിലേർപ്പെട്ട് രക്തസാക്ഷിത്വം വരിക്കുക എന്നതാണ് ഒരു പോംവഴി. അതല്ലെങ്കിൽ അയാൾക്ക് അനുരഞ്ജനത്തിന്റേയും കീഴടങ്ങലിന്റേയും മാർഗ്ഗം സ്വീകരിക്കാം. ഇത്തരം സാഹചര്യങ്ങളിൽ എത്തിപ്പെട്ട മറ്റു ചില കലാകാരന്മാർ അതിജീവനത്തിന്റെ പുതിയ തന്ത്രങ്ങൾ മെനഞ്ഞെടുക്കുന്നു. പരസ്യമായ സംഘട്ടനത്തിനോ നാണംകെട്ട ഒത്തുതീർപ്പിനോ മുതിരുന്നതിനുപകരം അവർ അധികാരകേന്ദ്രങ്ങളുമായി നീണ്ടുനിൽക്കുന്ന ഒരു ഒളിച്ചുകളിയിലേർപ്പെടുന്നു. അതിനനുസരണമായി അവരുടെ സർഗ്ഗാവിഷ്കരണത്തിന്റെ രീതികൾ ചടുലവും നൂതനവുമായ രൂപങ്ങൾ കൈക്കൊള്ളുന്നു.

വേറൊരു രീതിയിൽ പറഞ്ഞാൽ ഷഹ്റസാദിൽനിന്ന് സൽമാൻ റുഷ്ദിയിലേക്കു നീളുന്ന ഒരദൃശ്യരേഖയുണ്ട്. വിസ്മയകരമായ കഥകൾ പറഞ്ഞ് സുൽത്താന്റെ ക്രൂരഹൃദയത്തെ അലിയിച്ചെടുത്ത മിടുക്കിപ്പെണ്ണ്, ഒരു മതഭ്രാന്തൻ തനിക്കു വിധിച്ച വധശിക്ഷയുടെ നിഴലിൽ മൂവായിരത്തൊന്നു രാവുകൾ കഴിച്ചുകൂട്ടിയതിനുശേഷം ആ രാത്രികളിലെ തന്റെ ആധിപൂണ്ട ജീവിതാനുഭവങ്ങളെ സത്യസന്ധമായി രേഖപ്പെടുത്തിയ ആധുനികസാഹിത്യകാരന്റെ വിദൂരമാതൃകയായി നിലകൊള്ളുന്നു. ■

രണ്ട്

ചെറുകഥയിലെ തീക്ഷ്ണമുഹൂർത്തങ്ങൾ*

"എന്തിന്? മർത്ത്യായുസ്സിൽ
സാരമായതു ചില
മുന്തിയ സന്ദർഭങ്ങൾ-
അല്ല മാത്രകൾ-മാത്രം."

('ഊഞ്ഞാലിൽ', വൈലോപ്പിള്ളി)

മലയാള ചെറുകഥാസാഹിത്യത്തിൽ തകഴിയുടേയും കേശവദേവിന്റേയും എസ്.കെ. പൊറ്റെക്കാട്ടിന്റേയും കാലഘട്ടത്തിനുശേഷം കടന്നുവന്ന എഴുത്തുകാരുടെ രചനകളിൽ നൂലോടിനിൽക്കുന്ന ഒരു സവിശേഷതയുണ്ട്. ഋജുവായ ഒരു പരിണാമത്തിലേക്കു നടന്നടുക്കുന്ന രീതിയല്ല ആ കഥകൾക്കുള്ളത്. പ്രശ്നപരിഹാരം നിർദ്ദേശിച്ചുകൊണ്ടല്ല ആ കഥകൾ അവസാനിക്കുന്നത്. ആ കഥകളിൽ പലതിലും നിയതമായൊരു അന്ത്യം കല്പിച്ചെടുക്കാൻകൂടി വായനക്കാരെന്ന നിലയിൽ നമുക്കു പ്രയാസം നേരിട്ടേക്കും. അതേസമയം, കഥയിലെ അവസാനഘട്ടമടുക്കുമ്പോൾ പ്രധാന കഥാപാത്രത്തിന്റെ ആഭ്യന്തരജീവിതത്തിൽ ഉപരിതലത്തിൽ തെളിഞ്ഞുകാണുന്ന തരത്തിലുള്ള ഒരിളക്കം സംഭവിച്ചതായി നാം കണ്ടെത്തുന്നു. ചിലപ്പോൾ ബാഹ്യമായ ഏതെങ്കിലും സംഭവത്തിന്റെ ഫലമായിട്ടായിരിക്കാം അയാളുടെ വൈകാരികാവസ്ഥ ഒരു വഴിത്തിരിവിലെത്തിപ്പെടുന്നത്. മറ്റു ചില സന്ദർഭങ്ങളിൽ തീർത്തും ആകസ്മികമായ ഏതെങ്കിലും പ്രകോപനം നിമിത്തമാവാം — പെട്ടെന്ന് മനസ്സിൽ പതിയുന്ന ഒരു വാക്ക്, പൊടുന്നനെ ഓർമ്മയിൽ തെളിയുന്ന ഒരു രംഗം, യാദൃച്ഛികമായി കാണാനിടവന്ന ഒരു വസ്തുവോ ദൃശ്യമോ — അയാൾക്ക് പുതിയൊരു അറിവ്, അല്ലെങ്കിൽ ഉൾക്കാഴ്ച, ലഭിക്കുന്നത്. പലപ്പോഴും

* ഈ പേരിൽ വി. രാജകൃഷ്ണൻ തിരഞ്ഞെടുപ്പും എഡിറ്റിംഗും നിർവഹിച്ച് ഗ്രീൻ ബുക്സ് പ്രസിദ്ധപ്പെടുത്തിയ ചെറുകഥാസമാഹാരത്തിനു എഴുതിയ ആമുഖ പഠനം.

ഈ അറിവിന് അതിനാസ്പദമായ ബാഹ്യസാഹചര്യവുമായി ഒന്നിനൊന്ന് എന്ന മട്ടിലുള്ള ബന്ധമുണ്ടാകണമെന്നില്ല. കഥയുടെ അവസാന മുഹൂർത്തങ്ങളിൽ പ്രധാനകഥാപാത്രം നടത്തുന്ന കണ്ടെത്തൽ, അതിനു വഴിയൊരുക്കിയ ബാഹ്യവസ്തുതകളുടെ പ്രാധാന്യത്തെയോ യുക്തിപരമായ പ്രസക്തിയെയോ കവിഞ്ഞുനിൽക്കുന്ന ഒന്നായാണ് നമുക്കനുഭവപ്പെടുന്നത്. പലപ്പോഴും സംഭവിക്കുന്നത് ഇങ്ങനെയാണ്: തീരെ നിനച്ചിരിക്കാത്ത വേളയിൽ പ്രധാനകഥാപാത്രം തന്നെ സംബന്ധിക്കുന്നതോ തന്റെ ചുറ്റുപാടുകളെ സംബന്ധിക്കുന്നതോ ആയ ഒരു പ്രധാനസത്യത്തെ മറ നീങ്ങി കാണാനിടവരുന്നു. ഇത് ഉന്നതമായ ഒരു നിമിഷമാണ്, അർത്ഥവത്തായ ഒരു വൈകാരികമുഹൂർത്തമാണ്. അത് തുറന്നുതരുന്ന ഉൾക്കാഴ്ച വാക്കുകളിലൊതുങ്ങാത്തവണ്ണം വിലോലവും അസ്പഷ്ടവുമായ ഒന്നാണെന്ന തോന്നലാണ് മാറിനിന്ന് കാര്യങ്ങൾ വീക്ഷിക്കുന്ന വായനക്കാരായ നമ്മുടെ മനസ്സിൽ ബാക്കിയാകുന്നത്. പ്രധാനകഥാപാത്രത്തിന്റെ നിസ്സാരമായ വാഴ്വിന്റെ പൊരുളത്രയും ഈയൊറ്റ തീക്ഷ്ണമുഹൂർത്തത്തിൽ സാന്ദ്രീഭവിച്ചുനിൽക്കുന്നതായി നാം സംശയിച്ചെന്നുവരും.

പടിഞ്ഞാറൻ ലോകത്തിൽ ചെറുകഥ എന്ന സാഹിത്യരൂപത്തിന് ഇരുപതാംനൂറ്റാണ്ടിന്റെ ആരംഭത്തിൽ സംഭവിച്ച സൂക്ഷ്മപരിണാമവുമായി ബന്ധപ്പെടുത്തി ഈ ആവിഷ്കരണ സങ്കേതത്തെ കുറെക്കൂടി വ്യാപകമായ പശ്ചാത്തലത്തിൽ നോക്കിക്കാണാൻ കഴിഞ്ഞേക്കും. ഇരുപതാം നൂറ്റാണ്ടിന്റെ ആദ്യപാദത്തിലാണ് ചെറുകഥ മുഴുപ്പൊത്ത കഥാഘടനയുടേയും ഇതിവൃത്തരേഖയുടേയുമായ അധികഭാരമുപേക്ഷിച്ച് ഹ്രസ്വതയും ഏകതാനതയും ലക്ഷ്യമാക്കുന്ന ഒരു സാഹിത്യരൂപമായി മാറിയത്. ഈ മാറ്റത്തിനു കളമൊരുക്കിയവരുടെ കൂട്ടത്തിൽ ഏറ്റവും പ്രധാനപ്പെട്ടയാൾ റഷ്യൻ കഥാകൃത്തായ ആന്റൺ ചെക്കോവായിരുന്നു. ചെറുകഥ ഒരു കാല്പനിക ഭാവഗീതംപോലെ ഏകാഗ്രസുന്ദരമായിത്തീരുന്നതിന്റെ ആദ്യദൃഷ്ടാന്തങ്ങൾ നാം കണ്ടെത്തിയത് പത്തൊമ്പതാം നൂറ്റാണ്ടിന്റെ അവസാനത്തിലും, ഇരുപതാം നൂറ്റാണ്ടിന്റെ ആരംഭദശയിലും ചെക്കോവ് എഴുതിയ ഒട്ടും ദീർഘമല്ലാത്ത കഥകളിലായിരുന്നു. ചെറുകഥയിൽ അന്തരീക്ഷസൂചനകൾ ബാഹ്യവർണ്ണനകളുടെ വിതാനം വിട്ട് കഥാപാത്രങ്ങളുടെ മാനസികവ്യാപാരങ്ങളെ അഭിവ്യഞ്ജിപ്പിക്കുന്ന അടയാളങ്ങളായിത്തീർന്നതും കാലം കുറുകിക്കൂടി നിമിഷാർദ്ധത്തിലൊതുങ്ങിയതും ചെക്കോവിന്റെ രാകിമിനുക്കിയ രചനകളിലായിരുന്നു.

ചെറുകഥയുടെ മൊത്തം ഭാവക്രമത്തിൽ മുഖ്യകഥാപാത്രത്തിന്റെ മനോഭാവത്തിലോ പ്രപഞ്ചാവബോധത്തിലോ സംഭവിക്കുന്ന നിർണ്ണായകമായ മാറ്റത്തെ കുറിക്കുന്ന മുഹൂർത്തത്തിനുള്ള പ്രാധാന്യം തിരിച്ചറിഞ്ഞ ഒരാൾ ജയിംസ് ജോയ്സായിരുന്നു. ജോയ്സ് ഇത്തരം മുഹൂർത്തങ്ങൾക്ക്, ക്രിസ്തീയമായൊരു സംജ്ഞ കടമെടുത്തുകൊണ്ട്, 'എപ്പിഫനി' (epiphany) എന്ന സാങ്കേതികമായ പേരു നൽകി. വേദ

പുസ്തകത്തിൽ വിവരിച്ചിട്ടുള്ള, മൂന്നു വിദ്വാന്മാർ (Three Magi) ഉണ്ണി യേശുവിനെ കാണാൻ പോയ സംഭവമാണ് ഇവിടത്തെ സൂചിതം. ഈ വിജ്ഞന്മാർക്ക് കൈവന്ന വെളിപാട് അപൂർവ്വസുന്ദരമായ ഒന്നായിരുന്നു, അത് അപാരമായ ഉണർവിനും ആഹ്ലാദത്തിനുമിടയാക്കി. ഇതിനെ ദൃഷ്ടാന്തമാക്കിക്കൊണ്ട് ജോയ്സ് കഥയിലെ 'എപ്പിഫനിയെ' ഈ രീതി യിൽ നിർവ്വചിച്ചു: 'യോഗാത്മകമായൊരു മതാനുഭൂതിയിലെന്നപോലെ, ഗാഢമായ ആഹ്ലാദത്തിനു വഴിയൊരുക്കിക്കൊണ്ട് സംഭവിക്കുന്ന, ഒര നുഭവത്തിന്റെ അകംപൊരുളിന്റെ വിചിത്രമായ വെളിപ്പെടൽ.' ജോയ്സിന്റെ ചില ചെറുകഥകൾ തെളിയിക്കുന്നതുപോലെ, കഥയിലെ ചില സംഭാഷണ ശകലങ്ങളിലൂടെയും വിവരണത്തിന്റെ തരികളിലൂടെ യുമായിരിക്കും കഥാകൃത്ത് ചിലപ്പോൾ കാര്യങ്ങളുടെ ആന്തര യാഥാർത്ഥ്യം തെളിച്ചുകാട്ടുന്നത്.

ഇങ്ങനെ പ്രധാനകഥാപാത്രത്തിന് ഒറ്റ നിമിഷത്തിൽ കൈവരുന്ന സത്യദർശനത്തിൽ കഥയുടെ ചൈതന്യത്തെ ആവാഹിക്കുന്ന സമ്പ്ര ദായം സഫലമായി പരീക്ഷിച്ചുനോക്കിയത് ജോയ്സ് ആയിരുന്നു. ജോയ്സിന്റെ കൈകളിൽ 'എപ്പിഫനി' കഥയ്ക്ക് ആന്തരഗൗരവവും ഒപ്പം കലാശില്പത്തിന് സാന്ദ്രീകരണവും സമ്മാനിക്കുന്ന പ്രധാനപ്പെട്ടൊരു ശില്പോപായമായി മാറുന്നതു കാണാം. എന്നാൽ ജോയ്സിന്റെതന്നെ രചനകൾ പരിശോധിച്ചാലും, ആധുനികകാലഘട്ടത്തിലെ ചെറുകഥകൾ പൊതുവിലെടുത്തു നോക്കിയാലും കണ്ടെത്താൻ കഴിയുന്ന ഒരു കാര്യം, ഇത്തരം വെളിപാടുകൾ എല്ലായ്പോഴും ഉദാത്തഭാവം വഹിക്കുന്നവ യാകണമെന്നില്ല എന്നതാണ്. ചില വെളിപാടുകൾ തമാശ കലർന്ന വയാകാം, ചിലവ ദുഃഖകരം, വേറെ ചിലതിൽ ഫലിതവും വിഷാദവും കലർന്നുകിടക്കുന്നു. എന്നാൽ ഇവയുടെ ആത്യന്തികഫലം ഒന്നുതന്നെ യാണ്: പ്രധാനകഥാപാത്രത്തിന്റെ അന്തർലോകത്തിൽ വന്നുപെടുന്ന വിവരിക്കാനാവാത്ത തരത്തിലുള്ള ഒരുതരം ജ്ഞാനോദയം. ആധുനിക ചെറുകഥകളിലെ വെളിപാടുകൾ വിരുദ്ധോക്തിയുടെ സ്വഭാവം കൈക്കൊ ള്ളുന്നതിൽ ഒരു കണക്കിൽ അത്ഭുതപ്പെടാനില്ല. ആദ്യത്തെ വെളിപ്പെട ലിന്റെ കഥയെടുത്തു നോക്കുക: മൂന്നു വിദ്വാന്മാർ കണ്ടത് അഴുക്കു നിറഞ്ഞ കാലിത്തൊഴുത്തിൽ പിറന്നുവീണ ഒരു ശിശുവിനെയാണ്. അവ രുടെ അനുഭവത്തിൽ ഹാസ്യച്ഛായ നിഴലിക്കുന്നതോ, വിരുദ്ധോക്തി കലർന്നതോ ആയ ഒരംശമുണ്ടായിരുന്നു എന്നതല്ലേ നേര്?

തന്റെ ആദ്യചെറുകഥാസമാഹാരമായ 'ഡബ്ളിനേഴ്സി'ൽ ജോയ്സ് പുതിയൊരു തരം ആത്മജ്ഞാനത്തിന്റെ മുനമ്പിലെത്തി നിൽക്കുന്ന പല കഥാപാത്രങ്ങളേയും അവതരിപ്പിക്കുകയുണ്ടായി. ഈ കഥാപാത്ര ങ്ങൾക്കു കൈവരുന്ന തിരിച്ചറിവിന്റെ നിമിഷങ്ങൾ അതിലോലവും ക്ഷണികവുമാണ്. അപ്രതീക്ഷിതവും ആകസ്മികവുമായ ഏതോ പ്രകോപനത്തിന്റെ ഫലമായി ഈ കഥാപാത്രങ്ങളുടെ ബോധമണ്ഡ ലത്തെ ചൂഴ്ന്നുനിൽക്കുന്ന വെളിയട ഊർന്നുവീഴുകയും താനേ തള്ളി

ത്തുറന്നെത്തുന്ന നിർദ്ദയമായ വെളിച്ചത്തിൽ അവർ തങ്ങൾ മുമ്പു കാണാതെ പോയതോ നേരിടാൻ മടിച്ചതോ ആയ ഒരു സത്യത്തിനു മുമ്പിൽ നിലയുറപ്പിക്കുകയും ചെയ്യുന്നതായി നാം കാണുന്നു. ഈ മുന്തിയ നിമിഷങ്ങൾക്ക് ഏറെ ആയുസ്സില്ല, അവ അതിവേഗം പൊലിയുന്നു. തിളങ്ങി മായുന്ന ഈ മുഹൂർത്തങ്ങൾ കാഴ്ചവെയ്ക്കുന്ന പുതിയ ധാരണ എത്രത്തോളം ശക്തമാണ്, അത് ഈ കഥാപാത്രങ്ങളുടെ ജീവിതത്തിൽ ഉണ്ടാക്കാനിടയുള്ള മാറ്റം എത്രകണ്ട് വലുതാണ് എന്നൊക്കെ അനുമാനിക്കുന്ന ജോലി കഥാകൃത്ത് വായനക്കാർക്കു വിട്ടുകൊടുക്കുന്നു.

ഈ മട്ടിൽ പ്രധാനകഥാപാത്രം കടന്നുപോകുന്ന പ്രതിസന്ധിഘട്ടവും അതിനെത്തുടർന്ന് അയാൾക്കു കൈവരുന്ന അർത്ഥവത്തായ വെളിപാടും നിർണ്ണായകസ്ഥാനത്തു നിലകൊള്ളുന്ന ആധുനിക ചെറുകഥകളിലൂടെ സഞ്ചരിക്കുമ്പോൾ ചില മുൻകരുതലുകൾ ആവശ്യമാണ്. പ്രധാന കഥാപാത്രത്തിന്റെ മുമ്പിൽ ഈടുറ്റ ഒരു ജീവിതയാഥാർത്ഥ്യം മുട്ടിവിളിക്കുന്നതായി നമുക്കനുഭവപ്പെടുന്നു. എന്നാൽ അയാൾക്കിത് ഉൾക്കൊള്ളാൻ കഴിയണമെന്നില്ല. ചിലപ്പോൾ വായനക്കാരനായിരിക്കും അയാളെക്കാൾ നന്നായി ഇതിന്റെ പ്രാധാന്യം മനസ്സിലാക്കുന്നത്. മുഖ്യകഥാപാത്രത്തിന്റെ കാഴ്ചപ്പാടിലും വീക്ഷണഗതിയിലും സാരമായ ഒരു വ്യതിയാനം സംഭവിച്ചതായി നാം കാണുന്നു. എന്നാൽ ഇതിന്റെ പൊരുൾ പൂർണ്ണമായി ഗ്രഹിക്കാൻ അയാൾക്കു കഴിയണമെന്നില്ല. ഈയൊരു ഉൾക്കാഴ്ചയുടെ അഭാവത്താൽ, അയാൾ താൻ എത്തിനിൽക്കുന്ന സന്ദർഭത്തിന്റേയും താൻ പങ്കാളിയായുള്ള ബന്ധങ്ങളുടേയും യഥാർത്ഥ സ്വഭാവം മനസ്സിലാക്കാതെ തുടർന്നും സ്വയം വഞ്ചിക്കാനിടയുണ്ട് എന്ന തോന്നൽ അവശേഷിപ്പിച്ചുകൊണ്ടാണ് ചില കഥകൾ അവസാനിക്കുന്നത്. പ്രധാന കഥാപാത്രത്തിന്റെ ജീവിതഗതിയിൽ എന്തെങ്കിലും മാറ്റമുണ്ടാകുമെന്നു പ്രതീക്ഷിക്കാൻ നമുക്ക് ഒട്ടും ഇടം നൽകാത്ത രീതിയിലാണ് ചില കഥകളുടെ പരിസമാപ്തി.

വേറൊരു രീതിയിൽപ്പറഞ്ഞാൽ, കഥയിലെ പ്രധാന നടീനടന്മാരുടെയോ അല്ലെങ്കിൽ ആഖ്യാനകാരന്റെയോ ബോധത്തിന്റെ അടിത്തട്ടിൽ പതിഞ്ഞുകിടക്കുന്ന ഒരു സത്യമായിരിക്കും വായനക്കാരൻ പൂർണ്ണമായി കണ്ടെത്തുന്നത്. എന്നാൽ വേറെ ചില സന്ദർഭങ്ങളിൽ ശ്രദ്ധാലുവായൊരു വായനക്കാരനുകൂടി കഥാവസാനത്തിൽ ഉൾച്ചേർന്നിട്ടുള്ള അന്തിമമായ ഉൾക്കാഴ്ചയുടെ കൃത്യമായ സ്വഭാവം തൊട്ടറിയാൻ കഴിയാതെ പോയെന്നു വരും. ഈ ഉൾക്കാഴ്ചയുടെ പ്രാധാന്യം തീർത്തും വ്യക്തമായിരിക്കും. പക്ഷേ, അതിന്റെ യഥാർത്ഥ സ്വഭാവമെന്താണ്, അല്ലെങ്കിൽ അത് എന്തിലേക്കു വിരൽചൂണ്ടുന്നു എന്നു വ്യവച്ഛേദിക്കാൻ തീർത്തും സുശിക്ഷിതനായ ഒരു വായനക്കാരനുപോലും സാധിച്ചുവെന്നുവരില്ല. ഇങ്ങനെ പ്രധാന കഥാപാത്രത്തിന്റെ ജീവിതത്തിലെ പ്രതിസന്ധി മൂപ്പെത്തുന്ന സന്ദർഭത്തെ വലംവെച്ചു വികസിക്കുന്ന ചില ആധുനിക കഥകൾ

യഥാർത്ഥത്തിൽ ചെയ്യുന്നത് ഈ ക്രമത്തെ നിശ്ശബ്ദമായി അട്ടിമറിക്കുക എന്നതാണ്.

മർത്ത്യായുസ്സിൽ സാരമായുള്ളത് ചില മാത്രകൾ മാത്രമാണെന്ന് നമ്മുടെ ഒരു കവി പാടിയിട്ടുള്ളത് ഓർമ്മയില്ലേ? ഈ മാത്രകൾ അധിക നേരം തങ്ങിനിൽക്കുന്നില്ല എന്ന പരാതിയാണ് ആധുനികമനുഷ്യനുള്ളത്. സംവേദനശീലനായൊരു വ്യക്തിയെ സംബന്ധിച്ചിടത്തോളം, ചിലപ്പോൾ ഈ മാത്രകൾ സമ്മാനിക്കുന്ന ആഹ്ലാദമൂർച്ഛയ്ക്കൊപ്പം, അവയുടെ തുളച്ചുകയറുന്നവെട്ടത്തിൽ ഇന്നലെകളുടെ വ്യർത്ഥതയും ഇന്നിന്റെ അർത്ഥശൂന്യതയും ആവരണങ്ങളില്ലാതെ കണ്ടെത്താൻ കഴിയുന്നു. ഈ ദീപ്തനിമിഷങ്ങൾ ഒടുവിൽ പുകയും ഇത്തിരി ചാരവും ബാക്കിയിട്ടാണ് പോയ്മറയുന്നത് എന്നുവന്നാലോ? അതല്ലെങ്കിൽ ഏതെങ്കിലും കാരണ ത്താൽ അവയുടെ ഉൾത്തലത്തിലെ തിളക്കം വേണ്ടത്ര സ്ഫുടതയോടെ നമ്മുടെ മനസ്സിൽ പതിയാതെ പോയാൽ എന്തായിരിക്കും ഫലം? ഇത്തരം ചെറുസമസ്യകൾകൂടി അന്തർഭവിച്ചിട്ടുള്ള എട്ടു ചെറുകഥ കളാണ് ഈ സമാഹാരത്തിലുള്ളത്. അവയിൽ അഞ്ചെണ്ണം മലയാള കഥകളും ബാക്കി മൂന്നും പടിഞ്ഞാറൻ രചനകളുമാണ്. ഈ കഥകൾ ഒരുമിച്ചു വായിക്കുമ്പോൾ ഏതു ശില്പോപായമവലംബിച്ചുകൊണ്ടാണോ അവയുടെ സ്രഷ്ടാക്കൾ തങ്ങളുടെ രചനകൾക്ക് ഒരുതരം ക്രൂരമായ തെളി മയും മൂർച്ചയുമരുളിയിട്ടുള്ളത്, അതിന്റെ പ്രയോഗത്തിലും ധർമ്മത്തി ലുമടങ്ങിയിട്ടുള്ള വൈവിധ്യംകൂടി നിങ്ങളുടെ ശ്രദ്ധയിൽപ്പെട്ടെന്നുവരും.

ഒന്ന്

രാജലക്ഷ്മിയുടെ 'പരാജിത' വായിച്ചുതീരുമ്പോൾ നമുക്കാദ്യം തോന്നു ന്നത്, ഇതു മാധവിക്കുട്ടി എഴുതുമായിരുന്ന കഥയാണ് എന്നാണ്. യൗവ്വന ത്തിന്റെ ആളിക്കത്തൽ ഉടലിനേയും ഉയിരിനേയും തൊട്ടുഴിയുന്ന സമയത്ത്, മടുപ്പിലേക്കു നീങ്ങിക്കൊണ്ടിരിക്കുന്ന ദാമ്പത്യബന്ധത്തിനും അന്യപുരുഷൻ വെച്ചുനീട്ടുന്ന പ്രലോഭനത്തിനുമിടയിൽ കുടുങ്ങിപ്പോയ സ്ത്രീ അനുഭവിക്കുന്ന ഉൾപ്പോരുകൾ മാധവിക്കുട്ടിക്കെന്നും പ്രിയപ്പെട്ട ഒരു പ്രമേയമായിരുന്നു. മാധവിക്കുട്ടിയുടെ ഏറ്റവും മികച്ച ചില ചെറു കഥകൾ ഇത്തരം സന്ദിഗ്ദ്ധതകളിലൂടെ കടന്നുപോകുന്ന സ്ത്രീകളുടെ അവസ്ഥ കേന്ദ്രമാക്കിയുള്ളവയാണ്. കഥാകൃത്തായ രാജലക്ഷ്മിയെപ്പറ്റി പറയുകയാണെങ്കിൽ, മാധവിക്കുട്ടിയുടെ ഭാവപരമായ ഏകാഗ്രതയോ ശില്പസംബന്ധമായ കൈയടക്കമോ അവരിൽനിന്ന് നാം പ്രതീക്ഷി ക്കേണ്ടതില്ലെന്നു തോന്നുന്നു. അതിനാൽ 'പരാജിത'യിലെ പ്രധാന പ്രമേയത്തിന്റെ പരിചരണരീതിക്കു മുറുക്കം കുറവാണെന്ന പരാതി ക്കടിസ്ഥാനമുണ്ട്. എങ്കിൽക്കൂടി രാജലക്ഷ്മിക്കു സാഹിത്യലോകത്തിൽ പ്രതിഷ്ഠ നേടിക്കൊടുത്ത ആദ്യരചനകളിലൊന്നായ ഈ ചെറുകഥ, സ്ത്രീ ഹൃദയത്തിന്റെ വഴുവഴുപ്പുള്ള പ്രതലങ്ങളിലൂടെ തെന്നിനീങ്ങുന്ന

രീതിയൊന്നിനാൽ, മലയാളത്തിലെ പെണ്ണെഴുത്തിന്റെ ഈടുവയ്പിന്റെ ഭാഗമായി മാറിയതുപോലുണ്ട്.

ഇവിടെ കഥാകൃത്ത് പ്രധാന കഥാപാത്രമായ നിർമ്മലാ പണിക്കരുടെ മനസ്സിന്റെ ചാഞ്ചാട്ടം ഏറെക്കുറെ ഋജുവായ രീതിയിൽ വിവരിച്ചുപോകുകയാണ് ചെയ്യുന്നത്. എന്നാൽ ഈ വിവരണത്തിനിടയിൽ കുറച്ചുകൂടി സൂക്ഷ്മമായ ചില സൂചനകൾ കയറിപ്പറ്റിയിട്ടുണ്ട്. അവയിലൊന്നാണ് നിർമ്മല താൻ പണിയെടുക്കുന്ന ഗവേഷണസ്ഥാപനത്തിൽ പ്രദർശനത്തിനുവച്ചിട്ടുള്ള സ്വർണ്ണമീനുകളേയും കടൽപ്പാമ്പുകളേയും നോക്കിനിൽക്കുന്ന രംഗം: "കടലാമകൾ രണ്ടുംകൂടി പതിവുപോലെ യുദ്ധം നടത്തിയിരിക്കണം. അവയെ ഇട്ടിരിക്കുന്ന ചില്ലുമുറി മുഴുവൻ രക്തമാണ്." ഈ ചെറിയ ദൃശ്യം അവളുടെ ഉൾപ്പോരിന് നിശിതമായൊരു അർത്ഥം നൽകുന്നു. ഗവേഷണസ്ഥാപനത്തിലെ ഡയറക്ടർക്കു കൈമുതലായുള്ള ലൈംഗികാകർഷണത്തിന് എതിർനിൽക്കുന്ന ഒന്നാണ്, നിർമ്മലയുടെ ഭർത്താവിന്റെ വറ്റിത്തുടങ്ങിയ യൗവ്വനത്തെക്കുറിച്ചുള്ള പരാമർശം. താൻ വർഷങ്ങൾക്കുമുമ്പ് കുറഞ്ഞൊരു സാഹസികതയോടെ നടത്തിയ പ്രണയവിവാഹത്തിന്റെ ചന്തം നഷ്ടപ്പെട്ടുതുടങ്ങിയ വേളയിലാണ് തിന്മയുടെ സ്പർശമുള്ള, പൗരുഷം തുടിച്ചുനിൽക്കുന്ന തന്റെ മേലുദ്യോഗസ്ഥൻ അവളുടെ കൊതികളെ തൊട്ടുണർത്തിയതെന്നു നാം കാണുന്നു.

ഈ വശീകരണത്തെ ചെറുക്കാൻ താൻ അസമർത്ഥയാണെന്നും പരാജിതയാവാൻ വിധിക്കപ്പെട്ടവളാണ് താൻ എന്നുമുള്ള തിരിച്ചറിവ് നിർമ്മലയ്ക്കു കൈവരുന്നത് മകൻ പഠിക്കുന്ന ബോർഡിംഗ് സ്കൂളിലേക്കുള്ള അവളുടെ സന്ദർശനത്തോടുകൂടിയാണ്. അമ്മയും മകനും കൈമാറുന്ന വാക്കുകളിലൂടെ അവർക്കിടയിൽ വളർന്നുകൊണ്ടിരിക്കുന്ന അകൽച്ചയുടെ സ്വഭാവം കഥാകൃത്ത് വ്യക്തമാക്കിത്തരുന്നു. ആവശ്യമായ സമയത്ത് അമ്മയുടെ വാത്സല്യവും ലാളനയും ലഭിക്കാതെ പോയ മകൻ തന്നിൽനിന്ന് ഏറെ അകന്നുപോയിരിക്കുന്നു എന്ന കണ്ടെത്തൽ നിർമ്മലയെ സംബന്ധിച്ചിടത്തോളം താങ്ങാൻ വയ്യാത്ത ഒന്നാണ്. ഇത് അവളുടെ തകർച്ചയ്ക്ക് ആഴം കൂട്ടുന്നു. അവളെ കാത്തിരിക്കുന്ന വിധിയെക്കുറിച്ച് കഥാവസാനത്തിൽ അതിവാചാലമായൊരു സൂചനയുണ്ട്: 'റെയിൽവേസ്റ്റേഷൻ-നാശത്തിലേക്കുള്ള വാതിൽ–'.

മകനിൽനിന്ന് കൈവരുന്ന നിരാസം കഥാനായികയെ സംബന്ധിച്ചിടത്തോളം തന്നെത്തന്നെ പുതിയൊരു മട്ടിൽ നോക്കിക്കാണാൻ പ്രേരിപ്പിക്കുന്ന വെളിപാടിന്റെ സ്വഭാവമാർജ്ജിക്കുന്നുണ്ടോ? ഇതിനെപ്പറ്റി തർക്കമുണ്ടാവാം. തെറ്റിലേക്കു വഴുതി വീഴുന്നതു തടയാൻ മാതൃത്വം തന്നെ സഹായിച്ചേക്കുമെന്ന പ്രതീക്ഷയോടുകൂടിയാണ് നിർമ്മല മകന്റെയടുക്കൽ ഓടിപ്പിടഞ്ഞെത്തിയത്. തന്റെ സാന്നിദ്ധ്യത്തെക്കാളധികം മകൻ വിലമതിക്കുന്നത് ഒരു കൂട്ടുകാരനുമായി പങ്കിടുന്ന നിമിഷങ്ങളാണ് എന്നു

മനസ്സിലാക്കി ബോർഡിംഗ് സ്കൂളിൽനിന്നു മടങ്ങുന്ന അവൾ ജീവിതത്തിലെ അവസാനത്തെ അഭയകേന്ദ്രം നഷ്ടപ്പെട്ടവളാണ്. ഈ അർത്ഥത്തിലാണ്, കഥാവസാനത്തിലെ പ്രതിസന്ധിമുഹൂർത്തത്തിൽ (crisis point) നായിക അകപ്പെട്ടിരിക്കുന്ന സന്ദർഭത്തിന്റെ സാരാംശം കത്തിപ്പിടിക്കുന്നതായി വായനക്കാരനു തോന്നുന്നത്.

രണ്ട്

തന്റെ സാഹിത്യജീവിതത്തിന്റെ വളർച്ചയിൽ ജെയിംസ് ജോയ്സ് ചെലുത്തിയിട്ടുള്ള നിർണ്ണായകമായ സ്വാധീനത്തെക്കുറിച്ച് ടി. പത്മനാഭൻ ഒരിടത്ത് എഴുതിയിട്ടുണ്ട്. കഥാശില്പത്തെക്കുറിച്ചുള്ള പത്മനാഭന്റെ ധാരണകൾക്കു വ്യക്തത ലഭിക്കാൻ ഈ സ്വാധീനത സഹായിച്ചതായി കാണാം. 'പ്രകാശം പരത്തുന്ന ഒരു പെൺകുട്ടി' ഇതിനുദാഹരണമാണ്. ജോയ്സിന്റെ 'ഡബ്ളിനേഴ്സും', 'എ പോർട്രെയ്റ്റ് ഓഫ് ദി ആർട്ടിസ്റ്റ് അസ് എ യംഗ്മാനും' വായിച്ചതിന്റെ സംസ്കാരം ഉള്ളിൽ അലിഞ്ഞുചേർന്ന ഒരു കഥാകൃത്തിന്റെ രചനയാണ് 'പ്രകാശം പരത്തുന്ന ഒരു പെൺകുട്ടി'. 'പോർട്രെയ്റ്റി'ലെ നായകനായ സ്റ്റീഫൻ ഡെഡലസ് സമുദ്രതീരത്തു നിൽക്കുമ്പോൾ തന്റെ മുമ്പിൽ കടൽപ്പക്ഷിയുടെ ആകൃതിയിൽ ആവിർഭവിക്കുന്ന മായികഭംഗിയാർന്ന പെൺകുട്ടിയുടെ ദർശനം അയാളിലുണർത്തുന്ന വികാരമൂർച്ഛയെപ്പറ്റി നോവലിസ്റ്റ് പറയുന്നില്ലേ, അതുമായി സാദൃശ്യം വഹിക്കുന്ന ഒരനുഭൂതിയുടെ ആവിഷ്കരണമാണ് ഈ ചെറുകഥയിൽ തന്റെ മുഖ്യകഥാപാത്രത്തെ നൈരാശ്യത്തിന്റെ അടിത്തട്ടിൽനിന്ന് പിടിച്ചുയർത്തുന്ന ഒരു കൂടിക്കാഴ്ചയുടെ വിവരണത്തിലൂടെ കഥാകൃത്ത് സാധിച്ചെടുത്തിരിക്കുന്നത്. പതിഞ്ഞമട്ടിലാണ് കഥാകൃത്തിവിടെ ആഖ്യാനം നിർവ്വഹിച്ചിരിക്കുന്നത്. കഥയിൽ വിട്ടൊഴിയാതെ നിൽക്കുന്ന ആത്മാനുകമ്പയുടെ സ്വരവും ആവർത്തനാത്മകമായ വിശദാംശങ്ങളുടെ കടന്നുവരവും ഇന്നത്തെ ഒരു വായനക്കാരനെ ചെറുതായി അലോസരപ്പെടുത്താനിടയുണ്ട്. പത്മനാഭൻ എഴുത്താരംഭിച്ച കാലഘട്ടത്തിന്റേതായ ചില ശീലങ്ങൾക്ക് ഇളവനുവദിച്ചുകൊണ്ടുവേണം, അതിഭാവുകത്വമെന്ന് ഇപ്പോൾ ചിലർ വിവരിക്കാനിടയുള്ള ഈ കഥയിലെ വൈകാരികാംശത്തെ നാം സമീപിക്കേണ്ടത്.

പ്രധാന കഥാപാത്രം പോയ വർഷത്തിൽ താൻ ഒരു പുതിയ മനുഷ്യനായിത്തീർന്ന സംഭവം പുനരാവാഹിക്കുന്ന രീതിയിലാണ് പത്മനാഭനിവിടെ കഥ പറഞ്ഞുപോകുന്നത്. ഈ വിവരണരീതി കാരണം പ്രധാന കഥാപാത്രത്തിനു കൈവരുന്ന ഉൾക്കാഴ്ചയുടെ നേരിട്ടുള്ള ആഘാതം (ഒറ്റവാക്കിൽ പറഞ്ഞാൽ, 'immediacy') കൈമോശംവരുന്നുണ്ട്. കഥയുടെ അവസാനഭാഗത്ത് അയാൾ നടത്തുന്ന ആത്മഗതത്തിലൂടെ ("പ്രകാശം പരത്തുന്ന ആ പെൺകുട്ടിയെ വീണ്ടും കണ്ടുമുട്ടാതിരിക്കില്ല. ഒരുപക്ഷേ നാനൂറോ അഞ്ഞൂറോ കൊല്ലങ്ങൾക്കുശേഷമായിരിക്കാം.

ഞാനടക്കമുള്ള എല്ലാ മനുഷ്യരും വഴിത്തിരിവിൽ സംശയിച്ചുനിൽക്കുകയായിരിക്കും. അപ്പോഴാണ്... നീ പൊയ്ക്കളയരുതേ!") അയാളുടെ വൈയക്തികമായ അനുഭവത്തിന് സാർവ്വജനീനമായൊരു അർത്ഥം ചാർത്തിക്കൊടുക്കാൻ കഥാകൃത്ത് പണിപ്പെടുന്നതുപോലുണ്ട്.

ആത്മഹത്യ ചെയ്യാനുറച്ചുകൊണ്ട് കൈയിൽ വിഷംനിറച്ച കുപ്പിയുമായി സിനിമാ തീയേറ്ററിൽ ചെന്നിരിക്കുന്ന പ്രധാന കഥാപാത്രത്തിന്റെ മുമ്പിൽ പ്രതീക്ഷയും മോഹവും വെച്ചുനീട്ടിക്കൊണ്ടു കടന്നുവരുന്ന ഒരു പെൺകുട്ടിയുടെ സാന്നിധ്യമാണ് ഈ കഥയിൽ ഗതിമാറ്റമുണ്ടാക്കുന്ന ഘടകം. അവരിരുവരുടേയും ലോകങ്ങൾ തമ്മിലുള്ള അന്തരം കഥാകൃത്ത് തെളിച്ചു കാട്ടുന്നുണ്ട്. സൂര്യാസ്തമയവും മഞ്ഞും ഇരുട്ടും എങ്ങും വിങ്ങിനിൽക്കുന്ന മൂകതയുമാണ് അയാളുടെ അവസ്ഥയെ വ്യാഖ്യാനിക്കുന്നതെങ്കിൽ, വെളിച്ചവും പൊട്ടിച്ചിരിയുമാണ് അവളുടെ സാമീപ്യത്തെ നിർവചിക്കുന്നത്. അയാളുടെ അകാലവാർദ്ധക്യഭീതി അവളുടെ തിമർത്തുല്ലസിക്കുന്ന കൗമാരവുമായി ഇടയുന്നു. കാറ്റാടിമരത്തിന്റെ നിഴലിൽ പതറിനിൽക്കുന്ന അയാളുടെ ഓർമ്മകളും ചിന്തകളും അകത്തേക്കു വലിയുമ്പോൾ, സൂര്യപ്രകാശവും പനിനീർപ്പൂക്കളുമുള്ള ഒരു ലോകം അവളുടെ നിഷ്കളങ്കമായ സംഭാഷണങ്ങൾക്കും ലാഘവം നിറഞ്ഞ ചലനങ്ങൾക്കും പശ്ചാത്തലമൊരുക്കുന്നു. ജീവിതത്തെ പൊടിപ്പിക്കുകയും തളിർപ്പിക്കുകയും ചെയ്യുന്ന അജ്ഞാതമായൊരു സിദ്ധിവിശേഷം ആ പെൺകുട്ടിയിൽ മറഞ്ഞുകിടന്നിരുന്നു എന്നതിനാലാവാം, ലോകത്തോടു പുറംതിരിഞ്ഞുനിന്ന അയാൾക്ക് ഉത്തേജനം പകരാനും മടുപ്പിൽനിന്ന് അയാളെ കരകയറ്റാനും നിമിഷവേഗത്തിൽ അവൾക്കു സാധിച്ചത്.

ആത്മഹത്യാപ്രവണമായ അയാളുടെ മനസ്സിൽ ആകസ്മികമായ ഈ കൂടിക്കാഴ്ച വരുത്തിക്കൂട്ടിയ ഗുണപരമായ മാറ്റത്തിന്റെ സ്വഭാവമെന്താണ്? ജീവിതപരാജയം ഏറ്റുവാങ്ങിയ അയാളുടെ കാഴ്ചപ്പാടിലും സമീപനത്തിലും ഒരഴിച്ചുപണിക്കു വഴിയൊരുക്കിയ സംഭവമായി മാറാനുള്ള ഗൗരവം സിനിമാതീയേറ്ററിൽവച്ച് യാദൃച്ഛികമായി രൂപപ്പെട്ട ഈ സൗഹൃദത്തിന് എങ്ങനെ ലഭിച്ചു? അയാളുടെ വാക്കുകൾ ശ്രദ്ധിക്കുക: "കഴിഞ്ഞതൊക്കെ ഒരു പുകപോലെ മാത്രമേ കാണുവാൻ കഴിയുന്നുള്ളൂ. അതിൽ യുക്തിക്കു യാതൊരു സ്ഥാനവുമില്ല. ഒരു സമാധാനമേയുള്ളു. മനുഷ്യന്റെ ജീവിതത്തിൽ യുക്തിക്കു വിശദീകരിക്കാൻ കഴിയാത്ത പലതും സംഭവിക്കാറുണ്ടല്ലോ." പത്മനാഭന്റെ കഥയിലെ പെൺകുട്ടി, അങ്ങനെ, അവ്യക്തമോഹനമായൊരു കാല്പനികാദർശമായി ഉയർന്നു മാറിനിൽക്കുന്നു. ബന്ധങ്ങളെല്ലാംതന്നെ പൊള്ളയാണെന്നും നിലനില്പിനു സാധൂകരണമില്ലെന്നും തോന്നുന്ന വേളയിൽ, ലോലഹൃദയനായൊരു വ്യക്തിക്ക് ഓർക്കാപ്പുറത്തു വീണുകിട്ടുന്ന വരദാനമില്ലേ, അത്തരത്തിലുള്ള ഒന്നാണ് ഈ കഥയിലെ പെൺകുട്ടി കാഴ്ച വെയ്ക്കുന്ന അഴകിന്റെയും ആഹ്ലാദത്തിന്റെയും തരളദർശനത്തിലൂടെ സാക്ഷാത്കാരം കണ്ടെത്തുന്നത്.

മൂന്ന്

പത്മനാഭന്റെ നായകൻ മരണവുമായി പാതി അനുരാഗത്തിലകപ്പെട്ട ഒരാളാണെങ്കിൽ നന്തനാരുടെ 'ജീവിതം അവസാനിക്കുന്നില്ല' എന്ന കഥയിലെ പേരില്ലാത്ത മുഖ്യകഥാപാത്രം ജീവിതവുമായുള്ള തന്റെ കണക്കുകൾ തീർക്കാൻ നിശ്ചയിച്ചുറപ്പിച്ച് തികഞ്ഞ കരളുറപ്പോടെ വീട്ടിൽ നിന്ന് ഇറങ്ങിത്തിരിച്ച ഒരുവനാണ്. ആത്മഹത്യയുടെ രീതിശാസ്ത്രം കൃത്യമായി മനസ്സിൽ കുറിച്ചിട്ടുകൊണ്ടാണ് അയാൾ ബാഗിൽ ഉറക്കഗുളികകളുമായി തന്റെ ഇടത്താവളങ്ങളിലൊന്നായ ഹോട്ടലിൽ ചെന്നുപറ്റുന്നത്. അതിൽപ്പിന്നെയുള്ള അയാളുടെ ചലനങ്ങൾ കാഥികൻ സൂക്ഷ്മമായി പിന്തുടരുന്നു. അയാളുടെ ലോകത്തിൽ കയറിവരുന്ന ദുർലക്ഷണങ്ങളും നിഷേധാത്മകമായ കാഴ്ചകളും കഥാകൃത്ത് അടയാളപ്പെടുത്തിയിരിക്കുന്നത് ശ്രദ്ധിക്കുക: മുച്ചുണ്ടൻ പയ്യൻ, ലക്ഷ്യമില്ലാതെ നീങ്ങുന്ന ജനപ്രവാഹം, പെട്ടെന്നണയുന്ന തെരുവുവിളക്കുകൾ. തന്റെ തീരുമാനത്തിലേക്കു പതറാതെ അടിവെച്ചുനീങ്ങുന്ന നായകനെ കഥാകൃത്ത് തെല്ലൊരു നിസ്സംഗതയോടെ വീക്ഷിക്കുന്നു.

അല്പമൊന്ന് മാറിച്ചിന്തിക്കാൻ അയാളെ പ്രേരിപ്പിക്കുന്നത് തന്റെ അവസാനത്തെ ഔദാര്യം കൈപ്പറ്റുന്ന കുഷ്ഠരോഗിയാണ്: "ഇപ്പോൾ കിട്ടിയ നാണയത്തുട്ടുകൊണ്ട്, വേണമെങ്കിൽ ഈ കുഷ്ഠരോഗിക്കു അയാളുടെ ജീവിതമവസാനിപ്പിച്ചുകൂടെ? ആവാം. പക്ഷേ, ആ കുഷ്ഠരോഗിയുടെ കണ്ണുകളിൽ കണ്ടത്, നിറഞ്ഞുതുളുമ്പി നിൽക്കുന്നത്, ജീവിതാസക്തിയാണ്. അതൊന്നുമാത്രമാണ്. അദ്ഭുതംതന്നെ." എന്നാൽ അയാൾ ഹോട്ടലിലേക്കു തിരിച്ചുനടക്കുമ്പോൾ പാത വിജനമായിക്കാണുന്നു. ഹോട്ടലിലെ കൗണ്ടറിൽ നേരത്തെ കണ്ട ചെറുപ്പക്കാരന്റെ സ്ഥാനത്തുള്ളത് തലയിൽ മഫ്ളർ ചുറ്റിയ വൃദ്ധനാണ്. യുവത്വത്തിൽ നിന്ന് വാർദ്ധക്യത്തിലേക്കുള്ള ഈ മാറ്റം സമർത്ഥമായൊരു സൂചനയാണ്; അത് ഇരുട്ടിലേക്കുള്ള അയാളുടെ പ്രയാണത്തിനു മുന്നോടി കുറിക്കുന്നു.

ഹോട്ടൽ മുറിക്കുള്ളിൽ ബാഗിൽനിന്ന് ഉറക്കഗുളികകളെടുത്ത് ഓരോന്നായി വിഴുങ്ങാൻ തുടങ്ങുന്ന അയാളെ താൻ മനസ്സുകൊണ്ട് വിടവാങ്ങിയ മാനുഷിക പ്രപഞ്ചത്തിലേക്കു തിരിച്ചുവിളിക്കുന്നത്, അല്പം മുമ്പ് തെരുവോരത്ത് താൻ കണ്ട കൊച്ചുകുഞ്ഞിന്റെ കരച്ചിലാണ്. ഇതിനെത്തുടർന്ന് കുഞ്ഞിന്റെയടുക്കൽ ഓടിക്കിതച്ചെത്തി അതിനെ മുലയൂട്ടുന്ന അമ്മ അയാളുടെ കണ്ണിൽപ്പെടുന്നു. അമ്മിഞ്ഞപ്പാലിന്റെ നനവുള്ള കുഞ്ഞിന്റെ ചിരി കാണുമ്പോൾ, ഇതിൽകൂടുതൽ മനോഹരമായൊരു കാഴ്ച ലോകത്തിലില്ലെന്ന് അയാൾക്കു തോന്നിപ്പോകുന്നു. "നോക്കിനിൽക്കവേ, താൻ പുതിയൊരു മനുഷ്യനായിത്തീരുന്നതുപോലെ അയാൾക്കുതോന്നി. ജീവിതം സുന്ദരമാണ്, അഭികാമ്യമാണ്, അനുഭവവേദ്യമാണ്." പിന്നെ ഒട്ടും വൈകാതെ അയാൾ ഉറക്കഗുളികകൾ കുളിമുറിയിലെ കമ്മോഡിൽ ഒഴുക്കിക്കളയുന്നു. "ജീവിതം സുന്ദരമാണ്!

ജീവിതം അവസാനിക്കുന്നില്ല!" എന്ന ഉറക്കെയുള്ള അയാളുടെ ആത്മഗതത്തോടുകൂടി കഥ അവസാനിക്കുന്നു.

ജീവിതത്തിലേക്കുള്ള വാതിലുകൾ ഓരോന്നായി കൊട്ടിയടച്ച്, തികഞ്ഞ സ്വകാര്യതയിൽ മരണത്തിനു സ്വാഗതമോതുന്ന ഒരുവനിൽ ഒരു തെരുവുപെണ്ണിന്റെ ത്രസിക്കുന്ന മാതൃഭാവവും അവളുടെ വാത്സല്യം നുകർന്ന കുഞ്ഞിന്റെ സംതൃപ്തി കലർന്ന മന്ദഹാസവും വരുത്തിക്കൂട്ടുന്ന ഹൃദയപരിവർത്തനം ചിത്രീകരിക്കുന്ന ഈ ചെറുകഥയിൽ അടങ്ങിയിട്ടുള്ള നിലനില്പിന്റെ ദ്വന്ദ്വാത്മക സ്വഭാവമില്ലേ, അതിനു മിഴിവു പകരുന്ന മട്ടിൽ വിശദാംശങ്ങൾ സംവിധാനം ചെയ്യാനും നിഴലും വെളിച്ചവും ഇടകലർത്തിക്കൊണ്ട് അന്തരീക്ഷസൃഷ്ടി നടത്താനും നന്തനാർക്ക് കഴിഞ്ഞിരിക്കുന്നു. കഥയിലെ 'ക്ലൈമാക്സ്' നാടകീയച്ഛായ തീരെയില്ലാത്ത ഒന്നായാണ് വായനക്കാരന് അനുഭവപ്പെടുന്നത്. ഒരു സന്ദേശത്തിന്റെയോ പ്രസ്താവനയുടെയോ സ്വരം വഹിക്കുന്ന കഥയിലെ അവസാനവാക്യംകൂടി നായകന്റെ അടക്കിപ്പിടിച്ചുകൊണ്ടുള്ള മാനസിക സംഘർഷങ്ങൾക്കു പൂർണ്ണവിരാമം കുറിക്കുന്ന ഒരു കണ്ടെത്തലിന്റെ വിളംബരം പോലെയാണ് നമ്മുടെ കാതിലെത്തുന്നത്.

ഇത്രയും വായിച്ചുതീരുമ്പോൾ ഒരാളുടെ മനസ്സിൽ ബാക്കിനിൽക്കുന്ന ഒരു സന്ദേഹമുണ്ട്. ഈ കഥയെഴുതിക്കഴിഞ്ഞ് കുറച്ചുനാളുകൾക്കുള്ളിൽ നന്തനാർ എന്തിന് ഇതിലെ നായകൻ സ്വന്തം മരണം ആസൂത്രണം ചെയ്ത അതേ രീതിയിൽ ആത്മഹത്യയ്ക്കൊരുങ്ങി? ജീവിതത്തിന്റെ നൈരന്തര്യത്തെക്കുറിച്ചും സൗന്ദര്യത്തെക്കുറിച്ചും തന്റെ നായകനു കൈവരുന്ന അന്തിമമായ ഉൾക്കാഴ്ച അദ്ദേഹത്തിന്റെ തുണയ്ക്കെത്താതെ പോയതെന്തേ? ഇത്തരം ചോദ്യങ്ങൾ ഒരുപക്ഷേ എന്നും ഉത്തരം കിട്ടാതെ ബാക്കിനിൽക്കും. ഇവിടെ മരിക്കാനുള്ള തീരുമാനത്തിൽനിന്ന് കഥാനായകനെ പിന്തിരിപ്പിക്കുന്ന സംഭവത്തിൽ അടങ്ങിയിട്ടുള്ള തീർത്തും ആകസ്മികമായ അംശമില്ലേ, അതുതന്നെയാണ് പലപ്പോഴും ലൗകികാനുഭവം കാഴ്ചവെയ്ക്കുന്ന പ്രലോഭനങ്ങളെ ഒറ്റക്കുതിപ്പിൽ തട്ടിമാറ്റി ആ അറിയാത്ത ലോകത്തിൽ ഉഴറിയെത്താൻ ഒരാൾക്കു പ്രേരകമായിത്തീരുന്നത്.

നാല്

അസംതൃപ്തിയും പ്രതികാരവാസനയും ഉള്ളിൽ പേറി നടക്കുന്ന ഒരു ചെറുപ്പക്കാരൻ എം.ടി. വാസുദേവൻനായരുടെ സർഗ്ഗപ്രേരണകളുടെ കേന്ദ്രഭാഗത്തു കയറിപ്പറ്റിയിട്ട് കാലമേറെയായി. ഈ ചെറുപ്പക്കാരൻ സ്വയം മനസ്സിലാക്കാനും തന്നെത്തന്നെ നിശിതമായി വിചാരണ ചെയ്യാനും നടത്തുന്ന ശ്രമങ്ങളെ ആസ്പദമാക്കി ഒരുപറ്റം കഥകൾ എം.ടി. എഴുതിയിട്ടുണ്ട്. അക്കൂട്ടത്തിൽ മൂർച്ചയും ഒതുക്കവുമുള്ള ഒന്നാണ് 'വാരിക്കുഴി'. ഇതിലെ പ്രധാന കഥാപാത്രം യൗവ്വനം പിന്നിട്ട് മദ്ധ്യവയ

സ്സിൽ പ്രവേശിച്ച ഒരാളാണ്. ഈ പ്രായത്തിൽ ഒരാൾ നടത്തുന്ന തിരിഞ്ഞുനോട്ടത്തിന് ഉദ്വേഗം പകരുന്ന ഘടകങ്ങളിലൊന്ന്, താൻ മുന്നിൽ കണ്ടിരുന്ന ലക്ഷ്യവും കൈവരിച്ച നേട്ടവും തമ്മിലുള്ള വിടവിനെച്ചൊല്ലി ഉയർന്നുവരാനിടയുള്ള സന്ദേഹമാണ്. ജീവിതവിജയത്തിന് തനിക്കു കൊടുക്കേണ്ടിവന്ന വിലയെന്താണ്, താൻ പിടിച്ചടക്കിയെന്നഭിമാനിക്കുന്ന കൊച്ചു സാമ്രാജ്യത്തിന്റെ അടിത്തറ എത്രമാത്രം ഉറപ്പുള്ളതാണ്, എന്നൊക്കെയുള്ള ചിന്തകൾ ഉള്ളിലിട്ടു കടയുന്ന ഒരാളായാണ് 'വാരിക്കുഴി'യിലെ പ്രധാന കഥാപാത്രത്തെ എം.ടി. അവതരിപ്പിച്ചിട്ടുള്ളത്. താൻ മനസ്സിൽ വർഷങ്ങളായി രാകിയെടുത്ത പ്രതികാരമോഹം ഒരു കൊച്ചു സംഭവത്തിന്റെ ഫലമായി നിശ്ശബ്ദമായൊരു പൊട്ടിത്തെറിയിൽ അയാളെ കൊണ്ടെത്തിക്കുന്നതിന്റെ ചിത്രീകരണമാണ് ഈ കഥയിലുള്ളത്. ഇതോടൊപ്പം ഈ കഥ വെളിച്ചം കണ്ടകാലത്ത് അസ്തിത്വവാദത്തിന്റെ നേരിട്ടുള്ളതും പരോക്ഷവുമായ സ്വാധീനഫലമായി നമ്മുടെ സാഹിത്യത്തിൽ പൊടുന്നനെ ആവിർഭവിച്ച സ്വാതന്ത്ര്യത്തെയും ഉത്തരവാദിത്വത്തെയും സംബന്ധിക്കുന്ന സങ്കല്പങ്ങൾ ഇതിലെ ഭാവാന്തരീക്ഷത്തിനു നിറം പകർന്നതായി തോന്നുന്നു. (കഥയിലെ ആരംഭവാക്യം സാർത്രിന്റെ നോവൽ ത്രയത്തിന്റെ തലക്കെട്ടിന്റെ ഓർമ്മയുണർത്തുന്നു). എന്നാൽ ഇതിലെ പ്രധാന കഥാപാത്രം യഥാർത്ഥമായ സ്വാതന്ത്ര്യം ആഗ്രഹിക്കുന്നുണ്ടോ, അതല്ലെങ്കിൽ സ്വാതന്ത്ര്യത്തിന്റെ ഒപ്പമുള്ള നോവുനിറഞ്ഞ വെല്ലുവിളികൾ ഏറ്റെടുക്കാൻ കഴിയാത്തവണ്ണം സുരക്ഷിതത്വത്തിന്റെ മിഥ്യയിൽ പുതഞ്ഞുകിടക്കുന്ന ഒന്നല്ലേ അയാളുടെ അസ്തിത്വം, തുടങ്ങിയുള്ള സന്ദേഹങ്ങൾ കഥാവസാനത്തിൽ വായനക്കാരനെ അലട്ടിത്തുടങ്ങുന്നു.

'വാരിക്കുഴി'യുടെ പ്രധാനാകർഷണമായി എനിക്കു തോന്നിയത്, ഇതിലെ മുഖ്യകഥാപാത്രമായ ശങ്കരൻകുട്ടി മുതലാളിയുടെ കയ്പുനിറഞ്ഞ മാനസിക യാഥാർത്ഥ്യത്തെ കാടും കാട്ടാനയുമായി ബന്ധപ്പെടുത്തി നിർദ്ധാരണം ചെയ്യുന്നതിൽ കാഥികൻ കാണിച്ചിട്ടുള്ള വൈദഗ്ദ്ധ്യമാണ്. കാടിന്റെയും കാട്ടിൽ മേഞ്ഞുനടക്കുന്ന കൊമ്പനാനയുടെയും നേർക്കുള്ള ശങ്കരൻകുട്ടിയുടെ മനോഭാവം മുൻനിർത്തി അയാളുടെ ജീവിതത്തിലെ പ്രധാനപ്പെട്ട അവസ്ഥകളെ വ്യാഖ്യാനിക്കുന്നതിലൂടെയാണ്, എം.ടി. കഥാമർമ്മത്തിൽ പതിയിരിക്കുന്ന പരിഹാസത്തിന്റെയും വിരുദ്ധോക്തിയുടെയും ചീളുകൾക്കു ബലം പകരുന്നത്. പണ്ട് തനിക്ക് ആവേശംപകർന്ന, എന്നാൽ ഇപ്പോൾ ഒരു വാണിജ്യവിഭവം മാത്രമായി ത്തീർന്നിരിക്കുന്ന കാടിന്റെ ഉള്ളിലേക്ക് ഇറങ്ങിച്ചെല്ലുംതോറും തന്റെ നഷ്ടപൗരുഷത്തിന്റെ ഓർമ്മകൾ അയാളുടെ മനസ്സിൽ തിരക്കിട്ടു കടന്നുവരുന്നു. പണ്ടു താൻ അവിവാഹിതനായിരുന്ന കാലത്ത് കൂച്ചുവിലങ്ങുകളില്ലാതെ ഒറ്റത്തടിയായി കഴിഞ്ഞിരുന്ന നാളുകളുടെ ചിത്രം തന്നെ വിലയ്ക്കെടുത്ത ഒരു പണക്കാരി സ്ത്രീയിലൂടെ കൈവന്ന പദവിയും മാന്യതയുമനുഭവിച്ച്, സ്നേഹം വറ്റിയ ഒരു ദാമ്പത്യത്തിന്റെ ആചാരങ്ങൾക്കൊപ്പം മുറ തെറ്റാതെ ചലിക്കുന്ന തന്റെ ഇന്നത്തെ അവസ്ഥയുമായി ഇടയുന്നു. മനുഷ്യർ തനിക്കുവേണ്ടി ഒരുക്കിയിട്ടുള്ള ചതി

ക്കുഴികളുടെ ആഴമറിയാതെ ആണ്ടാമുളയുടെ ഇളംകൂമ്പുകൾ തേടി പശ്ചിമഘട്ടത്തിലെ ചുരമിറങ്ങിവന്ന കൊമ്പനാനകളുടെ പതനം അയാൾക്കു ഗൂഢമായ സംതൃപ്തി പകരുന്നു. കാട്ടിൽ മദിച്ചുനടന്നിരുന്ന ആന കുഴിയിൽ വീണശേഷം കാണിക്കുന്ന വീരപരാക്രമങ്ങളും ആനയെ മെരുക്കാൻ പണിക്കാർ നടത്തുന്ന ശ്രമങ്ങളും അയാൾ ഒതുക്കിപ്പിടിച്ച കൗതുകത്തോടെ നോക്കിക്കാണുന്നു. വാരിക്കുഴിയിലകപ്പെട്ട ആനയുമായുള്ള അയാളുടെ താദാത്മ്യം പ്രാപിക്കൽ ഏതാണ്ട് പൂർണ്ണമായിത്തീരുന്നതിനാലാണ്, അതിന് എന്തു പേരിടണമെന്ന് പണിക്കാർ വന്നുചോദിക്കുമ്പോൾ, “ശങ്കരൻകുട്ടി! ശങ്കരൻകുട്ടി എന്നു വിളിക്കാം; ആനയ്ക്കും പറ്റിയ പേരാണത്” എന്നയാൾ മുറുമുറുക്കുന്നത്. കാര്യസ്ഥനും പണിയന്മാരും ആന വീണത് ആഘോഷിക്കാൻ നടത്തുന്ന ഏർപ്പാടുകളിൽനിന്നെല്ലാം വിട്ടുനിൽക്കുന്ന നായകന്റെ മനസ്സിന്റെ ഇടനിലങ്ങളിൽ കഥാകൃത്ത് വെളിച്ചം പായിക്കുന്നു. ചുറ്റുപാടുകളിൽനിന്നുള്ള അയാളുടെ അന്തർമുഖമായ പിൻവാങ്ങലിന്റെ വിവരണത്തിനു മെല്ലെ ഇഴുക്കം കൂട്ടിക്കൊണ്ട് കഥാവസാനത്തിൽ ആന ചെരിഞ്ഞു എന്ന വിവരം അയാളിലുളവാക്കുന്ന പ്രതികരണത്തിന് എം.ടി. വായനക്കാരനെ തയ്യാറെടുപ്പിക്കുന്നു.

മറ്റൊരർത്ഥത്തിൽ സുഭദ്രത്തമ്പുരാട്ടിയുടെ ഗർവ്വിൽ ചെറിയൊരു പോറൽ ഏല്പിച്ചതിൽ കവിഞ്ഞുള്ള പ്രാധാന്യമൊന്നും ആന ചെരിഞ്ഞു എന്ന വാർത്തക്കില്ല. അപ്പോൾപ്പിന്നെ ഭാര്യയോട് ഈ വാർത്ത ആദ്യം അറിയിക്കാനുള്ള ഭാഗ്യത്തിൽ ആഹ്ലാദംകൊണ്ട്, “ഭ്രാന്തന്റെ ആവേശത്തോടെ, കരിഞ്ഞ മരമുരടുകൾ പുള്ളികുത്തിയ ഒഴിഞ്ഞ മലയോരം ചുറ്റി, കീഴോട്ടിറങ്ങുന്ന പാതയിലൂടെ ക്ഷീണം മറന്ന് കൈവീശി നടക്കുന്ന” നായകനെ കാട്ടിത്തരുന്നതിലൂടെ കഥാകൃത്ത് എന്താണുദ്ദേശിക്കുന്നത്? ചപലമായൊരു പ്രതികാരത്തിനപ്പുറം ഒന്നുംതന്നെ അയാൾ കൈവരിക്കുന്നതായി തോന്നുന്നില്ല. അയാളുടെ മടക്കയാത്ര പുതുതായി കണ്ടെത്തിയ സ്വാതന്ത്ര്യത്തിലേക്കുള്ള പ്രയാണമല്ല എന്നു തിരിച്ചറിയാനുള്ള മനഃശാസ്ത്രജ്ഞാനം വായനക്കാരനുണ്ട്. പൊയ്‌വിശ്വാസത്തിന്മേൽ പടുത്തുയർത്തപ്പെട്ട തന്റെ സമ്പന്ന ജീവിതമൊരുക്കുന്ന പ്രലോഭനങ്ങളിൽനിന്ന് പുറത്തു കടക്കാൻ ശങ്കരൻകുട്ടിക്കാവില്ലെന്ന്, അത്തരമൊരു വിമുക്തിക്കായുള്ള ആത്മാർത്ഥമായ അഭിലാഷം അയാളിൽ തങ്ങിയിരിപ്പില്ലെന്ന്, അയാളുടെ മനസ്സിന്റെ ഗതിവിഗതികൾ ശ്രദ്ധിച്ചാൽ അറിയാൻ കഴിയും. ശങ്കരൻകുട്ടി തന്റെ ആത്മവഞ്ചന തുടർന്നുകൊണ്ടു പോകാനാണിട. ഇക്കാരണത്താൽ കഥാവസാനത്തിൽ അയാൾക്കു ലഭിക്കുന്ന വെളിപാട് സ്വയം അട്ടിമറിക്കപ്പെടുന്നു.

ഇവിടെ നാം ചർച്ച ചെയ്യാൻ പോകുന്ന ഏണസ്റ്റ് ഹെമിംഗ്‌വെയുടെ ‘ഫ്രാൻസിസ് മക്കോംബറുടെ ചെറുതും സന്തോഷപ്രദവുമായ ജീവിതം’ എന്ന ചെറുകഥയുടെ നിഴൽ ‘വാരിക്കുഴി’യിൽ പതിഞ്ഞുകിടപ്പുണ്ട്. പൊരുത്തക്കേടുകൾനിറഞ്ഞ ദാമ്പത്യത്തിന്റെ അഴിയാക്കുരുക്കുകളിൽപ്പെട്ട്, നോക്കുകുത്തിയുടെയും തുടർച്ചയായി വഞ്ചിക്കപ്പെടുന്ന

ഭർത്താവിന്റെയും നിലകളിലെത്തിപ്പെട്ട രണ്ടു പുരുഷന്മാർ തങ്ങളുടെ മധ്യവയസ്സിൽ അഭിമുഖീകരിക്കുന്ന സ്വത്വപ്രതിസന്ധിയാണ് ഇരുകഥ കളുടെയും പ്രമേയം. "വാരിക്കുഴി"യിൽ ആനയുടെ നേർക്കുതോന്നുന്ന സാഹോദര്യമാണ് കഥാനായകനെ സത്യവുമായി അടുപ്പിക്കുന്നതെങ്കിൽ, ഹെമിംഗ്‌വെയുടെ കഥയിൽ ഒരു സിംഹവേട്ട പിന്നിലവശേഷിപ്പിച്ച നാണ ക്കേടാണ് നായകനെ സംബന്ധിച്ചിടത്തോളം സ്വയം നിർവ്വചിക്കാനുള്ള സാഹസികമായ വെമ്പലിൽ കൊണ്ടെത്തിക്കുന്നത്.

അഞ്ച്

മാധവിക്കുട്ടിയുടെ കലാഭാവനയ്ക്ക് പക്ഷികളുമായി ബന്ധപ്പെട്ട പ്രതി മാനങ്ങളുടെ നേർക്ക് എന്തെന്നില്ലാത്ത കമ്പമനുഭവപ്പെട്ട ഒരു ഘട്ട മുണ്ടായിരുന്നു. ജീർണ്ണതയുടെയും മരണത്തിന്റെയും അനുഭൂതികളുടെ ഓർമ്മയുണർത്തിക്കൊണ്ട് നരിച്ചീറുകളും കുരുവിയും അവരുടെ കഥാ ലോകത്തിൽ വട്ടമിട്ടു പറക്കുകയുണ്ടായി. "പരുന്തുകൾ" എന്ന ചെറു കഥയുടെ ഓജസ്സ് കുടികൊള്ളുന്നത്, കഥാകൃത്ത് ഇത്തരമൊരു ബിംബം വികസിപ്പിച്ചെടുക്കുകയും അതിൽ ഒന്നിലേറെ ഭാവതലങ്ങൾ ആവാഹി ക്കുകയും ചെയ്തിട്ടുള്ള വിധത്തിലാണ്. ദാമ്പത്യവും കുടുംബബന്ധ ങ്ങളുമൊരുക്കുന്ന തടവിൽപ്പെട്ടു കഴിയുന്ന ഇതിലെ നായിക പരുന്തിന്റെ നില കാംക്ഷിക്കുന്നു. തന്നിൽ ഒളിഞ്ഞുകിടക്കുന്ന പക്ഷിപ്രകൃതത്തിന്റെ വന്യമായ പ്രേരണകൾ അനുസരിക്കുന്നതിലൂടെയാണ് അവൾ തന്റെ ജീവിതത്തിന് അർത്ഥം കണ്ടെത്തുന്നത് എന്നുപറഞ്ഞാൽ തെറ്റുണ്ടാ വില്ല. ഹൃദ്രോഗം തളർത്തിയ അവളുടെ ശരീരത്തിനുള്ളിൽ അടങ്ങാത്ത തൃഷ്ണയും ജിജ്ഞാസയും സ്നേഹത്തിന്റെ ഭാഗമായ ക്രൂരതയും ഹിംസവാസനയും തുടിച്ചുനിൽക്കുന്ന ഒരു ചേതനയുണ്ട്. അതു കട ലിനു വളരെ മീതെ ആകാശത്തിൽ വട്ടമിട്ടു പറക്കുന്ന പരുന്തിനെപ്പോലെ പരിമിതിയില്ലാത്ത സ്വാതന്ത്ര്യമനുഭവിച്ചുകൊണ്ട് അറിയാത്ത ലോക ങ്ങളിലൂടെ അലയാൻ കൊതിക്കുന്നു.

ഈ ചെറുകഥയിൽ മാധവിക്കുട്ടി തന്റെ പതിവു രീതിയിൽ അവത രിപ്പിക്കുന്നത് വൈവാഹികസദാചാരത്തിനു പുറത്തുള്ള ബന്ധത്തിന്റെ സമസ്യകളാണ്. എന്നാൽ ഇവിടെ അമ്മയും പെട്ടെന്ന് ഒരന്യയായി ത്തീർന്ന മകളും ഒരേ പുരുഷന്റെ നേർക്ക് ആകർഷിക്കപ്പെടുന്നതായും അവർ തമ്മിലുള്ള കിടമത്സരം പരിധികൾ ലംഘിച്ച് ഒരു ദുരന്തപരിണാ മത്തിലേക്കു നീങ്ങുന്നതായും നാം കാണുന്നു. ഈ കഥയിൽ കവി കൂടി യായ ഒരു വിദേശിയാണ് കാമുകന്റെ സ്ഥാനമലങ്കരിക്കുന്നത്. അങ്ങനെ പറക്കലുമായി ബന്ധപ്പെട്ട കല്പനകൾ കേന്ദ്രഭാഗത്തു വഹിക്കുന്ന ഈ ചെറുകഥ, അതിർത്തികൾ - സന്മാർഗ്ഗത്തിന്റെയും വ്യവസ്ഥാപിത ബന്ധ ങ്ങളുടെയും രാജ്യത്തിന്റെയുമൊക്കെ അതിരുകൾ - കടന്നുള്ള സഞ്ചാ രത്തിന്റെ ഭീതിയും ആഹ്ലാദവും സാക്ഷാത്കരിച്ചിരിക്കുന്നു. ഒരുപക്ഷേ,

തന്റെ മറ്റൊരു ചെറുകഥയിലും ചെയ്തിട്ടില്ലാത്ത രീതിയിൽ മാധവിക്കുട്ടി ഇവിടെ ആഖ്യാനത്തിന്റെ രശ്മികേന്ദ്രം (focus) രണ്ടു കഥാപാത്രങ്ങൾക്കിടയിൽ പകുത്തിരിക്കുന്നു. തൃതീയ പുരുഷന്റെ നിലപാടിൽ നിന്നുകൊണ്ട്, ഇന്ദിരയുടെ വശം ചേർന്ന് ആഖ്യാനമാരംഭിക്കുന്ന കഥാകൃത്ത് ഇടയിൽ വെച്ച് ലീലയുടെ മനസ്സിലേക്ക് എത്തിനോക്കുകയും അവളുടെ ധിക്കാരം നിറഞ്ഞ പ്രണയാവേശം തെളിച്ചുകാട്ടുകയും ചെയ്യുന്നു. കഥ അവസാനിക്കുന്നത്, ഇന്ദിരയുടെ മരണം അവശേഷിപ്പിച്ച ശൂന്യതയിൽ സ്വയം കണ്ടെത്താൻ വിധിക്കപ്പെട്ട ലീലയുടെ കാഴ്ചപ്പാട് അവതരിപ്പിച്ചുകൊണ്ടാണ്.

വേറൊരു രീതിയിൽ പറഞ്ഞാൽ, ക്രമനിലയ്ക്കും ചിത്തഭ്രമത്തിനുമിടയിലുള്ള വിഭജനരേഖയിലൂടെ തെന്നിനീങ്ങുന്ന ഇന്ദിരയ്ക്ക് മധ്യവയസ്സിലനുഭവപ്പെടുന്ന വികാരത്തള്ളിച്ചയുമായും ലീലയുടെ മുതിർച്ച പ്രാപിക്കലുമായും ബന്ധപ്പെട്ട മൂന്നുതരം വെളിപാടുകൾ ഈ കഥയിലടങ്ങിയിട്ടുണ്ട്.

ഇന്ദിരയ്ക്കു കൈവരുന്ന ആദ്യത്തെ തിരിച്ചറിവ് പരുന്തുമായുള്ള താദാത്മ്യം പ്രാപിക്കലിൽനിന്ന് രൂപമെടുത്ത ഒന്നാണ്. മണ്ണിന്റെ ക്ഷുദ്രമായ വിലക്കുകൾ ലംഘിച്ച് തന്നെ അകലെ മാടിവിളിക്കുന്ന അനന്തവിസ്തൃതിയിലേക്കു പറന്നുയരാൻ വെമ്പുന്ന ഒരു സ്ത്രീഹൃദയത്തിന്റെ അക്ഷമനിറഞ്ഞ വിഭ്രാന്തിയുടെ രൂപത്തിലാണ് ഇന്ദിരയ്ക്ക് പരുന്തുകളുടെ നേർക്കു തോന്നുന്ന ആകർഷണത്തെ കഥാകൃത്ത് വ്യാഖ്യാനിച്ചിട്ടുള്ളത്. ഇന്ദിര ആകാശത്തിന്റെ നിറമായ നീലയെ കൊണ്ടാടുന്ന ഒരു മുഹൂർത്തം കഥയിലുണ്ട്. ഈ വർണ്ണബിംബത്തിന്റെ ഉപയോഗം അവളുടെ അഭിനിവേശത്തിന് അഴകു പകരുന്നു. ഇന്ദിരയുടെ മാനസികജീവിതത്തിൽ വന്നുപെടുന്ന നിർണ്ണായകമായൊരു ഗതിമാറ്റം, അവൾ പരുന്തിനെ വശീകരിച്ചുവരുത്തി ഒരു കൊട്ടയ്ക്കുള്ളിലാക്കി അതിന്റെ പിടച്ചിൽ കണ്ടു രസിക്കുന്ന വേളയിലുള്ളതാണ്. കുതറിമാറാനനുവദിക്കാത്ത ദാമ്പത്യത്തിന്റെ കെട്ടുപാടുകളിൽപ്പെട്ട്, സ്വന്തം മകൾ ഉയർത്തുന്ന ലൈംഗികമായ വെല്ലുവിളിക്കു മുൻപിൽ പതറിനിൽക്കുന്ന ഇന്ദിര പരുന്തിനോടു കാട്ടുന്ന ഈ ക്രൂരതയിലൂടെ ഒരർത്ഥത്തിൽ തന്നോടുതന്നെ പകരം വീട്ടുകയാണ് ചെയ്യുന്നത്. പരിമിതിബോധത്തിൽനിന്നും പരാജയഭീതിയിൽനിന്നുമുടലെടുത്ത ഈ പ്രതികാരക്രിയ, ഒരിക്കൽ ലീല കുറ്റപ്പെടുത്തുന്ന വിധത്തിൽ, ഈ സ്നേഹദൂതിയുടെ വ്യക്തിത്വഘടനയിൽ പറ്റിച്ചേർന്നിട്ടുള്ള സ്വാർത്ഥതയുടെയും ക്രൂരതയുടെയും അളവുകോൽ കൂടിയാണ്. കഥയുടെ അവസാനത്തിൽ നാം കാണുന്നത്, അമ്മയുടെ നഷ്ടവും കാമുകന്റെ നിരാസവും ഏറ്റുവാങ്ങിയ ലീല അസ്തമയസൂര്യന്റെ പശ്ചാത്തലത്തിൽ കടൽക്കരയിൽ ഒറ്റയ്ക്ക് നടന്നുനീങ്ങുന്നതാണ്. ഇവിടെ പൊടുന്നനെ പെയ്യുന്ന മഴ കുളിർമ്മയണയ്ക്കുന്നതിനുപകരം മഹാനഗരത്തിന്റെ തിരക്കിൽ അപ്രത്യക്ഷയാകുന്ന ലീലയുടെ ഏകാന്തതാബോധത്തിനു തീവ്രത പകരുന്നു.

കാണാത്ത ദൂരങ്ങളിലേക്കു ചിറകുകൾ വീശി കുത്തനെ പറന്നുയരുന്ന ഒരു കഴുകന്റെ മെയ്യഴകും അധൃഷ്യതയും നോക്കിനിൽക്കുന്ന ഒരു കവിയുടെ ഭയവിസ്മയങ്ങൾ കലർന്ന പ്രതികരണം ചിത്രീകരിച്ചുകൊണ്ട് ബ്രിട്ടീഷ് കവിയായ ഹോപ്കിൻസ് നടത്തിയിട്ടുള്ള ഒരു പ്രശസ്ത രചന ഓർമ്മയിലെത്തുന്നു ('വിൻഡ്ഹോവർ'). കവിയെ, അല്ലെങ്കിൽ കലാകാരനെ സംബന്ധിച്ചിടത്തോളം വായുമണ്ഡലത്തിൽ സ്വൈരവിഹാരം നടത്തുന്ന ഈ സ്വതന്ത്രജീവി എല്ലാ കാലത്തും ഒരു വിദൂരാകർഷണമായി നിലകൊണ്ടു പോന്നിട്ടുണ്ട്. മാധവിക്കുട്ടിയുടെ കഥയിൽ ആകാശത്തിന്റെ സമാധാനം ഭഞ്ജിച്ചുകൊണ്ട് ഉയരങ്ങളിൽ ചിറകിട്ടടിക്കുന്ന ഈ പക്ഷി തളർന്നു നിലം പറ്റുന്ന രീതിയെപ്പറ്റിയുള്ള ഹൃദയസ്പർശിയായ ഒരു പരാമർശമുണ്ട്. പരുന്തിനെ കഥാപാത്രവും പ്രതിരൂപവുമായി സ്വീകരിച്ചുകൊണ്ട് മാധവിക്കുട്ടി ഇവിടെ ഉയർത്തുന്ന അടിസ്ഥാനസമസ്യ ഏതാണെന്നല്ലേ? അതിർവരമ്പുകളില്ലാത്ത സ്വാതന്ത്ര്യം കൊതിക്കുന്ന വ്യക്തി സ്വന്തം മനഃസുഖവും കൂടെയുള്ളവരുടെ ശാന്തിയും നശിപ്പിച്ചുകൊണ്ട് ഒടുങ്ങിത്തീരുന്ന അവസ്ഥ എത്രമാത്രം അഭിലഷണീയമായ ഒന്നാണ്.

ആറ്

തന്റെ ആദ്യ ചെറുകഥാസമാഹാരമായ "ഡബ്ളിനേഴ്സി"ൽ ജയിംസ് ജോയ്സ് അവതരിപ്പിക്കുന്നത് മുരടിപ്പുനിറഞ്ഞ ഒരു ജീവിതപരിസരത്തിൽ കുടുങ്ങിക്കിടക്കുന്ന, ഇച്ഛാശക്തി പൊയ്പോയ, ലോലഹൃദയരായ ഏതാനും മനുഷ്യജീവികളെയാണ്. ഈ സമാഹാരത്തിലെ കഥകൾക്കു പശ്ചാത്തലമായി നിലകൊള്ളുന്ന ഡബ്ളിൻ തളർവാതം ബാധിച്ചൊരു നഗരമാണ്. അവിടത്തെ വൃത്തിഹീനമായ തെരുവീഥികളിലും പണിസ്ഥലങ്ങളിലെ ഉന്മേഷരഹിതമായ അന്തരീക്ഷത്തിലും ജീവിതത്തിന്റെ മുമ്പോട്ടുള്ള കുതിപ്പിനു തടസ്സമൊരുക്കുന്ന ഒരംശം ഉൾച്ചേർന്നിട്ടുണ്ട്. ഡബ്ളിൻ നഗരത്തിനപ്പുറം പ്രതീക്ഷകളും വാഗ്ദാനങ്ങളും ഇരമ്പിപ്പായുന്ന ഒരു മഹാലോകം ജോയ്സിന്റെ കഥാപാത്രങ്ങളെ മാടിവിളിക്കുന്നതായി കാണാം. അത് യൂറോപ്പാണ്. ജോയ്സിനെ സംബന്ധിച്ചിടത്തോളം പ്രവാസമെന്നത് സർഗ്ഗപരതയുടെ അനിവാര്യവ്യവസ്ഥയാണ്, ആത്മസാക്ഷാത്കാരത്തിന്റെ മുഖ്യോപാധികളിലൊന്നാണ്. "ഡബ്ളിനേഴ്സി"ലെ കഥാപാത്രങ്ങളെല്ലാം തന്നെ തങ്ങളുടെ ഇടുങ്ങിയ ചുറ്റുപാടുകളിൽനിന്ന് പുറത്തു കടന്ന് മറ്റൊരു ലോകമൊരുക്കുന്ന ഉയർന്ന വെല്ലുവിളികൾ ഏറ്റെടുക്കാൻ ഉള്ളിൽ കൊതിക്കുന്നവരാണ്. എന്നാൽ ഇതിനാവശ്യമായ ധൈര്യം സംഭരിക്കാൻ അവർക്കു കഴിയാതെ പോകുന്നു.

വളരാൻ അനുവദിക്കാത്ത സാഹചര്യങ്ങളിൽ തറഞ്ഞുകിടക്കുന്ന വികാരജീവിയായ ഒരു കൊച്ചു മനുഷ്യൻ, ദൂരെയുള്ള മേച്ചിൽ സ്ഥലങ്ങൾ തേടിപ്പോയി വിജയം കൈവരിച്ചതിനുശേഷം ജനിച്ച നാട്ടിൽ

തിരിച്ചെത്തുന്ന പണ്ടത്തെ ചങ്ങാതിയെ വീണ്ടും കണ്ടുമുട്ടുന്നതാണ്, 'ഒരു കൊച്ചു മേഘം' ('A Little Cloud') എന്ന കഥയിലെ പ്രധാന സന്ദർഭം. കഥാരംഭംതൊട്ട് കൊച്ചു ഷാൻഡ്‌ലെറും ഗാലഹെറും തമ്മിലുള്ള പുനഃസമാഗമത്തിന് ജോയ്സ് വായനക്കാരനെ തയ്യാറെടുപ്പിക്കുന്നു. കൊച്ചു ഷാൻഡ്‌ലെറുടെ മനസ്സിനെ കാർന്നുതിന്നുന്ന അപകർഷചിന്തയുടെയും പരാജയബോധത്തിന്റെയും ശകലങ്ങൾ ചെറിയ വിവരണങ്ങളിലൂടെ കഥാകൃത്ത് ഒപ്പിയെടുക്കുന്നു. അന്തിച്ചുവപ്പിന്റെ പശ്ചാത്തലത്തിൽ മ്ലാനമായ കേപ്പൽ തെരുവിലൂടെ നടന്നുനീങ്ങുമ്പോൾ ഒരു സത്യം അയാളുടെ മനസ്സിനെ ഉടക്കിവലിക്കുന്നതായി നാമറിയുന്നു. ജീവിതത്തിൽ വിജയിക്കണമെങ്കിൽ ഈ ചുറ്റുപാടുകളിൽനിന്നു വിട്ടുപോയേ പറ്റൂ. ഡബ്ളിനിൽ ഒരുവന് ഒന്നും ചെയ്യാനാവില്ല. തന്റെ എഴുതപ്പെടാത്ത കവിതകളെച്ചൊല്ലിയും ആ കവിതകളിലൂടെ പ്രകാശനം കാത്തുകിടക്കുന്ന തന്റെ ആത്മാവിന്റെ മുഖ്യഭാവമായ വിഷാദാത്മകത്വത്തെ ച്ചൊല്ലിയും ഷാൻഡ്‌ലെർ അനുഭവിക്കുന്ന അസ്വാസ്ഥ്യം, ഒരു ഓഫീസ് ഗുമസ്തനായി കഴിയാൻ വിധിക്കപ്പെട്ട ഈ മുപ്പത്തിരണ്ടുകാരൻ സാക്ഷാത്കരിക്കാൻ കഴിയാതെപോയ തന്റെ കഴിവുകളെപ്പറ്റിയും ആഗ്രഹങ്ങളെപ്പറ്റിയും ഉള്ളിൽ പേറുന്ന ഖേദത്തിനു സാന്ദ്രത പകരുന്നു.

കഥാകൃത്ത് ഗാലഹെറെ ചിത്രീകരിച്ചിട്ടുള്ള രീതി സൂക്ഷിച്ചുനോക്കിയാലറിയാൻ പറ്റും, ജീവിതവിജയത്തിന്റെ പ്രതിരൂപമായി തന്റെ മുന്നിൽ അവതരിച്ചിരിക്കുന്ന പണ്ടത്തെ ചങ്ങാതിയുടെ ചിത്രത്തിന് കൊച്ചു ഷാൻഡ്‌ലെർ ആവശ്യത്തിലേറെ പൊലിമ പകരുന്നതായി. (ഗാലഹെറുടെ 'അനാരോഗ്യകരമായ വിളർച്ച'യെക്കുറിച്ചുള്ള പരാമർശം ശ്രദ്ധിക്കുക.) തനിക്ക് എത്തിപ്പിടിക്കാൻ കഴിയാതെപോയ ഉയരങ്ങളിൽ ചെന്നണഞ്ഞ പത്രപ്രവർത്തകനായ പണ്ടത്തെ കൂട്ടുകാരനുമായുള്ള ഷാൻഡ്‌ലെറുടെ കൂടിക്കാഴ്ചയിലുടനീളം നാം കാണുന്നത്, അയാളുടെ അന്തസ്സുനിറഞ്ഞ ഒതുക്കവും ഗാലഹെറുടെ ആഭാസത്തരം കലർന്ന ആത്മവിശ്വാസവും തമ്മിലുള്ള വൈരുദ്ധ്യമാണ്. അവർ സന്ധിക്കുന്ന മുന്തിയ മദ്യശാലയിലെ അന്തരീക്ഷം മെല്ലെമെല്ലെ ഷാൻഡ്‌ലെറുടെ മനസ്സിന്റെ സാധാരണ നിലയെ അട്ടിമറിക്കുന്നു. ലണ്ടനിലെയും പാരീസിലെയും ജീവിതം വെച്ചുനീട്ടുന്ന പലതരം പ്രലോഭനങ്ങളെക്കുറിച്ചുള്ള ഗാലഹെറുടെ വർണ്ണനവിസ്മയസ്തബ്ധനായി കേട്ടുകൊണ്ടിരിക്കുന്ന അയാൾ താനൊരിക്കലും സാഹസികമായി ജീവിക്കാൻ ഒരുമ്പെട്ടില്ല എന്ന ദുഃഖസത്യത്തിലേക്ക് ഉണരുന്നു.

തന്റെ ഉയർച്ചയ്ക്കു തടസ്സമായി നിൽക്കുന്നത് സഹജമായ ഭീരുത്വമാണ് എന്ന തിരിച്ചറിവോടുകൂടി സ്വന്തം വീട്ടിൽ മടങ്ങിയെത്തുന്ന ഷാൻഡ്‌ലെറുടെ തുടർന്നുള്ള അവസ്ഥാന്തരങ്ങൾ കഥാകൃത്ത് പരിഹാസച്ഛായ കലർന്ന അനുകമ്പയോടെ നോക്കിക്കാണുന്നു. തന്റെ വീടും പരിസരവും എത്രകണ്ട് അനാകർഷകമാണെന്ന് അയാൾ ചിന്തിച്ചുപോകുന്നു. തന്റെ ഭാര്യയുടെ ഫോട്ടോയിൽ നോക്കിനിൽക്കുമ്പോൾ അവളുടെ കണ്ണുകളിൽ

വികാരതീവ്രതയില്ല എന്ന സത്യം അയാളെ അലട്ടുന്നു. ബൈറന്റെ വിഷാദാത്മകത്വം തുളുമ്പുന്ന കവിതാശകലത്തിലൂടെ കണ്ണോടിക്കുമ്പോൾ സ്വന്തം രചനകളിൽ താൻ വിവരിക്കാനാഗ്രഹിച്ച സംഗതികൾ അയാളുടെ മനസ്സിൽ തിരക്കിട്ട് കടന്നുവരുന്നു. ദിവസത്തിന്റെ അന്ത്യത്തിൽ, കൺതുറപ്പിച്ച അനുഭവങ്ങളിലൂടെ കടന്നുപോയതിനുശേഷം, ഷാൻഡ്‌ലെർ ശരിക്കും പരീക്ഷിക്കപ്പെടുന്നത് തന്റെ കുട്ടിയുടെ കരച്ചിൽ അടക്കാൻ ശ്രമിക്കുന്ന സമയത്താണ്. അയാളുടെ പെട്ടെന്നുള്ള ദേഷ്യപ്രകടനം കണ്ടുപേടിച്ച് നിർത്താതെ തേങ്ങലടിച്ചുകരയുന്ന കുട്ടിയെയും ഈ രംഗം കണ്ടുകൊണ്ടുവരുന്ന അമ്മയെയും കാട്ടിത്തന്നതിനുശേഷം കഥാകൃത്ത് വീണ്ടും അയാളുടെ നേർക്കുതിരിയുന്നു. ഈ സമയത്ത് അപമാനം കൊണ്ടുതുടുത്ത അയാളുടെ കവിളിലൂടെ ഒഴുകുന്ന കുറ്റബോധത്തിന്റെ മിഴിനീരിൽ, തന്നെത്തന്നെ നേരിടാനുള്ള തന്റേടം ഒരിക്കലും കാണിച്ചിട്ടില്ലാത്ത ഈ കൊച്ചുമനുഷ്യൻ ദീർഘകാലം മനസ്സിൽ ഒരുക്കൂട്ടിവെച്ചിരുന്ന പരിഭവങ്ങളുടെയും അയാളിൽ പൊടുന്നനെ ഉയർന്നുപൊങ്ങിയ ആത്മനിന്ദയുടെയും കുത്തൊഴുക്ക് കാണാൻ കഴിഞ്ഞേക്കും. ഈ മുഹൂർത്തത്തിൽ കുട്ടിയുടെയും ഭാര്യയുടെയും മുമ്പിൽ തെറ്റുകാരനായി നിൽക്കുന്ന ഷാൻഡ്‌ലെർ മോചനമില്ലാത്ത ഒരു കുരുക്കിൽ അമർന്നുകിടക്കുന്ന തന്റെ ജീവിതത്തിന്റെ നിസ്സാരതയെക്കുറിച്ച് ബോധവാനായിത്തീർന്നതിന്റെ സൂചനയാണ് വായനക്കാരനു ലഭിക്കുന്നത്.

ഏഴ്

ഫ്രാൻസ് കാഫ്ക ഒരെഴുത്തുകാരൻ എന്ന നിലയിൽ മുതിർച്ച പ്രാപിച്ചത് 'വിധിന്യായം' എന്ന കഥയുടെ രചനയോടുകൂടിയാണ് (The Judgement, 1913). കാഫ്കയെക്കുറിച്ച് അറിയുന്നവരെ അത്ഭുതപ്പെടുത്തുന്ന തരത്തിലുള്ള ആത്മവിശ്വാസത്തോടെ അദ്ദേഹം ഈ കഥയെ വിശേഷിപ്പിച്ചത് 'നിസ്സംശയമായൊരു രചന' എന്നാണ്. 1912 സെപ്തംബർ ഇരുപത്തിരണ്ടാം തീയതി രാത്രി ഒറ്റയിരിപ്പിലിരുന്നാണ് അദ്ദേഹമിതു പൂർത്തിയാക്കിയത്. ഈ സമയത്ത് താനനുഭവിച്ച ഭീതികലർന്ന നോവും ആഹ്ലാദവും അനുസ്മരിച്ചുകൊണ്ട് തന്റെ ഡയറികളിൽ കാഫ്ക നൽകുന്ന വിവരണത്തിൽ സുരതാനുഭവത്തിന്റെ സൂചന അടങ്ങിയിരിപ്പുണ്ട്. "ഈ രീതിയിൽ ശരീരവും ആത്മാവും പൂർണ്ണമായി തുറക്കുന്നതിലൂടെ മാത്രമേ എഴുത്ത് സാധ്യമാകൂ" എന്നുകൂടി ഡയറിക്കുറിപ്പിൽ അദ്ദേഹം കൂട്ടിച്ചേർക്കുകയുണ്ടായി. പിന്നീട് 'വിധിന്യായ'ത്തിന്റെ പ്രൂഫ് വായിച്ചപ്പോൾ അനുഭവപ്പെട്ട വികാരത്തെക്കുറിച്ച് പറയുന്നതിനിടയിൽ കാഫ്ക ഇത്രയുംകൂടി കുറിച്ചിട്ടു: "ഈ കഥ തനിച്ചുമൊരു പിറവിപോലെയാണ് പുറത്തുവന്നത്, അഴുക്കും വഴുക്കൻ ചളിയും കൊണ്ടുമൂടി." അവിവാഹിതനായിരുന്ന ഈ എഴുത്തുകാരൻ തന്റെ സൃഷ്ടിപ്രക്രിയയെ വർണ്ണിക്കാൻ തിരഞ്ഞെടുത്തിട്ടുള്ള ഈ വാങ്മയത്തിലടങ്ങിയിട്ടുള്ള ലൈംഗികധ്വനി ആരുടെയും ശ്രദ്ധയിൽപ്പതിയുന്ന ഒന്നാണ്.

തലമുറകൾ തമ്മിലുള്ള സംഘട്ടനത്തെ വലംവെച്ചാണ് ഈ കഥ വികാസം കൊള്ളുന്നതെന്നു കാണാൻ പ്രയാസമില്ല. കാഫ്കയുടെ ഭാവനാപ്രപഞ്ചത്തിന്റെ കേന്ദ്രഭാഗത്തു നിലകൊള്ളുന്ന പിതൃ-പുത്ര ബന്ധത്തിന്റെ അലയൊച്ചകൾ ഇതിൽ കടന്നുകൂടിയിട്ടുണ്ട്. 'വിധിന്യായ'ത്തിൽ മറഞ്ഞിരിക്കുന്ന ആത്മകഥാപരമായ സൂചനകൾ പല വിമർശകരുടേയും ശ്രദ്ധയിൽ പതിഞ്ഞിട്ടുണ്ട്. ഇതിലെ നായകനായ ഗിയോഗ് ബെൻഡെമന്റെ (Georg Bendemann) പിതാവിന്റെ വിവരണത്തിൽ കാഫ്കയുടെ ജീവിതത്തിലുടനീളം നിഴൽ പരത്തിനിന്ന കരുത്തനും കർക്കശനും പ്രായോഗികബുദ്ധിയുമായ അച്ഛന്റെ രൂപം മിന്നിത്തെളിയുന്നുണ്ട്. ബെൻഡമൻ കാഫ്കയുടെ തന്നെ പ്രതിനിധിയാണ്. തന്റെ വിവാഹനിശ്ചയത്തെക്കുറിച്ചും കുടുംബത്തിന്റെ വകയായ വാണിജ്യസ്ഥാപനം നടത്തിക്കൊണ്ടുപോകാൻ തനിക്കുള്ള കഴിവിനേയും ചുറ്റിപ്പറ്റി യൗവ്വനദിനങ്ങളിൽ കാഫ്ക അനുഭവിച്ച ആത്മസന്ദേഹങ്ങളാണ്, ബെൻഡെമന്റെ സ്വകാര്യ ജീവിതത്തിൽ പെട്ടെന്നു മൂർച്ഛിക്കുന്ന വിചിത്രമായ പ്രതിസന്ധിയുടെ വർണ്ണനയ്ക്കു പിന്നിലുള്ളത്. കഥാനായകന്റെ റഷ്യയിൽ കഴിയുന്ന സ്നേഹിതന്റെ ചിത്രീകരണത്തിനു മാതൃകയായി വർത്തിച്ചത് തന്റെ അമ്മാവനായ ആൽഫ്രഡ് ലോവി ആയിരുന്നുവെന്ന് ഡയറികളിലൊരിടത്ത് കാഫ്ക രേഖപ്പെടുത്തിയിട്ടുണ്ട്.

കാഫ്കയുടെ ആദ്യസൃഷ്ടികളിൽ ശാഠ്യത്തോടെ കടന്നുവരുന്ന ഹത്യാഭയത്തിലാണ്ടുനിൽക്കുന്ന രോഗാകുലമായ മാനസികാവസ്ഥയുടെ അടയാളങ്ങൾ 'വിധിന്യായ'ത്തിലും പതിഞ്ഞുകിടപ്പുണ്ട്. സ്രഷ്ടാവിന്റെ ആഭ്യന്തരജീവിതത്തിലെ അപരിഹൃതമായ ഈഡിപ്പൽ സംഘർഷങ്ങളുടെ മൂർച്ചയുള്ള അനുരണനങ്ങൾ കയറിക്കൂടി കലമ്പൽ കൂട്ടുന്നതുകൊണ്ടായിരിക്കുമോ ഈ കഥ ആദ്യവായനയിൽ നമ്മോട് വേണ്ടത്ര സംവദിക്കാതെ പോകുന്നത്? ഉദാഹരണത്തിന് കഥാനായകന്റെ വിവാഹനിശ്ചയവും അയാളുടെ അച്ഛനും തമ്മിലുള്ള ബന്ധം ദുർഗ്രഹമായി അവശേഷിക്കുന്നു. കഥാവസാനത്തിൽ കാണുന്ന അച്ഛന്റെ ക്രോധവായ്പ് ഏറെക്കുറെ യുക്തിരഹിതമായ ഒന്നാണ്. അച്ഛനും മകനും തമ്മിലുള്ള സംഘട്ടനമാണ് കഥയിലെ പ്രധാന പ്രമേയമെന്ന് കണ്ടെത്തുമ്പോൾക്കൂടി, ഇതിൽ വിവരിച്ചിട്ടുള്ള പല സംഭവങ്ങളുടേയും പരസ്പരബന്ധത്തെക്കുറിച്ചുള്ള സംശയങ്ങൾ വായനക്കാരന്റെ മനസ്സിൽ ബാക്കി നില്പാണ്.

ഈ കഥയെ എങ്ങനെ വ്യാഖ്യാനിക്കണം എന്നതു സംബന്ധിച്ച ചില സൂചനകൾ കാഫ്ക ഡയറികളിലൊരിടത്തു നൽകുന്നുണ്ട്. ഇതനുസരിച്ച് ബെൻഡെമനും അച്ഛനുമിടയിലുള്ള കണ്ണിയാണ് റഷ്യയിലുള്ള സുഹൃത്ത്. (കഥയിൽ റഷ്യൻ വിപ്ലവത്തെക്കുറിച്ചും അതിനെത്തുടർന്നുണ്ടായ രാഷ്ട്രീയസാഹചര്യം ഈ കൂട്ടുകാരന്റെ ജീവിതത്തെ ബാധിച്ചതിനെക്കുറിച്ചുമുള്ള പരാമർശം ശ്രദ്ധിച്ചില്ലേ?). ഈ സുഹൃത്തിനെ ഉപയോഗപ്പെടുത്തിക്കൊണ്ട് അച്ഛൻ ബെൻഡെമന് എതിരായി ശക്തമായി നിലയുറപ്പിച്ചിരിക്കുന്നു. ബെൻഡെമന്റെ കൂറും അയാളുടെ മരിച്ചുപോയ

അമ്മയുടെ ഓർമ്മയും കച്ചവടകാര്യത്തിൽ തനിക്കുള്ള മേൽക്കയ്യും ഉപയോഗപ്പെടുത്തിക്കൊണ്ട് അച്ഛൻ അയാൾക്കു ചുറ്റും ഒരു കെണിയൊരുക്കുന്നു. (അച്ഛൻ ബെൻഡെമന്റെ കാമുകിയെ അനുകരിക്കുന്ന മട്ടിൽ ഷർട്ട് ഉയർത്തിക്കാട്ടുമ്പോൾ അയാളുടെ തുടയിലെ യുദ്ധകാലത്തു കിട്ടിയ മുറിവ് തെളിഞ്ഞുകാണുന്ന ഒരു രംഗമില്ലേ, അത് ഈ പിതൃബിംബത്തിന്റെ മാരകമായ ആകർഷണം വിളിച്ചോതുന്ന ഒന്നാണ്.) കഥയുടെ അവസാനത്തിൽ ബെൻഡെമൻ തന്റെ വധു ഉൾപ്പെടെ എല്ലാം നഷ്ടപ്പെട്ടവനായിത്തീരുന്നു. ഒന്നാമതായി ബെൻഡെമനും പ്രതിശ്രുത വധുവും തമ്മിലുള്ള വിവാഹം നടക്കാനിരിക്കുന്നതേയുള്ളൂ. അതിനോടുള്ള അച്ഛന്റെ എതിർപ്പ് എത്ര ശക്തമാണെന്നു നാം കാണുന്നു. ഈ വധുവിനുപോലും അച്ഛനും മകനും തമ്മിലുള്ള രക്തബന്ധം ഭേദിച്ചുകൊണ്ട് ബെൻഡെമന്റെ ജീവിതത്തിൽ കടന്നുവരാനാവില്ല. കാരണം അത്രമാത്രം ഗാഢവും ഞെരുക്കുന്നതുമായ ഒന്നാണീ ബന്ധം.

കഥാവസാനത്തിൽ അച്ഛൻ പുറപ്പെടുവിക്കുന്ന വിധിന്യായത്തേയും — “നീ മുങ്ങിമരിക്കാൻ ഞാൻ കല്പിക്കുന്നു” — തികഞ്ഞ അനുസരണയോടെ മകൻ അത് ഏറ്റുവാങ്ങുന്ന രീതിയേയും യുക്തികൊണ്ട് വ്യാഖ്യാനിക്കാൻ വിഷമം നേരിട്ടേക്കും. “അച്ഛനമ്മമാരേ, ഞാൻ എല്ലായ്പോഴും നിങ്ങളെ സ്നേഹിച്ചിരുന്നു” എന്നു പറഞ്ഞുകൊണ്ട് നദിയിലേക്കു എടുത്തുചാടുന്ന ബെൻഡെമന്റെ പ്രവൃത്തിയിൽ, തന്റെ അച്ഛനമ്മമാരുടെ നേർക്കുള്ള കാഫ്കയുടെ സന്ദിഗ്ദ്ധവും ആത്മപീഡാകരവുമായ മനോഭാവത്തിന്റെ പ്രതിഫലനം കണ്ടെത്താൻ സാധിച്ചേക്കും. അച്ഛനെ ധിക്കരിക്കാനോ എതിർക്കാനോ കഴിയാത്ത ഒരുവന്റെ മുമ്പിൽ ബാക്കിയുള്ളത് ആത്മനശീകരണമാണ്. അങ്ങനെ തന്നിൽനിന്ന് തികഞ്ഞ അനുസരണയും വിധേയത്വവും ആവശ്യപ്പെട്ടിരുന്ന അച്ഛനുമായി ഏതെങ്കിലും തരത്തിലുള്ള ഒരു ബന്ധം സ്ഥാപിച്ചെടുക്കാനും അതിലൂടെ അച്ഛന്റെ പ്രീതി സമ്പാദിക്കാനുമുള്ള കാഫ്കയുടെ രഹസ്യാഭിലാഷമാണ്, ‘വിധിന്യായ’ത്തിന്റെ അവസാനത്തിൽ കഥാനായകൻ നടത്തുന്ന ഹതാശമായ ആത്മബലിയിലൂടെ പ്രകാശനം കണ്ടെത്തുന്നതെന്ന് ചില വിമർശകന്മാർ ചൂണ്ടിക്കാണിക്കുന്നു. ഈ കഥയിലെ ഓരോ വാക്യവും ഓരോ വാക്കും ഓരോ സംഗീതവും ഭീതിയുമായി ബന്ധപ്പെട്ടതാണ് എന്ന് കാഫ്ക പിന്നീട് കാമുകിയായ മിലെന ജെസെൻസ്കിക്ക് അയച്ച കത്തിൽ പറയുകയുണ്ടായി. ചിലപ്പോൾ ചപലനും പീഡകനുമായ ദൈവത്തിന്റെ ആകൃതിയിൽ പ്രത്യക്ഷപ്പെടുന്ന അധികാരപ്രമത്തത നിറഞ്ഞ പിതൃരൂപത്തെ ചുറ്റിപ്പറ്റി കാഫ്ക വച്ചുപുലർത്തിയിരുന്ന ദുഃസ്വപ്നച്ഛായ കലർന്ന ഭയാശങ്കകളില്ലേ അവയുടെ വിഹ്വലമായ ആവിഷ്കരണമാണ്, ഫ്രോയിഡിയൻ രീതിയിൽ വ്യാഖ്യാനിക്കാവുന്ന ഈ ചെറുകഥയ്ക്ക് ഇരുണ്ട സൗന്ദര്യം പകരുന്നത്. കഥയവസാനിക്കുന്നത് “ഈ നിമിഷം പാലത്തിനുമുകളിലൂടെ വാഹനങ്ങൾ അന്തമില്ലാതെ പ്രവഹിച്ചുകൊണ്ടിരുന്നു” എന്നു പറഞ്ഞുകൊണ്ടാണല്ലോ. ഈ അവസാന വാക്യം ശുക്ലസ്രാവത്തിനു സദൃശമായ ഒന്നാണെന്ന് മാക്സ്ബ്രോഡിനു

അയച്ച കത്തിൽ കാഫ്ക നിരീക്ഷിക്കുകയുണ്ടായി. കഥയിലുടനീളം കാണുന്ന ഈ ലൈംഗികമായ ഉപപാഠം (sexual subtext) 'വിധിന്യായം' നമ്മുടെ മനസ്സിൽ അവശേഷിപ്പിക്കുന്ന ആദിമമായ അനുരണനങ്ങൾക്കു കരുത്തുപകരുന്നു.

എട്ട്

ഏണസ്റ്റ് ഹെമിംഗ്‌വെയുടെ 'ഫ്രാൻസിസ് മക്കൊംബറുടെ ചെറുതും സന്തോഷപ്രദവുമായ ജീവിതം' (Ernest Hemingway, The Short, Happy Life of Francis Macomber) എന്ന ചെറുകഥയിലൊരിടത്ത് റോബർട്ട് വിൽസൻ എന്ന വേട്ടക്കാരൻ താൻ പണ്ടെന്നോ വായിച്ച ഷേക്സ്പിയർ നാടകത്തിലെ ഒരു വാക്യം ഉദ്ധരിക്കുന്നുണ്ട്: "ഒരു മരണത്തിന് നാം ദൈവത്തോടു കടപ്പെട്ടിരിക്കുന്നു." ഭീരുവായ ഒരാൾ ജീവിതത്തിൽ പല തവണ മരിക്കുന്നു എന്ന പഴഞ്ചൊല്ലിൽ പതിരില്ലെങ്കിൽ ഈ കഥയിലെ നായകനായ ഫ്രാൻസിസ് മക്കൊംബർ പലയാവൃത്തി മൃത്യു കൈവരിച്ച ഒരാളാണ്. ഭാര്യയുമൊത്ത് ആഫ്രിക്കൻ വനാന്തരങ്ങളിൽ 'സവാരി' ക്കിറങ്ങിയ സുമുഖനും പണക്കാരനും പരിഷ്കാരിയുമായ മക്കൊംബറെ 'ഒരു അമേരിക്കൻ പയ്യൻ —പുരുഷൻ' എന്നാണ് റോബർട്ട് വിൽസൻ അവജ്ഞയോടെ വിശേഷിപ്പിക്കുന്നത്. അയാൾ തന്റേടവും പൗരുഷവും തെളിയിച്ചുകൊണ്ട് പ്രായപൂർത്തിയിലെത്തുന്നത് കഥാവസാനത്തിൽ മാത്രമാണ്. ഒത്തുതീർപ്പുകളുടേയും ധൈര്യക്കുറവിന്റേയും ആത്മവഞ്ചനയുടേയും നീണ്ടൊരു പരമ്പരയായിത്തീർന്ന അയാളുടെ ജീവിതം കഥാവസാനത്തിലെ സ്ഫോടകമായ മുഹൂർത്തത്തിലാണ് അതിന്റെ ലക്ഷ്യത്തോടടുക്കുന്നത്. ഇതിനു തൊട്ടുപിന്നാലെ, തീർത്തും ആകസ്മികമായി, മരണം അയാളെ തേടിയെത്തുന്നു എന്നത് അയാളുടെ ജീവിതത്തെ ചൂഴ്ന്നുനിൽക്കുന്ന വൈപരീത്യങ്ങൾക്ക് ആഴം പകരുന്നു. ഇതിൽ അദ്ഭുതപ്പെടാനൊന്നുമില്ലെന്ന് കഥാകൃത്ത് നമ്മോടു പറയുന്നുണ്ട്. ചില പുരുഷന്മാർക്കു പ്രായപൂർത്തിയാകുന്നത് അല്പം വൈകിമാത്രമാണ്; മുതിർച്ച എന്നത് ഇരുപത്തിയൊന്നാം വയസ്സുമായി ബന്ധപ്പെട്ട കാര്യമാകണമെന്നില്ല.

ഭീരുത്വം എന്ന അവസ്ഥയെ ആസ്പദമാക്കിയുള്ള നീണ്ടൊരു അനുധ്യാനമാണ് ഹെമിംഗ്‌വെയുടെ ഈ കഥ എന്നുപറഞ്ഞാൽ തെറ്റുണ്ടാവില്ല. കഥാകൃത്തിവിടെ, നിർദ്ദയമായ വിരുദ്ധോക്തിയുടെ വെളിച്ചത്തിൽ, മുഖ്യകഥാപാത്രമായ മക്കൊംബറുടെ പുറംപൂച്ചിനു പിന്നിൽ മറഞ്ഞിരിക്കുന്ന ചുണയില്ലായ്മയുടേയും തടിതപ്പൽ മനോഭാവത്തിന്റേയും പാളികൾ ഓരോന്നായി കീറിമുറിച്ച് വായനക്കാരന്റെ മുമ്പിലവതരിപ്പിക്കുന്നു. കഥാരംഭത്തിൽ നാം കാണുന്നത്, തന്റെ ധൈര്യത്തിന്റെ മാറ്റുരച്ചു നോക്കപ്പെട്ട ഒരു പരീക്ഷണ സന്ദർഭത്തിൽ അമ്പെ പതറിപ്പോയതിന്റെ ഓർമ്മ മനസ്സിൽനിന്ന് കുടഞ്ഞുകളയാൻ പാടുപെടുന്ന മക്കൊംബറെയാണ്. താൻ വാടകയ്ക്കെടുത്ത, ചെറുപ്പക്കാരനും സാഹസികനുമായ റോബർട്ട്

വിൽസൻ എന്ന വേട്ടക്കാരനൊപ്പം കാട്ടിനുള്ളിലേക്ക് ഇറങ്ങിത്തിരിച്ച മക്കൊംബർ വെടിയേറ്റ ഒരു സിംഹം ചോരയൊലിപ്പിച്ചുകൊണ്ട് പുല്ലിനിടയിലൂടെ പാഞ്ഞടുക്കുന്നതു കണ്ടപ്പോൾ പേടി മൂലം നദീതീരത്തേക്കു പിൻതിരിഞ്ഞോടി. ഈ സംഭവം ഉണ്ടാക്കിത്തീർത്ത അപമാനം അയാളെ ആകെ ഉലയ്ക്കുന്നു. തന്റെ കഴിവുകേടിന്റെ ഈ പരസ്യപ്രദർശനത്തിനു ശേഷം ഭാര്യയായ മാർഗരറ്റിന്റെ പെരുമാറ്റത്തിൽ വന്ന മാറ്റവും അവളുടെ ചലനങ്ങളിലും ചേഷ്ടകളിലുമെത്തി നിൽക്കുന്ന പുച്ഛവും അയാളെ സ്പർശിക്കുന്നു. ഭാര്യാഭർത്താക്കന്മാർക്കിടയിലുള്ള അകലം എത്ര വലുതാണെന്ന് വൈകാതെ നാമറിയുന്നു. മാർഗരറ്റിന് ചുവന്ന തലമുടിയുള്ള വിൽസന്റെ നേർക്കു തോന്നുന്ന ആകർഷണം അയാൾ കാണാതിരിക്കുന്നില്ല. അവൾ രാത്രിനേരത്തെഴുന്നേറ്റു വിൽസന്റെ കൂടാരത്തിൽ പോയ കാര്യം, അവളിൽ നിന്ന് തനിക്കേൽക്കേണ്ടിവന്നിട്ടുള്ള അവഹേളനങ്ങളിൽ ഏറ്റവും ഒടുവിലത്തേതു മാത്രമാണെന്ന് അയാൾക്കറിയാം. മനോഹരിയും ക്രൂരയുമായ മാർഗരറ്റിന്റെയും മെയ്ക്കരുത്തുകൊണ്ടു ജീവിക്കുന്ന, തന്റെ തൊഴിലിന്റെ മാനദണ്ഡങ്ങളോട് തികഞ്ഞ കൂറു പുലർത്തുന്ന വിൽസന്റെയും കാഴ്ചപ്പാടുകൾ മാറിമാറി അവലംബിച്ചുകൊണ്ട്, മക്കൊംബറുടെ ജാള്യത്തിന്റെയും വിങ്ങിപ്പൊട്ടിയ അമർഷത്തിന്റെയും കയ്പും ചവർപ്പും കഥാകൃത്ത് വെളിപ്പെടുത്തുന്നു.

കഥയുടെ രണ്ടാം പകുതിയിൽ തന്റെ ശക്തി പരീക്ഷിക്കപ്പെടുന്ന മറ്റൊരു സന്ദർഭത്തിലാണ് അയാൾ തന്റെ പേടിയെ കീഴ്പ്പെടുത്തിക്കൊണ്ടും തന്നെ പരിഹാസപൂർവം നോക്കിക്കണ്ടവരുടെ ധാരണ തിരുത്തിക്കുറിച്ചുകൊണ്ടും സ്വയം വീണ്ടെടുക്കുന്നത്. വേട്ടക്കിടയിൽ താൻ പിന്തുടർന്ന മൂന്നു കാട്ടുപോത്തുകളിൽ ഒന്നിനെ അയാൾ അനായാസം വെടിവച്ചു വീഴ്ത്തുന്നു. (എന്നാൽ ഈ സാഹസികതയുടെ പോലും വില കെടുത്തിയ ഒരു വസ്തുതയുണ്ട്. വിൽസനും മക്കൊംബറും അംഗീകൃതമായ വ്യവസ്ഥകൾക്കു തീർത്തും വിരുദ്ധമായി ഒരു ജീപ്പിലിരുന്നാണ് ഈ കാട്ടുമൃഗങ്ങളെ പിൻതുടർന്നുപോയത്. ഇതിനെ ച്ചൊല്ലിയുള്ള മാർഗരറ്റിന്റെ പരിഹാസം ശ്രദ്ധിക്കുക). ഈ ക്രിയ അയാൾക്ക് എന്തെന്നില്ലാത്ത ആവേശം പകരുന്നു. തന്റെ ഉള്ളിൽ ഒരു അണക്കെട്ട് പൊട്ടിയതുപോലെ അയാൾക്കുതോന്നുന്നു. താൻ പുതിയൊരാളായിത്തീർന്നതുപോലെ. "ഇനിയൊരിക്കലും ഞാൻ ഒന്നിനേയും ഭയപ്പെടുകയില്ല" എന്ന് അയാൾ മാർഗരറ്റിനോടു പറയുന്നു. അങ്ങനെ ജീവിതകാലം മുഴുവൻ പേടിയുമായി കഴിഞ്ഞിരുന്ന മക്കൊംബർ പൊടുന്നനെ ഒരു ധൈര്യശാലിയായിത്തീരുന്നു. ഈ മാറ്റം മറ്റാരെക്കാളും ഉൾക്കൊള്ളാൻ കഴിയുന്നത് ഇത്തരം സന്ദർഭങ്ങൾ ജീവിതത്തിൽ പല തവണ അഭിമുഖീകരിച്ചിട്ടുള്ള വിൽസനാണ്. (യുദ്ധം ഇതുപോലെ ആളുകളിൽ പരിവർത്തനം വരുത്തുന്നത് അയാൾ കണ്ടിട്ടുണ്ട്.) കഥയുടെ അവസാനഘട്ടത്തിൽ നാം കാണുന്നത്, നേരത്തെ വെടിയേറ്റ ഒരു കാട്ടുപോത്ത് ചോരയൊലിക്കുന്ന ശരീരവുമായി പൊന്തയ്ക്കുള്ളിൽനിന്നു

പൊടുന്നനെ പുറത്തുവരുന്നതും മക്കൊംബർ അതിനെ തുരുതുരാ വെടിവെയ്ക്കുന്നതുമാണ്. ഈ നേരത്താണ് മാർഗരറ്റ് കാറിനുള്ളിലിരുന്ന് പോത്തിന്റെ നേർക്കു നിറയൊഴിക്കുന്നത്. ഈ ഉണ്ട ഉന്നംതെറ്റി മക്കൊംബറുടെ തലയോട്ടിയിൽ ചെന്നുകൊള്ളുന്നു. താൻ വെടിവെച്ചുവീഴ്ത്തിയ കാട്ടുപോത്തിനരികിൽ മുഖം ചെരിച്ചുകിടക്കുന്ന മക്കൊംബറേയും അയാൾക്കു മുമ്പിൽ കുനിഞ്ഞിരുന്ന് വിങ്ങിപ്പൊട്ടിക്കരയുന്ന മാർഗരറ്റിനേയും അവളെ ആശ്വസിപ്പിക്കാൻ ശ്രമിക്കുന്ന വിൽസനേയും കാണിച്ചുതന്നുകൊണ്ടാണ് കഥ അവസാനിക്കുന്നത്. മാർഗരറ്റിന്റെ നിയന്ത്രണം വിട്ട സങ്കടത്തിൽനിന്നും അവൾ വിൽസനോടു ദേഷ്യപ്പെട്ടു സംസാരിക്കുന്നതിൽനിന്നും അനുമാനിക്കാൻ കഴിയുന്ന ഒരു കാര്യം, "കൂത്തച്ചി" എന്ന് വിൽസൻ മുമ്പു വിശേഷിപ്പിച്ച ഈ സ്ത്രീയുടെ മനസ്സിൽക്കൂടി മക്കൊംബറുടെ ദുരന്തപൂർണ്ണമായ അന്ത്യം ചലനമുണ്ടാക്കി എന്നതാണ്. അങ്ങനെ അയാൾ തന്റെ ആണത്തം തെളിയിച്ചുകൊണ്ട് ജീവിച്ച ഹ്രസ്വമായ ജീവിതം അതിന്റെ നിറവിലെത്തി.

ഒമ്പത്

ഈ കഥകൾ ചേർത്തുവെച്ചു വായിക്കുമ്പോൾ നമുക്കു കൗതുകം പകരുന്ന ഒരു കാര്യം, കഥാകൃത്തുക്കൾ ബാഹ്യമോ ആഭ്യന്തരമോ ആയ ക്രിയാംശത്തെ അതിന്റെ ഉച്ചകോടിയിൽ കൊണ്ടെത്തിക്കുന്ന രീതികളുടെ സാദൃശ്യമാണ്. അവർ തങ്ങളുടെ പ്രധാന കഥാപാത്രങ്ങളെ ഒരു വഴിത്തിരിവിൽ കൊണ്ടുവന്നു നിർത്തുന്നു. പുതിയൊരുതരം ആത്മജ്ഞാനത്തിന്റെ നിർണ്ണായകമായൊരു ബിന്ദുവിലെത്തിനിൽക്കുന്ന പലതരം കഥാപാത്രങ്ങളെ ഈ കഥകളിൽ കാണുന്നു. പലപ്പോഴും പ്രധാന കഥാപാത്രം ഏറ്റവുമധികം ഒറ്റയ്ക്കാവുന്ന വേളയിലോ ചുറ്റുപാടുകളെപ്പറ്റി പൊടുന്നനെ ജാഗ്രത പുലർത്തുന്ന സന്ദർഭത്തിലോ ആണ്, അസ്പഷ്ടമോ അർദ്ധസുതാര്യമോ ആയ ഒരുതരം ഉൾക്കാഴ്ച അയാൾക്കു കൈവരുന്നത്. ചില കഥാപാത്രങ്ങളെ സംബന്ധിച്ചിടത്തോളം ഇങ്ങനെ കൈവരുന്ന ഉൾക്കാഴ്ചയുടെ പൊരുൾ അവരെക്കാൾ നന്നായി വായനക്കാരനാണ് തെളിഞ്ഞുകിട്ടുന്നത്. ചിലരുടെ കാര്യത്തിൽ നിമിഷമാത്രമായ ഈ വെളിപാട്, പ്രവൃത്തിപഥത്തിൽ പരിഭാഷപ്പെടുത്താനാകാതെ, വിഫലമായി കലാശിക്കുമെന്ന് നമുക്ക് ഊഹിച്ചറിയാൻ കഴിയും. മറ്റു ചിലരെ സംബന്ധിച്ചിടത്തോളം, അവരുടെ ജീവിതത്തിന്റെ അനിവാര്യമായ ദുരന്തം വിളിച്ചോതുന്ന തരത്തിൽ അന്തിമസ്വഭാവം കലർന്ന ഒന്നാണീ ഉൾക്കാഴ്ചയും കണ്ടെത്തലുമെല്ലാം. ഈ രീതിയിൽ കഥാപാത്രങ്ങളുടെ മനഃശാസ്ത്ര യാഥാർത്ഥ്യം വെളിപ്പെടുത്താനുള്ള ഒരുപാധി എന്ന നിലയിലും, കഥാശില്പം ചിട്ടപ്പെടുത്താനുള്ള ആവിഷ്കരണ സങ്കേതമായും, 'എപ്പിഫനി' ആധുനിക കാലഘട്ടത്തിനു ശേഷമെഴുതപ്പെട്ട ചെറുകഥകളിലും അതിന്റെ സാന്നിധ്യമറിയിച്ചതായി കാണാം. ■

മൂന്ന്

അലങ്കോലപ്പെട്ട ആദ്യപാഠങ്ങൾ

ചെറുകഥ എന്ന സാഹിത്യരൂപത്തിന്റെ വികാസപരിണാമങ്ങൾ പിന്തുടരുന്ന ഒരാളുടെ ശ്രദ്ധയിൽപ്പെടാനിടയുള്ള ഒരു കാര്യം, ബാല്യത്തിന്റേയും കൗമാരത്തിന്റേയും സവിശേഷാനുഭൂതികളുമായി ബന്ധപ്പെട്ട പ്രമേയങ്ങൾ കഥാകൃത്തുക്കൾക്കു നിത്യാകർഷണമായി നിലകൊണ്ടിട്ടുണ്ട് എന്നതാണ്. കഴിഞ്ഞ നൂറ്റാണ്ടിന്റെ ആരംഭത്തിൽ ഫ്രോയിഡിന്റെ മനഃശാസ്ത്രസിദ്ധാന്തങ്ങൾ ശൈശവത്തെ സംബന്ധിക്കുന്ന നൂറ്റാണ്ടുകളുടെ പഴക്കമുള്ള മിഥ്യാസങ്കല്പങ്ങൾക്കു അറുതി കുറിക്കുകയുണ്ടായി. ദൈവത്തിന്റെ ഭാഷ സംസാരിക്കുന്ന, മാധുര്യത്തിന്റേയും പ്രകാശത്തിന്റേയും പ്രവാചകനാണ് ശിശു എന്ന ധാരണ ഒരുപക്ഷേ, മനുഷ്യചരിത്രത്തിലാദ്യമായി ചോദ്യം ചെയ്യപ്പെട്ടു. മാതൃകാമനയെക്കുറിച്ചുള്ള ഫ്രോയിഡിന്റെ വ്യാഖ്യാനങ്ങൾ ശൈശവഘട്ടത്തിൽ അടിഞ്ഞുകിടക്കുന്ന സംഘർഷങ്ങളേയും സന്ദിഗ്ദ്ധതകളേയും പറ്റിയുള്ള പുതിയ ഉൾക്കാഴ്ചകൾക്കു തടമൊരുക്കി.

ഫ്രോയിഡിനെത്തുടർന്നു വന്ന യുംഗിന്റേയും അഡ്ലറുടേയും സിദ്ധാന്തപദ്ധതികളിൽ പ്രായപൂർത്തിയാകുന്നതിനു മുമ്പുള്ള പ്രധാന ഘട്ടങ്ങളിൽ ഒരു മനുഷ്യജീവി കടന്നുപോകുന്ന വിഷമാകുലമായ മാനസികപരിണാമങ്ങളിലേക്കു വെളിച്ചം വീശുന്ന നൂതനമായ ആശയങ്ങൾ അടങ്ങിയിരുന്നു. വളർച്ചയെത്തിയ ഒരാളുടെ മാനസികപ്രശ്നങ്ങളുടെ അടിവേരുതേടി അയാളുടെ ബാല്യസ്മൃതികളിലും കൗമാരാനുഭവങ്ങളിലും ആഴ്ന്നിറങ്ങുക എന്ന സമ്പ്രദായം മനഃശാസ്ത്രചികിത്സയിലെ അംഗീകരിക്കപ്പെട്ട ഒരപഗ്രഥന സങ്കേതമായിത്തീർന്നു. അഗാധമനോവിജ്ഞാനീയത്തിലുണ്ടായിട്ടുള്ള മൗലികമായ ഈ മാറ്റങ്ങളുടെ വെളിച്ചത്തിൽക്കൂടി വേണം ആധുനികഘട്ടത്തിലെ നോവൽ-ചെറുകഥാസാഹിത്യത്തിൽ മനുഷ്യവ്യക്തിത്വത്തിന്റെ നേർക്കുള്ള സമീപനത്തിൽ ഉരുത്തിരിഞ്ഞിട്ടുള്ള ഊന്നൽ വ്യത്യാസങ്ങളെ നോക്കിക്കാണാൻ. കഴിഞ്ഞ ഒരു നൂറ്റാണ്ടുകാലത്തെ നോവലിന്റേയും ചെറുകഥയുടേയും ചരിത്രം പരിശോധിച്ചാൽ ഈ ദിശയിലുണ്ടായിട്ടുള്ള ഏറ്റവും വലിയ

പരിവർത്തനം, കൗമാരത്തിന്റെ പടവുകൾ ചവിട്ടിക്കയറുന്ന പയ്യനെ കേന്ദ്രമാക്കിയുള്ള പുതിയൊരു തരം സാഹിത്യത്തിന്റെ ആവിർഭാവമാണ് എന്നു കാണാൻ കഴിയും. മുതിർന്നവരുടെ ലോകത്തിൽ സ്വന്തം മൂല്യങ്ങൾ കണ്ടെത്താനും നിലനിർത്താനും പാടുപെടുന്ന — ആ ശ്രമത്തിനിടയിൽ ചിലപ്പോൾ തന്നെത്തന്നെ എറിഞ്ഞുടയ്ക്കുന്ന — മൂപ്പെത്താത്ത പയ്യൻ അങ്ങനെ ആധുനികസാഹിത്യഭാവനയുടെ നടുമുറ്റത്തു കയറിവന്നു. 1916-ൽ വെളിച്ചം കണ്ട ജെയിംസ് ജോയ്സിന്റെ *എ പോർട്രെയറ്റ് ഓഫ് ദി ആർട്ടിസ്റ്റ് അസ് എ യംഗ്മാൻ* എന്ന നോവലിലെ നായകനായ സ്റ്റീഫൻ ഡെഡാലസ് ആയിരുന്നുവെന്നു തോന്നുന്നു, ഇത്തരത്തിലുള്ള ആദ്യത്തെ കഥാപാത്രം. ആയിരത്തിതൊള്ളായിരത്തി അമ്പതുകളിൽ അമേരിക്കയിൽ മാത്രമല്ല യൂറോപ്പലുടനീളം ലക്ഷക്കണക്കിനു കോപ്പികൾ വിറ്റഴിഞ്ഞ, ഒരു 'ക്യാംപസ് ക്ലാസ്സിക്' ആയി മാറിയ ജെ.ഡി.സലിൻജറുടെ *ദ ക്യാച്ചർ ഇൻ ദ റൈ* എന്ന നോവലിലെ (1951) കഥാനായകനും ആഖ്യാനകാരനുമായ ഹോൾഡെൻ കോൾഫീൽഡ് എന്ന അസംതൃപ്തനും ഏകാകിയുമായ സ്കൂൾ വിദ്യാർത്ഥി ഈ കഥാപാത്രത്തിന്റെ വേറൊരു മുഖമവതരിപ്പിച്ചു. ഈ രണ്ടു നായകന്മാർക്കുമിടയിൽ, വളർച്ചയുടെ വേദനാമയമായ പ്രക്രിയയ്ക്കിടയിൽ തങ്ങൾക്കു കൈമോശംവന്ന നിഷ്കളങ്കതയുടെ മേച്ചിൽപ്പുറങ്ങളിൽ, പുറംലോകത്തിന്റെ യാഥാർത്ഥ്യങ്ങളുമായി ഇണങ്ങിച്ചേരാനാവാതെ, അലയുന്ന ഒരുപറ്റം കഥാപാത്രങ്ങളുടെ ആത്മപരതയിൽ കുതിർന്ന ഏറ്റുപറച്ചിൽ സാഹിത്യാന്തരീക്ഷത്തിൽ മാറ്റൊലിക്കൊണ്ടു. മാദ്ധ്യമത്തിന്റെ സവിശേഷത മൂലമായിരിക്കാം, ഇത്തരം കഥാപാത്രങ്ങളുടെ സാന്നിദ്ധ്യവും അതിന്റെ ഫലമായുള്ള വീക്ഷണവ്യത്യാസവും നോവലിൽ പ്രകടമായി അനുഭവപ്പെട്ടു. അതേസമയം ചെറുകഥയിലും ഇതിന്റെ അനുരണനങ്ങൾ വൈകാതെ ശക്തിയാർജ്ജിച്ചു.

മലയാള കഥാസാഹിത്യത്തിലേക്കു കടന്നാൽ ദേവിന്റേയും തകഴിയുടേയും തലമുറയ്ക്കു ശേഷം വന്ന എഴുത്തുകാരുടെ നിരയിൽപ്പെട്ട ചിലരാണ് ബാല്യത്തിന്റേയും കൗമാരത്തിന്റേയും അനുഭവപ്രപഞ്ചത്തിലേക്കുള്ള ജാലകം തുറന്നിട്ടത് എന്നു തോന്നുന്നു. ടി. പത്മനാഭന്റെ കഥാലോകത്തിന്റെ ഒത്ത നടുവിൽ ചുറ്റുപാടുകളുടെ മാലിന്യത്തിൽനിന്നും സ്നേഹശൂന്യതയിൽനിന്നും വിട്ടകന്നുനിൽക്കുന്ന പ്രകാശംപരത്തുന്ന ഒരു പെൺകുട്ടിയുണ്ട്. ജീവനെ തളിർപ്പിക്കുകയും പൂവണിയിക്കുകയും ചെയ്യുന്ന നിഗൂഢമായൊരു സിദ്ധി അവളിലുണ്ട്. പത്മനാഭന്റെ അന്തർമ്മുഖരും വ്രണിതഹൃദയരുമായ പുരുഷ കഥാപാത്രങ്ങൾക്ക് ഏതാണ്ടൊരു വെളിപാടിന്റെ മട്ടിലുള്ള അനുഭവസാക്ഷാത്കാരമുണ്ടാകുന്നത് അവളുടെ സാന്നിദ്ധ്യത്തിലാണ്. ദാരിദ്ര്യത്തിന്റേയും അവഗണനയുടേയും നിഴലിൽ കഴിച്ചുകൂട്ടിയ ബാല്യത്തിന്റെ ഓർമ്മ എം.ടി.വാസുദേവൻനായരുടെ കഥാലോകത്തിൽ അടിക്കടി കടന്നുവരുന്നതു കാണാം. ഒരിക്കലും മനസ്സിലാക്കാനോ മാപ്പുകൊടുക്കാനോ കഴിയാതെപോയ അച്ഛന്റെ വിദൂരമായ

ചിത്രം ആ ഓർമ്മയെ ഒന്നുകൂടി വികൃതമാക്കുന്നു. ഈഡിപ്പൻ ഉത്ക്കണ്ഠകളുമായി ബന്ധപ്പെട്ട വൈകാരികാവസ്ഥകൾ മലയാള ചെറുകഥയിൽ ആദ്യം ആവിഷ്കരിച്ച എഴുത്തുകാരിലൊരാൾ എം.ടി.യായിരുന്നു.

പത്മനാഭന്റേയും എം.ടി.യുടേയും തലമുറയിൽപ്പെട്ട ചെറുകഥാകൃത്തുക്കളുടെ കൂട്ടത്തിൽ ഈ വിഷയത്തെ തന്റേതായ നനുനനുത്ത രീതിയിൽ കൈകാര്യം ചെയ്ത ഒരാളാണ് മാധവിക്കുട്ടി. കുട്ടിക്കാലത്തിന്റെ വഞ്ചിക്കപ്പെട്ട സ്വപ്നങ്ങളുടെ നിഴലുകൾ തങ്ങിക്കളിക്കുന്ന ഏതാനും ചെറുകഥകൾ തന്റെ സാഹിത്യജീവിതത്തിലെ ഒരു പ്രത്യേകഘട്ടത്തിൽ മാധവിക്കുട്ടി എഴുതിയിട്ടുണ്ട്. ഒരു കുട്ടി ലൈംഗികതയേയും മരണത്തേയും സംബന്ധിക്കുന്ന യാഥാർത്ഥ്യങ്ങളിലേക്കുണരുന്ന, ഈ ഉണർവിലൂടെ ആ കുട്ടി തനിക്കു ചുറ്റുമുള്ള ലോകത്തെ സംബന്ധിക്കുന്ന ചില സത്യങ്ങളിൽ ചെന്നു തടയുന്ന പ്രക്രിയയാണ് ഈ കഥകളുടെ ഉള്ളടക്കം. മാധവിക്കുട്ടിയുടെ ഇത്തരത്തിലുള്ള 'കുട്ടിക്കഥകൾ'ക്കകത്തുള്ള അനുഭവഘടന അടുത്തു നിന്നു കാണാനാണ് ഞാനിവിടെ ശ്രമിക്കുന്നത്.*

"നുണകൾ" (1956) എന്ന കഥയിൽനിന്നു തുടങ്ങാം. നേർത്തൊരു ഇതിവൃത്തമാണ് ഈ കഥയിലുള്ളത്. അമ്മ വീട്ടിൽനിന്നു രണ്ടുദിവസം മാറിനിന്നപ്പോൾ അപ്പുവിന് ആകെ പൊറുതിമുട്ടി. തിരിച്ചെത്തിയ അമ്മയോട് പറയാനായി അവന്റെ മനസ്സിൽ ഒരുപാടു കാര്യങ്ങൾ തിങ്ങി നിൽക്കുന്നു. അച്ഛൻ തന്നെ തനിച്ച് ഒരു മുറിയിൽ ഉറങ്ങാൻ കിടത്തിയതും വിളക്കണച്ചതും സ്റ്റെല്ല വന്നതും രാത്രി കുറേനേരം കോണിച്ചുവട്ടിൽനിന്ന് കുറെ ആളുകൾ ഉറക്കെ ബഹളം കൂട്ടിയതും ചിരിച്ചതും കുപ്പി പൊട്ടിച്ചതുമൊക്കെ... രാവിലെ ഉണർന്നപ്പോൾ അവൻ കുതിരപ്പുറത്തു കയറി ആകാശത്തു പറന്ന ആ സ്വപ്നം ഒട്ടും മറന്നിട്ടുണ്ടായിരുന്നില്ല. എന്നാൽ അപ്പു ഇതൊക്കെ ഓരോന്നായി ഓർമ്മിച്ചുപറയുമ്പോൾ കാരണമില്ലാതെ അച്ഛന്റെ ഭാവം മാറുന്നു. അവൻ പറയുന്നതൊക്കെ നുണയാണെന്ന് അച്ഛൻ അമ്മയോടു ഉറപ്പിച്ചു പറയുന്നു. എന്നിട്ട് "ഈ നുണ പറയുന്ന സ്വഭാവമൊക്കെ ഞാൻ അടിച്ചുമാറ്റും" എന്നൊരു ഭീഷണിയും. അവനാണെങ്കിൽ സ്റ്റെല്ല വീട്ടിൽ വന്നതും അവനോട് 'കുട്ടി സ്റ്റെല്ലയെ മറക്കുമോ?' എന്നു ചോദിച്ചതും, സ്വപ്നത്തിലെ കുതിരസ്സവാരിയുമൊക്കെ വ്യക്തമായി മനസ്സിൽ കാണാം. പക്ഷേ അമ്മയ്ക്കു കൂടി അവൻ പറയുന്നത് ശരിയാണെന്ന് ബോധ്യപ്പെട്ടതായി തോന്നുന്നില്ല. അപ്പു അങ്ങനെ ആകെ ചിന്താക്കുഴപ്പത്തിലാണ്.

> "അവനും അമ്മയും തനിച്ചായപ്പോൾ, അമ്മ അവന്റെ കൈകൾ അമ്മയുടെ കൈത്തലങ്ങളിൽ വെച്ചുകൊണ്ട് പറഞ്ഞു: "അപ്പു നുണ പറയരുത് ട്ടൊ. മോന് വലുതായി അച്ഛന്റെ മാതിരിയാവണ്ടെ?"

---

* ഈ കഥകളിൽനിന്നുള്ള തുടർന്നുവരുന്ന എല്ലാ ഉദ്ധരണികളും മാതൃഭൂമി പബ്ലിഷീംഗ് കമ്പനി പ്രസിദ്ധപ്പെടുത്തിയ *മാധവിക്കുട്ടിയുടെ ചെറുകഥകൾ*: ഒന്നാം ഭാഗത്തിൽനിന്ന് എടുത്തുചേർത്തവയാണ്. പേജ് നമ്പറുകൾ ബ്രാക്കറ്റിൽ കൊടുത്തിരിക്കുന്നു.

> അമ്മയുടെ കൈകൾ തണുത്തിരുന്നു. അമ്മയുടെ നെറ്റിമേൽനിന്ന് കുറച്ച് സിന്ദൂരം മൂക്കിന്മേൽ വീണുകിടന്നിരുന്നു. അമ്മയ്ക്കു വളരെ ഭംഗിയുള്ളതായി അവന് തോന്നി. അവൻ ചോദിച്ചു: "അമ്മേ കുതിരയെപ്പറ്റിയും പറഞ്ഞുകൂടെ?" (പുറം 70)

അപ്പു അമ്മയുടെ അമിത ലാളന അനുഭവിച്ചു വളർന്ന കുട്ടിയാണ് എന്നതിന് കഥയുടെ തുടക്കത്തിൽത്തന്നെ സൂചനകളുണ്ട്. അമ്മയുടെ സ്ഥാനത്ത് വേറൊരു സ്ത്രീയെ ചെറുതായിപ്പോലും സങ്കല്പിക്കാൻ അവനാവില്ല. അമ്മ പോയതിൽപ്പിന്നെ വീട്ടിലുണ്ടായ സംഭവങ്ങളോട് അവന്റെ കുരുന്നുമനസ്സ് അതിസൂക്ഷ്മമായി പ്രതികരിക്കുന്നു. ചായമിട്ട നഖങ്ങളുള്ള, ഉറക്കെയുറക്കെ ചിരിക്കുന്ന സ്റ്റെല്ല കുലീനഭംഗിയാർന്ന തന്റെ അമ്മയിൽനിന്നു തീർത്തും വ്യത്യസ്തയാണെന്ന് അവനറിയാം. സ്റ്റെല്ല വീട്ടിൽ വന്നു കാണിക്കുന്ന സ്വാതന്ത്ര്യവും, അവളും അച്ഛനുമായുള്ള സംസാരവും അടുപ്പവുമെല്ലാം അവനിൽ വിവരിക്കാനാവാത്ത ഏതോ അസ്വാസ്ഥ്യമുണർത്തുന്നു. സ്വപ്നത്തിലെ കുതിരസ്സവാരിയിലൂടെ ഈ അസ്വാസ്ഥ്യം പ്രകാശനം കണ്ടെത്തുകയാണ്.

മനോഹരമായ ഈ ഫ്രോയിഡിയൻ രതിപ്രതീകത്തിന് പ്രത്യേകം വ്യാഖ്യാനമാവശ്യമുള്ളതായി തോന്നുന്നില്ല. അച്ഛന്റെ വ്യഭിചാരം നേരിട്ടു കാണുന്ന അപ്പു അതോടൊപ്പം അപരിചിതയായ ആ സ്ത്രീയുടെ സാമീപ്യം ഉള്ളിൽ ഏറ്റുവാങ്ങുന്നുണ്ട്. രാത്രി ഉറങ്ങാൻ കിടക്കുമ്പോൾ ആ സ്ത്രീയുടെ സാന്നിദ്ധ്യം വീട്ടിലെ അന്തരീക്ഷത്തിൽ വരുത്തിയ മാറ്റം നിറങ്ങളായി, മണങ്ങളായി അവന്റെ അബോധവാസനകളെ മാടിവിളിക്കുന്നു. അങ്ങനെ സെക്സിനെ സംബന്ധിച്ച ഒരു രഹസ്യവുമായി അവൻ പരിചയം നേടുന്നതിന്റെ സൂചന വരികൾക്കിടയിലൂടെ കഥാകൃത്ത് വായനക്കാരനു നൽകുന്നു. സ്വന്തം അച്ഛന്റെ മദ്യപാനവും പരസ്ത്രീഗമനവുമടങ്ങിയ രഹസ്യജീവിതത്തിന് യാദൃച്ഛികമായി സാക്ഷ്യം വഹിച്ചതിലൂടെ ഈ കുട്ടി തിന്മയുടെ സ്വഭാവത്തെക്കുറിച്ച് ചിലതു മനസ്സിലാക്കാനിടയാകുന്നു. ഈ സംഭവത്തോടുകൂടി മുതിർന്നവരുടെ ലോകത്തെക്കുറിച്ച് അവനുള്ള വിശ്വാസത്തിനും ഉലച്ചിൽ തട്ടിയതായി നാം കാണുന്നു. സ്റ്റെല്ലയുടെ കാര്യം പറയുമ്പോൾ അച്ഛനുണ്ടാകുന്ന ഭാവപ്പകർച്ച അവനെ അമ്പരപ്പിക്കുന്നു. കഥാകൃത്തിവിടെ തികഞ്ഞ വൈദഗ്ദ്ധ്യത്തോടെ അപ്പുവിന്റെ അച്ഛന്റെ പടിപടിയായുള്ള രോഷപ്രകടനവും, അതു അവനിലുണ്ടാക്കുന്ന ചലനങ്ങളും പകർത്തിയിരിക്കുന്നു. ഭാര്യയുടെ മുമ്പിൽവെച്ച് തന്റെ രഹസ്യം ചോർന്നുപോകുന്നതിലുള്ള ഉത്ക്കണ്ഠയാണ് അയാളുടെ പ്രവൃത്തിക്കുപിന്നിലുള്ള പ്രേരണയെങ്കിൽ താൻ സത്യം പറഞ്ഞിട്ടുകൂടി മുതിർന്നവർ തന്റെ മൊഴി നിസ്സാരമായി തള്ളിക്കളഞ്ഞതു കാരണമുള്ള അങ്കലാപ്പിലാണ് അവനിപ്പോൾ. താൻ ഏതോ നിയമം ലംഘിച്ചതായുള്ള ഭീതി അവന്റെ മനസ്സിൽ മൊട്ടിടുകയാണ് ഈ മുഹൂർത്തത്തിൽ. "അമ്മേ, കുതിരയെപ്പറ്റിയും പറഞ്ഞുകൂടേ?" എന്ന

അപ്പുവിന്റെ അവസാനത്തെ ചോദ്യത്തിൽ അവനു കൈമോശം വന്നു കൊണ്ടിരിക്കുന്ന നിഷ്കപടതയുടെ വേദന കലർന്ന മാറ്റൊലി തങ്ങി നില്പുണ്ട്.

ബാല്യകൗമാരഘട്ടങ്ങളിലെ പ്രതീക്ഷകളെക്കുറിച്ചും ആദർശഭംഗത്തെക്കുറിച്ചും ധാരാളമെഴുതിയിട്ടുള്ള പ്രശസ്ത അമേരിക്കൻ ചെറുകഥാകൃത്തായ ഷെർവുഡ് ആന്റേഴ്സൻ "ഐ വാൺട് ടു നോ വൈ" എന്ന പേരിൽ "നുണകളു"മായി സാദൃശ്യം വഹിക്കുന്ന ഒരു കഥ എഴുതിയിട്ടുണ്ട് (1904). മാധവിക്കുട്ടിയുടെ നായകനെക്കാൾ കുറച്ചുകൂടി പ്രായക്കൂടുതലുള്ള ഒരു പയ്യനാണ് ഇതിലെ മുഖ്യകഥാപാത്രം. അവന്റെ വാക്കുകളിലൂടെയാണ് ആന്റേഴ്സൻ കഥാഖ്യാനം നിർവഹിച്ചിട്ടുള്ളത്. കുതിരപ്പന്തയത്തിനു പേരെടുത്ത ഒരു വെളിപ്രദേശമാണ് ഈ കഥയ്ക്ക് പശ്ചാത്തലമൊരുക്കുന്നത്. പയ്യന് പന്തയക്കുതിരകളെന്നുവെച്ചാൽ ഹരമാണ്. പന്തയക്കുതിരകളെപ്പോലെ ഭംഗിയും വെടിപ്പും ചുറുചുറുക്കുമുള്ളതായി ഈ ലോകത്തിൽ വേറൊന്നുമില്ലെന്ന് അവൻ കരുതുന്നു. എന്നാൽ കഥയുടെ തുടക്കത്തിൽത്തന്നെ തനിക്കുചുറ്റുമുള്ള സമൂഹത്തെ സംബന്ധിക്കുന്ന ഏതാനും കാര്യങ്ങൾ അവനെ അലോസരപ്പെടുത്തുന്നതായി നാം കാണുന്നു. കറുത്തവർഗ്ഗക്കാർ അവനെപ്പോലുള്ള കുട്ടികളോട് വെള്ളക്കാർ കാട്ടുന്നതിനെക്കാളധികം ചങ്ങാത്തം പ്രകടിപ്പിക്കാറുണ്ട്. എന്നിട്ടും വൃത്തികെട്ട തരത്തിലുള്ള പെരുമാറ്റമാണ് നീഗ്രോകൾക്കു മറ്റുള്ളവരിൽനിന്നു കിട്ടുന്നത്. അവന്റെ പിന്നത്തെ ദുഃഖം ഒരു സ്ഥിരം ചൂതുകളിക്കാരനായ തന്റെ അച്ഛനെക്കുറിച്ചുള്ളതാണ്. അവനെ സംബന്ധിച്ചിടത്തോളം അച്ഛൻ നല്ലവനും ഉദാരനുമായ ഒരാളാണ്. എന്നാൽ അവന്റെ കൂട്ടുകാരുടെ അച്ഛന്മാർ അയാളെ കൊള്ളരുതാത്തവനും നികൃഷ്ടനുമായിട്ടാണ് കണക്കാക്കുന്നത്. അവൻ അച്ഛനെക്കാൾ കൂടുതൽ സ്നേഹിക്കുകയും ആരാധിക്കുകയും ചെയ്യുന്ന ഒരു വ്യക്തിയുണ്ട് — കുതിരകളെ പരിശീലിപ്പിക്കുന്ന ജെറി ടിൻഫോർഡ്. അവനിഷ്ടമുള്ള സൺസ്ട്രീക്ക് എന്നൊരു കുതിരയെ നോക്കിക്കൊണ്ടുനിൽക്കുമ്പോൾ ടിൻ ഫോർഡിന്റെ കണ്ണുകളിൽ തെളിയുന്ന പ്രകാശം അവൻ കണ്ടിട്ടുണ്ട്. എന്നാൽ ഒരു നാൾ തികച്ചും യാദൃച്ഛികമായി ടിൻഫോർഡിനെ സംബന്ധിക്കുന്ന ഒരു സത്യം അവൻ കണ്ടെത്താനിടവരുന്നു. ആ സ്ഥലത്തുള്ള ഒരു പൊളിഞ്ഞ കെട്ടിടത്തിൽവെച്ച് ടിൻഫോർഡ് പരുപരുത്ത മുഖമുള്ള, മെലിഞ്ഞ് കാശിനു കൊള്ളാത്ത ഒരു വേശ്യയെ നോക്കിക്കൊണ്ടുനിൽക്കുന്നത് അവൻ ദൂരെനിന്നു കാണുന്നു. ആ സമയത്ത് ടിൻഫോർഡിന്റെ കണ്ണുകളിലുണ്ടായിരുന്ന തിളക്കം അയാൾ സൺസ്ട്രീക്കിനെ നോക്കിനിൽക്കുന്നതുപോലെയുള്ള ഒന്നായിരുന്നു. ഈ കാഴ്ച സമ്മാനിക്കുന്ന ഇച്ഛാഭംഗം പയ്യനെ വല്ലാതെ ഉലയ്ക്കുന്നു: അവന്റെ കൗമാരസ്വർഗ്ഗം ഇവിടെ വെച്ച് ഉടയുകയാണ്. "എന്തിനുവേണ്ടിയാണ് അയാൾ ഇങ്ങനെ ചെയ്തത്? എന്തിനുവേണ്ടിയാണെന്ന് എനിക്കറിയണം," എന്നുള്ള പയ്യന്റെ വാശിയോടുകൂടിയുള്ള ചോദ്യവുമായി കഥ അവസാനിക്കുന്നു.

മാധവിക്കുട്ടിയുടെ കഥയിൽ നമുക്കു കാണാൻ കഴിയാത്ത തരത്തിലുള്ള പ്രശ്നസങ്കീർണ്ണമായ ഒരു സാമൂഹ്യപശ്ചാത്തലം ആന്റേഴ്സന്റെ കഥയിലെ പയ്യൻ അറിവിലേക്കു ചെന്നടുക്കുന്ന പ്രക്രിയയ്ക്ക് ഇഴയടുപ്പം സമ്മാനിക്കുന്നു. അതുകൊണ്ടുതന്നെ അവന്റെ പ്രതികരണങ്ങൾക്കു കൂടുതൽ മുഴുപ്പുകിട്ടിയിരിക്കുന്നു. രണ്ടു കഥകളിലേയും നായകന്മാർക്കു ഒടുവിലേൽക്കുന്ന വൈകാരികാഘാതം ഏതാണ്ട് ഒരുപോലെയുള്ളതാണ് എന്ന കാര്യം ശ്രദ്ധിക്കുക.

ഇനി 'ചുവന്ന പാവാട' (1962) എന്ന കഥയിലേക്കു കടക്കാം. ഗർഭം തികഞ്ഞു നിൽക്കുന്ന യജമാനത്തി. അവളുടെ മനസ്സ് ദുശ്ചിന്തകളുടെ നെരിപ്പോടാണ്. സംശയത്തിന്റെ കനലുകൾ അതിൽ അങ്ങിങ്ങ് പാറിക്കളിക്കുന്നു. തൊട്ടതിനും പിടിച്ചതിനുമൊക്കെ അരിശമാണ് അവൾക്ക്. ഭർത്താവ് വേലക്കാരിപ്പെണ്ണിനെ ശാസിക്കാതിരുന്നാൽ അതു സൂത്രം. മറിച്ച് അയാൾ ആ പെണ്ണിനെ പിരിച്ചയയ്ക്കാൻ പറഞ്ഞാൽ അതും തെറ്റ്. ഇങ്ങനെ വെറിപിടിച്ചൊരു ഭാര്യയും സാധുസ്വഭാവിയായ ഭർത്താവും. കളിപ്രായം വിടാത്ത വേലക്കാരിപ്പെണ്ണുമടങ്ങുന്ന ഒരു കുടുംബാന്തരീക്ഷത്തെ വക്രിച്ച ചിരിയോടെ നമ്മുടെ മുമ്പിൽ അവതരിപ്പിക്കുകയാണ് ഈ കഥയുടെ ആദ്യപകുതിയിൽ മാധവിക്കുട്ടി ചെയ്യുന്നത്.

എന്നാൽ രണ്ടാം പകുതിയിലെത്തുമ്പോൾ കാഥിക തികഞ്ഞ കരുതലോടെ തന്റെ വീക്ഷണസ്ഥാനം മാറ്റുന്നു. വേലക്കാരിപ്പെണ്ണ് രാധയുടെ കാഴ്ചപ്പാടിലൂടെയാണ് തുടർന്നുള്ള സംഭവങ്ങളുടെ വിവരണം. രാത്രിനേരത്ത് ഉറങ്ങാൻ കിടക്കുമ്പോൾ രാധയുടെ മനസ്സിൽ ചില പഴയ പേടികൾ അരിച്ചെത്തുന്നു. മുകളിൽനിന്ന് യജമാനത്തി തേങ്ങിക്കരയുന്ന ശബ്ദം കേൾക്കുമ്പോൾ അവൾക്കു വല്ലാത്തൊരു അലിവു തോന്നുന്നു. അടുത്ത ദിവസം അവൾ ഉണരുന്നത് വയറ്റത്ത് കഠിനമായൊരു വേദനയോടുകൂടിയാണ്. കണ്ണുകൾ മിഴിച്ചപ്പോൾ ഉയർത്തിയ കാലുമായി യജമാനൻ നിൽക്കുന്നു. യജമാനത്തി തടുത്തിട്ടും അയാൾ അവളെ വീണ്ടും ഉപദ്രവിക്കുന്നു. അവളെ ആശ്വസിപ്പിച്ചതിനുശേഷം യജമാനത്തി അമ്പലത്തിലേക്കു പോകുന്നു. യജമാനന്റെ ചായ തണുത്തുപോയെന്ന് അപ്പോഴാണ് രാധയ്ക്ക് ഓർമ്മവരുന്നത്. അവൾ ചായയൊന്നു ചൂടാക്കി മുകളിലേക്കു കയറിച്ചെല്ലുന്നു. ഇനിയാണ് കഥയുടെ 'ക്ലൈമാക്സ്' വരുന്നത്:

> "അയാൾ കമിഴ്ന്ന് കിടക്കുകയായിരുന്നു. അയാളുടെ ചുമലുകൾ താഴുകയും പൊങ്ങുകയും ചെയ്തുകൊണ്ടിരുന്നു, ഒരു വിറയലോടെ.
>
> "ചായ," രാധ പറഞ്ഞു.
>
> അയാൾ പൊട്ടിക്കരയുകയാണെന്ന് അപ്പോഴാണ് അവൾക്കു മനസ്സിലായത്. അവൾ അദ്ഭുതപ്പെട്ട് അയാളെ നോക്കിക്കൊണ്ടുനിന്നു.

> "അതും കൊണ്ടു പൊയ്ക്കോ രാധേ," അയാൾ പറഞ്ഞു, "ഇപ്പോ മടങ്ങിവന്നിട്ട് ഓരോന്നു പറയാൻ തുടങ്ങും. അതുകേൾക്കാൻ എനിക്ക് വയ്യ." അയാളുടെ മുഖത്തെ പരിഭ്രമം കണ്ടപ്പോൾ എന്തുകൊണ്ടോ അവൾക്ക് ധൈര്യം വീണ്ടുകിട്ടി.
>
> അവൾ ചായപ്പാത്രമെടുത്ത് കോണിപ്പടികൾ ഇറങ്ങി വീണ്ടും അടുക്കളയിലേക്കു പോയി. അവളുടെ കുപ്പി വളകൾ കിലുങ്ങി, 'കിലും കിലും.' 'ശെരിയാ,' അവൾ പറഞ്ഞു. 'ഇയ്ക്ക് ചോന്ന പാവാടയാ ചേർച്ച.' ഇയ്ക്ക് ഓണത്തിന് ചോന്ന പാവാടയാ വേണ്ട്.....ഇയ്ക്ക് അതാ ചേർച്ച" (പുറം. 44).

കഥയുടെ തുടക്കത്തിൽ നീലപ്പാവാടയുടുത്ത, ശരീരത്തിനു നല്ല വളർച്ചയുള്ള ഒരു ചെറിയ പെണ്ണായിട്ടാണ് രാധയെ വർണ്ണിച്ചിരിക്കുന്നത്. പിന്നീട് മുറ്റമടിച്ചുവാരുമ്പോൾ കൈയിലെ കുപ്പിവളകൾ തന്നോടു സംസാരിക്കുകയാണെന്നു കരുതി അവൾ പറയുന്നുണ്ട്: "നിങ്ങള് പറഞ്ഞതാ ശരി. ഓണത്തിന് ചോന്ന ബ്ലൗസാ ഇയ്ക്ക് വേണ്ട്. ചോപ്പാ ഇയ്ക്ക് ചേർച്ച." കഥയുടെ അവസാനത്തിൽ അവൾ കുറെക്കൂടി ഉറപ്പിച്ചുപറയുന്നു: "ഇയ്ക്ക് ചോന്ന പാവാടയാ ചേർച്ച." ഇതിനിടയിൽ സംഭവിച്ചതെന്താണ്? തന്നെ സംബന്ധിക്കുന്ന, തന്റെ ചുറ്റുപാടുകളെ സംബന്ധിക്കുന്ന എന്തു രഹസ്യമാണ് എട്ടും പൊട്ടും തിരിയാത്ത ഈ പെണ്ണ് കണ്ടെത്തിയിരിക്കുന്നത്? യജമാനനോടും യജമാനത്തിയോടുമുള്ള അവളുടെ മനോഭാവം അതിവേഗത്തിൽ മാറിക്കൊണ്ടിരിക്കുകയാണെന്ന് വരികൾക്കിടയിലൂടെ വായിച്ചാലറിയാം. യജമാനത്തിയുടെ വെറുപ്പുനിറഞ്ഞ പെരുമാറ്റം ആദ്യം അവളെ വേദനിപ്പിക്കുന്നു. പിന്നെ യജമാനൻ കാരണമില്ലാതെ തന്നോടു ക്രൂരത കാട്ടുമ്പോൾ അവൾ ഒട്ടൊന്ന് അമ്പരക്കുന്നു. അവളുടെ സഹതാപം അപ്പോൾ യജമാനത്തിയുടെ നേർക്കു തിരിയുന്നു. യജമാനത്തി വീട്ടിലില്ലാത്ത നേരത്ത് അയാളെ തനിച്ചു നേരിടുമ്പോഴാണ് അയാളുടെ മനസ്സിൽ ചിറകെട്ടിനിർത്തിയിരുന്ന ആർദ്രത അവൾ അറിയാനിടവരുന്നത്. ഭാര്യയെ ഭയന്നാണ് അയാൾ തന്റെ നേർക്കുള്ള യഥാർത്ഥവികാരം പുറത്തുകാട്ടാതിരുന്നത് എന്ന സൂചന അവൾക്കു അഭിമാനവും സന്തോഷവും പകർന്നുകാണണം. ഒരുപക്ഷേ, രാധയുടെ ഉപബോധമനസ്സിൽ അയാളുടെ നേരെ നാമ്പിട്ടിരുന്ന ആകർഷണത്തിന് ഈ കണ്ടെത്തൽ പുതിയൊരു ഉത്തേജനം നൽകിയിരിക്കാനിടയുണ്ട്. അവൾ തന്റെ ശരീരത്തെപ്പറ്റി പെട്ടെന്ന് ബോധവതിയായിത്തീരുന്നതിന്റെ കാരണം മറ്റൊന്നല്ല. അങ്ങനെ കുട്ടിത്തംവിട്ട് സ്ത്രീത്വത്തിന്റെ വിഹ്വല ഭാവങ്ങളിലേക്ക് ഉണർന്ന തന്റെ കഥാനായികയുടെ മാനസികാവസ്ഥയാണ് 'നീല'യിൽനിന്ന് 'ചുവപ്പി'ലേക്കുള്ള മാറ്റത്തിലൂടെ കഥാകൃത്ത് ധ്വനിപ്പിച്ചിരിക്കുന്നത്. കഥയുടെ ഒടുക്കമെത്തുമ്പോൾ, ഉത്സവകാലത്ത്

ധരിക്കാനായി അവൾ കൊതിയോടെ കണ്ടുവെച്ചിട്ടുള്ള ചുവപ്പുപാവാട അവളുടെ മനസ്സിനെ പൊടുന്നനെ തരിപ്പിക്കുന്ന രതിവാസനയുടെ കാവ്യാത്മകമായ പ്രതിരൂപമായിത്തീർന്നതുപോലുണ്ട്.

കാമമെന്ന യാഥാർത്ഥ്യവുമായുള്ള ഒരു കുട്ടിയുടെ ആദ്യാഭിമുഖീകരണം ആവിഷ്കരിക്കുന്ന ഈ കഥകളിൽ കാണാൻ കഴിയുന്ന അതേ കൈയൊതുക്കവും ധ്വനിതരളമായ ന്യൂനോക്തിയുടെ പ്രയോഗവും മരണത്തെക്കുറിച്ചുള്ള ബോധം പിഞ്ചുമനസ്സിൽ നിഴൽ പരത്തുന്നതിന്റെ ചിത്രമടങ്ങുന്ന മാധവിക്കുട്ടിയുടെ കഥകൾക്കു അടിവര ചേർക്കുന്നു. ഇക്കൂട്ടത്തിൽ ഏറ്റവും ഹൃദയഹാരിയായ രചന "നെയ്പ്പായസം" (1962) ആണെന്നു തോന്നുന്നു. ഇത്ര ചുരുക്കം വാക്കുകളിൽ വാഴ്വിന്റെ ക്ഷണികതയും മരണത്തിന്റെ ആകസ്മികകമായ ക്രൂരതയും അനുഭവപ്പെടുത്തുന്ന ചെറുകഥകൾ മലയാളത്തിൽ മാത്രമല്ല ലോകഭാഷകളിൽക്കൂടി കുറവായിരിക്കും. ചെക്കോവിന്റേയും മറ്റും കഥാപ്രപഞ്ചത്തിൽ കാണുന്നതുപോലെ, വാക്കുകൾക്കിടയിലുള്ള ശൂന്യസ്ഥലങ്ങളിൽ പറയപ്പെടാത്ത മനുഷ്യദുഃഖങ്ങൾ ഒതുക്കിവെയ്ക്കുന്ന കലാരീതിയുടെ വിജയമായി നിലകൊള്ളുന്നു ഈ ചെറുകഥ.

ഒരിടത്തരം കുടുംബത്തിൽ മരണം ഓർക്കാപ്പുറത്ത് വിരുന്നുകാരനായി വന്നിരിക്കുകയാണ്. ഒരു റിപ്പോർട്ടറുടെ കാര്യമാത്രപ്രസക്തമായ സ്വരത്തിൽ കഥാകാരി നമ്മോടു പറയുന്നു: 'ചുരുങ്ങിയ തോതിൽ ശവദഹനം കഴിച്ചുകൂട്ടി, ഓഫീസിലെ സ്നേഹിതന്മാരോട് വേണ്ടപോലെ നന്ദി പ്രകടിപ്പിച്ച്, രാത്രി വീട്ടിലേക്കു മടങ്ങുന്ന ആ മനുഷ്യനെ നമുക്ക് അച്ഛൻ എന്നു വിളിക്കാം. കാരണം ആ പട്ടണത്തിൽ അയാളുടെ വില അറിയുന്നവർ മൂന്നു കുട്ടികൾ മാത്രമേ ഉള്ളൂ. അവർ അയാളെ 'അച്ഛാ' എന്നാണ് വിളിക്കാറുള്ളത്."

തുടർന്ന് നാം അയാളുടെ വിചാരങ്ങളെ പിന്തുടരുന്നു. ഇത്തിരി മധുരം കാഴ്ചവെച്ച് മറഞ്ഞ ദാമ്പത്യം. പ്രതീക്ഷയ്ക്കു വക നൽകാത്ത മൂന്നു ആൺകുട്ടികൾ. അയാളെ തൽക്കാലം ദേഷ്യം പിടിപ്പിക്കുന്ന വസ്തുത, ഭാര്യ മുന്നറിയിപ്പുകൂടാതെ മരിച്ചു എന്നതാണ്. അയാൾ ഓഫീസ് വിട്ട് വീട്ടിൽ വരുമ്പോൾ മുറ്റത്തു കുട്ടികൾ കളിക്കുന്നതിന്റെ ശബ്ദം ഉയർന്നു കേൾക്കുന്നുണ്ടായിരുന്നു: "ഫസ്റ്റ് ക്ലാസ്സ് ഷോട്ട്." വാതിൽ തുറന്ന് അകത്തുകടന്നപ്പോഴാണ് അവൾ നിലത്തു ചെരിഞ്ഞുകിടക്കുന്നത് കണ്ടത്. ശവദാഹം നടത്തി വീട്ടിൽ തിരിച്ചെത്തിയിരിക്കുന്ന അയാൾക്ക് നടന്നതെല്ലാം സ്വപ്നമാണോ വാസ്തവമാണോ എന്നു തീർച്ചയില്ല. ഭാര്യയുണ്ടാക്കിയ ചോറും കറിയും അടുക്കളയിൽ ഭദ്രമായിരിക്കുന്നു. മരണത്തിന്റെ സ്പർശം തട്ടിയ ഭക്ഷണസാധനങ്ങൾ കുട്ടികൾക്കു കൊടുക്കുന്നതു പന്തിയല്ലെന്നു കരുതി അയാൾ ആഹാരം പാകം ചെയ്യാൻ തുടങ്ങുന്നു. അപ്പോൾ ഇളയമകൻ രാജൻ ഒരു പാത്രത്തിൽ വിരൽ താഴ്ത്തിക്കൊണ്ടു പറയുന്നു: "അച്ഛാ, നെയ്പ്പായസം." തനിക്കു

തലവേദനയാണെന്ന കാരണം പറഞ്ഞ് അയാൾ മൂത്തവനോട് പായസം വിളമ്പാൻ പറയുന്നു. അമ്മയുണ്ടാക്കിയ ആഹാരം ഇനി ആ കുട്ടികൾ കഴിക്കുകയില്ലല്ലോ......

> "കുട്ടികൾ പായസം കഴിച്ചുതുടങ്ങി. അയാൾ അതു നോക്കിക്കൊണ്ട് നിശ്ചലനായി ഇരുന്നു. കുറെ നിമിഷങ്ങൾക്കുശേഷം അയാൾ ചോദിച്ചു: "ചോറു വേണ്ടേ ഉണ്ണി?"
>
> "വേണ്ട, പായസം മതി. നല്ല സ്വാദ്ണ്ട്," ഉണ്ണി പറഞ്ഞു. രാജൻ ചിരിച്ചുകൊണ്ടു പറഞ്ഞു: "ശെരിയാ... അമ്മ അസ്സല് നെയ്പ്പായസാ ഉണ്ടാക്ക്യേത്..." തന്റെ കണ്ണുനീർ കുട്ടികളിൽനിന്നു മറച്ചുവെയ്ക്കാൻ അയാൾ പെട്ടെന്ന് എഴുന്നേറ്റ് കുളിമുറിയിലേക്കു നടന്നു" (പുറം. 125).

'കഥയിൽ തക്കനിമിഷത്തിൽ കടന്നുവരുന്ന പൂർണ്ണവിരാമംപോലെ കിരുകിരുപ്പുണ്ടാക്കിക്കൊണ്ട് മനുഷ്യഹൃദയത്തിൽ തുളച്ചുകയറാൻ ലോകത്തിൽ ഒരുതരം ഉരുക്കിനും കഴിയില്ല' എന്ന് റഷ്യൻ ചെറുകഥാകൃത്തായ ഇസ്സാക്ക് ബാബൽ (Issac Babel) ഒരിക്കൽ പറയുകയുണ്ടായി. "നെയ്പ്പായസ"ത്തിന്റെ അവസാനത്തെ ഖണ്ഡികയിലെത്തുമ്പോൾ നമുക്കിത് ബോധ്യപ്പെടാതിരിക്കുകയില്ല.

ഈ കഥയിലെ കുട്ടികൾ കേവലം നിരീക്ഷകന്മാരാണ്. തങ്ങളുടെ ജീവിതത്തെ വിഴുങ്ങാനെത്തിയിരിക്കുന്ന ദുരന്തം അവരുടെ തലയ്ക്കു മീതെ കടന്നുപോകുന്നു — അവർ അല്പംമുമ്പ് വീട്ടുമുറ്റത്ത് തട്ടിക്കളിച്ച പന്ത് എന്നതുപോലെ. അമ്മ ദീനം പിടിപെട്ട് ആശുപത്രിയിൽ പോയിരിക്കുകയാണ്, വൈകാതെ മടങ്ങിയെത്തും എന്നൊക്കെ കരുതിയിരിക്കുകയാണവർ. എന്നാൽ അവരുടെ അച്ഛന്റെ വേദന നാമറിയുന്നു. അയാളുടെ നഷ്ടബോധം എത്ര വലുതാണെന്ന് കഥ വികസിക്കുംതോറും സ്പഷ്ടമായിത്തീരുന്നു. കുട്ടികളുടെ അജ്ഞതയും അയാളുടെ അമർത്തിപ്പിടിച്ച വ്യസനത്തിന്റെ ആഴവും തമ്മിലുള്ള വിടവിൽനിന്നാണ് കാഥികതന്റെ 'ഇഫെക്ട്' നേടിയെടുക്കുന്നത്. മരണത്തിന്റെ തണുപ്പ് ഉറഞ്ഞുകിടക്കുന്ന ആ നെയ്പ്പായസം, അങ്ങനെ, വേറൊരു ലോകത്തിൽനിന്ന് കുട്ടികളെ തേടിയെത്തുന്ന ഏതോ സത്യത്തിന്റെ വരപ്രസാദമായി മാറിയിരിക്കുകയാണ്.

[*ബറാബസ്* എന്ന നോവലിന്റെ കർത്താവും നൊബെൽ സമ്മാനജേതാവുമായ പാർ ലെജർകെവിസ്റ്റ് (Par Legerkevist) എഴുതിയ "അച്ഛനും ഞാനും" ("Father and I") എന്ന ഹൃദയഹാരിയായ കഥ ഇവിടെ ഓർമ്മിച്ചുപോകുന്നു. അച്ഛനോടൊപ്പം സായാഹ്നയാത്രയ്ക്കിറങ്ങിയ ഒരു കുട്ടി തനിക്കു പൂർണ്ണമായി ഉൾക്കൊള്ളാൻ കഴിയാത്ത മരണമെന്ന യാഥാർത്ഥ്യവുമായി നേർക്കുനേർ നിൽക്കുന്നതാണ് ഈ കഥയുടെ വിഷയം. ഹെമിംഗ്വെയുടെ ചില ചെറുകഥകളിൽ കൗമാരപ്രായത്തിലുള്ള

കുട്ടികൾ ഒരു മതാചാരത്തിൽ പങ്കുകൊള്ളുന്നതുപോലെ ഹിംസയുടേയും മരണത്തിന്റേയും ഇടനിലങ്ങളിൽ കാലുകുത്തുന്നതിന്റെ വിവരണമടങ്ങിയിരിക്കുന്നു.]

'വേനലിന്റെ ഒഴിവ്' എന്ന ചെറുകഥയിൽ (1961) മുത്തശ്ശിയോടൊപ്പം അവധിക്കാലം ചെലവഴിക്കാൻ കൽക്കത്തയിൽനിന്ന് നാട്ടിൻപുറത്തുള്ള തറവാട്ടിലെത്തിയ അമ്മുവിന്റെ അവസ്ഥ എന്താണ്? ഈ കൊച്ചിടവേള അവളിൽ കാര്യമായ എന്തെങ്കിലും മാറ്റം വരുത്തുന്നതായി വായനക്കാരന് തോന്നാനിടയില്ല. അതേസമയം അവധി കഴിഞ്ഞ് അച്ഛനോടൊപ്പം നാട്ടിലേക്കു മടങ്ങുമ്പോൾ അവളുടെ ചിന്തകൾക്ക് കുറെക്കൂടി കനംവയ്ക്കുകയും എങ്ങുനിന്നല്ലാതെ വന്ന കുറെ കരിനിഴലുകൾ അവളുടെ അകമിഴികളിൽ അലിഞ്ഞുചേരുകയും ചെയ്തതായി നമുക്ക് അനുഭവപ്പെടുന്നു. നന്നെ ലോലവും പ്രതികരണക്ഷമവുമായ ഒരു മനസ്സാണ് ഈ കുട്ടിയുടേത്. മുതിർന്നവരുടെ ലോകത്തിലെ ഒളിച്ചുകളിയും കാപട്യവും പെട്ടെന്ന് പിടിച്ചെടുക്കാൻ അതിനു കഴിയുന്നു. താൻ പരിചയിച്ച നഗരജീവിതത്തിൽനിന്നു വളരെ വ്യത്യസ്തമായ ഗ്രാമീണാന്തരീക്ഷത്തെ ചുറ്റിപ്പറ്റിയുള്ള അവളുടെ നിരീക്ഷണങ്ങളിൽ അസുഖകരമായ പല സത്യങ്ങളും തടയുന്നു. ഉത്തമപുരുഷൻ ഏകവചനത്തിലൂടെ കഥ പറയുന്ന രീതിയാണ് മാധവിക്കുട്ടി ഇവിടെ അവലംബിച്ചിരിക്കുന്നത്. മുകളിൽ പരാമർശിച്ച കഥകളിൽ സാധിച്ചെടുത്തതിനേക്കാൾ അടുത്തു നീങ്ങി പ്രധാന കഥാപാത്രത്തിന്റെ മാനസിക വ്യാപാരങ്ങൾ ഒപ്പിയെടുക്കാൻ ഈ ആഖ്യാനരീതി കഥാകൃത്തിനു സൗകര്യം നൽകുന്നു.

മാധവിക്കുട്ടിയുടെ കഥകളിൽ സാധാരണഗതിയിൽ നാം കാണാത്ത തരത്തിലുള്ള പരിസരസൂചനയോടുകൂടിയാണ് "വേനലിന്റെ ഒഴിവ്" ആരംഭിക്കുന്നത്. കാഴ്ച നശിച്ച മുത്തശ്ശിയുമൊത്ത് തറവാട്ടിലെ പറമ്പിൽ ചുറ്റിക്കറങ്ങുമ്പോൾ മരിച്ചവരെ ദഹിപ്പിക്കുമ്പോൾ നടുന്ന തെങ്ങുകൾക്കിടയിൽ മെലിഞ്ഞ്, വികൃതമായി വളഞ്ഞ് ശുഷ്കിച്ച കൊമ്പുകളോടുകൂടിയ ഒരു ചെറിയ ഞാവൽമരം നിൽക്കുന്നത് കുട്ടി കാണുന്നു. കഥയുടെ അവസാനത്തിൽ കൽക്കത്തയിലേക്കു വണ്ടി കയറുന്നതിനു മുമ്പ് അവൾ മുത്തശ്ശിയുമായി നടത്തുന്ന സംഭാഷണത്തിലും ഈ മരം കടന്നുവരുന്നുണ്ട്. ജീർണ്ണിച്ച മരവും അറുപത്തിയെട്ടുവയസ്സു പ്രായമുള്ള മുത്തശ്ശിയും തമ്മിലുള്ള സാദൃശ്യം ഏതാണ്ട് സ്പഷ്ടമാണ്. മാധവിക്കുട്ടി തന്റെ ചെറുകഥകളിൽ ചുരുക്കമായിമാത്രം ഉപയോഗിക്കുന്ന ബിംബഭാഷയുടെ അഴക് ഇങ്ങനെ ഉണ്ടാവുന്ന ഒന്നാണ്. ഈ എഴുത്തുകാരി ഉപയോഗിക്കുന്ന ബിംബങ്ങളും പ്രതിരൂപങ്ങളും കഥാസന്ദർഭത്തിൽ തികഞ്ഞ സ്വാഭാവികതയോടെ വന്നുചേരുന്നവയാണെന്ന് നമുക്ക് സാക്ഷ്യപ്പെടുത്താൻ കഴിയും.

താൻ പുതുതായി പരിചയപ്പെട്ട ആളുകളെക്കുറിച്ചെല്ലാം അമ്മു ഉള്ളിൽ അഭിപ്രായം സ്വരൂപിക്കുന്നുണ്ട്. മുത്തശ്ശിയെ കാണാനെത്തിയ

സ്ത്രീകളെ അവൾ കൗതുകത്തോടെ നിരീക്ഷിക്കുന്നു. അവരിലൊരുത്തി "അമ്മേം നിലാവെളിച്ചോംണ്ടെങ്കിലേ സുഖള്ളു... അതു രണ്ടുല്യെങ്കിൽ സുഖോല്യ..." എന്നു പറയുമ്പോൾ മുത്തശ്ശി പെട്ടെന്ന് എഴുന്നേറ്റുനിന്ന് മുണ്ടു കുടയുന്നത് അവൾ കാണാതിരിക്കുന്നില്ല. അടുക്കളപ്പണിക്കാരൻ അച്യുതൻ ഒരുതരം തമാശയാണ് അവളിൽ ജനിപ്പിക്കുന്നത്. എന്നാൽ അവിൽ ഇടിക്കുന്ന നാണിയമ്മ സമ്മാനിക്കുന്ന ഒരനുഭവം അവളുടെ കണ്ണുതുറപ്പിക്കുന്ന ഒന്നാണ്. നാണിയമ്മയും അവരുടെ അഞ്ചുവയസ്സുള്ള മകളും അമ്മുവിന്റേതിൽനിന്ന് തീർത്തും വ്യത്യസ്തമായൊരു ലോകത്തിൽ ജീവിക്കുന്നവരാണ്. കഷ്ടപ്പാടും ദുരിതവും നിറഞ്ഞ ആ ലോകത്തിലേക്കു ചെറുതായൊന്ന് ഒളിഞ്ഞുനോക്കാൻ മാത്രമാണ് അമ്മുവിന് അവസരം കിട്ടുന്നത്; അവിടത്തെ കാഴ്ച അവളെ അമ്പരപ്പിക്കുന്നു. എന്നാൽ അമ്മുവിനെ ശരിക്കും അരിശം പിടിപ്പിക്കുന്നത് നാണിയമ്മ നടത്തുന്ന വിശ്വാസവഞ്ചനയാണ്. നാണിയമ്മ വീട്ടിലേക്കു മടങ്ങുമ്പോൾ മുത്തശ്ശി അറിയാതെ കുറെ പുളിങ്ങ കട്ടെടുക്കുന്നു. ഇതു കണ്ടുപിടിക്കുന്ന അമ്മു താൻ മുത്തശ്ശിയെ വിവരമറിയിക്കുമെന്നു ഭീഷണിപ്പെടുത്തുന്നു.

> "കക്കാൻ പാടില്ല. ഇനി ഈ വീട്ടില് വരരുത്. നാണിയമ്മേ നിങ്ങൾ ഒരു കള്ളനാണ്."
>
> നാണിയമ്മ പെട്ടെന്നുനിന്നു. എന്നിട്ടു തന്റെ കൊട്ട എന്റെ നേർക്കു നീട്ടിക്കൊണ്ടുപറഞ്ഞു: "എടുത്തോളൊ നിങ്ങടെ അരീം പുളിങ്ങേം... യ്ക്ക് ഒന്നും വേണ്ട." ഞാൻ ഒരു മരപ്പാവയെപ്പോലെ ആ കൊട്ടവാങ്ങി. നാണിയമ്മ തന്റെ മകളെ പൊക്കിയെടുത്ത് ഒക്കത്തുവച്ച് വീണ്ടും നടന്നുതുടങ്ങി.
>
> "ഞങ്ങള് പാവങ്ങളാ കുട്ട്യേ..." അവൾ ഒരു പ്രത്യേക സ്വരത്തിൽ പറഞ്ഞു: "നിങ്ങളൊക്കെ സ്വത്തുകാരാ..."
>
> ഞാൻ ആ കൊട്ട മണ്ണിൽവെച്ചു. വീട്ടിലേക്കു ഓടി. എനിക്ക് ഉറക്കെ കരയണമെന്നു തോന്നി. ആദ്യമായി ഞാനൊരു പാപം ചെയ്തുകഴിഞ്ഞുവെന്ന് എനിക്ക് മനസ്സിലായി. പക്ഷേ ഞാൻ അതിനെപ്പറ്റി മുത്തശ്ശിയോടു പറഞ്ഞില്ല" (പുറം. 101).

നാണിയമ്മയുടെ വാക്കുകളിൽ തങ്ങിനിൽക്കുന്ന അവജ്ഞ കലർന്ന ധിക്കാരം അമ്മുവിന്റെ മനസ്സിൽ തറയ്ക്കുന്നുണ്ട്. തനിക്കും അവർക്കുമിടയിലുള്ള വർഗ്ഗവ്യത്യാസത്തിന്റെ കന്മതിലിനെ അവൾ ഇവിടെവെച്ച് പെട്ടെന്ന് അഭിമുഖീകരിക്കുകയാണ്. നാണിയമ്മ നടത്തിയ ചെറിയ മോഷണത്തെക്കാൾ ചീത്തയായ കാര്യമാണ് ആ പാവപ്പെട്ട സ്ത്രീയോട് താൻ പറഞ്ഞ മുള്ളുവാക്ക് എന്നറിയുമ്പോൾ അമ്മുവിനു തന്നെപ്പറ്റി ലജ്ജ തോന്നുന്നു.

'മുത്തശ്ശി എപ്പഴാ മരിക്കാ?', 'ആ കുട്ടിനെ കൊല്ല്യോ?', 'ഞാൻ കല്യാണം കഴിക്ക്യാ ദൂരെയാ?' എന്നിങ്ങനെയുള്ള ചോദ്യരൂപത്തിലുള്ള അന്വേഷണങ്ങളിലൂടെ വികസിച്ചുവരുന്ന അമ്മുവിന്റെ യാഥാർത്ഥ്യ ബോധം കഥയുടെ ഒടുക്കമെത്തുമ്പോൾ മുതിർന്നവരുടെ ലോകത്തിൽ നിന്ന് പുതിയ സ്ഥിരീകരണം തേടുന്നു. തീവണ്ടി പുറപ്പെടുന്നതിനു മുമ്പായി അച്ഛനും മുത്തശ്ശിയും തമ്മിലുള്ള സംസാരത്തിൽ തന്റെ മരിച്ചു പോയ അമ്മയുടെ കാര്യം പരാമർശിക്കുന്നത് അവൾ കേൾക്കാനിട വരുന്നു. ഒരുപക്ഷേ, ഇതുകൂടിയാവണം താൻ വേനലൊഴിവിനു നാട്ടിൽ എത്തിയതുതൊട്ട് ഒരു രൂപത്തിലല്ലെങ്കിൽ മറ്റൊരു രൂപത്തിൽ തന്നെ അലട്ടിക്കൊണ്ടിരുന്ന മരണത്തിന്റെ പ്രശ്നത്തിലേക്കു അവളുടെ ചിന്ത കളെ തിരിച്ചുവിടുന്നത്.

"വണ്ടി ഇളകിത്തുടങ്ങിയപ്പോൾ അച്ഛൻ ജനാലവാതിലിന്റെ ചില്ലു കൾ ചുവട്ടിലേക്കിട്ടു.

"അച്ഛാ....."

"എന്താ മകളേ?"

"മുത്തശ്ശി ഇനിയത്തെ കൊല്ലമാവുമ്പോഴേക്ക് മരിക്ക്വോ?"

"ഇല്യ........"

"മുത്തശ്ശി മരിക്കില്ലേ?"

"സത്യം."

അച്ഛൻ എന്നെയെടുത്ത് മടിയിൽവെച്ച് എന്റെ മുഖത്ത് ഉമ്മവെച്ചു. എന്നിട്ട് നിറഞ്ഞ കണ്ണുകളോടെ എന്നെ നോക്കിക്കൊണ്ട് പറഞ്ഞു: "ഞാൻ സത്യം ചെയ്യാം. മോള്ടെ മുത്തശ്ശി മരിക്കില്യാ... ഒരിക്കലും മരി ക്കില്യാ."

> തീവണ്ടിയുടെ ചക്രങ്ങൾ ഗർജ്ജിച്ചു:
> "മരിക്കില്യാ.... മരിക്കില്യാ...." (പുറം. 103)

എന്നാൽ നമുക്കറിയാം ആ കുട്ടി വഞ്ചിക്കപ്പെടാൻ പോവുക യാണെന്ന്. വിരഹത്തിന്റേയും അകൽച്ചയുടേയും പ്രതീകമായ തീവണ്ടി കൂടി അവളെ പറഞ്ഞു പറ്റിക്കുകയാണിവിടെ. ആത്മാവിൽ അനാഥത്വം പേറുന്ന ആ പെൺകുട്ടിയുടെ വൈകാരിക ചക്രവാളത്തിൽ മരണമെന്ന പ്രതിഭാസം ഇനിയൊരിക്കലും വിട്ടൊഴിയാത്ത തരത്തിൽ സ്ഥാനം പിടിച്ചുകഴിഞ്ഞു.

നാട്ടിൻപുറത്തുള്ള വലിയ വീട്ടിൽ ഒഴിവുകാലം കഴിച്ചുകൂട്ടാനെത്തിയ അമ്മ നഷ്ടപ്പെട്ട ഒരു പെൺകുട്ടിയാണ് "പ്രഭാതം" എന്ന കഥയിലേയും (1962) നായിക. ഇതിലും മുത്തശ്ശി ഒരു കഥാപാത്രമായി കടന്നുവരുന്നുണ്ട്. മാധവിക്കുട്ടിയുടെ ഏകാകിനികളായ ചെറുനായികമാർ കനിവു നിറഞ്ഞ വാർദ്ധക്യത്തിന്റെ തണൽപറ്റി കഴിയാൻ ഇഷ്ടപ്പെടുന്നവരാണെന്നു തോന്നുന്നു.

തലേന്നുരാത്രി അമ്മ ഒരു വടിയെടുത്ത് കാലിൽ ചോരയൊലിക്കും വരെ തന്നെ നിർത്താതെ തല്ലിയതായി സ്വപ്നം കണ്ട ഈ പെൺകുട്ടി യുടെ രാവിലത്തെ കുഴയ്ക്കുന്ന ചില അനുഭവങ്ങളാണ് ഈ കഥയുടെ പ്രതിപാദ്യം. വീട്ടിലെ പണിക്കാരി മാതുവമ്മ തന്റെ മകൾ തങ്കമണി പ്രസവിച്ച കാര്യം മുത്തശ്ശിയെ അറിയിക്കാനായി വീട്ടിലെത്തിയതുമുതൽ കുട്ടിക്കൊരു ജിജ്ഞാസ ("എങ്ങനെ പെറ്റു?," അവൾ താഴ്ന്ന സ്വരത്തിൽ ചോദിച്ചു). മാതുവമ്മ തന്റെ കുട്ടികളെ പൊതിരെ തല്ലുമെന്നു കേട്ടപ്പോൾ അവൾക്ക് അവരോട് കഠിനമായ വെറുപ്പുതോന്നുന്നു. എന്നാൽ വീട്ടിൽ കിളയ്ക്കാൻ വരുന്ന വേലായുധനുമായി അവൾ പെട്ടെന്ന് അടുപ്പം സ്ഥാപിക്കുന്നു. സ്വന്തം കല്യാണത്തെപ്പറ്റി മനക്കോട്ട കെട്ടുന്ന വേലാ യുധന്റെ വർത്തമാനം കേട്ടുകൊണ്ടിരിക്കാനും അയാൾ അടുക്കളക്കാരി ലക്ഷ്മിയോട് ശൃംഗരിക്കുന്നതു കാണാനും അവൾക്കിഷ്ടമാണ്. കുട്ടി വേലായുധന്റെ കൈപിടിച്ച് പറമ്പിലേക്കു ഇറങ്ങുമ്പോൾ കാലിൽ ചുവന്ന മണ്ണു പുരളുന്നതിന്റേയും അതവിടെ പറ്റിനിൽക്കുന്നതിന്റേയും വിവരണം കഥയിൽ ഒന്നു രണ്ടു തവണ ആവർത്തിച്ചിരിക്കുന്നത് ശ്രദ്ധിച്ചില്ലേ? നേരിയ ഈ വിശദാംശത്തിന് ഊന്നൽ കൊടുക്കുന്നതുവഴി തന്റെ നായിക യ്ക്കു അടുത്തുതന്നെ സംഭവിക്കാൻ പോകുന്ന ഏതോ വീഴ്ചയെക്കുറിച്ച് — അവൾ തന്റെ മറച്ചുകെട്ടിയ സ്വകാര്യലോകത്തിൽനിന്ന് വൈരൂപ്യം നിറഞ്ഞ ദൈനംദിന യാഥാർത്ഥ്യങ്ങളുടെ മണ്ഡലത്തിലേക്ക് ഇറങ്ങി വരുന്നതിനെപ്പറ്റി— കഥാകൃത്ത് വായനക്കാരനു സൂചന നൽകുന്നു.

മുത്തശ്ശിയെ അറിയിക്കാതെ അവൾ മാതുവമ്മയുടെ വീട്ടിൽ പോകുന്നു. ഓലമേഞ്ഞ കുടിലിനുള്ളിലെ മനുഷ്യക്കോലങ്ങൾ പോലത്തെ കുട്ടികളേയും ദുർഗന്ധം പരത്തുന്ന മുറിയിൽ പ്രസവക്ഷീണം മാറാതെ കിടക്കുന്ന മാതുവമ്മയുടെ മകളേയും അവൾ വിസ്മയത്തോടെ നോക്കിക്കാണുന്നു. മാതുവമ്മയുടെ മകളുടെയടുത്ത് വയറ്റിന്റെമേൽ വൃത്തികെട്ടൊരു വാലുമായി കിടക്കുന്ന കടും ചുവപ്പുനിറത്തിലുള്ള മനുഷ്യക്കുട്ടി അവളിലുണ്ടാക്കുന്ന വികാരമെന്താണ്? ഏതായാലും ഈ സന്ദർശനം അധികം നീണ്ടുനിൽക്കുന്നില്ല. അവളെ വീട്ടിൽ തിരിച്ചു കൊണ്ടാക്കാൻ മാതുവമ്മ മകൻ പ്രഭാകരനോടു പറയുന്നു. പ്രഭാകരനു മൊരുമിച്ചുമുള്ള മടക്കയാത്രക്കിടയിലാണ് തന്നെക്കുറിച്ചും ലോകത്തെ ക്കുറിച്ചുമുള്ള സങ്കല്പങ്ങൾക്കു പൊള്ളലേല്പിക്കുന്ന പുത്തനറിവ് അവളുടെ മനസ്സിൽ തള്ളിക്കയറുന്നത്.

"അവന്റെ കൈകാലുകൾ മെലിഞ്ഞും കറുത്തുമിരുന്നിരുന്നു. അവനു തീരെ ഭംഗിയില്ലെന്ന് കുട്ടിക്കു തോന്നി. എന്നിട്ടും അവന്റെ നിർദ്ദയമായ പെരുമാറ്റം അവളെ ആകർഷിച്ചു.

"ആരോടാ ദ്വേഷ്യം?", കുട്ടി ചോദിച്ചു.

"ഇയ്ക്കോ?"

"ഉം"

"എല്ലാവരേയും ദേഷ്യാ ഇയ്ക്ക്. ഇയ്ക്ക് ആരേം കണ്ടൂടാ."

"അതെന്താ അങ്ങനെ?"

"അതങ്ങനെയാ..." അവൻ നടത്തത്തിന്റെ വേഗംകൂട്ടി.

"അതിനേം കണ്ടൂടേ? ആ കുട്ടീനെ?"

"ഏത് കുട്ടീനെ?"

"അവടെ കെടക്കുന്ന കുട്ടി. പൊക്കിളില് വാലുള്ള കുട്ടി."

"അയിനേം കണ്ടൂടാ... ഞാനതിനെ കാച്ചാൻ പൂവ്വാ..."

"കാച്ചേ? അതെന്താ?"

"ആ... കഴുത്ത് ഒരിറുക്കല് ന്നാ അതങ്ങട്ട് ചാവും... ന്നിട്ട് അതിനെ പറമ്പില്ക്കൊണ്ടോയി കുഴിച്ചിടും ഹഹഹഹ..." പ്രഭാകരന്റെ പല്ലുകൾക്ക് മഞ്ഞനിറമായിരുന്നു. അത് അവന്റെ മുഖത്തിന് ഒരു ക്രൂരഭാവം കൊടുത്തു. കുട്ടി അവന്റെ പിന്നിലേക്കു നീങ്ങി വളരെ മെല്ലെ നടക്കുവാൻ തുടങ്ങി.

"കുഴിച്ചിടേ?" അവൾ ചോദിച്ചു.

"കുട്ട്യോളെ കുഴിച്ചിടേ?"

"എല്ലാവരേയും കുഴിച്ചിടും... ഇല്ലെങ്കി കത്തിക്കും... നിങ്ങളൊക്കെ സ്വത്ത്കാരല്ലേ? നിങ്ങളൊക്കെ ചത്താല് വീട്ടുകാര് വെറകിട്ട് കത്തിക്കും... കുട്ടീന്റെ അമ്മേ കത്തിച്ച മാതിരി..."

"ആരുടെ അമ്മേ?"

"കുട്ടീന്റെ അമ്മേത്തന്നെ. ഞാൻ കണ്ടു. എല്ല് കടക ടാന്ന് പൊട്ടണത് കേട്ടു... ഹ... ഹ..."

"എന്റെ അമ്മയോ...? അതൊന്നൂല്യ... എന്റെ അമ്മയെ ആരും കത്തിച്ചില്യാ... കുട്ടി നൊണ പറയാണ്?"

"കത്തിച്ചില്ലെങ്കി എവിടെപ്പോയി കുട്ടീന്റെ അമ്മ?"

"നൊണ... നൊണ... നൊണ..."

കുട്ടി തേങ്ങൽ ഒതുക്കിക്കൊണ്ട് വിളിച്ചുപറഞ്ഞു. അവൾ പ്രഭാകരനെ വിട്ട് തന്റെ വീട്ടിലെ വേലിക്കലേക്ക് ഓടി. തന്റെ ചെവിയിൽവന്ന് ഊതുന്ന കാറ്റും പ്രഭാകരനെ പ്പോലെ പൊട്ടിച്ചിരിക്കുന്നുണ്ടെന്ന് അവൾക്കു തോന്നി.

പൂജാമുറിയിൽനിന്നു പുറത്തുകടന്ന മുത്തശ്ശി കുട്ടിയുടെ തുടുത്ത മുഖവും കിതപ്പും കണ്ടപ്പോൾ അമ്പരന്നു.

> "എന്തുപറ്റി മോളേ?" അവർ ചോദിച്ചു. കുട്ടി തന്റെ മുഖം മുത്തശ്ശിയുടെ മുണ്ടിന്റെയുള്ളിൽ തിരുകിക്കൊണ്ട് തേങ്ങിക്കരഞ്ഞുതുടങ്ങി.
>
> "എന്തുപറ്റി? മുത്തശ്ശിയുടെ മോൾക്ക് എന്തുപറ്റി? വല്ലോരും കുട്ട്യോട് വല്ലതും പറഞ്ഞോ? വല്ലോരും വല്ലതും കാണിച്ചോ?"
>
> "പക്ഷേ പ്രഭാകരൻ എന്ന കുട്ടി തന്നോടുപറഞ്ഞ ആ നുണ അവൾക്കു മുത്തശ്ശിയോടു പറയുവാൻ ധൈര്യം വന്നില്ല" (പുറം. 120-121).

'പ്രഭാതം' എന്ന തലക്കെട്ടുള്ള ഈ കഥയിൽ ക്ഷണിക്കാതെ നിഴലുകൾ കടന്നുവരുന്നതും, അപസ്വരങ്ങൾ കലമ്പൽകൂട്ടുന്നതും നാം കണ്ടുകഴിഞ്ഞു. ഏതാനും മണിക്കൂറുകളുടെ ദൈർഘ്യത്തിനിടയിൽ കഥയിൽ നടക്കുന്ന നുറുങ്ങുസംഭവങ്ങൾ ചേർത്തുവയ്ക്കുമ്പോൾ അറിയാതെ രൂപപ്പെടുന്ന ഒരു ക്രമമുണ്ട്. അതിലൂടെ കഥയിലെ മുഖ്യകഥാപാത്രം ഏറ്റുവാങ്ങുന്ന ഉൾക്കാഴ്ചയുടെ കാഠിന്യം വായനക്കാരന് തെളിഞ്ഞുകിട്ടുന്നു. ഒന്നാമതായി, ഗർഭധാരണവുമായും ജനനവുമായും ബന്ധപ്പെട്ട വസ്തുതകൾ അറിയാനുള്ള ജിജ്ഞാസ ഒരു കുട്ടിയുടെ മാനസികവികാസത്തിലെ പ്രധാനപ്പെട്ടൊരു ഘട്ടത്തിന്റെ ലക്ഷണങ്ങളിലൊന്നാണെന്ന് മനഃശാസ്ത്രജ്ഞന്മാർ പണ്ടുതന്നെ അടയാളപ്പെടുത്തിയിട്ടുണ്ട്. സ്വന്തം ശരീരത്തിന്റേയും ലൈംഗികതയുടേയും രഹസ്യങ്ങൾ കുട്ടി മനസ്സിലാക്കിത്തുടങ്ങുന്ന പ്രക്രിയയുടെ ഭാഗമാണിത്. 'പ്രഭാത'ത്തിലെ പെൺകുട്ടിയെ സംബന്ധിച്ചിടത്തോളം ഈ ജ്ഞാനസമ്പാദനം അറപ്പുണ്ടാക്കുന്ന ഒന്നായിത്തീരുന്നു. അവൾ ചെന്നുപെടുന്ന ചുറ്റുപാടുകൾ അത്തരത്തിലുള്ളവയാണ്. പിന്നെയുള്ളത് മാതുവമ്മയുടെ വീട്ടിലെ ദാരിദ്ര്യവാസിച്ചെറുക്കനുമായുള്ള അവളുടെ ഏറ്റുമുട്ടലാണ്. സമൃദ്ധിയുടെ നടുവിൽ, അമ്മയില്ലാത്തതിന്റെ ദുഃഖമറിയാതെ, മുതിർന്നവരുടെ വാത്സല്യം നുകർന്നു വളർന്നുവന്ന അവളുടെ പിച്ചകമൊട്ടുപോലുള്ള മനസ്സും പട്ടിണിയും കഷ്ടപ്പാടും കാരണം കുരുന്നിൽത്തന്നെ മുരടിച്ചുപോയ പ്രഭാകരന്റെ മനസ്സും തമ്മിലുള്ള വൈരുദ്ധ്യം രണ്ടുമൂന്നു വരകളിലൂടെ കഥാകൃത്ത് കോറിയിട്ടിരിക്കുന്നു. തന്റെ ജീവിതത്തിൽ അന്നുവരെ അനുഭവപ്പെട്ടിട്ടില്ലാത്ത പച്ചയായ ക്രൂരതയുടെ അംശം അവന്റെ വാക്കുകളിലൂടെ അവളെ തേടി വരുന്നു. അവൻ കഴുത്തുപിരിച്ചു കൊല്ലാൻപോകുന്ന പൊക്കിൾക്കൊടി പൊട്ടിയിട്ടില്ലാത്ത ശിശുവിന്റെ ചിത്രവും പിന്നെ ചിതയിൽകിടന്ന് എല്ലുകൾ നുറുങ്ങി കത്തിത്തീർന്ന സ്വന്തം അമ്മയുടെ ചിത്രവും താങ്ങാനാവാത്ത അസ്വാസ്ഥ്യമാണ് അവൾക്കു പകരുന്നത്. സുരക്ഷിതത്വവും ലാളനയും നിറഞ്ഞ തന്റെ ഉപരിവർഗ്ഗജീവിതത്തിൽ നിന്ന് പുറത്തുകടന്ന് സമൂഹത്തിന്റെ കീഴ്ത്തട്ടിലെ യാഥാർത്ഥ്യവുമായി പരിചയം സമ്പാദിക്കുന്നതിനിടയിൽ അവളുടെ നേരുകൾക്കു ഇളക്കം തട്ടുന്നതും അവളുടെ

വിശ്വാസത്തിന്റെ അടിത്തറയിൽ വിള്ളൽ വീഴുന്നതും നാം കാണുന്നുണ്ട്. തിന്മയുമായുള്ള ഈ ആദ്യ സമ്പർക്കം അവളെ ഉലയ്ക്കുകയും പട്ടെ തകർക്കുകയും ചെയ്യുന്ന ഒരനുഭവമായി അവശേഷിക്കുമോ? അതോ "പ്രഭാകരൻ എന്ന കുട്ടി തന്നോടുപറഞ്ഞ ആ നുണ"യുമായി പൊരുത്തപ്പെട്ട് കൂടുതൽ തന്റേടത്തോടും ആത്മവിശ്വാസത്തോടുംകൂടി വളർച്ചയുടെ അടുത്ത പടവിലേക്കു നീങ്ങാൻ അവൾക്കു കഴിഞ്ഞെന്നു വരുമോ? ഉത്തരം വ്യക്തമല്ല.

ഈ കഥകൾ അടുക്കിവെച്ചു പരിശോധിക്കുമ്പോൾ കണ്ടെത്താൻ കഴിയുന്ന കൗതുകകരമായൊരു വസ്തുത, ഇവയെല്ലാം സന്ദിഗ്ദ്ധാർത്ഥമായ (ambiguous) രീതിയിലാണ് പര്യവസാനിക്കുന്നത് എന്നതാണ്. ഈ കഥകളിലെ ബാലകഥാപാത്രങ്ങൾ പലതരം ആഘാതങ്ങൾ ഏറ്റുവാങ്ങുന്നുണ്ട്. ജീവിതത്തെക്കുറിച്ചുള്ള അവരുടെ സുന്ദരവ്യാമോഹങ്ങൾ പലതും തിരുത്തപ്പെടുകയോ ഭാഗികമായി നശിപ്പിക്കപ്പെടുകയോ ചെയ്യുന്നു. എന്നാൽ ഇത് അവരുടെ പെരുമാറ്റത്തിൽ നിർണ്ണായകമായ എന്തെങ്കിലും മാറ്റം വരുത്തുന്നതായോ, ചുറ്റുപാടുകളുമായുള്ള ബന്ധത്തിൽ ആവശ്യമായ വിട്ടുവീഴ്ചകളും ക്രമീകരണങ്ങളും നടത്തി കൂടുതൽ ആത്മധൈര്യത്തോടെ മുമ്പോട്ടു പോകാൻ അവരെ പ്രാപ്തരാക്കുന്നതായോ കഥയിൽ സൂചനയില്ല. ഇതിനുപകരം തങ്ങൾക്കു കൈമോശംവന്ന നിഷ്കളങ്കതയെപ്പറ്റിയുള്ള ബോധം കടുത്ത ഒരുതരം ഏകാന്തതാബോധമാണ് അവരിൽ സൃഷ്ടിക്കുന്നത്. മുതിർച്ചയുടെ പടവുകളിൽ എത്തിനിൽക്കുന്നവരാണ് ഈ കഥാപാത്രങ്ങൾ. എന്നാൽ അവർ ഏതു മാർഗ്ഗമാണ് സ്വീകരിക്കാൻ പോകുന്നതെന്ന് നമുക്ക് പറയാനാവില്ല. പരിഹരിക്കപ്പെടാത്ത സന്ദേഹങ്ങളും ചോദ്യങ്ങളുമായിട്ടാണ് ഈ കഥകളെല്ലാം അവസാനിക്കുന്നത്. ഇവിടെ നാം കണ്ട നായികാനായകന്മാരുടെ കൂട്ടത്തിൽ കഷ്ടിച്ച് 'ചുവന്ന പാവാട'യിലെ വേലക്കാരിപ്പെണ്ണ് മാത്രമാണ് സ്വയം നിർവ്വചിക്കാൻ സഹായിക്കുന്നതരത്തിലുള്ള ഒരു കൊച്ചു സത്യത്തെ എത്തിപ്പിടിക്കുന്നത്. നേരെമറിച്ച് സമ്പന്നകുടുംബങ്ങളിലെ മൃദുസ്വഭാവികളായ കുട്ടികളെ സംബന്ധിച്ചിടത്തോളം കഥാന്ത്യത്തിൽ അവരുടെ അന്വേഷണം ചെന്നെത്തി നിൽക്കുന്നത് അപൂർണ്ണമെന്നോ, ശിഥിലമെന്നോ പറയാവുന്ന ഒരവസ്ഥയിലാണ്.

അതേസമയം ഈ കഥകളെല്ലാം പകൽവെളിച്ചത്തിൽ നടക്കുന്നവയാണ്. യുക്തിക്കു നിരക്കുന്ന സംഭവങ്ങൾ മാത്രമേ ഇവയിലുള്ളു. ആയിരത്തിതൊള്ളായിരത്തി അമ്പതുകളിൽ തെക്കേ മലബാറിൽ നിലവിലുണ്ടായിരുന്ന ഫ്യൂഡലിസത്തിന്റെ അന്തിച്ചോപ്പ് കലർന്ന സാമൂഹ്യാന്തരീക്ഷം ഈ കഥകളുടെ പശ്ചാത്തലത്തിൽ അങ്ങിങ്ങ് തല നീട്ടുന്നതുകാണാം. ഈ സന്ദർഭത്തിൽ ഞാൻ ഓർമ്മിച്ചുപോകുന്നത് മാധവിക്കുട്ടി എഴുതിത്തുടങ്ങിയ കാലത്ത് തന്റെ സാഹിത്യജീവിതമാരംഭിച്ച അമേരിക്കൻ ചെറുകഥാകൃത്തായ ട്രൂമാൻ കപ്പോട്ടിനെയാണ് (Truman Capote). വാസ്തവത്തിനും പേക്കിനാവിനുമിടയിലുള്ള ലോലമായ അതിർവരമ്പിലൂടെ

അജ്ഞാതമായ അപകടങ്ങളിലേക്കു മന്ത്രമുഗ്ദ്ധരായി നടന്നുനീങ്ങുന്ന കുട്ടികളെ 'മിറിയം', 'എ ട്രീ ഓഫ് നൈറ്റ്', 'ദ ഹെഡ്‌ലെസ് ഹോക്ക്' തുടങ്ങിയ കഥകളിൽ കപ്പോട്ട് അവതരിപ്പിച്ചിട്ടുണ്ട്. വ്യാഖ്യാനക്ഷമമല്ലാത്ത ഒരുതരം ഭീതി ഈ കഥകളുടെ അന്തരീക്ഷത്തിൽ പതിയിരിപ്പുണ്ട്. വിചാരിച്ചിരിക്കാത്ത മുഹൂർത്തങ്ങളിൽ ഈ ഭീതി അദ്ദേഹത്തിന്റെ കഥാപാത്രങ്ങളെ ചുറ്റിവരിയുകയും കുടുക്കിൽ വീഴ്ത്തുകയും ചെയ്യുന്നു. തീവണ്ടിയാത്രക്കിടയിൽ കണ്ടുമുട്ടുന്ന ഒരു മുഖം, അപരിചിതമായൊരു പ്രദേശം ജനിപ്പിക്കുന്ന അസ്വാസ്ഥ്യം — അങ്ങനെ ചെറിയൊരു പ്രകോപനമേ വേണ്ടൂ, കപ്പോട്ടിന്റെ കഥകളിലെ കുട്ടികൾ വിചിത്രവും വിലക്ഷണവുമായൊരു അനുഭവതലത്തിലേക്കു എടുത്തുയർത്തപ്പെടുന്നു. 'നിശാശൈലി'യെന്ന് വിമർശകന്മാർ വിശേഷിപ്പിച്ചിട്ടുള്ള സ്വപ്നാത്മകവും സംഗീതഭംഗി കലർന്നതുമായ ഗദ്യത്തിലാണ് കപ്പോട്ട് ഈ കുട്ടികളുടെ അവസ്ഥാപരിണാമം ചിത്രീകരിക്കുന്നത്. കപ്പോട്ടിന്റെ മിറിയത്തെപ്പോലുള്ള ഒരു പെൺകുട്ടിയെ മാധവിക്കുട്ടിയുടെ കഥകളിൽ നാം കണ്ടുമുട്ടിയെന്നു വരില്ല. റിയലിസത്തിന്റെ അതിരുകൾക്കുള്ളിൽ തന്റെ കഥാലോകം ചിട്ടപ്പെടുത്തിയിട്ടുള്ള ഈ എഴുത്തുകാരി, പരിചിതവും നിയന്ത്രണവിധേയവുമായ സാഹചര്യങ്ങൾക്കകത്തുനിന്നുകൊണ്ട് ബാലമനസ്സുകളുടെ പ്രവർത്തനം അപഗ്രഥിക്കാനാണ് ഏറിയ പങ്കും ശ്രമിച്ചിട്ടുള്ളത്.

മേല്പറഞ്ഞ കഥകളെല്ലാംതന്നെ ഒരേ കാലയളവിൽ, അടുത്തടുത്ത മാസങ്ങളിൽ, രചിക്കപ്പെട്ടവയാണ് എന്ന വസ്തുത ചിന്തിക്കാൻ വക തരുന്നു. ഒരുപക്ഷേ, മാതൃത്വത്തിന്റെ വെല്ലുവിളികൾ ഏറ്റുവാങ്ങിയ നാളുകളിൽ ഈ എഴുത്തുകാരിക്കുണ്ടായിരുന്ന പ്രത്യേകതരം മാനസിക ഘടനയുമായി കെട്ടുപിണഞ്ഞു കിടക്കുന്ന ഒന്നായിരിക്കാം അവരുടെ സർഗ്ഗജീവിതത്തിലെ ഈയൊരു ഘട്ടം. തുടർന്നങ്ങോട്ട് മാധവിക്കുട്ടിക്ക് ഈയൊരു ഭാവമേഖലയിലുള്ള താത്പര്യം കുറഞ്ഞു തുടങ്ങി. കൗമാരത്തിന്റെ ചിത്രീകരണം മാധവിക്കുട്ടിയെ വലുതായി ആകർഷിച്ചതായി തോന്നുന്നില്ല. ആ ജോലി അവർ പത്മരാജനും കാക്കനാടനും വിട്ടുകൊടുത്തു. കൗമാരത്തിന്റെ പൊട്ടിത്തെറി ആവിഷ്കരിക്കുന്ന ഒരുപറ്റം നല്ല ചെറുകഥകൾ — അവ ചിലപ്പോൾ വേണ്ടതിലധികം വാചാലമാണെങ്കിൽക്കൂടി — പത്മരാജനും കാക്കനാടനും എഴുതുകയുണ്ടായി.

ആധുനികകഥാകൃത്തുക്കളുടെ കൂട്ടത്തിൽ മുതിർച്ചയുമായി ബന്ധപ്പെട്ട വൈകാരിക പ്രശ്നങ്ങൾ കൈകാര്യം ചെയ്യുന്നതിൽ തികഞ്ഞ മൗലികത്വം പുലർത്തിയിട്ടുള്ള ഒരാൾ സക്കറിയയാണ്. സക്കറിയയുടെ *ഒരിടത്ത്* (1979) എന്ന സമാഹാരത്തിലെ ഏതാനും കഥകൾ ഈ പ്രമേയത്തെ കേന്ദ്രമാക്കിയുള്ളവയാണ്. ഒരു കുട്ടി സ്ത്രീപുരുഷബന്ധത്തിന്റെ വിചിത്രരഹസ്യം ആദ്യം കണ്ടെത്തുന്ന ദൃശ്യം നേർത്ത പരിഹാസം കലർന്ന ഭാഷയിൽ ചിത്രീകരിക്കുന്ന "യാത്ര" എന്നൊരു

കഥ ഇക്കൂട്ടത്തിലുണ്ട്[1] മരങ്ങളോടും പക്ഷികളോടും കിന്നരിച്ചുകൊണ്ട് കാട്ടിന്റെ നടുവിലൂടെയുള്ള ഒറ്റയ്ക്കുള്ള യാത്രയുടെ അവസാനത്തിൽ ഈ കുട്ടി നിലത്ത് വസ്ത്രങ്ങളൊന്നുമില്ലാതെ കിടക്കുന്ന സ്ത്രീയേയും ട്രൗസർ അരയിലേക്കു വലിച്ചുയർത്തി എഴുന്നേൽക്കുന്ന ചെറുപ്പക്കാരനേയും കാണുന്നു. ചെറുപ്പക്കാരൻ തന്റെ നേർക്ക് കല്ലെടുത്തോങ്ങുന്നതു കണ്ട് ഭയപ്പെട്ട്, വിതുമ്പിക്കൊണ്ട് അരുവികടന്ന് ഇരുണ്ടുവരുന്ന സന്ധ്യയിലൂടെ വീട്ടിലേക്കോടുന്ന ആ കുട്ടി ജീവിതത്തിലെ ദുരൂഹയാഥാർത്ഥ്യങ്ങളിലൊന്നിലേക്ക് പ്രവേശനം ലഭിച്ചവനാണ്.

പാശ്ചാത്യ സാഹിത്യ വിമർശകന്മാർ 'ഇനിഷിയേഷൻ സ്റ്റോറീസ്' എന്നു വിശേഷിപ്പിക്കുന്ന ഈ ചെറുകഥകളെല്ലാം ഫ്രോയിഡിയൻ രീതിയിലുള്ള മനഃശാസ്ത്രസമീപനമാണ് പിന്തുടരുന്നതെന്ന് നാം കണ്ടു കഴിഞ്ഞു.[2] എന്നാൽ ഈ മാതൃകയിൽനിന്ന് വ്യതിചലിച്ചു കൊണ്ടൊരു കഥ സക്കറിയയുടേതായുണ്ട്: 'ഛായ.' ഒരു കുട്ടിയുടെ മനസ്സിൽ മൃത്യുവാസന നാമ്പിട്ടുവരുന്നതിന്റെ ചിത്രമാണ് ഒരു ഭാവഗാനത്തിന്റെ തീവ്രവിശുദ്ധിയുള്ള ഈ കഥ കാഴ്ചവെയ്ക്കുന്നത്. അലയടിച്ചുവരുന്ന കടലിനെ സാക്ഷിനിർത്തിക്കൊണ്ട്, അതിന്റെ നിഗൂഢസൗന്ദര്യത്തിൽ മെല്ലെ താഴുന്ന ഒരു കുട്ടിയുടെ വിഭ്രാന്തിപൂണ്ട ചിന്തകൾ പകർത്തുകയാണ് കഥാകൃത്തിവിടെ ചെയ്യുന്നത്. അസ്തമയശോഭയിൽ ആറാടി നിൽക്കുന്ന കടൽ കുട്ടിയുടെ ഭാവനയെ ത്രസിപ്പിക്കുന്നത് കഥയ്ക്കുപിന്നിൽ സമർത്ഥമായി മറഞ്ഞുനിന്നുകൊണ്ട് കഥാകൃത്ത് കാട്ടിത്തരുന്നു. മരണവുമായുള്ള ഈ കുട്ടിയുടെ കൂടിക്കാഴ്ച, ഒരു മനഃശാസ്ത്ര സമസ്യ എന്നതിനെക്കാൾ നിലനില്പിന്റെ ആദിമമായ ഉറവിടങ്ങളിലേക്കുള്ള മടക്കയാത്രയായിത്തീർന്നിരിക്കുന്നു. ഇങ്ങനെ പ്രകൃതി പ്രതിഭാസങ്ങളുമായി ബന്ധപ്പെട്ട ആദിബിംബങ്ങളുടെ തലത്തിൽ ഒരു ബാലഹൃദയത്തിന്റെ സാഹസികപര്യടനങ്ങൾ ചിത്രീകരിക്കുന്ന രീതി കഥാശില്പത്തിലും ഭാഷയിലും തികഞ്ഞ കൈയടക്കം ആവശ്യപ്പെടുന്ന ഒന്നുകൂടിയാണ്. അതുകൊണ്ടുതന്നെ സക്കറിയയുടെ 'ഛായ' നമ്മുടെ കഥാസാഹിത്യത്തിൽ ഒടുങ്ങാത്ത പുതുമയോടെ മാറിനിൽക്കുന്നു. ■

1. സക്കറിയ, *ഒരിടത്ത്* (രണ്ടാം പതിപ്പ്; 1982) കോട്ടയം: എസ്.പി.സി.എസ്. പുറം 172–176.

2. 'ഇനിഷിയേഷൻ' എന്ന നരവംശശാസ്ത്രപരമായ സംജ്ഞയുടെ അർത്ഥധ്വനികൾ ആവാഹിക്കുന്ന ഒരു മലയാളപദമില്ലെന്നു തോന്നുന്നു.

നാല്

പറവകൾ ഒഴിഞ്ഞുപോയ മരച്ചില്ലകൾ

വിശ്വസാഹിത്യത്തിലെ ഏറ്റവും പ്രശസ്തമായ ചെറുകഥകളിലൊന്ന് വാർദ്ധക്യത്തിലെത്തിനിൽക്കുന്ന ഒരാൾക്ക് ആകസ്മികമായി കൈവരുന്ന ഉൾക്കാഴ്ചയെ സംബന്ധിക്കുന്ന ഒന്നാണ്. ലിയൊ ടോൾസ്റ്റോയ്യുടെ "ദ ഡെത്ത് ഓഫ് ഐവൻ ഇല്ലിച്ച്" എന്ന നീണ്ടകഥയിലെ നായകന്റെ ജീവിതത്തിൽ ഗതിമാറ്റം കുറിച്ചുകൊണ്ട് ഒരു മാരകരോഗം വന്നെത്തുന്നു. ഇത് (ക്യാൻസർ) മരണവുമായി അയാളെ അടുപ്പിക്കുക മാത്രമല്ല ചെയ്യുന്നത്. രോഗത്തിന്റെ കടന്നുവരവ് താൻ അന്നോളം അനുഭവിച്ചിരുന്ന അലസമായ സുരക്ഷിതത്വബോധത്തിൽനിന്ന് അയാളെ കുലുക്കിയുണർത്തി, പിന്നിട്ട വഴികളിലേക്കുള്ള തിരിഞ്ഞുനോട്ടത്തിന് അയാളെ നിർബന്ധിക്കുന്നു. തന്റെ കുടുംബബന്ധങ്ങളും താൻ മുറുകെപ്പിടിച്ചിരുന്ന ചില പ്രമാണങ്ങളും, ജീവിതവിജയത്തിന്റെ അളവുകോലായി താൻ കരുതിയിരുന്ന കാര്യങ്ങളും — തന്റെ വാഴ്വിന്റെ അടിത്തറതന്നെ — എത്രമാത്രം ഭദ്രമായിരുന്നു എന്നതിനെക്കുറിച്ചുള്ള വീണ്ടുവിചാരത്തിൽ അയാൾ കൂപ്പുകുത്തുന്നു. ശരീരത്തെ കാർന്നുതിന്നുന്ന വേദന പെരുകുംതോറും അയാളുടെ ആത്മപരിശോധന കൂടുതൽ നിശിതവും നിർദ്ദയവുമായിത്തീരുന്നു. പൊയ്‌വിശ്വാസത്തിന്മേൽ പടുത്തുയർത്തപ്പെട്ട ഒന്നായിരുന്നു തന്റെ ജീവിതം എന്ന കണ്ടെത്തലോടെ, ആലംബശൂന്യമായ ഒരവസ്ഥയിൽ, തന്റെ നായകൻ മരണത്തിലേക്കു അടിവെച്ചുനീങ്ങുന്നതായാണ് ടോൾസ്റ്റോയ് കാണിച്ചുതരുന്നത്. ചിതയുടെ വെളിച്ചം അടുത്തുവരുമ്പോൾ ആധ്യാത്മികമായ ഒരുതരം ഉൾക്കാഴ്ച ഐവൻ ഇല്ലിച്ചിന്റെ മനസ്സിന്റെ അടിത്തട്ടിൽ മിന്നിമായുന്നതിന്റെ സൂചന കഥാന്ത്യത്തിൽ കാണാൻ കഴിഞ്ഞേക്കും.

വാർദ്ധക്യം ചെറുകഥാകൃത്തിന്റെ ഇഷ്ടവിഷയങ്ങളിൽപ്പെടുന്ന ഒന്നാണോ? ഒരു സാധാരണവായനക്കാരന്റെ മനസ്സിൽ ചെറുകഥ എന്ന സാഹിത്യരൂപം ബാല്യാനുഭവത്തിന്റെ വീണ്ടെടുക്കലുമായും, തീക്ഷ്ണയൗവ്വനത്തിന്റെ പ്രകാശനവുമായും ബന്ധപ്പെട്ടുകിടക്കുന്നു എന്നത്

നേരാണ്. അതേസമയം ലോകചെറുകഥാസാഹിത്യത്തിലെ എണ്ണം പറഞ്ഞ ചില രചനകൾക്ക് വാർദ്ധക്യം പ്രമേയമായിത്തീർന്നിട്ടുണ്ട്. ടോൾസ്റ്റോയ്യുടെ 'ദ ഡെത്ത് ഓഫ് ഐവൻ ഇല്ലിച്ചി'ൽ ചിത്രീകരിച്ചിട്ടുള്ള രീതിയിൽ പ്രായം ചെന്നവർ തങ്ങളുടെ ജീവിതാവസാനത്തിൽ അഭിമുഖീകരിക്കുന്ന സന്ദേഹങ്ങളേയും ആകുലതകളേയും വലംവെച്ചുകൊണ്ട് ചില സൃഷ്ടികൾ ഉടലെടുത്തിട്ടുണ്ട്. വാർദ്ധക്യവും യുവത്വവും തമ്മിലുള്ള നഗ്നമായ വൈരുദ്ധ്യം, മനുഷ്യയാഥാർത്ഥ്യത്തിൽ മറഞ്ഞുകിടക്കുന്ന പൊരുത്തക്കേടുകളെക്കുറിച്ചുള്ള സൂക്ഷ്മവിചാരത്തിന് ചില കഥാകൃത്തുക്കൾക്ക് വകയൊരുക്കിയിട്ടുണ്ട്. വാർദ്ധക്യത്തെ പിന്തുടർന്നെത്തുന്ന ഭോഷത്തരങ്ങളും കൊച്ചുകിറുക്കുകളും പല എഴുത്തുകാരുടേയും നർമഭാവനയെ വിരുന്നൂട്ടിയിട്ടുണ്ട്. ജീവിതപ്പാതയുടെ അവസാന മടുക്കുമ്പോൾ യാത്രികന് അനുഭവപ്പെടുന്ന കിതപ്പും 'ഇനിയെന്ത്?' എന്നതിനെച്ചൊല്ലിയുള്ള ഉത്ക്കണ്ഠയും കാഥികഭാവനയ്ക്ക് സൈ്വരക്കേട് സമ്മാനിച്ചിട്ടുള്ള സത്യങ്ങളാണ്.

കഴിഞ്ഞ മൂന്നുനാലു പതിറ്റാണ്ടുകാലമായി വാർദ്ധക്യമെന്ന അവസ്ഥ സാമൂഹ്യശാസ്ത്രജ്ഞന്മാരുടെ സജീവപരിഗണനയ്ക്ക് വിഷയമായിത്തീർന്നതായി കാണാം. മെച്ചപ്പെട്ട വൈദ്യശുശ്രൂഷയുടേയും ആരോഗ്യപാലനത്തിന്റേയും ഫലമായി പൗരന്മാരുടെ ശരാശരി ജീവിതദൈർഘ്യത്തിൽ കാര്യമായ വർദ്ധനവുണ്ടായിട്ടുള്ള സമ്പന്ന രാഷ്ട്രങ്ങളിലും വാർദ്ധക്യമുയർത്തുന്ന വെല്ലുവിളികൾ നേരിടുന്നതിൽ തികച്ചും വിജയിച്ചിട്ടില്ലാത്ത അല്പവികസിതരാജ്യങ്ങളിലും ഒരുപോലെ, മനുഷ്യശരീരത്തിന് കാലക്രമത്തിൽ വന്നുപെടുന്ന ഒഴിവാക്കാനാവാത്ത ജീർണ്ണതയും തകർച്ചയും പിന്നിലവശേഷിപ്പിക്കുന്ന സാമൂഹ്യവും മനഃശാസ്ത്രപരവും ധാർമ്മികവുമായ പ്രശ്നങ്ങളെ അപഗ്രഥിക്കാനുള്ള ശ്രമങ്ങൾക്ക് സമീപകാലഘട്ടത്തിൽ പുതിയൊരു അർത്ഥവ്യാപ്തി ലഭിച്ചതായി തെളിഞ്ഞിട്ടുണ്ട്. വാർദ്ധക്യവുമായി ബന്ധപ്പെട്ട രോഗപീഡകളെക്കുറിച്ചുള്ള പഠനവും (geriatrics) വയസ്സാവുക എന്ന പ്രക്രിയയെ സംബന്ധിച്ച പഠനവും (gerontology) ആധുനികവൈദ്യശാസ്ത്രത്തിന്റെ രണ്ട് പ്രധാന ശാഖകളായിത്തീർന്നതും അടുത്തകാലത്താണ്. വൈദ്യശാസ്ത്രത്തിലെ ഈ പുതിയ കണ്ടെത്തലുകളെക്കുറിച്ചുള്ള പരാമർശവുമായി ആരംഭിച്ച്, വാർദ്ധക്യത്തെക്കുറിച്ചുള്ള സത്താപരമായ ഒരന്വേഷണമായി വളർന്നുമാറുന്ന ഒരു പ്രധാനകൃതിയാണ്, ഫ്രഞ്ച് നോവലെഴുത്തുകാരിയും സാർത്രിന്റെ സന്തതസഹചാരിയുമായിരുന്ന സിമോൺ ദി ബുവ്വെയുടെ "ഓൾഡ് ഏജ്" (ഇംഗ്ലീഷ് പരിഭാഷ 1975-ൽ). വൈവിധ്യമാർന്ന നിരവധി കാഴ്ചപ്പാടുകൾ അവലംബിച്ചുകൊണ്ട് — പാശ്ചാത്യസാഹിത്യത്തിലും കലയിലും വാർദ്ധക്യത്തിന്റെ ചിത്രം നൂറ്റാണ്ടുകളായി ചുരുളഴിഞ്ഞിട്ടുള്ള രീതിയെക്കുറിച്ചുള്ള വിചാരവും ഇവയിലുൾപ്പെടും — വാർദ്ധക്യമെന്ന ജൈവപ്രതിഭാസത്തെ അപഗ്രഥിക്കാനുള്ള ആദ്യത്തെ ശ്രമമായിരുന്നു, ആഴവും പരപ്പും ചേർന്നിണങ്ങിയ ഈ പുസ്തകം.

ഇതിനെത്തുടർന്ന് വയസ്സന്മാരുടെ ജീവിതരീതികളേയും സന്ദിഗ്ദ്ധമായ സാമൂഹ്യപദവിയേയും സംബന്ധിക്കുന്ന വസ്തുതാപരമായ തെളിവുകളുടെ അടിസ്ഥാനത്തിൽ വാർദ്ധക്യം ഒരു ഭാരമോ ശാപമോ ഒക്കെയായി മാറുന്ന അവസ്ഥയെ മനസ്സിലാക്കാനും അപഗ്രഥിക്കാനും പലരും മുന്നോട്ടുവരികയുണ്ടായി. ഇത്തരം പഠനങ്ങൾ വാർദ്ധക്യത്തെ സംബന്ധിക്കുന്ന പൊതുധാരണകളെ മൂർച്ചപ്പെടുത്താൻ സഹായിക്കുന്ന ഒരു പറ്റം സംജ്ഞകളും പുതിയൊരു പദാവലിയുംകൂടി നമുക്ക് സമ്മാനിക്കുകയുണ്ടായി.

ആധുനികയുഗത്തിൽ വാർദ്ധക്യവിജ്ഞാനത്തിനു കൈവന്നിട്ടുള്ള അദ്ഭുതാവഹമായ വികാസം വിരൽചൂണ്ടുന്നത് ഒരു പരമാർത്ഥത്തിന്റെ നേർക്കാണ്. പണ്ടുള്ളവർ ചെയ്തതുപോലെ വാർദ്ധക്യത്തെ ഒരു വൃത്തികെട്ട സത്യമായിക്കരുതി നമ്മുടെ ചിന്തയിൽനിന്നും സംഭാഷണത്തിൽനിന്നും ആശയവിചാരത്തിൽനിന്നും ഒഴിച്ചുനിർത്താൻ ശ്രമിക്കുന്നതിനു പകരം, മനുഷ്യശരീരമെന്ന ജൈവരൂപത്തിന് സ്വാഭാവികമായി വന്നുപെടുന്ന ഒരവസ്ഥയായി അതിനെ കണ്ടുകൊണ്ട് അതിന്റെ കാരണങ്ങളും ലക്ഷണങ്ങളും ഗതിഭേദങ്ങളും സൂക്ഷ്മവിശകലനത്തിനു വിധേയമാക്കുന്ന സമ്പ്രദായം നാം ശീലിച്ചുതുടങ്ങിയിരിക്കുന്നു. മനുഷ്യശരീരത്തെക്കുറിച്ചുള്ള പഴക്കം ചെന്ന ഒരുപമ അതൊരു മെഴുകുതിരിനാളം പോലെയാണ് എന്നതാണ്. വാർദ്ധക്യവും മരണവും, ഈ നാളം മങ്ങുകയും അണയുകയും ചെയ്യുന്നതിനൊപ്പമാണ്. കെടുന്നതിനുമുമ്പുള്ള ദീപനാളത്തിന്റെ അവസാനത്തെ പിടച്ചിലെന്നോ, ആളിപ്പടരലെന്നോ, കാറ്റിൽ ഉലഞ്ഞുള്ള നില്പെന്നോ വിവരിക്കാവുന്ന അവസ്ഥകളില്ലേ, അവയുടെ സാക്ഷാത്ക്കാരമടങ്ങുന്ന നാലു ചെറുകഥകളാണ് ഇവിടെ നമ്മുടെ മുമ്പിലുള്ളത്. ഇവയിൽ മൂന്നെണ്ണം നമ്മുടെ ഭാഷയിലുണ്ടായിട്ടുള്ള രചനകളും നാലാമത്തേത് ഒരു അമേരിക്കൻ ചെറുകഥയുമാണ്. കാലപ്പഴക്കം വെച്ചു നോക്കിയാൽ അമേരിക്കൻകഥയാണ് ആദ്യസ്ഥാനത്തുവരുന്നത്. മലയാളകഥകൾ 1960–80 കാലഘട്ടത്തിൽ രചിക്കപ്പെട്ടവയാണ്. ഈ കഥകളുടെ തിരഞ്ഞെടുപ്പ് തികച്ചും യാദൃച്ഛികമായ ഒന്നാണ്. അതേസമയം നാലുകഥകളും ഒരുമിച്ചുവായിക്കുമ്പോൾ ഒരുതരം പരസ്പരപ്രകാശനം വായനക്കാരന് അനുഭവപ്പെട്ടുകൂടായ്കയില്ല. പോരാതെ ഇവയിൽ ആവിഷ്കരണം കണ്ടെത്തുന്ന മാനുഷികയാഥാർത്ഥ്യത്തിന്റെ തലങ്ങൾ, വാർദ്ധക്യമെന്ന മഹാസമസ്യയുടെ വരണ്ട പുറംതോട് പിളരുമ്പോൾ അകക്കാമ്പിൽ തെളിയുന്ന ലോലവും തീവ്രവുമായ പദാർത്ഥരൂപങ്ങളിൽ ചെന്നുമുട്ടുന്നതായി ചിലർക്കെങ്കിലും തോന്നാനിടയുണ്ട്.

രണ്ട്

പി. പത്മരാജന്റെ ആദ്യം വെളിച്ചംകണ്ട ചെറുകഥ 'ചൂണ്ടൽ' ആയിരുന്നുവെന്നു തോന്നുന്നു (1967). ഒരെഴുത്തുകാരൻ എന്ന നിലയിലും ചലച്ചിത്രശില്പി എന്ന നിലയിലും പത്മരാജനെ ശ്രദ്ധേയനാക്കിയ പല

സിദ്ധികളുടേയും നിഴലാട്ടം ഈ കഥയിൽ കാണാം. വൈകാരികമായ ഇഴുക്കത്തോടെ, എന്നാൽ അതിഭാവുകത്വസ്പർശം കൂടാതെ, തനിക്കു സ്ഥിരപരിചിതമായ ഗ്രാമത്തിന്റെ ചിത്രം ഒരുക്കൂട്ടുന്നതിൽ അദ്ദേഹം കാണിക്കുന്ന വിരുതാണ് ഇവിടെ ആദ്യം എടുത്തുപറയേണ്ടത്. ഈ കഥയിലെ വൃദ്ധന്റെ ബാഹ്യപരിസരത്തിലും, ഒപ്പം മാനസികലോകത്തിലും ഭയം കൊളുത്തിവലിക്കുന്ന രീതി ശ്രദ്ധിച്ചില്ലേ? പത്മരാജന്റെ സിനിമകളിലെ ശാലീനമായ ഗ്രാമാന്തരീക്ഷത്തിൽ പേടിയും ഹിംസവാസനയും ആളിപ്പിടിക്കുന്ന സന്ദർഭങ്ങൾ ഓർമ്മിക്കുന്ന ഒരാൾക്ക് ഇതിൽനിന്ന് സൂചനകൾ ഉൾക്കൊള്ളാൻ കഴിഞ്ഞേക്കും.

ഈ ചെറുകഥയിലെ അറുപതുകാരനും വികൃതരൂപിയുമായ പേരില്ലാത്ത നായകൻ ജീവിതത്തിൽ ആശിക്കാൻ ഏറെയൊന്നുമില്ലാത്ത ഒരുവനാണ്. അവസാന ദിവസംവരെ തന്നെ പരിചരിച്ചതിനുശേഷം വിട്ടുപിരിഞ്ഞ ഭാര്യയുടെ ഓർമ്മയാണ് അയാൾക്ക് ആകെ തുണയായിട്ടുള്ളത്. മുമ്പോട്ടുപോകാൻ അയാളെ പ്രേരിപ്പിക്കുന്ന ഒറ്റ വികാരം, മുപ്പത്തിയെട്ടു വയസ്സുള്ള അവിവാഹിതയായ തന്റെ മകൾക്ക് എന്തു സംഭവിക്കുമെന്ന ഉത്ക്കണ്ഠയാണ്. നാവിനു മൂർച്ചയുള്ള മകൾ അയാൾക്കു സമ്മാനിക്കുന്ന സ്വൈരക്കേട് ചുരുക്കം വാക്കുകളിലൂടെ കഥാകൃത്ത് സൂചിപ്പിക്കുന്നു. മകളുടെ ശാപവാക്ക് കേട്ടുകൊണ്ട് പുലർച്ചെയ്ക്ക് മീൻപിടിക്കാൻ പോകുന്ന വൃദ്ധന്റെ ഒരു ദിവസത്തെ അനുഭവങ്ങളാണ് കഥയിലെ പ്രതിപാദ്യം.

തോട്ടുവക്കിൽ ചൂണ്ടയിട്ടുകൊണ്ടിരിക്കുന്ന വൃദ്ധന്റെ മനസ്സിൽ എതിർനിൽക്കുന്ന രണ്ടു വികാരങ്ങൾ കുതിച്ചുയരുന്നത് നാം കാണുന്നു. ചൂണ്ടയിൽ മീൻ കുരുങ്ങുമെന്ന ആശയാണ് ആദ്യത്തേത്. വെള്ളത്തിൽ ഒലിച്ചുവരുന്ന ഒരു വലിയ നീർക്കോലി തോടിന്റെ വക്കിലുള്ള കൈതയുടെ വേരുകൾക്കിടയിലുള്ള മാളത്തിൽ നുഴഞ്ഞുകയറി ഒരു പച്ചത്തവളയെ പിടികൂടുന്ന കാഴ്ച അയാളെ അസ്വസ്ഥനാക്കുന്നു. നീർക്കോലിയുടെ വായിലകപ്പെട്ട തവളയുടെ നിലവിളി തന്റെ ചുറ്റും പതുങ്ങിയിരിക്കുന്ന മരണമെന്ന ഭീകരസത്യത്തെക്കുറിച്ച് അയാളെ ഓർമ്മിപ്പിക്കുന്നതായി കഥാകൃത്ത് സാക്ഷ്യപ്പെടുത്തുന്നു. പകൽ പിൻവാങ്ങിത്തുടങ്ങിയതോടെ തന്റെ വേട്ട വിഫലമാവുകയില്ല എന്ന പ്രതീക്ഷയ്ക്കും തവളയുടെ മരണപ്പിടച്ചിൽ തന്നിലുണർത്തുന്ന സഹാനുഭൂതിക്കുമിടയിലൂടെ തെന്നിനീങ്ങുന്ന വൃദ്ധന്റെ മാനസിക വ്യാപാരങ്ങൾക്കൊപ്പിച്ച് അയാളുടെ കിറുക്കുപിടിച്ച ചുറ്റുപാടുകളിൽ സംഭവിക്കുന്ന ചലനങ്ങൾകൂടി കഥാകൃത്ത് ഒപ്പിയെടുക്കുന്നു. (തവള ദയനീയമായി നിലവിളിക്കുമ്പോൾ തന്റെ ഇരുകണ്ണുകൊണ്ട് നാലുപാടും നോക്കിക്കൊണ്ട് പുൽക്കാട്ടിലേക്കു ഇഴഞ്ഞുനീങ്ങുന്ന കറുത്ത ആമ, പേടിച്ചുകരഞ്ഞു കൊണ്ട് പറന്നകലുന്ന കുളക്കോഴികൾ). വൃദ്ധന്റെ ഏറ്റവും ഉൽക്കടമായ ഭയാശങ്കകളെ കഥാകൃത്ത് ഇങ്ങനെ സംഗ്രഹിക്കുന്നു:

> “താൻ പൊങ്ങുതടി വെട്ടി വലിക്കുമ്പോഴേക്കും ഒരു മത്സ്യം പിടഞ്ഞുമരിക്കും. അതേനിമിഷത്തിൽ ഒരു

> തവളയും മരിക്കും. പിന്നെ അവശേഷിക്കുന്നത് താനാണ്. മൂന്നു മരണങ്ങൾ ഒരേ നിമിഷത്തിൽ സംഭവിക്കുകയാണെങ്കിൽ... ആ രംഗം മനസ്സിൽ സങ്കല്പിച്ചു."

കഥയുടെ ഒടുവിൽ അയാൾ മരിക്കുന്നില്ല. തവള നീർക്കോലിയുടെ വായിൽനിന്ന് മുറിവോടുകൂടിയാണെങ്കിലും രക്ഷപ്പെടുന്നു. ചൂണ്ടയിൽ കുരുങ്ങിയ തിളങ്ങുന്ന കണ്ണുകളുള്ള ഒരു തടിയൻ വരാലുമായി വൃദ്ധൻ വീട്ടിലേക്കു മടങ്ങുന്നു. (ഹെമിംഗ്വെയുടെ കിഴവൻ സാന്റിയാഗോയുടെ വിദൂരമായ നിഴൽ വിജിഗീഷുവായ ഈ വേട്ടക്കാരന്റെമേൽ പതിഞ്ഞിട്ടുണ്ടോ?) ഈ സമയത്ത് അയാൾക്ക് ആശ്വാസംപകരുന്ന ചിന്തയിതാണ്: അഞ്ചുദിവസങ്ങൾക്കുശേഷം ആദ്യമായി മകളുടെ ചീത്ത കേൾക്കാതെ കിടന്നുറങ്ങാം.

മരണഭീതിയുടെമേൽ പച്ചയായ ജീവിതവാസന കൈവരിക്കുന്ന വിജയം ചിത്രീകരിച്ചുകൊണ്ടവസാനിക്കുന്ന ഈ ചെറുകഥയിൽ വാർദ്ധക്യത്തെ സംബന്ധിച്ച ഒരു പ്രസ്താവന മറഞ്ഞുകിടപ്പുണ്ട്. പരാജയവും മരണവും ഏറ്റുവാങ്ങാൻ വിധിക്കപ്പെട്ട വൃദ്ധൻ എന്ന ആദിരൂപത്തിന്റെ എതിരറ്റത്ത്, തോൽക്കാൻ വിസമ്മതിക്കുകയും തന്റെ മുമ്പിൽ ജീവിതം വെച്ചുനീട്ടുന്ന ചെറിയ ആഹ്ലാദങ്ങളേയും ഉള്ളതിനെക്കാൾ വലിപ്പം തോന്നിക്കുന്ന നേട്ടങ്ങളേയും ആഘോഷപൂർവ്വം ഏറ്റുവാങ്ങുകയും ചെയ്യുന്ന വയസ്സൻ എന്ന മറ്റൊരു മാതൃകയെ കണ്ടെത്താൻ കഴിയും. പിൻവാങ്ങലും ജീർണ്ണതയും ശൈഥില്യവും മാത്രമല്ല, ചെറുത്തുനില്പും മൃദുവായ അവകാശമുറപ്പിക്കലും വാർദ്ധക്യത്തിന്റെ വിളംബരമായി മാറാറുണ്ട്. ഇത്തരത്തിൽ ഒരു അതിജീവനത്തിന്റെ കഥ പറയുന്ന 'ചൂണ്ടലി'ൽക്കൂടി സൂക്ഷിച്ചുനോക്കിയാൽ വിരുദ്ധോക്തിയുടെ നേർത്ത ഒരടിയൊഴുക്ക് നമ്മുടെ ശ്രദ്ധയിൽപ്പെട്ടെന്നിരിക്കും. മുറിവുകളോടുകൂടി പാമ്പിന്റെ വായിൽനിന്നു രക്ഷപ്പെടുന്ന തവളയെപ്പോലെ ഇതിലെ കിഴവനും തന്റെ മുന്നിൽ വാ പിളർന്നു നിൽക്കുന്ന മരണമെന്ന അന്തിമയാഥാർത്ഥ്യത്തിൽനിന്ന് താൽക്കാലികമായി വിടുതൽ നേടുന്നുവെന്നേയുള്ളൂ. കഥയിലെ അവസാനവാക്യം സൂചിപ്പിക്കുന്നത് അയാളുടെ സാന്ത്വനം നാമമാത്രമാണ് എന്നല്ലേ? നിഴലുകൾ നീളത്തിൽ പതിഞ്ഞ ജീവിതസായാഹ്നത്തിലെത്തിനിൽക്കുന്ന ഒരു വ്യക്തി തന്നിൽ അവശേഷിച്ചിട്ടുള്ള വീര്യം തെളിയിക്കുന്ന ഓരോ സന്ദർഭത്തിന്റെ നടുവിലും ചക്രവാളത്തിൽ ഇഴഞ്ഞുകയറുന്ന ഇരുട്ടിനെക്കുറിച്ചുള്ള പേരില്ലാത്ത ഭീതി തങ്ങിയിരിപ്പുണ്ട്.

രണ്ട്

വർണ്ണവിവേചനവും അതിൽനിന്നുടലെടുത്ത സംഘർഷങ്ങളും കൊടുമ്പിരിക്കൊണ്ട അമേരിക്കൻ ഐക്യനാടുകളിലെ തെക്കൻ പ്രവിശ്യകളിൽ നിന്ന് (Deep South) ഉയർന്നുവന്ന തലയെടുപ്പുള്ള

കഥാകൃത്തുക്കൾക്കിടയിലാണ് യൂഡോറ വെൽറ്റിയുടെ (Eudora Welty) സ്ഥാനം. ഈ എഴുത്തുകാരിയുടെ പല പ്രശസ്തകഥകൾക്കും പശ്ചാത്തലമായി വർത്തിക്കുന്നത് അവരുടെ ജന്മസ്ഥലമായ മിസ്സിസിപ്പിയാണ്. ഏകാന്തത മുഖ്യപ്രമേയമായുള്ള ഏതാനും ചെറുകഥകൾ തന്റെ സാഹിത്യജീവിതത്തിന്റെ ആദ്യഘട്ടത്തിൽ യൂഡോറ വെൽറ്റി എഴുതുകയുണ്ടായി. ഇക്കൂട്ടത്തിൽപ്പെടുന്ന, അനുവാചക ശ്രദ്ധ ഏറെ പിടിച്ചുപറ്റിയ, നിരവധി ചെറുകഥാസമാഹാരങ്ങളിൽ ഇടം കണ്ടെത്തിയ ഒരു രചനയാണ്, 'ഒരു പഴകിത്തേഞ്ഞ വഴി' ('A Worn Path', 1940). ഏകാന്തത ഉള്ളിൽപ്പേറുന്ന ഒരു വൃദ്ധയാണ് ഇതിലെ കേന്ദ്രകഥാപാത്രം. എന്നാൽ ഈ വൃദ്ധ അനുഭവിക്കുന്ന ഏകാന്തതയ്ക്ക് പ്രതികൂലമായ ചുറ്റുപാടുകൾക്ക് കീഴ്പ്പെടുത്താനാവാത്ത, സാഹസികമായൊരു നിറക്കൂട്ടുള്ളതായി വായനക്കാരൻ ഒട്ടുംവൈകാതെ കണ്ടെത്തുന്നു.

ഈ ചെറുകഥയിലെ കറുത്തവർഗ്ഗക്കാരിയായ നായികയുടെ പേർ ഫീനിക്സ് ജാക്സൻ (Phoenix Jackson) എന്നാണ്. വാർദ്ധക്യത്തിന്റെ അവശത മുഴുവൻ പേറിക്കൊണ്ട് വേച്ചുവേച്ചുനടക്കുന്ന ഒരു തൊണ്ണൂറുകാരിയുടെ കുറുകിയ രൂപം നമ്മുടെ മുന്നിൽ തെളിഞ്ഞുവരുന്നു. ചിതയിൽ ചാടി മരിച്ചതിനുശേഷം വീണ്ടും ഉയർത്തെഴുന്നേൽക്കുന്ന ഫീനിക്സ് പക്ഷിയുമായി ഈ സ്ത്രീയെ ബന്ധിപ്പിച്ചതിലൂടെ കഥാകൃത്ത് എന്താണുദ്ദേശിക്കുന്നത് എന്നത് സ്പഷ്ടമാണ്. തന്റെ വർഗ്ഗത്തിൽപ്പെട്ട മറ്റെല്ലാവരേയുംപോലെ ഫീനിക്സ് ജാക്സനും ഒട്ടേറെ ദുരിതാനുഭവങ്ങളിലൂടെ കടന്നുപോയിട്ടുണ്ടെന്ന് വരികൾക്കിടയിലൂടെ വായിക്കുമ്പോൾ നമുക്ക് മനസ്സിലായെന്നിരിക്കും. ഈ സ്ത്രീയുടെ ഓർമ്മകൾ പ്രസിഡണ്ട് ലിങ്കന്റെ കാലത്തുനടന്ന ആഭ്യന്തരയുദ്ധത്തോളം (Civil War) നീണ്ടുകിടക്കുന്നു. അമേരിക്കൻ സമൂഹത്തിൽ ഒരുകാലത്ത് ആഴത്തിൽ വേരൂന്നിയിരുന്ന വർണ്ണവിവേചനത്തെക്കുറിച്ചും, കറുത്തതൊലിയുള്ളവർക്കു അനുഭവിക്കേണ്ടിവന്ന അവഹേളനത്തെക്കുറിച്ചുമുള്ള ചെറിയ സൂചനകൾ കഥാകൃത്ത് അങ്ങിങ്ങ് കോറിയിട്ടിട്ടുണ്ട്. നമ്മുടെ നായിക ഈ അവമതിയും കഷ്ടപ്പാടും മറികടന്ന്, ഒരുതരം തളരാത്ത ഇച്ഛാശക്തിയോടുകൂടി തന്റെ ജീവിതസഞ്ചാരം തുടരുന്നു എന്നതിലാണ് അവരുടെ തനതു ഗുണം കുടികൊള്ളുന്നത്. ഈ സവിശേഷതയാലാവാം ഫീനിക്സ് ജാക്സന്റെ പാത്രസൃഷ്ടി ഏതാണ്ട് ഒരാദിരൂപത്തിന്റെ മാനങ്ങൾ കൈക്കൊള്ളുന്നതായി നമുക്കനുഭവപ്പെടുന്നു.

ഡിസംബർ മാസത്തിലെ മഞ്ഞിൽ കുതിർന്ന ഒരു പ്രഭാതത്തിൽ ഈ കിഴവി ദൂരെയുള്ള ഒരു ക്ലിനിക്ക് ലക്ഷ്യമിട്ടുകൊണ്ട് ഒരു കാട്ടുപ്രദേശത്തിലൂടെ നടത്തുന്ന യാത്രയുടെ വിവരണമാണ് ഈ ചെറുകഥയിലുള്ളത്. ഈ യാത്രക്കിടയിലെ കൗതുകകരവും നേരിയ തോതിൽ ഭീതിജനിപ്പിക്കുന്നവയുമായ വഴിയോരക്കാഴ്ചകൾ ഓരോന്നായി കാഥികയുടെ ക്യാമറക്കണ്ണ് പിടിച്ചെടുക്കുന്നു. പൈൻ മരങ്ങൾ നിറഞ്ഞ കുറ്റിക്കാട്ടിലൂടെ വടിയുമൂന്നിപ്പിടിച്ച് നടന്നുനീങ്ങുന്ന ഫീനിക്സ് ജാക്സൻ

പ്രയാസപ്പെട്ട് ഒരു കുന്നുകയറി, തുറസ്സായൊരു പ്രദേശത്തിലൂടെ തന്റെ സഞ്ചാരം തുടരുന്നത് നാം കാണുന്നു. (ഈ ഭാഗത്തുള്ള ഉള്ളിൽത്തറയ്ക്കുന്ന ഒരു വർണ്ണന ശ്രദ്ധിക്കുക: "കൊഴിഞ്ഞുകിടക്കുന്ന പഞ്ഞിക്കായകളുടെ മാന്തളിർനിറമുള്ള തണ്ടുകളിൽ പാഴ്മരങ്ങൾ, ഒറ്റകൈയുള്ള നീഗ്രോകളെപ്പോലെ, നില്പുണ്ടായിരുന്നു.") ഫീനിക്സ് ജാക്സന്റെ യാത്രാമദ്ധ്യത്തിലുള്ള ഒന്നുരണ്ടു കൂടിക്കാഴ്ചകളുടെ വിവരണത്തിലൂടെ ജീവിതത്തിന്റെ പുറമ്പോക്കുഭൂമിയിൽ കഴിയാൻ വിധിക്കപ്പെട്ട ഈ സ്ത്രീയുടെ വ്യക്തിത്വത്തിന്റെ തിളക്കമാർന്ന വശങ്ങളിലേക്ക് കഥാകൃത്ത് വായനക്കാരന്റെ ശ്രദ്ധ ക്ഷണിക്കുന്നു. തന്നോടുതന്നെ ഓരോന്നു പിറുപിറുത്തുകൊണ്ടും ഇടയിൽ കണ്ടുമുട്ടുന്ന ജീവജാലങ്ങളോട് കിന്നരിച്ചുകൊണ്ടുമാണ് അവർ നടക്കുന്നത്.

താൻ പിറന്നുവീണ സ്ഥലത്തുകൂടി ഒഴുകുന്ന ഒരരുവിയിൽനിന്ന് വെള്ളം മോന്തിക്കുടിച്ചതിനുശേഷം പായൽനിറഞ്ഞ ഒരു ചതുപ്പുനിലത്തിലെത്തിപ്പെടുന്ന ഫീനിക്സ് ജാക്സൻ അവിടെ ഉറങ്ങിക്കിടക്കുന്ന ചീങ്കണ്ണികൾക്കു ആശംസകൾ നേരുന്ന ഒരു മുഹൂർത്തമുണ്ട്. ഇങ്ങനെ പ്രകൃതി ഒരുക്കിയിട്ടുള്ള, അങ്ങിങ്ങ് ഭ്രമാത്മകച്ഛായ കലർന്ന ദൃശ്യങ്ങൾ പലതും പിന്നിട്ടതിനുശേഷം അവർ റോഡിൽ എത്തിച്ചേരുന്നു. ഇവിടെ വെച്ച് നീണ്ട നാവുള്ള ഒരു കറുത്തപട്ടിയേയും പിടിച്ചുകൊണ്ട് വേട്ടയ്ക്ക് ഇറങ്ങിയിട്ടുള്ള വെള്ളക്കാരനായ ഒരു ചെറുപ്പക്കാരൻ അവരുടെ മുന്നിൽ വന്നുപെടുന്നു. കറുത്തവരോട് തന്റെ വർഗ്ഗത്തിന് പൊതുവിലുള്ള അവജ്ഞ മറച്ചുവയ്ക്കാത്ത സ്വരത്തിൽ അയാൾ വൃദ്ധയോട് കുശലം ചോദിക്കുന്നു. സംസാരത്തിനിടയിൽ അയാളുടെ ഷർട്ടിന്റെ പോക്കറ്റിൽ നിന്ന് ഊർന്നുവീഴുന്ന ഒരു നിക്കൽ അവർ ചന്തത്തോടും കരുതലോടും കൂടി മണ്ണിൽനിന്നു തപ്പിയെടുത്ത് കൈയിൽ സൂക്ഷിക്കുന്നു. ക്രിസ്തുമസ് ആഘോഷം നടക്കുന്ന നഗരത്തിലെത്തിച്ചേരുന്ന ഫീനിക്സ് ജാക്സൻ ആൾക്കൂട്ടത്തിനിടയിൽ കൈനിറയെ സമ്മാനങ്ങളുമായി, ചുറ്റും സുഗന്ധം പരത്തിക്കൊണ്ട്, നടന്നുവരുന്ന ഒരു സ്ത്രീയെ കാണാനിടവരുന്നു. ഈ സ്ത്രീയോട് അവർ തന്റെ ഷൂസിന്റെ അഴിഞ്ഞുപോയ ലേസ് കെട്ടിത്തരാനഭ്യർത്ഥിക്കുന്നു. തന്റെ പ്രായത്തിനുചേർന്ന കുലീനമായ സ്വരത്തിലാണ് അവർ അപരിചിതയായ ഈ സ്ത്രീയോട് തന്റെ ആവശ്യമുന്നയിക്കുന്നത്.

നഗരത്തിലെ ക്ലിനിക്കിൽ എത്തിപ്പെടുന്ന ഫീനിക്സിനെ അവിടത്തെ ഒരു നഴ്സ് വേഗം തിരിച്ചറിയുന്നു. ഫീനിക്സ് എന്തിനാണ് വന്നിരിക്കുന്നതെന്ന് നഴ്സിനറിയാം. തന്റെ രോഗിയായ പേരക്കുട്ടിക്കു മരുന്നുവാങ്ങാൻ വേണ്ടി ഫീനിക്സ് എല്ലാമാസവും നാഴികമണിയുടെ കൃത്യതയോടെ ആശുപത്രി സന്ദർശിക്കാറുണ്ടെന്ന് നാം മനസ്സിലാക്കുന്നു. ഈ ലോകത്തിൽ ഫീനിക്സിന് ബാക്കിയുള്ള ഒരേയൊരു സമ്പാദ്യമാണീ കുട്ടി. അവനാണെങ്കിൽ ശ്വസിക്കാനും ഭക്ഷണം വിഴുങ്ങാനുമൊക്കെ പ്രയാസം അനുഭവിക്കുന്ന ഒരു നിത്യരോഗിയാണ്. അവനെ ഉദ്ദേശിച്ചുമാത്രമാണ് ഫീനിക്സ് മാസത്തിലൊരുതവണ ഈ ദൗത്യമനുഷ്ഠിക്കുന്നത്.

ആശുപത്രിയിൽനിന്നുകിട്ടിയ മരുന്നുകുപ്പിയും പിടിച്ചുകൊണ്ട് അവിടത്തെ പരിചാരകൻ ക്രിസ്തുമസ് പ്രമാണിച്ച് സമ്മാനിച്ച നാണയം പോക്കറ്റിലാക്കി മടക്കയാത്ര ആരംഭിക്കുന്ന നായികയെ കാട്ടിത്തന്നുകൊണ്ടാണ് കഥ അവസാനിക്കുന്നത്. ഫീനിക്സിന് ഒരു പണികൂടി ബാക്കിയുണ്ട്. പേരക്കുട്ടിക്കു സമ്മാനിക്കാനായി അടുത്തുള്ള കടയിൽ നിന്ന് കടലാസ്സുകൊണ്ടുണ്ടാക്കിയ കാറ്റാടിമില്ല് വാങ്ങണം. കഥയിൽ ഫീനിക്സ് നടത്തുന്ന അവസാനത്തെ ആത്മഗതവും വെളിപ്പെടുത്തുന്നത് വീട്ടിൽ മൂടിപ്പുതച്ചുകിടക്കുന്ന തന്റെ കൊച്ചുമകനോട് അവർക്കുള്ള വാത്സല്യത്തിന്റെ ആഴമാണ്. നേരത്തെ ഡോക്ടറുമായി സംസാരിക്കുന്നതിനിടയിൽ തനിക്ക് ഭൂമിയിൽ തുണയായി ആകെയുള്ളത് ഈ കുട്ടിയാണ് എന്നുപറഞ്ഞുകൊണ്ട് ഫീനിക്സ് നടത്തുന്ന ഒരു നിരീക്ഷണമുണ്ട്. "അവന്റെ കഷ്ടപ്പാട് മാറുന്ന കോളില്ല. അവൻ ചന്തമുള്ള കുട്ടിയാണ്. അവൻ തുടർന്നും ജീവിക്കും." ഫീനിക്സിനെ മുമ്പോട്ടുനയിക്കുന്ന വിശ്വാസമിതാണ്. തന്റെ ചെറുമകനെപ്പോലെ ഈ കിഴവിയും നിലനിൽക്കാൻ പോവുകയാണെന്ന് വായനക്കാരൻ കരുതാനിടയുണ്ട്. ആർക്കും നശിപ്പിക്കാനാവാത്ത, ഹൃദയവിശുദ്ധിയിൽനിന്ന് ഊറിക്കൂടിയ ഒരുതരം കരുത്ത് ഫീനിക്സിൽ കുടികൊള്ളുന്നുണ്ട്.

പീഡാനുഭവങ്ങളിലൂടെയും സഹനത്തിലൂടെയും അതിജീവനത്തിന്റെ പാഠങ്ങൾ ഉൾക്കൊണ്ട അമേരിക്കയിലെ നിന്ദിതരായ കറുത്തവർഗ്ഗത്തിന്റെ പ്രതിനിധികളിൽ ഒരുവളായിട്ടല്ലേ തന്റെ കഥാനായികയെ യൂഡോറ വെൽറ്റി സങ്കല്പിച്ചിരിക്കുന്നത്? പഠിപ്പോ ലോകപരിചയമോ ഇല്ലാത്ത ഈ പടുകിഴവിയുടെ നോക്കിലും വാക്കിലും തെളിയുന്നത് നൂറ്റാണ്ടുകളായി ചരിത്രമൊരുക്കിയ കയ്പുനിറഞ്ഞ പരീക്ഷകൾക്കു ഇരയായിത്തീർന്ന ഒരു വംശത്തിന് താങ്ങായി നിലകൊണ്ടിട്ടുള്ള സരളമായൊരു ജീവിതതത്ത്വശാസ്ത്രത്തിന്റെ പശിമയും പ്രീതിയുമാണ്.

മൂന്ന്

വയസ്സന്മാർക്ക് ഉറക്കം കുറവാണെന്നാണ് വെയ്പ്. പകൽസമയത്ത് അറിയാതെ മയങ്ങിപ്പോകുന്നവരാണ് അവരിൽ പലരും. തടസ്സമൊഴിഞ്ഞ സുഖനിദ്ര വൃദ്ധന്മാരെ പൊതുവിൽ അനുഗ്രഹിക്കാറില്ല.

തന്റെ സാഹിത്യജീവിതത്തിൽ ഒരു ഗതിമാറ്റം കുറിച്ച ചെറുകഥയ്ക്ക് 'ഉറങ്ങാൻ വയ്യ' (1980) എന്നു പേരു നൽകിയപ്പോൾ സി.വി. ബാലകൃഷ്ണന്റെ മനസ്സിലുണ്ടായിരുന്നത് വൃദ്ധന്മാരെ അലട്ടുന്ന ഈ ജീവശാസ്ത്രപരമായ പരാധീനതയിൽ കവിഞ്ഞ ചിലതൊക്കെയായിരുന്നു. 'മരിച്ചവരുടെ കാമാസക്തി ശമിപ്പിക്കാൻ നിങ്ങൾക്കൊരിക്കലുമാവില്ല' എന്ന അർത്ഥം വരുന്ന ഒരു ഭാഗം ജർമ്മൻകവിയായ ഹെയ്നെയുടെ ഒരു കവിതയിലുണ്ട്. മരിച്ചവരുടെ മാത്രമല്ല കുഴിയിലേക്കു കാലുനീട്ടിയിരിക്കുന്ന വൃദ്ധന്മാരുടേയും കാമാവേശത്തിന് ഒരുതരം അടങ്ങാത്ത

തീക്ഷ്ണതയുണ്ട്. വാർദ്ധക്യത്തിന്റെ സുവർണ്ണദശയിൽ ലൈംഗിക വികാരത്തിന്റെ വേലിയേറ്റം അനുഭവിച്ച കലാകാരന്മാരെക്കുറിച്ച് കേട്ടിട്ടില്ലേ? വിക്റ്റർ യൂഗോ, ഡബ്ല്യൂ.ബി. യേറ്റ്സ്, ആന്ദ്രെ ഷീദ് — അങ്ങനെ നീണ്ടുപോകുന്നു ആ പട്ടിക. ഇത്തരമൊരു മുഹൂർത്തത്തിലാണ് യേറ്റ്സ് 'വാർദ്ധക്യം എന്നുപറയുന്ന ഈ അസംബന്ധവസ്തുകൊണ്ട് ഞാൻ എന്തു ചെയ്യണം?' എന്നു നിലവിളിച്ചുപോയത്. ഒരു കണക്കിൽ വൃദ്ധന്മാരുടെ കാമവെറി ഹാസ്യത്തിനുള്ള വിഷയമാണ്. വയസ്സന്മാരുടെ പ്രണയകോപ്പിരാട്ടികളെ ആസ്പദമാക്കി ചടുലമായ ചില ഹാസ്യരചനകൾ ഉടലെടുത്തിട്ടുണ്ട്. ഒരു വൃദ്ധന്റെ കെട്ടിനിർത്തിയ ലൈംഗികതൃഷ്ണ ആകസ്മികമായൊരു പ്രകോപനത്തിന്റെ ഫലമായി ആളിപ്പിടിക്കുന്ന കാഴ്ച അസാധാരണമായ കലാചാതുരിയോടെ പകർത്തിയതിലാണ് സി.വി. ബാലകൃഷ്ണന്റെ കഥയുടെ മികവ് കുടികൊള്ളുന്നത്.

"പോകൂ, പോകൂ.... അയാൾ പക്ഷികളോടു പറഞ്ഞു". കഥ ആരംഭിക്കുന്നത് ഇങ്ങനെയാണ്. എന്നാൽ പക്ഷികൾ അയാളെ വിട്ടകലുന്നില്ല. മുഖ്യകഥാപാത്രമായ വൃദ്ധന്റെ സ്വൈരം കെടുത്തിക്കൊണ്ട് എരണ്ടകൾ അയാളുടെ ഉറക്കത്തിൽ വന്നുനിറയുന്നു. അവയുടെ ചിറകടിശബ്ദം പെരുകി ഒടുവിൽ അയാളുടെ മനസ്സിനെ വിഭ്രാന്തിയുടെ ചുഴിയിലെത്തിക്കുന്നു. ഈ പക്ഷികളെ പ്രതീകങ്ങളായി വ്യാഖ്യാനിക്കാനൊന്നും ശ്രമിക്കരുത്. സ്വപ്നത്തിലും ജാഗ്രത്തിലും വൃദ്ധനെ ഒഴിയാതെ പിന്തുടരുന്ന എരണ്ടകൾ മാത്രമല്ല, ഈ കഥയിലെ പ്രധാനവസ്തുക്കളിൽ പലതും യഥാതഥവും പ്രതിരൂപാത്മകവുമായ അർത്ഥതലങ്ങൾക്കിടയിൽ അനായാസമായി തെന്നിനീങ്ങുന്നു. ഒരു മനഃശാസ്ത്രസിദ്ധാന്തത്തേയും ആശ്രയിക്കാതെ, പ്രകൃതിയിൽനിന്ന് അടർത്തിയെടുത്ത ഏതാനും ദൃശ്യബിംബങ്ങളെ കരുക്കളാക്കിക്കൊണ്ട് കഥാകൃത്ത് വാർദ്ധക്യത്തിന്റെ നിലതെറ്റിയ ചാപല്യത്തിൽനിന്ന് വായനക്കാരന്റെ ധർമ്മാധർമ്മ സങ്കല്പങ്ങളെ വിറകൊള്ളിക്കുന്ന ഒരു നാടകീയമുഹൂർത്തം സൃഷ്ടിച്ചെടുക്കുന്നു.

നാലു കഥാപാത്രങ്ങളാണ് ഈ നീണ്ടകഥയിലുള്ളത്. വൃദ്ധനും സ്ത്രീയും ഒരു ജോടി. ചെറുപ്പക്കാരനും പെൺകുട്ടിയും വേറൊന്ന്. കഥാകൃത്ത് ഇവർക്കു പേരുകൾ നൽകാതിരുന്നത് ബോധപൂർവ്വമാണ്. ഈ ജോടികൾ രണ്ട് അവസ്ഥകൾക്ക് പ്രാതിനിധ്യം വഹിക്കുന്നു. ക്ഷീണം പേറുന്ന വാർദ്ധക്യത്തിന്റേയും നിറഞ്ഞുതുളുമ്പുന്ന യൗവ്വനത്തിന്റേയും ചിത്രങ്ങളെ നേർക്കുനേർ നിർത്തിക്കൊണ്ട് മനുഷ്യനിൽ ഉറങ്ങിക്കിടക്കുന്ന പ്രാഥമികവികാരങ്ങളുടെ കുത്തൊഴുക്ക് നിരീക്ഷിക്കുകയാണ് കഥാകൃത്തിവിടെ. പരസ്പരാകർഷണവും സ്നേഹവും വറ്റിത്തീർന്ന ഒന്നാണ് വൃദ്ധന്റേയും സ്ത്രീയുടേയും ദാമ്പത്യം എന്നതിന്റെ സൂചനകൾ തുടക്കംതൊട്ട് കഥാകൃത്ത് വളർത്തിക്കൊണ്ടുവരുന്നു. ഇരുവരും കൈമാറുന്ന വാക്കുകൾ ശ്രദ്ധിച്ചാലറിയാം, അവർക്കിടയിലുള്ള ആശയവിനിമയത്തകർച്ച എത്ര വലുതാണെന്ന്. വൃദ്ധന്റെ മനസ്സിനെ കരണ്ടു

തിന്നുന്ന അസംതൃപ്തിക്കും മടുപ്പിനും കൂടുതൽ ശക്തിപകരാൻ വേണ്ടി യാവണം കഥാകൃത്ത് സ്ത്രീയെ നിസ്സഹായതയുടേയും ദൈന്യത്തിന്റേയും പ്രതിരൂപമാക്കിയത്. അവർക്കു കുട്ടികളില്ല എന്ന വസ്തുത ശ്രദ്ധിക്കുക. ആഗ്രഹിക്കാൻ യാതൊന്നും ബാക്കിവെക്കാതെ ഇഴഞ്ഞു നീങ്ങുന്ന അവരുടെ വാഴ്‌വിന്റെ വിരസതയ്ക്ക് വെല്ലുവിളിയുയർത്തിക്കൊണ്ടാണ് യുവത്വത്തിന്റെ വിവരിക്കാനാവാത്ത ലാഘവവുമായി രണ്ട് സന്ദർശകർ കാട്ടിൽ കടന്നുവരുന്നത്. ഈ അനുരാഗികളുടെ ഉടലിനെ തരിപ്പിക്കുന്ന കൊതികൾ കഥാകൃത്ത് ഒപ്പിയെടുത്തിട്ടുള്ള രീതി ശ്രദ്ധിച്ചാലറിയാം, വായനക്കാരന്റെ ഒളിഞ്ഞുനോക്കാനുള്ള വാസനയെ തൃപ്തിപ്പെടുത്തുക എന്നതല്ലായിരുന്നു അദ്ദേഹത്തിന്റെ ലക്ഷ്യമെന്ന്. ഉത്തരവാദിത്വങ്ങളും ഉത്ക്കണ്ഠകളും നിഴൽപരത്താത്ത, എല്ലായ്പോഴും സ്വയം പുതുക്കാൻ വെമ്പുന്ന ജീവിതത്തിന്റെ മാദകഭംഗികളുടെ നേർക്ക് കാഥികൻ വായനക്കാരന് വച്ചുനീട്ടുന്ന ക്ഷണമാണ്, ഈ കഥയിലെ രതി സങ്കീർത്തനം. ജീർണ്ണതയുടേയും ചോദനകളുടെ പയ്യെയുള്ള മരണത്തിന്റേയും അവസ്ഥയേയും മറകൂടാതെയുള്ള ഇന്ദ്രിയാഹ്ലാദങ്ങളേയും മേൽക്കുമേൽവെയ്ക്കുന്ന ഈ രീതി കഥാസാഹിത്യത്തെ സംബന്ധിച്ചിടത്തോളം അത്ര പുതുമയുള്ള ഒന്നല്ല. എന്നാൽ ഇവിടെ എടുത്തുപറയേണ്ട ഒരു കാര്യം നരച്ചതും തുടുത്തതുമായ നിറങ്ങൾ തുലനം ചെയ്യുന്നതിൽ ബാലകൃഷ്ണൻ കാട്ടുന്ന അനായാസമായ കൗശലമാണ്.

ഈ കഥയ്ക്ക് ഇഴയടുപ്പം സമ്മാനിക്കുന്ന അംശങ്ങളിലൊന്നാണ്, ഡി.എച്ച്. ലോറൻസിന്റെ രചനകളെ ചെറുതായി ഓർമ്മിപ്പിക്കുന്ന ഇതിലെ അന്തരീക്ഷകല്പന. കഥ മുന്നോട്ടുനീങ്ങുന്നതോടൊപ്പം സംഭവങ്ങൾക്കു പശ്ചാത്തലമായി നിലകൊള്ളുന്ന വനപ്രകൃതി വെയിലേറ്റും മഴ നനഞ്ഞും ജീവൻവെച്ചു വളരുന്നു. കാട്ടിലെ ശബ്ദചലനങ്ങൾ ഒരുക്കൂട്ടിയിരിക്കുന്ന രീതിയും, പ്രകാശക്രമീകരണവും നോക്കിയാലറിയാം, അബോധമനസ്സിലെ ഉൽക്കടവികാരങ്ങളുടെ ഇളകിയാട്ടത്തിനു ചേർന്ന ആദിമച്ഛായയുള്ള ഒരു പരിസരം സൃഷ്ടിച്ചെടുക്കാനാണ് കാഥികൻ ആഗ്രഹിച്ചതെന്ന്. ഗന്ധബിംബങ്ങളുടെ ആവർത്തിച്ചുള്ള ഉപയോഗമാണ്, പ്രധാനകഥാപാത്രം ചെന്നടുക്കുന്ന അഭിലാഷവും ഹിംസാവാസനയും ഇടകലർന്ന മാനസികാവസ്ഥയുടെ സാക്ഷാത്ക്കാരത്തിന് കഥാകൃത്ത് കണ്ടെത്തിയിട്ടുള്ള ഉപാധികളിലൊന്ന്. ഇടഞ്ഞു നിൽക്കുന്ന രണ്ടുതരം ഗന്ധബിംബങ്ങൾ കഥയിലുണ്ട്. വൃദ്ധനും സ്ത്രീയും താമസിക്കുന്ന വീട്ടിലെ മുറിക്ക് മരപ്പലകകളുടെ മണമാണുള്ളത്. ഇതിന്റെ എതിർദിശയിലുള്ള ഒന്നാണ് വൃദ്ധന് ഉത്തേജനം പകരുന്ന എണ്ണയിൽ വറുത്ത എരണ്ടകളുടെ മണം. എണ്ണയിൽ പൊരിച്ചെടുത്ത കാട്ടുപക്ഷികളുടെ ചൂരും കഞ്ചാവുബീഡി പകരുന്ന ചെറിയ ലഹരിയും കൂടിച്ചേർന്നാണ് കിഴവന്റെ സിരകളിൽ പുതുരക്തം പായിക്കുന്നത്. കഥയിലെ ബാഹ്യപ്രകൃതിയെന്നതുപോലെ, വൃദ്ധന്റെ ജീവിതവുമായി ബന്ധപ്പെട്ട പ്രധാനപ്പെട്ട വിശദാംശങ്ങളെല്ലാം കഥാന്ത്യത്തിലെ പൊട്ടിത്തെറിയിലേക്കു

നയിക്കുന്നവയാണ്. തുടക്കത്തിൽ അയാൾ കയറ്റുകട്ടിലിനരികെ ചുവരിൽ ചാരിവച്ചിട്ടുള്ള തോക്കിൽ എണ്ണപുരട്ടി കൈമണക്കുന്നതു കാണുമ്പോൾ നമുക്കറിയാം, ഈ തോക്ക് അവസാനം അതിന്റെ ഉപയോഗം കണ്ടെത്തുമെന്ന്.

പതിവിൻപടി കാട്ടിൽ വേട്ടക്കിറങ്ങിയ വൃദ്ധൻ ചെറുപ്പക്കാരന്റേയും പെൺകുട്ടിയുടേയും രതിലീലകൾക്കു സാക്ഷ്യം വഹിച്ചതിനുശേഷം സ്വാസ്ഥ്യം പൊയ്പ്പോയി തിരിച്ചുനടക്കുമ്പോൾ മുൻപില്ലാത്ത ഒരുതരം പരാജയബോധം അയാളെ പിടികൂടുന്നു: "എനിക്കു വയസ്സായി, അയാൾ വിചാരിച്ചു; ഞാൻ മരിക്കാറായി..." വീട്ടിൽ തിരിച്ചെത്തിയതിനുശേഷം പകലുറക്കത്തിൽ തെന്നിവീഴുന്ന അയാൾ താൻ നേരത്തെ കണ്ട രംഗങ്ങൾ ഭാവനയിൽ പുനഃസൃഷ്ടിക്കുന്നു. ഇവിടെ അയാൾ ചെറുപ്പക്കാരനെ പ്രതിയോഗിയായി കാണുകയും അയാളുമായി മല്ലിടുകയും ചെയ്യുന്നു. ചെറുപ്പക്കാരനും പെൺകുട്ടിയും തന്റെ വീട്ടിൽ അതിഥികളായി എത്തിയതിനുശേഷമുള്ള അവരുടെ ഓരോ ചലനവും അയാൾ സൂക്ഷ്മമായി പിന്തുടരുന്നു. അവരുടെ പ്രസരിപ്പും കൂസലില്ലായ്മയും ലജ്ജകൂടാതെയുള്ള സ്നേഹപ്രകടനവും അയാൾ കിറുകിറുപ്പോടെ നോക്കിനിൽക്കുമ്പോൾ വായനക്കാരൻ ആപത്തു മണക്കുന്നു. രാത്രിയിൽ അവർ ഇണചേരുന്നത് മറഞ്ഞുനിന്നുകാണുന്ന അയാൾ ആരോടോ പകതീർക്കും പോലെ ഭാര്യയെ തോക്കുപാത്തികൊണ്ട് അടിച്ചുവീഴ്ത്തുന്ന ഘട്ടമെത്തുമ്പോൾ, ആസുരമായ ഈ കരുത്ത് അയാളിൽ ഊറിക്കൂടിയത് എവിടെനിന്നാണെന്ന കാര്യത്തിൽ നിങ്ങൾക്കും എനിക്കും സംശയമുണ്ടാവാനിടയില്ല. തനിക്ക് ഒരുതരം സംതൃപ്തിയും നൽകാത്ത തന്റെ ജീവിത പങ്കാളിയുടെ നേർക്കുള്ള അയാളുടെ അമർഷം മാത്രമല്ല ഈ പ്രവൃത്തിക്കുപിന്നിലുള്ള പ്രേരണ. വാർദ്ധക്യം തനിക്കു സമ്മാനിച്ച മുരടിപ്പിനോടുള്ള അയാളുടെ പ്രതിഷേധത്തിന്റെ അന്തിമരൂപം കൂടിയാണീ അക്രമകൃത്യം.

"ഇരുട്ടിലൂടെ, എവിടെയ്ക്കോ.... എവിടെയ്ക്കോ...." അയാൾ ഓടിപ്പോയി എന്നാണ് കഥാകൃത്ത് എഴുതിയിട്ടുള്ളത്. കഥയുടെ തുടക്കത്തിൽ പറവകളുടെ ചിറകൊച്ച അസഹ്യമായതിനെത്തുടർന്ന് ഉറക്കത്തിനു ഭംഗംവന്ന ഈ വൃദ്ധൻ കഥാന്ത്യത്തിൽ രാത്രിയുടെ വിസ്മൃതിയിൽ അപ്രത്യക്ഷനാവുന്നതോടുകൂടി ഒരു ദുഃസ്വപ്നം അതിന്റെ താളവട്ടം പൂർത്തിയാക്കിയതുപോലെ നമുക്കു തോന്നുന്നു.

സിനിമയുടെ ഭാഷയുമായി പരിചയംനേടിയ ഒരു വായനക്കാരനെ സംബന്ധിച്ചിടത്തോളം ഈ കഥയുടെ സംവേദനരഹസ്യങ്ങളിലൊന്ന് ഇതിന്റെ ആഖ്യാനരീതിയിൽ തുടിച്ചുനിൽക്കുന്ന ദൃശ്യപരതയാണ് (visuality). സിനിമാസ്വാദകനും തിരക്കഥാകൃത്തുമായ ബാലകൃഷ്ണൻ സെല്ലുലോയ്ഡിലെ ഫ്രെയ്മുകൾ ഒരുക്കൂട്ടുന്നരീതിയിലാണ് കഥയിലെ വിവരണങ്ങൾ ക്രമീകരിച്ചിരിക്കുന്നത്. വർണ്ണങ്ങളുടെ ഉപയോഗത്തിലും

മനുഷ്യമുഖങ്ങളിലും പ്രകൃതിപശ്ചാത്തലത്തിലും നിഴലും വെളിച്ചവും മാറിമാറി പതിയുന്ന രീതിയിലും ബിംബസംവിധാനത്തിലുമെല്ലാം പ്രതിഫലിക്കുന്നത് ചലച്ചിത്രസംസ്കാരമുൾക്കൊണ്ട ഒരു കാഥികന്റെ ഭാവനാരീതിയാണ്.

നാല്

അരാജകത്വത്തിൽ കൂപ്പുകുത്തിയ തന്റെ ജീവിതശൈലികൊണ്ടും സംഗീതഭംഗിനിറഞ്ഞ ആവിഷ്കരണരീതിയുടെ വശ്യതയാലും ഇംഗ്ല ണ്ടിലെ യുദ്ധാനന്തര തലമുറയെ സംബന്ധിച്ചിടത്തോളം ചെറിയൊരു ഐതിഹ്യമായി മാറിയ ഡിലൻ തോമസ് വാർദ്ധക്യത്തിലെത്തിയ സ്വന്തം അച്ഛനെ മനസ്സിൽ കണ്ടുകൊണ്ടെഴുതിയ പ്രശസ്തമായ കവിത തുട ങ്ങുന്നതിങ്ങനെയാണ്: “ശുഭരാത്രിയിലേക്കു അടിവെച്ച് പോകാതിരിക്കൂ.” ഇതിനെത്തുടർന്ന് കവി തല നരച്ചവരെ സംബോധന ചെയ്തുകൊണ്ട് മാമൂൽവിരുദ്ധമായ ഒരു ചിന്ത അവതരിപ്പിക്കുന്നു: ‘വാർദ്ധക്യം ദിനാന്ത്യ ത്തിൽ ജ്വലിക്കുകയും ഉന്മാദത്താൽ പുലമ്പുകയും വേണം. പ്രകാശ ത്തിന്റെ മരണത്തിനെതിരായി വീണ്ടും വീണ്ടും രോഷം കൊള്ളുക.’ വെളിച്ചം പിടഞ്ഞു മരിക്കുകയും ഇരുട്ട് ഇഴഞ്ഞെത്തുകയും ചെയ്യുന്ന ദശാസന്ധിയിൽ പകച്ചുനിൽക്കുന്ന വ്യക്തിയുടെ ചങ്കിടിപ്പുകൾക്കായി കാതോർത്ത കവികളും കാഥികന്മാരുമുണ്ടായിട്ടുണ്ട്. എന്തുകൊണ്ടോ വേണ്ടരീതിയിൽ ചർച്ച ചെയ്യപ്പെടാതെപോയ തന്റെ “ശാന്തിപർവ്വം” എന്ന ചെറുകഥയിൽ (1963) എം.ടി.വാസുദേവൻനായർ ചെയ്യുന്നതി താണ്. നേർത്തുവരുന്ന അന്തിവെളിച്ചത്തിൽ ചാലിച്ചെടുത്ത ഈ ചെറിയ വാർദ്ധക്യപുരാണം വിരൽചൂണ്ടുന്നത് മോക്ഷമാർഗ്ഗത്തിലേക്കല്ല. കഥ യുടെ അവസാനത്തിൽ നാമ്പെടുക്കുന്ന പുലരി കൂടി അന്തരീക്ഷത്തിൽ വിട്ടൊഴിയാതെ നിൽക്കുന്ന ഈർപ്പംകലർന്ന ഇരുട്ടിന് കട്ടികൂട്ടുകയാണ് ചെയ്യുന്നത്.

മഹാഭാരതത്തിലെ ശാന്തിപർവ്വത്തിന്റെ ഉള്ളടക്കവും സ്വരരീതിയും മനസ്സിലാക്കിയ ഒരു വായനക്കാരന്റെ ഭാവന ഈ ചെറുകഥയുടെ തല ക്കെട്ടിൽ മറഞ്ഞുകിടക്കുന്ന വിപരീതധ്വനിയിൽ അല്പനേരം തങ്ങി നിൽക്കാനിടയുണ്ട്. എം.ടി.യുടെ നായകന്റെ ജീവിതയാത്ര അയാളെ കൊണ്ടെത്തിക്കുന്നത് നിർവേദാവസ്ഥയിലല്ല. ഗൃഹസ്ഥാശ്രമത്തിലൂടെ കടന്നുപോയിട്ടില്ലാത്തതിനാൽ തനിക്ക് വിധിച്ചിട്ടുള്ള വാനപ്രസ്ഥംകൂടി തുറക്കാത്ത സ്വർഗ്ഗവാതിലിലേക്കാണ് അയാളെ നയിക്കുന്നത്. ജീവിത ത്തിലെ ശരിതെറ്റുകൾ കൂട്ടിക്കിഴിച്ച് തളർന്ന്, മരണമെന്ന മഹാസത്യവു മായുള്ള കൂടിക്കാഴ്ചയ്ക്ക് തയ്യാറായിനിൽക്കുന്ന ഒരാളാണ് ‘ശാന്തി പർവ്വ’ത്തിലെ പേരില്ലാത്ത കേന്ദ്രകഥാപാത്രം. മഹാഭാരതത്തിലെ ശാന്തി പർവ്വത്തിൽനിന്നുള്ള മാറ്റൊലികൾ ഉപയോഗപ്പെടുത്തിക്കൊണ്ട് കഥാ കൃത്ത് തന്റെ നായകന്റെ സ്വത്വപ്രതിസന്ധിക്ക് ഒരധികമാനം നൽകുന്നു.

ജീവിതത്തിന്റെ സന്ധ്യാവേളയിൽ തുണയില്ലാതെ തനിച്ചു നിൽക്കുന്ന ഒരാളുടെ മനസ്സിൽ ചോദ്യങ്ങളും സംശയങ്ങളും വന്നു മുട്ടി വിളിക്കുന്നത് സ്വാഭാവികമാണ്. എം.ടി.യുടെ നായകനും ഇത്തരത്തിൽ ആത്മവിചാരണയുടെ നിമിഷങ്ങളിലൂടെ കടന്നുപോകുന്നു. വഴിവക്കിലെല്ലാം ഇരുട്ടായിരുന്നുവെന്ന് മനസ്സിലെ അപരിചിതൻ അയാളെ ഓർമ്മപ്പെടുത്തുന്നു:

ന കുര്യാൽ കർഹിചിൽ സംഗം
തമസ്തീവ്രം തിതീരിഷുഃ

അയാൾ ആശ്വാസത്തിനുവേണ്ടി ഉരുവിടുന്ന വേറൊരു ശ്ലോകമിതാണ്:

അനന്തം ബത മേ വിത്തം
യസ്യ മേ നാസ്തി കിഞ്ചന

ഇതു പറഞ്ഞ ജനകന് വിദേഹരാജ്യമുണ്ടായിരുന്നു, ആചാര്യനായി യാജ്ഞവത്ക്കനും സുന്ദരിയായ ഒരു മകളുമുണ്ടായിരുന്നു. തനിക്കാണെങ്കിൽ സ്വന്തമെന്നു പറയാൻ ഒന്നുംതന്നെയില്ല. തന്റെ ജീവിതത്തിന്റെ അസ്തിവാരം ദുർബ്ബലമായിരുന്നുവെന്ന ഈ തിരിച്ചറിവിനുമുന്നിൽ വയസ്സുകാലത്ത് നേടിയെടുത്ത അയാളുടെ ഈശ്വരവിശ്വാസംകൂടി പതറുന്നതായാണ് നാം കാണുന്നത്. എം.ടി.യുടെ കഥാസാഹിത്യം മൊത്തമെടുത്തു പരിശോധിച്ചാൽ, ഈ രീതിയിൽ ദാർശനികമായ സന്ദേഹങ്ങളിൽപ്പെട്ടുഴലുന്ന മനസ്സുള്ള നായകന്മാരെ കണ്ടെത്താൻ കഴിഞ്ഞെന്നുവരില്ല. ഒരു നോവലിലെയോ ചെറുകഥയിലെയോ കേന്ദ്ര കഥാപാത്രം വാർദ്ധക്യത്തിലനുഭവിക്കുന്ന ആത്മീയ പ്രതിസന്ധിക്കു തത്ത്വചിന്താപരമായ ഗൗരവം കൈവരുന്നത് നമുക്ക് മനസ്സിലാക്കാൻ കഴിയുന്ന കാര്യമാണ്. 'ശാന്തിപർവ്വ'ത്തിൽ എം.ടി. ചുരുക്കം ചില സൂചനകളിലൂടെ ഇത് സാധിച്ചെടുത്തിരിക്കുന്നു.

ഇതിലെ നായകന്റെ സാമൂഹ്യപശ്ചാത്തലം സംബന്ധിച്ചോ, അയാൾ ഏർപ്പെട്ടിരുന്ന തൊഴിലിനെക്കുറിച്ചോ വ്യക്തമായ ഒരു വിവരവും നമുക്ക് ലഭിക്കുന്നില്ല. അറുപത്തിയഞ്ചുകാരനായ ഈ മനുഷ്യൻ താൻ ചെറുപ്പത്തിൽ കണ്ട ഒരു സുഖവാസകേന്ദ്രത്തിൽ സന്ദർശകനായി എത്തുന്നതാണ് കഥാസന്ദർഭം. മൂന്നു സമുദ്രങ്ങൾ ഒരുമിച്ചുചേരുന്ന മുനമ്പിൽ കാലുകുത്തുമ്പോൾ അജ്ഞാതമായ ഒരുതരം ഭീതി അയാളുടെ ഉള്ളിൽ നാമ്പിടുന്നു. അനന്തമായി ഒഴുകുന്ന സമുദ്രങ്ങളുടെ സംഗമസ്ഥാനം താൻ പിന്നിട്ട വഴികളിലേക്കുള്ള അയാളുടെ ആധിപൂണ്ട തിരിഞ്ഞുനോട്ടത്തിന് ചേർന്ന പശ്ചാത്തലമൊരുക്കുന്നു. തിരമാലകളുടെ സംഗീതവും ഗർജ്ജനവും തന്റെ ചിതറിയ ഓർമ്മകൾക്കിടയിലൂടെയുള്ള അയാളുടെ സഞ്ചാരത്തിന്റെ താളസ്പന്ദനമായി മാറുന്നു.

അവിവാഹിതനായ ഈ മനുഷ്യന്റെ ജീവിതത്തിലെ വലിയ വിടവിനെക്കുറിച്ചുള്ള പ്രതിരൂപാത്മകമായൊരു സൂചന തുടക്കത്തിൽത്തന്നെ

കാഥികൻ നൽകുന്നുണ്ട്. അയാൾ താമസിക്കാനെത്തുന്ന റെസ്റ്റ് ഹൗസിന്റെ വിവരണം നോക്കുക: "ഒഴിഞ്ഞുകിടക്കുന്ന റെസ്റ്റ്ഹൗസ് വളപ്പിൽ ചെടികൾ വളർത്താൻ ഒരു ശ്രമം നടന്നിട്ടുണ്ട്. മുറ്റത്തൊരു വറ്റിയ ജലധാര. പരുക്കൻ വെണ്ണക്കല്ലിൽ കൊത്തിയ ഒരു ശിശുവിന്റെ പിളർന്ന വായ വരണ്ടുകിടക്കുന്നു." മുറിയിലെത്തുമ്പോൾ യാത്രക്കിടയിൽ എവിടെയോവെച്ച് തന്റെ പെട്ടി മാറിപ്പോയതായി അയാൾ കണ്ടെത്തുന്നു. ഒറ്റയ്ക്ക് ജീവിക്കുന്ന ഒരു വയസ്സൻ യാത്ര ചെയ്യുമ്പോൾ ആവശ്യത്തിനു മാത്രം കരുതുന്ന സാധനങ്ങളടങ്ങിയ തന്റെ പെട്ടിക്കുപകരം അയാൾക്കു കൈവന്നിട്ടുള്ളത് ഒരു കുടുംബത്തിന്റെ സാന്നിദ്ധ്യം വിളിച്ചറിയിക്കുന്ന, വർണ്ണവും സുഗന്ധവും നിറഞ്ഞ ഒരു ചെറിയ പെട്ടിയാണ്. ആ പെട്ടി അതിന്റെ ഉടമസ്ഥനു തിരിച്ചുകൊടുക്കാൻ തീരുമാനിക്കുന്ന അയാൾ അതിനകത്തെ വസ്തുക്കളിൽനിന്ന് ഒരു കുഞ്ഞുടുപ്പ് മാറ്റിവെയ്ക്കുന്നു. ഏതൊന്ന് ഇല്ലാത്തതിന്റെ ഓർമ്മയുമായിട്ടായിരിക്കുമോ അയാൾ ഈ ലോകത്തിൽനിന്ന് വിടവാങ്ങാൻ പോകുന്നത് അതിന്റെ നൊമ്പരം മുഴുവൻ വലിഞ്ഞു മുറുകി നിൽക്കുന്ന ഒന്നാണ്, താൻ ജീവിതത്തിൽ ആദ്യമായി നടത്തുന്ന മോഷണമെന്ന് അയാൾ വിവരിക്കുന്ന ഈ കൃത്യം.

ഈ ചെറുകഥയുടെ കാലദൈർഘ്യമെന്നു പറയുന്നത് ഒരു പകലറുതിക്കും അടുത്ത പ്രഭാതത്തിനുമിടയിലുള്ള കുറച്ചു മണിക്കൂറുകളാണ്. നാട്ടുകാരും വിദേശികളുമായ സന്ദർശകരുടെ പ്രവാഹത്തിനു ദിവസവും സാക്ഷ്യം വഹിക്കുന്ന സുഖവാസകേന്ദ്രത്തിന്റെ ചലനാത്മകസ്വഭാവത്തിൽ കാഥികന്റെ കണ്ണെത്തുന്നില്ല. മറിച്ച് സിനിമയിലെ 'സ്റ്റാറ്റിക് ഷോട്ടു'കളെ ഓർമ്മിപ്പിക്കുന്ന ഒരാഖ്യാനസങ്കേതമാണ് എം.ടി. അവലംബിച്ചിരിക്കുന്നത്. സംഭവരഹിതമായി, പ്രധാനകഥാപാത്രത്തിന്റെ ആന്തരസംഭാഷണത്തിന്റെ ശ്രുതിഭേദങ്ങൾക്കൊപ്പം നീങ്ങുന്ന കഥ ഒരു തിരിവിലെത്തുന്നത്, പോയ ഏതാനും ദിവസങ്ങളായി റെസ്റ്റ്ഹൗസിൽ മുറിയെടുത്തു താമസിക്കുന്ന ചെറുപ്പക്കാരനെ മാനേജർ അയാൾക്കു കാണിച്ചുകൊടുക്കുന്നതുതൊട്ടാണ്. ആ ചെറുപ്പക്കാരൻ അയാളിലുണർത്തുന്നത് തന്റെ കൈവിട്ടുപോയ യൗവ്വനത്തിന്റേയും അതുമായി ബന്ധപ്പെട്ട താളപ്പിഴകളുടേയും ഓർമ്മയാണ്: "അതെ, അതു താൻ തന്നെയായിരുന്നു. മുമ്പു ചെറുപ്പത്തിലുള്ള തന്റെ ചിത്രത്തെയാണ് ശോഷിച്ച മുഖവും, ഒതുക്കമില്ലാത്ത മുടിയും തിളങ്ങുന്ന കണ്ണുകളും ഓർമ്മിപ്പിക്കുന്നത്." ഈ ചെറുപ്പക്കാരൻ സന്ധ്യയ്ക്ക് കടൽത്തീരത്തുവെച്ച് ഒരു പെൺകുട്ടിയെ വേദനിപ്പിച്ചുകൊണ്ട് അവളുമായി വേർപിരിയുന്ന ഒരു രംഗമുണ്ട്. വായനക്കാരന്റെ മനസ്സിൽ ചെറുപ്പക്കാരന്റെ പ്രവൃത്തി കഥാനായകൻ പണ്ടു നടത്തിയ ഒരു ഒളിച്ചോട്ടവുമായി അറിയാതെ ബന്ധം സ്ഥാപിച്ചെടുക്കുന്നു.

രാത്രിയുടെ അവസാനയാമത്തിൽ മുറിവിട്ട് പുറത്തിറങ്ങുന്ന വൃദ്ധൻ കടൽക്കരയിൽ പാതവക്കിലെ സിമന്റ് ബെഞ്ചിൽ ബോധംനശിച്ച അവസ്ഥയിൽ കിടക്കുന്ന ചെറുപ്പക്കാരനെ കണ്ടുമുട്ടുന്നതോടെ,

സമുദ്രത്തെ സാക്ഷിനിർത്തിക്കൊണ്ടുള്ള ഈ നിശ്ശബ്ദനാടകം അന്ത്യത്തോടടുക്കുന്നു. പിറക്കാൻപോകുന്ന പ്രഭാതത്തിനായി കാത്തുനിൽക്കാതെ, ആ ദുർബ്ബലരൂപത്തേയും താങ്ങിക്കൊണ്ട് റെസ്റ്റ്ഹൗസിലേക്കു നീങ്ങുമ്പോൾ അയാളുടെ കാതിൽ മുഴങ്ങുന്ന ഒരു ചോദ്യമുണ്ട്: "നമ്മളെങ്ങോട്ടാണ്?." യാദൃച്ഛികമായി സന്ധിക്കാനിടയായ ഈ യാത്രികർ ഒരുപോലെ ഇരുട്ടിലേക്കും ശൂന്യതയിലേക്കുമാണ് നീങ്ങുന്നത് എന്ന സത്യത്തിലേക്ക് നാം പെട്ടെന്ന് ഉണരുന്നു.

തലമുറകൾ തമ്മിലുള്ള വിടവും അതിൽനിന്നുടലെടുക്കുന്ന താത്പര്യസംഘട്ടനവും എല്ലാകാലത്തും കഥാകൃത്തുക്കളുടേയും നോവലിസ്റ്റുകളുടേയും ഇഷ്ടവിഷയങ്ങളായിരുന്നു. "ശാന്തിപർവ്വ"ത്തിലാണെങ്കിൽ തന്റെ അപരാത്മാവ് (other self) എന്നു വിശേഷിപ്പിക്കാവുന്ന ഒരു ചെറുപ്പക്കാരനെ കണ്ടുമുട്ടിയ ഒരു വൃദ്ധന്റെ വിഹ്വലഭാവത്തിലൂടെയാണ് എം.ടി. മനുഷ്യാവസ്ഥയുടെ നിർലക്ഷ്യമായ ഒഴുക്കിനെക്കുറിച്ചുള്ള തന്റെ ഉൾക്കാഴ്ച അവതരിപ്പിക്കുന്നത്. തകരാൻ വെമ്പുന്ന യുവത്വവും ജീർണ്ണതയെ പുൽകിയ വാർദ്ധക്യവും വിചിത്രമായൊരു സാഹോദര്യം കണ്ടെത്തുന്ന രംഗം മാറിനിന്ന് കാട്ടിത്തന്നുകൊണ്ട്, ഒരു ചോദ്യചിഹ്നവുമായി, കഥാകൃത്ത് പിൻവാങ്ങുന്നു.

അഞ്ച്

വാർദ്ധക്യത്തിന്റെ പ്രശ്നാത്മകതയെ വ്യത്യസ്തകോണുകളിൽനിന്നുകൊണ്ട് അപഗ്രഥിക്കുന്ന ഈ ചെറുകഥകളിലൂടെ കടന്നുപോകുന്ന ഇന്നത്തെ ഒരു വായനക്കാരന് തോന്നാനിടയുള്ള കാര്യങ്ങൾ എന്തൊക്കെയായിരിക്കും? ആദ്യമായി ഈ കഥകൾ എഴുതപ്പെട്ടതിനുശേഷമുള്ള പതിറ്റാണ്ടുകൾക്കിടയിൽ സമൂഹം വൃദ്ധന്മാരെ നോക്കിക്കാണുന്ന രീതിയിലും, വൃദ്ധന്മാർ തങ്ങളെത്തന്നെ നോക്കിക്കാണുന്ന രീതിയിലും ഗുണപരമായ ചില മാറ്റങ്ങൾ സംഭവിച്ചിട്ടുണ്ട്. വൈദ്യശാസ്ത്ര രംഗത്താണെങ്കിൽ വാർദ്ധക്യത്തെ കേന്ദ്രമാക്കിയുള്ള ഗവേഷണം ഏറെ മുന്നോട്ടുപോയതായി കാണാൻ കഴിയും. വാർദ്ധക്യത്തിന്റെ കൂടപ്പിറപ്പായ അവശതകൾക്കുള്ള പ്രതിവിധികൾ തേടുന്നതിൽ പടിഞ്ഞാറൻ രാജ്യങ്ങളിലെ ശാസ്ത്രജ്ഞന്മാർ സമീപകാലത്ത് അത്ഭുതാവഹമായ പുരോഗതി കൈവരിച്ചതായി തെളിഞ്ഞിട്ടുണ്ട്. മനുഷ്യായുസ്സ് 150 വരെ നീട്ടിക്കൊണ്ടുപോകാൻ കഴിയുന്ന ഒരവസ്ഥയിലെത്തിച്ചേരാൻ ഇരുപത്തിയൊന്നാം നൂറ്റാണ്ടിന്റെ സന്തതികൾക്ക് അധികകാലം കാത്തിരിക്കേണ്ടിവരുകയില്ല എന്നുകൂടി ധൈര്യപൂർവ്വം പറയുന്നവർ അവർക്കിടയിലുണ്ട്. വൃദ്ധന്മാരുടെ സാമൂഹ്യപദവിയിലും കുത്തനെ ചില മാറ്റങ്ങൾ സംഭവിച്ചിട്ടുണ്ട്. 'മുതിർന്ന പൗരന്മാർ' എന്ന സംജ്ഞ അവരുടെ മനോവീര്യം കൂട്ടിയമട്ടുണ്ട്. മുമ്പെന്നത്തെക്കാളും സംഘടിതരാണവർ. തങ്ങളുടെ അവകാശങ്ങളും തങ്ങൾക്കർഹമായ പ്രത്യേകാനുകൂല്യങ്ങളും നേടിയെടുക്കാൻ

പല രാജ്യങ്ങളിലും വൃദ്ധന്മാരുടെ കൂട്ടായ്മകൾ രൂപംകൊണ്ടിട്ടുണ്ട്. സമ്പന്ന പാശ്ചാത്യരാഷ്ട്രങ്ങളിലെ മാത്രമല്ല മൂന്നാം ലോകരാജ്യങ്ങളിലേയും വൃദ്ധസദനങ്ങളുടെ ഗുണനിലവാരത്തിലുമുണ്ടായിട്ടുണ്ട് എടുത്തുപറയത്തക്ക പരിഷ്കാരങ്ങൾ. 'ദൈവങ്ങൾകൂടി വാർദ്ധക്യത്തെ വെറുക്കുന്നു' എന്നെഴുതിയ യവനദുരന്തനാടകകൃത്ത് ഇന്നാണ് ജീവിച്ചിരുന്നതെങ്കിൽ വാർദ്ധക്യത്തിന്റെ വൈരൂപ്യവും നിസ്സഹായതയും നിറഞ്ഞ മുഖത്തിന് അത്രയേറെ ഊന്നൽ കൊടുക്കുമായിരുന്നുവോ? സംശയിക്കേണ്ടിയിരിക്കുന്നു.

പണ്ടു തൊട്ടു തന്നെ കവികളും ചിന്തകന്മാരും വാർദ്ധക്യത്തിനു കല്പിച്ചുകൊടുത്തിട്ടുള്ള വിശേഷണങ്ങളിലൊന്നാണ് 'രണ്ടാം ബാല്യം' എന്നത്. വൃദ്ധന്മാരുടെ പല ചേഷ്ടകളും പിടിവാശികളും കുട്ടിക്കാലത്തേക്കുള്ള തിരിച്ചുപോക്കിന്റെ പ്രതീതി ഉളവാക്കുന്നവയാണ്. ഷേക്സ്പിയറുടെ "കിംഗ് ലിയർ" മുതൽ ബെക്കറ്റിന്റെ "മാലോൻ ഡൈസ്"വരെയുള്ള, വൃദ്ധന്മാർ കേന്ദ്രകഥാപാത്രങ്ങളായുള്ള ചില ഉത്കൃഷ്ടരചനകൾ പരിശോധിച്ചാൽ കാണാൻ കഴിയുന്ന ഒരു കാര്യം, ചാപല്യംമുറ്റിയ, ചിലപ്പോൾ കോമാളിത്തത്തിലേക്കു അറിയാതെ വഴുതിനീങ്ങുന്ന ഒരു വശം പല രീതിയിൽ പരീക്ഷിക്കപ്പെടുന്ന ഈ കഥാപാത്രങ്ങളുടെ വ്യക്തിത്വഘടനയിൽ ഉൾച്ചേർന്നിട്ടുണ്ട് എന്നതാണ്. ഒരു ഭാഗത്ത് അവർ തങ്ങളുടെ ഒറ്റപ്പെടലിന്റെ തീക്ഷ്ണതകൊണ്ടും കാലം സമ്മാനിച്ച പരുക്കുകളുടെ ഓർമ്മപേറിക്കൊണ്ട് പ്രപഞ്ചനീതിയുടെ നേർക്ക് അവർ ഉയർത്തുന്ന പ്രതിഷേധത്തിന്റെ വ്യഗ്രത നിമിത്തവും നമ്മുടെ ആഴത്തിലുള്ള സഹാനുഭൂതി പിടിച്ചുപറ്റുന്നു. ഇതോടൊപ്പംതന്നെ, വങ്കത്തരങ്ങളിൽ ചെന്നുചാടാനും സ്വയം അപഹാസ്യരാവുന്ന മട്ടിൽ പെരുമാറാനും ഇക്കൂട്ടർക്കുള്ള സഹജവാസന നമ്മുടെ ശ്രദ്ധയിൽപ്പെടാതെ പോകുന്നില്ല. വാർദ്ധക്യം വ്യക്തിയെകൊണ്ടുചെന്നെത്തിക്കുന്നത് നിറവാർന്ന ജ്ഞാനത്തിലേക്കാണോ അതോ തന്റെ ഉപയോഗശൂന്യതയെക്കുറിച്ചുള്ള വെളിപ്പെടുത്തലിൽനിന്നുണ്ടാവുന്ന കൊടുംനൈരാശ്യത്തിലേക്കാണോ എന്ന ചോദ്യം എന്നും ഉത്തരമില്ലാതെ ബാക്കിനിൽക്കും. അതേസമയം സാഹിത്യലോകത്തിൽ വായനക്കാർക്ക് സ്ഥായിയായ ആകർഷണം പകർന്നിട്ടുള്ള വൃദ്ധകഥാപാത്രങ്ങളുടെ ചിത്രീകരണത്തിൽ ഉദാത്തമായ അംശവും ആഭാസസ്പർശമടങ്ങിയ ഹാസ്യവും ഇടകലർന്നുകാണുന്നത്, വൃദ്ധന്മാരുടെ മനഃശാസ്ത്രം പരതുന്ന ഒരാൾക്കു കൗതുകം പകരാനിടയുണ്ട്. ■

അഞ്ച്

പ്രവചിക്കപ്പെടാത്ത ഒരു മരണം

മരണം നമ്മോട് ഒരു ദിവസം
ഒഴിച്ചിടാൻ ആവശ്യപ്പെട്ടിട്ടില്ല.
- *സാമുവൽ ബെക്കറ്റ്*

വിശ്വസാഹിത്യത്തിലെ എണ്ണംപറഞ്ഞ ചില ചെറുകഥകൾ മരണമെന്ന പ്രമേയത്തെ വലംവെച്ച് നിലകൊള്ളുന്നു. ഇക്കൂട്ടത്തിൽ ആദ്യം പറയേണ്ട രചന ടോൾസ്റ്റോയ്യുടെ "ഇവാൻ ഇല്ലിച്ചിന്റെ മരണ"മാണ് (Leo Tolsoty, "The Death of Ivan Ilyich," 1886). തന്റെ അലസവും ഭദ്രവുമായ ജീവിതത്തിന്റെ അടിത്തറയിൽ വിള്ളലുണ്ടാക്കിക്കൊണ്ട് വന്നെത്തിയ മഹാരോഗത്തിന്റെ മുമ്പിൽ അടിയറവു പറയേണ്ടി വന്ന ഒരാളുടെ അവസ്ഥയാണ് ടോൾസ്റ്റോയ് ഇതിൽ ചിത്രീകരിച്ചിട്ടുള്ളത്. ഇതിലെ മുഖ്യകഥാപാത്രമായ ഇവാൻ ഇല്ലിച്ചിനെ സംബന്ധിച്ചിടത്തോളം മരണം സമീപത്താണ് എന്ന തിരിച്ചറിവ് നാളതുവരെ താൻ ജീവിച്ച പൊയ്‌വിശ്വാസത്തിലധിഷ്ഠിതമായ ജീവിതത്തെ നിർദ്ദയമായ ഒരു പുനഃപരിശോധനയ്ക്ക് വിധേയമാക്കാനുള്ള അവസരംകൂടിയായി മാറുന്നു. വാർദ്ധക്യത്തിലേക്കു കടന്ന പ്രശസ്തനായ ഒരു ജർമ്മൻ സാഹിത്യകാരൻ പുതിയൊരുന്മേഷം തേടി വെനീസിലേക്കു യാത്ര തിരിക്കുന്നതും അവിടെവെച്ചുണ്ടാകുന്ന ആകസ്മികമായ ചില സംഭവങ്ങൾ അയാളുടെ വ്യക്തിത്വശൈഥില്യത്തിനു വഴിയൊരുക്കുന്നതുമാണ് തോമസ് മന്നിന്റെ 'വെനീസിലെ മരണം' എന്ന നീണ്ടകഥയുടെ പ്രതിപാദ്യം (Thomas Mann, 'Death in Venice,' 1912). കടലോരത്തുവെച്ചു കണ്ടുമുട്ടിയ സുമുഖനായ ഒരു പയ്യനോടു തോന്നിയ നിശ്ശബ്ദാനുരാഗം പയ്യെപ്പയ്യെ ഓഷൻബാഹ് എന്ന എഴുത്തുകാരന്റെ മനസ്സിൽ ഒരാധിയായി വളർന്നുമാറുന്നതും തനിക്കു തന്നെ പൂർണ്ണമായി നിർവ്വചിക്കാൻ കഴിയാത്ത ആ പ്രലോഭനത്തിന്റെ പിന്നാലെ പാഞ്ഞ് അയാൾ തന്റെ നാശം ഏറ്റുവാങ്ങുന്നതും സഹാനുഭൂതിയും ആക്ഷേപഹാസ്യവുമിടകലർന്ന ഒരാഖ്യാനശൈലി അവലംബിച്ചു കൊണ്ട് തോമസ് മൻ ഈ കഥയിൽ പകർത്തിയിരിക്കുന്നു. സമുദ്ര

നിരപ്പിൽ നിന്ന് ആയിരക്കണക്കിനടി ഉയരത്തിലുള്ള ഒരു മലഞ്ചെരിവിൽ തന്റെ മരണം പ്രതീക്ഷിച്ചുകഴിയുന്ന ഒരെഴുത്തുകാരൻ പോയ നാളുകളിലേക്ക് നടത്തുന്ന തിരിഞ്ഞുനോട്ടത്തിന്റെ രൂപത്തിലാണ് ഹെമിംഗ്‌വെയുടെ 'കിലിമഞ്ചരൊയിലെ മഞ്ഞ്' എന്ന കഥ വികസിക്കുന്നത് (Ernest Hemingway, 'The Snows of Kilimanjaro,' 1936). ഇതിൽ പലതരം പ്രലോഭനങ്ങൾക്ക് അടിപ്പെട്ടതിന്റെ ഫലമായി താൻ ധൂർത്തടിച്ചുകളഞ്ഞ സർഗ്ഗപ്രേരണകളെക്കുറിച്ചുള്ള നൊമ്പരംനിറഞ്ഞ ഓർമ്മകൾ തന്റെ ശരീരത്തെ കാർന്നുതിന്നുകൊണ്ടിരിക്കുന്ന വേദനയുമായി ഇടകലർന്ന് കഥാനായകന്റെ അവസാനനിമിഷങ്ങൾക്ക് ജ്വരപൂർണ്ണമായ വേഗത പകരുന്നു. ഈ കഥകൾക്കൊപ്പം വെയ്ക്കാവുന്ന ഒരു വിഖ്യാത രചനയാണ് റഷ്യൻ സാഹിത്യകാരനായ ഇവാൻ ബൂനിന്റെ 'സാൻഫ്രാൻസിസ്കൊയിൽനിന്നുള്ള മാന്യൻ'* (1915). ഈ കഥയ്ക്ക് പിന്നിലുള്ള പ്രധാന പ്രചോദനം തോമസ് മന്നിന്റെ 'വെനീസിലെ മരണം' ആയിരുന്നുവെന്ന് ബൂനിൻ ഒരിക്കൽ പറയുകയുണ്ടായി.

ഒക്ടോബർ വിപ്ലവത്തെത്തുടർന്ന് റഷ്യയിൽ ഉടലെടുത്ത രാഷ്ട്രീയ സാഹചര്യങ്ങളുമായി പൊരുത്തപ്പെടാൻ കഴിയാത്തതിന്റെ ഫലമായി 1926-ൽ നാടുവിട്ട ഇവാൻ ബൂനിൻ തന്റെ തുടർന്നുള്ള ജീവിതമത്രയും പാരീസിലും ചില യൂറോപ്യൻ രാജ്യങ്ങളിലുമായാണ് കഴിച്ചുകൂട്ടിയത്. പ്രവാസിയായ ബൂനിൻ തന്റെ രചനകളിലുടനീളം പത്തൊമ്പതാം നൂറ്റാണ്ടിലെ റഷ്യൻ ഗ്രാമീണജീവിതത്തിന്റെ നഷ്ടസൗഭാഗ്യങ്ങളെ മണങ്ങളിലൂടെയും നിറങ്ങളിലൂടെയും പുനരാവാഹിക്കാൻ ശ്രമിച്ചു. ബൂനിന്റെ ചെറുകഥയിൽ തന്റെ ജന്മരാജ്യത്തിലെ മാറിമാറിവരുന്ന ഋതുക്കളുടെ വിലാസഭംഗികളും, മനുഷ്യവികാരങ്ങളുമായി ഇഴുകിച്ചേർന്നുനിൽക്കുന്ന പ്രകൃതിദൃശ്യങ്ങളുടെ തരളസൗകുമാര്യവും ഒഴിയാതെ കടന്നുവരുന്നതു കാണാം. എന്നാൽ ഇതിന്റെയെല്ലാം അടിത്തട്ടിൽ വിവരിക്കാനാവാത്ത ഒരു വിഷാദഭാവം തങ്ങിനില്പുണ്ട്.

പിറന്ന മണ്ണിൽ താൻ ഒരപരിചിതനായി മാറിയിരിക്കുന്നു എന്ന സത്യവും യൂറോപ്പിലെ പ്രവാസി സമൂഹത്തിനിടയിൽ തന്റെ രചനകൾക്ക് വേണ്ടത്ര അംഗീകാരം ലഭിച്ചില്ല എന്ന ചിന്തയും അദ്ദേഹത്തെ അലട്ടിപ്പോന്നതായി ജീവചരിത്രകാരന്മാർ രേഖപ്പെടുത്തിയിട്ടുണ്ട്. ബൂനിന്റെ പ്രപഞ്ചവീക്ഷണത്തിലെ അടിസ്ഥാനഘടകം മനുഷ്യാസ്തിത്വത്തിൽ ഉൾച്ചേർന്നിട്ടുള്ള അസ്ഥിരതയെ സംബന്ധിച്ച വേദനാജനകമാംവണ്ണം നിശിതമായ ബോധമാണ് എന്ന് വിമർശകർ ചൂണ്ടിക്കാണിക്കുന്നു. മനുഷ്യനിർമ്മിതമായ എല്ലാത്തരം ഘടനകളുടേയും ഒപ്പം ചെറിയ മനുഷ്യരുടെ പ്രതീക്ഷകളുടേയും നേട്ടങ്ങളുടേയും ഉറപ്പില്ലായ്മ സമ്മാനിക്കുന്ന ആകുലതയും നാം വിലമതിക്കുന്ന എല്ലാറ്റിനേയും ഏതു

* Ivan Bunin, *The Gentleman from San Francisco and Other Stories* (translated by David Richards and Sophic Lund). Penguin Books.

നിമിഷവും നമ്മളിൽനിന്നു തട്ടിപ്പറിക്കാനായി ഒരജ്ഞാതശക്തി കാത്തു നില്പുണ്ട് എന്ന തിരിച്ചറിവും ബൂനിന്റെ കഥാലോകത്തിന്റെ അകക്കാമ്പിൽ കുടികൊള്ളുന്നതായി ചിലർ നിരീക്ഷിച്ചിട്ടുണ്ട്. "സൂര്യനു കീഴെ നടക്കുന്ന സകല പ്രവൃത്തികളും ഞാൻ കണ്ടിട്ടുണ്ട്; അവയെല്ലാം മായയും വൃഥാപ്രയത്നവുമത്രേ!" എന്ന് വേദപുസ്തകത്തിൽ സഭാപ്രസംഗി നടത്തുന്ന വിലാപം ബൂനിന്റെ കഥാനായകന്മാരുടെ ഹൃദയങ്ങളിൽ മാറ്റൊലിക്കൊള്ളുന്നതുപോലുണ്ട്. ഇതിന്റെ ഹൃദയഹാരിയായ സാക്ഷാത്കാരമാണ് ബൂനിന്റെ ഏറ്റവും മികച്ച ചെറുകഥയായി വാഴ്ത്തപ്പെടുന്ന 'സാൻഫ്രാൻസിസ്കൊയിൽനിന്നുള്ള മാന്യ'നിൽ നാം കണ്ടെത്തുന്നത്. ഇരുപതാം നൂറ്റാണ്ടിലെ പാശ്ചാത്യ ചെറുകഥകളുടെ പരിച്ഛേദമടങ്ങുന്ന സമാഹാരങ്ങളിലെല്ലാം ഈ കഥ മുടങ്ങാതെ ഇടംപിടിച്ചിട്ടുണ്ട്.

ഇവിടെ ബൂനിൻ തന്റെ കഥാനായകന് പേരു നൽകിയിട്ടില്ല. 'സാൻഫ്രാസിസ്കൊയിൽനിന്നുള്ള മാന്യൻ' എന്നാണ് അയാൾ കഥയിലുടനീളം വിശേഷിപ്പിക്കപ്പെടുന്നത്. കഥയിൽ അമേരിക്ക അറിയപ്പെടുന്നത് 'നവലോകം' എന്ന പേരിലാണ്. അതിനു പുറത്തുള്ളത് 'പഴയലോക'വും. സമ്പന്നവർഗ്ഗത്തിന്റെ ജീവിതാസ്വാദനശീലങ്ങൾക്ക് കേൾവികേട്ട അമേരിക്കയിലെ ഒരു മഹാനഗരത്തിൽനിന്നുവരുന്ന ആൾ എന്ന അർത്ഥത്തിലായിരിക്കാം 'സാൻഫ്രാൻസിസ്കൊയിൽനിന്നുള്ള മാന്യൻ' എന്ന പരിഹാസസ്പർശം കലർന്ന സംജ്ഞ തന്റെ കഥാനായകന് ബൂനിൻ ചാർത്തിക്കൊടുത്തിട്ടുള്ളത്.

തന്നെത്തന്നെ നവീകരിക്കാനുള്ള ആഗ്രഹത്തിന്റെ ഫലമായാണ് തോമസ് മന്നിന്റെ 'വെനീസിലെ മരണ'ത്തിലെ മുഖ്യ കഥാപാത്രമായ ഓഷൻബാഹ് ക്ലാസ്സിക്കൽ സൗന്ദര്യസങ്കല്പവുമായി ബന്ധപ്പെട്ട നിരവധി ഓർമ്മകൾ കെട്ടുപിണഞ്ഞുകിടക്കുന്ന വെനീസിൽ ഒഴിവുകാലം കഴിച്ചുകൂട്ടാൻ ഇറങ്ങിത്തിരിക്കുന്നത്. എന്നാൽ സാൻഫ്രാൻസിസ്കൊയിൽ നിന്നുള്ള മാന്യവ്യക്തി തന്റെ തിരക്കു നിറഞ്ഞ ജീവിതത്തിൽ ഉല്ലാസപൂർണ്ണമായ ഒരിടവേളയ്ക്കായി കൊതിച്ചുകൊണ്ടാണ് ഇറ്റലിയിലേക്കു പുറപ്പെടുന്നത്. കഠിനാദ്ധ്വാനത്തിലൂടെ തന്റെ വ്യവസായസംരംഭങ്ങളിൽ പൂർണ്ണവിജയം കൈവരിച്ച ഒരാളാണ് അമ്പത്തിരണ്ടു വയസ്സുള്ള ഈ മനുഷ്യൻ എന്ന് തുടക്കത്തിൽ കഥാകൃത്ത് വ്യക്തമാക്കുന്നുണ്ട്. അളവറ്റ സമ്പത്തും സൗഭാഗ്യവും അയാളെ കനിഞ്ഞനുഗ്രഹിക്കുകയുണ്ടായി. തന്റെ നല്ലകാലമത്രയും നിർത്താതെ പണിയെടുത്തുകൊണ്ടിരുന്ന അയാൾക്ക് ഇപ്പോൾ വേണ്ടത് കുറെ ദിവസങ്ങൾ നീണ്ടു നിൽക്കുന്ന എല്ലാം മറന്നുള്ള വിശ്രമമാണ്. അങ്ങനെ ഭാര്യയും മകളുമൊത്ത് അയാൾ തന്റെ കപ്പൽയാത്ര ആരംഭിക്കുന്നു. കഥയിൽ ഒരു നിഴൽപോലെ പ്രത്യക്ഷപ്പെടുന്ന അയാളുടെ അവിവാഹിതയായ മകൾ തികച്ചും ആരോഗ്യവതിയല്ല എന്ന സൂചന തുടക്കം മുതൽക്കുണ്ട്. അവൾക്കും തന്റെ പരിചിതമായ ചുറ്റുപാടുകളിൽനിന്ന് ഒരു മാറ്റം ആവശ്യമാണ്.

'അറ്റ്ലാന്റിസ്' എന്ന പ്രശസ്തമായ കപ്പലിലൂടെയുള്ള അയാളുടെ യാത്രയുടെ ദീർഘമായ വർണ്ണന സൂക്ഷ്മമായ വിശദാംശങ്ങളാൽ സമ്പന്നമായ ഒന്നാണ്. കപ്പലിനുള്ളിലെ ആഹ്ലാദം പതഞ്ഞൊഴുകുന്ന അന്തരീക്ഷത്തിൽ തങ്ങിനിൽക്കുന്ന രുചികളും നിറക്കാഴ്ചകളും കഥാകൃത്ത് കൗതുകത്തോടെ ഒപ്പിയെടുത്തിരിക്കുന്നു. സൗമ്യവും രൗദ്രവുമായ ഭാവങ്ങൾ മാറിമാറി കൈക്കൊള്ളുന്ന കടൽ ഈ ചെറുകഥയിലെ പ്രധാന സാന്നിദ്ധ്യമാണ്. അനന്തഗംഭീരമായ സമുദ്രത്തിന്റെ പശ്ചാത്തലത്തിന് എതിരെവെച്ചുകൊണ്ടുവേണം ജീവിതത്തിന്റെ നിസ്സാരതയേയും മരണത്തിന്റെ അനിവാര്യതയേയും സംബന്ധിച്ച തന്റെ ഉൾക്കാഴ്ചകൾ അവതരിപ്പിക്കാൻ എന്ന് ബൂനിന് തോന്നിയിരിക്കാനിടയുണ്ട്.

സാൻഫ്രാൻസിസ്കൊയിൽനിന്നുള്ള മാന്യന്റെ ഉല്ലാസയാത്ര രണ്ടു ഘട്ടങ്ങളിലൂടെ കടന്നുപോകുന്നുണ്ട്. ആദ്യമായി അയാൾ നേപ്പിൾസിൽ കുറച്ചുകാലം തങ്ങുന്നു. ശൈത്യത്തിന്റെ കടന്നുവരവ് അയാളുടേയും കുടുംബത്തിന്റേയും ശാരീരികാവസ്ഥയിലും മാനസികനിലയിലും ചെറിയ മാറ്റങ്ങൾ വരുത്തുന്നു. ഉച്ചയാകുമ്പോഴേക്കും മൂടിക്കെട്ടുന്ന ആകാശവും ചുറ്റും തണുപ്പ് പരത്തിക്കൊണ്ട് പെയ്തുതുടങ്ങുന്ന കനത്ത മഴയും അവർക്ക് സൈ്വരക്കേടായി മാറുന്നു. നേപ്പിൾസിൽനിന്ന് അയാൾ നേരെ തിരിക്കുന്നത് കാപ്രിയിലേക്കാണ്. തണുത്തിരുണ്ട ഒരു സായാഹ്നത്തിലാണ് അയാൾ ആ ദ്വീപിൽ കാലുകുത്തുന്നത്. എന്നാൽ അന്തരീക്ഷം പെട്ടെന്നു തെളിയുന്നു. ഹോട്ടലിൽ രാജകീയമായ സ്വീകരണമാണ് അയാളെ കാത്തിരിക്കുന്നത്. ഹോട്ടലധികൃതർ അയാളുടേയും കുടുംബത്തിന്റേയും ശുശ്രൂഷയ്ക്കായി അഴകാർന്ന ഒരു ബെൽജിയൻ പെൺകുട്ടിയെ ഏർപ്പെടുത്തിയിരിക്കുന്നു. പിന്നെ അയാളുടെ ആജ്ഞ അനുസരിക്കാൻ കാത്തുനിൽക്കുന്ന പരിചാരകന്മാർ. വിഭവസമൃദ്ധമായ വിരുന്നും സായാഹ്നവേളകളിലെ നൃത്തപരിപാടിയും അയാളുടെ ഹോട്ടലിലെ താമസത്തിനു പൊലിമയണയ്ക്കുന്നു.

സാൻഫ്രാൻസിസ്കൊയിൽനിന്നുള്ള മാന്യൻ ഒരു വിവാഹത്തിൽ പങ്കുകൊള്ളാനെന്നവണ്ണം അത്താഴവിരുന്നിനു പോകാൻ തയ്യാറെടുക്കുന്നതിന്റെ വിവരണത്തോടുകൂടി കഥ പുതിയൊരു ഘട്ടത്തിലേക്കു കടക്കുന്നു. (അയാളുടെ ചമയത്തിന്റെ വർണ്ണനയിൽ അയാൾ ധരിക്കുന്ന കൃത്രിമ ദന്തങ്ങളെക്കുറിച്ചുള്ള ഒരു പരാമർശമുണ്ട്. അയാളുടെ പുറംപകിട്ടിന്റെ പൊള്ളത്തരം സംബന്ധിച്ച ചെറിയ സൂചന ഇതിലുണ്ട്). ഭക്ഷണശാലയിലേക്കു പോകുന്നതിനിടയിൽ അയാൾ അല്പനേരം വായനമുറിയിൽ തങ്ങുന്നു. പത്രം വായിച്ചുകൊണ്ടിരിക്കുന്ന നരച്ചമുടിയുള്ള ഒരു ജർമ്മൻകാരൻ മാത്രമാണ് ഈ മുറിയിലുള്ളത്. ഇവിടെവെച്ച് പത്രത്തിന്റെ തലക്കെട്ടുകൾ വേഗത്തിൽ മറിച്ചുനോക്കുന്നതിനിടയിൽ അയാൾക്ക് പെട്ടെന്ന് അസ്വാസ്ഥ്യമനുഭവപ്പെടുന്നു. വികൃതമായ ചേഷ്ടകളോടുകൂടി അയാൾ പിടഞ്ഞ് തറയിൽ വീഴുന്നു.

ഈ സമയത്ത് കഥാകൃത്ത് കടന്നുവന്ന് നടത്തുന്ന ഒരു കൊച്ചു നിരീക്ഷണമുണ്ട്: "വായനമുറിയിൽ ജർമ്മൻകാരൻ ഇല്ലായിരുന്നുവെങ്കിൽ ഹോട്ടലധികൃതർക്ക് ഭയാനകമായ ഈ സംഭവം മൂടിവെയ്ക്കാൻ കഴിയുമായിരുന്നു." തുടർന്നുള്ള കഥാഭാഗങ്ങളിൽ ഹോട്ടലധികൃതരുടെ മനോഭാവത്തിൽ പൊടുന്നനെ വന്നുപെടുന്ന മാറ്റങ്ങൾ കാണാൻ വായനക്കാരെ തയ്യാറെടുപ്പിക്കുന്നതിന്റെ ഭാഗമാണീ ദുഃസൂചന. സാൻഫ്രാൻസിസ്കൊയിൽ നിന്നുള്ള മാന്യന്റെ അവസ്ഥ കൂടുതൽ വഷളായിത്തീരുന്നു. തെല്ലിട മരണവുമായി സർവ്വശക്തിയുമുപയോഗിച്ച് പോരാടിയതിനുശേഷം അയാൾ അവസാന ശ്വാസം വലിക്കുന്നു.

മരിച്ചുകിടക്കുന്ന ഈ വിശിഷ്ടാതിഥി എല്ലാവർക്കും ഒരു ബാദ്ധ്യതയായി മാറുന്നു. ഹോട്ടലിലെ അന്തേവാസികളെ സംബന്ധിച്ചിടത്തോളം ഓർക്കാപ്പുറത്തുള്ള ഈ അനിഷ്ടസംഭവം കാരണം അവരുടെ ഒരു സായാഹ്നം പാഴായിരിക്കുന്നു. ഹോട്ടലധികൃതർക്കാണെങ്കിൽ തങ്ങളുടെ സ്ഥാപനത്തിൽ ചിട്ടയൊപ്പിച്ച് നീങ്ങിക്കൊണ്ടിരുന്ന കാര്യപരിപാടികൾ (എല്ലാവരും പ്രതീക്ഷയോടെ കാത്തിരിക്കുന്ന ടറൻറ്റെല്ല നൃത്തവും ഇതിൽപ്പെടും) ചിതറിപ്പോയതിലുള്ള നൈരാശ്യം മറച്ചുവെയ്ക്കാനാകുന്നില്ല. മരണം എന്ന വൃത്തികെട്ട യാഥാർത്ഥ്യം എല്ലാവരേയും തുറിച്ചുനോക്കുകയാണ്.

പരേതന്റെ അന്തസ്സുകെട്ട മരണാനന്തരജീവിതമാണ് കഥയിൽ തുടർന്നുവരുന്ന ഭാഗങ്ങളിലെ കേന്ദ്രബിന്ദു. തന്റെ ഭർത്താവിന്റെ മൃതദേഹത്തെ അയാൾ താമസിച്ചിരുന്ന മുറിയിലേക്കു മാറ്റാൻ അനുവദിക്കണമെന്ന് അയാളുടെ ഭാര്യ നിറകണ്ണുകളോടെ ഹോട്ടലധികൃതരോടഭ്യർത്ഥിക്കുന്നു. അവർ നേരത്തെ കാണിച്ചിരുന്ന മര്യാദയൊന്നുമില്ലാതെ പെട്ടെന്നുതന്നെ ഈ ആവശ്യം നിരസിക്കുന്നു. പരേതനും കുടുംബവും താമസിച്ചിരുന്നത് ചെലവേറിയ സ്യൂട്ടിലാണ്. അവിടെ മൃതദേഹം കിടത്തിയാൽ ആ വാർത്ത കാപ്രിയിലെങ്ങും പടരാനിടയുണ്ട്. പിന്നീട് വിനോദസഞ്ചാരികൾ അത് വാടകയ്ക്കെടുക്കില്ല. കാപ്രിയിൽ എവിടെനിന്നെങ്കിലും ഒരു ശവപ്പെട്ടി കിട്ടാൻ വഴിയുണ്ടോ എന്ന് ഭാര്യ ഹോട്ടലധികൃതരോടു ചോദിക്കുന്നു. അതിനു സാദ്ധ്യതയില്ല എന്നാണ് അവരുടെ മറുപടി. അങ്ങനെ സാൻഫ്രാൻസിസ്കൊയിൽനിന്നുള്ള മാന്യവ്യക്തി രാത്രി മുഴുവൻ ഉപേക്ഷിക്കപ്പെട്ട നിലയിൽ ഇരുട്ടിൽ കിടന്നു. ആകാശത്തിലെ നീലനക്ഷത്രങ്ങൾ അയാളെ ഒളിഞ്ഞുനോക്കി. ഭിത്തിയിലിരുന്ന് ഒരു ചീവീട് കാതരസ്വരത്തിൽ എന്തോ ചിലച്ചു...

ഈ ശവശരീരത്തിന്റെ നാട്ടിലേക്കുള്ള മടക്കയാത്രയുടെ വിവരണത്തിൽ കഥാനായകന്റെ ജീവിതത്തെ ചൂഴ്ന്നുനിന്നിരുന്ന വൈരുദ്ധ്യങ്ങൾ പെരുകിക്കൂടുന്ന മട്ടുണ്ട്. മൃതദേഹത്തേയും വഹിച്ചുകൊണ്ടുള്ള കപ്പൽ കാപ്രിയിൽനിന്നു യാത്ര പുറപ്പെടുന്നതിനുമുമ്പായി കഥയിലെ ആഖ്യാനകാരൻ ഇടയിൽ കയറിവന്ന് കാപ്രിദ്വീപിനെ സംബന്ധിച്ച ഒരു ഐതിഹ്യം അനുസ്മരിക്കുന്നു. രണ്ടായിരം വർഷങ്ങൾക്കുമുമ്പ് അവിടെ

നിഷ്ഠുരനായ ഒരു മനുഷ്യൻ ജീവിച്ചിരുന്നു. തന്റെ ഭോഗേച്ഛ സാധിച്ചെടുക്കാനായി ബീഭത്സമായ മാർഗ്ഗങ്ങൾ തേടിപ്പോയ ഒരാളായിരുന്നു അയാൾ. തന്റെ അളവില്ലാത്ത ക്രൂരകൃത്യങ്ങൾക്കു വിധേയരായ ലക്ഷക്കണക്കിനുവരുന്ന ആളുകളുടെമേൽ അധികാരം സ്ഥാപിച്ചെടുക്കാൻ അയാൾക്ക് എങ്ങനെയോ കഴിഞ്ഞു. അയാൾ താമസിച്ചിരുന്ന കല്ലുകൊണ്ടുള്ള കൊട്ടാരത്തിന്റെ അവശിഷ്ടങ്ങൾ കാണാൻ ലോകത്തിന്റെ എല്ലാ ഭാഗങ്ങളിൽനിന്നും സന്ദർശകർ കാപ്രിയിൽ എത്തിച്ചേരാറുണ്ട്. സാൻഫ്രാൻസിസ്കൊയിൽ നിന്നുള്ള മാന്യന്റെ ദൃഷ്ടാന്തത്തിലൂടെ സുഖഭോഗങ്ങളുടെ ക്ഷണികതയിൽ വിരലമർത്തിയ കാഥികൻ ഈ ഉപാഖ്യാനത്തിലൂടെ അധികാരത്തിന്റേയും സ്വേച്ഛാപ്രമത്തതയുടേയും നിരർത്ഥകതയാവാം സൂചിപ്പിക്കുന്നത്.

പലതരത്തിലുള്ള അപമാനവും അവഗണനയും ഏറ്റുവാങ്ങിയതിനു ശേഷം, ഏതാണ്ട് ഒരാഴ്ചക്കാലം ഒരു തുറമുഖത്തുനിന്ന് വേറൊന്നിലേക്കു കൈമാറ്റം ചെയ്യപ്പെട്ടതിനുശേഷം, സാൻഫ്രാൻസിസ്കൊയിൽനിന്നുള്ള മാന്യന്റെ ജീവനറ്റ ശരീരം അയാൾ 'പഴയ ലോക'ത്തിലേക്ക് യാത്ര ചെയ്ത അതേ പ്രസിദ്ധമായ കപ്പലിൽത്തന്നെ അയാളുടെ വാസസ്ഥലമായ 'പുതിയ ലോക'ത്തിന്റെ തീരങ്ങളിലേക്ക് നീങ്ങിത്തുടങ്ങി. എന്നാൽ ആ മൃതശരീരത്തെ മറ്റു യാത്രക്കാരിൽനിന്ന് മറച്ചുവെയ്ക്കാൻ കപ്പലിലെ ജോലിക്കാർ മറന്നില്ല. അവർ അതിനെ ടാർ പൂശിയ ഒരു ശവപ്പെട്ടിയിലാക്കി കപ്പലിന്റെ ഉള്ളറകളിൽ താഴ്ത്തുകയാണുണ്ടായത്.

ഈ സന്ദർഭത്തിൽ കാഥികൻ അത്യുക്തിയെ കൂട്ടുപിടിച്ചുകൊണ്ട് വാരി വിതറുന്ന വർണ്ണനകളുടെ വിരുതുകാരണം ആ മൃതദേഹത്തെ വഹിക്കുന്ന കപ്പലിന്റെ ഉള്ളറ നരകത്തിന്റെ പ്രതീതി കൈക്കൊള്ളുന്നു. 'പഴയ ലോക'ത്തിനും 'പുതിയ ലോക'ത്തിനുമിടയിലുള്ള പ്രവേശനമാർഗ്ഗം കൂടിയായ ജിബ്രാൾട്ടറിലെ പാറയുടെ മുകളിൽനിന്നുകൊണ്ട് ആ കപ്പൽ ഇരുട്ടിലേക്കും ഹിമവാതത്തിലേക്കും നീങ്ങിമറയുന്നത് നോക്കിനിൽക്കുന്ന ചെകുത്താനെക്കുറിച്ച് കഥാകൃത്ത് പറയുന്നുണ്ട് (ഇത് ഒരു പ്രാദേശികൈതിഹ്യമാവാം). ഈ മുഹൂർത്തത്തിൽ ബാഹ്യപ്രകൃതിയും രൂക്ഷമായ ഭാവം കൈക്കൊള്ളുന്നു. ആഞ്ഞുവീശുന്ന മഞ്ഞുകാറ്റും ഇരുട്ടും ഇടകലർന്ന് പുറത്ത് അശാന്തമായ ഭാവം സൃഷ്ടിക്കുന്നു.

സാൻഫ്രാൻസിസ്കൊയിൽനിന്നുള്ള മാന്യൻ ഒരനാഥശവമായി കപ്പലിന്റെ അടിത്തട്ടിൽ അന്ത്യനിദ്രകൊള്ളുന്ന വേളയിൽ കപ്പലിന്റെ ഹൃദയഭാഗത്ത് തീൻമുറിയിലും നൃത്തശാലയിലും ജീവിതം പതഞ്ഞുപൊങ്ങുന്ന കാഴ്ച നാം കാണുന്നു. അവിടെ നിറയെ വെളിച്ചവും ആനന്ദവുമാണ്. ആ കപ്പലിൽ യാത്രക്കാർക്ക് കൗതുകം പകർന്നുകൊണ്ട് പ്രണയചേഷ്ടകളോടെ നൃത്തംവെയ്ക്കുന്ന ഒരു ചെറുപ്പക്കാരനേയും യുവതിയേയും വായനക്കാർ നേരത്തെ പരിചയപ്പെടുകയുണ്ടായി. അവർ ഇവിടെ വീണ്ടും പ്രത്യക്ഷപ്പെടുന്നു. ആ കമിതാക്കൾ വാടകയ്ക്കെടുത്തവരാണ് എന്ന സത്യം കപ്പലിൽ യാത്രചെയ്യുന്നവർ അറിഞ്ഞിരുന്നില്ല

എന്നുകൂടി കഥാകൃത്ത് സാക്ഷ്യപ്പെടുത്തിയിരുന്നു. വാസ്തവത്തിൽ ഇരുവർക്കും നിർലജ്ജമാംവണ്ണം സങ്കടം നിറഞ്ഞ സംഗീതത്തിനൊപ്പിച്ച് തങ്ങൾ അഭിനയിക്കുന്ന പ്രണയനാടകത്തെക്കുറിച്ച് പണ്ടുതന്നെ മടുപ്പ് അനുഭവപ്പെട്ടുതുടങ്ങിയിരുന്നു. എന്നാൽ ഇക്കാര്യം ആരും അറിഞ്ഞിരുന്നില്ല. ആരും മനസ്സിലാക്കാതെപോയ വേറൊരു യാഥാർത്ഥ്യംകൂടിയുണ്ട്. ഇരുട്ടിനും സമുദ്രത്തിനും ഹിമവാതത്തിനുമെതിരെ സഞ്ചരിക്കുന്ന ആ കപ്പലിന്റെ പൊള്ളുന്ന കുടൽമാലയുടെ അടിയിലായി ആഴത്തിൽ കുടികൊണ്ടിരുന്ന ഒരു രഹസ്യമായിരുന്നു അത്.

മരണം എന്ന ആ ആത്യന്തികസത്യത്തിന്റെ സ്ഫുടീകരണമാണ് ബൂനിന്റെ ഈ ചെറുകഥ.* താൻ എന്നും ആരാധനയോടെ നോക്കിക്കണ്ടിരുന്ന ടോൾസ്റ്റോയ് ഇതേ പ്രമേയത്തെ അടിസ്ഥാനമാക്കി എഴുതിയ കഥയിൽ പലപ്പോഴും കടന്നുവരുന്ന ധാർമ്മികമായ ഉദ്ബോധനത്തിന്റെ അംശം തീർത്തും ഒഴിവാക്കിക്കൊണ്ടാണ് ബൂനിൻ തന്റെ ഈ രചനയിൽ ഇത്തിരിവട്ടത്തിൽ ചിന്തിക്കുന്ന മനുഷ്യനും അവനെ വിഴുങ്ങാൻ കാത്തുനിൽക്കുന്ന മരണം എന്ന മഹാസമസ്യയും തമ്മിലുള്ള അഭിമുഖീകരണം ഒരുക്കൂട്ടിയിരിക്കുന്നത് എന്ന വസ്തുത നമ്മുടെ ശ്രദ്ധയർഹിക്കുന്നു. ഒരർത്ഥത്തിൽ 'സാൻഫ്രാൻസിസ്കൊയിൽ നിന്നുള്ള മാന്യൻ' ഒരു നീതിസാരകഥയാണ് (parable). അതേസമയം വായനക്കാരെ എന്തെങ്കിലും പഠിപ്പിക്കാനോ അവർക്ക് ഏതെങ്കിലും തരത്തിലുള്ള സന്ദേശം പകർന്നുകൊടുക്കാനോ ഉള്ള ശ്രമം ഇതിനകത്തുള്ളതായി പറയാനാവില്ല. ടോൾസ്റ്റോയ്‌യുടെ ഇവാൻ ഇല്ലിച്ചിനെ സംബന്ധിച്ചിടത്തോളം ചുറ്റുപാടുകളിൽനിന്നു തന്നെ ഒറ്റപ്പെടുത്തുന്ന രോഗാനുഭവം പിൻതിരിഞ്ഞുനോക്കാനും അതിലൂടെ തന്റെ ഇന്നലെകളുടെ വ്യർത്ഥത മനസ്സിലാക്കാനുമുള്ള സന്ദർഭമൊരുക്കുന്നു. ഇതിന്റെ അവസാനത്തിലാണ് മരണം ഒരു സാന്ത്വനംപോലെ അയാളുടെ ലോകത്തിൽ കടന്നുവരുന്നത്. എന്നാൽ ബൂനിന്റെ ചെറുകഥയിൽ ക്ഷണിക്കപ്പെടാത്ത ഒരതിഥിയെപ്പോലെ വന്നണയുന്ന മരണം കഥാനായകന് മനനത്തിനോ വീണ്ടുവിചാരത്തിനോ സമയമനുവദിക്കുന്നില്ല. ജീവിച്ചിരുന്നകാലത്ത് അയാൾ ഒഴിവാക്കിയ ചില ചോദ്യങ്ങളും അയാളുടെ ചിന്തകളേയും താത്പര്യങ്ങളേയും സ്പർശിക്കാതെ കടന്നുപോയ സന്ദേഹങ്ങളും ചേതനയറ്റു കിടക്കുന്ന അയാളുടെ ശരീരത്തിൽനിന്ന് ഉയിർകൊണ്ട് നമ്മളിൽ സൈ്വരക്കേട് സൃഷ്ടിക്കുന്നത് കാട്ടിത്തന്നതിലാണ് കഥാകൃത്തിന്റെ കലാകൗശലം കുടികൊള്ളുന്നത്. ■

---

* ഇങ്ങിനെ ഒന്നിലേറെത്തവണ ആവർത്തിക്കപ്പെടുന്ന 'അത്' എന്ന സർവ്വനാമത്തിലൂടെ മരണത്തെ വിശേഷിപ്പിക്കുന്ന രീതി ടോൾസ്റ്റോയ്‌യുടെ "ഇവാൻ ഇല്ലിച്ചിന്റെ മരണ"ത്തിലും കാണാൻ കഴിയും.

ആറ്

കഥയിലെ സ്ഥലരാശി

ലോകത്തിലെ എണ്ണംപറഞ്ഞ ചെറുകഥാകൃത്തുക്കളെല്ലാം തങ്ങൾ നിവർത്തിക്കാട്ടുന്ന ജീവിതചിത്രങ്ങൾക്കു തനതായൊരു രംഗപശ്ചാത്തലം നിർമ്മിക്കാൻ കൗതുകം കാട്ടിയവരാണ്. മോപ്പസാങ്ങിനെക്കുറിച്ചുള്ള നമ്മുടെ ഓർമ്മകളിലെവിടെയോ പാരീസ് നഗരം തങ്ങിനില്പുണ്ട്. ശരൽക്കാലത്തിലെ തണുത്തുറഞ്ഞ സായാഹ്നങ്ങളിൽ ഇലകൊഴിഞ്ഞ വൃക്ഷനിരകൾക്കെതിരെ തെളിഞ്ഞുകാണുന്ന നീലാകാശത്തിനു കീഴിൽ ചലനമില്ലാതെ ഒറ്റപ്പെട്ടുനിൽക്കുന്ന മോസ്കോപട്ടണം ചെക്കോവിന്റെ ചെറുകഥകളിലെ വിഷാദാന്തരീക്ഷത്തിന് ഹൃദ്യതയരുളുന്നു. ഒരു പേടിസ്വപ്നത്തിലെന്നവണ്ണം ആകൃതികൊള്ളുന്ന, ഇടുങ്ങിയ 'ഘെട്ടൊ'കളും രാവണൻ കോട്ടപോലുള്ള തെരുവുകളും നിറഞ്ഞ പ്രാഗ് നഗരം കാഫ്കയുടെ നായകന്മാരുടെ വിഫലമായ അന്വേഷണത്തിന് വേറിട്ടൊരു മാനം നൽകുന്നു. ഡബ്ളിനില്ലാതെ ജെയിംസ് ജോയ്സില്ല. തങ്ങളുടെ വളർച്ചയ്ക്ക് ഇടമനുവദിക്കാത്ത, അല്പമനഃസ്ഥിതിയാർന്ന ആ പട്ടണത്തിൽ നിന്നു പുറത്തുകടക്കാൻ വെമ്പുന്ന അവസരത്തിൽക്കൂടി വേറൊരു വശത്ത് ഗൂഢമായി അതിനെ സ്നേഹിക്കുന്നവരാണ് ജോയ്സിന്റെ കഥാപാത്രങ്ങൾ.

വില്യം ഫോക്നറെ സംബന്ധിച്ചിടത്തോളം മിസ്സിസിപ്പി വെറുമൊരു ഭൂവിഭാഗം മാത്രമല്ല. കൊതിയും കാമവും പകയും കട്ടപിടിച്ചുകിടക്കുന്ന അവിടത്തെ മണ്ണിൽനിന്ന് മിത്തിന്റെ മാനങ്ങളടങ്ങുന്ന ഒരു സാങ്കല്പികദേശം തന്നെ (യോക്നപട്ടാഫ) ഫോക്നർ സൃഷ്ടിച്ചെടുക്കുകയുണ്ടായി. യുഡോറ വെൽറ്റിയുടേയും കാഴ്സൻ മക് കള്ളേഴ്സിന്റേയും ട്രൂമാൻ കൃപ്പോട്ടിന്റേയും കഥാലോകങ്ങളിൽ അല്പം ഏങ്കോണിപ്പുള്ള ഒരു തെക്കേ അമേരിക്കൻ പട്ടണം ഒഴിയാബാധ പോലെ കടന്നുവരുന്നു. ജെ.ഡി. സലിഞ്ചർക്ക് ന്യൂയോർക്കിന്റെ പശ്ചാത്തലത്തിൽ മാത്രമേ ഗ്ലാസ്സ് കുടുംബത്തിന്റെ കഥ പറയാനാവൂ. ഗബ്രിയേൽ ഗാർസിയ മാർകേസിനെ നോക്കൂ, ലാറ്റിൻ അമേരിക്കൻ ജനതയുടെ വംശസ്മൃതികളുടെ കന്മദമേറ്റിനിൽക്കുന്ന, അദ്ഭുതങ്ങൾക്കും അലൗകിക സംഭവങ്ങൾക്കും ഒട്ടും

പഞ്ഞമില്ലാത്ത മക്കൊണ്ട എന്ന സാങ്കല്പികനഗരത്തെ അദ്ദേഹം തന്റെ ഭാവനാതലസ്ഥാനമായി കൈക്കൊണ്ടിരിക്കുന്നു.

മോപ്പസാങ്ങിൽനിന്നും ചെക്കോവിൽനിന്നുമാരംഭിക്കുന്ന ചെറുകഥയുടെ വികാസചരിത്രം പരിശോധിച്ചാൽ ഭാവോന്മീലനത്തിനു ഉപയോഗിക്കപ്പെടുന്ന പ്രധാനപ്പെട്ട ശില്പോപാധികളിലൊന്നാണ് പശ്ചാത്തല സൃഷ്ടി എന്നു കണ്ടെത്താൻ കഴിയും. നേരത്തെ സൂചിപ്പിച്ചതുപോലെ തങ്ങളുടെ രചനകൾക്കു സ്ഥിരമായൊരു പശ്ചാത്തലമൊരുക്കുന്ന കഥാകാരന്മാരുണ്ട്. ജോയ്സിനേയും ഫോക്നറേയും പോലുള്ളവർ വാസ്തവത്തെ അതിശയിക്കാനുള്ള വെമ്പലിൽ ഒരു ഭൂപടത്തിന്റെ കൃത്യതയോടെ അളന്നുതിട്ടപ്പെടുത്തിയ അതിരുകൾക്കകത്ത് തങ്ങളുടെ കഥാപാത്രങ്ങൾ ശ്വസിക്കുന്ന ലോകത്തിന്റെ ചിത്രം വരഞ്ഞിടുന്നു. ചില കഥാകൃത്തുക്കൾ വാച്യമായ വിവരണത്തിലൂടെ തങ്ങൾ സൃഷ്ടിക്കുന്ന പശ്ചാത്തലത്തിന്റെ ഇന്ദ്രിയനിഷ്ഠവും സൗന്ദര്യാത്മകവുമായ പൊരുൾ കണ്ടെത്താൻ ശ്രമിക്കുന്നു. മറ്റു ചിലരെ സംബന്ധിച്ചിടത്തോളം പ്രതിരൂപാത്മകമായ ഏതാനും വരകളിൽ ഒതുങ്ങിക്കൂടുന്നു, പശ്ചാത്തലസംവിധാനമെന്നത്. അയഞ്ഞമട്ടിൽ സാവകാശം പരിസരവർണ്ണന നിർവ്വഹിക്കുന്ന പരമ്പരാഗതമായ രീതിയിലുള്ള ചെറുകഥകൾ എടുത്തുനോക്കൂ (ഉദാഹരണത്തിന് തോമസ് ഹാർഡിയുടേയും ജോസഫ് കോൺറഡിന്റേയും കഥകൾ). അത്തരം രചനകളിൽക്കൂടി ചില സന്ദർഭങ്ങളിൽ പശ്ചാത്തല ചിത്രങ്ങൾ കഥാകൃത്തിന് തനിവിവരണത്തിലുള്ള കമ്പത്തിനപ്പുറം പോയി കഥയിലെ പ്രധാന സന്ദർഭങ്ങളിലേക്കും അവയിലുടക്കിനിൽക്കുന്ന അടിസ്ഥാനപരമായ മാനുഷികഭാവങ്ങളിലേക്കും പ്രകാശം പരത്തുന്നതായി കാണാം. തോമസ് ഹാർഡിയുടെ കഥകളുടെ തുടക്കത്തിൽ വെസ്സെക്സ് ഗ്രാമവും അവിടത്തെ പ്രകൃതിദൃശ്യങ്ങളും ഒരു നഷ്ട ലോകത്തിന്റെ പ്രതീതിയുണർത്തുന്ന വാതിൽപ്പുറക്കാഴ്ചകളായിട്ടു മാത്രമേ വായനക്കാർക്കു തോന്നാനിടയുള്ളൂ. എന്നാൽ കഥാഗതി കൊഴുക്കുകയും കഥാപാത്രങ്ങൾ തങ്ങളെക്കാൾ വലിയ ശക്തികൾക്കെതിരെ നിലയുറപ്പിച്ചുകൊണ്ട് സ്വയം നിർവ്വചിക്കുവാൻ ശ്രമിക്കുകയും ചെയ്യുന്നതോടെ ഗ്രാമചിത്രത്തിന്റെ നിഴലിനു നീളംവെയ്ക്കുന്നു. ഹാർഡിക്കു പ്രിയംകരമായ ഈ ഭൂപശ്ചാത്തലം അതോടെ വിധിയൊരുക്കുന്ന കെണിയിൽപ്പെട്ട് വ്യസനമനുഭവിക്കുന്ന അദ്ദേഹത്തിന്റെ നായികാനായകന്മാരുടെ മാറിക്കൊണ്ടിരിക്കുന്ന വൈകാരികാവസ്ഥകളെ ആത്മാർത്ഥതയോടെ പ്രതിഫലിപ്പിക്കുന്ന നിലക്കണ്ണാടിയായി മാറുന്നു. കോൺറഡിന്റെ കടൽ വെറും കടലല്ല. വേറിട്ടുനിൽക്കുന്നതിൽ ആനന്ദം കണ്ടെത്തുന്ന തന്റെ കഥാനായകന്മാരെ സാഹസികതയേയും ഉത്തരവാദിത്വബോധത്തേയും സഹജീവിസ്നേഹത്തേയും സംബന്ധിക്കുന്ന ചില വിലപ്പെട്ട സത്യങ്ങൾ പഠിപ്പിക്കാൻ കോൺറഡ് കണ്ടെത്തുന്ന മാർഗ്ഗം അവരെ സമുദ്രത്തിന്റെ രോഷവാത്സല്യങ്ങളിലേക്കു തള്ളിവിടുക എന്നതാണ്.

ആധുനികകാലഘട്ടത്തിലെത്തുമ്പോൾ നാം കാണുന്ന പ്രധാനപ്പെട്ടൊരു വസ്തുത കഥയുടെ ഭാവാംശം കുറുകിക്കുറുകി വരുംതോറും ബാഹ്യപശ്ചാത്തലം പോലുള്ള ഘടകങ്ങൾ അസ്പഷ്ടവും നിലീനവുമായിത്തീരുന്നുവെന്നതാണ്. പാശ്ചാത്യചെറുകഥാസാഹിത്യത്തിൽ ആധുനികതയിലേക്കുള്ള ഗതിമാറ്റത്തിനു തുടക്കംകുറിച്ച 'ദി ഓപ്പൺ ബോട്ട്" എന്ന കഥയുടെ ഒന്നാം ഖണ്ഡികയിൽ സ്റ്റീഫൻ ക്രെയിനിന് തിരഞ്ഞെടുത്ത ഏതാനും വാക്കുകളിലൂടെ ഒരു കടലിന്റെ ചിത്രം വരച്ചുകാട്ടി അതിലൂടെ തന്റെ കഥാപാത്രങ്ങളുടെ മാനസികനിലയും കഥയിൽ മൊത്തത്തിലുള്ള വൈകാരികമർദ്ദവും നിർദ്ദേശിക്കാൻ കഴിഞ്ഞു. വസ്തുതാനിഷ്ഠവും ധ്വന്യാത്മകവുമായ രണ്ടു വിവരണതലങ്ങൾ ഇഴകോർത്തു നീങ്ങുന്ന കാഴ്ചയാണ് "ദി ഓപ്പൺ ബോട്ടി"ലെ പരിസരകല്പനയിൽ ആദ്യന്തം നാം കാണുന്നത്. എന്നാൽ ആധുനികചെറുകഥാകൃത്തിനെ സംബന്ധിച്ചിടത്തോളം അയാൾക്കു ഇത്തരത്തിലുള്ള വടിവൊത്ത ശില്പനിർമ്മാണത്തിനുള്ള ക്ഷമ നഷ്ടപ്പെട്ടിരിക്കുന്നു. താൻ പറയുന്ന കഥ വാലും തലയുമില്ലാത്ത ഒന്നായതിനാൽ അതിനു വിശദവും സമൃദ്ധവുമായൊരു പശ്ചാത്തലം ആവശ്യമാണെന്ന് അയാൾക്കു പലപ്പോഴും തോന്നാറില്ല. ഓർമ്മിക്കാൻ മാധുര്യമുള്ള ഒരു ഭൂതകാലമോ ഉറപ്പുള്ള വർത്തമാനമോ ഇല്ലാത്ത, വ്യവസ്ഥാപിതസമൂഹത്തിന്റെ വിളുമ്പിൽ നിലകൊള്ളുന്ന ഏകാകികളായ തന്റെ കഥാപാത്രങ്ങളുടെ ദൈനംദിനകൃത്യങ്ങൾക്കു നിശ്ചിതമായൊരു എലുക കണ്ടെത്താൻ അയാൾ പലപ്പോഴും മെനക്കെടാറില്ല. ആധുനികചെറുകഥാകൃത്തിനെ സംബന്ധിച്ചിടത്തോളം മുഖ്യമായുള്ളത് മനുഷ്യാത്മാവിന്റെ നഗ്നവും നിഷ്ഫലവുമായ വെളിമ്പ്രദേശങ്ങളാണ്. അവയിലേക്കു ദീപ്തി ചൊരിയുന്ന ഉപാധികൾ എന്ന നിലയ്ക്കുമാത്രമേ അയാൾ പശ്ചാത്തല ദൃശ്യങ്ങളെ അവതരിപ്പിക്കാറുള്ളൂ. ചില കഥാകൃത്തുക്കളാണെങ്കിൽ ചുറ്റുപാടുകളുമായി യാതൊരു സാദൃശ്യവുമില്ലാത്ത, തികച്ചും സാങ്കല്പികമായ പശ്ചാത്തലമൊരുക്കുന്നതിൽ കൗതുകം കണ്ടെത്തുന്നു. സ്ഥലത്തിലായാലും വേണ്ടില്ല കാലത്തിലായാലും വേണ്ടില്ല, പരിചിതയാഥാർത്ഥ്യത്തിന്റെ ക്ഷേത്രഗണത്തിൽനിന്ന് കഥയെ എത്രമാത്രം വേർപെടുത്തുന്നുവോ അത്രയ്ക്കു നല്ലത് എന്നു കരുതുന്നവരാണിവർ. ആയിരത്തിതൊള്ളായിരത്തി അറുപതുകളിലും എഴുപതുകളിലും പ്രശസ്തിയാർജ്ജിച്ച, ആധുനികോത്തര തലമുറയിൽപ്പെട്ട പല കാഥികന്മാരും — ബോർഹസിനേയും നബക്കോഫിനേയും ഇവിടെ പ്രത്യേകമോർക്കാം — ഈ വിധത്തിൽ ഭൂമിയിലെ ഏതെങ്കിലും പ്രദേശവുമായി സാമ്യം കല്പിക്കാനാവാത്ത, തീർത്തും വിഭ്രമാത്മകമായ ലോകങ്ങളിൽ തങ്ങളുടെ കഥകൾക്കു വേദിയൊരുക്കിയവരാണ്.

ചെറുകഥയുടെ അടിസ്ഥാനഘടകങ്ങളെ സംബന്ധിച്ചിടത്തോളം തീർത്തും വ്യത്യസ്തമായ സൗന്ദര്യസമീപനങ്ങൾ വെച്ചുപുലർത്തുന്ന മൂന്നു മലയാളകാഥികന്മാരുടെ ഓരോ രചനയെ മുൻനിർത്തി ഈ

വിഷയം അപഗ്രഥിക്കാനാണ് ഞാനിവിടെ ശ്രമിക്കുന്നത്. ഇക്കൂട്ടത്തിൽ എസ്.കെ. പൊറ്റെക്കാട്ട് വർണ്ണപ്പകിട്ടുള്ള വൈവിധ്യമാർന്ന ഒട്ടേറെ ഭൂമേഖലകളിൽ തന്റെ മത്തുപിടിച്ച കാല്പനികഭാവനയെ അലയാൻവിട്ട ഒരെഴുത്തുകാരനാണ്. നിത്യസഞ്ചാരിയായിരുന്ന പൊറ്റെക്കാട്ടിനെ സംബന്ധിച്ചിടത്തോളം മലബാറിലെ കുഗ്രാമവും കാശ്മീരിലെ സുഖവാസകേന്ദ്രങ്ങളും തെങ്ങോലകൾ പീലിനിവർത്തിയാടുന്ന ബാലിദ്വീപും ഇരുളടഞ്ഞ ആഫ്രിക്കൻ വനാന്തരങ്ങളുമെല്ലാം മനസ്സിനെ ഒരുപോലെ മദിപ്പിക്കുന്ന വിഹാരരംഗങ്ങളാണ്. പൊറ്റെക്കാട്ടിന്റെ ആദ്യരചനകളുടെ കൂട്ടത്തിൽ ശില്പമനോഹാരിതകൊണ്ട് വേറിട്ടുനിൽക്കുന്ന ഒരു നീണ്ടകഥയാണ് 'പുള്ളിമാൻ'. വി.കെ.എൻ. ഒരു പ്രത്യേകഘട്ടത്തിലെഴുതിയ ഒട്ടുമുക്കാലും കഥകളുടേയും പശ്ചാത്തലം ദൽഹിയാണ്. ഇന്ദ്രപ്രസ്ഥത്തിലെ നക്ഷത്രഹോട്ടലുകളിലെ തീൻമേശകളിൽ, പത്രപ്രവർത്തകരുടെ ക്യാബിനിൽ, ബുദ്ധിജീവി പെണ്ണുങ്ങളുടെ കിടപ്പറയിൽ ഈ എഴുത്തുകാരന്റെ ഹാസ്യഭാവന തടുക്കവയ്യാത്ത കുസൃതിയോടെ കയറിയിറങ്ങുന്നത് നാം കണ്ടതാണ്. ഈ വിഭാഗത്തിൽപ്പെടുന്ന വി.കെ.എൻ. കഥകളുടെ ആഹ്ലാദകരമായ മാതൃകയാണ് 'പാതിസ്വപ്നം'. ചെറുകഥാരൂപത്തെക്കുറിച്ചുള്ള വ്യവസ്ഥാപിത ധാരണകൾ തിരുത്തിക്കുറിച്ച സക്കറിയയുടെ കലാവ്യക്തിത്വത്തിന്റെ തെളിവാർന്ന ഒരു മുഖം 'അ എന്ന വേട്ടക്കാര'നിൽ അടങ്ങിയിരിക്കുന്നു. കഥയെ ഭാവഗീതത്തോട് അടുപ്പിക്കാനുള്ള ശ്രമത്തിനിടയിൽ കഥാപാത്രം, പശ്ചാത്തലം എന്നിങ്ങനെയുള്ള ഘടകങ്ങൾക്കു സംഭവിക്കുന്ന കീഴ്മേൽ മറിച്ചിലിന്റെ വിദഗ്ദ്ധമായ സൂചന സക്കറിയയുടെ രചനാരീതിയിലുള്ളതായി കാണാം.

ഒന്ന്

"പുള്ളിമാൻ" (1940) ആരംഭിക്കുന്നത് പ്രാദേശികവർണ്ണം (local colour) തുളുമ്പിനിൽക്കുന്ന ഒരു വിവരണത്തോടുകൂടിയാണ്:

"കുടക്! കോടകൊണ്ട് മൂടിക്കിടക്കുന്ന വൃക്ഷനിബിഡങ്ങളായ കൊടിയ കാടുകൾ; ഒന്നിനോടൊന്നു തൊട്ടുകിടക്കുന്ന കുന്നിൻനിരകൾ! കുത്തനെയുള്ള കരിമ്പാറക്കെട്ടുകൾ; നോക്കെത്താത്ത പിളർപ്പുകൾ; പാതാളത്തിലേക്കു പാളിനോക്കുന്ന കൊല്ലികൾ; യുഗാന്തരങ്ങളായി വെളിച്ചത്തിനുവേണ്ടി തപം ചെയ്തുകൊണ്ടിരിക്കുന്ന താഴ്വാരങ്ങൾ; ശ്രോത്രസിരകളിൽ ഒരു തരിപ്പുകയറ്റുന്ന ഏകാന്തതയുടെ നിരന്തരമായ ചൂളംവിളി; ഒരു പുതുവിധവയെപ്പോലെ എങ്ങോട്ടെന്നില്ലാതെ വിരണ്ടു പായുന്ന കാട്ടാറുകൾ; മുരളുന്ന നിർഝരങ്ങൾ; കുറച്ചുകൂടി കീഴോട്ടിറങ്ങുക — വിശാലങ്ങളായ കുരുമുളകുതോട്ടങ്ങൾ, കാപ്പിത്തോട്ടങ്ങൾ, നാരങ്ങത്തോപ്പുകൾ. പിന്നീട് അവിടെയുള്ള സമതലങ്ങളിലേക്കു പ്രവേശിക്കുക — പച്ചപിടിച്ച നെൽവയലുകൾ; പുല്ലുമേഞ്ഞ മനകൾ; മലദേവന്റെ അമ്പലങ്ങൾ; ഊടുപാതകൾ; രൂക്ഷസ്വഭാവക്കാരായ

പുരുഷന്മാർ; വനദേവതകളെപ്പോലുള്ള വനിതകൾ — അതെ, ദക്ഷിണേന്ത്യയിലെ സാക്ഷാൽ യക്ഷിസാമ്രാജ്യമാണ് കുടക് — മൈസൂറിന്റേയും മലബാറിന്റേയും കർണാടകത്തിന്റേയും ഇടയിൽ കുടുങ്ങിക്കിടക്കുന്ന ആ കൊച്ചുനാട്."*

തന്റെ നായികയെ അവതരിപ്പിച്ചതിനുശേഷം കഥാകൃത്ത് ഒരിക്കൽക്കൂടി ആ പരിസരത്തിന്റെ ശാലീനസൗകുമാര്യം മിന്നിച്ചുകാട്ടുന്നു:

"സ്വർഗ്ഗീയസുഷമയിൽ ആറാടിനിൽക്കുന്ന ആ വന്യാരാമത്തിന്റെ മധ്യത്തിലായി, ഊടുപാതയുടെ ഒരുവശത്ത് ഒരു കൊച്ചു തടാകമുണ്ട്. കൂലവൃക്ഷങ്ങളുടെ നിശ്ചലഛായകൾ പതിഞ്ഞുകിടക്കുന്ന ആ തടാകം, എണ്ണച്ചായത്തിൽ ആരോ വരച്ചുവെച്ചുപോയ ഒരു മനോഹരാരാമത്തിന്റെ ചിത്രം ഉണങ്ങാൻവെച്ചതാണെന്നു തോന്നും. ആ അദൃശ്യചിത്രകാരനുപയോഗിച്ച ഒരു ബ്രഷുപോലെ, ഒരു നീണ്ട താലവൃക്ഷവും അല്പം ദൂരെ സ്ഥിതിചെയ്യുന്നു. പുഷ്പസമൃദ്ധമായ കാട്ടുപനിനീർച്ചെടികൾ ഇടതിങ്ങി കെട്ടിപ്പുണർന്നുനിൽക്കുന്ന തടാകത്തടവും ഇളംപച്ച പൊടിച്ചുവരുന്ന, നിരന്നുപരന്ന, കുറഞ്ഞൊരു പരിസരവും, പത്രങ്ങളെല്ലാം കൊഴിഞ്ഞ് പൂക്കൾമാത്രം പറ്റിനിൽക്കുന്നതും കാഴ്ചയിൽ പവിഴപ്പുറ്റുപോലെ തോന്നുന്നതുമായ ഒരൊറ്റ കാട്ടുചമ്പകവൃക്ഷവും കൂടിച്ചേർന്ന പ്രകൃതിയുടെ ആ ചിത്രം എത്ര മനോഹരം! നിത്യവും ആ പ്രത്യേക സ്ഥലത്തു വന്നെത്തുമ്പോൾ അവാച്യമായ ഒരാനന്ദം അവൾ അനുഭവിക്കാറുണ്ട്. പലപ്പോഴും ആ കാഴ്ച കണ്ട് ഒരു പ്രതിമയെപ്പോലെ അവിടെ നിന്നുപോയിട്ടുണ്ട്. എന്നാൽ ഇന്ന് ആ സുഷമയുടെ വാർഷികോത്സവമാണോ എന്നു തോന്നും. അവിടെ പ്രകൃതിസൗന്ദര്യം അതിന്റെ പരമകാഷ്ഠയെ പ്രാപിച്ചിരിക്കുന്നു. ഓരോ പുഷ്പത്തിനും പ്രഭാതത്തിന്റെ ചൈതന്യമുണ്ട്. ഓരോ പുൽക്കൊടിത്തുമ്പിനും ഒരു പുതുമയുണ്ട്. ഓരോ മണൽത്തരിയുടേയും മുഖത്ത് ഒരു മന്ദസ്മിതമുണ്ട്" (പുറം. 547–48).

വിധവയായ ഈ സ്കൂൾ ടീച്ചറിന്റെ കഥ പറയാൻ മായികമായി സജ്ജീകരിച്ചുനിർത്തിയ ഈ പശ്ചാത്തലത്തിന്റെ ആവശ്യമെന്തായിരുന്നു? കുടകുദേശത്തിന്റെ ചാരുതകൾ വാരിക്കോരി നമ്മെ അനുഭവിപ്പിക്കാതെതന്നെ കഥാകൃത്തിന് തന്റെ നായികയുടെ അനുരാഗദുരന്തത്തിലേക്കു കടന്നുചെല്ലാമായിരുന്നില്ലേ? ഒന്നാമത്തെ നോട്ടത്തിൽ നമുക്കു തോന്നും കഥാരംഭത്തിലെ വിവരണത്തിൽ ചായം കുറച്ചേറിപ്പോയെന്ന്, പൊറ്റെക്കാട്ടിവിടെ സ്വതസ്സിദ്ധമായ വർണ്ണനാപാടവം ചെറിയ തോതിൽ ധൂർത്തടിക്കുകയാണെന്ന്. എന്നാൽ സൂക്ഷ്മപരിശോധനയിൽ കഥാകൃത്തിവിടെ, കാളിദാസകവിതയിലെ ചില ഉജ്ജ്വലമുഹൂർത്തങ്ങളെ ഓർമ്മിപ്പിക്കുമാറ്, താൻ വിവരിക്കുന്ന പ്രകൃതിദൃശ്യങ്ങളിൽ മാനുഷികഭാവമാരോപിച്ചതായി തെളിയുന്നു. "ഒരു പുതുവിധവയെപ്പോലെ

* 'പുള്ളിമാൻ', മാതൃഭൂമി ബുക്സ് പ്രകാശനം ചെയ്ത എസ്.കെ. പൊറ്റെക്കാട്ടിന്റെ ചെറുകഥകൾ ഒന്നാം വാല്യത്തിൽ (1978)നിന്ന്. പുറം. 546

എങ്ങോട്ടെന്നില്ലാതെ വിരണ്ടുപായുന്ന കാട്ടാറുകളും," "പത്രങ്ങളെല്ലാം കൊഴിഞ്ഞ് പൂക്കൾമാത്രം പറ്റിനിൽക്കുന്ന കാട്ടുചമ്പകവൃക്ഷ"വും ആരെ സൂചിപ്പിക്കുന്നുവെന്ന് വായനക്കാരൻ ഒട്ടും വൈകാതെ അറിയാനിട വരുന്നു. ഒരുപക്ഷേ 'പുള്ളിമാൻ' മുഴുവൻ വായിച്ചുതീരുമ്പോൾ കഥ യിൽ ത്രസിച്ചുനിൽക്കുന്ന മാനുഷികാംശവും അതിനു പശ്ചാത്തലമായി നിലകൊള്ളുന്ന പ്രകൃതിചിത്രവും തമ്മിലുള്ള ബന്ധം കുറച്ചുപേരുടെ യെങ്കിലും മനസ്സിൽ പതിയാതിരിക്കുകയില്ല. സൗന്ദര്യം മിക്കവാറും അവസാനിക്കാറായ നിലയിലാണ് കഥാനായികയായ പാർവതിയെ നാമാദ്യം കാണുന്നത്. നമ്മുടെ സഹാനുഭൂതിയും നിന്ദയും കനിവും മാറിമാറി ഉണർത്തിക്കൊണ്ട് അവളുടെ യൗവ്വനത്തിന്റെ പടുതിരികത്തൽ പര്യവസാനിക്കുകയും ചെയ്യുന്നു. ഈ രണ്ടനുഭവങ്ങൾക്കുമിടയിലുള്ള കഥയിലെ വികാരങ്ങളുടെ പ്രവാഹഗതി വേഗതയും മുറുക്കവുമുള്ള ഒന്നാണ്. പാർവതിയുടെ അണയാറായ സൗന്ദര്യം സീതയുടെ നാമ്പി ടുന്ന താരുണ്യവുമായി ഇടയുന്നു. കാമുകനെ പിടിച്ചുനിർത്താനുള്ള പാർവതിയുടെ വെമ്പൽ സഹോദരിയോടുള്ള കർത്തവ്യബോധത്തേയും വാത്സല്യത്തേയും തകർത്തുകൊണ്ടൊഴുകുന്നു. അസൂയയുടെ വിഷ മൂർച്ഛയിൽ പകയായി പരിണമിച്ച അവളുടെ സ്നേഹം ഒടുവിൽ ഉള്ളി ലേക്കു പിൻവാങ്ങി സ്വന്തം ശിക്ഷയേറ്റുവാങ്ങുന്നു. പൊറ്റെക്കാട്ടിന്റെ ഈ കഥാലോകത്തിൽ ഇടഞ്ഞുനിൽക്കുന്ന വിപരീതവികാരങ്ങൾക്കും കുത്തനെയുള്ള സംഘർഷങ്ങൾക്കും മാത്രമേ ഇടമുള്ളൂ. പരിഷ്കാരം കടന്നെത്താത്ത ഈ മലമ്പ്രദേശത്തിൽ ആവേശങ്ങൾ എളുപ്പത്തിൽ ആളിപ്പിടിക്കുന്നു.

'പുള്ളിമാനെ' വെറും മണ്ണിൽനിന്നുയർത്തുന്ന തീക്ഷ്ണമായ ഈ വർണ്ണസങ്കലനത്തിന് എതിരെ വെച്ചുവേണം കഥയിൽ വിവരിച്ചിട്ടുള്ള സംഭവങ്ങളും ആ സംഭവങ്ങൾക്കു സാക്ഷിനിൽക്കുന്ന പ്രകൃതിപശ്ചാ ത്തലവും തമ്മിലുള്ള ബന്ധത്തെ നോക്കിക്കാണാൻ. കഥാരംഭത്തിൽ തെഴുത്തുനിൽക്കുന്ന വർണ്ണനകൾ ഓരോന്നും നായികയുടെ ജീവിത ത്തിലെ നഷ്ടവസന്തങ്ങളുടെ ഓർമ്മ നമ്മളിൽ അറിയാതെ ഉദ്ദീപിപ്പി ക്കുന്നു. മാദകത്തിടമ്പായി അവതരിപ്പിച്ചിട്ടുള്ള പ്രകൃതിമനോഹരി വൈധ വ്യത്തിന്റെ അകാലശിശിരം ബാധിച്ച് യൗവ്വനഭംഗി കൈമോശംവന്ന പാർവതിക്കു അഭിമുഖമായിനിൽക്കുന്നു. സീതയോടു മത്സരിച്ചു ജയി ക്കാമെന്ന വ്യാമോഹത്തോടെ പാർവതി കാട്ടിക്കൂട്ടുന്ന പ്രണയലീലകൾ ദേവയ്യനിൽ നേരിയൊരു അവജ്ഞ ജനിപ്പിച്ചതായി കഥയിൽ പിന്നീടൊ രിടത്തു പറയുന്നുണ്ട്. ദേവയ്യന്റെ ആകർഷണം സീതയുടെ നേർക്കായി എന്നു മനസ്സിലാക്കിയതിനുശേഷം പാർവതി തന്റെ പിൻവാങ്ങിക്കൊണ്ടി രിക്കുന്ന താരുണ്യത്തെ തടഞ്ഞുനിർത്താനും മോടിപിടിപ്പിക്കാനും വൃഥാ പാടുപെടുന്നത് നാം കാണാതെ പോകുന്നില്ല. അവളുടെ അനുകമ്പ യർഹിക്കുന്ന ഈ മിഥ്യാമോഹങ്ങൾക്ക് ഉചിതമായൊരു ഭൂമികയൊരു ക്കുകയാണ് കഥാരംഭത്തിലെ ഹൃദയഹാരിയായ 'ലാൻഡ്സ്കേപ്പ്

പെയിന്റിംഗി'ലൂടെ എസ്.കെ.പൊറ്റെക്കാട്ട് ചെയ്യുന്നത്. പൊറ്റെക്കാട്ടിന്റെ ക്ലാസ്സിക്കൽ രീതിയിലുള്ള കഥാനിർമ്മാണത്തിന്റെ കൗശലം ഇതിൽ അന്തർഭവിച്ചിരിക്കുന്നു. അല്പം മാറ്റിപ്പറയുകയാണെങ്കിൽ, കഥയിലെ ഭൂപശ്ചാത്തലം പ്രസക്തി കൈവരിക്കുന്നത് അതിനെ ചൂഴ്ന്നുനിൽക്കുന്ന അന്തരീക്ഷത്തിന്റെയോ (atmosphere) വൈകാരിക പരിവേഷത്തിന്റെയോ പേരിലാണ്.

പുള്ളിമാൻ എന്ന പ്രതിരൂപം വായനക്കാരന്റെ മനസ്സിൽ ഓടിയണയുന്നതും ഇങ്ങിനെയാണ്. സത്യത്തിൽ മറ്റേതെങ്കിലും നവോത്ഥാന കഥാകൃത്തിന്റെ കൈകളിൽ ഈ പ്രേമകഥയുടെ പിരിവുകൾ വേറൊരുവിധത്തിലായിത്തീരുമായിരുന്നു. പാർവതി തുള്ളിച്ചാടി നടക്കുന്ന കളങ്കമറിയാത്ത വനകന്യകയും, ദേവയ്യൻ സ്വാർത്ഥക്കറപൂണ്ട നാഗരികസംസ്കാരത്തിന്റെ പ്രതിനിധിയും: ഏതാണ്ട് ഇപ്രകാരമാകുമായിരുന്നു കഥയിലെ സംഘട്ടനത്തിന്റെ രീതി. ദേവയ്യന്റെ പ്രണയവഞ്ചനയും പാർവതിയുടെ ജീവിതശൈഥില്യവും ചൂഷണത്തിലധിഷ്ഠിതമായ ഒരു സാമൂഹ്യവ്യവസ്ഥിതിയുടെ ഹൃദയശൂന്യതയ്ക്കുദാഹരണമായി അവതരിപ്പിക്കപ്പെടുമായിരുന്നു. സാമൂഹ്യശാസ്ത്രപരമായ പ്രേരണകൾ മനഃശാസ്ത്രപരമായ ഉൾക്കാഴ്ചകളെക്കാൾ കയറിനിൽക്കുന്ന കഥകൾ പൊറ്റക്കാട്ടുതന്നെ എഴുതിയിട്ടുണ്ട്. എന്നാൽ 'പുള്ളിമാനി'ൽ അദ്ദേഹം സമുദായഘടനയിൽ പഴിചാരുന്നതിനുപകരം നിത്യമായൊരു പ്രകൃതിതത്ത്വത്തിൽ താനാവിഷ്കരിക്കുന്ന പ്രണയകഥയുടെ പൊരുളിനെ നിബന്ധിച്ചിരിക്കുന്നു. "യൗവ്വനവും യൗവ്വനവും കണ്ടുമുട്ടുമ്പോൾ വാർദ്ധക്യമെന്തിന് പിന്തിരിഞ്ഞുനോക്കി പിറുപിറുക്കുന്നു? എനിക്ക് ഒരാക്ഷേപവുമില്ല," എന്നുള്ള കഥാനായികയുടെ അവസാനസാന്ത്വനത്തിലൂടെ അവളുടെ വ്യാമോഹഭംഗത്തിന്റേയും ആത്മബലിയുടേയും അനിവാര്യത അടിവരയിട്ടു കാണിക്കുകയല്ലേ കഥാകൃത്ത് ചെയ്യുന്നത്?

(ഞാനിവിടെ ഒരു താരതമ്യത്തിനായി തോമസ് മൻ 1953-ൽ എഴുതിയ 'ദ ബ്ലാക്ക് സ്വാൻ' എന്ന നീണ്ടകഥ ഓർമ്മിച്ചുപോവുകയാണ്. റോസലി എന്ന അമ്പതു തികഞ്ഞ വിധവയാണ് ഇതിലെ മുഖ്യകഥാപാത്രം. അവിവാഹിതയും ചിത്രകാരിയുമായ തന്റെ മകൾ അന്നയെക്കാൾ പ്രസരിപ്പും ജീവിതാഭിനിവേശവുമുണ്ട് റോസലിക്ക്. അന്ന വരയ്ക്കുന്ന ചിത്രങ്ങളെപ്പറ്റി അവൾക്കുള്ള പരാതി പ്രകൃതിയുമായുള്ള അടുപ്പം കുറിക്കുന്ന ആദിമമായ അംശം അവയിൽ ഇല്ലെന്നതാണ്. വസന്തം പിറന്നാൽ, പക്ഷികൾ വായുവിൽ ഉറക്കെ കൂവിയാൽ, ഉടലുതരിക്കുന്ന അവളെ സംബന്ധിച്ചിടത്തോളം പ്രകൃതിനിയമങ്ങളെ അനുസരിച്ചു ജീവിക്കുക എന്നതിലും വലിയ സന്തോഷമില്ല. അങ്ങനെ കഴിയുമ്പോൾ തന്റെ മകനെ ഇംഗ്ലീഷ് പഠിപ്പിക്കാൻ വീട്ടിൽവരുന്ന സുമുഖനായൊരു ചെറുപ്പക്കാരനിൽ അവൾക്കു കമ്പം ജനിക്കുന്നു. ഇതോടടുപ്പിച്ച് തന്റെ ആർത്തവചക്രം പുനരാരംഭിച്ചു എന്ന തോന്നലുണ്ടാക്കുന്ന ശാരീരികമായ ചില മാറ്റങ്ങൾ അവളിൽ സംഭവിക്കുന്നു. നഷ്ടപ്പെട്ട യൗവ്വനം തിരിച്ചുകിട്ടുകയാണെന്നുകരുതി റോസലി ഇക്കാര്യം അഭിമാന

പൂർവ്വം മകളോടു പറയുന്നു. റോസലിയുടെ പ്രണയാവേശം ദിവസം ചെല്ലുംതോറും തീവ്രതരമായിത്തീരുന്നു. ഒരുനാൾ അവരെല്ലാം ചേർന്ന് അകലെയുള്ള ഒരു കോട്ടയിലേക്കു ഉല്ലാസയാത്ര പുറപ്പെടുന്നു. അവിടെ പാർക്കിൽവെച്ചു കാണാനിടയാവുന്ന കറുത്ത അരയന്നങ്ങൾ റോസലിയെ വല്ലാതെ വശീകരിക്കുന്നു.

യാത്ര കഴിഞ്ഞ് മടങ്ങിയെത്തിയ രാത്രിയിൽ അവൾക്കു മോഹാലസ്യമുണ്ടാകുന്നു. അവൾക്കു വയസ്സുകാലത്തുണ്ടായ ശാരീരികപരിണാമങ്ങളെല്ലാം മാരകമായൊരു രോഗത്തിന്റെ ലക്ഷണമായിരുന്നുവെന്നു തെളിയുന്നു. പൊടുന്നനെ രോഗം മൂർച്ഛിച്ച് അവൾ മരിക്കുന്നു — "ആ കറുത്ത അരയന്നങ്ങൾ എന്നെനോക്കി ചീറ്റി" എന്നുപറഞ്ഞുകൊണ്ട്. തോമസ് മന്റെ ഈ കഥയിൽ വാച്യാർത്ഥത്തിൽ കവിഞ്ഞൊരു ഭാവതലമുണ്ട്. ഇതിലെ നായിക വർത്തമാനയൂറോപ്പിന്റെ പ്രതിരൂപമാണ്.

യൂറോപ്യൻ സംസ്കാരത്തിന്റെ ക്ഷയോന്മുഖതയാണ്, വാർദ്ധക്യവേളയിൽ തന്റെ നായികയിൽ വന്നുദിക്കുന്ന കപടയൗവ്വനത്തിന്റേയും അതിന്റെ ദുരന്തപരിണാമത്തിന്റേയും പുടപാകത്തിലുള്ള വിവരണത്തിലൂടെ കഥാകൃത്ത് സൂചിപ്പിക്കുന്നത്. ഈ കഥയെ അതിഭാവുകത്വത്തിൽനിന്ന് പൂർണ്ണമായി രക്ഷപ്പെടുത്തുന്നത്, തന്റെ രചനകളിലെ വിരുദ്ധോക്തിക്കു പേരെടുത്ത ഈ ജർമ്മൻ സാഹിത്യകാരൻ വാക്കുകൾക്കിടയിൽ തിരുകിവെച്ചിട്ടുള്ള പരിഹാസമാണ്. റോസലിയുടെ അവസാന നാളുകളുടെ വിവരണത്തിനിടയിൽ ചുരമാന്തുന്ന നർമ്മം ആദ്യവായനയിൽ സ്പഷ്ടമായി എന്നുവരില്ല. എന്നാൽ രണ്ടാമതൊരു തവണ കഥ വായിക്കുമ്പോൾ റോസലിയെ ഇത്തരത്തിൽ ചിത്രീകരിച്ചതിനു പിന്നിലുള്ള തോമസ് മന്റെ കലാലക്ഷ്യം തെളിഞ്ഞുവരുന്നു. രണ്ടാംലോക മഹായുദ്ധത്തെത്തുടർന്നുള്ള വർഷങ്ങളിൽ അമേരിക്കയിൽനിന്നുള്ള ധനസഹായത്തോടെ സമ്പദ്വ്യവസ്ഥയിൽ മിനുക്കുപണികൾ നടത്താനും നഷ്ടപ്പെട്ട അന്തസ്സും പ്രതാപവും വീണ്ടെടുക്കാനുമുള്ള ശ്രമത്തിലേർപ്പെട്ട ജർമ്മനിയുടെ ദുരന്തവും കോമാളിത്തവുമിടകലർന്ന മാനസികകാലാവസ്ഥകൂടി റോസലിയുടെ നഷ്ടവ്യാമോഹത്തിന്റെ ചിത്രീകരണത്തിൽ തോമസ് മൻ ധ്വനിപ്പിച്ചിട്ടുള്ളതായി ചില വിമർശകന്മാർ അഭിപ്രായപ്പെട്ടിട്ടുണ്ട്.)

നവോത്ഥാനകാഥികന്മാരുടെ നിരയിൽ പൊറ്റെക്കാട്ടിനെപ്പോലെ സമ്പന്നമായ സ്ഥലബോധം കൈമുതലായുള്ള വേറൊരാൾ ഇല്ലെന്നു തന്നെ പറയാം. മൂന്നുനാലു ഭൂഖണ്ഡങ്ങൾ അദ്ദേഹത്തിന്റെ കാഥികഭാവനയ്ക്ക് ആതിഥ്യമരുളിയിട്ടുണ്ട് എന്ന അർത്ഥത്തിൽ മാത്രമല്ല ഞാനിങ്ങനെ കുറിക്കുന്നത്. കാരണം കഥാപശ്ചാത്തലത്തിന്റെ തിരഞ്ഞെടുപ്പിൽ അദ്ദേഹം കാഴ്ചവെയ്ക്കുന്ന വൈവിധ്യം ഭൗതികമായൊരു വസ്തുത മാത്രമാണ്. ചില എഴുത്തുകാരുണ്ട്, അവർ ലോകത്തിന്റെ ഏതു മൂലയിൽചെന്നാലും തങ്ങൾക്കു പ്രിയപ്പെട്ട ഒരു ഭൂഭാഗത്തിന്റെ ഓർമ്മ ഒപ്പം കൊണ്ടുനടക്കും. ജനിച്ചുവളർന്ന ഗ്രാമത്തിന്റെയൊ നഗരത്തിന്റെയൊ വലിപ്പംവെച്ച പ്രതിച്ഛായയായി മാത്രമേ തങ്ങൾ ചെന്നെത്തുന്ന പുതിയ

പ്രദേശങ്ങളെ അവർക്കു നോക്കിക്കാണാനാവൂ. എന്നാൽ സഞ്ചാരക്കൊതി ചോരയിൽ കുതിർന്നിറങ്ങിയ പൊറ്റെക്കാട്ടിനെ സംബന്ധിച്ചിടത്തോളം സ്ഥലത്തിലൂടെയുള്ള പ്രയാണത്തിന് കൂടുതൽ മനോഹരവും തീക്ഷ്ണവുമായ അർത്ഥധ്വനികളുണ്ട്. ദൂരം അദ്ദേഹത്തെ വിസ്മയം കൊള്ളിക്കുന്നു. അജ്ഞാതമായ ജനപദങ്ങൾ, അവിടങ്ങളിലെ ആചാരവിശേഷങ്ങൾ, തന്റെ വാസ്തവബോധത്തിന്റെ നേർക്കു വെല്ലുവിളി ഉയർത്തുന്ന മറുനാടുകളിലെ സാംസ്കാരികസവിശേഷതകൾ, ഇതൊക്കെ അദ്ദേഹത്തിന്റെ ആദിമവാസനകളെ കുലുക്കിയുണർത്തുന്നു. താൻ യാത്ര ചെയ്തെത്തുന്ന നാടുകളിലെ ദൃശ്യഭംഗികളോടും ഋതുപ്പകർച്ചകളോടും ജന്തുജാലങ്ങളോടും ഈ എഴുത്തുകാരൻ തരളമായ വികാരവായ്പോടെ പ്രതികരിക്കുന്നു. സത്യത്തിൽ പൊറ്റെക്കാട്ടിന്റെ പല ചെറുകഥകളും അവയുടെ ഭൂപശ്ചാത്തലത്തിൽനിന്നു വളർച്ചകൊണ്ടവയാണ്. 'കുലദ്രോഹി'യും 'കഥഹേരി'യുംപോലെ അന്യവും വിജാതീയവുമായ (exotic) അംശമടങ്ങിയ രചനകളുടെ കാര്യത്തിൽ ഇത് ഏറ്റവും സത്യമാണ്. അദ്ദേഹത്തിന്റെ പല കഥാപാത്രങ്ങളും തങ്ങൾ ചവിട്ടിനിൽക്കുന്ന മണ്ണിന്റെ പ്രത്യേകതകളിൽനിന്ന് ഉരുത്തിരിഞ്ഞവരാണെന്നു കാണാം. പൊറ്റെക്കാട്ടിന്റെ തികച്ചും നാടന്മാരായ കഥാപാത്രങ്ങളുടെ കാര്യത്തിൽ ഇതു കൂടുതൽ പ്രകടമാണെന്നുമാത്രം. തകഴിയുടെ കുട്ടനാടൻ കഥാപാത്രങ്ങൾക്കു തങ്ങളുടെ ജീവിതാന്തരീക്ഷവുമായുള്ള അടുപ്പംപോലെ വേരറ്റംവരെ ചെല്ലുന്നതോ ദൃഢമോ അല്ല ഈ ബന്ധമെന്ന് നിങ്ങൾക്കു തോന്നാനിടയുണ്ട്. പൊറ്റെക്കാട്ടിന്റെ കഥാപാത്രങ്ങളെ സംബന്ധിച്ചിടത്തോളം ഇന്ദ്രിയാനുഭൂതികളുടെ മേഖലയിലാണ് ഈ ബന്ധം അഴകും അർത്ഥവും കൈവരിക്കുന്നത് എന്ന വ്യത്യാസം ശ്രദ്ധിക്കുക. പൊറ്റെക്കാട്ട് വർണ്ണിക്കുന്ന ഓരോ പ്രദേശത്തിലും മാന്ത്രികമായ ഏതോ നിഗൂഢത ഒളിച്ചിരിപ്പുണ്ട്. ഇത് അദ്ദേഹത്തിന്റെ കഥാപാത്രങ്ങൾക്കു ചുറ്റും ഒരു കാന്താകർഷണമായി വർത്തിക്കുന്നു. ഒരുപക്ഷേ, 'വിഷകന്യക' എന്ന നോവലിനെ അതിലെ സാമൂഹികാംശം ഒഴിച്ചുനിർത്തിക്കൊണ്ട് ഇപ്പറഞ്ഞ വീക്ഷണങ്ങളിലൂടെ സമീപിക്കുകയാണെങ്കിൽ പുതിയ ചില കണ്ടെത്തലുകൾക്കു സാധ്യതയുണ്ട്. ഈ നോവലിൽ മാദകവും മാരകവുമായ ഇരട്ടരൂപങ്ങളിൽ പ്രത്യക്ഷപ്പെടുന്ന ബാഹ്യപ്രകൃതി അവളെ കാമിക്കാനും കൊള്ളയടിക്കാനും വന്നെത്തിയ പരദേശികളുമായി ഏതൊക്കെത്തരത്തിൽ കൂടിയാടുന്നു എന്നന്വേഷിക്കുന്നത് ശില്പപരമായി പല പാളിച്ചകളുമുള്ള ഈ കൃതിയുടെ അകക്കാമ്പുമായി നമ്മെ അടുപ്പിച്ചെന്നിരിക്കും.

രണ്ട്

ആയിരത്തിതൊള്ളായിരത്തി അറുപതുകളുടെ അറുതിയിലാണ് മലയാള ചെറുകഥാസാഹിത്യത്തിൽ 'സിറ്റിസ്കേപ്പ്' സജീവമായൊരു സാന്നിദ്ധ്യമായിത്തീർന്നത്. അക്കാലത്ത് ആധുനികപ്രവണതകൾക്കു

തുടക്കമിട്ട നാലഞ്ചു ചെറുകഥാകൃത്തുക്കൾ തികച്ചും ആകസ്മികമായി ഇന്ത്യയുടെ തലസ്ഥാനനഗരത്തിൽ ഏതാനും വർഷങ്ങൾ ചെലവഴിക്കാനിടയായി. ഗ്രാമീണാന്തരീക്ഷത്തിൽ ജനിച്ചുവളർന്ന്, ഒരിടത്തരം നഗരത്തിൽ കോളേജുവിദ്യാഭ്യാസം പൂർത്തിയാക്കി തൊഴിലിൽ പ്രവേശിച്ച ഇവരെ സംബന്ധിച്ചിടത്തോളം ദൽഹി സമ്മാനിച്ച സാംസ്കാരികമായ നടുക്കം അഗാധമായ ഒന്നായിരുന്നു. ഇവരിൽ ഓരോ ആളും മഹാനഗരം തുറന്നുതന്ന സംവേദനസാദ്ധ്യതകളെ കലാപരമായി ചൂഷണം ചെയ്യുന്നതിൽ തികഞ്ഞ വിരുതുകാണിച്ചു.

എം. മുകുന്ദന്റെ കഥാസാഹിത്യത്തിൽ കഞ്ചാവിന്റെ നീലപ്പുകയിൽ ഉയിർകൊള്ളുന്ന ദൽഹിനഗരം വേശ്യകളുടേയും ചിത്രകാരന്മാരുടേയും മോഹഭംഗം ബാധിച്ച വിപ്ലവകാരികളുടേയും മയക്കുമരുന്നിനടിപ്പെട്ട ചെറുപ്പക്കാരുടേയും നഗരമായി നിലകൊള്ളുന്നു. അറുപതുകളുടെ രണ്ടാം പകുതിയിൽ ലോകത്തിന്റെ പല ഭാഗങ്ങളിലും നാമ്പിട്ട 'പ്രതിസംസ്കാര'ത്തിന്റെ ലയമൂർച്ഛകൾ ഈ എഴുത്തുകാരൻ അനുഭവിച്ചറിഞ്ഞത് ദൽഹിയിലെ തെരുവുകളിൽവെച്ചായിരുന്നു. വേശ്യകളും ലൈംഗികവാണിഭം നടത്തുന്നവരും കിറുക്കന്മാരുമടങ്ങിയ ഒരു നിമഗ്നജനത (Submerged Population) കാക്കനാടൻ അക്കാലത്ത് വ്യക്തിയുടെ ഏകാന്തത പ്രമേയമാക്കി എഴുതിയ ചെറുകഥകളിൽ അടിഞ്ഞുകിടക്കുന്നതുകാണാം. വി.കെ.എൻ ആണെങ്കിൽ താൻ ഇന്ദ്രപ്രസ്ഥത്തിൽ കണ്ണും കാതും വായും തുറന്നിട്ട് ഉൾക്കൊണ്ട ഉജ്ജ്വലവും ക്ഷുദ്രവുമായ എല്ലാറ്റിനേയും ഹരം പിടിച്ച തമാശച്ചിരിയിൽ ഒതുക്കിച്ചേർത്തു. പാലക്കാടൻ ഗ്രാമത്തിലെ ശോഷിച്ചുതുടങ്ങിയ നായർ പ്രതാപത്തിന്റെ വങ്കത്തരങ്ങൾ നുണഞ്ഞുശീലിച്ച ഈ എഴുത്തുകാരന്റെ വികടഭാവന ദൽഹിരാഷ്ട്രീയത്തിലെ കൊട്ടാരോപജാപങ്ങളുടെ അധമത്വം മണത്തുചെന്നു. തന്റെ അനശ്വരകഥാപാത്രമായ 'പയ്യനെ' സാക്ഷിനിർത്തിക്കൊണ്ട് 'സൂപ്പർ സിറ്റി ഡ്രീം' എന്നു വിശേഷിപ്പിക്കാവുന്ന സമ്പന്നജീവിതത്തിന്റെ ഭോഗസുഖങ്ങളെ സൗന്ദര്യാത്മകമായ ശ്രദ്ധയോടെ അദ്ദേഹം പുനഃസൃഷ്ടിച്ചു.

വി.കെ.എൻ-ന്റെ 'പയ്യൻ പരമ്പര'യുടെ എല്ലാ ലക്ഷണവുമൊത്ത ഒരു ഹാസ്യരചനയാണ് 'പാതി സ്വപ്നം' (1964).* ഇതിൽ നാം കണ്ടുമുട്ടുമ്പോൾ പയ്യൻ അല്പം പരുങ്ങലിലാണ്. വീട്ടിൽ ഭക്ഷിക്കാൻ ഒന്നുമില്ല. ഒന്നു രണ്ടുമാസത്തെ പത്രമാസികകളും ഒരു ഡസൻ ഒഴിഞ്ഞ ബിയർകുപ്പികളും വിൽക്കാനുണ്ട്. അങ്ങനെ കിട്ടുന്ന ഏഴു രൂപയിൽ വേണം പ്രാതലും ഉച്ചഭക്ഷണവും അത്താഴവും ഒതുക്കിനിർത്താൻ. പക്ഷേ, അതിനു പേപ്പർ വ്യാപാരി വരണ്ടേ? പേപ്പർ വ്യാപാരിയെ കാണാതെ പരിഭ്രമിച്ച് അന്നത്തെ ദിവസം എങ്ങനെ പ്ലാൻ ചെയ്യണമെന്നു ആലോചിച്ചുകൊണ്ടിരിക്കുമ്പോൾ നഗരത്തിൽ ഒരിടത്ത് എഴുത്തുകാരുടെ ഒരു തകർപ്പൻ സമ്മേളനം നടക്കുകയാണെന്ന് പയ്യൻ ഓർമ്മിച്ചു.

* 'പാതിസ്വപ്നം,' പയ്യന്റെ കഥകൾ, പുറം. 182–193. പ്രസാ. സാഹിത്യപ്രവർത്തക സഹകരണ സംഘം, 1979

സമ്മേളനസ്ഥലത്തെത്തിയപ്പോൾ പയ്യന്റെ മനസ്സിടിഞ്ഞു. പ്രോഗ്രാമിന്റെ കാർഡിൽ ഭക്ഷണത്തെപ്പറ്റി എങ്ങും പരാമർശമില്ല. ഹാളിനുപുറത്ത് തന്റെ പ്രിയസഖി മന്ത്രിപുത്രി നീലിമയെ കണ്ടപ്പോഴാണ് അവനു ജീവൻ വീണുകിട്ടിയത്. പതിവിൻപടിയുള്ള പയ്യാരം പറച്ചിലിനുശേഷം നീലിമ അവനേയുംകൊണ്ട് നഗരത്തിലെ വിശാലമായ തെരുവീഥികളിലൂടെ മന്ത്രികൊട്ടാരത്തിലേക്കു കാറോടിക്കുന്നു. വീട്ടിലെത്തിയതിനുശേഷം അവൾ ഗ്ലാസ്സിൽ ജിൻ പകർന്നുകൊണ്ട് തന്റെ ഓർമ്മക്കെട്ടഴിക്കുന്നു. എന്നോ ഒരു ദിവസം താൻ പച്ചവെള്ളമാണെന്നു കരുതി ജിൻ മോന്തിയതിന്റേയും അതിന്റെ അനന്തരഫലങ്ങളുടേയും കഥയാണ് അവൾ പൊടിപ്പും തൊങ്ങലും ചേർത്തുപറയുന്നത്. അതിനുശേഷം അവർ 'നേരമ്പോക്കി'ലേക്കു കടക്കുന്നു. ഇത്രയുമായപ്പോൾ പയ്യൻ കൺമിഴിച്ചു. പേപ്പർ വ്യാപാരി ചുമലിൽത്തട്ടി വിളിക്കുകയാണ്. കഥയുടെ ഒടുവിലത്തെ ഭാഗം ശ്രദ്ധിക്കുക: "അടുത്ത പ്രാവശ്യത്തെ ഭക്ഷണത്തിന്റെ സാദ്ധ്യതയിൽ പ്രീതനായി പയ്യൻ എഴുന്നേറ്റു. വ്യാപാരവസ്തുക്കൾ എടുക്കാൻ മുറിയുടെ മൂലയ്ക്കു നടക്കുമ്പോൾ സ്വയം പറഞ്ഞു: "എങ്കിലും മൂന്നുവട്ടം നിർഭാഗ്യവാനാകുന്നു നീ. നീ അനുഭവിച്ച യാഥാർത്ഥ്യങ്ങൾപോലും സ്വപ്നമായി വന്ന് നിന്നെ വശംകെടുത്തുന്നു" (പുറം. 193). കഥാന്ത്യത്തിലെ ഈ 'ട്വിസ്റ്റ്' ഒന്നുമാത്രമാണ് "പാതിസ്വപ്ന"ത്തെ മറ്റു പയ്യൻ കഥകളിൽനിന്ന് അല്പം വ്യത്യസ്തമാക്കുന്നത്.

ഒരു കണക്കിന് ഈ കഥയിലെ പത്രപ്രവർത്തകനായ ബുദ്ധിജീവിയുടെ ആഗ്രഹചിന്തയിൽ വി.കെ.എൻ-ന്റെ എല്ലാ കഥാനായകന്മാരുടേയും ഏറ്റവും ആവേശഭരിതമായ ജീവിതസ്വപ്നങ്ങളുടെ ചിത്രവും ചരിത്രവുമടങ്ങിയിട്ടുണ്ട്. ഈ എഴുത്തുകാരന്റെ സങ്കല്പത്തിലുള്ള നഗരത്തിന്റെ ഒത്തനടുവിലുള്ളത് ഒരു റെസ്റ്റൊറന്റാണ്, തീർച്ച. അവിടത്തെ വെയ്റ്റർമാരുടെ വേഷവിധാനംതൊട്ട് മെനുവിന്റെ വിശദാംശങ്ങൾവരെയുള്ള കാര്യങ്ങൾ, വായനക്കാരൻ കൊതിമൂത്ത് ഉമിനീരിറക്കാൻ വിഷമിക്കുവോളം വർണ്ണിച്ചുപോകാൻ അദ്ദേഹത്തിനു അതുല്യമായൊരു സിദ്ധിയുണ്ട്. പത്തൊമ്പതാംനൂറ്റാണ്ടിലെ ഇംപ്രഷനിസ്റ്റ് ചിത്രകാരന്മാർ വരയ്ക്കുന്നതിനുമുമ്പ് ആളുകൾ മൂടൽമഞ്ഞോ സൂര്യാസ്തമയമോ ആസ്വദിച്ചിരുന്നില്ല എന്ന് ഓസ്കർ വൈൽഡ് ഒരിടത്ത് പറഞ്ഞിട്ടുണ്ട്. മലയാളികളെ സംബന്ധിച്ചിടത്തോളം വി.കെ.എൻ കഥയെഴുതുന്നതിനുമുമ്പ് തീറ്റ ഇത്ര ഹൃദ്യമായ ഒരനുഭവമാണെന്ന് ആരും മനസ്സിലാക്കിത്തന്നിരുന്നില്ല. വി.കെ.എൻ-ന്റെ കഥാസാഹിത്യത്തിൽ തീറ്റ — വിശേഷിച്ച് അദ്ദേഹത്തിനു എത്ര വിവരിച്ചാലും മതിവരാത്ത സസ്യേതര ഭക്ഷണം — സുരതക്രിയയ്ക്കു പകരമായുള്ള (surrogate) ഒരേർപ്പാടായി മാറുകയാണ്. വി.കെ.എൻ-ന്റെ നഗരഭൂപടത്തിൽ അടുത്തതായി കടന്നുവരുന്നത്, സാഹിത്യക്കമ്പം തലയ്ക്കുപിടിച്ച മന്ത്രിപുത്രിമാരും ഭർത്താവിന്റെ ഉയർച്ചയ്ക്കുവേണ്ടി മടിക്കുത്ത് ചെറുതായൊന്നഴിക്കുന്നത് സതീധർമ്മമാണെന്നു വിശ്വസിക്കുന്ന 'സൊസൈറ്റി ലേഡി'കളും തങ്ങളുടെ

ഇരകളെ കാത്തിരിക്കുന്ന കിടപ്പറകളുമാണ്. 'കുട്ടിക്കുലടകൾ' എന്നാണ് വി.കെ.എൻ-ന്റെ നിഘണ്ടുവിൽ ഇവർക്കു പൊതുവിൽ നൽകിയിട്ടുള്ള വിശേഷണം. ഇവരുടെ പൊങ്ങച്ചവും കാമവെറിയും കിടമാത്സര്യവും നേരിയ തോതിൽ അതിശയോക്തികലർത്തി അദ്ദേഹം നമുക്കുമുമ്പിൽ നിരത്തുന്നു. വാസ്തവത്തിൽ വിലക്കുകളില്ലാത്ത ലൈംഗികത എന്ന, ഒരുകാലത്ത് ഇവിടെ ചിലർ ഉയർത്തിപ്പിടിച്ചിരുന്ന ആശയത്തെ ഒരു മഹാനഗരത്തിന്റെ പശ്ചാത്തലത്തിൽ ഇത്രമാത്രം ലാഘവത്തോടെ, നിരങ്കുശമായി സാക്ഷാത്കരിച്ച വേറൊരു എഴുത്തുകാരൻ ആധുനികർക്കിടയിലില്ല. ഇനി എന്തുകൊണ്ട് ഈ ഫലിതസാഹിത്യകാരൻ താൻ പുനഃസൃഷ്ടിച്ച നഗരത്തിന്റെ കേന്ദ്രഭാഗത്ത് റെസ്റ്റൊറന്റും കിടപ്പറയും പ്രതിഷ്ഠിച്ചു എന്നു ചോദിച്ചാൽ, ദൽഹി, വിഭജനത്തിനുശേഷം ആദ്യമായി, ആയിരത്തിതൊള്ളായിരത്തി അറുപതുകളിലും എഴുപതുകളിലും കൈവരിച്ച ചില സ്വഭാവസവിശേഷതകളെക്കുറിച്ച് പറയേണ്ടിവരും. ഇക്കാലത്ത് നമ്മുടെ രാഷ്ട്രീയരംഗത്തിലും സാംസ്കാരികമേഖലയിലും ആധിപത്യം പിടിച്ചുപറ്റിയ ഒരു പുതിയ വർഗ്ഗത്തിന്റെ പ്രതിനിധികൂടിയാണ്, ഒരുകാലത്ത് വി.കെ.എൻ-ന്റെ സ്ഥിരം കഥാപാത്രമായിരുന്ന പയ്യൻ. ഈ പയ്യൻ നിരീക്ഷകനും പങ്കാളിയുമൊക്കെയായി അവതരിക്കുന്ന കഥകളിലെ ആക്ഷേപഹാസ്യം മുനകൂർപ്പിച്ചു ചെന്നുനിൽക്കുന്നത് നെഹ്റുവിനുശേഷമുള്ള ഇന്ത്യയിൽ മൂല്യങ്ങൾ പയ്യെ പിൻവാങ്ങുകയും 'സിനിസിസം' ദേശീയസംസ്കാരത്തിൽ കയറിപ്പറ്റുകയും ചെയ്ത ഒരു പരിവർത്തനകാലഘട്ടത്തിന്റെ കൊച്ചുവിശേഷങ്ങളിലാണ്. 'പയ്യൻ പരമ്പര'യുടെ സാമൂഹ്യശാസ്ത്രപരമായ ഇത്തരം അംശങ്ങൾ പലരും കാണാതെപോയി.

പയ്യൻ കഥകളിലും 'ആരോഹണം' പോലുള്ള നോവലുകളിലും ദൽഹിനഗരം പ്രധാനപ്രമേയവുമായി ഇഴുക്കം പൂണ്ടുനിൽക്കുന്നതു കാണാം. ദൽഹിയിലെ വരേണ്യവർഗ്ഗത്തിന്റെ സംഭാഷണശീലുകളിൽ നിന്നാണ് വി.കെ.എൻ. ഇംഗ്ലീഷും മലയാളവും ഇടകലർത്തിക്കൊണ്ടുള്ള തന്റെ പുതിയ മണിപ്രവാളം ശൈലിക്കു ജന്മം നൽകിയത് (മറിച്ച് അദ്ദേഹം പാലക്കാടൻ പശ്ചാത്തലത്തിലെഴുതിയ ചെറുകഥകളിലെ ഭാഷാരീതിക്കു ഇത്ര ചുറുചുറുക്കും പരീക്ഷണസ്വഭാവവുമില്ല എന്ന വ്യത്യാസം ശ്രദ്ധിക്കുക.). വി.കെ.എൻ-ന്റെ കഥകളിൽ ചുരുക്കമായി കടന്നുവരുന്ന ഇമേജറികൂടി മുകളിൽ സൂചിപ്പിച്ച നഗരാനുഭവങ്ങളിൽ നിന്നു ഊറിക്കൂടിയവയാണ് ("വെള്ളത്തൊപ്പിയിട്ട പുലരി എന്ന പരിചാരകൻ ചെന്ന് ശുക്രനെ സ്വിച്ചെറിഞ്ഞ് തെളിയിച്ചപ്പോഴാണ് ഹോട്ടലിനു പുറത്തുകടന്നത്" എന്നിങ്ങനെയുള്ള പ്രയോഗങ്ങൾ ഓർമ്മയിൽ കടന്നുവരുന്നു). ദൽഹിയിലെ ഉന്നതരാഷ്ട്രീയവൃത്തങ്ങളിൽ ആടിത്തിമിർത്ത ചില വ്യക്തികളുടെ ചെറിയ 'മാനറിസ'ങ്ങൾ, ശരീരസവിശേഷതകൾ, രഹസ്യദൗർബല്യങ്ങൾ എന്നിവയൊക്കെ ഒരു പത്രറിപ്പോർട്ടറുടെ കുശാഗ്രബുദ്ധിയോടെ ഒപ്പിയെടുത്ത് തന്റെ ചിരഞ്ജീവികളായ

രണ്ടുമൂന്നു കഥാപാത്രങ്ങൾക്കു പകുത്തുകൊടുക്കുന്നതിൽ വി.കെ.എൻ. ഒരുതരം ക്രൂരമായ ആനന്ദം അനുഭവിച്ചുകാണണം.

വി.കെ.എൻ. പൊലിപ്പിച്ചുകാട്ടുന്ന ഈ നഗരപരിച്ഛേദത്തെ നാം നേരത്തെകണ്ട ഗ്രാമചിത്രവുമായൊന്നു തട്ടിച്ചുനോക്കുന്നത് രസാവഹ മായിരിക്കും. തന്റെ നായികയുടെ അസ്ഥാന പ്രണയത്തിന്റെ വികാസ പതനങ്ങൾ കഥയുടെ ഉപരിഭാഗത്ത് കൊണ്ടുവരാനായി (foregrounding) പൊറ്റെക്കാട്ട് എത്ര അവധാനതയോടുകൂടിയാണ് പശ്ചാത്തല നിർമ്മിതി നടത്തിയിരിക്കുന്നതെന്ന് നാം കണ്ടുകഴിഞ്ഞു. പൊറ്റെക്കാട്ട് വരച്ചു കാട്ടുന്ന മലമ്പ്രദേശത്തിന്റെ സ്വച്ഛമായ ചിത്രത്തിൽ വരകൾ സമഞ്ജസ മായി സമ്മേളിച്ചിരിക്കുന്നു; പ്രകാശം വേണ്ടിടത്തുമാത്രമേ പതിഞ്ഞി ട്ടുള്ളൂ; വർണ്ണങ്ങൾ ഉദാരശോഭ കലർന്നവയാണ്. ജോൺ കോൺസ്റ്റബി ളിന്റെ 'ലാൻഡ്സ്കേപ്പ് പെയിന്റിംഗു'കളുമായും ക്ലോഡ് മോണെയുടെ തടാകദൃശ്യങ്ങളുമായും പരിചയമുള്ള ഒരാൾക്ക് — ഇംപ്രഷനിസ്റ്റ് ചിത്ര കലയുടെ അന്തഃസത്ത ഉൾക്കൊണ്ട ഒരാസ്വാദകന് — പൊറ്റെക്കാട്ട് വരച്ചു കാട്ടുന്ന ദക്ഷിണേന്ത്യയിലെ ഈ യക്ഷിസാമ്രാജ്യത്തിന്റെ ദൃശ്യാത്മക മായ ആഴം ശരിക്കുമുൾക്കൊള്ളാൻ കഴിഞ്ഞെന്നിരിക്കും.

എന്നാൽ വി.കെ.എൻ-ന്റെ സമീപനം ഇതിൽനിന്നു വ്യത്യസ്തമാണ്. അദ്ദേഹം സമകാലികജീവിത യാഥാർത്ഥ്യത്തിനുമേൽ നടത്തുന്ന കടന്നാക്രമണത്തിന്റെ കാതലായ അംശം വക്രീകരണമാണ്. ഇത് അദ്ദേഹത്തിന്റെ രചനാതന്ത്രത്തിന്റെ മൊത്തം സ്വഭാവത്തേയും നിർണ്ണ യിക്കുന്നു. വി.കെ.എൻ തന്റെ ചെറുകഥകളിൽ ഉപരിഭാഗവും പശ്ചാത്ത ലവും മേലും കീഴും തമ്മിലുള്ള വ്യത്യാസം ഇല്ലായ്മ ചെയ്തതു പോലുണ്ട്. നവോത്ഥാനകാലഘട്ടത്തിലെ ചെറുകഥാകൃത്തുക്കളുടേയും പത്മനാഭൻ-എം.ടി. തലമുറകളുടേയും രചനകളിൽ കാണാൻ കഴിയുന്ന തരത്തിലുള്ള പരിപ്രേക്ഷ്യം (perspective) വി.കെ.എൻ-ന്റെ കഥാ ലോകത്തിൽനിന്ന് അപ്രത്യക്ഷമായിരിക്കുന്നു. അദ്ദേഹത്തിന്റെ ഹാസ്യ കലയുടെ കരുത്തും ആഘാതവും കുടികൊള്ളുന്നത് പരിപ്രേക്ഷ്യത്തെ പല കീറുകളായി മുറിച്ചുചേർക്കുന്ന സങ്കേതത്തിന്റെ ഉപയോഗത്തിലാണ്. ഒരു ക്യൂബിസ്റ്റ് കൊളാഷിലെന്നവണ്ണം അദ്ദേഹം സ്ഥലത്തെ പരന്ന തല ത്തിലേക്കു വെട്ടിച്ചുരുക്കുന്നു (flattening). പയ്യൻകഥകളിലെല്ലാം മഹാ നഗരത്തിന്റെ ദൃശ്യമാനങ്ങൾ കുറുകിയ രണ്ടുമൂന്നു രേഖകളിലൂടെയാണ് സാക്ഷാത്കരിക്കപ്പെട്ടിട്ടുള്ളത്.

വി.കെ.എൻ. സ്ഥലം കൈകാര്യം ചെയ്യുന്നരീതി കൂടുതൽ സൂക്ഷ്മ മായൊരു സൗന്ദര്യപ്രശ്നവുമായി ബന്ധപ്പെട്ടുകിടക്കുന്നതായി ഞാൻ കരുതുന്നു. ഹാസ്യസാഹിത്യകാരന്മാരുടെ പതിവുരീതിയിൽ നിന്ന് ഒരു പടി കൂടി മുന്നോട്ടുകുതിച്ചുകൊണ്ട്, വി.കെ.എൻ. തന്റെ കഥാസാഹിത്യ ത്തിൽനിന്ന് ബൂർഷ്വ മനഃശാസ്ത്രത്തെ ബഹിഷ്കരിച്ചിരിക്കുന്നു, ആഴത്തെ ഒഴിവാക്കിയിരിക്കുന്നു. അദ്ദേഹം ഉപരിതലത്തിന്റെ കാഥിക നാണ്. ഉപരിതലത്തിൽ കുമിളകുത്തുന്ന ആഹ്ലാദങ്ങളിൽ കവിഞ്ഞൊന്നും

ജീവിതത്തിലില്ല എന്ന മദിപ്പിക്കുന്ന കണ്ടെത്തൽ, ആഴവും അർത്ഥവും തേടിയുള്ള അന്വേഷണം മദ്ധ്യവർഗ്ഗത്തിന്റെ മനോരോഗത്തിന്റെ ലക്ഷണമാണെന്ന മുന്നറിയിപ്പ്, അദ്ദേഹമൊരുക്കുന്ന ഫലിതസന്ദർഭങ്ങളിലും കാരിക്കേച്ചറുകളിലും തങ്ങിനില്പുണ്ട്.

മൂന്ന്

അടുത്തതായി നമുക്കു സക്കറിയയുടെ 'അ എന്ന വേട്ടക്കാരൻ' എന്ന കഥയിലേക്കു (1975) കടന്നുചെല്ലാം.*

ഈ കഥയിൽ നിയതമായൊരു കഥാസന്ദർഭമില്ല. "പുള്ളിമാനി"ൽ കണ്ടതുപോലുള്ള സംഘട്ടനത്തിന്റെ പടവുകളോ, വി.കെ.എൻ-ന്റെ കഥയുടെ ഒടുവിൽ തലകാട്ടുന്ന, എത്രതന്നെ പരിമിതമായ തോതിലാണെങ്കിലുമുള്ള വിസ്മയത്തിന്റേയും കണ്ടെത്തലിന്റേയുമായ അംശമോ ഇതിലില്ല. നാം സാധാരണയായി വിവക്ഷിക്കാറുള്ള രീതിയിൽ കഥ പറയാനുള്ള (narrate) ശ്രമംകൂടി സക്കറിയ ഉപേക്ഷിച്ചിരിക്കുന്നു. ഉറഞ്ഞുകൂടിയ വാക്കുകളിലൂടെ പ്രാചീനസ്മൃതികളുണർത്തുന്ന ഒരു ഭാവാന്തരീക്ഷം (mood) സംവേദനം ചെയ്യുകമാത്രമാണ് കാഥികൻ ഇവിടെ ചെയ്യുന്നത്. കഥയിലെ മുഖ്യകഥാപാത്രമായ 'അ'യ്ക്ക് വ്യക്തമായൊരു സ്വത്വമില്ല. കഥ നടക്കുന്നത് എവിടെയുമാവാം. കഥാപശ്ചാത്തലത്തിന് ഒരു പ്രത്യേക ദേശത്തിന്റേയോ ഭൂവിഭാഗത്തിന്റേയോ ഛായ നൽകുന്നതിനുപകരം പ്രകൃതിയുടെ അനന്തസ്ഥലികളിൽ എവിടെയോ നടക്കുന്ന രീതിയിലാണ് കഥാകൃത്ത് സംഭവങ്ങൾ വർണ്ണിച്ചിരിക്കുന്നത്.

'അ'എന്ന വേട്ടക്കാരൻ വനഭംഗിയിൽ സ്വയം നഷ്ടപ്പെട്ടതിനുശേഷമുള്ള അവസ്ഥാപരിണാമത്തിന്റെ വിവരണം നോക്കുക:

> "തന്റെ നില ഭദ്രമാക്കാൻ അയാൾക്കു കഴിയുന്നതിനു മുമ്പ് ഓരോരുത്തരായി കാടിന്റെ വാതിലുകൾ തുറന്ന് അവർ വന്നു.
>
> അവർ അയാളെ മണത്തുനോക്കി. നഖങ്ങൾ ഉറയിലിട്ട മൃദുകൈത്തലങ്ങൾ കൊണ്ടുതൊട്ടു. അരമുള്ള നാവുകൾകൊണ്ട് നക്കി. രോമാവൃതമായ ശരീരങ്ങൾ അയാളുടെ മേലുരുമ്മി. ചുണ്ടുകൾ കൊണ്ടും ചിറകുകൾകൊണ്ടും രോമാഞ്ചപ്പെടുത്തുകയും ചെയ്തു. അയാളുടെ ഇടത്തേ കാൽപ്പത്തിമേലിരുന്ന് ഒരണ്ണാൻ ഏതോ കനി ഏകാഗ്രമായി കൊറിച്ചു. അയാളുടെ തോക്കിന്മേൽ പനന്തത്തകളും വർണ്ണക്കിളികളും തലകീഴായി തൂങ്ങിക്കിടന്നു.

* 'അ എന്ന വേട്ടക്കാരൻ,' ഒരിടത്ത്: സക്കറിയയുടെ കഥകൾ, പ്രസാ. സാഹിത്യ പ്രവർത്തക സഹകരണസംഘം, രണ്ടാം പതിപ്പ്, പുറം 84-85.

താഴ്‌വരയിൽ നീല രത്നക്കല്ലുപോലെ ഒരു തടാകം തിളങ്ങിയിരുന്നു. പകൽ കാട്ടുതീപ്പടർപ്പുപോലെ ജ്വലിക്കുകയും നിലാവിൽ മങ്ങി ചെരിയുകയും ചെയ്തിരുന്ന ഒന്ന്. നിഴലിൽ ഒരു ഭൂഗർഭരാജ്യം.

സന്ദർശനമവസാനിപ്പിച്ച് അവർ ഇലകളുടെ അറകളിലേക്കു പോയിക്കഴിഞ്ഞപ്പോൾ അയാൾ തന്റെ പരാജയം ശിരസാവഹിച്ച് കുമ്പിട്ടു തോളിൽനിന്നു വാറഴിച്ച് തോക്കെടുത്തുനിലത്തുവെച്ചു. എന്നിട്ട് തടാകക്കരയിലെ പുൽപ്പുറത്തു തലകുനിച്ചിരുന്നു.

തടാകം ഒരു ഘടികാരമായി. അതിന്റെ തിളക്കത്തിൽ സൂര്യൻ സമയത്തേയുംകൊണ്ടു നൃത്തം വെച്ചു. രാത്രിയിൽ ചന്ദ്രനവിടെ സമയം മറന്ന് ഉറങ്ങിക്കിടന്നു.

കാലക്രമേണ അയാളുടെ തോക്കിനെ പുല്ലുകൾ മൂടി. അതിന്റെ തിളക്കം അസ്തമിച്ചു.

കാടിന്റെ ജാലകങ്ങളിൽനിന്നു കാവൽക്കാർ എന്നേ പിരിഞ്ഞിരുന്നു. അവർക്കു മറ്റൊന്നും ചെയ്യാനുണ്ടായിരുന്നില്ല. ഇനി താഴ്‌വര. ആകാശവും കൊടുമുടികളും മേഞ്ഞുപോകുന്ന നിഴലുകളും കാറ്റും. രാത്രിയുടെ അഗാധശബ്ദങ്ങളും ചന്ദ്രന്റെ സ്വപ്നവും അലയുന്ന മാറ്റൊലികളും പുകമഞ്ഞിന്റെ തീർത്ഥാടനവും.

കാലമൊരു കാറ്റായിവന്ന് 'അ' എന്ന വേട്ടക്കാരനെ തൊട്ടു. തന്റെ സന്തോഷവാർത്ത അറിയിച്ചു. അയാൾ തന്റെ ശരീരത്തെ മണ്ണിൽ നിന്നുയർത്തി. പാതിരാനക്ഷത്രങ്ങളെപ്പോലെ എരിഞ്ഞ കണ്ണുകളിൽ തിളങ്ങുന്ന കണ്ണീർക്കണങ്ങളോടെ തടാകനീലിമയിൽ മുഴുകി ഇല്ലെന്നായി" (പുറം. 84–85).

ഇതു വായിക്കുമ്പോൾ നിങ്ങൾ ഹെൻറി റൂസ്സോയുടെ 'ദ ജിപ്സി വിത്ത് ദ ഗിറ്റാർ' എന്ന ചിത്രം ഓർമ്മിക്കാനിടയുണ്ട്. ഒപ്പം മതാചാരത്തിന്റേയും ഭ്രമകല്പനയുടേയും അംശമടങ്ങുന്ന ഷഗാളിന്റെ ചില പെയിന്റിംഗുകളും. ഈ രചനകൾ നമുക്ക് അനുഭവപ്പെടുത്തിത്തരുന്ന അതീതയാഥാർത്ഥ്യത്തിന്റെ മേഖലയെ തൊട്ടുകിടക്കുന്ന ഒന്നാണ്, സക്കറിയയുടെ കാഥികഭാവന ഇവിടെ ആവാഹിക്കാൻ ശ്രമിക്കുന്ന ആദിമമായ മന്ത്രവിദ്യ. ഈ കഥയിൽ വിവരിച്ചിട്ടുള്ള മുഴുവൻ ദൃശ്യങ്ങളും അലൗകികമായ ഏതോ സ്വപ്നത്തിന്റെ പ്രതീതി ജനിപ്പിക്കുന്നവയാണ്. ആ സ്വപ്നത്തിന്റെ പരിധിരേഖ, സ്വാഭാവികമായിത്തന്നെ, അവ്യക്തവും അതിവിദൂരവുമായി അവശേഷിക്കുന്നു. സ്ഥലത്തിന്റെ ഉപയോഗത്തിൽ കാണിക്കുന്ന ഈ സ്വാതന്ത്ര്യംപോലെതന്നെ കാലം കൈകാര്യം ചെയ്യുന്നതിൽ കാഥികൻ പ്രദർശിപ്പിക്കുന്ന കൈയടക്കവും നമ്മുടെ

ശ്രദ്ധയർഹിക്കുന്നു. സമയം ഇവിടെ നേർവരയിലൂടെ നീങ്ങുന്നതിനു പകരം നിശ്ചലാവസ്ഥയിൽ തളംകെട്ടിക്കിടക്കുകയാണ്. പഴക്കം തട്ടാത്ത പ്രകൃതിബിംബങ്ങളുടെ ചൈനീസ് വലയിൽ കാഥികൻ സമയപ്രവാഹത്തെ ബന്ധിച്ചിരിക്കുന്നു.

ബാഹ്യാംശങ്ങൾ ചെത്തിക്കളഞ്ഞ് ചെറുകഥയെ അമൂർത്തമാക്കാനുള്ള ശ്രമം ഒരുപക്ഷേ എം.പി.നാരായണപിള്ളയിൽ നിന്നാരംഭിക്കുന്നു. 'മുകുന്ദൻ എന്ന പാമ്പാട്ടി'യും 'ജോർജ്ജ് ആറാമന്റെ കോടതി'യുമാണ് പരമ്പരാഗതമായ കഥാഘടകങ്ങളെ കുഴച്ചുമറിച്ച രണ്ടു ആദ്യരചനകൾ. പിന്നീട് പല ആധുനിക ചെറുകഥാകൃത്തുക്കളും ഈ പരീക്ഷണത്തെ മുന്നോട്ടുകൊണ്ടുപോവുകയുണ്ടായി. സക്കറിയ ഭ്രമകല്പനയുടെ പുതിയ തലങ്ങൾ സാക്ഷാത്ക്കരിച്ചതുവഴി സുഘടിതമായ കഥാശില്പത്തിന്റെ മൂശയെ തട്ടിയുടച്ചു. 'അ എന്ന വേട്ടക്കാരനി'ൽ അദ്ദേഹം സ്ഥലകാലങ്ങൾ കൈകാര്യം ചെയ്തിരിക്കുന്ന രീതി അമൂർത്തതയിലേക്കുള്ള ഈ ചായ്‌വിനു നല്ലൊരു ഉദാഹരണമാണ്.

യുദ്ധാനന്തര ഇംഗ്ലീഷ് നോവൽ സാഹിത്യത്തിലെ ഏറ്റവും മുഴുപ്പുള്ള സാങ്കല്പികനഗരത്തിന്റെ (അലെക്സാൻഡ്രിയ) സ്രഷ്ടാവായ ലോറൻസ് ഡുറൽ ഒരിക്കൽ പറയുകയുണ്ടായി, "നാം ശ്വസിക്കുന്നതെന്തോ അതാണ് നമ്മൾ" എന്ന്. തന്റെ കഥാപാത്രങ്ങളെ അവർ ജീവിക്കുന്ന ഭൂപരിസരത്തിന്റെ ധർമ്മങ്ങൾ (functions) മാത്രമായി കണ്ടുശീലിച്ച ഒരെഴുത്തുകാരനാണ് ഡുറൽ. ഡുറലിന്റെ മാസ്റ്റർപീസായി കണക്കാക്കപ്പെടുന്ന *അലെക്സാൻഡ്രിയ ക്വാർടെറ്റി*ലെ കഥാപാത്രങ്ങളെ സംബന്ധിച്ചിടത്തോളം അവരുടെ പെരുമാറ്റരീതികളേയും പ്രതികരണങ്ങളേയും നിർണ്ണയിക്കുന്നത് അവർ ചെന്നകപ്പെട്ടിട്ടുള്ള വിചിത്രമായ പ്രദേശത്തിന്റെ ഇന്ദ്രജാലമാണ്. നാം കാലാത്മാവ് എന്നു പറയാറുള്ളതുപോലെ, സ്ഥലത്തിനും സ്പന്ദിക്കുന്ന ഒരുതരം ചൈതന്യമുണ്ട്. ഇത് ജീവിതത്തിന്റെ ഋതുതാളത്തെ നേരിട്ടോ, പരോക്ഷമായോ സ്വാധീനിക്കാനിടവരുന്നു. ഉദാഹരണത്തിന് 'ദ റെയ്ൻ' എന്ന വികാരതീവ്രമായ നീണ്ട കഥയിൽ സോമർസെറ്റ് മോം സൂചിപ്പിക്കുന്നതുപോലെ, ചിലതരം അപരിചിതമായ ചുറ്റുപാടുകളിലേക്കുള്ള മാറ്റം മനുഷ്യനിലുള്ള പ്രാകൃതവികാരങ്ങളുടെ ഉരുൾപൊട്ടലിനു വേഗതയണച്ചുവെന്നുവരാം. കാടിന്റെയോ വന്യമൃഗപ്രകൃതിദൃശ്യങ്ങളുടെയോ പശ്ചാത്തലത്തിലെഴുതപ്പെട്ടിട്ടുള്ള പ്രശസ്തമായ ചില ചെറുകഥകളിലേക്കു കണ്ണോടിച്ചാൽ മനുഷ്യസ്വഭാവത്തിന്റെ ഏതുവശത്തിനാണ് അവയിൽ ഊന്നൽ കൊടുത്തിരിക്കുന്നതെന്ന് എളുപ്പത്തിൽ തിരിച്ചറിയാൻ കഴിഞ്ഞെന്നിരിക്കും.

എന്നാൽ യുദ്ധാനന്തര പാശ്ചാത്യകഥാസാഹിത്യത്തിൽ കാണാൻ കഴിയുന്ന ഒരു പ്രവണത, രൂപവർണ്ണനാദവൈചിത്ര്യങ്ങൾ കലർന്ന ഭൂമിശാസ്ത്രപരമായ സത്തകൾ ഒരുക്കൂട്ടുന്നതിൽ എഴുത്തുകാർക്കു കൗതുകം കുറഞ്ഞുവരുന്നു എന്നതാണ്. അവരിൽ പലരും ചുറ്റുപാടുകളിൽനിന്നു

മാതൃകകൾ സ്വീകരിക്കുന്നതിനുപകരം തീർത്തും അവാസ്തവികമായ പരിസരങ്ങളിൽ തങ്ങളുടെ ഭീതികളും ആശങ്കകളും വിക്ഷേപിക്കുന്നു.

ഉദാഹരണത്തിന് 'ലാബെറിൻത്സ്' എന്ന സമാഹാരത്തിൽ ചേർത്തിട്ടുള്ള ബോർഹെസിന്റെ "ടലോൺ, ഉഖ്ബർ, ഓർബിസ്, ടെർറ്റിയസ്' എന്ന നീണ്ടകഥ നോക്കുക. ടലോൺ എന്ന അജ്ഞാതഗ്രഹത്തിന്റെ കണ്ടുപിടിത്തത്തെപ്പറ്റിയുള്ളതാണ് ഈ കഥ. ഈ ഗ്രഹത്തിന് ബർക്ക്‌ലിയുടേയും കീർക്കഗോറിന്റേയും ദർശനക്രമങ്ങളെ അനുസ്മരിപ്പിക്കുന്ന രീതിയിൽ അതിന്റേതായൊരു ജീവിതവ്യവസ്ഥയുണ്ട്. ഈ ഗോളം അധികം വൈകാതെ നമ്മുടെ ലോകത്തെ തുടച്ചുമാറ്റുമെന്ന് കാഥികൻ മുന്നറിയിപ്പുനൽകുന്നു. ടലോണുമായുള്ള സമ്പർക്കവും അവിടത്തെ ശീലങ്ങളുടെ സ്വാധീനവും ഭൂമുഖത്തിലെ ജീവിതത്തെയാകെ അലങ്കോലപ്പെടുത്തിയിരിക്കുകയാണ്. ഇങ്ങനെ ഭ്രാന്തമായ പ്രവചനത്തിന്റെ സ്വരത്തിലാണ് ബോർഹെസിന്റെ കഥ അവസാനിക്കുന്നത്. അമേരിക്കൻ ചെറുകഥാകൃത്തായ ഡൊണാൾഡ് ബാർത്തലെമിയും ഇത്തരത്തിലുള്ള ഭാവനാസ്രഷ്ടമായ പരിസരങ്ങളിൽ തന്റെ രചനകൾക്കു പശ്ചാത്തലം കണ്ടെത്തുന്ന ഒരാളാണ്. മനുഷ്യസംസ്കാരത്തിന്റെ താളംപിഴച്ചുള്ള പോക്കിന്റെ പരിണതഫലമായി നമ്മുടെ ആവാസവ്യവസ്ഥയാകെ തകിടംമറിയുകയും പ്രകൃതിയുടെ അവസാനത്തെ പച്ചപ്പുകൂടി നമുക്കിടയിൽനിന്നു അപ്രത്യക്ഷമാവുകയും ചെയ്യുമ്പോൾ അന്നത്തെ കാഥികൻ ജീവന്റെ വിളയാട്ടത്തിനു കണ്ടെത്തുന്ന രംഗവേദി ഏതായിരിക്കും? മനുഷ്യഭാവന വിറച്ചു പിൻവാങ്ങുന്ന അതിർത്തികളിൽ ഒന്നാണിത്. ■

ഏഴ്

നഗരവും കാഥികഭാവനയും*

I

പുരാണേതിഹാസങ്ങളുടെ കാലംതൊട്ട് ഭാരതീയസാഹിത്യത്തിൽ പതിഞ്ഞുകിടപ്പുള്ള ഒന്നാണ് നഗരജീവിതവും ഗ്രാമീണജീവിതവും തമ്മിലുള്ള വൈരുദ്ധ്യം. (ഈ സന്ദർഭത്തിൽ 'ഗ്രാമീണ'മെന്ന പദമുപയോഗിക്കുന്നത് പാസ്റ്ററൽ എന്ന സംജ്ഞയുടെ മുഴുവൻ വിവക്ഷയും അതിൽ ഉൾക്കൊള്ളിച്ചുകൊണ്ടാണ്.) ഭൂമിശാസ്ത്രപരവും സാമൂഹ്യവുമായ ഒരുതരം തിരിവ് എന്നതിലുമുപരിയായി നഗരവും ഗ്രാമവും സംസ്കാരത്തിന്റെ രണ്ടു വ്യത്യസ്തമുഖങ്ങൾക്കോ, ജീവിതത്തിന്റെ നേർക്കുള്ള പരസ്പരനിഷേധികളായ മനോഭാവങ്ങൾക്കോ പ്രാതിനിധ്യം വഹിച്ചുകൊണ്ട് പ്രാചീനകൃതികളിൽ നിലകൊള്ളുന്നു. രാമായണത്തിൽ പ്രതിഫലിച്ചുകാണുന്ന ആശ്രമ സംസ്കാരം സ്വച്ഛവും ശാലീനവുമാണ്; അത് എളിമയുടേയും ത്യാഗവാസനയുടേയും മൂല്യങ്ങളിൽ അധിഷ്ഠിതമായ ഒന്നാണ്. അതേസമയം ശ്രീരാമന്റെ ആസ്ഥാനനഗരത്തിൽ മോഹവും മത്സരബുദ്ധിയും നീറിപ്പുകയുന്നു.

അധികാരത്തെച്ചൊല്ലിയുള്ള അസൂയകൾ കേവലനീതിയെ പിൻതള്ളുന്നു. അവിടെ യുക്തിയും കീഴ്‌വഴക്കങ്ങളും വികാരത്തെ നിയന്ത്രിക്കുന്നു. മഹാഭാരതത്തിലെ ഇന്ദ്രപ്രസ്ഥം എല്ലാ അർത്ഥത്തിലും ഇന്നത്തെ നമ്മുടെ ദേശീയതലസ്ഥാനത്തിന്റെ പൂർവ്വമാതൃകയാണ്. അവിടെ കറതീർന്ന അധികാരദുര ലക്ഷ്യസ്ഥാനത്തെത്താനുള്ള വ്യഗ്രതയിൽ കള്ളക്കരുക്കൾ നീക്കുന്നു, കുതന്ത്രങ്ങൾ അരക്കില്ലമൊരുക്കി കാത്തിരിക്കുന്നു, വിജയോന്മാദം വിശുദ്ധമായി കരുതപ്പെടുന്ന എല്ലാറ്റിനേയും വസ്ത്രാക്ഷേപം ചെയ്ത് തൃപ്തിയടയുന്നു, ഈട്ടം കൂടിയ പക

* ഈ പേരിൽ വി. രാജകൃഷ്ണൻ തിരഞ്ഞെടുപ്പും എഡിറ്റിംഗും നിർവഹിച്ച് കേരള സാഹിത്യ അക്കാദമി പ്രസിദ്ധപ്പെടുത്തിയ കഥാസമാഹാരത്തിന് എഴുതിയ ആമുഖ പഠനം

വിലപ്പെട്ട മനുഷ്യബന്ധങ്ങളെ കാട്ടിൽതള്ളുന്നു. ഹസ്തിനപുരിയിൽ ജീവിക്കാനും ജയിക്കാനുംവേണ്ടി പോരാടുന്ന പാണ്ഡവരുടെ അവസ്ഥയെ വനവാസകാലത്ത് അവർ അനുഭവിക്കുന്ന ലാഘവം കലർന്ന ഹൃദയസാരള്യവുമായി ഒന്നു തട്ടിച്ചുനോക്കൂ. പുണ്യതീർത്ഥങ്ങളിൽ നീരാടി, മുനിമാരെ വന്ദിച്ച്, പ്രകൃതിയുടെ അഴകു നുകർന്ന്, സൗഭാഗ്യങ്ങൾ പങ്കിട്ട് സഞ്ചരിക്കുന്ന പാണ്ഡവന്മാരുടെ ലോകത്തിൽ, ഈ നിയോഗത്തിനു മുമ്പും അതിനുശേഷവും അവർ അനുഭവിക്കാത്ത ഒരുതരം സ്വാച്ഛന്ദ്യം നിറഞ്ഞുനില്ക്കുന്നതായി കാണാം. രാമായണമഹാഭാരതാദികളിൽ ചിത്രീകരിച്ചിട്ടുള്ള രാജധാനികളും നഗരങ്ങളും മുഴുവനും തിന്മയുടെ ഇരിപ്പിടങ്ങളാണെന്നോ, കാടും ആശ്രമപ്രദേശങ്ങളും സംഘർഷമുക്തമായ വിഹാരരംഗങ്ങളാണെന്നോ അല്ല ഇവിടെ ഉദ്ദേശിക്കുന്നത്. ഇത്തരത്തിൽ അനായാസമായി വകഞ്ഞുമാറ്റാവുന്ന ദ്വന്ദ്വങ്ങളല്ല വാത്മീകിയും വ്യാസനും ചിത്രീകരിച്ചിട്ടുള്ള നഗര-ഗ്രാമരംഗങ്ങൾ. എന്നാൽ അടിസ്ഥാനപരമായ മനോഭാവങ്ങളേയും മൂല്യസങ്കല്പങ്ങളേയും മുൻനിർത്തി ചിന്തിക്കുമ്പോൾ നമ്മുടെ ആദിമേതിഹാസങ്ങളിൽ നഗരവും അതു പ്രതിനിധാനം ചെയ്യുന്ന മൂല്യക്രമവും വനപ്രകൃതിയുമായി ബന്ധപ്പെട്ട വാഴ്‌വിന്റെ താളവ്യവസ്ഥയും രണ്ടു തട്ടുകളിൽ നിലകൊള്ളുന്നതായി കാണാൻ സാധിക്കും. പിൽക്കാലത്തെ സംസ്കൃതനാടകകൃത്തുക്കളും കവികളും പിന്തുടർന്ന അടിസ്ഥാന മാതൃക ഇതുതന്നെയായിരുന്നു.

ഹൈന്ദവേതിഹാസങ്ങൾ പരിശോധിക്കുമ്പോൾ കാണാൻ കഴിയുന്ന അർത്ഥവത്തായ വേറൊരു വസ്തുത, ജൂത-ക്രൈസ്തവ മതഭാവനയിൽ ആഴ്ന്നിറങ്ങിയിട്ടുള്ള 'ദൈവത്തിന്റെ നഗര'ത്തെക്കുറിച്ചും (സെയിന്റ് അഗസ്റ്റിൻ) 'നീതിമാന്മാരുടെ നഗര'ത്തെക്കുറിച്ചുമുള്ള സങ്കല്പത്തോട് സമാനത വഹിക്കുന്ന പരാമർശങ്ങൾ അവയിലെങ്ങുമില്ല എന്നതാണ്. പാശ്ചാത്യസാഹിത്യത്തിലേക്കു തിരിഞ്ഞാൽ, മനുഷ്യനിർമ്മിതമായ നഗരങ്ങളുടെ ചിത്രീകരണത്തിനു പിന്നിലെവിടെയോ 'ദൈവത്തിന്റെ നഗര'ത്തെക്കുറിച്ചുള്ള സങ്കല്പം ഒളിഞ്ഞിരിക്കുന്നതായി കാണാൻ കഴിയും. വർത്തമാനകാലഘട്ടത്തിലെ നഗരജീവിതത്തിന്റെ ജീർണ്ണതയും ക്രൂരതയും ആവിഷ്കരിക്കുന്ന എഴുത്തുകാരുടെ അബോധമനസ്സിൽ വെളിപാടുപുസ്തകത്തിൽ വിവരിച്ചിട്ടുള്ള ഈ ആദർശനഗരത്തിന്റെ ഓർമ്മ തങ്ങിനില്പുണ്ട്. പാശ്ചാത്യമനുഷ്യന്റെ ധാർമ്മികഭാവനയിൽ അത്രമാത്രം ഇഴുകിച്ചേർന്നിട്ടുള്ള ഒരാദിബിംബമാണിത്. ഇതിനോടു കിടനിൽക്കുന്ന ഏതെങ്കിലും വാഗ്ദത്തനഗരത്തിന്റെ ചിത്രം ഭാരതീയ ഭാവനയ്ക്ക് പ്രചോദനമണച്ചതായി തെളിവില്ല. ഇതിൽനിന്നു വ്യത്യസ്തമായി, നഗരത്തെ ശത്രുത മുറ്റിയതും ഭീഷണവുമായ ഒരു സ്ഥലമായി നോക്കിക്കാണുന്ന വേറൊരു പാരമ്പര്യവും പാശ്ചാത്യ ക്രൈസ്തവ വിശ്വാസത്തിലും സംസ്കാരത്തിലും ഉൾച്ചേർന്നിട്ടുണ്ട്. ബൈബിളിൽ വിവരിച്ചിട്ടുള്ള സോഡമും ഗൊംറാഹും ഓർമ്മിക്കുക; ബാബിലോണിലെ വേശ്യയെക്കുറിച്ചുള്ള പരാമർശങ്ങളും. ഇത്തരത്തിൽ ഒരു ജനതയുടെ

കൂട്ടായ അനുഭവങ്ങളിലും വിശ്വാസങ്ങളിലും കിനിഞ്ഞിറങ്ങി, അഗാധമായ വൈകാരികാനുരണനങ്ങൾ തൊട്ടുണർത്തുന്ന നഗരകല്പനകൾ നമ്മുടെ പൗരാണിക സാഹിത്യത്തിൽ കുറവാണ് എന്ന സത്യം അംഗീകരിക്കേണ്ടിയിരിക്കുന്നു. സമകാലികസാഹിത്യം കാഴ്ചവെയ്ക്കുന്ന നഗരബിംബങ്ങളുടെ ആഴമളക്കാൻ ശ്രമിക്കുമ്പോൾ നാം ആദ്യം ചെന്നുതടയുന്ന യാഥാർത്ഥ്യങ്ങളിൽ ഒന്നാണിത്.

II

കഴിഞ്ഞ അരനൂറ്റാണ്ടിനിടയിൽ ദ്രുതഗതിയിൽ പരിണമിച്ചുകൊണ്ടിരിക്കുന്ന ആധുനികജീവിതയാഥാർത്ഥ്യത്തിന്റെ ഒഴിയാബാധപോലത്തെ രൂപം എന്ന നിലയിൽ നഗരം മലയാളിയുടെ സൗന്ദര്യസംവേദനങ്ങളിൽ ആഘാതം സൃഷ്ടിക്കുകയുണ്ടായി. നഗരം സമ്മാനിക്കുന്ന സവിശേഷമായ അനുഭവം സ്ത്രീകളും പുരുഷന്മാരുമടക്കമുള്ള ഒറ്റതിരിഞ്ഞ അനേകം വ്യക്തികളുടെ ജീവിതാവബോധത്തെ നിർവ്വചിക്കുന്നതിൽ കാര്യമായ പങ്കുവഹിച്ചതായി കാണാം. നഗരത്തിന്റെ സ്പർശമേൽക്കുന്ന ഒരാളുടെ ജീവിതം ഒരിക്കലും പഴയതുപോലെയായിരിക്കുകയില്ല. എവിടെയോ ഒരു വിച്ഛിത്തി, ആഹ്ലാദകരമോ അല്ലെങ്കിൽ വേദനാജനകമോ ആയ ഗതിഭംഗം, അതിനു സംഭവിക്കുന്നു. വ്യക്തികളുടേയും ആൾക്കൂട്ടത്തിന്റേയും ചെറുസമൂഹങ്ങളുടേയും അസ്തിത്വത്തെ സ്വാധീനിക്കുകയും രൂപപ്പെടുത്തുകയും ചെയ്യുന്നതിൽ നഗരം എത്രത്തോളം നിർണ്ണായകവും അസന്ദിഗ്ദ്ധവുമായ പങ്ക് വഹിക്കുകയുണ്ടായിട്ടുണ്ട് എന്നതിന്റെ തെളിവ് നമ്മുടെ നോവൽ-ചെറുകഥാസാഹിത്യത്തിൽ കണ്ടെത്താനാവും. കഴിഞ്ഞ അരനൂറ്റാണ്ടുകാലത്തെ കഥാസാഹിത്യത്തിൽ ഊറിത്തെളിയുന്ന ചിലതരം താല്പര്യങ്ങളും സമീപനങ്ങളും പരിശോധിക്കുമ്പോൾ — സന്ദേഹങ്ങളുടേയും ആധികളുടേയും ഉള്ളടക്കത്തിലേക്ക് കടന്നുചെന്നാൽ — നഗരത്തിന്റെ സജീവമായ സാന്നിദ്ധ്യം അനുഭവിച്ചറിയാൻ കഴിയും. നഗരാനുഭവവുമായി ബന്ധപ്പെട്ട അടിസ്ഥാനപരമായ പല പ്രമേയങ്ങളും സന്ദർഭങ്ങളും പാത്രമാതൃകകളും ധ്വനിചിഹ്നങ്ങളും അന്തരീക്ഷചിത്രങ്ങളും മലയാളചെറുകഥയിൽ വീണ്ടും വീണ്ടും ആവർത്തിക്കപ്പെട്ടിട്ടുണ്ട്. നഗരജീവിതത്തിന്റെ ഹൃദയത്തിൽനിന്നു തെറിച്ചു വീണ ഉടഞ്ഞതും ചിതറിയതുമായ ഒരു കൂട്ടം ബിംബങ്ങൾ സ്ഫോടകമായ ശക്തിയോടെ കാഥികഭാവനയെ പിന്തുടരുകയുണ്ടായി. പട്ടണത്തിന്റെ പരുഷമായ ദൈനംദിന യാഥാർത്ഥ്യത്തിന്റെ നിരീക്ഷണയോഗ്യമായ ഉപരിതലം ഒപ്പിയെടുത്തുകൊണ്ട് ആരംഭിച്ച കാഥികന്റെ അന്വേഷണം, എലിയറ്റിന്റെ പ്രശസ്തമായൊരു പ്രയോഗം കടംകൊണ്ടു പറഞ്ഞാൽ, കാണെക്കാണെ അയഥാർത്ഥമായി മാറിക്കൊണ്ടിരിക്കുന്ന നഗരത്തിന്റെ വിഘടിതമായ ജീവിതത്തിലേക്ക് വ്യാപിച്ചു.

നഗരമെന്ന അലോസരപ്പെടുത്തുകയും പേടിപ്പെടുത്തുകയും ചെയ്യുന്ന, ഒപ്പംതന്നെ തടുക്കവയ്യാത്ത ആകർഷണം ഉള്ളിലേന്തുന്ന

പ്രതിഭാസവുമായി പൊരുത്തപ്പെടാൻ മലയാള ചെറുകഥാകൃത്തുക്കൾ നടത്തിയിട്ടുള്ള ശ്രമം വിലയിരുത്താനാണ് ഞാനിവിടെ തുനിയുന്നത്. 1940–90 കാലഘട്ടത്തിൽ എഴുതപ്പെട്ട പ്രാതിനിധ്യസ്വഭാവമുള്ള ഏതാനും ചെറുകഥകളെ മുൻനിർത്തിയാണ് ഈ അന്വേഷണം സംവിധാനം ചെയ്തിരിക്കുന്നത്. ഏറെക്കുറെ കാലക്രമമനുസരിച്ചാണ് ഈ സമാഹാരത്തിൽ കഥകൾ ചേർത്തിട്ടുള്ളതെങ്കിലും, ഋജുരേഖയിലൂടെയുള്ള ഒരു സമീപനമല്ല ഞാനിവിടെ പിന്തുടരുന്നത് എന്നുകൂടി വ്യക്തമാക്കേണ്ടിയിരിക്കുന്നു. നഗരത്തെക്കുറിച്ചുള്ള മാറിക്കൊണ്ടിരിക്കുന്ന വീക്ഷണങ്ങൾ കഥാസാഹിത്യത്തിൽ എങ്ങനെ പ്രതിബിംബിക്കുകയുണ്ടായി എന്ന കണ്ടെത്തലാണ് ഇവിടത്തെ പ്രധാന ലക്ഷ്യം. വിശാലമായി പറഞ്ഞാൽ നാലു തലമുറകളിൽപ്പെട്ട ചെറുകഥാകൃത്തുക്കളുടെ രചനകളിൽ നഗരത്തിന്റെ കൂർത്തതും പൊലിമയാർന്നതും വികലീകൃതവുമൊക്കെയായ പ്രതിച്ഛായകൾ വളർച്ചകൊണ്ട രീതികളാണ് ഇവിടെ നമ്മുടെ കൗതുകം പ്രധാനമായും പിടിച്ചുപറ്റുന്നത്.

III

ഒന്ന്

ഒരു ചെറുകഥയ്ക്ക് ഉൾക്കൊള്ളാൻ കഴിയുന്നതിലുമധികം വിഭവങ്ങൾ തകഴിയുടെ 'ഹാൻഡ്ബാഗി' (1944) നകത്തുണ്ട്. ഇതിൽ വിവരിച്ചിട്ടുള്ള സംഭവങ്ങളുടെ കാലദൈർഘ്യം ഒന്നുമാത്രം കണക്കിലെടുത്താൽ, ഒരു ചെറുനോവലിന് വിഷയമാക്കാൻ പറ്റിയ സാമഗ്രികൾ ഒതുക്കിച്ചേർത്താണ് തകഴി ഈ കഥ നിർമ്മിച്ചതെന്നു കാണാൻ സാധിക്കും. നവോത്ഥാന കാലഘട്ടത്തിലെ കഥാകൃത്തുക്കളുടെ രചനകളുടെ പൊതുപ്രത്യേകതകളിലൊന്നായ ഈ സ്ഥൂലത ഇവിടെ നമുക്കു പ്രകടമായി അനുഭവപ്പെടാതിരിക്കുന്നതിന്റെ കാരണം, തകഴി ഹാൻഡ്ബാഗ് എന്ന അലങ്കാരവസ്തുവിനെ ഒരു സൂചകമാക്കിക്കൊണ്ട് ഒരു വ്യക്തിയുടെ ജീവിതത്തിലെ പ്രധാനപ്പെട്ടൊരു വഴിത്തിരിവിൽവെച്ചുണ്ടാവുന്ന പരിവർത്തനങ്ങളെ സംഗ്രഹിച്ചിരിക്കുന്നു എന്നതാണ്. ഈ കഥയിലെ നായിക നഗരത്തിലുള്ള തന്റെ വിദ്യാഭ്യാസജീവിതത്തിനിടയിൽ മൂന്നുവട്ടം ഹാൻഡ്ബാഗുമായി നാട്ടിൻപുറത്തുള്ള അവളുടെ വീട്ടിലെത്തുന്നുണ്ട്. വിലാസിനിയുടെ ഓരോ സന്ദർശനത്തിലും ഹാൻഡ്ബാഗിന്റെ ഉള്ളടക്കവും, ഉപയോഗമൂല്യവും മാറുന്നു. ഒപ്പംതന്നെ അവളുടെ ഉറ്റബന്ധുക്കൾ ഈ സാധനത്തെ നോക്കിക്കാണുന്ന രീതിയിലും വ്യത്യാസം സംഭവിക്കുന്നു. ആ ഹാൻഡ്ബാഗ് കുട്ടിക്കാലംതൊട്ട് അവൾ പരിചയിച്ച ജീവിതരീതിയിൽനിന്നുള്ള അവളുടെ കുതറിത്തെറിക്കലിന്റെ, വ്യത്യസ്തമായൊരു സംസ്കാരത്തോടും അതു സമ്മാനിക്കുന്ന പ്രലോഭനങ്ങളോടും അവൾക്കു തോന്നുന്ന ആകർഷണത്തിന്റെ, അവളുടെ സ്വത്വപ്രഖ്യാപനത്തിന്റെ, ഒരു പ്രതിരൂപമായി ഒടുവിൽ പരിണമിക്കുന്നു.

'ഹാൻഡ്ബാഗി'ന്റെ പ്രാധാന്യം മനസ്സിലാക്കാൻ ഈ കഥയുടെ സാമൂഹ്യപശ്ചാത്തലംകൂടി ഓർമ്മിക്കുന്നതു നന്നായിരിക്കും. കേരളീയ സമൂഹം നാമിന്ന് അറിയുന്നതരത്തിലുള്ള നഗരവൽക്കരണത്തിന്റെ ആദ്യ ഘട്ടത്തിലൂടെ കടന്നുപോകുന്ന വേളയിൽ എഴുതപ്പെട്ട കഥയാണിത്. നഗരജീവിതത്തെ സംബന്ധിച്ച വാസ്തവവും അതിശയോക്തിയും പൊളിയും കലർന്ന വാർത്തകൾ നമ്മുടെ പരമ്പരാഗതമായ ഗ്രാമീണ ജീവിതത്തിൽ സൃഷ്ടിച്ച അമ്പരപ്പിന്റേയും ആശങ്കയുടേയും പുച്ഛത്തിന്റേയുമൊക്കെ സൂചനകൾ തകഴിയുടെ കഥയിൽ വായിച്ചെടുക്കാൻ കഴിയും. ഈ കഥയിലെ നായികയെ സംബന്ധിച്ചിടത്തോളം, നഗരജീവിതം അവളെ പിറന്ന മണ്ണിൽനിന്നും അവിടത്തെ ഉറ്റബന്ധങ്ങളിൽനിന്നും അകറ്റിക്കൊണ്ടു പോവുകയും തീർത്തും വേറൊരാളാക്കി മാറ്റുകയും ചെയ്യുന്നതായാണ് നാം കാണുന്നത്. പട്ടണത്തിൽ പഠിക്കാൻ പോയതിന്റെ ഫലമായി വിലാസിനിയുടെ വേഷധാരണത്തിൽ പരിഷ്കാരം കടന്നുകൂടുന്നു. അവളുടെ പെരുമാറ്റത്തിൽ പുതിയ ഗൗരവവും ഒരുതരം രഹസ്യസ്വഭാവവും വന്നുചേരുന്നു. വിവാഹത്തേയും മാതൃത്വത്തേയും സംബന്ധിച്ച മാമൂൽധാരണകൾ അവൾ പയ്യെ നിരാകരിക്കുന്നു. പ്രേമത്തിന്റേയും ലൈംഗികതയുടേയും നേർക്ക് അവൾ പുലർത്തുന്ന സമീപനങ്ങൾ ഞെട്ടിക്കുംവിധം പുരോഗമനപരമാണ്. ഗർഭച്ഛിദ്രത്തേയും സ്വവർഗ്ഗരതിയേയുംകുറിച്ചുള്ള സൂചനകൾകൂടി തകഴി കഥയിൽ ഉൾക്കൊള്ളിച്ചിട്ടുണ്ട്. തകഴി ഈ കഥയെഴുതിയ കാലഘട്ടത്തിന്റെ പൊതു സാംസ്കാരികനിലവാരം വെച്ചളക്കുമ്പോൾ സമ്പൂർണ്ണമായ അർത്ഥത്തിൽ 'വിമോചിത'യായ ഒരു സ്ത്രീകഥാപാത്രമാണ് നമ്മുടെ മുമ്പിൽ ഇവിടെ ഉയിർകൊള്ളുന്നത്.

വിലാസിനിയുടെ ഈ സ്വാതന്ത്ര്യാഭിലാഷത്തേയും അതിന്റെ അന്തിമ പരിണാമത്തേയും കഥാകൃത്ത് ഏതു രീതിയിലാണ് നോക്കിക്കാണുന്നത്? ഇവിടെയാണ് 'ഹാൻഡ്ബാഗി'ൽ അവലംബിച്ചിട്ടുള്ള വീക്ഷണരീതി (point of view) ഉയർത്തുന്ന രസകരമായ ചോദ്യങ്ങളെ നമുക്കു സ്പർശിക്കേണ്ടിവരുന്നത്. തൃതീയപുരുഷനിലൂടെയുള്ള ആഖ്യാനരീതിയാണ് (third person narration) കഥാകൃത്തിവിടെ സ്വീകരിച്ചിട്ടുള്ളതെങ്കിലും വിലാസിനിയുടെ മുത്തശ്ശിയോടു ചേർന്നുനിന്നുകൊണ്ടാണ് അദ്ദേഹമിവിടെ കഥ പറയുന്നത്. നഗരജീവിതം വിലാസിനിയിൽ വരുത്തിയ മാറ്റങ്ങൾ ഏറിയ പങ്കും നാം കാണുന്നത് മുത്തശ്ശിയുടെ കണ്ണിലൂടെയാണ്. തന്റെ പൗത്രി തനിക്കും വീട്ടുകാർക്കും അന്യയായി മാറുന്നത് സൂക്ഷ്മമായി നിരീക്ഷിക്കുന്ന മുത്തശ്ശിയുടെ പേടിയും അമർഷവും അവജ്ഞയുമെല്ലാം കഥാകൃത്ത് കൗതുകത്തോടെ പകർത്തിയിരിക്കുന്നു. മുത്തശ്ശിയുടെ നാടൻബുദ്ധിയിലുദിക്കുന്ന ഒരു നേരിന്റെ വിളംബരവുമായാണ് കഥ അവസാനിക്കുന്നത്. "ആ പുതിയതരം കാലുള്ള കുടയും ഇവളുമാർക്കു പറ്റിയതാ. ഞാൻ എന്നു മുതലേ പറയുന്നു കാലമായാൽ ഒരുത്തനോട് ചേർക്കണമെന്ന്." കഥാകൃത്ത് ഈ അഭിപ്രായത്തെ ശരിവെയ്ക്കുകയാണോ ചെയ്യുന്നത്?

ആണെങ്കിലും ശരി, അല്ലെങ്കിലും ശരി, കഥയിൽ മുത്തശ്ശിയുടെ കാഴ്ചപ്പാടിന് ഇത്രയേറെ പ്രാധാന്യവും മിഴിവും കിട്ടിയതിന്റെ ഫലമായി, വിലാസിനിയുടെ വ്യക്തിത്വപ്പകർച്ചയെക്കുറിച്ചു വായനക്കാരനു ലഭിക്കുന്ന ചിത്രം ഏകപക്ഷീയമായ ഒന്നായിത്തീർന്നിരിക്കുന്നു. കഥയുടെ ഒടുക്കമെത്തുമ്പോൾ വിലാസിനിയുടെ പാത്രസൃഷ്ടി ഏതാണ്ടൊരു ഹാസ്യാനുകരണത്തിന്റെ മേഖലയിലേക്കു നീങ്ങുന്നു. പട്ടണപ്പരിഷ്കാരം അവളിലുള്ള സ്ത്രൈണാംശം മുഴുവൻ ചോർത്തിക്കളഞ്ഞ് വികൃതവും ദാരുണവുമായ ഒരവസ്ഥയിൽ അവളെ കൊണ്ടെത്തിച്ചിരിക്കുകയാണ് എന്ന അർത്ഥത്തിലുള്ള വിലയിരുത്തലാണ്, കഥയുടെ അവസാനത്തിൽ ബാക്കിനിൽക്കുന്നത്.

നഗരം വാഗ്ദാനംചെയ്ത പുതിയ സ്വാതന്ത്ര്യം മലയാളി സ്ത്രീയിൽ വരുത്തിയ വിപ്ലവാത്മകമായ മാറ്റങ്ങളെക്കുറിച്ചും ഈ മാറ്റങ്ങളുടെ ഫലമായി സ്ത്രീകളുടെ സാമൂഹ്യപദവിയിലുണ്ടായ ഉയർച്ചയെക്കുറിച്ചുമുള്ള സാമൂഹ്യശാസ്ത്രപരമായ അവബോധത്തിന്റെ പശ്ചാത്തലത്തിൽ ഒരു ഫെമിനിസ്റ്റ് വിമർശകൻ ഈ ചെറുകഥയെ 'അപനിർമ്മി'ച്ചാൽ എങ്ങനെയിരിക്കും? അല്ലെങ്കിൽ പുതിയ തലമുറയിൽപ്പെട്ട ഒരു കഥയെഴുത്തുകാരി ഹാൻഡ്ബാഗ് തിരുത്തിയെഴുതുന്നത് സങ്കല്പിച്ചു നോക്കിയാലോ? ഈ വെല്ലുവിളി ഏറ്റെടുക്കാൻ ആരെങ്കിലും മുന്നോട്ടുവരുമെന്ന് ഞാനാശിക്കുകയാണ്. പഠിക്കാനോ പണിയെടുക്കാനോ ആയി നഗരത്തിലേയ്ക്ക് ചേക്കേറിയ മലയാളിപ്പെണ്ണിന്റെ ചമയത്തിന്റെ ഭാഗമായിത്തീർന്ന ഹാൻഡ്ബാഗ് എന്ന കൗതുകവസ്തു അവളെ സംബന്ധിച്ചിടത്തോളം അർത്ഥമാക്കിയത് എന്തൊക്കെയായിരുന്നു? അത് നാട്ടിൻപുറത്തുള്ള ജീവിതത്തിൽ അവൾക്ക് ഒരിക്കലും ലഭിക്കാതെപോയ സ്വകാര്യസ്ഥലത്തിന്റെ (private space) ചിഹ്നമായിത്തീരുകയാണുണ്ടായത്. ഈ സ്വകാര്യത സ്വാർത്ഥത്തിലും അരാജകത്വത്തിലും തെന്നിവീഴുന്ന കാഴ്ചയാണ് തകഴി ഇവിടെ കാട്ടിത്തന്നത്. അതേസമയം ഈ ചിത്രത്തിനൊരു മറുവശമുള്ളത് മറന്നുകൂടാ. നഗരവൽക്കരണത്തിന്റേയും ആധുനികീകരണത്തിന്റേയും ദ്വിമുഖാക്രമണം കേരളത്തിലെ സ്ത്രീപുരുഷന്മാരുടെ ജീവിതത്തിൽ അനുഗ്രഹങ്ങളും ശാപഫലങ്ങളും ഒന്നുപോലെ വർഷിക്കുകയുണ്ടായി. ഇതിൽ ഏതംശത്തിനാണ് ഒരു വ്യക്തി കൂടുതൽ ഊന്നൽ കൊടുക്കുന്നതെന്നത്, അയാൾ പിന്തുടരുന്ന സാംസ്കാരിക മാനദണ്ഡങ്ങളെ ആശ്രയിച്ചിരിക്കുമെന്നുമാത്രം.

രണ്ട്

ഇന്ത്യയിലെ മഹാനഗരങ്ങളിൽ കുടിയേറിപ്പാർത്ത മലയാളിയെ നമ്മുടെ കഥാസാഹിത്യത്തിൽ ആദ്യമായി അവതരിപ്പിച്ചത് എസ്.കെ. പൊറ്റെക്കാട്ടായിരുന്നു എന്നുതോന്നുന്നു. ആയിരത്തി തൊള്ളായിരത്തി

നാല്പതുകളിൽ പ്രധാനമായും ബോംബെ പശ്ചാത്തലമാക്കിയെഴുതിയ ഒരുപറ്റം കഥകളിൽ പൊറ്റെക്കാട്ട് ജീവിതത്തിന്റെ എലിപ്പത്തായത്തിൽപ്പെട്ടു സ്വപ്നങ്ങൾ കൈമോശംവന്ന മറുനാടൻ മലയാളിയുടെ അവസ്ഥ ചിത്രീകരിക്കുകയുണ്ടായി. നാം ഇന്നറിയുന്ന ബോംബെയല്ല പൊറ്റെക്കാട്ട് അക്കാലത്തെഴുതിയ കഥകളിൽ രൂപംകൊള്ളുന്ന നഗരം. വ്യവസായവൽകരണത്തിലേക്ക് നീങ്ങിക്കൊണ്ടിരിക്കുന്ന ഈ പട്ടണം പുതിയ തൊഴിൽസാദ്ധ്യതകൾ കാട്ടി മോഹിപ്പിച്ച് ഇന്ത്യയുടെ വ്യത്യസ്ത ഭാഗങ്ങളിൽനിന്നുള്ള തൊഴിൽരഹിതരെ തന്നിലേക്ക് ആകർഷിക്കുന്നതും മെല്ലെ വിഴുങ്ങുന്നതും പൊറ്റെക്കാട്ട് അടുത്തുനിന്ന് നിരീക്ഷിച്ചു. വർത്തമാനകാലഘട്ടത്തിൽ ഈ മഹാനഗരം കാഴ്ചവെയ്ക്കുന്ന അപമാനവീകരണത്തിന്റെ ക്രൂരമായ രൂപങ്ങൾ അപ്പോൾ തികച്ചും പ്രത്യക്ഷപ്പെട്ടു തുടങ്ങിയിരുന്നില്ല. എങ്കിൽക്കൂടി തിരക്കും ബഹളവും നിറഞ്ഞ, പൊയ്മുഖങ്ങളണിഞ്ഞ, സൗഹാർദ്ദരഹിതമായ ഒരു സ്ഥലമായി വൻനഗരത്തെ നോക്കിക്കാണാനുള്ള പ്രവണത പൊറ്റെക്കാട്ടിന് ആദ്യംതൊട്ടുണ്ടായിരുന്നതായി കാണാം. ഇവിടെ എത്തിപ്പെടുന്ന മലയാളികളുടെ അമ്പരപ്പും അതിജീവനവ്യഗ്രതയും നാടിനോടുള്ള വിട്ടുമാറാത്ത ഗൃഹാതുരത്വവും ചില്ലറ പൊങ്ങച്ചങ്ങളുമൊക്കെ അസാരം നർമ്മം കലർന്ന ഭാഷയിൽ അദ്ദേഹം തന്റെ കഥകളിൽ ആവിഷ്കരിക്കുകയുണ്ടായി. ഇക്കൂട്ടത്തിൽപ്പെട്ട ഒരു സൃഷ്ടിയാണ് 'വിധി' (1942).

ഒരു ചെറുകഥ എന്ന നിലയിൽ 'വിധി'ക്ക് പറയത്തക്ക കലാമേന്മ അവകാശപ്പെടാനില്ല. ഒരു 'ഒ.ഹെൻറി ട്വിസ്റ്റോ'ടുകൂടി അവസാനിക്കുന്ന ഈ കഥയുടെ ഇതിവൃത്തഘടനയിൽ കൃത്രിമത്വം മുഴച്ചുനിൽക്കുന്നു. എന്നാൽ വൻനഗരത്തിലെ യാന്ത്രികമായ ജീവിതരീതികളോട് പൊരുത്തപ്പെട്ടു കഴിയുമ്പോഴും നാടിന്റെ ഓർമ്മകൾ ഉള്ളിൽ താലോലിക്കുന്ന മലയാളിയുടെ മാനസികാവസ്ഥ തെളിച്ചുകാട്ടുന്ന ഊഷ്മളമായ ചില ഭാഗങ്ങൾ പൊറ്റെക്കാട്ടിന്റെ കഥയിലുണ്ട്. ഈ മറുനാടൻ മലയാളിയുടെ ഭാവനയിൽ തെളിയുന്ന കേരളത്തിന്റെ അഴകും ശാലീനതയും ഒന്നു വേറെത്തന്നെയല്ലേ? നഗരമെന്ന കോൺക്രീറ്റുവനത്തിന്റെ വിജനതയ്ക്കിടയിൽ നിന്നുകൊണ്ട് പച്ച പുതച്ച ഗ്രാമപ്രകൃതിയുടെ സ്മൃതിതരളമായ സൗന്ദര്യം എത്തിപ്പിടിക്കാനുള്ള കഥാനായകന്റെ ഉൽകടമായ പ്രേരണ ചൈതന്യമുള്ള ചില വിവരണങ്ങൾക്ക് വഴിയൊരുക്കുന്നു. ഉത്തമപുരുഷനിലൂടെയുള്ള കഥപറച്ചിൽരീതി (first-person narration) ഈ വിവരണങ്ങളെ കൂടുതൽ ഹൃദയസ്പർശിയാക്കിത്തീർക്കുന്നു. ജീവിതത്തിന്റെ നിസ്സാരമല്ലാത്ത ഒരു ഭാഗം പുറംരാജ്യങ്ങളിൽ ചെലവഴിച്ച പൊറ്റെക്കാട്ടിനെപ്പോലൊരു എഴുത്തുകാരനെ സംബന്ധിച്ചിടത്തോളം, ഈ മട്ടിലുള്ള നഷ്ടബോധവും ഗൃഹാതുരത്വവും അത്രവേഗം കുടഞ്ഞുകളയാൻ വയ്യാത്തവിധം തന്റെ ചിന്തയിൽ മാത്രമല്ല ഇന്ദ്രിയങ്ങളിലും പറ്റിച്ചേർന്നു കിടക്കുന്ന ഒന്നാണ്.

മൂന്ന്

ഇരുപതാം നൂറ്റാണ്ടിലെ പാശ്ചാത്യ ചെറുകഥ—നോവൽ സാഹിത്യത്തിലെ ആധുനികതയുടെ വികാസക്രമം പഠിക്കാൻ ശ്രമിച്ചിട്ടുള്ള വിമർശകന്മാർ ഈ നൂറ്റാണ്ടിന്റെ ആരംഭദശകത്തിൽ നഗരത്തെ സംബന്ധിച്ച എഴുത്തുകാരന്റെ കാഴ്ചപ്പാടിൽ സംഭവിച്ച അടിസ്ഥാനപരമായൊരു വ്യതിയാനത്തെക്കുറിച്ച് സൂചിപ്പിച്ചുകണ്ടിട്ടുണ്ട്. ആധുനിക സാഹിത്യകാരൻ വേരുകൾ നഷ്ടപ്പെട്ട അന്യനെ നഗരയാഥാർത്ഥ്യത്തിന്റെ കേന്ദ്രബിന്ദുവാക്കിമാറ്റി. ഈ കഥാപാത്രത്തിന്റെ വിഘടിതമായ കാഴ്ചപ്പാടിലൂടെ നഗരത്തിലെ ജനസമൂഹത്തെ അവതരിപ്പിക്കാൻ അയാൾ ശ്രമിച്ചു. ദുർബ്ബലനായ കലാകാരനെ സാക്ഷിനിർത്തിക്കൊണ്ട്, അയാളുടെ ലോലമായ അവബോധത്തിലൂടെ നഗരത്തിന്റെ ചപലവും, വികൃതവുമായ വശങ്ങൾ നോക്കിക്കാണാൻ ആദ്യം തുനിഞ്ഞത് ജെയിംസ് ജോയിസായിരുന്നു. തോമസ് മാന്റേയും റോബർട്ട് മ്യൂസിലിന്റേയും ഫ്രാൻസ് കാഫ്കയുടേയും സൃഷ്ടികളിൽ തങ്ങളുടെ ചുറ്റുപാടുകളിൽനിന്നും, തങ്ങൾ ജീവിക്കുന്ന സംസ്കാരത്തിൽനിന്നുമുള്ള ഒറ്റപ്പെടൽ അനുഭവിക്കുന്ന വ്യക്തികൾ—ഇവർ കലാകാരന്മാരാവാം, കുറ്റവാളികളാവാം, ഗുമസ്തന്മാരാവാം—കടന്നുവരികയുണ്ടായി.

മലയാളകഥാസാഹിത്യത്തെ സംബന്ധിച്ചിടത്തോളം നഗരത്തിന്റെ അന്തർഭാഗത്ത് ഭ്രഷ്ടനായിക്കഴിയുന്ന (intra-urban exile) കലാകാരനെ മുഖ്യകഥാപാത്രമായി ആദ്യം അവതരിപ്പിച്ചത് വൈക്കം മുഹമ്മദ് ബഷീറായിരുന്നു എന്നുതോന്നുന്നു. രണ്ടാം ലോകമഹായുദ്ധത്തിനടുപ്പിച്ച വർഷങ്ങളിൽ ബഷീർ എഴുതിയ പല കഥകളിലേയും നോവലുകളിലേയും പ്രധാന കഥാപാത്രം ഈ വ്യക്തിയാണ്. വേദന തുടിക്കുന്നതും, ജുഗുപ്സ ഉളവാക്കുന്നതുമായ നിശാശബ്ദങ്ങൾ ചൂളംകുത്തുന്ന നഗരവീഥികളിൽ അയാൾ സാക്ഷിയായി നിലകൊള്ളുന്നു. കൂട്ടിന് ഏകാന്തത മാത്രമുള്ള നഗരത്തിലെ വാടകമുറിയിലിരുന്നുകൊണ്ട്, ഒരുവശത്ത് പൊങ്ങച്ചവും ധൂർത്തുംനിറഞ്ഞ, മറുഭാഗത്ത് ദാരിദ്ര്യവും രോഗവും കാർന്നുതിന്നുന്ന ഒരു സമൂഹത്തിന്റെ ചലനങ്ങൾ അയാൾ പിടിച്ചെടുക്കുന്നു. മഹായുദ്ധത്തിനുമുമ്പുള്ള അനിശ്ചിതത്വംനിറഞ്ഞ വർഷങ്ങളിൽ നമ്മുടെ നഗരജീവിതം ഒരുതരം സ്തംഭനാവസ്ഥയിലേയ്ക്ക് നീങ്ങിയ കാലത്താണ്, ബഷീർ വർത്തമാനകാലഘട്ടത്തെക്കുറിച്ചുള്ള തന്റെ ഏറ്റവും പരുഷവും പേടിപ്പെടുത്തുന്നതുമായ ഉൾക്കാഴ്ചകളടങ്ങിയ ചില രചനകൾ നടത്തിയത്. മലയാള കഥാസാഹിത്യത്തിലെ നാഗരികാംശത്തിന്റെ ജൈവവികാസം മനസ്സിലാക്കാൻ ശ്രമിക്കുന്ന ഒരാൾ മടങ്ങിച്ചെല്ലുന്നത് ആയിരത്തിത്തൊള്ളായിരത്തി നാല്പതുകളിൽ ബഷീർ തന്റെ കൃതികളിൽ സൃഷ്ടിച്ച സവിശേഷമായ അന്തരീക്ഷത്തിലായിരിക്കും.

'ജന്മദിന'ത്തിലെ (1945) പ്രധാന കഥാപാത്രം തിരസ്കാരത്തിന്റെ വ്യഥ ഏറ്റുവാങ്ങിയ ഒരു ദരിദ്രകലാകാരനാണ്. ഏതു നിമിഷവും ഒഴിഞ്ഞു

കൊടുക്കേണ്ട തന്റെ വാടകവീട്ടിൽ, ജന്മദിനം ആഘോഷിക്കാൻ വകയില്ലാതെ, ഒട്ടിയ വയറിൽ നിന്ന് മേലോട്ട് ആളിപ്പിടിക്കുന്ന വിശപ്പിന്റെ വിളി കേട്ടു കൊണ്ട് ചാരുകസേരയിൽ കുത്തിയിരിക്കുകയാണയാൾ. അയാളുടെ കൺമുമ്പിലൂടെ നഗരത്തിന്റെ പരിച്ഛേദമെന്ന് വിവരിക്കാവുന്ന ആളുകളുടെ ഒരു നീണ്ട നിര കടന്നു പോകുന്നു. അക്കൂട്ടത്തിൽ കുബേര സുഹൃത്തുക്കളുണ്ട്, രാഷ്ട്രീയപ്രവർത്തകരുണ്ട്, നിയമപാലകരുണ്ട്, തൊഴിലാളിനേതാവുണ്ട്, പത്രാധിപരും വിദ്യാർത്ഥികളുമുണ്ട്. അവരിൽ നിന്നൊന്നും താൻ ആശിച്ചതരത്തിലുള്ള ഭൗതികസഹായമോ, സഹാനുഭൂതിയോ, കനിവോ അയാൾക്കു ലഭിക്കുന്നില്ല. കപടസൗഹാർദ്ദവും ഉദാസീനതയും പുച്ഛവും ഭീഷണിയുമടങ്ങിയ അവരുടെ ശബ്ദങ്ങൾ അകന്നുപോവുമ്പോൾ, തന്റെ അസ്തിത്വം എത്രമാത്രം നിസ്സാരവും അന്തസ്സുകെട്ടതുമായ ഒന്നാണെന്ന് അയാൾ മനസ്സിലാക്കുന്നു. എഴുത്തുകാരൻ എന്ന നിലയിൽ തെറ്റിദ്ധരിക്കപ്പെടുക എന്നത് അയാളുടെ വിധിയായിത്തീർന്നിരിക്കുന്നു. അയാൾ പരിചയപ്പെടുന്ന ഒരു ധനിക വിദ്യാർത്ഥി സമകാലിക സാഹിത്യത്തെക്കുറിച്ചു പരാതിപ്പെട്ടുകൊണ്ടു പറയുന്ന വാക്കുകൾ ശ്രദ്ധിക്കുക: “നിങ്ങളുടെയൊക്കെ കഥകൾ വായിച്ചാൽ ലോകത്തിനെന്തോ വലിയ തകരാറുണ്ടെന്ന് തോന്നിപ്പോകും.” അസുഖകരമായ പരമാർത്ഥങ്ങളെക്കുറിച്ച് വായനക്കാരെ ഓർമ്മിപ്പിക്കുന്ന സൃഷ്ടികൾ നടത്തുന്ന കഥാകൃത്ത് മാന്യസദസ്സുകളിൽ സ്വാഗതം ചെയ്യപ്പെടാത്ത അതിഥിയായിത്തീരുന്നു.

ഇവിടെ കഥ പറയുന്ന ‘ഞാൻ’ നിസ്സംഗനായൊരു റിപ്പോർട്ടറല്ല. മറിച്ച് തന്റെ ലോലവും ദുർബലവുമായ സ്പർശിനികൾകൊണ്ട് അയാൾ ചുറ്റിനുമുള്ള പൊള്ളയായ നഗരസംസ്കാരത്തെ അനുഭവിച്ചറിയുകയാണ് ചെയ്യുന്നത്. ‘ജന്മദിന’ത്തിൽ നഗരയാഥാർത്ഥ്യം ആഖ്യാനകാരന്റെ ആത്മപരതയിൽ ചോർന്നിറങ്ങുന്നതായി നാം കാണുന്നു. ഇങ്ങനെ തികച്ചും ആത്മനിഷ്ഠമായ ഒരു വീക്ഷണകോണിലൂടെ നഗരത്തേയും അവിടത്തെ ആൾക്കൂട്ടത്തേയും അവതരിപ്പിക്കുന്ന സമ്പ്രദായം തുടങ്ങിവെച്ചത് ബഷീറായിരുന്നു.

കഥയുടെ തുടക്കത്തിൽ നാം കാണുന്നത് ഈ ‘ഞാൻ’ കായലോരത്തെ വിളക്കുകാലിൽ ചാരിയിരുന്ന് കഥയിൽ വിവരിച്ചിട്ടുള്ള ദിവസത്തിലെ പൊള്ളുന്ന അനുഭവങ്ങൾ ഡയറിയിൽ കുറിക്കുന്നതാണ്. “സാമാന്യം ഭേദപ്പെട്ട ഒരു ചെറുകഥയ്ക്കുള്ള സാധ്യതകൾ ഇതിലുണ്ട്” എന്ന് അയാൾ മനസ്സിൽ പറയുകയും ചെയ്യുന്നു. മറ്റൊരു രീതിയിൽ പറഞ്ഞാൽ, ‘ജന്മദിന’മെന്ന കഥയുടെ പ്രധാനപ്രമേയം എഴുത്തുകാരന്റെ നിർമ്മാണവേദനയാണ്. ഈ കഥയിലൂടെ വിടർച്ച കൊള്ളുന്നത് സർഗ്ഗക്രിയയുടെ വിവരണമാണ്. നഗരം നൽകുന്ന, പ്രശാന്തമായ അനുധ്യാനത്തെ ചെറുക്കുന്ന രൂപത്തിലുള്ള നിർമ്മാണവസ്തുവിനെ മലയാള കാഥികൻ പാകപ്പെടുത്തിയെടുത്ത് കലാരൂപത്തിൽ ആവിഷ്കരിക്കുന്നതിന്റെ ആദ്യമാതൃകകളിൽ ഒന്നാണ് ഇവിടെ നമ്മുടെ മുന്നിലുള്ളത്.

നാല്

ദുഷിപ്പിക്കുന്ന സാഹചര്യങ്ങളിൽ തന്റെ വ്യക്തിത്വത്തിന്റെ അന്തസ്സും, കലയുടെ ഏകാന്തവിശുദ്ധിയും കാത്തുസൂക്ഷിക്കാൻ പാടുപെടുന്ന ഒരാളാണ് 'ജന്മദിന'ത്തിൽ നാം പരിചയപ്പെട്ട, ബഷീറിന്റെ ആത്മാംശം വഹിക്കുന്ന കഥാകൃത്ത്. എന്നാൽ എം.ടി. വാസുദേവൻനായരുടെ 'നീലക്കുന്നുകളി'ലെ എഴുത്തുകാരനായ നായകൻ സ്വന്തം പതനത്തെ ഒരു യാഥാർത്ഥ്യമായി അംഗീകരിച്ച ആളാണ്. കടമകൾ മറന്ന്, സ്നേഹബന്ധങ്ങളിൽനിന്ന് ഒളിച്ചോടി, നഗരത്തിന്റെ ഒരു മൂലയിൽ നിമിഷങ്ങളുടെ ആനന്ദം പങ്കുപറ്റി ജീവിക്കുകയാണയാൾ. അസംതൃപ്തിയാണ് അയാളുടെ സ്ഥായിഭാവം. നന്മകൾ അയാൾക്കെന്നും വ്യാമോഹങ്ങളായിരുന്നു. സാമൂഹ്യജീവിതത്തിന്റെ വർണ്ണശബളമായ ഉപരിതലത്തിലെ ചപലമായ ആകർഷണങ്ങൾക്കു പിന്നാലെ അലയുന്നതിനിടയിൽ, തനിക്കു കൈമോശംവന്നതും താൻ ചവിട്ടിയരച്ചു കടന്നുപോയതുമായ മൃദുലസങ്കല്പങ്ങളുടെ ഓർമ്മകൾ അയാളെ പിന്തുടർന്നെത്താറുണ്ട്. ഇങ്ങനെ മടുപ്പും അപരാധബോധവും മനസ്സിനെ ഉലച്ചുതുടങ്ങിയ വേളയിൽ കഥാനായകൻ തന്റെ ജ്യേഷ്ഠത്തിയുടെ വീട്ടിലേക്കു നടത്തുന്ന യാത്രയുടെ വിവരണമാണ് ഈ കഥയിലുള്ളത്.

അയാൾ ജീവിക്കുന്ന പട്ടണത്തിൽനിന്നു ജ്യേഷ്ഠത്തി താമസിക്കുന്ന നീലക്കുന്നുകളുടെ നഗരത്തെ വേർതിരിക്കുന്ന ദൂരം അത്ര വലുതല്ല. എന്നാൽ എം.ടി. തന്റെ നായകന്റെ യാത്രയ്ക്ക് പ്രതിരൂപാത്മകമായ ഭാവതലം സമ്മാനിച്ചിരിക്കുന്നു. കഥയിലെ ഉപശീർഷകങ്ങൾ ഇതിന്റെ തെളിവാണ്: 'രാത്രികൾ', 'യാത്രക്കാർ', 'വെളിച്ചം'. എഴുത്തുകാരനെന്ന നിലയിൽ നന്നെ ചെറുപ്പത്തിൽത്തന്നെ തനിക്കു കൈവന്ന വിജയത്തിന്റേയും പ്രശസ്തിയുടേയും പൊലിമയിൽ അയാൾ ആത്മവിസ്മൃതിയുടെ രാവുകൾ പിന്നിടുന്നതായി നാം കാണുന്നു. അയാളുടെ മദ്യാസക്തിയെക്കുറിച്ചും ക്ഷണികമായ പ്രണയാവേശങ്ങളെക്കുറിച്ചുമുള്ള സൂചനകൾ ഈ വിവരണങ്ങളിൽ തങ്ങിനിൽക്കുന്നു. അത്തരമൊരു രാവിന്റെ ഇടയ്ക്കുവെച്ചാണ്, തന്റെ യൗവ്വനജീവിതത്തിന്റെ പ്രതിസന്ധിയെ നിർവ്വചിക്കുന്ന ആൽബേർ കമ്യൂവിന്റെ ഹൃദയഹാരിയായൊരു വാചകം അയാളുടെ മനസ്സിൽ കടന്നുവരുന്നത്: "ജീവിതത്തിന്റെ വാണിഭസ്ഥലങ്ങളിൽ വെച്ച് നാം സ്വപ്നങ്ങളെ നാണയങ്ങൾക്കുപകരം കൈമാറുന്നു." യാത്രയ്ക്കിടയിലെ പരിചയക്കാർ സ്വന്തം ഏകാന്തതയെക്കുറിച്ച് അയാളെ ബോധവാനാക്കുന്നു. മൃഗതൃഷ്ണ തേടുന്ന ആ സഹയാത്രികർ അയാളിൽ ഉണർത്തുന്നത് ഒരുതരം അനുകമ്പയാണ്. ഇരുട്ടിന്റെ ലോകം പിന്നിട്ടതിനുശേഷം വെളിച്ചത്തിന്റെ ഇത്തിരി സ്ഥലത്തിൽ കാലുകുത്തുമ്പോൾ അയാൾക്കനുഭവപ്പെടുന്നത് വിസ്മയംകലർന്ന അവിശ്വാസവും. ഉന്നതങ്ങളിൽ കാത്തിരിക്കുന്ന സ്നേഹത്തിന്റെ ഉദാരമായ ആതിഥ്യം നുകരുന്ന കൊച്ചിടവേള അയാളെ സംബന്ധിച്ചിടത്തോളം

സാക്ഷാത്കരിക്കാതെപോയ ഏതൊക്കെയോ സാദ്ധ്യതകളുടെ വിദൂര ഭംഗികൾ വന്നെത്തിനോക്കുന്ന ഒന്നാണ്.

ഇരമ്പുന്ന നഗരപശ്ചാത്തലത്തിനെതിരേവെച്ച് തനിക്കും മറ്റുള്ളവർക്കും അപരിചിതനായി മാറിയ കലാകാരന്റെ ആത്മനശീകരണ വാസന ആവിഷ്കരിക്കുന്ന കഥകൾ എം.ടി. എഴുതിയിട്ടുണ്ട്. നഷ്ടപ്പെട്ട ഗ്രാമീണസൗഭാഗ്യങ്ങളെച്ചൊല്ലിയുള്ള ഗൃഹാതുരത്വമാണെങ്കിൽ എം.ടി.യുടെ സാഹിത്യലോകത്തിന്റെ ജീവധാരകളിലൊന്നാണ്.* എന്നാൽ ഈ വിഭാഗത്തിൽപ്പെടുന്ന എം.ടി.യുടെ പ്രാതിനിധ്യസ്വഭാവമുള്ള രചനയായി ഞാനിവിടെ 'നീലക്കുന്നുകൾ' തിരഞ്ഞെടുത്തതിന്റെ കാരണം, സൗമ്യമായ വർണ്ണങ്ങളും നേരിയ വരകളുമുപയോഗിച്ച് നഗരത്തിന്റേയും ഗ്രാമത്തിന്റേയും ധ്രുവീകരിച്ച ലോകങ്ങൾ ചിത്രീകരിക്കുന്നതിൽ എം.ടി. ഇവിടെ കാണിച്ചിട്ടുള്ള വിരുതാണ്. ഭൂമിശാസ്ത്രപരമായ അർത്ഥത്തിൽ ഈ കഥയിൽ ഗ്രാമം കടന്നുവരുന്നതേയില്ല. എന്നാൽ 'നീലക്കുന്നുകളി'ലെ നായകനെ സംബന്ധിച്ചിടത്തോളം ജ്യേഷ്ഠത്തിയുടെ വീട്ടിലേക്കുള്ള സന്ദർശനം കുട്ടിക്കാലത്തിന്റെ നിഷ്കളങ്കതയിലേക്കും അതിനെച്ചൂഴ്ന്നുനിൽക്കുന്ന പ്രശാന്തമായ പരിസരത്തിലേക്കുമുള്ള മടങ്ങിപ്പോക്കായിത്തീരുകയാണ് ചെയ്യുന്നത്. കഥയുടെ മൂന്നാം ഖണ്ഡത്തിൽ നേർമ്മയോടെ വിന്യസിച്ച ഏതാനും ദൃശ്യ—ഗന്ധബിംബങ്ങളിലൂടെ നായകന്റെ ഓർമ്മയിൽ കതിരിട്ടുനിൽക്കുന്ന നന്മയും വിശുദ്ധിയും നിറഞ്ഞ ഗ്രാമീണാന്തരീക്ഷത്തെ കഥാകൃത്ത് ആവാഹിച്ചിരിക്കുന്നു. ആയിരത്തിതൊള്ളായിരത്തി അറുപതുകളുടെ ആരംഭത്തിൽ എഴുതപ്പെട്ട ഈ ചെറുകഥ ഇന്നു വായിക്കുമ്പോൾ ഇതിന്റെ സവിശേഷതയായി നമുക്കനുഭവപ്പെടുന്നത്, തിരക്കുമുറ്റിയ പുത്തൻസംസ്കാരത്തിന്റെ ആഘാതത്തിൽപ്പെട്ട് മലയാളിയുടെ ബോധമണ്ഡലത്തിൽനിന്ന് മെല്ലെ അകന്നുപൊയ്ക്കൊണ്ടിരിക്കുന്ന സരളമായൊരു ജീവിതസമ്പ്രദായത്തിന്റെ നേർക്കയച്ച നെടുവീർപ്പ് ഇതിൽ ഉൾച്ചേർന്നിരിക്കുന്നു എന്നതാണ്. പരസ്പരം വലിഞ്ഞുമുറുകുന്ന രണ്ടു മൂല്യവ്യവസ്ഥകളെ അടിസ്ഥാനമാക്കി, നിഷ്കളങ്കതയുടേയും പതനത്തിന്റേയുമായ അനുഭവത്തെക്കുറിക്കുന്ന ഒരു ദൃഷ്ടാന്തകഥയാണ് എം.ടി. ഇവിടെ ഒരുക്കിയിട്ടുള്ളതെന്നു പറഞ്ഞാൽ തെറ്റുണ്ടാവില്ല.

തന്റെ നഷ്ടസ്വത്വം തേടിയുള്ള വിഫലമായ ഈ അന്വേഷണത്തിനുശേഷം കഥാനായകൻ മടങ്ങിയെത്തുന്നത് എവിടെയാണ്? കഥയുടെ തുടക്കത്തിൽത്തന്നെ ഇതിന്റെ സൂചനയുണ്ട്: "വീണ്ടും കണ്ടുമടുത്ത

---

* ഏറ്റവും ഒടുവിലായി, "ഷെർലക്ക്" എന്ന കഥയിൽ അമേരിക്കയിലെ ഒരു 'മെഗാസിറ്റി'യിൽ എത്തിപ്പെട്ട ഒരു മലയാളിയുവാവനുഭവിക്കുന്ന വീർപ്പുമുട്ടലിന്റെ ചിത്രീകരണത്തിലൂടെ രണ്ടു ഭൂഖണ്ഡങ്ങൾ തമ്മിലും അവ പ്രതിനിധാനം ചെയ്യുന്ന വ്യത്യസ്തസംസ്കാരങ്ങൾ തമ്മിലുമുള്ള അഭിമുഖീകരണം മിതതീവ്രമായ ശൈലിയിൽ എം.ടി. കാട്ടിത്തരികയുണ്ടായി.

മുഖങ്ങളുടെ മദ്ധ്യത്തിലേക്ക്, വൈരൂപ്യവും ദുർഗ്ഗന്ധവും കെട്ടിടങ്ങൾ പിറകിലൊളിപ്പിച്ച ഒരു നഗരത്തിന്റെ മൂലയിലേക്ക്, ഇരുട്ടിന്റെ അവസാനത്തിൽ മാളത്തിലേക്ക് ഇഴഞ്ഞുനീങ്ങുന്ന ഒരു നികൃഷ്ടജീവിയെപ്പോലെ."

പാശ്ചാത്യസാഹിത്യത്തിൽ പത്തൊമ്പതാം നൂറ്റാണ്ടിന്റെ രണ്ടാംപകുതിതൊട്ട് നഗരത്തെ തടവറയായും, ഭ്രാന്താലയമായും, ഇഴജന്തുക്കളുടെ മാളവുമായൊക്കെ രൂപകല്പന ചെയ്യാൻ എഴുത്തുകാർ മുതിർന്നതായി സാഹിത്യചരിത്രം രേഖപ്പെടുത്തുന്നു. ഈ എഴുത്തുകാരുടെ കൂട്ടത്തിൽ ദസ്തയേവ്സ്കി നഗരത്തിന്റെ തെളിഞ്ഞുകാണുന്ന രൂപങ്ങൾക്കും ഘടനകൾക്കുമിടയിൽ തലപൂഴ്ത്തിക്കഴിയുന്ന കുപിതനും അഹങ്കാരിയും പീഡിതനുമായ 'അധോലോകമനുഷ്യ'നെ തന്റെ സാഹിത്യപ്രപഞ്ചത്തിന്റെ ഒത്തനടുവിൽ പ്രതിഷ്ഠിക്കുകയുണ്ടായി. ദസ്തയേവ്സ്കി ചിത്രീകരിച്ച രീതിയിൽ പ്രശ്നാത്മകമായ വ്യക്തിത്വമുള്ള ഭൂഗർഭമനുഷ്യൻ കലാകാരന്റേയോ കലാപകാരിയുടെയോ രൂപത്തിൽ മലയാളസാഹിത്യത്തിൽ അവതരിച്ചതായി തോന്നുന്നില്ല. എന്നാൽ അധികപ്പറ്റായ മനുഷ്യൻ (superfluous man) എന്നു വിമർശകന്മാർ വിശേഷിപ്പിക്കുന്ന കഥാപാത്രം പത്മനാഭന്റേയും എം.ടി.യുടേയും തലമുറയോടുകൂടി മലയാളചെറുകഥയിൽ രംഗപ്രവേശം ചെയ്യുകയുണ്ടായി. ഈ കഥാപാത്രത്തിന് ആത്മാനുകമ്പയുടെ മാത്രമല്ല ആത്മനിന്ദയുടേയും മാനങ്ങൾ നൽകിയെന്നതാണ് എം.ടി.യുടെ ഒരു പ്രധാനസംഭാവന. അയാളുടെ അവസ്ഥ വിവരിക്കുന്നതിനിടയിൽ "ഇരുട്ടിന്റെ അവസാനത്തിൽ മാളത്തിലേയ്ക്ക് ഇഴഞ്ഞുനീങ്ങുന്ന ഒരു നികൃഷ്ടജീവിയെപ്പോലെ" എന്ന അലങ്കാരം എത്രമാത്രം ബോധപൂർവ്വമാണ് എം.ടി. ഉപയോഗിച്ചതെന്നറിയില്ല. എന്നാൽ ദസ്തയേവ്സ്കിയിൽനിന്നും കാഫ്കയിൽനിന്നുമാരംഭിച്ച് ബെക്കറ്റ്വരെ നീണ്ടുചെല്ലുന്ന ഒരു സാഹിത്യപാരമ്പര്യം ഉൾക്കൊള്ളാൻ കഴിഞ്ഞ വായനക്കാരന് ആധുനികസംസ്കാരം രൂപപ്പെടുത്തിയെടുത്ത മാനുഷികയാഥാർത്ഥ്യത്തിന്റെ മർമ്മങ്ങളെ സ്പർശിക്കുന്ന ഒന്നാണ് ഈ കീടകല്പനയെന്ന് തിരിച്ചറിയാൻ പറ്റും.

അഞ്ച്

ഒരു സ്ത്രീ രാത്രിനേരത്ത് ഒറ്റയ്ക്ക് നഗരവീഥികളിൽ നടക്കുന്നത് സങ്കല്പിച്ചുനോക്കൂ. സ്ഥലം പാരീസാവട്ടെ, ന്യൂയോർക്കാവട്ടെ, ടോക്കിയോയാവട്ടെ, അല്ലെങ്കിൽ കൽക്കത്തയാവട്ടെ, അവൾ തീർത്തും സുരക്ഷിതയല്ല. അജ്ഞാതമായൊരു ഭീഷണി അവളെ പിന്തുടരുന്നുണ്ട്. നഗരം അവളെ സംബന്ധിച്ചിടത്തോളം ലൈംഗികമായ അപകടങ്ങൾ നിറഞ്ഞ ഒരിടമാണ്.

മാധവിക്കുട്ടിയുടെ 'കല്ല്യാണി' എന്ന ചെറുകഥയിലെ നായിക തനിച്ച് രാത്രിസവാരിക്ക് ഇറങ്ങിയതല്ല. ഭർത്താവിനെ ഓഫീസിൽ

വിട്ടതിനുശേഷം വീട്ടിലേക്ക് കാറോടിച്ചു മടങ്ങുകയാണവൾ. അവളെ സംബന്ധിച്ചിടത്തോളം നിത്യപരിചിതമായ ചുറ്റുപാടുകൾ പൊടുന്നനെ അപരിചിതവും വിപരീതവുമായ ഭാവം കൈക്കൊള്ളുന്നു. ചെയ്യാത്ത കുറ്റത്തിന് അവളെ നിയമപാലകർ അറസ്റ്റുചെയ്യുന്നു. പൊലീസ് സ്റ്റേഷനിൽവെച്ച് അവൾ ശാരീരികവും മാനസികവുമായ പീഡനങ്ങൾക്ക് വിധേയയാക്കപ്പെടുന്നു. രക്ഷിക്കാനായി എത്തുമെന്ന് താൻ കരുതിയിരുന്ന ഭർത്താവ് പരസ്യമായി അവളെ തള്ളിപ്പറയുന്നു. കഥയുടെ അവസാനത്തിൽ വേശ്യയായി മുദ്രയടിക്കപ്പെട്ട്, ഇരുട്ടുനിറഞ്ഞ തടവുമുറിയിൽ പൂർണ്ണനഗ്നയായിക്കഴിയുന്ന അവൾ, സ്വന്തം പേരുൾപ്പെടെ സത്യമാണെന്ന് അന്നോളം വിശ്വസിച്ചിരുന്നതൊക്കെ അസ്ഥിരവും അയഥാർത്ഥവുമാണെന്നു കണ്ടെത്തുന്നു.

ഏതോ തെറ്റിദ്ധാരണയുടെ ഫലമായിട്ടായിരിക്കണം, നിയമപാലകന്മാർ മിസ്സിസ് അമ്മിണിമേനോനെ കല്ല്യാണിയാണെന്നു കരുതി പിടിച്ചുകൊണ്ടുപോകുന്നതും അവഹേളനത്തിനിരയാക്കുന്നതും. ഒരു വൻനഗരത്തിലെ പൊലീസ് സംഘടന ഇത്തരം അബദ്ധങ്ങൾ പ്രവർത്തിക്കുന്നത് അത്ര അസാധാരണമൊന്നുമല്ല. അമ്മിണിമേനോന്റെ സൽപ്പേരു നശിപ്പിക്കാൻ ആരൊക്കെയോ ശ്രമിച്ചുവരികയായിരുന്നു എന്ന് കഥയിലൊരിടത്ത് സൂചനയുണ്ട്. അവളുടെ ഭർത്താവിന് ഊമക്കത്തുകളയച്ച അതേ വ്യക്തിയുടെ കുത്തിത്തിരിപ്പിന്റെ ഫലമായിട്ടാവണം, നിയമപാലകർ അവളെ നോട്ടമിട്ടത്. ഒരു സ്ത്രീയുടെമേൽ ആർക്കും എളുപ്പത്തിൽ ആരോപിക്കാവുന്ന കുറ്റം അവളുടെമേൽ അങ്ങനെ ചുമത്തപ്പെടുന്നു: സദാചാരലംഘനം. അവൾ തന്റെ നിർദ്ദോഷത്തം സ്ഥാപിക്കാൻ ശ്രമിക്കുംതോറും പൊലീസധികൃതർക്ക് വാശിയേറുന്നു. ഒടുവിൽ അവളുടെ ഭർത്താവും ഈ കളിയിൽ പങ്കുചേരുന്നു.

അതല്ലെങ്കിൽ ഇവിടെ വിവരിച്ചിട്ടുള്ള കാര്യങ്ങളെല്ലാം ഒരു ദുഃസ്വപ്നത്തിന്റെ ഭാഗമാവാം. അമ്മിണിമേനോൻ ഭർത്താവിനെ ഓഫീസിലാക്കി വീട്ടിലേക്ക് കാറോടിച്ച് മടങ്ങുന്നതു തൊട്ട് പൊലീസ് ഇൻസ്പെക്ടർ അവളോട് 'നീ കല്ല്യാണിയാണ്' എന്നു തറപ്പിച്ചു പറയുന്നതുവരെയുള്ള സംഭവങ്ങളെല്ലാം ഒരു പേക്കിനാവിന്റെ സൃഷ്ടിയാവാം. ഈ വീട്ടമ്മയുടെ അരക്ഷിതത്വഭീതിയും അമർത്തപ്പെട്ട ലൈംഗികാഭിനിവേശവുമൊക്കെയായിരിക്കണം പൊലീസുകാർ തെരുവിൽനിന്ന് അനായാസമായി പൊക്കിക്കൊണ്ടുപോകുന്ന തരത്തിൽ സ്വേച്ഛാചാരിണിയും ദുർവൃത്തയുമായ ഒരു വേശ്യയായി താൻ മാറുന്നതിനെക്കുറിച്ചുള്ള ഈ ഭ്രമകല്പനയ്ക്കടിയിലുള്ളത്.

എന്നാൽ മാധവിക്കുട്ടിയുടെ മറ്റു രചനകളുമായി പരിചയമുള്ള ഒരു വായനക്കാരന് ഈ കഥയിലൂടെ തലനീട്ടുന്ന അവരുടെ സ്ഥായിയായ ചില ഉൽക്കണ്ഠകളും ഭാവബദ്ധതകളും തിരിച്ചറിയാൻ കഴിഞ്ഞെന്നിരിക്കും. ഈ കഥയിലെ നായിക കടന്നുപോകുന്ന സ്വത്വപ്രതിസന്ധിയുടെ

ചിത്രീകരണത്തിലൂടെ മാധവിക്കുട്ടി സംവേദനം ചെയ്യുന്നത് ദാമ്പത്യം എന്ന സ്ഥാപനത്തിന്റെ പൊള്ളത്തരമാണ്. പൊലീസിന്റെ കൈത്തെറ്റു കൊണ്ടോ തന്റെ തന്നെ അനിയന്ത്രിതവാസനകൾ മൂലമോ കല്ല്യാണി യായി തെറ്റിദ്ധരിക്കപ്പെട്ട് ശിക്ഷ നേരിടുന്ന അമ്മിണിമേനോൻ തനിക്കു ള്ളതായി അഭിമാനിച്ചിരുന്നതെല്ലാം — സമൂഹത്തിൽ മാന്യമായ പദവി, സൽപേര്, ഭർത്താവിന്റെ സ്നേഹം — വ്യാമോഹമായിരുന്നുവെന്ന് കണ്ടെ ത്തുന്നു. പുരുഷനിർമ്മിതമായ ലോകം ഒരുക്കിവെച്ച കെണിയിൽ എത്ര വേഗത്തിലാണ് അവൾ ചെന്നു കുരുങ്ങുന്നതെന്നു നോക്കുക. ഈ ലോക ത്തിന്റെ നീതിയും നിയമങ്ങളും അതിവിചിത്രവും വിലക്ഷണവുമായ ഛായ വഹിക്കുന്നു. ഓർക്കാപ്പുറത്ത് താൻ അഭിമുഖീകരിക്കാനിടയായ അധികാരവ്യവസ്ഥയുടെ ശത്രുത നിറഞ്ഞ ആഘാതത്തിൽപ്പെട്ട് അവ ളുടെ പ്രതിരോധങ്ങൾ ദുർബലമായിത്തീരുന്നു. ഭർത്താവ് തന്നെ കൈയൊഴിയുന്നതോടുകൂടി, തന്റെ അസ്തിത്വത്തിന്റെ അടിസ്ഥാനം ചോദ്യംചെയ്യപ്പെട്ടിരിക്കുകയാണെന്ന് അവൾ മനസ്സിലാക്കാൻ ഇടവരുന്നു. ഏതാനും മണിക്കൂറുകൾക്കിടയിൽ ഒന്നിനു പുറകെ ഒന്നായി നടക്കുന്ന ഈ സംഭവങ്ങളുടെ പരിണതഫലമായി ജീവിതത്തിന്റെ അവലംബമായി കരുതിപ്പോന്നിരുന്ന എല്ലാറ്റിന്റേയും ഉണ്മയെക്കുറിച്ച് അവൾക്കു സന്ദേഹം തോന്നുന്നു. കഥയുടെ അവസാനത്തിൽ തടവുമുറിയിൽ നഗ്നയായി കഴി യുന്ന അമ്മിണി പോലീസ് ഇൻസ്പെക്ടറുടെ ഭീഷണി കലർന്ന പ്രലോ ഭനത്തെ ചെറുത്തുനിൽക്കാൻ കഴിയാതെ നിലംപതിക്കുമ്പോൾ, അവൾ തന്റെ പുതിയ പേരുമായും (കല്യാണി), ആ പേരുകൊണ്ടർത്ഥമാക്കുന്ന പദവിയുമായും (വേശ്യ) പൊരുത്തപ്പെടാൻ തുടങ്ങുന്നതിന്റെ സൂചന വായനക്കാരനു ലഭിക്കുന്നു. കുടുംബിനിക്കും അഭിസാരികയ്ക്കുമിടയി ലുള്ള അതിർത്തികൾ എത്ര ലോലമാണെന്ന് കാട്ടിത്തരുന്നതിലൂടെ ദാമ്പത്യമെന്ന സാമൂഹ്യ സ്ഥാപനത്തിന്റെ കാപട്യത്തിലേക്ക് കാഥിക പരോക്ഷമായി വിരൽ ചൂണ്ടിയിരിക്കുകയാണിവിടെ. കഥാനായിക എത്തി പ്പെട്ടിട്ടുള്ള മുഖമില്ലാത്ത നഗരം അവളുടെ ഈ പരിണാമത്തിന്റെ രാസ ത്വരകമായി വർത്തിക്കുന്നു.

തന്റെ വായനക്കാരുമായി ആത്മബന്ധം സ്ഥാപിച്ചെടുക്കാൻ മാധവി ക്കുട്ടി കൈക്കൊള്ളുന്ന ഉപാധികളിലൊന്ന് സ്വകാര്യം പറച്ചിലിന്റെ മട്ടി ലുള്ള അവരുടെ ആഖ്യാനരീതിയാണ്. 'കല്യാണി' ഇതിനൊരപവാദ മാണ്. വൈകാരികാംശം കുറവായ, ഒരുതരം നിഷ്പക്ഷമായ സ്വരത്തി ലാണ് മാധവിക്കുട്ടി ഇവിടെ കഥ പറയുന്നത്. കഥയിലെ ഭീഷണിയും തിന്മയും നിറഞ്ഞ അന്തരീക്ഷത്തിന് മുറുക്കം കൂട്ടാൻ ഈ സ്വരശില്പം സഹായിക്കുന്നു.

നഗരം പശ്ചാത്തലമാക്കിക്കൊണ്ട് മാധവിക്കുട്ടി എഴുതിയിട്ടുള്ള എല്ലാ കഥകളും ഈ ജനുസ്സിൽ പെടുന്നവയല്ല. നഗരങ്ങൾ പേടി കൊണ്ടുമാത്രമല്ല സ്വപ്നങ്ങൾ കൊണ്ടും നിർമ്മിക്കപ്പെട്ടവയാണെന്ന പര മാർത്ഥം മാധവിക്കുട്ടി മനസ്സിലാക്കിയിട്ടുണ്ട്. കുടുംബജീവിതത്തിന്റെ

പ്രാരബ്ധങ്ങളിൽനിന്നും വിലക്കുകളിൽനിന്നുമുള്ള വിമോചനം കുറിക്കുന്ന ഒരു ലോകമായി നഗരത്തെ നോക്കിക്കാണുന്ന സ്ത്രീകഥാപാത്രങ്ങളെ കേന്ദ്രീകരിച്ചുകൊണ്ട് മാധവിക്കുട്ടി ധാരാളം രചനകൾ നടത്തിയിട്ടുണ്ട്. ഈ സ്ത്രീകഥാപാത്രങ്ങളധികവും ഉപരിവർഗ്ഗത്തിൽപ്പെട്ടവരും, യൗവ്വനം പിന്നിട്ടവരും എഴുത്തുകാരികളുമാണ്. അവർ കാലെടുത്തുവെയ്ക്കുന്നത് ജയിലിലേക്കും വ്യക്തിത്വശൈഥില്യത്തിലേക്കും നയിക്കുന്ന അജ്ഞാതമായ നഗരവീഥികളിലല്ല, മറിച്ച് ആസക്തിയുടെ പാതകളിലാണ്. അവരെ സംബന്ധിച്ചിടത്തോളം കെട്ടുപാടുകൾ നിറഞ്ഞ പരമ്പരാഗതമായൊരു സമൂഹത്തിൽനിന്നു പരിഷ്കൃതനഗരജീവിതത്തിലേക്കുള്ള മാറ്റം പ്രണയത്തിന്റേയും ലൈംഗികതയുടേയും മേഖലകളിൽ സാഹസികമായ പുതിയ പരീക്ഷണങ്ങൾക്ക് വഴിയൊരുക്കുന്നു.

ആറ്

നഗരത്തിന്റെ സാന്നിദ്ധ്യം ആധുനികസാഹിത്യത്തിൽ വൈചിത്ര്യമാർന്ന പല പാത്രമാതൃകകൾക്കും പിറവിയൊരുക്കിയിട്ടുണ്ട്. അവയിലൊന്നാണ് വേശ്യ. വിശ്വസാഹിത്യത്തിലെ വേശ്യയുടെ അവതാരങ്ങളെക്കുറിച്ചു ചിന്തിക്കുമ്പോൾ ഒരുപക്ഷേ ആദ്യം ഓർമ്മിക്കേണ്ട പേര് പത്തൊമ്പതാം നൂറ്റാണ്ടിലെ ഫ്രഞ്ച് സിംബലിസ്റ്റ് കവിയായ ബോദ്‌ലെയറുടേതാണ്. വേശ്യയ്ക്ക് അന്തസ്സുമാത്രമല്ല ഒരുതരം പ്രൗഢിയും, ആത്മീയപരിവേഷവും ബോദ്‌ലെയർ സമ്മാനിക്കുകയുണ്ടായി. യന്ത്രയുഗത്തിന്റെ തിരക്കും, ബഹളവും ഏറ്റുവാങ്ങിത്തുടങ്ങിയ പത്തൊമ്പതാം നൂറ്റാണ്ടിലെ പാരീസ് നഗരത്തിലെ ദുർവൃത്തിയും ധൂർത്തും നിറഞ്ഞ ജീവിതത്തിന്റെ കേന്ദ്രബിന്ദുവായി മാലാഖയുടേയും കൂത്തച്ചിയുടേയും കലർപ്പായ അഭിസാരികയെ ബോദ്‌ലെയർ കണ്ടെത്തി. സഹാനുഭൂതിയോടെ, പോരാ, ആരാധനാമനോഭാവത്തോടെ വേശ്യയെ നോക്കിക്കാണുകയും — ഒരു കവി, അല്ലെങ്കിൽ കലാകാരൻ, നഗരജീവിതാനുഭവത്തിന്റെ ഭാഗമെന്ന നിലയിൽ കടന്നുപോകുന്ന, ഒഴിവാക്കാനാവാത്ത പ്രവേശനമാർഗ്ഗമാണ് അവൾ എന്നോർമ്മിക്കുക — കൊണ്ടാടുകയും ചെയ്ത വ്യവസായയുഗത്തിലെ ആദ്യത്തെ കവിയായിരുന്നു അദ്ദേഹം.

'സുവർണ്ണഹൃദയമുള്ള' വേശ്യ മുതൽ കൃഷ്ണകാമുകിയായ വേശ്യ വരെയുള്ള അഭിസാരികമാരുടെ ഏതെല്ലാം രൂപങ്ങൾ മലയാള കഥാസാഹിത്യത്തിൽ പ്രത്യക്ഷപ്പെടുകയുണ്ടായി! ആധുനികത സൃഷ്ടിച്ച ചോദ്യംചെയ്യലിന്റേയും, നിഷേധത്തിന്റേയുമായ വൈകാരിക കാലാവസ്ഥയിൽ ഒരു കഥാകൃത്ത് വേശ്യകൾക്ക് അമ്പലം പണിയാൻകൂടി മുന്നോട്ടുവന്നു. 'ഇനിയുറങ്ങാം' എന്ന ചെറുകഥയിൽ എം. സുകുമാരൻ ചിത്രീകരിക്കുന്ന സ്ത്രീ, കൃത്യമായി പറഞ്ഞാൽ ഒരു വേശ്യയല്ല; അവൾ ഒരു 'കാൾ ഗേൾ' കൂടിയല്ല. ഭർത്താവിന്റെ ഉന്നമനത്തിനുവേണ്ടി സമൂഹത്തിന്റെ മുകൾത്തട്ടിലെ ചുരുക്കം ചില വ്യക്തികളുമൊത്തു

വ്യഭിചരിക്കാൻ നിർബന്ധിതയായിത്തീർന്ന ഒരു വീട്ടമ്മയാണ് ഹേമ. മദ്ധ്യവയസ്സിൽ എത്തിനിൽക്കുന്ന ഹേമ, മടുപ്പിലേക്കും വിഷാദത്തിലേക്കും തെന്നിവീഴുന്നതിനിടയിൽ, താൻ പിന്നിട്ട വഴികളിലേക്കു നടത്തുന്ന തിരിഞ്ഞുനോട്ടത്തിന്റെ രൂപത്തിലാണ് ഈ കഥ ചിട്ടപ്പെടുത്തിയിട്ടുള്ളത്. രാത്രി നേരത്ത് ഉണർന്നിരുന്ന് പരപുരുഷന്മാർക്ക് ആനന്ദം പകരുകയും തളർച്ച മാറ്റാൻ പകൽ കിടന്നുറങ്ങുകയും ചെയ്യുന്ന ഈ സ്ത്രീയുടെ സൂക്ഷ്മജീവിതം ആവിഷ്കരിക്കാൻ സുകുമാരൻ ഉപയോഗിച്ചിട്ടുള്ള ആഖ്യാനതന്ത്രം വായനക്കാരെ പിടിച്ചിരുത്തുന്ന തരത്തിൽ പുതുമയുള്ള ഒന്നാണ്. രാത്രികളുടേയും പകലുകളുടേയും മാറിമാറിയുള്ള ആവർത്തനത്തിലൂടെ ഹേമയുടെ പതിനഞ്ചുകൊല്ലക്കാലത്തെ ജീവിതത്തിനു കഥാകൃത്ത് ഒരുതരം തുടർച്ച സമ്മാനിച്ചിരിക്കുന്നു. ഭർത്താവിന്റെ ഉയർച്ചയ്ക്കുവേണ്ടി നൊമ്പരങ്ങൾ ഉള്ളിലൊതുക്കി താൻ വെറുക്കുന്ന ഒരു വേഷം കെട്ടി അഭിനയിക്കേണ്ടി വന്ന നാളുകളെക്കുറിച്ചുള്ള ഹേമയുടെ ഓർമ്മകൾ പകലിരവുകളുടെ മുഷിപ്പൻ ആവർത്തനത്തെ വലംചുറ്റിയാണ് സഞ്ചരിക്കുന്നത്. ഇടതടവില്ലാത്ത വർത്തമാനകാലത്തിൽ നടക്കുന്ന ഒന്നാണ് അവളുടെ ജീവിതം എന്ന പ്രതീതി ഈ അവതരണരീതിയിലൂടെ സൃഷ്ടിക്കാൻ കഥാകൃത്തിനു കഴിഞ്ഞിരിക്കുന്നു.

ഗസ്റ്റ്ഹൗസ്, ടി.ബി., ഹോട്ടൽ മുറി — അങ്ങനെ പൊതുപ്രാധാന്യമുള്ള ചില സ്ഥലങ്ങളിൽവെച്ചാണ് സ്ത്രീത്വത്തെ കച്ചവടച്ചരക്കായി മാറ്റിയ ഒരു സമൂഹത്തിന്റെ ജീർണ്ണമുഖങ്ങൾ ഹേമ കാണാനിട വരുന്നത്. രതിയെന്ന ജീവിതത്തിലെ ഏറ്റവും ഗാഢവും വൈയക്തികവുമായ അനുഭവം അവളെ സംബന്ധിച്ചിടത്തോളം സ്വകാര്യസ്ഥലത്തിൽ നിന്ന് ഇത്തരം പൊതുസ്ഥലങ്ങളിലേക്ക് കൈമാറ്റം ചെയ്യപ്പെടുന്നു. കൂട്ടിക്കൊടുപ്പും വ്യഭിചാരവും വിജയത്തിലേക്കുള്ള കുറുക്കുവഴികളായി സ്വീകരിച്ച പുത്തൻ നഗരയാഥാർത്ഥ്യം വരുത്തിക്കൂട്ടിയിട്ടുള്ള വൈകൃതങ്ങളിൽ ഒന്നാണിത്. വേറൊരു രീതിയിൽ പറഞ്ഞാൽ എം. സുകുമാരൻ ഒരു പ്രത്യേകകാലഘട്ടത്തിലെഴുതിയ പ്രകടമായ രാഷ്ട്രീയ പ്രചാരണാംശം കലർന്ന കഥകളിൽ അടങ്ങിയിട്ടുള്ളതിനേക്കാൾ പരോക്ഷവും മനഃശാസ്ത്രപരവുമായ ചായ്വുകളുൾക്കൊള്ളുന്ന പ്രത്യയശാസ്ത്രവിമർശനമാണ് ഇവിടെ സാധിച്ചിരിക്കുന്നത്.

ഏഴ്

ആയിരത്തിതൊള്ളായിരത്തി അറുപതുകളിൽ ഹിപ്പിപ്രസ്ഥാനത്തിന്റെ ഭാഗമെന്ന നിലയിൽ ഉടലെടുത്ത പ്രതിസംസ്കാരം അമ്പരപ്പിക്കുന്ന വേഗതയിലാണ് ഇവിടത്തെ നഗരജീവിതത്തിന്റെ മുഖച്ഛായയിൽ മാറ്റം വരുത്തിയത്. നെഹ്റുവിനു ശേഷമുള്ള ഇന്ത്യയുടെ പൊതുജീവിതവും രാഷ്ട്രീയവ്യവസ്ഥിതിയും അലോസരംനിറഞ്ഞ പുതിയ സമ്മർദ്ദങ്ങൾക്കു

വിധേയമായിക്കൊണ്ടിരുന്ന ഒരു കാലഘട്ടത്തിലാണ്, നമ്മുടെ പരമ്പരാഗതമായ ജീവിതശൈലിയിൽ നടുക്കം സൃഷ്ടിച്ചുകൊണ്ട്, ഹിപ്പി പ്രസ്ഥാനം കടന്നുവന്നത്. പൈതൃകനിരാസത്തിന്റെ മാർഗ്ഗം തിരഞ്ഞെടുത്ത ചെറുപ്പക്കാരുടെ തലമുറ, ഹിപ്പിയിസത്തെ പുതിയൊരു മതമോ ആരാധനാക്രമമോ ആയി നോക്കിക്കണ്ട് അത് വാഗ്ദാനംചെയ്ത സ്വാതന്ത്ര്യത്തെ മുറുകെപ്പുണർന്നതിനു പിന്നിൽ വ്യത്യസ്തതരം പ്രേരണകൾ അടങ്ങിയിരുന്നതായി തിരിഞ്ഞുനോക്കുമ്പോൾ കണ്ടെത്താൻ കഴിയും. ഈ തലമുറയിൽപ്പെട്ട ചിലരെ സംബന്ധിച്ചിടത്തോളം തങ്ങളുടെ ചുറ്റിനുമുള്ള ബൂർഷ്വ ജീവിതയാഥാർത്ഥ്യം ആശയ്ക്കു വഴിയില്ലാത്തവണ്ണം നിരുന്മേഷകരവും വിരസവുമായ ഒന്നായി മാറിക്കഴിഞ്ഞിരുന്നു. തലമുറകളുടെ വിടവ് അവരെ സംബന്ധിച്ചിടത്തോളം തീക്ഷ്ണമായൊരു വൈകാരികപ്രശ്നമായിരുന്നു. മാമൂൽ സമീപനങ്ങളുടേയും പരമ്പരാഗതമായ പരിഹാരമാർഗ്ഗങ്ങളുടേയും അപര്യാപ്തത കണ്ടറിഞ്ഞ അവർ ബോധനവീകരണം ലക്ഷ്യമാക്കിക്കൊണ്ട് സാഹസികമായ പരീക്ഷണങ്ങളിൽ ചെന്നു ചാടി. അവയിലൊന്നായിരുന്നു ഹിപ്പിയിസം. ഇത്തരത്തിൽ ആത്മീയാസ്വാസ്ഥ്യം അനുഭവിക്കാത്ത മറ്റനേകം പേരെ സംബന്ധിച്ചിടത്തോളം പടിഞ്ഞാറു നിന്ന് ഇറക്കുമതി ചെയ്ത ഈ പുതിയ മതം സമ്മാനിച്ചത് ഒരുതരം പലായനത്തിന്റെ സുവിശേഷമായിരുന്നു. ഹിപ്പിയിസം അവർക്ക് എല്ലാത്തരം ഉത്തരവാദിത്വത്തിൽനിന്നും ഓടിയൊളിക്കാനുള്ള കുറുക്കുവഴി കാണിച്ചുകൊടുത്തു. കൃത്രിമമായ ആത്മീയതകൊണ്ട് എത്ര വലിയ കാപട്യത്തേയും മറയ്ക്കാമെന്നും ഏതുതരം സ്വാർത്ഥമോഹത്തേയും പവിത്രീകരിയ്ക്കാമെന്നും അവർ പഠിച്ചു.

വ്യാജ ആധ്യാത്മികതയുടെ പുകമറ പരത്തി, ആഗ്രഹപൂരണം നടത്തുന്ന പിത്തലാട്ടക്കാരനായ ഒരു ഗുരുവിന്റെ പരാക്രമങ്ങളുടേയും പതനത്തിന്റേയും കഥയാണ്, ഒതുക്കിവെച്ച പരിഹാസത്തോടെ 'പുകക്കണ്ണാടി'യിൽ പത്മരാജൻ പറയുന്നത്. സമൂഹത്തിലെ രോഗങ്ങൾക്കുള്ള ഒറ്റമൂലികളുമായി രംഗപ്രവേശനം ചെയ്ത കപടസന്ന്യാസികൾ വളരെപ്പെട്ടെന്ന് മാന്യതയും അംഗീകാരവും നേടിയ ഒരു കാലഘട്ടത്തിന്റെ ചിത്രം ഈ കഥയിലൂടെ തെളിഞ്ഞുവരുന്നു. ഇത്തരം യോഗിവര്യന്മാരുടെ മാളങ്ങളിൽ കണ്ടുവരുന്ന മയക്കുമരുന്നുകളുടേയും സ്വതന്ത്രമായ ഇണചേരലിന്റേയുമായ പ്രത്യേകാന്തരീക്ഷമുണ്ടല്ലോ, അത് സംവേദനം ചെയ്യാൻ പത്മരാജനുപയോഗിക്കുന്ന ഭാവനാതന്ത്രം വശ്യമായ ഒന്നാണ്. കഞ്ചാവിന്റെ ചിറകുകളിലേറി സഞ്ചരിക്കുന്ന ഒരാൾ അനുഭവിക്കുന്ന വിചിത്രമായ ലാഘവം, ഈ കഥയിലെ ഭാഷയുടെ താളങ്ങളിൽ സംക്രമിച്ചിരിക്കുന്നു. സ്വപ്നത്തിലെന്നവണ്ണം വിചിത്രമായ യുക്തി സംഭവങ്ങളെ നിയന്ത്രിക്കുന്ന ഒരു ലോകത്തിൽ മനുഷ്യർ വിസ്മൃതിയുടെ നീലപ്പുകയിൽ ഒഴുകിനടക്കുന്ന പ്രതീതി ശീഘ്രലഗതിയിലുള്ളതും ശിഥിലവുമായ വാക്യഘടനയിലൂടെ കാഥികൻ സൃഷ്ടിച്ചെടുത്തിരിക്കുന്നു.

ഗതിവേഗം കലർന്ന നഗരാനുഭവങ്ങളെ അവയുടെ താളലയങ്ങൾ ചോർന്നുപോകാതെ ഉൾക്കൊള്ളാൻ ശ്രമിക്കുന്ന ഒരു കഥാകൃത്ത് സ്വാഭാവികമായി കണ്ടെത്തുന്ന പ്രകാശനരീതിയാണിത്. ആധുനിക നഗരം സാഹിത്യഭാഷയിൽ വ്യത്യസ്തതരം താളങ്ങൾ ഊതിക്കയറ്റിയിരിക്കുന്നു. നഗരാനുഭവത്തിൽ ഉൾച്ചേർന്നിട്ടുള്ള ചലനങ്ങളേയും ഊർജ്ജങ്ങളേയും ആവിഷ്കരിക്കാൻ കഴിവുള്ള പുതിയ രചനാശില്പങ്ങളിലേക്ക് ഭാഷയെ മുന്നേറ്റുവാൻ കഥാകൃത്തിന് അങ്ങനെ പ്രചോദനം കൈവരുന്നു.

എട്ട്

പട്ടത്തുവിള കരുണാകരന്റെ 'ഹരേ കൃഷ്ണ' എന്ന കഥയിലെ ആഖ്യാതാവായ രാമു, താനും കൂട്ടുകാരും കോളേജ് ദിനങ്ങളിൽ സ്വീകരിച്ച മാമൂൽവിരുദ്ധമായ ജീവിതശൈലിയെക്കുറിച്ച് ഓർമ്മിക്കുന്നതിനിടയിൽ നടത്തുന്ന ഒരു നിരീക്ഷണമുണ്ട്: "പതിനഞ്ചുകൊല്ലം കഴിഞ്ഞാണ് ഞങ്ങൾ ജനിച്ചതെങ്കിൽ ഇന്നു ഞങ്ങൾ ഹിപ്പികളായി ജീവിക്കുമായിരുന്നു." ഹിപ്പിപ്രസ്ഥാനത്തിനു പിന്നിൽ പ്രവർത്തിച്ച ചില പ്രേരണകളും ആവേശങ്ങളും തന്നെയാണ് വ്യത്യസ്തമായ രൂപത്തിൽ അറുപതുകളുടെ അറുതിയിൽ തീവ്രവിപ്ലവവാദപരമായ രാഷ്ട്രീയത്തിനു ഊർജ്ജം പകർന്നതും 'വസന്തത്തിന്റെ ഇടിമുഴക്ക'ത്തിനായി കാതോർക്കാൻ ഒരു തലമുറയ്ക്ക് പ്രചോദനമണച്ചതും. ഇന്ത്യയിലെ വൻനഗരങ്ങളിലെ അസംതൃപ്തിപൂണ്ട ബുദ്ധിജീവിസമൂഹത്തിൽപ്പെട്ട ഒരു വിഭാഗമാണ്, തങ്ങളുടേയും തങ്ങളുടെ വർഗ്ഗത്തിന്റേയും നിലനില്പിന്റെ അടിസ്ഥാനം അധാർമ്മികമായ ഒന്നാണെന്ന് കണ്ടെത്തിയതിനെത്തുടർന്ന് ഉറങ്ങിക്കിടന്ന നാട്ടിൻപുറങ്ങളിൽ കടന്നുചെന്ന് തോക്കിൻ കുഴലിലൂടെയുള്ള മോചനമാർഗ്ഗം പരീക്ഷിച്ചുനോക്കിയത്. അപകടകരമായി ജീവിക്കാൻ ശീലിച്ച ചെറുപ്പക്കാരുടെ ഈ തലമുറ താലോലിച്ച വിപ്ലവാത്മകമായ കാല്പനികതയെ സ്വന്തം രചനകളിൽ പിടിച്ചെടുത്ത മലയാള കാഥികരിലൊരാളാണ് പട്ടത്തുവിള കരുണാകരൻ. ഒരു യഥാർത്ഥവിപ്ലവകാരിയായി മാറുന്നതിന്റെ ഭാഗമായി തനിക്കു കൈവന്ന വിദ്യാഭ്യാസത്തേയും പ്രത്യേകാനുകൂല്യങ്ങളേയുമെല്ലാം ചോദ്യം ചെയ്യുകയും നിരാകരിക്കുകയും ചെയ്യുന്ന നാഗരിക ബുദ്ധിജീവിയെ കേന്ദ്രീകരിച്ചുകൊണ്ട് പട്ടത്തുവിള ഒരു കഥാപരമ്പര നിർമ്മിക്കുകയുണ്ടായി.

'ഹരേ കൃഷ്ണ' എന്ന കഥയുടെ അവസാനത്തിൽ ക്ലാസിക്കൽ മാർക്സിസ്റ്റ് വിപ്ലവ സമീപനമാതൃകകളിൽനിന്നു വ്യതിചലിച്ചുകൊണ്ട് പ്രതാപൻ എത്തിപ്പിടിക്കുന്ന ഒരു കാഴ്ചപ്പാടുണ്ട്: "നോക്കൂ രാമൂ, നഗരങ്ങളിലെ സമരമുറ പണിമുടക്കും പ്രകടനവും മുദ്രാവാക്യം വിളിയുമാണ്. അതുകൊണ്ട് മോക്ഷമില്ല. ശരിയായ രംഗം ഗ്രാമങ്ങളാണ്. കാടും മലയും." ഗ്രാമങ്ങൾ നഗരങ്ങളെ വളയുമെന്ന മാവോയിസ്റ്റ് സൂക്തം

ഇവിടെനിന്നാരംഭിക്കുന്നു. ഇത് അല്പായുസ്സാർന്ന ഒരു വ്യാമോഹമായിരുന്നുവെന്ന് തിരിഞ്ഞുനോക്കുമ്പോൾ കണ്ടെത്താൻ കഴിയും. ഒരു സമര തന്ത്രം എന്ന നിലയിലും ഒന്നാംലോകവും മൂന്നാംലോകവും തമ്മിലുള്ള ബന്ധത്തെത്തന്നെ പുതിയ മട്ടിൽ നിർവ്വചിക്കാൻ സഹായിക്കുന്ന മട്ടിൽ വ്യാപകമായ അർത്ഥപ്രസക്തിയുള്ള ഒരു രാഷ്ട്രീയാശയം എന്ന നിലയിലും ചെയർമാൻ മാവോ അവതരിപ്പിച്ച ഈ മുദ്രാവാക്യം അമ്പെ പാളിപ്പോവുകയാണുണ്ടായത്. എന്നാൽ ഗ്രാമ-നഗരദ്വന്ദ്വങ്ങൾക്ക് ഈ നൂറ്റാണ്ടിലുണ്ടായിട്ടുള്ള ഊന്നൽ വ്യത്യാസങ്ങളെക്കുറിച്ച് ചിന്തിക്കുമ്പോൾ ഈ മുദ്രാവാക്യത്തിൽ മറഞ്ഞു കിടന്നിരുന്ന, പ്രത്യേകാകർഷണം ചിലർ അനുസ്മരിക്കാനിടയുണ്ട്. ഒരു നിശ്ചിത ചരിത്രസന്ധിയിൽ നഗരവും ഗ്രാമവും തമ്മിലുള്ള ബന്ധത്തിന് പുതിയൊരു തിരിവു സമ്മാനിച്ച ഒന്നായിരുന്നു കിഴക്കൻ കമ്മ്യൂണിസത്തിന്റെ പ്രത്യയശാസ്ത്രപരമായ സംഭാവനകളിലൊന്നായി അവതരിപ്പിക്കപ്പെട്ട ഈ ആശയം.

ഒമ്പത്

കാക്കനാടന്റെ 'യൂസഫ്സരായിയിലെ ചരസ്വ്യാപാരി', എം. മുകുന്ദന്റെ 'അവർ പാടുന്നു' — ഈ രണ്ടു കഥകളും ഒരേ വൈകാരികകാലാവസ്ഥയിൽ രൂപമെടുത്ത, സമാനമായ ഭാവനാശൈലിയുടെ ചിറകുകളിൽ മേൽപ്പോട്ടുയരുന്ന രചനകളാണ്. ഇവയിലെ മുഖ്യകഥാപാത്രങ്ങൾ അറുപതുകളിൽ നമ്മുടെ മഹാനഗരത്തിൽ ഒരു കമ്പവും ജീവിതശൈലിയുമായിത്തീർന്ന പ്രതിസംസ്കാരത്തിന്റെ സ്വാധീനത്തിലമർന്ന് വ്യവസ്ഥാപിതസമൂഹത്തിൽനിന്ന് സ്വയം ബഹിഷ്കൃതരായ വ്യക്തികളാണ് (counter-culture dropouts). നടപ്പുരീതികളെ നിഷേധിച്ച് സ്വകാര്യലോകത്തിൽ ജീവിക്കാനിഷ്ടപ്പെടുന്ന ഈ വ്യക്തികൾ കൃത്രിമമായ പ്രചോദനമാർഗ്ഗങ്ങളുപയോഗിച്ച് വിചിത്രമായ ഇന്ദ്രിയാനുഭൂതികൾ കൈവരിക്കുന്നതിന്റെ വിവരണമാണ് കാക്കനാടനും മുകുന്ദനും ഇവിടെ കാഴ്ചവെയ്ക്കുന്നത്.

മയക്കുമരുന്നുകൾ ഉപയോഗിക്കുന്ന ഒരുവന്റെ മതിഭ്രമം കലർന്ന സംവേദനക്ഷമതയിലൂടെ തെളിയുന്ന ഒരു ലോകമാണ് മുകുന്ദനും കാക്കനാടനും ഇവിടെ ചിത്രീകരിക്കുന്നത്. ഇതിനായി അവർ തിരഞ്ഞെടുത്തിട്ടുള്ള ആഖ്യാനരൂപം തീർത്തും ക്രമരഹിതമായ ഒന്നാണ്; സ്വപ്നങ്ങൾക്ക് എന്തെങ്കിലും യുക്തിയുണ്ടെങ്കിൽ അത്തരത്തിലുള്ള യുക്തിയാണ് ഈ കഥകളുടെ ആഖ്യാനഘടനകൾക്ക് അടുക്ക് സമ്മാനിക്കുന്നത്. മുകുന്ദന്റേയും കാക്കനാടന്റേയും കഥകളിൽ കാണുന്ന ശില്പശൈഥില്യം, സൈക്കിഡെലിക് അനുഭവം സമ്മാനിക്കുന്ന പ്രത്യേകതരം വീക്ഷണരീതിയെ തീക്ഷ്ണമായി പകർത്തുന്നു.

'അവർ പാടുന്നു'വിലേയും 'യൂസഫ്സരായിയിലെ ചരസ്വ്യാപാരി' യിലേയും പ്രധാനകഥാപാത്രങ്ങൾ മയക്കുമരുന്നുകൾ പരീക്ഷിച്ചതിന്റെ ഫലമായി എല്ലാത്തരം നിയന്ത്രണങ്ങളിൽനിന്നും വിലക്കുകളിൽനിന്നും മുക്തി നേടി ലഹരിമൂർച്ഛയുടെ അനുഭവത്തിലൂടെ തെന്നിനീങ്ങുന്നത് 'ശവകുടീരങ്ങളുടെ നഗര'മെന്ന് കേൾവികേട്ട ദില്ലിയിൽ വെച്ചാണ്. 'അവർ പാടുന്നു'വിന്റെ അവസാനത്തിൽ ചിത്രകാരനും അയാളുടെ കാമുകിയും രാജാവിന്റേയും രാജ്ഞിയുടേയും കബറിൽ നീണ്ടു നിവർന്നു കിടന്ന് 'ഞങ്ങൾ മരിച്ചു' എന്നു പാടുന്നു. (മറ്റൊരു എൽ.എസ്.ഡി. ട്രിപ്പിന്റെ ആരംഭമാണ് ഈ 'മരണ'മെന്നും നാമറിയുന്നു). 'യൂസഫ്സരായിയിലെ ചരസ്വ്യാപാരി'യിൽ ശവക്കല്ലറയുടെ നഗരം— ചരിത്രം മണ്ണിനടിയിൽ ചിതറിക്കിടക്കുന്ന പുരാതനനഗരം — പ്രധാനകഥാപാത്രത്തിന്റെ മോഹ നിദ്രയിൽ കടന്നുവരുന്ന വിലക്ഷണദൃശ്യങ്ങൾക്ക് പശ്ചാത്തലമൊരു ക്കുന്നു. ഒരു മഹാനഗരത്തിന്റെ വഴങ്ങാത്ത സ്ഥലപരതയെ (spatiality) ഏറ്റവും നന്നായി പ്രതിനിധാനം ചെയ്യുന്നത് അവിടത്തെ സ്മാരക ങ്ങളാണെന്ന് ആധുനികസാഹിത്യത്തിലെ നഗരത്തിന്റെ പ്രതിച്ഛായ കളെപ്പറ്റി പഠിക്കാൻ ശ്രമിച്ചിട്ടുള്ള ഒരു വിമർശകൻ അഭിപ്രായപ്പെട്ടിട്ടു ള്ളത് ഈ സന്ദർഭത്തിൽ ഞാനോർമ്മിക്കുന്നു. മുകുന്ദന്റേയും കാക്ക നാടന്റേയും കഥകളിൽ പൊതുവായി കാണുന്ന കൗതുകകരമായ ഒരംശം, സ്ഥലത്തിന്റെ പരിപ്രേക്ഷ്യം ഉപയോഗിക്കാനും സ്മാരകങ്ങളും ശവക്കല്ലറകളും സമ്മാനിക്കുന്ന ഭൂഗർഭവീക്ഷണകോണത്തിലൂടെ വിസ്മൃതിയുടേയും അതീന്ദ്രീയബോധത്തിന്റേയുമായ അവസ്ഥകൾ ചിട്ട പ്പെടുത്താനുമുള്ള ശ്രമമാണ്.

പത്ത്

ആധുനിക മലയാള നോവൽസാഹിത്യത്തിൽ മഹാനഗരത്തെ അതിന്റെ എല്ലാ സങ്കീർണ്ണതയോടും പാരുഷ്യത്തോടുംകൂടി അവതരിപ്പിച്ചത് ആന ന്ദാണ്. ബോംബെ പശ്ചാത്തലമാക്കിക്കൊണ്ട്, സ്വാതന്ത്ര്യലബ്ധിയെ ത്തുടർന്നുള്ള കാൽ നൂറ്റാണ്ടുകാലത്ത് ഇന്ത്യയിലെ വൻനഗരങ്ങളിൽ തരിച്ചുപൊട്ടിയ 'ആൾക്കൂട്ടത്തിന്റെ കലാപ'ത്തേയും ആൾക്കൂട്ടത്തിന്റെ ഹൃദയാന്തർഭാഗത്ത് കുടികൊള്ളുന്ന ഏകാന്തതയും മടുപ്പും പലായന വാസനയും പൊതുജീവിതത്തിൽ സൃഷ്ടിക്കുന്ന ആപത്കരമായ വാസന കളും ആനന്ദ് അപഗ്രഥിക്കുകയുണ്ടായി. ഭാഷയിൽ ഇന്നോളം എഴുത പ്പെട്ട ഏറ്റവും മികവുള്ള 'സിറ്റി നോവൽ' ആനന്ദിന്റെ കന്നിക്കൃതി തന്നെയാണ്.

ഉപരിവർഗ്ഗത്തിൽപ്പെട്ട ഒരു സ്ത്രീയുടേയും ഭർത്താവിന്റേയും വാഴ്വിന്റെ ആത്മശൂന്യതയിലേക്ക് എത്തിനോക്കിക്കൊണ്ട് ആധുനിക ജീവിതത്തിന്റെ ഏകതാനത നിർവ്വച ിക്കാനുള്ള ശ്രമമാണ് 'ഭ്രമണ പഥ'മെന്ന കഥയിൽ ആനന്ദ് നടത്തുന്നത്. സമ്പന്നമധ്യവർഗ്ഗത്തിന്റെ

ജീവിതത്തിൽ പതിയിരിക്കുന്ന സംത്രാസം പതിഞ്ഞ ശീലുകളിൽ ഈ കഥയിൽ ആവിഷ്കരണം കണ്ടെത്തുന്നു.

'വീടും തടവും' എന്ന സമാഹാരത്തിൽ പ്രത്യക്ഷപ്പെടുന്ന ഈ കഥ ഒരുപക്ഷേ വർത്തമാനനാഗരികതയെക്കുറിച്ചും അതിനുള്ളിൽ അകപ്പെട്ട വ്യക്തി അനുഭവിക്കുന്ന സ്വാഭാവികവും അപരിഹാര്യവുമായ ദുരന്തത്തെക്കുറിച്ചുമുള്ള ആനന്ദിന്റെ കാഴ്ചപ്പാട് വെളിപ്പെടുത്തുന്ന ഒന്നാണ്. കഥയുടെ അവസാനഭാഗത്ത്, യാത്രയുടെ വാങ്മയത്തിലൂടെ ഈ ആശയം പ്രകാശനം തേടുന്നു. ഗ്രഹണപഥത്തിൽനിന്നു വേർപെടാൻ ശ്രമിക്കുന്ന ഗോളത്തിന്റെ സ്വാതന്ത്ര്യാഭിലാഷം പോലത്തെ ഒന്നാണ്, ആധുനിക ജീവിതത്തിന്റെ ചിട്ട തെറ്റാത്ത മുറകളിൽനിന്നും കാമ്പില്ലാത്ത ആചാരരീതികളിൽനിന്നും മോചനം കൊതിക്കുന്ന മനുഷ്യന്റെ അവസ്ഥയെന്ന് കഥാകൃത്തിവിടെ സൂചിപ്പിക്കുന്നു. മനുഷ്യന് ഒന്നുകിൽ അവനു വിധിച്ചിട്ടുള്ള ഭ്രമണപഥത്തിൽനിന്ന് തെറിച്ചുപോവാം. അത് അയാളുടെ സ്വാതന്ത്ര്യം. അല്ലെങ്കിൽ കേന്ദ്രത്തിലേക്ക് പതിച്ച് എരിഞ്ഞടങ്ങാം. അത് ലക്ഷ്യവും! ഒന്ന് ശൂന്യത, മറ്റേത് നാശം. ഇങ്ങനെ വീട് തടവായി തോന്നുമ്പോൾ സ്വതന്ത്രനായിത്തീരുകയും സ്വാതന്ത്ര്യം സാക്ഷാൽക്കരിക്കുമ്പോൾ തടവ് ഗൃഹമായി അനുഭവപ്പെടുകയും ചെയ്യുന്ന ആധുനിക മനുഷ്യന്റെ വിഷമാകുലമായ അവസ്ഥ നേർത്ത സഹാനുഭൂതിയോടെ ആനന്ദ് കാട്ടിത്തരുന്നു.

വർത്തമാനനാഗരികതയെക്കുറിച്ചുള്ള ആനന്ദിന്റെ നിരീക്ഷണങ്ങളിൽ മുന്തിനില്ക്കുന്നത് ക്ഷമാപൂർവ്വമായ തത്ത്വവിചാരം നടത്തുന്ന ഒരു സാമൂഹ്യശാസ്ത്രജ്ഞന്റേയും ദാർശനികന്റേയും സ്വരമാണ്. പലപ്പോഴും ഇഴഞ്ഞുനീങ്ങുന്ന, ഒരിക്കലും ഉച്ചസ്ഥായിയിലെത്താത്ത ആ സ്വരത്തിന് ഊഷ്മളത കുറവാണ് എന്നു വേണമെങ്കിൽ നിങ്ങൾക്കു പരാതിപ്പെടാം. ഒരുപക്ഷേ കാഫ്കയെ ഓർമ്മിപ്പിക്കുന്ന ഒരംശം ഈ സ്വരരീതിയിലും അതിലൂടെ ആനന്ദ് സംവേദനം ചെയ്യുന്ന രാഷ്ട്രീയ-സാംസ്കാരിക വിമർശനത്തിലും അടങ്ങിയിട്ടുണ്ട്. ഈ എഴുത്തുകാരനെ സംബന്ധിച്ചിടത്തോളം ആധുനികസംസ്കാരത്തിന്റെ ഭീതിയും ദുരന്തവും കുടികൊള്ളുന്നത് അതിന്റെ മുഷിപ്പനും വിരസവുമായ അംശങ്ങളിലാണ്. സർവ്വസാധാരണവും ശുഷ്കവുമായ ജീവിതദൃശ്യങ്ങളെ എങ്ങനെ പേടിനിറഞ്ഞതായി അവതരിപ്പിക്കാം എന്നതാണ് കലാകാരനെന്നനിലയിൽ ആനന്ദ് അഭിമുഖീകരിക്കുന്ന ഒരു പ്രശ്നം.

പതിനൊന്ന്

ആനന്ദ് യഥാതഥരീതിയിൽ കൈകാര്യം ചെയ്യുന്ന ഈ പ്രമേയം ഒ.വി. വിജയന്റെ 'ചെങ്ങന്നൂർവണ്ടി'യിൽ കറുത്ത ഹാസ്യത്തിന്റെ കരുത്തുൾക്കൊണ്ടുകൊണ്ട് അന്യാപദേശകല്പനയുടെ രൂപത്തിൽ വെളിപ്പെടുന്നു.

ആധുനികമനുഷ്യന്റെ ജീവിതത്തെ ശ്വാസംമുട്ടിക്കുന്ന സമയത്തിന്റെ ദുസ്സഹമായ സ്വേച്ഛാധിപത്യത്തിനെതിരായുള്ള പ്രതിഷേധവും കലാപംകൂട്ടലുമാണ് ഈ കഥയിലൂടെ വിജയൻ സാധിച്ചെടുത്തിരിക്കുന്നത്. സാമൂഹ്യശാസ്ത്രജ്ഞന്മാർ 'ടൈം ബജറ്റിംഗ്' എന്നു വിവരിക്കുന്ന ഏർപ്പാട് നമ്മുടെ ജീവിതത്തിൽ വരുത്തിവെച്ചിട്ടുള്ള ഭീകരമായ യാന്ത്രിക സ്വഭാവത്തെ അത്യുക്തിയുടെ സഹായത്തോടെ ചിത്രീകരിച്ചുകൊണ്ടാരംഭിക്കുന്ന ഈ കഥ അവസാനമടുക്കുമ്പോൾ പ്രവാചകരോഷത്തിന്റെ ധ്വനി കൈക്കൊള്ളുന്നു.

വിജയന്റെ 'ധർമ്മപുരാണ'ത്തിലെന്നപോലെ ഇവിടെയും വർത്തമാന സംസ്കൃതിയുടെ അടിസ്ഥാനധാരണകളെ ചോദ്യം ചെയ്തുകൊണ്ട്, തീർത്തും വ്യത്യസ്തമായൊരു നൈതികസങ്കല്പത്തിന്റെ വാഗ്ദാനവുമായി ഒരവതാരപുരുഷൻ പ്രത്യക്ഷപ്പെടുന്നു. കലണ്ടർ സമയത്തിന്റേയും ക്ലോക്ക് സമയത്തിന്റേയും അടിസ്ഥാനത്തിൽ ജീവിതത്തെ അളന്നു തിട്ടപ്പെടുത്താൻ ശീലിച്ച ഹൃദയച്ചുരുക്കം സംഭവിച്ച കൊച്ചുമനുഷ്യർക്കിടയിൽ ചാടി വീണുകൊണ്ട് കാൽവരിക്കുന്നിൽ കുരിശിൽ തൂങ്ങിക്കിടക്കുന്ന മരയാശാരി വിളിച്ചു പറയുന്നു: "താളക്രമം നശിക്കട്ടെ! മണിക്കൂറുകളുടേയും മിനുട്ടുകളുടേയും ഭീകരവാഴ്ചയിൽനിന്ന് മനുഷ്യൻ അലസവും സനാതനവുമായ സമയത്തിൽ മുക്തി പ്രാപിയ്ക്കട്ടെ!" 'ധർമ്മപുരാണ'ത്തിൽ സിദ്ധാർത്ഥൻ ഉയർത്തുന്ന കലാപം പരാജയമടയുകയാണ് ചെയ്യുന്നത്. അതേസമയം ഈ കഥയിൽ യേശു പുനർജന്മം കൈവരിക്കുന്നത് മനുഷ്യവർഗ്ഗത്തിന്റെ വഴിപിഴച്ച പോക്കിനെ തിരുത്തിക്കുറിച്ചുകൊണ്ടാണ്. അങ്ങനെ 'ചെങ്ങന്നൂർവണ്ടി' ചെന്നടുക്കുന്നത് വിജയന്റെ കഥാസാഹിത്യത്തിൽ വിരളമായ ഒരുതരം ശുഭപ്രതീക്ഷയിലാണ്.

ആനന്ദിന്റേയും വിജയന്റേയും കഥകളിൽ പ്രമേയമായോ, പശ്ചാത്തലമെന്ന നിലയിലോ നഗരം നേരിട്ടു കടന്നുവരുന്നില്ല എന്ന് സ്പഷ്ടമായല്ലോ? എന്നാൽ ഈ രണ്ടു കഥകളിലും നാം കാണുന്നത് ക്രമരഹിതവും നിയന്ത്രണാതീതവുമായ നഗരവത്കരണത്തിന്റേയും ആധുനികീകരണത്തിന്റേയും പരിണതഫലമായി ഇന്നത്തെ മനുഷ്യന് കൈമോശം വന്ന സ്വച്ഛവും സ്വതന്ത്രവുമായ പ്രതികരണരീതികളെക്കുറിച്ചുള്ള മനം നൊന്ത അനുധ്യാനമാണ്. വിജയനെ സംബന്ധിച്ചിടത്തോളം ആധുനിക ജീവിതം ഉയർത്തുന്ന അന്യവത്കരണത്തിന്റെ ഭീഷണി ആത്യന്തികമായ ഒന്നല്ല. കാരണം വിജയന്റെ കഥാപാത്രങ്ങൾക്ക് വേറൊരു അസ്തിത്വതലമുണ്ട്. നിത്യമായ കാലത്തിന്റേയും പ്രകൃതിയുടെ അനന്തസ്ഥലികളുടേയും ഓർമ്മ ഉണർത്തിക്കൊണ്ട് വിജയൻ വർത്തമാന നാഗരികത മനുഷ്യന്റെ മുമ്പിൽ ഒരുക്കിയിട്ടുള്ള ഊരാക്കുടുക്കിൽ നിന്നുള്ള മോചനമാർഗ്ഗം നിർദ്ദേശിക്കുന്നു. അതേസമയം ആനന്ദിന് ഇത്തരത്തിലുള്ള ഒരു തിരഞ്ഞെടുക്കൽ അത്ര എളുപ്പമാവാനിടയില്ല. മറ്റു പല ആധുനികകലാകാരന്മാർക്കുമെന്നതുപോലെ ആനന്ദിനും

നഗരത്തോട് ഒരേസമയം അകൽച്ച പുലർത്തുകയും അടുപ്പം കൂടുകയും ചെയ്യുന്ന സംവേദനക്ഷമതയാണുള്ളത്. 'ആൾക്കൂട്ട'ത്തിൽ ഇന്ത്യയിലെ ഏറ്റവും വലിയ വ്യവസായവൽക്കൃതനഗരത്തിന്റെ വിലകുറഞ്ഞതും ഉദാസീനവും ദയാരഹിതവുമായ മുഖങ്ങൾ ചിത്രീകരിക്കുന്നതിനിടയിൽ, ഒരിക്കൽ തന്നിലേക്ക് ആകർഷിക്കപ്പെട്ട ആളുകളെ സ്ഥിരമായി അടുപ്പിച്ചുനിർത്താൻ നഗരത്തിനുള്ള പ്രത്യേക സിദ്ധിയെക്കുറിച്ച് നോവലിസ്റ്റ് സൂചിപ്പിക്കുന്നത് ഓർമ്മിക്കുക.

പന്ത്രണ്ട്

കലാകാരൻ സമൂഹത്തിന്റെ രോഗമാണെന്ന് ഫ്ളോബേർ പറഞ്ഞിട്ടുണ്ട്. ആ രോഗത്തിൽനിന്ന് നാശമില്ലാത്ത ഒരു ലാവണ്യക്രമം രൂപം കൊള്ളുന്നു. കലാകാരൻ മാത്രമല്ല വേശ്യയും സമൂഹത്തിന്റെ രോഗമാണ്. അവൾ സമൂഹത്തിന്റെ മാലിന്യവും പാപവുമേറ്റുവാങ്ങുന്നു. അവളിലൂടെ കടന്നുപോവുന്ന ഓരോ വ്യക്തിയും ഒരു ജ്ഞാനസ്നാനത്തിന് വിധേയനായിത്തീരുന്നു. അതുകൊണ്ടാണ് നഗരത്തെ കേന്ദ്രമാക്കി എഴുതപ്പെട്ടിട്ടുള്ള സാഹിത്യത്തിൽ കലാകാരന്റെയെന്നപോലെ വേശ്യയുടേയും രൂപം ആവർത്തിച്ചു കടന്നുവരുന്നത്.

സക്കറിയയുടെ 'ഒരു ക്രിസ്മസ് കഥ' ഉള്ളിൽ ദുഃഖം പേറുന്ന ഒരു വേശ്യയേയും അവളെ പ്രാപിക്കുന്ന രണ്ടു ചെറുപ്പക്കാരേയും കുറിച്ചുള്ള പുതുമ കുറഞ്ഞൊരു രചനയായേ ആദ്യപാരായണത്തിൽ നമുക്കനുഭവപ്പെടുകയുള്ളൂ. എന്നാൽ പിന്നത്തെ വായനയിൽ കഥയിലെ ചില സൂചനകൾ കൂടുതൽ സാന്ദ്രമായ ആകൃതി കൈക്കൊള്ളുന്നു: വേശ്യയുടെ ഉള്ളിൽ തുടിക്കുന്ന മാതൃത്വം, ചെറുപ്പക്കാരുടെ നേർക്കുള്ള അവളുടെ മനോഭാവം മെല്ലെ പരിണമിച്ച് വാത്സല്യത്തോടടുക്കുന്ന വിധം, തിരുപ്പിറവിയുടെ ഓർമ്മയുമായി വന്നെത്തുന്ന ക്രിസ്മസ് രാത്രി, ചെറുപ്പക്കാരെ അലട്ടിത്തുടങ്ങുന്ന ഏകാന്തതയും അവരുടെ ഉള്ളിൽ പെരുകിവരുന്ന നിസ്സഹായതയും — അങ്ങനെ പട്ടണത്തിലെ ഒരു ലോഡ്ജിൽ നടക്കുന്ന സർവ്വസാധാരണമായൊരു വ്യഭിചാരത്തിന്റെ കഥ അസ്വാസ്ഥ്യജനകമായ ധ്വനികൾ പിന്നിലവശേഷിപ്പിക്കുന്നു.

പതിമ്മൂന്ന്

നമ്മുടെ കാലഘട്ടത്തിൽ ഒരെഴുത്തുകാരന് സംഭവിക്കാവുന്നതിൽവെച്ച് ഏറ്റവും ദുരന്തപൂർണ്ണവും ഒരർത്ഥത്തിൽ പ്രതീകാത്മകവുമായ അന്ത്യം ഏതാണെന്ന് കഥാകൃത്തായ വിക്ടർ ലീനസ് തന്റെ മരണത്തിലൂടെ തെളിയിക്കുകയുണ്ടായി. താൻ ജീവിച്ചിരുന്ന പട്ടണത്തിലെ സർക്കാർവക ആശുപത്രിയിലെ മോർച്ചറിയിൽ അജ്ഞാതമൃതദേഹമായി കിടക്കുകയായിരുന്നു അദ്ദേഹം. സ്വന്തം മരണത്തെക്കുറിച്ച് അദ്ദേഹത്തിനു

മുന്നറിയിപ്പുകളുണ്ടായിരുന്നു എന്നുവേണം വിചാരിക്കാൻ. മരിക്കുന്നതിനു തൊട്ടുമുമ്പ് വിക്ടർ ലീനസ് എഴുതിയ രണ്ടു കഥകളിൽ ലക്ഷ്യമില്ലാത്ത യാത്രയുടേയും ദാരുണമായ അപമൃത്യുവിന്റേയും വാങ്മയം ശക്തിയോടെ കടന്നുവരുന്നു.

സാമാന്യം തിരക്കുള്ള ഒരു സായാഹ്നവേളയിൽ നഗരമദ്ധ്യത്തിൽ വാഹനാപകടത്തിൽപ്പെട്ട് അജ്ഞാതയായൊരു സ്ത്രീ മരിക്കുന്നു. തൊഴിൽകൊണ്ട് അവൾ ഒരു വേശ്യയായിരുന്നു. അപകടത്തെത്തുടർന്ന് ഓടിയടുത്ത ആൾക്കൂട്ടത്തിൽ അവളെ അറിഞ്ഞിരുന്ന ഒരാൾ ഉണ്ടായിരുന്നു. മരിച്ചുപോയ സ്ത്രീയുടെ ശരീരം ഏറ്റുവാങ്ങാനും അടക്കം ചെയ്യാനും അയാൾ നടത്തുന്ന ശ്രമങ്ങളുടെ വിവരണമാണ് തുടർന്നുള്ളത്. ഈ വിവരണങ്ങൾക്കിടയിലെങ്ങോ, ജീവിതത്തിൽ എന്നപോലെ മരണത്തിലും ഒരുതരം നിഗൂഢത അവശേഷിപ്പിച്ചുകൊണ്ട്, വിട പറയുക പോലും ചെയ്യാതെ പോയ്മറഞ്ഞ ലീല എന്ന അഭിസാരികയുടെ തേങ്ങൽ ഉടക്കിനില്ക്കുന്നു. ലീല യഥാർത്ഥത്തിൽ ആരായിരുന്നുവെന്നും അവളുടെ ജീവിതത്തിന്റെ പൊരുൾ എന്തായിരുന്നുവെന്നുമുള്ള ചോദ്യം, തന്റെ കൂട്ടുകാരിയായ ഉഷയുടെ സഹായത്തോടെ ഒരു പ്രഭ്വിക്ക് യോജിച്ച അന്തസ്സോടെ അവളുടെ ശവസംസ്കാരം നടത്താനുള്ള ഏർപ്പാടുകൾ ചെയ്യുന്നതിനിടയിൽ കഥ പറയുന്നയാളിനെ അലോസരം കൊള്ളിക്കുന്നു. ചെത്തിമിനുക്കി കുറെക്കൂടി ഏകാഗ്രത വരുത്തിയിരുന്നുവെങ്കിൽ കൂടുതൽ ഭാവസാഫല്യം നേടുമായിരുന്ന ഈ കഥയിൽ ('വിട') യഥാർത്ഥത്തിൽ രണ്ടു വ്യക്തികളുടെ ദുരന്തം അടങ്ങിയിട്ടുള്ളതായി വരികൾക്കിടയിലൂടെ വായിക്കുമ്പോൾ നമുക്കറിയാൻ കഴിയും. നഗരത്തിന്റെ കാപട്യം നിറഞ്ഞ ലോകത്തിൽ അന്യപുരുഷന്മാർക്ക് സുഖം പകരുന്നതിനിടയിൽ ഉള്ളുകൊണ്ട് തന്നെത്തന്നെ വെറുത്തിരുന്ന ലീല എന്ന വേശ്യയുടേയും അവളിലേക്കും ഒപ്പം അവളിലൂടെ സാക്ഷാൽക്കാരം കൊണ്ട അനുഭവമണ്ഡലത്തിലേക്കും — കുറ്റവാസനയുടേയും തിന്മയുടേയും ജീർണ്ണതയുടേയും ലോകത്തിലേക്ക് — സ്വാഭാവികമായി ആകർഷിക്കപ്പെട്ട ഒരെഴുത്തുകാരന്റേയും കഥയാണിത്.

'വിട'യിലെ കഥാപാത്രങ്ങൾ തന്നെയാണ് 'യാത്രാമൊഴി'യിലുമുള്ളത്. 'വിട'യിലെ ആഖ്യാനകാരനാണ് ഈ കഥയിലേയും വക്താവ്. കഥാകൃത്തിന്റെ ആത്മാംശമുൾക്കൊള്ളുന്ന ഈ കഥാപാത്രം വിക്ടർ ലീനസിന്റെ മിക്കവാറും രചനകളിൽ കടന്നുവരുന്നതായി കാണാം. അയാൾ നഗരത്തിന്റെ സന്തതിയാണ്. അയാൾക്ക് സ്ഥിരമായ പദവിയോ മേൽവിലാസമോ ഇല്ല. സമൂഹത്തിലെ വ്യവസ്ഥാപിതവും ഭദ്രവുമായ സ്ഥാപനങ്ങൾക്കും ഘടനകൾക്കും കീഴിലുള്ള അധോലോകത്തിലേക്ക് തുരന്നുചെന്നുകൊണ്ട്, മുകൾപ്പരപ്പിലെ വെളിച്ചത്തിന്റെ ലോകത്തെ വെറുത്ത്, തനിക്കുതന്നെ നിർവ്വചിക്കാനാവാത്ത പ്രേരണകൾക്കിടയിൽ തലപൂഴ്ത്തിക്കഴിയുന്ന ഒരുവനാണയാൾ.

'യാത്രാമൊഴി'യുടെ അവസാനത്തിൽ, അവനവനിൽനിന്നു രക്ഷപ്പെടാനുള്ള ശ്രമത്തിന്റെ ഭാഗമെന്ന നിലയ്ക്ക്, അജ്ഞാതമായൊരു ദുരന്തത്തിലേക്ക് ആകർഷിക്കപ്പെട്ടിട്ടെന്ന പോലെ, എങ്ങോട്ടെന്നില്ലാതെ ഇറങ്ങിത്തിരിക്കുന്ന കഥാനായകൻ അവതാർ കൗളിന്റെ '27 ഡൗൺ' എന്ന സിനിമയിലെ മുഖ്യ കഥാപാത്രമായ സഞ്ജയിന്റെ ആത്മഗതം ഓർമ്മിക്കുന്ന ഒരു മുഹൂർത്തമുണ്ട് ('മേം സിർഫ് ചൽനീ ചാഹിയേ'). അവതാർ കൗളിന്റെ നായകനെപ്പോലെ ദ്വന്ദ്വവ്യക്തിത്വമുള്ള ഒരു സങ്കീർണ്ണകഥാപാത്രത്തെയാണ് വിക്ടർ ലീനസ് ഈ കഥയിൽ അവതരിപ്പിച്ചിട്ടുള്ളതെന്ന് കരുതേണ്ടതില്ല. എന്നാൽ '27 ഡൗണി'ൽനിന്നുള്ള ഈ ഉദ്ധരണി ആകസ്മികമായ ഒന്നല്ലെന്നും വിക്ടർ ലീനസ് എന്ന എഴുത്തുകാരന്റെ അനുഭവബോധത്തിലേക്ക് വിരൽചൂണ്ടുന്ന ഒരംശം ഇതിലുണ്ടെന്നും ഞാൻ വിശ്വസിക്കുന്നു. എങ്ങും വേരുകളുറപ്പിക്കാൻ കഴിയാത്ത, സ്വന്തം അപര്യാപ്തതയിൽനിന്നും പരാജയബോധത്തിൽനിന്നും തടിതപ്പാനായി വൃഥാ അലയുന്ന നാഗരികബുദ്ധിജീവിയുടെ പ്രതിനിധിയാണ് അവതാർ കൗളിന്റെ നായകൻ. റെയിൽവേയിൽ ടിക്കറ്റ് ഇൻസ്പെക്ടറായ സഞ്ജയിനെ സംബന്ധിച്ചിടത്തോളം തന്നിൽനിന്നും താൻ വെറുക്കുന്ന ഭൂതകാലത്തിൽനിന്നുമുള്ള ഒളിച്ചോട്ടത്തിന്റെ ആത്യന്തികരൂപമാണ് യാത്ര. ഒരു സ്റ്റേഷനും മറ്റൊന്നിനുമിടയിൽ നൂറുകണക്കിനു മൈലുകൾ സഞ്ചരിക്കുന്ന തീവണ്ടികളിൽ യാത്ര. എങ്ങും തങ്ങലില്ല. ഒരു വണ്ടിയിൽനിന്ന് മറ്റൊന്നിലേക്ക്, അത്രമാത്രം. ബോംബെയുടെ വിഭക്തമായ 'സിറ്റിസ്കേപ്' സമ്മാനിക്കുന്ന ദൃശ്യങ്ങൾ പശ്ചാത്തലത്തിൽ നിർത്തിക്കൊണ്ട് അവതാർ കൗൾ രചിച്ച ഈ സിനിമ ദിശാഭംഗം സംഭവിച്ച സ്വാതന്ത്ര്യാനന്തര തലമുറയുടെ ജീവിതവിഹ്വലതകളുടെ ആർദ്രസ്വരം ആദ്യന്തം തുടിച്ചുനിൽക്കുന്ന ഒന്നാണ്. '27 ഡൗണി'ലെ സഞ്ജയും തന്റെ കഥാപാത്രവും തമ്മിലുള്ള ആത്മീയസാമ്യം ധ്വനിപ്പിച്ചതിലൂടെ വിക്ടർ ലീനസ് ഒരുപക്ഷേ സ്വന്തം രചനകളിലൂടെ തനിക്കു പൂർണ്ണമായി ആവിഷ്കരിക്കാൻ സാധിക്കാതെപോയ ആത്മവേദനകൾ വായനക്കാരന്റെ മുമ്പിൽ അവസാനമായി എടുത്തുകാട്ടുക കൂടിയല്ലേ ചെയ്തത്?*

പതിന്നാല്

സംശയകരമായ ജീവിതപശ്ചാത്തലമുള്ള ഒരു പെണ്ണ് നഗരത്തിലൊരിടത്ത് അനാഥശവമായി കിടക്കുന്നിടത്തു തന്നെയാണ് സേതുവിന്റെ 'ദൂരക്കാഴ്ചകളും' ആരംഭിക്കുന്നത്. വിക്ടർ ലീനസ് തനിക്കു ദീർഘകാലത്തെ പരിചയമുള്ള, തന്റെ കഥകളിലെ സ്ഥിരം പശ്ചാത്തലമായ

* അവതാർ കൗളും ഒരു കടൽയാത്രയ്ക്കിടയിൽ ദുരൂഹമായ സാഹചര്യങ്ങളിൽ മരണമടയുകയാണുണ്ടായത്, തന്റെ സിനിമയ്ക്ക് ദേശീയ ബഹുമതി ലഭിച്ച വാർത്ത അറിയുന്നതിനുമുമ്പായി. വിക്ടർ ലീനസിന്റെ കഥ വായിക്കുമ്പോൾ ഇത്തരം ബന്ധപരമ്പരകൾ അറിയാതെ മനസ്സിൽ കടന്നുവന്ന് ശല്യം ചെയ്യുന്നു.

കൊച്ചിനഗരത്തിൽ നടക്കുന്ന ഒന്നായിട്ടാണ് ഈ സംഭവത്തെ അവതരിപ്പിച്ചിട്ടുള്ളത്. 'വിട'യിൽ കഥാകൃത്ത് സ്ത്രീയുടെ അപമൃത്യുവിനേയും അതിനെത്തുടർന്നുണ്ടാവുന്ന നടുക്കവും ദുഃഖവും കലർന്ന പ്രതികരണങ്ങളേയും വളരെ അടുത്തുനിന്ന് വീക്ഷിച്ചിരിക്കുന്നു. സേതുവിന്റെ 'ദൂരക്കാഴ്ചക'ളിൽ ഇതേ ബാഹ്യസംഭവം മഹാനഗരത്തിലെ കോൺക്രീറ്റ് വനത്തിൽ ഉയർന്നു പൊങ്ങിയ ഫ്ളാറ്റുകളിലൊന്നിൽ നിന്നുകൊണ്ട് ഒരപരിചിതൻ ബൈനോക്കുലേഴ്സിലൂടെ നോക്കിക്കാണുന്ന ദൃശ്യമായി മാറുന്നു. 'വിട'യിലെ സഹതാപസാന്ദ്രമായ സമീപദൃശ്യങ്ങളിൽനിന്ന് സേതുവിന്റെ കഥയിലെ 'റ്റോപ്പ് ആംഗിൾ ലോംഗ്ഷോട്ടി' ലേക്കുള്ള അകലം നിസ്സാരമായ ഒന്നല്ല. വൻനഗരങ്ങളിൽ ഫ്ളാറ്റുകളിൽ ജീവിക്കുന്ന ആളുകൾ ദൈനംദിന യാഥാർത്ഥ്യത്തെ അനുഭവിക്കുന്നത് ഇത്തരത്തിൽ ദൂരക്കാഴ്ചകളായിട്ടാണ്. തിരക്കു മുറ്റിയ, ബഹളംനിറഞ്ഞ, പരസ്പരബന്ധമില്ലാത്ത ശിഥിലചിത്രങ്ങളുടെ പരമ്പരയായി മാറിയ നഗരജീവിതം ഈ മനുഷ്യർക്ക് അനുവദിച്ചുകൊടുക്കുന്നത് ഇത്തരത്തിലുള്ള ഒരു വീക്ഷണസ്ഥാനമാണ്.

ബൈനോക്കുലേഴ്സിലൂടെ നോക്കുമ്പോൾ വയസ്സന്റെ മനസ്സിൽ ജിജ്ഞാസയും ആശങ്കയും പരിഭ്രാന്തിയുമുണർത്തിക്കൊണ്ട് തെളിയുന്ന ഈ കാഴ്ചകളല്ല അയാളുടെ ഭാര്യയും മകനും കാണുന്നത്. ഭാര്യയെ എതിരേൽക്കുന്ന കാഴ്ച ഉദ്വേഗം നിറഞ്ഞ ഒരു കുതിരപ്പന്തയത്തിന്റേതാണ്. ചെറുപ്പക്കാരനായ മകനാണെങ്കിൽ ബൈനോക്കുലേഴ്സിലൂടെ നോക്കുമ്പോൾ കാണുന്നത് കമ്പം പിടിച്ച ഒരു ക്രിക്കറ്റുകളിയാണ്. നഗരത്തിന്റെ സംജ്ഞകളെ വ്യാഖ്യാനിക്കുന്നതിൽ ഈ മൂന്നു കഥാപാത്രങ്ങളും പ്രദർശിപ്പിക്കുന്ന നിശിതമായ അന്തരം ആധുനിക ജീവിതത്തിന്റെ സങ്കീർണ്ണതയിലേക്കുള്ള ചൂണ്ടുപലക കൂടിയാണ്. വൻനഗരത്തിൽ ജീവിക്കുന്ന ഓരോ വ്യക്തിക്കും അവനവന്റേതായ കാഴ്ചകളുണ്ട്. പരസ്പരം ഒഴിച്ചുനിർത്തേണ്ട, ശിഥിലീകൃതമായ ഇത്തരം ദൃശ്യങ്ങളുടെ ആകെത്തുകയാണ് നഗരാനുഭവം.

'ദൂരക്കാഴ്ചകളി'ലെ വൃദ്ധന്റെ സ്മൃതിപഥത്തിൽ പതിഞ്ഞ ഇരമ്പൽ അവശേഷിപ്പിച്ചുകൊണ്ട് കാണാത്ത അകലത്തേക്ക് പിൻവാങ്ങിയ വേറൊരു ദൃശ്യമുണ്ട്. ആകാശത്തേക്ക് കുത്തനെ ഉയർന്നുപൊങ്ങിയ കെട്ടിടങ്ങൾ മറച്ചുകളഞ്ഞ കടലിന്റെ ചിത്രമാണിത്. പ്രകൃതിയുമായുള്ള ബന്ധമറ്റുപോയ നഗരവാസിയുടെ ഖേദതരളിതമായ തേങ്ങലോടുകൂടിയാണ് സേതുവിന്റെ കഥ അവസാനിക്കുന്നത്.

പതിനഞ്ച്

സി.വി. ബാലകൃഷ്ണൻ തന്റെ കഥയ്ക്കു നൽകിയിട്ടുള്ള പേര് 'ശത്രുവിന്റെ നഗരം' എന്നാണ്. കഥയിൽ അദൃശ്യനായി വർത്തിക്കുന്ന ശത്രു നൂറു കൂട്ടം പ്രലോഭനങ്ങളൊരുക്കി, സമർത്ഥമായ കെണികളൊപ്പിച്ച്

ഇരകളെ കാത്തിരിക്കുകയാണ്. പരിചയം വർദ്ധിക്കുംതോറും ഇരകൾ ശത്രുവിനെ ഭയപ്പെടുന്നതിനു പകരം അയാളുമായി പൊരുത്തപ്പെടാനും ഇഷ്ടംകൂടാനും ശീലിക്കുന്നു എന്നതാണ് ഇവിടത്തെ സവിശേഷത. നഗരജീവിതത്തിന്റെ ദൂഷിതവലയത്തിൽപ്പെട്ട് വിശുദ്ധി കൈമോശംവന്ന ശാലീനകളും അബലകളുമായ സ്ത്രീകളുടെ കദനകഥകൾ ആയിരത്തിതൊള്ളായിരത്തി അമ്പതുകൾതൊട്ട് നമ്മുടെ ജനപ്രിയ സിനിമയിലും സാഹിത്യത്തിലും വിഷയമായിട്ടുണ്ട്. അത്തരത്തിലുള്ള ഒരു കഥയല്ല ബാലകൃഷ്ണന് പറയാനുള്ളത്. അദ്ദേഹത്തിന്റെ സ്ത്രീകഥാപാത്രങ്ങൾ തങ്ങൾ എത്തിപ്പെട്ടിട്ടുള്ള നഗരം കെട്ടഴിച്ചുവിട്ട ആസക്തിയുടെ നാനാരൂപങ്ങളെ അറിഞ്ഞുകൊണ്ട് സ്വീകരിച്ചവരാണ്. സൗഹൃദത്തെക്കുറിച്ചും സ്നേഹത്തെക്കുറിച്ചും ലൈംഗികതയെക്കുറിച്ചുമുള്ള അവരുടെ പ്രതീക്ഷകളെ ചിട്ടപ്പെടുത്തുന്നത് ചുറ്റിനുമുള്ള ഉപഭോക്തൃസംസ്കാരത്തിന്റെ മാദകമായ പ്രേരണകളാണ്. ഹോസ്റ്റലിൽ താമസിക്കുന്ന പൗളിനും മായയും യമുനയും പ്രഭാതത്തിൽ സ്വന്തം നഗ്നതയെക്കുറിച്ചുള്ള സുഖകരമായ ബോധവുമായി ഉറക്കമെണീക്കുന്നതു തൊട്ട്, പകൽ പണിചെയ്ത് തളർന്നതിനു ശേഷം രാത്രിയിൽ സ്വവർഗ്ഗരതിയുടെ ആലസ്യത്തിൽ തെന്നിവീഴുന്നതു വരെയുള്ള അവരുടെ ചലനങ്ങളെ വിടാതെ പിന്തുടരുന്ന കഥാകൃത്തിന്റെ ക്യാമറക്കണ്ണ് അവരിലുള്ള മാനുഷികാംശത്തിന് പയ്യെപ്പയ്യെ സംഭവിക്കുന്ന ചോർച്ച പിടിച്ചെടുക്കുന്നു. സ്ത്രീത്വം വില്പനവസ്തുവായി മാറുകയും കമ്പോളത്തിന്റെ രീതികൾ മനുഷ്യബന്ധങ്ങളെ നിയന്ത്രിക്കുകയും ദൃശ്യമാധ്യമങ്ങളിലൂടെയുള്ള പരസ്യപ്രചാരണങ്ങൾ വഴി സൃഷ്ടിച്ചെടുത്ത കൃത്രിമമായ വാസനകൾ സമൂഹത്തിന്റെ മൊത്തം ജീവിതശൈലി നിർണ്ണയിക്കുകയും ചെയ്യുന്ന ഒരു വൻനഗരത്തിൽ, സ്വയം കണ്ടെത്താൻ ശ്രമിക്കുന്നതിനേക്കാൾ എത്രയോ പ്രയാസംകുറഞ്ഞ കാര്യമാണ് ആൾക്കൂട്ടത്തിൽ അലിഞ്ഞുചേർന്നു നടക്കുന്നത് എന്ന പരമാർത്ഥം ഉൾക്കൊണ്ടവരാണ് ഈ മൂന്നു പെണ്ണുങ്ങളും.

എല്ലാം കാണുന്ന കണ്ണുകളോടുകൂടി നഗരത്തിലെ പൊതുസ്ഥലങ്ങളിലും സ്വകാര്യസ്ഥലങ്ങളിലും ഒളിഞ്ഞുനോക്കിക്കൊണ്ട് ചുറ്റിയലയുന്ന ഒരാളെ സങ്കല്പിച്ചുനോക്കൂ; അത്തരത്തിലുള്ള ഒരുവനാണ് ഈ കഥയിലെ ആഖ്യാനകാരൻ. ആഖ്യാനത്തിന്റെ സ്വരമാണെങ്കിൽ വരുത്തിക്കൂട്ടിയ നിർവികാരത കലർന്ന ഒന്നും. 'ശത്രുവിന്റെ നഗര'ത്തിൽ ഉടനീളം കണ്ണിൽത്തറയ്ക്കുന്ന ദൃശ്യങ്ങളുടെ (visuals) പെരുപ്പം കഥാകൃത്ത് ഉപയോഗിച്ചിട്ടുള്ള സിനിമാറ്റിക് സങ്കേതങ്ങളെക്കുറിച്ച് ചിന്തിക്കാൻ പ്രേരണയരുളുന്നു. ചലച്ചിത്രവിമർശകനും തിരക്കഥാകൃത്തുമായ സി.വി.ബാലകൃഷ്ണൻ കഥയിൽ ഖണ്ഡികകൾ തിരിച്ചിട്ടുള്ളത് ഏതാണ്ട് ഷോട്ടുകൾ വിഭജിക്കുന്നതുപോലെയാണ്. 'ഫാസ്റ്റ്കട്ടു'കളുടേയും 'ഡിസ്സോൾവു'കളുടേയും സഹായത്തോടെ ചിട്ടപ്പെടുത്തിയിട്ടുള്ള ഹ്രസ്വമായ മൊൺടാഷ് രംഗങ്ങളുടെ പരമ്പരയായിട്ടാണ് ഈ കഥയിലെ പട്ടണക്കാഴ്ചകൾ

മിന്നിപ്പൊലിയുന്നത്. പടിഞ്ഞാറൻ ഉപഭോക്തൃ സംസ്കാരത്തിന്റെ പൊള്ളത്തരത്തെ പരിഹസിച്ചുകൊണ്ട് ഗോദാർദ് രചിച്ചിട്ടുള്ള സിനിമകളുടെ ഓർമ്മയുണർത്തുന്ന ഈ തുറന്ന ആഖ്യാനഘടനയുടെ ചടുലത വെളിപ്പെടുന്നത്, ചേർച്ചയില്ലാത്ത പല സംഗതികളേയും ഒരുമിച്ചു കൊണ്ടുവരാനും സാധാരണഗതിയിലുള്ള കഥപറച്ചിലിന്റെ വിതാനത്തിൽ നിന്ന് അമൂർത്തസ്വഭാവമുള്ള ആശയങ്ങളുടെ തലത്തിലേക്ക് കുതി കൊള്ളാനും അത് കാഥികനു നൽകുന്ന സ്വാതന്ത്ര്യം കണക്കിലെടുക്കുമ്പോഴാണ്.

കഥയിൽ തുടക്കം തൊട്ട് അവസാനം വരെ പരസ്യങ്ങളുടെ ഭാഷ ഉപയോഗിച്ചിട്ടുള്ളതായി കാണാം. പരസ്യങ്ങൾ നിർമ്മിക്കുന്ന വ്യാമോഹമാണ് നഗരവാസിയുടെ ജീവിതസ്വപ്നങ്ങൾക്ക് അതിർത്തി കുറിക്കുന്നത്. പത്രവാർത്തകളും സ്ഥിതിവിവരക്കണക്കുകളും ടെലിവിഷൻ ഇന്റർവ്യൂവും വിവരണത്തിൽ ഇടകലർത്തിയിരിക്കുന്നു. പലതരം ഉപഭോഗ സാമഗ്രികളേയും പ്രദർശനവസ്തുക്കളേയും കുറിച്ചുള്ള ആവർത്തിച്ചുള്ള പരാമർശത്തിലൂടെ (ടൂത്ത് പെയിസ്റ്റ്, വാഷിംഗ്സോപ്പ്, മാനികിൻ) കഥയിലെ ദൃശ്യതലത്തിന് വ്യാജമായ പൊലിമ പകർന്നിട്ടുള്ളതു പോലെ, കഥാഗതിയെ ഇടമുറിച്ചുകൊണ്ട് വന്നലയ്ക്കുന്ന ചില തരം സ്വരങ്ങളുടെ (ഗൈനക്കോളജിസ്റ്റിന്റെ വിശദീകരണം, പൊലീസ് കോൺസ്റ്റബിളിന്റെ പ്രസംഗം, ടെലിഫോണിലൂടെ കേൾക്കുന്ന അജ്ഞാതഭീഷണി) ഉപയോഗത്തിലൂടെ ശബ്ദപഥത്തെ സജീവവും സംഘർഷാത്മകവുമായി നിലനിർത്തിയിരിക്കുന്നു. നഗരാനുഭവത്തിൽ അടങ്ങിയിട്ടുള്ള വിയോജിപ്പിന്റെ (disjunction) അംശം ഇത്തരം മാർഗ്ഗങ്ങളിലൂടെയാണ് കാഥികൻ സംവേദനം ചെയ്യുന്നത്.

'ശത്രുവിന്റെ നഗര'ത്തിലും ഇതോടൊപ്പം വായിക്കേണ്ട 'ഏതോ രാജാവിന്റെ പ്രജകൾ' എന്ന കഥയിലും നഗരവാസിക്കു സംഭവിച്ചിട്ടുള്ള അപമാനവീകരണത്തിന്റെ ആഴം കുറിക്കാനായി ബാലകൃഷ്ണൻ പ്രേമത്തിനും ലൈംഗികതയ്ക്കും വന്നുചേർന്ന വിലയിടിവിലേക്ക് വായനക്കാരന്റെ ശ്രദ്ധ ക്ഷണിക്കുന്നു. കൂട്ടിക്കൊടുപ്പിനേയും വ്യഭിചാരത്തേയും കുറിച്ചുള്ള സൂചനകൾ ഇവിടെ സമൃദ്ധമായി കടന്നുവരുന്നു. ഗോദാർദ് ഒരു പ്രത്യേക കാലഘട്ടത്തിൽ നിർമ്മിച്ച സിനിമകളിൽ വ്യഭിചാരത്തെ ഒരു രൂപകമായി ഉപയോഗിച്ചിട്ടുള്ളതുപോലെ, ബാലകൃഷ്ണൻ ഈ കഥകളിൽ കൂട്ടിക്കൊടുപ്പിനേയും മാംസവില്പനയേയും നാഗരികയാഥാർത്ഥ്യത്തിന്റെ ക്രൂരത ധ്വനിപ്പിക്കുന്ന രൂപകമായി മാറ്റിയെടുത്തിരിക്കുന്നു.

പതിനാറ്

ഗ്രാമങ്ങളിൽ നടക്കുന്ന വക്കാണങ്ങൾ നവോത്ഥാന കാലഘട്ടംതൊട്ട് കഥാകൃത്തുക്കൾക്ക് വിഷയമായിത്തീർന്നിട്ടുണ്ട്. ചെറുപട്ടണങ്ങളിൽ അരങ്ങേറുന്ന സ്പർദ്ധകളും ചേരിപ്പോരുകളും ഏതാനും കഥകളിൽ തല

നീട്ടിയതായി കാണാം. എന്നാൽ തീവ്രമായ അവസ്ഥകളിലൂടെ — യുദ്ധം, ക്ഷാമം, ആഭ്യന്തരകലാപം — കടന്നുപോവുന്ന ഒരു മഹാനഗരത്തിന്റെ പിടച്ചിലുകൾ കാഥികഭാവനയിൽ ചലനമുണർത്തിയതിന് ഏറെ ഉദാഹരണങ്ങൾ ഭാഷയിലില്ല. ഭീതിയുടെ നിഴലിൽ ചൂളിനിൽക്കുന്ന രാഷ്ട്ര തലസ്ഥാനം പശ്ചാത്തലമാക്കിക്കൊണ്ട് എൻ.എസ്.മാധവൻ എഴുതിയ 'വൻമരങ്ങൾ വീഴുമ്പോൾ' എന്ന കഥയുടെ പുതുമകളിലൊന്ന് അത് 'സൂപ്പർ സിറ്റി'യുടെ ഈയൊരു മുഖം അനാവരണം ചെയ്യുന്നു എന്നതാണ്.

1984-ലെ തിരഞ്ഞെടുപ്പു പ്രചാരണവേളയിൽ അന്നത്തെ പ്രധാനമന്ത്രി നടത്തിയ ഹൃദയശൂന്യമായ ഒരു ഉപമപ്രയോഗമാണ് മാധവന്റെ കഥയുടെ തലക്കെട്ടിനാസ്പദം. ഇന്ദിരാഗാന്ധിയുടെ വധത്തെത്തുടർന്ന് ദില്ലിയിൽ നടന്ന അക്രമസംഭവങ്ങളെ പരാമർശിച്ചുകൊണ്ട്, വൻമരങ്ങൾ വീഴുമ്പോൾ ഭൂചലനം ഉണ്ടാവുംപോലെ അവയെ കണക്കാക്കിയാൽ മതി എന്നാണ് പ്രധാനമന്ത്രി പറഞ്ഞത്. ഈ ഭൂകമ്പം മനുഷ്യനിൽ ഉറങ്ങിക്കിടക്കുന്ന ഏതെല്ലാം പ്രാകൃതവാസനകളെ പുറത്തുകൊണ്ടുവന്നുവെന്ന് ഒരു സിക്കുകാരി സ്ത്രീയുടെ പേടിപൂണ്ട പലായനത്തെ മുൻനിർത്തി കാഥികനിവിടെ നിരീക്ഷിക്കുന്നു.

വിഭജനത്തിനു ശേഷം ഭാരതം കണ്ടിട്ടുള്ളതിൽവെച്ച് ഏറ്റവും കരാളമായ ഈ വർഗ്ഗീയകലാപത്തെ വിലയിരുത്താൻ കാഥികൻ തിരഞ്ഞെടുത്തിട്ടുള്ള വീക്ഷണസ്ഥാനം ശ്രദ്ധയർഹിക്കുന്ന ഒന്നാണ്. ദില്ലിയിലെ ഒരു കന്യാസ്ത്രീമഠത്തിലെ അന്തേവാസിനിയുടെ കാഴ്ചപ്പാടിലൂടെയാണ് ഈ സംഭവത്തിന്റെ വിവരണം വായനക്കാരന് ലഭിക്കുന്നത്. ഒരു ന്യൂനപക്ഷ സമുദായത്തിൽപ്പെട്ട ആളുകൾക്കെതിരായി നടന്ന ആസൂത്രിതമായ ആക്രമണത്തേയും കൂട്ടക്കൊലയേയും വേറൊരു ന്യൂനപക്ഷസമുദായത്തിൽപ്പെട്ട ഒരു വ്യക്തിയുടെ കാരുണ്യം തുടിക്കുന്ന വാക്കുകളിലൂടെ പുനഃസൃഷ്ടിച്ചിരിക്കുകയാണിവിടെ. കന്യാസ്ത്രീമഠത്തിലെ അടച്ചുമൂടിയ അന്തരീക്ഷത്തിൽ ഏകാന്തജീവിതം നയിക്കുന്ന ഒരുവളെ സാക്ഷിയാക്കിക്കൊണ്ട് നമ്മുടെ ദേശീയചരിത്രത്തിൽ ഇന്നുമൊരു കളങ്കമായി ബാക്കിനിൽക്കുന്ന ഈ ദുരന്തസംഭവം ആഖ്യാനം ചെയ്യാൻ കഥാകൃത്തിനുണ്ടായ പ്രേരണ എന്തായിരിക്കണം? ഏതു നിമിഷവും ആളിപ്പിടിക്കാവുന്ന ആൾക്കൂട്ടത്തിന്റെ ഭ്രാന്തൻ വികാരങ്ങൾക്ക് ഉലയ്ക്കാൻ കഴിയും വിധം ലോലമായ സമുദായസൗഹാർദ്ദം നിലവിലുള്ള ഈ മതേതര രാജ്യത്തിൽ കഴിഞ്ഞുകൂടുന്ന ന്യൂനപക്ഷവിഭാഗങ്ങളുടെ പ്രത്യേക മനഃശാസ്ത്രവുമായി — ഈ സമുദായങ്ങളുടെ അടിമനസ്സിൽ പതിയിരിക്കുന്ന അരക്ഷിതത്വബോധവും ആപൽഭീതിയുമൊക്കെ — ബന്ധപ്പെട്ടിരിക്കുന്ന ഒന്നാണിതെന്ന് ഞാൻ കരുതുന്നു. മാത്രമല്ല സിസ്റ്റർ അഗതദിവ്യമായ ഏതോ ഭയം കലർന്ന ഭാഷയിൽ തന്റെ നീതിബോധത്തേയും വിശ്വാസത്തേയും കടുത്ത രീതിയിൽ പരീക്ഷിച്ച സംഭവങ്ങളുടെ

ഓർമ്മകൾ അവതരിപ്പിക്കുമ്പോൾ, 'നവംബർ ലഹള'കൾക്ക് ബൈബിളിൽ വിവരിച്ചിട്ടുള്ള മനുഷ്യമഹാദുരന്തങ്ങളുടെ പ്രതീതി കൈവരുന്നു. കത്തിയെരിയുന്ന, ചോരപ്പുഴയിലാണ്ടു നിൽക്കുന്ന, ദില്ലിയും പ്രാന്തപ്രദേശങ്ങളും ദൈവകോപത്തിന് ഇരയായതിനെത്തുടർന്ന് നാശം കൈവരിച്ചതായി വേദപുസ്തകത്തിൽ വർണ്ണിച്ചിട്ടുള്ള നഗരങ്ങളുടെ ഓർമ്മയുണർത്തുന്നു.

അരികിൽനിന്നുള്ള ഈ കാഴ്ചപ്പാടിൽ ഇന്ദിരയുടെ മരണത്തെത്തുടർന്നുള്ള മൂന്നു നാളുകളിൽ ദില്ലിയിലും പരിസരപ്രദേശങ്ങളിലും അരങ്ങേറിയ പൈശാചികദൃശ്യങ്ങൾ അങ്ങിങ്ങ് തെളിയുന്നുണ്ട്. നിയമവാഴ്ചയുടെ തകർച്ചയും 'ലുംപെൻ' വിഭാഗങ്ങളുടെ അഴിഞ്ഞാട്ടവും ജനഹൃദയങ്ങളിൽ അരിച്ചിറങ്ങിയ നിസ്സഹായതാബോധവും ഇവിടെ സൂചിപ്പിക്കപ്പെടുന്നു. കഥയിൽ ശ്രദ്ധാപൂർവ്വം വിന്യസിപ്പിച്ചിട്ടുള്ള ചില ബിംബങ്ങൾ - ലോകാരംഭത്തിൽ സൃഷ്ടിക്കപ്പെട്ട കടൽപോലെ കിടക്കുന്ന കോട വീണ രാത്രി, ഒരു മഹാവിപിനമായി മാറിയ പുകയുടെ മരങ്ങൾ, നിശ്ചലവൈദ്യുതി പോലെ അന്തരീക്ഷത്തിൽ കട്ടപിടിച്ചുകിടക്കുന്ന മരണങ്ങൾ - ഈ ചരിത്രസന്ധിയുടെ ആഴം ധ്വനിപ്പിക്കുന്നു. ശിഖക്കുട്ടിയുടെ പറ്റെ വെട്ടിയ തലമുടി ദേശീയധാരയിൽ നിന്ന് അകന്നുനീങ്ങിയ, അഗാധമായ അന്യവത്കരണത്തിന് ഇരയായിത്തീർന്നിട്ടുള്ള ഒരു ന്യൂനപക്ഷത്തിന്റെ മുണ്ഡനം ചെയ്യപ്പെട്ട വംശാഭിമാനത്തിന്റെ - ഒപ്പം വീണ്ടും വീണ്ടും കിളിർക്കുന്ന പ്രതികാരവാസനയുടേയും - സൂചകമായി മാറുന്നു.

പതിനേഴ്

ഇവിടത്തെ ഭൂപ്രകൃതിയുടെ പ്രത്യേകത കാരണമാവാം, ഓളങ്ങളുടെ ഉറക്കുപാട്ട് മലയാളിയുടെ കിനാവുകൾക്ക് എന്നും ഈണം പകർന്നിട്ടുണ്ട്. വഞ്ചിപ്പാട്ടിന്റെ ചിറകുകളിലേറി മലയാളകവിത പുതിയ ലയമാധുര്യങ്ങൾ എത്തിപ്പിടിച്ചു. കടവും തോണിയും എല്ലാ കാലത്തും കേരളസംസ്കാരത്തിന്റെ ധ്വനിചിഹ്നങ്ങളായിരുന്നു. 'പങ്കായം' എന്ന ചെറുകഥയിൽ എം. രാജീവ്കുമാർ ഭ്രമകല്പനയുടെ അന്തരീക്ഷം ചെറുതായി സൃഷ്ടിച്ചുകൊണ്ട്, പങ്കായം തുഴയുക എന്ന ക്രിയയെ ഒരു രൂപകമായി ഉപയോഗിച്ച് ശാലീനമായൊരു ജീവിതസമ്പ്രദായത്തിന് വന്നുചേർന്നിട്ടുള്ള ശൈഥില്യം സൂചിപ്പിച്ചിരിക്കുകയാണ്.

പങ്കായം കവരാൻ സഞ്ചാരികളെ അനുവദിക്കാതെ താൻ തന്നെ തുഴഞ്ഞിരുന്ന കാലത്ത് പങ്കജവല്ലി തന്റെ ജോലിയിൽ തൃപ്തിയും ആനന്ദവും കണ്ടെത്തിയിരുന്നു എന്നു വേണം കരുതാൻ. അവളും ചുറ്റുപാടുകളും തമ്മിലുള്ള ചേർച്ചയുടെ പ്രതിരൂപാത്മകമായ ആവിഷ്കരണമായിരുന്നു പങ്കായം തുഴയുന്ന പണി. എന്നാൽ അവൾക്കും അവളെ

പ്പോലുള്ള പെണ്ണുങ്ങൾക്കും നീലകണ്ഠനെപ്പോലുള്ള കൂട്ടിക്കൊടുപ്പു കാരുടെ പ്രലോഭിപ്പിക്കുന്ന വിവരണങ്ങളിലൂടെ തെളിയുന്ന ജലതല സാമ്രാജ്യത്തിന്റെ വശ്യഭംഗികളിൽനിന്ന് എത്രകാലം ഒഴിഞ്ഞുനിൽക്കാൻ കഴിയും? തടാകത്തിനടിയിലുള്ള ലോകത്തിന്റെ വർണ്ണനയിൽ എണ്ണപ്പാടം വിരിച്ചിട്ട സ്വപ്നം ഇത്തരക്കാരുടെ ജീവിതശൈലിയിൽ വരുത്തിയിട്ടുള്ള മാറ്റങ്ങളും, ഇതിന്റെ ഫലമായി നാട്ടിൽ രൂപംകൊണ്ടിട്ടുള്ള ഉപഭോക്തൃ സംസ്കാരത്തിന്റെ പാഴ്പകിട്ടും പ്രതിഫലിക്കുന്നു. ഈ ലോകത്തിൽ പണം എല്ലാറ്റിനേയും നിയന്ത്രിക്കുന്നു; പ്രണയം മെത്തയിലെ യാന്ത്രിക മായ ചലനങ്ങളായി ചുരുങ്ങുന്നു. സ്വയം വിൽക്കുക എന്നതാണ് ഐശ്വര്യത്തിലേക്കുള്ള കുറുക്കുവഴിയെന്ന് ആണും പെണ്ണും ഇവിടെ കണ്ടെത്തുന്നു. അങ്ങനെ നമ്മുടെ മുത്തശ്ശിക്കഥകളിൽ ഒരു മോഹന വാഗ്ദാനമായി ഒഴിയാതെ കടന്നുവരുന്ന ആഴിക്കുള്ളിലെ മഹാനഗര ത്തിന്റെ ഐതിഹ്യം തിരിച്ചിട്ടുകൊണ്ട്, കഥാകൃത്ത് മദ്ധ്യവർഗ്ഗത്തിന്റെ വ്യാമോഹങ്ങളിൽനിന്ന് ആകൃതികൊണ്ട നഗരമെന്ന നരകത്തിന്റെ ചിത്രം വരയ്ക്കുന്നു.

പങ്കായം സഞ്ചാരികൾക്ക് കൈമാറിയതിനുശേഷമുള്ള പങ്കജവല്ലി യുടെ അവസ്ഥയോ? അവൾക്ക് സൂര്യനെ കാണാൻ കഴിയുന്നില്ല. ('നേർത്ത പാടമൂടിയ കണ്ണുകൾക്കുമീതെ, വിളർത്ത് പഴുത്തൊലിക്കുന്ന ഒരു ജന്തുശരീരമായി സൂര്യൻ...') നക്ഷത്രങ്ങളും നിലാവും ചന്ദ്രനും കാറ്റും തടാകനീലിമയും ഓളപ്പരപ്പും അവൾക്ക് തിരിച്ചറിയാനാവുന്നില്ല. പ്രകൃതിയുമായുള്ള താദാത്മ്യം കൈമോശം വന്ന സ്ത്രീയുടെ ദുര ന്തവും പങ്കായം തുഴയുകയെന്ന ഒരേസമയം ആനന്ദകരവും കായികാ ദ്ധ്വാനത്തെക്കുറിക്കുന്നതുമായ ക്രിയയുടെ ഭാഗ്യവിപര്യയങ്ങളിലൂടെ ഒരു തനതു സംസ്കാരത്തിന്റെ ജീർണ്ണതയും കേരളീയരുടെ പരമ്പരാഗത മായ ജീവിതക്രമത്തിന്റെ അന്തർദ്ധാനവും ഒരുമിച്ച് നിർദ്ദേശിച്ചിരിക്കുക യാണ് കാഥികനിവിടെ.

ഒരു ഭാവഗീതത്തിന്റെ ഒഴുക്കും ശില്പപരമായ വടിവും ഉൾച്ചേർന്ന ഈ കഥ കഴിഞ്ഞ രണ്ടുമൂന്ന് പതിറ്റാണ്ടുകൾക്കിടയിൽ മലയാളിയുടെ മൂല്യസങ്കല്പങ്ങളിൽ വന്നുചേർന്നിട്ടുള്ള വികൃതമായ മാറ്റം മറിച്ചിലു കളെ സാന്ദ്രീകരിക്കുന്നതായി അനുഭവപ്പെടുന്നില്ലേ?

പതിനെട്ട്

കൃഷിപ്പണിയിലധിഷ്ഠിതമായ, പ്രധാനമായും ഗ്രാമീണമായ ഒരു സമൂഹത്തിൽനിന്ന് ചെറിയ പട്ടണത്തിലേക്ക്, അവിടെനിന്ന് വൻനഗര ത്തിലേക്ക്: മലയാള ചെറുകഥാകൃത്തുക്കളുടെ ഭാവനാലോകത്തിന്റെ ഭൂമി ശാസ്ത്രം വ്യാഖ്യാനിക്കാൻ ശ്രമിക്കുന്ന ഒരാൾക്ക് ഈ രീതിയിലുള്ള ഒരു വളർച്ചാക്രമം കണ്ടെത്താൻ കഴിയും. നഗരപരിസരവുമായുള്ള

എഴുത്തുകാരന്റെ അഭിമുഖീകരണം, അതിലടങ്ങിയിട്ടുള്ള എല്ലാ അശാന്തിയോടും ഹർഷോന്മാദത്തോടുംകൂടി, മലയാളചെറുകഥയിൽ ഒരു പ്രധാന വസ്തുതയായിത്തീർന്നത് എം.ടി.യുടേയും മാധവിക്കുട്ടിയുടേയും തലമുറയുടെ കടന്നുവരവോടു കൂടിയായിരുന്നു. അറുപതുകളിൽ ദില്ലിയിൽ കുടിയേറിപ്പാർത്ത ആധുനിക ചെറുകഥാകൃത്തുക്കളാണെങ്കിൽ നഗരത്തെ തങ്ങളുടെ ആന്തരലോകത്തിന്റെ ഭാഗമായി മാറ്റിയെടുത്തു. വെറും ബാഹ്യപശ്ചാത്തലം എന്ന നിലവിട്ട്, നഗരം തീക്ഷ്ണമായൊരു സാന്നിദ്ധ്യവും ഒരു മാനസികാവസ്ഥയുടെ പ്രത്യക്ഷവൽക്കരണവുമൊക്കെയായി പരിണമിച്ച് ആലങ്കാരികവും പ്രതിരൂപാത്മകവുമായ പ്രാധാന്യം നേടിയെടുത്തത് ആധുനികരുടെ രചനകളിലായിരുന്നു. സ്വന്തം അസ്തിത്വത്തെ സംബന്ധിച്ച അനിശ്ചിതത്വത്തിനുള്ള ഉത്തരങ്ങൾ തേടി നഗരത്തെ നിരന്തരമായി ചോദ്യം ചെയ്യുന്ന കഥാപാത്രങ്ങളുടെ ഒരു നീണ്ട നിര തന്നെ സൃഷ്ടിച്ച എം. മുകുന്ദൻ തൊട്ട്, ക്യൂബിസ്റ്റ ചിത്രകാരന്മാർ ചെയ്ത രീതിയിൽ 'പെഴ്സ്പെക്ടിവി'നെ ശിഥിലമാക്കി വക്രീകരണത്തിന്റെ സങ്കേതമവലംബിച്ചുകൊണ്ട് റെസ്റ്റോറന്റുകളുടേയും രാഷ്ട്രീയ ഉപജാപശാലകളുടേയും നഗരമായി ദില്ലിയെ അവതരിപ്പിച്ച വി.കെ.എൻ. വരെയുള്ളവർ കാഴ്ചവെയ്ക്കുന്ന സമീപനമാതൃകകളിൽ നിറഞ്ഞുനിൽക്കുന്നത് ഒരുതരം ലഹരിമൂർച്ഛ കലർന്ന സ്വന്തം അവബോധത്തിന്റെ ആത്മനിഷ്ഠതയാണ്.

ഇവിടെ ചർച്ചചെയ്ത സൃഷ്ടികൾ സമ്മാനിക്കുന്ന 'സിറ്റിസ്കേപു'കളെ മുൻനിർത്തിക്കൊണ്ട്, നമ്മുടെ കഥാസാഹിത്യത്തിൽ ഉരുത്തിരിഞ്ഞെത്തുന്ന സ്ഥലത്തിന്റെ സൗന്ദര്യശാസ്ത്രം കണ്ടെത്താൻ ശ്രമിച്ചാൽ ഫലമെന്തായിരിക്കും? മലയാള ചെറുകഥയിലെ നഗരബിംബങ്ങളുടെ പരമ്പരയിലേക്ക് കണ്ണയയ്ക്കുമ്പോൾ അവയിൽ അടങ്ങിയിട്ടുള്ള പ്രധാനപ്പെട്ടൊരു പരിമിതി നാം കാണാനിട വരുന്നു. (പടിഞ്ഞാറൻ സാഹിത്യത്തിലെ ആധുനികോത്തര പ്രവണതകളുമായി പരിചയമുള്ള ഒരു വായനക്കാരന് ഈ പരിമിതി രൂക്ഷമായി അനുഭവപ്പെട്ടെന്നിരിക്കും). നമ്മുടെ കഥകളിലും നോവലുകളിലും ഒട്ടുമുക്കാലും ചിത്രീകരിക്കപ്പെട്ടിട്ടുള്ളത് തിരുവനന്തപുരവും കൊച്ചിയും ബോംബെയും ദില്ലിയും പോലുള്ള യഥാർത്ഥ നഗരങ്ങളാണ്. തങ്ങൾക്ക് നേരിട്ടു പരിചയമുള്ള സ്ഥലങ്ങളെക്കുറിച്ചാണ് നമ്മുടെ എഴുത്തുകാർ എഴുതിയിട്ടുള്ളത്. ഇങ്ങനെ ചുറ്റുപാടുകളിൽനിന്ന് മാതൃകകൾ സ്വീകരിക്കുന്നതിനുപകരം എങ്ങുമില്ലാത്ത നഗരത്തെ ('Nowhere City') വിഭാവന ചെയ്യാൻ അവരാരും മുതിർന്നുകണ്ടിട്ടില്ല. ജോർജ്ജ് ലൂയി ബോർഹസിന്റേയും വ്ളാഡിമിർ നബക്കോഫിന്റേയും ഡൊണാൾഡ് ബാർത്തലെമിയുടേയും ചെറുകഥകളിൽ കാണുന്ന രീതിയിൽ, സ്ഥാനനിർദ്ദേശം ചെയ്യാനാവാത്ത, വിചിത്രവും ഭ്രമാത്മകവുമായ നഗരങ്ങൾ നമ്മുടെ കഥാസാഹിത്യത്തിൽ അവതാരം കൊണ്ടിട്ടില്ല. ആനന്ദിന്റെ ബോംബെയും

കാക്കനാടന്റേയും മുകുന്ദന്റേയും ദില്ലിയും തൊട്ടുകാണിക്കാവുന്ന ആകൃതിയും ഘടനയുമുള്ള നഗരങ്ങളാണ്. ഇവയിൽനിന്ന് വ്യത്യസ്തമായി ഒരു പോസ്റ്റ്-എക്സിസ്റ്റെൻഷ്യലിസ്റ്റ് സിറ്റി നമ്മുടെ സാഹിത്യത്തിൽ ഇനിയും പിറവിയെടുക്കേണ്ടിയിരിക്കുന്നു.

ഇരുപതാംനൂറ്റാണ്ടിൽ കാഫ്കയിൽനിന്നാരംഭിക്കുന്ന ആധുനിക സാഹിത്യശാഖയുടെ പ്രത്യേകതകളിലൊന്നായി വിമർശകന്മാർ ചൂണ്ടിക്കാട്ടാറുള്ളത്, മനുഷ്യന്റെ വാസ്തവബോധത്തെ ചകിതമാക്കുന്ന തരത്തിൽ അനുഭവപ്പെടുന്ന സ്ഥലരാശിയുടെ അസാന്നിദ്ധ്യമാണ്, അഥവാ സ്ഥലത്തിന്റെ ശൈഥില്യമാണ്. ആധുനികസാഹിത്യകാരൻ കാലത്തിൽ നടത്തിയിട്ടുള്ള പരീക്ഷണങ്ങൾപോലെതന്നെ ധീരമാണ്, സ്ഥലസങ്കല്പത്തിൽ നടത്തിയിട്ടുള്ള പരീക്ഷണങ്ങളും. എന്നാൽ നമ്മുടെ എഴുത്തുകാർ ഈ വഴിക്ക് അധികം നീങ്ങിയതായി തോന്നുന്നില്ല. മലയാളസാഹിത്യം മുന്നിൽവെച്ചുകൊണ്ട് സ്ഥലത്തിന്റെ ലാവണ്യശാസ്ത്രം നിർമ്മിച്ചെടുക്കാൻ ശ്രമിക്കുമ്പോൾ ഈ വിടവ് കണ്ടില്ലെന്നു നടിക്കാനാവില്ല.

■

എട്ട്

ചിരിയുടെ മുഴക്കം; പിന്നെ വറ്റിത്തീർന്ന കണ്ണുനീർത്തുള്ളി

ചിരി, ഉള്ളുതുറന്നുള്ള, നിരുപാധികമായ ചിരി, നമ്മുടെ പൊതുമണ്ഡലത്തിൽനിന്ന് അപ്രത്യക്ഷമായിക്കൊണ്ടിരിക്കുന്ന കാലത്താണ് വി.കെ.എൻ. എന്ന എഴുത്തുകാരൻ രംഗപ്രവേശനം ചെയ്തത്. ഹാസ്യം മുഖ്യവിഭവമാക്കിയ ഒരു ഇംഗ്ലീഷ് വാരികയുടെ പത്രാധിപരോട് "നിങ്ങൾ എന്നെ വെറുതെ വിടരുത്" എന്നുപറഞ്ഞ ഇന്ത്യയുടെ ഒന്നാമത്തെ പ്രധാനമന്ത്രിയിലൂടെ സാക്ഷാൽക്കാരം കണ്ടെത്തിയ ലാവണ്യബോധം തിരശ്ശീലക്കുപിന്നിൽ മറഞ്ഞുതുടങ്ങിയ സമയമായിരുന്നു അത്. തങ്ങളെത്തന്നെ മാറിനിന്നു പരിഹസിക്കാനുള്ള സിദ്ധി കൈമോശം വന്ന, തൻപ്രമാണിത്തവും ക്ഷുദ്രമായ അഹന്തയും മുഖമുദ്രയാക്കിയ, ഒരു പറ്റം ആളുകൾ രാഷ്ട്രീയനേതൃത്വത്തിലേക്ക് ഉയർന്നു വന്നു. സ്വാതന്ത്ര്യാനന്തര ഭാരതത്തിൽ നാടിന്റെ ജനാധിപത്യ ഭാവനയെ ആവേശം കൊള്ളിച്ച രാഷ്ട്ര പുനർനിർമ്മാണത്തെ വലംവെച്ചുകൊണ്ടുള്ള ദൗത്യബോധം കേവലമായ 'സിനിസിസ'ത്തിനു വഴിമാറിക്കൊടുത്തു തുടങ്ങി. ഗൗരവം അതിഗൗരവമായി മാറുമ്പോൾ സംഭവിക്കുന്ന ഒരുതരം ദുരന്തമുണ്ടല്ലോ, അത് നമ്മുടെ ദേശീയവ്യവഹാരത്തെ ഞെരുക്കിത്തുടങ്ങിയത് ഇക്കാലത്തായിരുന്നു. വി.കെ.എൻ എന്ന മലയാള സാഹിത്യകാരൻ പ്രധാനമായും ചെയ്തത് നർമ്മത്തിന്റെ സ്വതന്ത്രാസ്തിത്വം വീണ്ടെടുക്കുക എന്നതായിരുന്നു. വി.കെ.എൻ. വരുന്നതിനുമുൻപ് കരയാതിരിക്കാനായി ചിരിച്ച എഴുത്തുകാർ ഇവിടെ ഉണ്ടായിരുന്നു. ഉന്മാദത്തിന്റെ കൊടുംനോവിൽ നിന്ന് തിളങ്ങുന്ന നർമ്മം സൃഷ്ടിച്ചെടുത്ത ഒരെഴുത്തുകാരന്റെ നിഴൽ നമ്മുടെ സാഹിത്യലോകത്തിൽ നീളത്തിൽ പതിഞ്ഞുകിടന്നിരുന്നു. ഒരു തലമുറയുടെ അനുരാഗ പ്രതീക്ഷകൾക്കും സ്വപ്നത്തകർച്ചയ്ക്കും പുതിയൊരു ഭാഷ സമ്മാനിച്ച ഗന്ധർവഗായകന്റെ ഈരടികളിൽ അലിഞ്ഞുചേർന്നിരുന്ന വിഷാദാഭിമുഖ്യത്തിനുള്ള മറുമരുന്ന് എന്ന നിലയിൽ അതിരുകൾ ലംഘിക്കാത്ത കുലീന ഹാസ്യം അവതരിപ്പിച്ച് അരങ്ങിലാടിയ ഒരു വിദൂഷകൻ കുറച്ചുകാലം

നമുക്കൊപ്പമുണ്ടായിരുന്നു. ഏങ്കോണിപ്പുള്ള പരിഹാസത്തിന്റെ മാതൃക കളുമായും മലയാളികളായ വായനക്കാർക്ക് പരിചയമുണ്ടായിരുന്നു. എന്നാൽ വി.കെ.എൻ. രൂപം നൽകിയ ശുദ്ധ ഹാസ്യം (അതിനെ അങ്ങനെ വിളിക്കാമെങ്കിൽ) ഇതിൽനിന്നെല്ലാം വ്യത്യസ്തമായ ഒന്നാ യിരുന്നു. ഭാരതീയരുടെ രസസിദ്ധാന്തത്തിൽ ഹാസ്യത്തിന് അർഹമായ സ്ഥാനം ലഭിക്കാതെ പോയി. നമ്മുടെ ഉപനിഷത്തുകൾ ജ്ഞാനത്തി ന്റെയും മോക്ഷലബ്ധിയുടെയും മേഖല വിട്ടു മാറുന്നില്ല. ഫലിതത്തിനു മാത്രമായി നീക്കിവെച്ച ഒരു ഉപനിഷത്ത് എവിടെയോവെച്ച് നമുക്കു നഷ്ട പ്പെട്ടതായി സങ്കല്പിക്കുക. അത് വീണ്ടെടുക്കാനായി പിറന്ന ഒരെഴുത്തു കാരനായിരുന്നില്ലേ വി.കെ.എൻ.?

കഴിഞ്ഞ നൂറ്റാണ്ടിലെ കഥാസാഹിത്യത്തിൽ സ്വയംപൂർണ്ണമായ ഹാസ്യപ്രപഞ്ചം സൃഷ്ടിച്ച ചുരുക്കം ചില എഴുത്തുകാരുണ്ട്. അവരുടെ മുൻപന്തിയിൽ നിൽക്കുന്ന ഒരാളാണ് ഇറ്റാലിയൻ പത്രപ്രവർത്തകനും സറ്റയറിസ്റ്റുമായ ജൂവാനി വരേസ്കി (Giovannino Guareschi). 'ഡോൺ കാമിലൊ സീരീസ്' എന്ന പേരിൽ അറിയപ്പെടുന്ന കഥാപരമ്പരയിലൂടെ യാണ് ജൂവാനി വരേസ്കി പ്രശസ്തനായിത്തീർന്നത്. ഇറ്റലിയിലെ ഒരു ചെറിയ പട്ടണമാണ് ഈ കഥകൾക്ക് പശ്ചാത്തലമായി നിലകൊള്ളു ന്നത്. ഡോൺ കാമിലൊ, പെപ്പോണി എന്നീ രണ്ടു കഥാപാത്രങ്ങളി ലൂടെയാണ് ജൂവാനി വരേസ്കിയുടെ കഥാമാലിക മുമ്പോട്ടു നീങ്ങുന്നത്. ഡോൺ കാമിലൊ കത്തോലിക്കാ സമുദായത്തിൽപ്പെട്ട ഒരു പാതിരി യാണ്. സ്ഥലത്തെ മേയറായ പെപ്പോണി ആണെങ്കിൽ ഒരു തികഞ്ഞ കമ്മ്യൂണിസ്റ്റുകാരനും. പൊതുകാര്യങ്ങളെ സംബന്ധിച്ച് തീർത്തും വ്യത്യ സ്തമായ അഭിപ്രായങ്ങളുള്ളവരാണ് ഡോൺ കാമിലൊയും പെപ്പോ ണിയും. അങ്ങനെ അവർ എല്ലായ്പോഴും തർക്കിക്കുകയും കലഹിക്കു കയും ചെയ്യുന്നു. ഡോൺ കാമിലൊ ഒരു യാഥാസ്ഥിതിക ദൈവവിശ്വാ സിയാണ്. അയാൾ കുരിശിലൂടെ ക്രിസ്തുവിന്റെ ശബ്ദം കേൾക്കുന്ന രസകരമായ ചില മുഹൂർത്തങ്ങൾ ഈ കഥകളിലുണ്ട്. സാധാരണ ക്കാരുടെ നിത്യജീവിതപ്രശ്നങ്ങൾ സംബന്ധിച്ച് അയാൾ പുലർത്തുന്ന പഴഞ്ചൻ സമീപനം ഇഷ്ടപ്പെടാത്ത ക്രിസ്തു ചില സന്ദർഭങ്ങളിൽ അയാളെ ശാസിക്കുക കൂടി ചെയ്യുന്നുണ്ട്. ഡോൺ കാമിലൊയും പെപ്പോ ണിയും തമ്മിലുള്ള ശീതസമരത്തിന്റേയും തുറന്ന പോരിന്റേയുമൊക്കെ വിവരണത്തിലൂടെ രണ്ടാം ലോകമഹായുദ്ധത്തെത്തുടർന്നുള്ള പതി റ്റാണ്ടുകാലത്ത് ഇറ്റലിയിൽ പള്ളിയും കമ്മ്യൂണിസ്റ്റു പാർട്ടിയും ജന ഹൃദയങ്ങളിൽ ആധിപത്യമുറപ്പിക്കാൻവേണ്ടി നടത്തിയ മത്സരത്തിന്റെ തമാശയിൽ കുതിർന്ന ചിത്രമാണ് ജൂവാനി വരേസ്കി അവതരിപ്പിച്ചത്. ഈ ഇനത്തിൽപ്പെട്ട 347 കഥകൾ 8 പുസ്തകങ്ങളിലായി സമാഹരിക്ക പ്പെട്ടു. ഒരേസമയം ജനപ്രീതിയും വിമർശകശ്രദ്ധയും പിടിച്ചുപറ്റാൻ ഈ കഥാപരമ്പരയ്ക്ക് കഴിഞ്ഞു. ഉള്ളടക്കത്തിലല്ലെങ്കിൽ വലിപ്പത്തിൽ, പിന്നെ ചില സ്ഥിരം കഥാപാത്രങ്ങളെ ഏതാണ്ട് ഒരേ പരിസരത്തിലും

സമാനമായ സന്ദർഭങ്ങളിലും പ്രതിഷ്ഠിച്ച് അവരുടെ ചേഷ്ടകളും 'മാന റിസ'ങ്ങളും, ഭോഷത്തരങ്ങളും പൊലിപ്പിച്ചു കാണിച്ച് വായനക്കാരുടെ ശ്രദ്ധ നിലനിർത്തുന്ന കാര്യത്തിൽ, ഇതിനോട് കിടനിൽക്കുന്ന ഒന്നാണ് വി.കെ.എൻ. സൃഷ്ടിച്ചിട്ടുള്ള, എല്ലാ അർത്ഥത്തിലും സ്വയംപര്യാപ്തമായ ഹാസ്യലോകം. എന്നാൽ വി.കെ.എന്നിന്റെ ഫലിതസാമ്രാജ്യത്തിൽ ഉദ്ബോധനപരമായ അംശം കടന്നുവരുന്നതേയില്ല. ഏതെങ്കിലും തര ത്തിലുള്ള സാമൂഹ്യപരിഷ്കരണോദ്ദേശ്യമോ ധാർമ്മികലക്ഷ്യമോ മുന്നിൽ കണ്ടുകൊണ്ടല്ല ഈ എഴുത്തുകാരൻ തന്റെ വാക്കുകളിൽ ചിരി പടർത്തിയത്. അദ്ദേഹത്തിന്റെ വികടസരസ്വതി ആദ്യം മുതൽക്ക് ഒരു തരം അരാജകസ്വഭാവം പ്രകടിപ്പിക്കുകയുണ്ടായി. ആദർശങ്ങൾ പാഴ്കിനാവുകളായി മാറിയ, യുക്തി തോറ്റു പിൻവാങ്ങുകയും എല്ലാ സാമൂഹ്യഘടനകളും വിവരണാതീതമായ ഏതോ അസംബന്ധസ്വഭാവ ത്തിൽ ചെന്നുമുട്ടുകയും ചെയ്യുന്ന ജീവിതമേഖലകളിലേക്കാണ് വി.കെ. എൻ. നമ്മെ കൂട്ടിക്കൊണ്ടു പോകുന്നത്.

താൻ ചിത്രീകരിച്ചിട്ടുള്ള ലോകത്തിന്റെ ഭൂപടത്തിൽ വി.കെ.എൻ. പ്രധാനമായും രണ്ട് ഇടങ്ങളാണ് അടയാളപ്പെടുത്തിയിട്ടുള്ളത്. നിയോൺ പ്രഭയിൽ ആറാടിനിൽക്കുന്ന ഇന്ദ്രപ്രസ്ഥവും, നാട്ടുവെളിച്ചത്തിൽ തെളി യുന്ന തെക്കൻ മലബാറിലെ ഗ്രാമവും. ഈ ലോകത്തിൽ നിഴലുകൾ കടന്നുവരാൻ അദ്ദേഹം സാധാരണഗതിയിൽ അനുവദിക്കാറില്ല. ഉയര ങ്ങളും ആഴങ്ങളും ഒഴിവാക്കി, ജീവിതത്തെ പരന്ന പ്രതലത്തിലേക്കു വെട്ടിച്ചുരുക്കിക്കൊണ്ടാണ് അദ്ദേഹം തന്റെ ഉന്നം പിഴയ്ക്കാത്ത നർമ്മോ ക്തിയുടെ കമ്പിമത്താപ്പിന് തിരി കൊളുത്തുന്നത്.

തലച്ചോറുപയോഗിച്ച് ജീവിക്കുന്നവരും ഉദരനിമിത്തം തങ്ങളെക്കാൾ എത്രയോ താണപടിയിലുള്ള വ്യക്തികൾക്കും അവരുടെ ഉടമസ്ഥതയി ലുള്ള സ്ഥാപനങ്ങൾക്കും സ്വന്തം തലച്ചോറ് പണയപ്പെടുത്തിയവരും മണ്ണുമായി അടുത്തബന്ധം പുലർത്തുന്നവരുമായ കഥാപാത്രങ്ങളുടെ വൈവിധ്യമാർന്ന ഒരു പ്രദർശനശാല തന്നെ വി.കെ.എൻ. ഒരുക്കൂട്ടിയ തായി കാണാം. ഈ കഥാപാത്രങ്ങളുടെ കൂട്ടത്തിൽ നമ്മുടെ പ്രത്യേക ശ്രദ്ധ ആകർഷിച്ചിട്ടുള്ള ഒരാളാണ് ശ്രീമാൻ പയ്യൻ. മലയാള കഥാ സാഹിത്യത്തിലെ ആദ്യത്തെ ലക്ഷണമൊത്ത 'കോമിക് ഹീറോ.' ഇയാളിൽ വി.കെ.എന്നിന്റെ ആത്മാംശമടങ്ങിയിട്ടുണ്ടോ, അതല്ലെങ്കിൽ പയ്യൻ ഏതളവിൽ തന്റെ സ്രഷ്ടാവിന്റെ പ്രതിനിധിയാണ് എന്നൊക്കെ യുള്ള അഭ്യൂഹങ്ങൾ തൽക്കാലം നമുക്കു മാറ്റിനിർത്താം. ദ്വിമാനസ്വഭാ വമുള്ള ഈ കഥാപാത്രത്തെ നമ്മുടെ കഥാസാഹിത്യത്തിലെ ഏറ്റവും മിഴിവാർന്ന നായകന്മാരുടെ നിരയിൽ പ്രതിഷ്ഠിക്കാൻ വി.കെ.എന്നിന് എങ്ങനെ സാധിച്ചു എന്നൊരു ചോദ്യമുണ്ട്. 'പയ്യൻ പേച്ചി'ൽ തുടി കൊട്ടുന്ന ഉക്തിവൈചിത്ര്യം മൂലം എന്നാണ് ഇതിനുള്ള പതിവുത്തരം. ഒരുപക്ഷേ ഭാഷയുടെ ലീലയ്ക്കപ്പുറം പയ്യന് വായനക്കാരുടെ മനസ്സിൽ അസൂയാർഹമായ ഇടംനേടിക്കൊടുത്ത വേറെയും ചില ഘടകങ്ങളുണ്ട്.

വേണ്ടതിലധികം ഉൾച്ചൂട് പേറി നടന്നതുകാരണം നിത്യജീവിതം വെച്ചു നീട്ടുന്ന കൊച്ചുകൊച്ച് ആഹ്ലാദങ്ങൾ നുണയാൻ മറന്നുപോയ ഇവിടത്തെ മദ്ധ്യവർഗ്ഗത്തെ നോക്കി, പഴയ ഒമർഖയ്യാമിനെ അനുസ്മരിച്ചുകൊണ്ട്, 'നിങ്ങൾക്കുള്ള പ്രതിഫലം ഇഹത്തിലുമില്ല പരത്തിലുമില്ല' എന്നൊരു സന്ദേശമാണ് പയ്യനെ മുൻനിർത്തിക്കൊണ്ട് വി.കെ.എൻ. നൽകുന്നത്.*

പയ്യന്റെ വേഷപ്പകർച്ചകൾ കൗതുകം പകരുന്നവയാണ്. ഇന്ത്യയുടെ തലസ്ഥാനനഗരത്തിൽ അക്ഷരശൂന്യനായ ഒരു സേട്ട് നടത്തുന്ന പത്രത്തിലെ ജോലിക്കാരനായി അയാൾ നമുക്കു മുൻപിൽ പ്രത്യക്ഷപ്പെടുന്നുണ്ട്. "ഹിപ്പിനി" എന്ന കഥയിൽ അമേരിക്കയിൽ നിന്നു വന്ന ഒരു ഹിപ്പി പെൺകിടാവുമൊത്ത് നാട്ടിൻപുറത്തുള്ള ഒരു ചാരായക്കടയിൽ കള്ളും മീനെല്ലും മണം ചുഴറ്റുന്ന ഒരു ഇടുങ്ങിയ മുറിയിലിരുന്ന് സൊറ പറയുന്ന ഒരു ചിന്ന കലാസ്വാദകനായി പയ്യൻ മാറുന്നു. ഒരുകൂട്ടം കഥകളിൽ അയാൾ ഒരു നക്സലൈറ്റായി കടന്നുവരുന്നു. പയ്യന്റെ ഈ അവതാരങ്ങളുടെ കൂട്ടത്തിൽ ഏറ്റവും കൃത്യമായി കാഥികൻ അടയാളപ്പെടുത്തിയിട്ടുള്ളത് യമുനയിലെ ഓളങ്ങൾ കലങ്ങിത്തുടങ്ങിയ കാലത്ത് ദില്ലിയിൽ ഒരു പത്രപ്രവർത്തകനായി ചുറ്റിത്തിരിഞ്ഞ അയാളുടെ നാൾവഴികളാണ്. പയ്യന്റെ വാഗ്വിലാസത്തിനും കുസൃതിത്തരത്തിനും സ്വൈരവിഹാരത്തിനും അവസരം ലഭിച്ചത് ഇക്കാലത്തായിരുന്നു. ഒന്നുമില്ലായ്മയിൽനിന്നു തുടങ്ങിയ പയ്യൻ ചെറിയതോതിൽ വളർച്ചയുടെ പടവുകൾ ചവിട്ടിക്കയറുന്നത് കാണിക്കുന്ന ഒരുപറ്റം കഥകൾ അയാളുടെ ദില്ലി വാസത്തെ ചുറ്റിപ്പറ്റി വി.കെ.എൻ. എഴുതിയിട്ടുണ്ട്. ഈ കഥകൾക്ക് വ്യക്തമായ ഒരു രാഷ്ട്രീയ പശ്ചാത്തലമുണ്ട്.

നെഹ്റുകാലഘട്ടത്തിന്റെ അസ്തമയവേളയിലാണ് പയ്യൻ ഇന്ദ്രപ്രസ്ഥത്തിൽ എത്തിപ്പെട്ടത്. ഈ കാലഘട്ടത്തിന്റെ ഓർമ്മക്കുറിപ്പ് കൂടിയായ ഒരു കഥയാണ്, വി.കെ. കൃഷ്ണമേനോനും കാർട്ടൂണിസ്റ്റ് ശങ്കറും ഏതാണ്ട് മറയില്ലാതെ പ്രത്യക്ഷപ്പെടുന്ന "അതികായൻ." തുടർന്നുള്ള 'ഇന്ദിര ദശക'ത്തിന്റെ പിറവിക്കും വളർച്ചയ്ക്കും പയ്യൻ സാക്ഷ്യം വഹിച്ചതായി കാണാം. ഇന്ത്യൻ രാഷ്ട്രീയത്തിൽ വന്നുപെട്ട ഈ യുഗപ്പകർച്ച അടുത്തുനിന്നു നിരീക്ഷിക്കാൻ അവസരം ലഭിച്ചവരിൽ ഒരാളാണ് പയ്യൻ. സ്വാതന്ത്ര്യലബ്ധിയെത്തുടർന്നുള്ള പതിറ്റാണ്ടുകളിൽ ഇന്ത്യയുടെ പൊതുജീവിതത്തിൽ തങ്ങിനിന്നിരുന്ന ആദർശാത്മകതയുടേയും മൂല്യബോധത്തിന്റേയും അംശങ്ങൾ മാഞ്ഞുതുടങ്ങിയ കാലമായിരുന്നു അത്. അങ്ങനെ അഴിമതി ഒരു ചീത്ത വാക്കല്ലാതെയായി മാറി. ഭാഗ്യാന്വേഷികളും സ്വാർത്ഥമതികളുമായ ഒരുപറ്റം ആളുകൾ ഭരണകക്ഷിയുടെ താക്കോൽസ്ഥാനങ്ങളിൽ കയറിക്കൂടി. വൈതാളിക സംഘങ്ങൾ പാർട്ടിക്കുള്ളിൽ കൂണുപോലെ പൊട്ടി മുളച്ചു. പാർലിമെന്റംഗങ്ങളും ഉയർന്ന

* ഡി.സി. ബുക്സ് പ്രസിദ്ധപ്പെടുത്തിയ പയ്യൻകഥകൾ എന്ന സമാഹാരത്തിൽ നിന്നാണ് (1979; 2017) എല്ലാ ഉദ്ധരണികളും.

ഉദ്യോഗസ്ഥന്മാരും വൻകിടവ്യവസായികളും അവരുടെ ദല്ലാളുകളും തമ്മിലുള്ള വേഴ്ച പരസ്യമായ രഹസ്യമായിത്തീർന്നു. ജനസേവന താല്പര്യവും ഗാന്ധിയൻ ലാളിത്യവും മാറ്റിവെച്ച അധികാരിവർഗ്ഗത്തിന്റെ പുതിയ ഉപാസനാമൂർത്തി ദുരയായിരുന്നു. പ്രത്യയശാസ്ത്രങ്ങളെച്ചൊല്ലി അധരസേവ നടത്തുന്നത് ശീലമാക്കിയ ചിലർ മോഹനവാഗ്ദാനങ്ങൾ നൽകി ഒരു ജനസമൂഹത്തെ വീണ്ടും വീണ്ടും വഞ്ചിക്കാനുള്ള ഉപായങ്ങൾ തിരയാനാരംഭിച്ചു. വാക്കുകൾക്ക് വിലയിടിഞ്ഞുതുടങ്ങിയ കാലം കൂടിയായിരുന്നു അത്. ഭരണാധിപന്മാരുടെ പറച്ചിലിനും പ്രവൃത്തിക്കുമിടയിലുള്ള വിടവുകൾ പെരുകിവന്നതോടുകൂടി പുനർനിർമ്മാണയജ്ഞത്തിലേർപ്പെട്ട ഒരു മൂന്നാംലോകരാജ്യം എന്ന നിലയിൽ ഇന്ത്യയ്ക്കു മുന്നിലുണ്ടായിരുന്ന ദിശാബോധം എങ്ങോ പോയി ഒളിച്ചു.

പയ്യന്റെ രാഷ്ട്രീയ വിദ്യാഭ്യാസത്തിന്റെ ആദ്യ പാഠങ്ങൾ തെളിച്ചുകാട്ടുന്ന, വിലക്ഷണമായ ആക്ഷേപഹാസ്യത്തിൽ കാച്ചിയെടുത്ത ഒരു കഥയാണ് 'സമ്പൂർണ്ണസോഷ്യലിസം.' 1969-ൽ കോൺഗ്രസ് പാർട്ടിയിൽ ഉടലെടുത്ത കുത്തനെയുള്ള പിളർപ്പിലേക്കു നയിച്ച രാഷ്ട്രീയോപജാപങ്ങളുടെ പാർശ്വവീക്ഷണം ഇതിൽ അടങ്ങിയിട്ടുണ്ട്. നാട്ടിലെ ഏറ്റവും പഴക്കംചെന്ന രാഷ്ട്രീയകക്ഷിയിലെ ചേരിപ്പോരിന്റെ അന്ത്യംകുറിച്ച സംഭവം മാത്രമല്ലായിരുന്നു ഈ പിളർപ്പ്. ഇന്ത്യൻ സ്റ്റേറ്റിന്റെ പരമാധികാരം ഒരു കുടുംബത്തിന്റേയും, അതിനെ ചുറ്റിപ്പറ്റിയുള്ള ഗൂഢസംഘത്തിന്റേയും കൈകളിൽ നിക്ഷിപ്തമാകുന്നവിധത്തിൽ ഒരു 'ഒലിഗാർക്കി'യായി നമ്മുടെ ജനാധിപത്യസംവിധാനം മാറുന്നതിന്റെ ആപൽക്കരമായ സൂചനകൾ പാർട്ടി രണ്ടായതിനെത്തുടർന്നുള്ള സംഭവവികാസങ്ങളിൽ ഉണ്ടായിരുന്നു.

ആയിരത്തി തൊള്ളായിരത്തി അറുപതുകളുടെ രണ്ടാം പകുതിയിൽ നാട്ടിൽ നാമ്പിട്ട ഈ രാഷ്ട്രീയ സംസ്കാരത്തെ പയ്യൻ സൂക്ഷ്മദൃഷ്ടിയോടെ നോക്കിക്കാണുക മാത്രമല്ല, ഒരളവിൽ സ്വാംശീകരിക്കുകകൂടി ചെയ്യുന്നുണ്ട്. പൊതുജീവിതത്തിലെ മാറിവന്ന ഈ കാലാവസ്ഥയിൽ അതിജീവനത്തിനുള്ള മാർഗ്ഗങ്ങൾ പയ്യൻ ഓരോന്നായി വശപ്പെടുത്തുന്നു. വി.കെ.എൻ. തന്റെ കഥാനായകനെ എന്തുതരം ആൾക്കൂട്ടത്തിന്റെ നടുക്കാണ് പ്രതിഷ്ഠിച്ചിരിക്കുന്നത് എന്നു നോക്കുക. അക്ഷരശൂന്യരായ പത്രമുതലാളിമാർ, അഴിമതിയിൽ മുങ്ങിക്കുളിച്ചു നിൽക്കുന്ന പൊതുപ്രവർത്തകർ, സാമൂഹ്യസേവനത്തിന്റെ മറവിൽ സ്വന്തം ജീവിതസൗകര്യങ്ങൾ മെച്ചപ്പെടുത്തുന്ന, പൊങ്ങച്ചവും ധൂർത്തും ശീലമാക്കിയ ലലനാമണികൾ എന്നിവരുമായിട്ടാണ് പയ്യൻ ഇഴപഴകുന്നത്. ലേശമെങ്കിലും ആദർശബോധമുള്ള ഏതെങ്കിലും കോൺഗ്രസ് നേതാവിനെയോ, പ്രതിപക്ഷത്തുള്ള ബുദ്ധിജീവിയെയോ അയാളുടെ പരിചയവലയത്തിൽ നാം കണ്ടുമുട്ടുന്നില്ല. തന്റെ പുസ്തകപരിചയത്തിന്റെ പൊട്ടും തരിയും സംഭാഷണത്തിൽ ഇടകലർത്തി താൻ കണ്ടുമുട്ടുന്ന നിലവാരം കുറഞ്ഞ വ്യക്തികളെ വിസ്മയിപ്പിക്കാൻ പയ്യന് അനായാസം സാധിക്കുന്നു. അവരാണെങ്കിൽ

അയാളെ നോക്കിക്കാണുന്നത് ഒരത്ഭുതപ്രതിഭാശാലിയും ചിന്തകനുമായിട്ടാണ്. പയ്യൻ ഇക്കൂട്ടരെ സമർത്ഥമായി കൈകാര്യം ചെയ്തുകൊണ്ട് തന്റെ നിലനില്പ് ഭദ്രമാക്കാൻവേണ്ടിയുള്ള പുതിയ അവസരങ്ങൾ തേടുന്നു. കടന്നു പോകുന്ന ഓരോ നിമിഷത്തേയും വാരിപ്പുണരുക എന്നതാണ് അയാളുടെ ജീവിതവേദാന്തം. മഹാനഗരം ഒരുക്കിയിട്ടുള്ള അവസാനിക്കാത്ത അത്താഴവിരുന്നിൽ പങ്കെടുക്കുന്നവേളയിൽ അയാളുടെ കാമനകളിൽ തങ്ങിനിൽക്കുന്നത് ഇംഗ്ലീഷിൽ 'seize the day' എന്നു പറയുന്ന ധ്വനിചിഹ്നമാണ്. പയ്യന്റെ ഈ യഥാർത്ഥസ്വത്വം മനസ്സിലാക്കുന്നതിൽ സംഭവിച്ച വീഴ്ചയുടെകൂടി ഫലമായാണ് കെ.പി. അപ്പൻ 'കോമാളിയുഗത്തിലെ പുരുഷഗോപുരം' എന്ന വിശേഷണം അയാൾക്ക് ചാർത്തിക്കൊടുത്തതെന്ന് ഞാൻ കരുതുന്നു. പയ്യന്റെ സ്വഭാവഘടനയിൽത്തന്നെ കോമാളിത്തത്തിന്റേയും ഭാഗ്യാന്വേഷണത്തിന്റേയും 'സിനിസിസ'ത്തിന്റേയും അംശങ്ങൾ വേണ്ടുവോളമുണ്ട് എന്ന സത്യം വിസ്മരിച്ചാൽ മാത്രമേ ഒരാൾക്ക് ഇത്തരമൊരു വിലയിരുത്തലിൽ എത്തിച്ചേരാനാകൂ. പുരുഷഗോപുരമായി ഉയർന്നുനിന്ന് ചുറ്റും രൂപംകൊള്ളുന്ന ജീർണ്ണതയ്ക്ക് തടയിടുകയല്ല പയ്യൻ യഥാർത്ഥത്തിൽ ചെയ്യുന്നത്. നേരെമറിച്ച് പുതിയ കാലഘട്ടത്തിന്റെ സൃഷ്ടിയായ രാഷ്ട്രീയ സദാചാരം സമ്മാനിക്കുന്ന പഴുതുകളിൽ കയറിപ്പറ്റി തന്റെ പുരുഷാർത്ഥങ്ങൾക്ക് കൊഴുപ്പ് പകരാനാണ് അയാളുടെ ശ്രമമത്രയും. നിർഭാഗ്യവശാൽ 'കോമാളിയുഗത്തിലെ പുരുഷഗോപുരം' എന്ന വിശേഷണത്തിന് ചർച്ചകളിൽ വേണ്ടതിലേറെ പ്രാധാന്യം ലഭിക്കുകയുണ്ടായി. വി.കെ.എൻ കഥകളുടെ വായനയെ തെറ്റായ ദിശകളിലേക്കു തിരിച്ചുവിടാൻ അത് പലപ്പോഴും കാരണമായിത്തീർന്നു.

പ്രധാനമായും മൂന്നുപേരാണ് പയ്യന്റെ കാമിനിമാരായി രംഗപ്രവേശനം ചെയ്യുന്നത്: കേണൽ രേണു, നീലിമ, പ്രിയദർശിനി. പയ്യൻ ദില്ലിയിൽ അഗതിയായി ചുറ്റിത്തിരിഞ്ഞ നാളുകളിൽ അയാൾക്ക് സ്ഥിരമായ പാർപ്പിടവും ഭക്ഷണത്തിനുള്ള ഏർപ്പാടുമൊരുക്കിയത് കേണൽ രേണുവാണ്. മന്ത്രിപുത്രിയായ നീലിമയുമായുള്ള അടുപ്പം സമൂഹത്തിന്റെ ഉന്നതതലങ്ങളുമായുള്ള സമ്പർക്കത്തിന് അയാൾക്ക് വഴിതുറന്നുകൊടുക്കുന്നു. "ലഞ്ച്" എന്ന കഥയിലാണ് രേണു നീലിമയെ പയ്യന് പരിചയപ്പെടുത്തിക്കൊടുക്കുന്നത്. ഈ മൂവർക്കുമിടയിൽ രൂപം കൊള്ളാൻപോകുന്ന നാട്യപ്രധാനമായ ബന്ധത്തിന്റെ ആദ്യസൂചനകൾ ഈ കഥയിലുണ്ട്. ദില്ലി നഗരത്തിൽ പെണ്ണിനും പിടക്കോഴിക്കുമിടയിൽ താൻ നടത്തുന്ന അപഥസഞ്ചാരത്തിനായുള്ള പയ്യന്റെ വിദഗ്ധപരിശീലനം ഇവിടെ നിന്നാരംഭിക്കുന്നു എന്നു പറയുന്നതിൽ തെറ്റുണ്ടാവില്ല. കഥാന്ത്യത്തിൽ രേണുവും നീലിമയും യാത്ര ചോദിച്ച് പിരിഞ്ഞതിനുശേഷം, അവരുടെ കിടമത്സരത്തിൽ ഇരയായിത്തീരാൻ പോകുന്ന തന്റെ ദുർവിധി മുന്നിൽ കണ്ടുകൊണ്ട്, അയാൾ കൈകൾ ആകാശത്തേക്കുയർത്തി അകമേ നിലവിളിക്കുന്നുണ്ട്: "കൊന്നോളിനെടീ കുലടകളേ, എന്നെ കൊന്നോളിൻ!"

'കുലടകൾ' എന്നത് പയ്യൻ തന്റെ കാമുകിമാർക്ക് ചാർത്തിക്കൊടുക്കുന്ന സ്വാഭാവികമായ വിശേഷണമാണ്. പയ്യനും ഈ 'ബിമ്മിബിമ്മിമാരു'മായുള്ള ബന്ധത്തിൽ കൂറിനോ ആത്മാർത്ഥതയ്ക്കോ ഇടമില്ല. പരസ്പരം വഞ്ചിക്കുന്നതിൽ ഒരുവക ആനന്ദം കണ്ടെത്തുന്നവരാണ് അവർ. അവരെ സംബന്ധിച്ചിടത്തോളം സ്നേഹം എന്നത് മെത്തയിലെ ചലനങ്ങളിൽ കവിഞ്ഞൊന്നുമല്ല.

'സമ്മാനം' എന്ന കഥയിൽ ജന്മദിനമാഘോഷിക്കാൻ തയ്യാറെടുക്കുന്ന പയ്യൻ രേണുവിനു നൽകുന്ന ഒരു പ്രശംസയുണ്ട്: "അനാഡംബരയായി ഈ പോസിൽ ഇരിക്കുമ്പോൾ വർഷങ്ങൾ നിന്നിൽനിന്ന് കൊഴിഞ്ഞുവീഴുന്നു". ഒരുപക്ഷേ പയ്യൻ കഥകൾ മൊത്തമായി എടുത്തുനോക്കിയാൽ നമുക്കു കാണാൻ കഴിയുന്ന കാല്പനികസ്പർശമുള്ള ഒരേയൊരു ഡയലോഗ് ഇതാണ്. മറ്റെല്ലാ കഥകളിലും പയ്യന്റെ ഉള്ളിലിരിപ്പും അയാളുടെ നാവിൻതുമ്പിൽ തുള്ളിത്തെറിച്ചുവരുന്ന കളിവാക്കും പരസ്പരം വേർതിരിഞ്ഞു നിൽക്കുന്നു. കഥാപാത്രങ്ങൾ തമ്മിലുള്ള സംഭാഷണങ്ങൾ പകർത്തുമ്പോൾ വി.കെ.എൻ. ബോധപൂർവ്വം ഉദ്ധരണിചിഹ്നങ്ങൾ ഒഴിവാക്കുന്നു. പയ്യന്റെ കാര്യത്തിൽ അയാളുടെ സ്വഗതവും പ്രകാശവും ഏതാണ്ട് എല്ലായ്പോഴും മുഖംതിരിച്ചു നില്പാണ്. 'സോഷ്യലൈറ്റു'കളായ കാമുകിമാരുമൊന്നിച്ചുള്ള പയ്യന്റെ ലീലാവിനോദങ്ങൾ ചിത്രീകരിക്കുന്ന സന്ദർഭങ്ങളിൽ, ബ്രാക്കറ്റിൽ ചേർത്തിട്ടുള്ള അയാളുടെ ആന്തരസംഭാഷണവും ഉദ്ധരണിചിഹ്നങ്ങളുടെ അകമ്പടി കൂടാതെ പ്രത്യക്ഷപ്പെടുന്ന അയാളുടെ മൊഴിയും തമ്മിലുള്ള വിടവിൽ നിന്നാണ് വി.കെ.എൻ. തന്റെ 'ഇഫെക്റ്റു'കൾ സൃഷ്ടിച്ചെടുക്കുന്നത്. 'ലഞ്ച്' എന്ന കഥയെടുക്കുക. സ്വാദുള്ള ഭക്ഷണം വായിൽ തിരുകി കയറ്റിക്കൊണ്ട് നീലിമയുടെ ബുദ്ധിജീവിനാട്യത്തെ അകമേ അടക്കിപ്പിടിച്ച പുച്ഛത്തോടെ നിരീക്ഷിക്കുമ്പോൾത്തന്നെ പയ്യൻ ഉപചാരവാക്കുകളും രസികൻ പദപ്രയോഗവുംകൊണ്ട് അവളുടെ വിശ്വാസവും ആരാധനയും നേടിയെടുക്കുന്നു. ബന്ധങ്ങൾക്ക് നിമിഷങ്ങളുടെ ആയുസ്സു മാത്രമുള്ള മഹാനഗരത്തിലെ ജീവിതോപരിതലത്തിലൂടെ തെന്നിനീങ്ങുമ്പോൾ പയ്യന്റെ വ്യക്തിത്വഘടനയിൽ ആത്മവഞ്ചനയുടെ അടരുകൾ അറിയാതെ ഇറുകിപ്പിടിക്കുന്നു.

വി.കെ.എൻ. കഥകളിലെ ഭക്ഷണബിംബങ്ങളുടെ പെരുപ്പം ഏതു വായനക്കാരന്റെ ഉമിനീർഗ്രന്ഥികളെയാണ് ചലിപ്പിക്കാതിരുന്നിട്ടുള്ളത്? വി.കെ.എന്നിന്റെ കഥാനായകൻ ഭോജനത്തെ ഒരാഘോഷമായി മാറ്റിയ ഒരാളാണ്. എന്നാൽ പയ്യനിലൂടെ 'തീൻപണ്ടിത്ത'ത്തെ കൊണ്ടാടുകയല്ല വി.കെ.എൻ. യഥാർത്ഥത്തിൽ ചെയ്യുന്നത്. പയ്യന്റെ തീറ്റ പരിപാടി ശ്രദ്ധിച്ചാൽ കാണാൻ കഴിയും അതിൽ കലാചാതുരിയുടേതായ ഒരംശമുണ്ടെന്ന്. ഭക്ഷണവസ്തുക്കളുടെ തിരഞ്ഞെടുപ്പിലും ആസ്വാദനരീതിയിലും പയ്യൻ പ്രദർശിപ്പിക്കുന്ന നിഷ്ഠയും ഏകാഗ്രതയും വിളിച്ചോതുന്നത് ഒരു കലാകാരന്റെ പിഴയ്ക്കാത്ത ലാവണ്യബോധമാണ്.

തിന്നാൻവേണ്ടി ജീവിക്കുക എന്നൊരു അവസ്ഥയുണ്ടെങ്കിൽ അതിനെ ആവുന്നത്ര അനുഭൂതിസാന്ദ്രമാക്കലാണ് പയ്യന്റെ ലക്ഷ്യം. ഭാഷയുടെ പ്രയോഗത്തിൽ കാട്ടുന്ന അതേ മൗലികത്വത്തോടും നവനവോന്മേഷ ശാലിത്വത്തോടുംകൂടിയാണ് പയ്യൻ ഭക്ഷണശാലയിൽച്ചെന്ന് ആഹാര പദാർത്ഥങ്ങൾ തിരഞ്ഞെടുക്കുന്നത്. "ലഞ്ച്" എന്ന കഥയിൽ പയ്യൻ ഓർഡർ ചെയ്യുന്ന മെനു നോക്കുക: "സൂപ്പ്, തൻതൂരി റൊട്ടി, ചിക്കൻ കാശ്മീരി, റോസ്റ്റഡ് ലാംബ്, ഫ്രഞ്ച് സലാദ്, രണ്ടുതരം പായസം, കോഫി." പയ്യൻ ഭക്ഷിക്കുന്നതു കാണുന്നത് ഒരാനന്ദമാണ്, കാണുന്ന വരുടെ വയറുനിറയും എന്ന പ്രമാണവും ഈ കഥയിൽ ഉദ്ധരിക്കപ്പെടു ന്നുണ്ട്. പഞ്ചനക്ഷത്രഹോട്ടലിലെ 'ഫൈ കോഴ്സ് ഡിന്നറി'നോടു കാണി ക്കുന്ന അതേ ആഭിമുഖ്യത്തോടെ ഒരു നാടൻ പ്രാതലിന്റെ രുചിഭേദ ങ്ങൾ ആസ്വദിക്കാൻ അയാൾക്കറിയാം. ദോശ മുക്കിത്തിന്നാനുള്ള സാധനങ്ങൾ: "പൊട്ടുകടലയും കപ്പൽമുളകും കടുകും വറുത്തിട്ട വരിക്ക ത്തെങ്ങിന്റെ വലിയ നാളികേരം അരച്ചുണ്ടാക്കിയ ചട്ണിയും, ഉള്ളിയും മുളകും ഉപ്പും ചേർത്തരച്ച് പപ്പടം കാച്ചിയ എണ്ണയിൽ പൊരിച്ചെടുത്ത വെങ്കായച്ചമ്മന്തിയും." ഈ ദോശയുടെ മാവ് ചട്ടിയിൽ പരക്കുന്നതാകട്ടെ "ശേശേ എന്നു പഞ്ചകല്യാണി രാഗത്തിൽ ആലപിച്ചു"കൊണ്ടും. ഉച്ച യ്ക്കുള്ള ഒരു ശാപ്പാട്: "പഴയരിച്ചോറ്, വെണ്ടയ്ക്കാ സാമ്പാർ, ഇളവനും പച്ചമുളകും ചേർത്ത് ഓലൻ, വഴുതനങ്ങയും ഉള്ളിയും ചേർന്നുള്ള മെഴുക്കുപുരട്ടി, കടുമാങ്ങ, പപ്പടം, മോര്." പയ്യനെ മാടിവിളിക്കുന്ന കൊതി യുടെ ചെറുസാമ്രാജ്യത്തിൽ നാട്ടിൻപുറത്തുള്ള കള്ളുഷോപ്പിൽ കിട്ടുന്ന വാറ്റുചാരായംതൊട്ട് 'ചംപാഗ്നി' (ഷാംപെയ്ൻ) വരെയുള്ള പാനീയങ്ങൾ അണിനിരക്കുന്നു.

പയ്യന്റെ തീൻമേശയിൽ പ്രതാപത്തോടെ പൂടയുയർത്തിക്കൊണ്ടു നിൽക്കുന്ന കുക്കുടത്തെ കണ്ടില്ലേ? 'കുഴമ്പൻ മസാലയിൽ കുതിർന്ന, സാമുദ്രികലക്ഷണസംയുക്തമായ കോഴിക്കാൽ' രുചിച്ചുനോക്കാതെ നിങ്ങൾക്ക് വി.കെ.എന്നിന്റെ കഥാലോകത്തിൽനിന്ന് പുറത്തുകടക്കാനാ വില്ല. ചുട്ട കോഴിയെ പറപ്പിക്കുന്ന മാന്ത്രികന്മാരുള്ള നാട്ടിൽനിന്നാണ് വി.കെ.എൻ വന്നത് എന്നു കേട്ടിട്ടുണ്ട്. അദ്ദേഹത്തിന്റെ കഥാനായകനാ ണെങ്കിൽ വറുത്ത കോഴിയെ, അത് അർഹിക്കുന്ന എല്ലാ ബഹുമാന ത്തോടുംകൂടി, അരുമയോടെ ശരീരത്തിന്റെ ഉള്ളറകളിലേക്ക് കടത്തി വിടുന്നു. തെറ്റിദ്ധാരണ വേണ്ട, കേട്ടോ: ഈ കോഴി ഒന്നിന്റേയും രൂപക മല്ല. വസ്തുക്കളെ രൂപകങ്ങളും പ്രതിരൂപങ്ങളുമൊക്കെയാക്കി മാറ്റുന്ന ശീലക്കാരനല്ല നമ്മുടെ കാഥികൻ. സാഹിത്യകൃതികളിൽ പ്രതീകങ്ങളെ വേട്ടയാടുന്നത് ഒരു വിനോദമാക്കിയ നിരൂപകന്മാരെ ഉന്നംവെച്ചുകൊണ്ട് പണ്ട് ഗെർട്രൂഡ് സ്റ്റെയ്ൻ നൽകിയ താക്കീതിന്റെ ഈണത്തിൽ ഇങ്ങനെ പറയാനായിരിക്കും വി.കെ.എൻ. ഇഷ്ടപ്പെടുക: 'എ റോസ്റ്റഡ് ചിക്കൻ ഈസ് എ റോസ്റ്റഡ് ചിക്കൻ ഈസ് എ റോസ്റ്റഡ് ചിക്കൻ.' നാടനും മുഗൾരീതിയിലുള്ളതുമായ കുക്കുടവിഭവങ്ങളുടെ നീണ്ടൊരു നിര തന്നെ

പയ്യന്റെ നാവിനെ വിരുന്നൂട്ടുന്നുണ്ട്. മാംസാഹാരത്തോടുള്ള പയ്യന്റെ കമ്പം അയാളുടെ ജീവിതാസക്തിയുടെ മറ്റൊരു രൂപമാണ്. നീണ്ട പകലിൽനിന്ന് സ്വപ്നങ്ങൾ കുറവായ രാത്രിയിലേക്കുള്ള പയ്യന്റെ സഞ്ചാരത്തിനുചുറ്റും കഥാകൃത്ത് ഉത്സവപ്രതീതി കലർന്ന (carnivalesque) ഒരന്തരീക്ഷം സൃഷ്ടിക്കുന്നത് ഭോജനവുമായും ഒപ്പം രതിയുമായും ബന്ധപ്പെട്ട വർണ്ണനകളുടെ പൊലിമയിലൂടെയാണ്. മെക്സിക്കൻ കവിയായ ഒക്റ്റേവിയ പാസ് ദെൽഹിയിൽ നയതന്ത്രജ്ഞനായി ജോലി നോക്കിയിരുന്ന കാലത്ത് താൻ നിരീക്ഷിക്കാനിടയായ ഇന്ത്യക്കാർ ആഹാരം കഴിക്കുന്ന രീതികളെ മുൻനിർത്തി ഇന്നാട്ടുകാരുടെ ദേശീയസ്വഭാവം സംബന്ധിച്ച ചില നിഗമനങ്ങളിൽ എത്തിച്ചേരുകയുണ്ടായി. വി.കെ. എന്നിന്റെ കഥകളിൽ പൊതുവിലും പയ്യൻകഥകളിൽ സവിശേഷമായും രൂപമെടുക്കുന്ന ഭക്ഷണസംസ്കാരത്തിൽ കേരളീയതയും ആധുനികതയും തമ്മിലുള്ള വേഴ്ചയെക്കുറിച്ചുള്ള സ്റ്റൈലൻ സൂചനകൾ തങ്ങിനില്പുണ്ട്.

പയ്യനെ സംബന്ധിച്ചിടത്തോളം നാവിന്റെ രസവാസനകളെ തൃപ്തിപ്പെടുത്തുന്നതുപോലെ പ്രധാനപ്പെട്ട ഒന്നാണ് സ്ത്രീസേവ ("വിഷയത്തിന്റെ കാര്യത്തിൽ നീ വീരശിങ്കമാകും!"). സംഭോഗത്തെ 'നേരമ്പോക്ക്' എന്നാണ് പയ്യൻ വിശേഷിപ്പിക്കുന്നത്. ലൈംഗികതയുടെ നേർക്കുള്ള അയാളുടെ മനോഭാവം ധ്വനിപ്പിക്കുന്ന ഒന്നാണീ വാക്ക്. ദില്ലിയിലെ തന്റെ പത്രപ്രവർത്തകജീവിതത്തിനിടയിൽ നടപ്പുസദാചാരത്തിന് യാതൊരു വിലയും കല്പിക്കാത്ത, പരിഷ്കാരത്തിന്റെ പടവുകൾ ചവിട്ടിക്കയറുന്ന ഏതാനും പെൺ സുഹൃത്തുക്കളെ അയാൾക്ക് ലഭിക്കുന്നുണ്ട്. ഈ 'തടിച്ചി'കളുമൊത്തുള്ള അയാളുടെ കേളികൾ തികഞ്ഞ നർമ്മരസികതയോടെയും ചിലപ്പോൾ ഒട്ടും മറയില്ലാതെയും കഥാകൃത്ത് പകർത്തുന്നുണ്ട്. ഉടലിനേയും ഉയിരിനേയും ഒന്നുപോലെ ഉന്മത്തമാക്കുന്ന ഏതെങ്കിലും അനുഭവം പയ്യന് ഉണ്ടാവുന്നുണ്ടോ? സംശയമാണ്. എന്നാൽ ഇവിടെ ശ്രദ്ധിക്കേണ്ട ഒരു ചെറിയ കാര്യമുണ്ട്. തനിക്ക് ആകർഷണമണയ്ക്കുന്ന സ്ത്രീശരീരത്തിന്റെ ജ്യാമിതീയരൂപങ്ങൾ നോക്കി രസിക്കുന്ന ശീലം പയ്യനുണ്ട്. നാവിനു കൊതി പകരുന്ന ഭക്ഷണസാധനങ്ങളുടെ അളവും തൂക്കവും നിറവും മണവും അവയിലുള്ള എരിവ്, പുളി, മധുരം എന്നിവയുടെ പാകവും തിരിച്ചറിയുന്നതിൽ കാട്ടുന്ന അതേ കൃത്യതയോടുകൂടിയാണ് അയാൾ സ്ത്രീശരീരത്തിലെ വടിവുകൾ മനസ്സിൽ അടയാളപ്പെടുത്തുന്നത്.

ഭോജനവും മൈഥുനവും തമ്മിലുള്ള സാദൃശ്യം മനഃശാസ്ത്രജ്ഞന്മാരുടേയും സാംസ്കാരിക ചരിത്രകാരന്മാരുടേയും പഠനവിഷയമായിട്ടുണ്ട്. ലെവി സ്ട്രാസിനെപ്പോലുള്ളവർ തീറ്റയുടേയും ലൈംഗികതയുടേയും പിന്നിലുള്ള പ്രേരണകൾ ചേർത്തുവെച്ചുകൊണ്ട് മൗലികമായ ചില നിഗമനങ്ങളിൽ ചെന്നെത്തിയതായിക്കാണാം. 'പാനോപചാരം' എന്ന പേരിൽ ഭക്ഷണവും കാമവുമായി ബന്ധപ്പെട്ട ബിംബകല്പനകൾ

ഇടകലരുന്ന ഒരു കൊച്ചുകഥ വി.കെ.എൻ. എഴുതിയിട്ടുണ്ട്. പയ്യനും അയാൾ വിദേശയാത്രക്കിടയിൽ കണ്ടുമുട്ടുന്ന ഒരു പാരീസിയൻ സുന്ദരി യുമാണ് ഇതിലെ കഥാപാത്രങ്ങൾ. അവരുടെ കൊടുക്കൽ-വാങ്ങലു കളിൽ പുതുമയുടെ സ്പർശമുണ്ട്:

"പയ്യൻ കാറിൽ കയറിയിരുന്നു. അദ്ദേഹത്തെ കെട്ടി പ്പിടിച്ച് യ്‌വോൺ ഫ്ളാറ്റിലേക്കോടിച്ചു.

ഈ ത്രിസന്ധ്യയ്ക്ക് ഉമ്മറപ്പടിയിൽ നിന്നുകൊണ്ട് യ്‌വോൺ ചോദിച്ചു:

കുടിക്കാനെന്തുവേണം? നാഴിക്കിണ്ടിക്ക് ഒരു കിണ്ടി കോഞ്ഞ്യാക്കന്നെ?

അല്ല.

ചമ്പാഗ്നി ഷാംപേയ്നതോ?

അല്ല.

പിന്നെന്താ, ഷെറി?

അവളുടെ വിരിമാറ് ചൂണ്ടി പയ്യൻ പറഞ്ഞു:

ബ്രായാൽ ബന്ധിതമല്ലാത്ത ഭവതിയുടെ കുചകുംഭ ങ്ങൾ മാറി മാറി പാനം ചെയ്യാൻ നാം ആഗ്രഹിക്കുന്നു.

ഊയി!

എന്താ?

കഴിഞ്ഞതവണ നാഭയിലെ മഹാരാജാവ് ഇവയെ പാനം ചെയ്യുകയുണ്ടായി. അദ്ദേഹം അടിയന്റെ കുംഭനേത്ര ങ്ങളെ ദംശിച്ചു.നോവ് ഇനിയും മാറിയിട്ടില്ല.

നോം ആവിധം ദംശിക്കയും മറ്റുമില്ല.

എന്താണുറപ്പ്?

പാനം ചെയ്യപ്പെട്ടു നോക്കൂ.

അടിയനു ധൈര്യം പോരാ. കോഞ്ഞ്യാക്ക് പോരേ?

പോരാ.

യ്‌വോൺ അല്പനേരം ആലോചിച്ചു.

എന്നാൽ ഒരു മദ്ധ്യസ്ഥ തീരുമാനം.

വിരോധമില്ല.

പാനം നിർബ്ബന്ധമാണെങ്കിൽ ഒരു സ്ട്രാ ഇട്ടു പാനം ചെയ്തോളൂ. കൊക്കക്കോല വടിവിൽ.

പയ്യൻ കഥകളിമുദ്ര കാണിച്ചു.

ആയ്ക്കോട്ടെ.

*കാമസൂത്ര*ത്തിനുള്ള അടിക്കുറിപ്പ് എന്നതുപോലുള്ള ഒരു രചനയാണ് "എന്റെ (ഭർത്താവിന്റെ) കഥ." പരസ്പരം വഞ്ചിച്ചിട്ടുള്ള കാര്യം തുറന്നുപറയുന്ന രണ്ട് കമിതാക്കളാണ് ഇതിലെ കഥാപാത്രങ്ങൾ. അവർ 'ക്ലൈമാക്സി'ലേക്കു കടക്കുകയാണ്:

> "ഒരു ലംബരേഖയിൽ മലർന്നുകിടന്ന് എന്നെ തന്റെ ശൂലത്തിൽ കോർത്തുകൊണ്ട് അദ്ദേഹം ചോദിച്ചു. ഈ പോസിൽ നീ എന്നെ വഞ്ചിച്ചിട്ടുണ്ടോ, മൈനേ?
>
> മനസ്സിലായില്ല, പയ്യൻ.
>
> ഒരേസമയം രണ്ടു ശൂലത്തിൽ കയറിയിട്ടുണ്ടോ എന്ന്.
>
> ശാരീരികമായി കൃത്യം അസാദ്ധ്യമായതുകൊണ്ട്, അല്ലേ?
>
> അതേ, പയ്യൻ.
>
> ഇപ്പോൾ പൂർണ്ണമായും എന്നെ ശൂലത്തിൽ തറച്ചുകൊണ്ട് പയ്യൻ പറഞ്ഞു:
>
> ഇടയ്ക്കൊരിക്കൽ സത്യം പറയുന്നതിനു നന്ദി, ശരി. വിഷയം കൊട്."

രണ്ട്

ശബ്ദങ്ങൾ കലമ്പൽ കൂട്ടുന്ന പയ്യന്റെ ലോകത്തിൽ പൊടുന്നനെ മൗനം ചേക്കേറുന്നു. അവിടത്തെ പ്രസന്നമായ അന്തരീക്ഷത്തിൽ ദുരന്തത്തിന്റെ കരിനിഴൽ പതിയുന്നു. തിന്നും കുടിച്ചും തിമിർത്തുല്ലസിച്ചുനടന്ന പയ്യൻ നിമിഷനേരം ഉള്ളിലേക്ക് തിരിഞ്ഞുനോക്കാൻ നിർബ്ബന്ധിതനായിത്തീരുന്നു. "ആക്റ്റ് വൺ, സീൻ ടൂ" എന്ന കഥ പയ്യൻപുരാണത്തിൽ വേറിട്ടു നിൽക്കുന്ന ഒന്നാണ്.

പയ്യന്റെ കാമുകിയായ പ്രിയദർശിനി കണക്കുകൂട്ടലുകൾ തെറ്റിച്ചുകൊണ്ട് താൻ ഗർഭിണിയായിത്തീർന്ന വിവരം അയാളെ അറിയിക്കുന്നു. ഇനിയുള്ള പോംവഴി ഗർഭച്ഛിദ്രമാണ്. പയ്യൻ അവളേയുംകൂട്ടി തന്റെ സ്നേഹിതനായ ഡോക്ടർ എബ്രഹാമിന്റെ ഡാക്ക് ബംഗ്ലാവിലേക്ക് യാത്ര പുറപ്പെടുന്നു:

> "വെള്ളിക്കണ്ണുകൾ നീളത്തിൽ പ്രകാശിപ്പിച്ച് ടൂറിസ്റ്റ് ടാക്സി നിരത്തുകൾ വാരിയെടുത്തോടി. മിനുത്തു കൊഴുത്തിരുന്നെങ്കിലും ക്ഷീണിച്ചിരുന്ന പ്രിയ പയ്യന്റെ തോളിൽ ചാഞ്ഞുറങ്ങി. ഒരിറ്റു പ്രസക്തിയില്ലാത്ത ജീവിതം പേറി നടക്കുമ്പോഴും വേറൊരു ജീവനെ നിഷേധിക്കേണ്ടിവരുന്ന ഗതികേടിനെക്കുറിച്ചോർത്തപ്പോൾ പയ്യന് സ്വയം കടുത്ത അമർഷം തോന്നി.

> ഡാക്ക് ബംഗ്ലാവിലെത്താറായപ്പോൾ ഒരു പൂ വിരിയും പോലെ പ്രിയ പതുക്കെ ഉറക്കമുണർന്നു. കാവൽക്കാരനെ വിളിച്ച് മുറി തുറപ്പിച്ച് പ്രിയപ്പെട്ടവളെ കട്ടിലിൽ പുതപ്പിച്ചു കിടത്തിയശേഷം പയ്യൻ പുറത്ത് വരാന്തയിൽ വന്നിരുന്നു. താഴെ പുഴയിൽ പുലരി ഡ്രസ്സ് റിഹേഴ്സ്സൽ നടത്തുകയാ യിരുന്നു."

ഒരുപക്ഷേ വി.കെ.എന്നിന്റെ കഥാലോകത്തിൽ വേറെയെങ്ങും കാണാത്ത തരത്തിലുള്ള തരളവും ധ്യാനാത്മകവുമായ ഗദ്യമാണിത്. പയ്യന്റെ ഉള്ളിൽ മിന്നിപ്പൊലിയുന്ന ആത്മനിന്ദയും അപരാധബോധവും കാണുമ്പോൾ ഈ കഥ വി.കെ.എന്നിന്റെ പതിവുരീതി വിട്ട് മറ്റൊരു ദിശയിലേക്ക് നീങ്ങുകയാണോ എന്നുപോലും നാം സംശയിക്കാനിടയുണ്ട് (സ്വന്തം ജീവിതത്തിന്റെ പ്രസക്തിയില്ലായ്മ സംബന്ധിച്ച പയ്യന്റെ ഏറ്റു പറച്ചിൽ മനഃസാക്ഷിയുടെ ശല്യം ശമിപ്പിക്കാൻ വേണ്ടിയുള്ള താൽക്കാ ലികമായ ഒരടവാണോ, അതോ ആകസ്മികമായ ഒരു വെളിപാടാണോ?). പക്ഷേ ഒട്ടും വൈകാതെ നാം തിരുത്തപ്പെടുന്നു. കഥാന്ത്യത്തിൽ പ്രിയ ഗർഭച്ഛിദ്രത്തിനു ശേഷം പയ്യനോടൊപ്പം നാട്ടിലേക്ക് മടങ്ങുകയാണ്:

> "അസ്തമയത്തിനുശേഷം ഒരു ഫിൽറ്ററിലൂടെയെ ന്നോണം അരിച്ചിറങ്ങുന്ന സന്ധ്യയുടെ അരണ്ടവെളിച്ച ത്തിൽ വണ്ടി കുന്നിറങ്ങുമ്പോൾ പ്രിയ സ്വരം താഴ്ത്തി ചോദിച്ചു:
>
> നാം തമ്മിൽ ഇതവസാനത്തെ സീനാണോ, ഹാൻസം?
>
> പയ്യൻ ചിരിച്ചു.
>
> എടീ, ഈ കഥയ്ക്കെന്താണ് പേരെന്നറിയാമോ?
>
> ഇല്ലാ പറ.
>
> ആക്റ്റ് വൺ, സീൻ ടൂ."

പുഴയിൽ ഡ്രസ്സ് റിഹേഴ്സൽ നടത്തുന്ന പുലരിയിൽനിന്ന് അസ്ത മയത്തിനുശേഷം ഒരു ഫിൽറ്ററിലൂടെ എന്നവണ്ണം അരിച്ചിറങ്ങുന്ന സന്ധ്യ യുടെ അരണ്ടവെളിച്ചത്തിലേക്കുള്ള മാറ്റം ദൃശ്യതലത്തിൽ ചാരുത കലർന്ന ഒന്നാണ്. എന്നാൽ അത് അവിടംകൊണ്ടവസാനിക്കുന്നു. മൃദുല ഭാവങ്ങളെ പുറത്താക്കിക്കൊണ്ട് ഒടുവിൽ മേൽക്കൈ നേടുന്നത് പുരുഷാ ധിപത്യ മനോഭാവം ഊറിപ്പിടിച്ചുനിൽക്കുന്ന ക്രൂരമായ ഹാസ്യമാണ്.

ഈ കഥയിലൂടെ രണ്ടാമതൊരാവൃത്തി കടന്നുപോയപ്പോൾ ഇതേ പ്രമേയത്തെ അടിസ്ഥാനമാക്കിക്കൊണ്ട് ഹെമിംഗ്വെ രചിച്ച "കുന്നുകൾ, വെള്ളനിറമുള്ള ആനകളെപ്പോലെ" എന്ന പ്രശസ്തമായ ചെറുകഥ എന്റെ ഓർമ്മയിൽ കടന്നുവന്നു (Ernest Hemingway, "Hills, Like White Elephants," 1927). ഒരു അമേരിക്കക്കാരനും അയാൾക്കൊപ്പമുള്ള ഒരു പെൺകുട്ടിയുമാണ് ഇതിലെ കഥാപാത്രങ്ങൾ. അവർ എവിടെനിന്നു

വരുന്നു എന്നതിനെക്കുറിച്ചോ, അവരുടെ സാമൂഹ്യപശ്ചാത്തലത്തെക്കുറിച്ചോ യാതൊരു വിവരവും വായനക്കാരന് ലഭിക്കുന്നില്ല. ഏതാണ്ട് വി.കെ.എന്നിന്റെ കഥയിലെ കമിതാക്കളുടേതുപോലുള്ള ഒരു ജീവിതശൈലിയാണ് അവരുടേതെന്ന് നമുക്ക് മനസ്സിലാക്കാൻ കഴിയുന്നുണ്ട്. സഞ്ചാരവും മദ്യപാനവും ഭോഗവും ചുറ്റുമുള്ള കാര്യങ്ങളെക്കുറിച്ചുള്ള നിരർത്ഥകമായ സംഭാഷണങ്ങളുമായി പൊള്ളയായ ഒരു ജീവിതം നയിക്കുന്ന രണ്ടുപേരാണ് അവർ. ഇരുവരും സ്പെയിനിലെ ഒരു റെയിൽവേ സ്റ്റേഷനിൽ മാഡ്രിഡിലേക്കുള്ള ഒരു തീവണ്ടി കാത്തുനിൽക്കുന്നത് കാണിച്ചുകൊണ്ടാണ് കഥയാരംഭിക്കുന്നത്. ഇബ്രൊ എന്ന താഴ്‌വരയിലാണ് ഈ റെയിൽവേസ്റ്റേഷൻ സ്ഥിതിചെയ്യുന്നത്. ഈ താഴ്‌വാരത്തിനു കുറുകെയുള്ള മലകൾ നീണ്ടതും വെള്ളനിറമുള്ളവയുമാണ് എന്ന് തുടക്കത്തിൽ കഥാകൃത്ത് പറയുന്നുണ്ട്. റെയിൽവേസ്റ്റേഷന്റെ വശത്തായി ഒരു ബാറുണ്ട്. കഥ നടക്കുമ്പോൾ അമേരിക്കക്കാരനും അയാളുടെ കാമുകിയും ബാറിലിരുന്ന് മദ്യപിക്കുകയും സംസാരിച്ചുകൊണ്ടിരിക്കുകയും ചെയ്യുന്നു. അവരുടെ സംഭാഷണവിഷയം ഗർഭച്ഛിദ്രമാണ്. എന്നാൽ ഈ വാക്ക് കഥയിലൊരിടത്തും കടന്നുവരുന്നില്ല. അതിനു പകരം 'ശസ്ത്രക്രിയ' നടത്തുന്നതിനെപ്പറ്റിയാണ് ഇരുവരും സംസാരിക്കുന്നത്. സംഭാഷണമാരംഭിക്കുമ്പോൾ പെൺകുട്ടി അകലെയുള്ള മലനിരകളിലേക്കു നോക്കിക്കൊണ്ട് "അവ വെള്ളനിറമുള്ള ആനകളെപ്പോലെ തോന്നിക്കുന്നു" എന്നു പറയുന്നുണ്ട്. "അങ്ങനെ ഒരാനയെ ഞാൻ കണ്ടിട്ടില്ല" എന്ന് മദ്യം മോന്തിക്കൊണ്ട് പുരുഷൻ മറുപടി പറയുന്നു. അവരുടെ സ്വഭാവങ്ങൾ തമ്മിലുള്ള അടിസ്ഥാനപരമായ വ്യത്യാസത്തിന്റെ സൂചന ഇതിലുണ്ട്. പെൺകുട്ടിക്ക് ഒരു ഭാവനാജീവിതമുണ്ട്. പുരുഷനാണെങ്കിൽ യുക്തിയിൽ ഊന്നിനിന്നുകൊണ്ട് ചിന്തിക്കുകയും തീരുമാനങ്ങൾ കൈക്കൊള്ളുകയും ചെയ്യുന്ന ഒരാളാണ്. കഥയ്ക്ക് പശ്ചാത്തലമൊരുക്കുന്ന ഇബ്രൊ താഴ്‌വരയുടെ പ്രതീകാത്മകസ്വഭാവത്തെക്കുറിച്ച് ചില വിമർശകന്മാർ നിരീക്ഷണങ്ങൾ നടത്തിയിട്ടുണ്ട്. താഴ്‌വരയിലെ വെളുത്ത മലനിരകൾ ഉർവ്വരതയെ കുറിക്കുന്നു എന്നും അമ്മയാകാനുള്ള പെൺകുട്ടിയുടെ അഭിലാഷമാണ് ഈ കുന്നുകളെക്കുറിച്ച് അവൾ നടത്തുന്ന പരാമർശത്തിൽ ധ്വനിക്കുന്നതെന്നും വ്യാഖ്യാനങ്ങളുണ്ടായിട്ടുണ്ട്.

കഥയിൽ പെൺകുട്ടിയുടെ അടക്കിപ്പിടിച്ചുള്ള വർത്തമാനം സൂചിപ്പിക്കുന്നത് തന്റെ ഉള്ളിൽ വളരുന്ന കുരുന്നുജീവനെ ഇല്ലായ്മ ചെയ്യുന്നതിൽ അടങ്ങിയിട്ടുള്ള ശാരീരികവും വൈകാരികവുമായ വേദനയുമായി അവൾ മനസ്സിൽ മല്ലിടുകയാണ് എന്നാണ്. കാഥികന്റെ സഹാനുഭൂതി പെൺകുട്ടിയോടും അവൾ പ്രതിനിധാനം ചെയ്യുന്ന മൂല്യങ്ങളോടുമാണ് എന്നു കരുതുന്നവരുണ്ട്. ഗർഭച്ഛിദ്രം എന്ന ആശയത്തോട് അവൾക്കുള്ള വെറുപ്പ് കഠിനമായ ഒന്നാണ്. പുരുഷനാണെങ്കിൽ തന്റെ ബീജത്തിൽ കുരുത്ത ജീവന്റെ ഉത്തരവാദിത്വം കൈയാളാൻ വിസമ്മതിച്ചു

കൊണ്ട് സ്വാർത്ഥപൂർണ്ണമായ രീതിയിലാണ് പെരുമാറുന്നത്. പെൺകുട്ടിക്കും കാമുകനുമിടയിൽ എന്താണ് സംഭവിക്കാൻ പോകുന്നത് എന്നതിനെപ്പറ്റി വ്യക്തമായൊരു ഉത്തരവും നൽകാതെ, സന്ദിഗ്ദ്ധരൂപത്തിലാണ് കഥ അവസാനിക്കുന്നത്. ഒന്നുകിൽ അവൾ ഗർഭച്ഛിദ്രം നടത്താൻ സമ്മതിക്കുകയും അതോടുകൂടി കാമുകനുമായി പിരിയുകയും ചെയ്യും. അതല്ലെങ്കിൽ ഗർഭച്ഛിദ്രത്തിന് വഴങ്ങുകയും അയാളുമായുള്ള ബന്ധം തുടരുകയും ചെയ്യും. മറ്റൊരു സാധ്യത കുട്ടി ജനിച്ചതിനുശേഷം അവർ വഴിപിരിയും എന്നതാണ്. കുട്ടി ഉണ്ടായതിനുശേഷം അവർ ഒരുമിച്ചു ജീവിക്കാനും ഇടയുണ്ട്. ഈ സാധ്യതകളെയൊന്നും സ്ഥിരീകരിക്കുകയോ തള്ളിക്കളയുകയോ ചെയ്യാതെയാണ് കഥ അവസാനിക്കുന്നത്. ഹെമിംഗ്‌വെയുടെ മികവുറ്റ എല്ലാ രചനകളേയും പോലെ, ഭാവാർത്ഥങ്ങൾ കുറുകിക്കൂടി നിൽക്കുന്ന, സംഭാഷണങ്ങളിലും ശില്പഘടനയിലും കർക്കശമായ മിതത്വം പുലർത്തിക്കൊണ്ട് വായനക്കാരന്റെ ധ്യാനത്തിനായി പലതും ബാക്കിനിർത്തുന്ന ഒരു കഥയാണ് “കുന്നുകൾ, വെള്ളനിറമുള്ള ആനകളെപ്പോലെ”.

വി.കെ.എന്നിന്റേയും ഹെമിംഗ്‌വെയുടേയും കഥകൾ ചേർത്തുവെച്ചു വായിക്കുന്നത്, ഹാസ്യവും ദുരന്തവും തമ്മിലുള്ള അതിർവരമ്പുകൾ എത്ര ലോലമാണെന്ന് തിരിച്ചറിയാൻകൂടി നമ്മെ സഹായിക്കും. കലയിൽനിന്നും സാഹിത്യത്തിൽനിന്നും പല ശാസ്ത്രശാഖകളിൽനിന്നും മാതൃകകളും ഉദാഹരണങ്ങളും സ്വീകരിച്ചുകൊണ്ട് സർഗ്ഗക്രിയയുടെ പൊരുൾ വിശദീകരിക്കുന്ന തന്റെ വിഖ്യാതമായ പുസ്തകത്തിൽ ആർതർ കെസ്‌ലർ ഈ വിഷയത്തിലേക്ക് വെളിച്ചം വീശുന്നുണ്ട് (Arthur Koestler, The Act of Creation, 1952). കെസ്‌ലർ അദ്ദേഹത്തിന്റെ ‘ബൈസോസിയേഷൻ’ സിദ്ധാന്തം അവതരിപ്പിച്ചിട്ടുള്ളത് ഈ കൃതിയിലാണ്. ശാസ്ത്രജ്ഞന്റേയും കലാകാരന്റേയും ഹാസ്യം കൈകാര്യം ചെയ്യുന്ന ആളിന്റേയും അടിസ്ഥാനപ്രേരണകൾ ഒന്നുതന്നെയാണെന്ന് അദ്ദേഹം ഇതിൽ സ്ഥാപിക്കുന്നു. ജീവിതത്തിന്റെ ദുരന്തതലവും (Tragic Plane), നിസ്സാരമായ തലവും (Trivial Plane) പരസ്പരം ഛേദിക്കുമ്പോഴാണ് ഉന്നതമായ കലാസൃഷ്ടികൾ പിറക്കുന്നത് എന്നൊരു വാദം കെസ്‌ലർ മുന്നോട്ടുവെയ്ക്കുന്നുണ്ട് (*ഹാംലെറ്റ്* നാടകം മുതൽ *ഖസാക്കിന്റെ ഇതിഹാസം* വരെയുള്ള രചനകൾ ഇതല്ലേ തെളിയിക്കുന്നത്?). എന്നാൽ കലാകാരന്റെ ലാവണ്യലക്ഷ്യത്തിന്റെ പ്രകൃതമനുസരിച്ച് ഈ രണ്ടു തലങ്ങൾ തമ്മിലുള്ള വിഭജനത്തിന്റെ രീതി മാറിക്കൊണ്ടിരിക്കും. ഗൗരവസ്വഭാവമുള്ളതെന്നു പൊതുവിൽ വിവക്ഷിക്കപ്പെടുന്ന രചനകൾ നടത്തുന്നവർ ദുരന്തതലത്തിന് കൂടുതൽ ഊന്നൽ നൽകും; അതേസമയം ഒരു ഹാസസാഹിത്യകാരൻ ലഘുവെന്നും നിസ്സാരമെന്നും കരുതപ്പെടുന്ന അനുഭവങ്ങളെയായിരിക്കും പൊലിപ്പിച്ചു കാണിക്കുന്നത്. ഒരു യവന ദുരന്തനാടകകൃത്തിന്റേയും ഒരു ആക്ഷേപഹാസ്യസാഹിത്യകാരന്റേയും വീക്ഷണങ്ങൾ ഒരുപോലെ ഏകപക്ഷീയമാണ്. മനുഷ്യാനുഭവത്തിന്റെ

ചിലതരം അംശങ്ങളുടെ തിരഞ്ഞെടുപ്പും വർജനവും സ്ഥൂലീകരണവും ഇരുവരുടേയും രചനാരീതികളിൽ അന്തർഭവിച്ചിട്ടുണ്ട്. ഈ രണ്ടുപേരുടേയും സർഗ്ഗപ്രക്രിയകൾ തമ്മിൽ മറ്റൊരു സാദൃശ്യംകൂടി കെസ്ലർ കണ്ടെത്തുന്നുണ്ട്. പ്രത്യക്ഷത്തിൽ പരസ്പരബന്ധമില്ലെന്ന തോന്നലുളവാക്കുന്ന കാര്യങ്ങളെ ചേർത്തുവെച്ച് അവയ്ക്കിടയിൽ പുതിയൊരു ബന്ധം സ്ഥാപിച്ചെടുക്കുകയാണ് ഇരുവരും ചെയ്യുന്നത്.

ഹാസ്യവും ദുരന്തവും വിചാരിച്ചിരിക്കാതെ കണ്ടുമുട്ടുകയും അപ്പോൾത്തന്നെ വഴിപിരിയുകയും ചെയ്യുന്ന ഒരു വി.കെ.എൻ കഥയാണ് 'ഹേർ ഹൈനസ്'. നീലിമയുടെ താവളമായ നാടൻപാട്ടുകളുടെ കൗൺസിലെ ആസ്ഥാനത്തുവെച്ച് അവളും പയ്യനും തമ്മിൽ നടക്കുന്ന പതിവുസമാഗമത്തിന്റെ വിവരണത്തോടുകൂടിയാണ് കഥ ആരംഭിക്കുന്നത്. ഭാഭയിലെ കിരൺ രാജകുമാരി ഇവിടെ കടന്നുവരുന്നു. ഈ മധ്യവയസ്സായ രാജ്ഞി ദില്ലി കേന്ദ്രമാക്കി വി.കെ.എൻ. എഴുതിയിട്ടുള്ള കഥകളിൽ നാം പലപ്പോഴും കണ്ടുമുട്ടിയിട്ടുള്ള തരത്തിൽപ്പെട്ട പൊങ്ങച്ചക്കാരിയും പ്രദർശനതത്പരയുമായ ഒരുവളാണെന്നാണ് നമുക്ക് ആദ്യം തോന്നുക. താൻ 'ഫുഡ് ബാസ്കറ്റ്' വാങ്ങാനിറങ്ങിയതാണ് എന്നു പറഞ്ഞുകൊണ്ടു തുടങ്ങുന്ന രാജകുമാരി ചെലവിന്റെ കാര്യത്തിൽ ദൽഹി ലോകതലസ്ഥാനങ്ങളിൽ മൂന്നാമത്തേതാണെന്നും ലണ്ടൻ ദൽഹിയെക്കാൾ ഭേദമാണെന്നുമുള്ള വിജ്ഞാനം തന്റെ സുഹൃത്തുക്കളുമൊത്ത് പങ്കിടുന്നു. തുടർന്ന് അവർ താൻ അടുത്തുതന്നെ ലണ്ടനിൽ പോവുകയാണെന്നും രണ്ടുവർഷംകഴിഞ്ഞേ മടങ്ങിയെത്തുകയുള്ളൂവെന്നും പറയുന്നു. "ലണ്ടനിലുള്ള കെൻസിങ്ടൺ പാലസ് ഗാർഡനിലാണ് അദ്ദേഹത്തിന്റെ (ഭർത്താവിന്റെ) കൊട്ടാരം എന്നറിയാമല്ലൊ" എന്ന് അവർ നീലിമയെ ഓർമ്മിപ്പിക്കുകയും ചെയ്യുന്നു. പരിഹാസം ഒളിപ്പിച്ചുവെച്ച വാക്കുകളുമായാണ് പയ്യൻ അവരുടെ സംഭാഷണത്തിൽ ഇടപെടുന്നത്. രാജകുമാരി പോയതിനുശേഷം നീലിമ പയ്യനോടു പറയുന്നു: "രാജകുമാരി പാവമാണ്. അവർ ഇന്ത്യയ്ക്കു പുറത്തുപോയിട്ടേയില്ല... വർഷങ്ങളായി അവർ വിവാഹമോചിതയാണ്. കുട്ടികളില്ല. ഏതോ മുൻ നാട്ടുരാജ്യത്തിലെ രാജാവായിരുന്നു ഭർത്താവ്. ഇംഗ്ലീഷ്കാരി ഭാര്യയുമൊത്ത് അയാളിപ്പോൾ സ്ഥിരമായി ലണ്ടനിലാണ്. പരിതാപകരമായ ഒരു മെന്റൽ കേസാണ് രാജകുമാരി. അവരിതൊന്നും അറിയുന്നില്ല. ഭർത്താവൊപ്പം ലോകതലസ്ഥാനങ്ങൾ ചുറ്റിയാണ് ഇന്നും മാനസികമായി ജീവിക്കുന്നത്. ലേഡീസ് ഹോം ജർണ്ണലിൽ പറയുന്ന ഫുഡ് ബാസ്കറ്റ് വാങ്ങി യൂറോപ്പിലും അമേരിക്കയിലും അവർ സ്വപ്നാടനം നടത്തും."

സത്യത്തെ നേരിടാൻ കഴിയാത്തതുകൊണ്ട് മിഥ്യാഭ്രമത്തിന്റെ ലോകത്തിലെ അന്തേവാസിയായി മാറിയ ഭാഭയിലെ രാജകുമാരി യഥാർത്ഥത്തിൽ ഒരു ദുരന്തകഥാപാത്രമാണ്. അവരുടെ കപ്പൽച്ചേതം പിണഞ്ഞ ജീവിതം പയ്യനിൽ നേരിയതോതിലെങ്കിലും സഹാനുഭൂതി ഉളവാക്കേണ്ടതായിരുന്നു. എന്നാൽ രാജകുമാരി വിടവാങ്ങിയതിനുശേഷമുള്ള

കഥയുടെ പോക്ക് ശ്രദ്ധിക്കുക. പയ്യനും നീലിമയും *ഡോക്ടർ ഷിവാഗൊ* കാണാനായി സിനിമാതീയേറ്ററിൽ പോകാൻ പരിപാടിയിട്ടിരുന്നതാണ്. രാജകുമാരിയെ സംബന്ധിക്കുന്ന സത്യം നീലിമയിൽനിന്ന് കേട്ടതിനു ശേഷം പയ്യൻ മാറി ചിന്തിക്കുന്നു: "*ഡോക്ടർ ഷിവാഗൊ* വേണ്ട. വല്ല കോമഡിയുമുണ്ടെങ്കിൽ പോകാം." അയാൾ ആദ്യത്തെ തീരുമാനത്തിൽ ഉറച്ചുനിന്നിരുന്നുവെങ്കിൽ ഈ കഥയ്ക്ക് മറ്റൊരു മാനം ലഭിക്കുമായിരുന്നു. കാരണം നമുക്കറിയാം, പാസ്റ്റർനാക്കിന്റെ നോവലും അതിനെ ഉപജീവിച്ചുകൊണ്ടുള്ള സിനിമയും യാഥാർത്ഥ്യവും വ്യാമോഹവും തമ്മിലുള്ള ക്രൂരമായ വൈരുദ്ധ്യത്തിൽനിന്നാണ് വൈകാരികതീവ്രത കൈവരിക്കുന്നതെന്ന്.

പയ്യന്റെ പ്രത്യക്ഷത്തിൽ ഹൃദയശൂന്യമായ ഈ പ്രതികരണം അയാൾ തന്റെ ചുറ്റുപാടുകളെ എങ്ങനെയാണ് ഉൾക്കൊള്ളുന്നത് എന്നതിന്റെ അളവുകോൽകൂടിയാണ്. സംശയം വേണ്ടാ, പയ്യന്റെ ലോകം മൂല്യനിരപേക്ഷമായ ഒന്നാണ്. ആസ്വാദനതൃഷ്ണ വേലിയേറ്റം കൊണ്ടു നിൽക്കുന്ന ആ ലോകത്തിൽനിന്ന് ആന്തരികത (interiority) എന്ന ഗുണവിശേഷം ഒഴിഞ്ഞുപോയിരിക്കുന്നു. ഒരുപക്ഷേ, ഈ അർത്ഥത്തിൽ പയ്യന്റെ സ്രഷ്ടാവ് ഉത്തരാധുനികതയുടെ ചില ലക്ഷണങ്ങൾ പ്രകടിപ്പിച്ച ഒരെഴുത്തുകാരനാണ് എന്നു വേണമെങ്കിൽ പറയാം.

മൂന്ന്

ആഴ്ചയിൽ ഒരു ഇംഗ്ലീഷ് വാക്ക് വീതം തന്റെ നിഘണ്ടുവിൽ കൂട്ടിച്ചേർക്കുന്ന ഇട്ടൂപ്പ് മുതലാളിയുടെ ചെലവിൽ നമുക്കു ചിരിക്കാൻ വേണ്ടുവോളം അവസരമൊരുക്കുന്നുണ്ട് കഥാകൃത്ത്. ദില്ലിയിൽ എത്തിപ്പെട്ട ഇട്ടൂപ്പ്മുതലാളിയുടെ കോപ്പിരാട്ടികൾ ചിത്രീകരിക്കുന്ന കഥകളിലൊന്നിൽ വി.കെ.എൻ. ഈ പുസ്തകപ്രസാധകനെ മറയാക്കിക്കൊണ്ട് കേരളത്തിലെ ഏറ്റവും ജനപ്രീതിയുള്ള എഴുത്തുകാരനെ അന്തസ്സുകുറഞ്ഞ ഭാഷയിൽ കളിയാക്കുകയും അതിലൂടെ അതിഭാവുകത്വം കലർന്ന രചനാരീതിയോട് തനിക്കുള്ള അപ്രിയം വെളിപ്പെടുത്തുകയും ചെയ്യുന്നുണ്ട്. ഇട്ടൂപ്പ് മുതലാളി പ്രത്യക്ഷപ്പെടുന്ന മറ്റൊരു കഥയിൽ അയാളോടു സംസാരിക്കുന്നതിനിടയിൽ പയ്യൻ ഹെമിംഗ്‌വെയുടെ 'മെലിഞ്ഞ ശൈലി'യെ പ്രശംസിക്കുന്നതുകാണാം. ഹെമിംഗ്‌വെ ഒരു പുസ്തകമെഴുതിക്കഴിഞ്ഞാൽ ഒരു വർഷമെങ്കിലും അതിന്റെ കൈയെഴുത്തുപ്രതി പെട്ടിയിൽ സൂക്ഷിക്കും. എന്നിട്ട് വീണ്ടും അതെടുത്തു വായിക്കും. എല്ലാ വിശേഷണപദങ്ങളും നിർദ്ദയം വെട്ടിക്കളഞ്ഞ്, ദുർമ്മേദസ്സ് തീരെയില്ലെന്ന് ഉറപ്പുവരുത്തിയതിനുശേഷമായിരിക്കും സാധനം പ്രസ്സിലേക്ക് അയയ്ക്കുന്നത്. ഈ കലാവിദ്യയാണ് പയ്യന്റെ ആദരവ് പിടിച്ചുപറ്റുന്നത്. "പയ്യന്റെ ഫസ്റ്റ് ലേഡി" എന്ന കഥയിൽ സ്മാരകവാക്യമായി ഉപയോഗിച്ചിട്ടുള്ളത് ഹെമിംഗ്‌വെയുടെ ഒരു വാചകമാണ്. താൻ ചുരുക്കെഴുത്തുഭാഷ

അഭ്യസിച്ചത് ഹെമിംഗ്‌വെയിൽനിന്നാണെന്ന് വി.കെ.എൻ. ഒരഭിമുഖസം ഭാഷണത്തിൽ പറഞ്ഞതായി ഓർക്കുന്നു. എന്നാൽ ഇത് മുഴുവൻ ശരി യല്ല. വാക്കുകൾകൊണ്ട് അമ്മാനമാടുന്ന വി.കെ.എന്നിന്റെ ശീലം പദ ധൂർത്ത് ഒട്ടുമില്ലാത്ത, ഭാഷയെ കശക്കിപിഴിഞ്ഞുപയോഗിക്കുന്ന ഹെമിംഗ്‌വെയുടെ രീതിയിൽനിന്ന് ഏറെ വ്യത്യസ്തമായ ഒന്നാണ്. ഹെമിംഗ്‌വെയുടേത് ന്യൂനോക്തിയുടെ കലയാണ്. ഗദ്യഭാഷയെ ആവു ന്നത്ര ധ്വനിസാന്ദ്രമാക്കാനാണ് അദ്ദേഹത്തിന്റെ ശ്രമം. നമ്മുടെ എഴുത്തു കാരനാണെങ്കിൽ വാക്കുകളുടെ കിലുക്കത്തിൽ ഭ്രമിക്കുന്ന ഒരാളാണ്.

വി.കെ.എന്നിന്റെ ശൈലീരൂപവൽക്കരണത്തിനു പിന്നിലുള്ള സ്വാധീനങ്ങൾ ചിലരൊക്കെ ചൂണ്ടിക്കാണിച്ചിട്ടുണ്ട്. ഇംഗ്ലീഷ് ഭാഷയെ ക്കുറിച്ചുള്ള തന്റെ ധാരണകൾ മാറ്റിമറിക്കുന്നതിൽ *പഞ്ച്* മാസിക വഹിച്ച പങ്കിനെപ്പറ്റി വി.കെ.എൻ. പലപ്പോഴും പറഞ്ഞിട്ടുണ്ട്. കുഞ്ചൻനമ്പ്യാരിൽ നിന്നാരംഭിച്ച് സഞ്ജയനിലൂടെയും ഇ.വി.കൃഷ്ണപിള്ളയിലൂടെയും വളർച്ച പ്രാപിച്ച ഒരു ഹാസ്യപാരമ്പര്യത്തിന്റെ പിന്തുടർച്ചാവകാശിയായി ഈ എഴുത്തുകാരനെ നോക്കിക്കാണുന്നവരുണ്ട്. പഴയ ചാക്യാർക്കൂ ത്തിന്റെ ഭാവസ്ഫുരണങ്ങൾ വി.കെ.എൻ. കഥകളിലെ ചമയത്തിലും ഭാഷണത്തിലും അടങ്ങിയിട്ടുള്ളതായി മറ്റു ചിലർ കരുതുന്നു. ഈ സ്വാധീനങ്ങളെല്ലാം അദ്ദേഹത്തിന്റെ സർഗ്ഗസിദ്ധിയിൽ അനായാസം അലിഞ്ഞുചേർന്നതുപോലുണ്ട്. ആർക്കും അനുകരിക്കാനാവാത്തവണ്ണം തനിമയുറ്റ ഒരാവിഷ്കരണ ശൈലി തന്റെ കാഥികജീവിതത്തിന്റെ ആരംഭഘട്ടം തൊട്ട് അദ്ദേഹം രൂപപ്പെടുത്തുകയും, മൂന്നു പതിറ്റാണ്ടിന്റെ കാലയളവിൽ പുതിയ ചേരുവകൾ ചേർത്തു അതിനെ സമ്പന്നമാക്കുക യുമാണുണ്ടായത്.

ചില ഇംഗ്ലീഷ് വാക്കുകളെ മലയാളീകരിച്ചും ഇംഗ്ലീഷ് വാക്കുകളെ വിലക്ഷണമായ രീതിയിൽ തർജ്ജമ ചെയ്തും ആംഗലവാണിയും മല യാളവും ഇടകലർത്തി പ്രയോഗിച്ചും ഭാഷകൊണ്ട് വി.കെ.എൻ. നടത്തി യിട്ടുള്ള അഭ്യാസങ്ങൾക്ക് കണക്കില്ല. ഇട്ടൂപ്പ് മുതലാളിയുടെ 'കണ്ടക്റ്റ് ആന്റ് എൻജോയ്' പ്രയോഗവും 'കൾസും' 'പൈംപിക'വും അഭ്യസ്ത വിദ്യനായ മലയാളി നിത്യജീവിതത്തിൽ എടുത്തുപെരുമാറുന്ന പദകോശ ത്തിന്റെ ഭാഗമായി മാറിയതുപോലുണ്ട്. വി.കെ.എന്നിന്റെ വികടസരസ്വ തിക്ക് ഭാഷയെ തല കുത്തിനിർത്താനും ഭാഷകൊണ്ട് നാനാതരം കേളി കളാടാനുമറിയാം. പയ്യൻകഥകളെ മാത്രം മുൻനിർത്തിക്കൊണ്ട് ചിന്തി ക്കുകയാണെങ്കിൽ അവയിലെ ഹാസ്യത്തിന് പൊതുവിൽ ഒരു ധൈഷ ണികസ്വഭാവമുണ്ട്. അതേസമയം ആ ഹാസ്യത്തിന്റെ മാധ്യമമായി വർത്തിക്കുന്ന പുതിയ മണിപ്രവാളശൈലിയുടെ നുറുങ്ങുകൾ ജനകീയ സംവേദനങ്ങളിൽ ആഴ്ന്നിറങ്ങിയിരിക്കുന്നു.

'ലഞ്ച്' എന്ന കഥയിൽ നീലിമ റോമിൽനിന്ന് പാരീസിലേക്കു പറ ക്കുന്നതിനിടയിൽ കണ്ട ആൽപ്സ് പർവ്വതനിരകളുടെ വിദൂരദൃശ്യത്തെ ക്കുറിച്ച് താൻ ഇംഗ്ലീഷിൽ ഒരു കവിതയെഴുതിയ കാര്യം പറഞ്ഞുകൊണ്ട്

നമ്മുടെ ഭാഷാസാഹിത്യത്തിൽ ഇത്തരം കവിതകളില്ല എന്നു മൊഴിയുന്നു. അതു കേട്ടപാതി പയ്യൻ ഹിമവാന്റെ അരക്കെട്ടിൽ കുത്തഴിഞ്ഞ വെള്ളി അരഞ്ഞാണംപോലെ ഊർന്നുകിടക്കുന്ന ഗംഗയെക്കുറിച്ചുള്ള കാളിദാസന്റെ കവിതാശകലം ഉദ്ധരിച്ചുകൊണ്ട് അവളുടെ അഹന്തയെ കിഴുക്കിയിരുത്തുന്നു. അല്പം കഴിഞ്ഞ് നീലിമയ്ക്കും പയ്യനുമിടയിൽ നാമ്പിടുന്ന സൗഹൃദം ഇഷ്ടപ്പെടാത്ത രേണുവിന്റെ കടുപ്പിച്ചുള്ള നോട്ടം കണ്ടപ്പോൾ പയ്യൻ ഓർമ്മിച്ചത് മഹാഭാരതത്തിലെ ഒരു മുഹൂർത്തമാണ്: 'പാഞ്ചാലി തീക്ഷ്ണനയന'. ഇങ്ങനെ സംസ്കൃതസാഹിത്യത്തിൽ നിന്നും പുരാണേതിഹാസങ്ങളിൽ നിന്നും ഉള്ള ഉദ്ധരണികളും കഥകളിപ്പദങ്ങളും ആധുനികകാലഘട്ടത്തിലെ സാഹിത്യകൃതികളിൽ നിന്നുള്ള സൂചനകളും കെട്ടിമറിയുന്ന കാഴ്ചയാണ് പയ്യൻകഥകളിൽ നമുക്കു കാണാൻ കഴിയുക. 'പയ്യന്റെ ഫസ്റ്റ് ലേഡി' എന്ന കഥയിൽ പയ്യനും കാമുകിയും തമ്മിലുള്ള അടുപ്പം കിടപ്പറയിൽ എത്തിനിൽക്കുമ്പോൾ അയാളുടെ നാവിലുദിക്കുന്നത് രജേന്ദർ സിംഗ് ബേദിയുടെ നോവലിന്റെ പേരാണ് - *ഐ ടേക്ക് ദിസ് വുമൺ*. അതേസമയം 'നരനും നാരിയും മറ്റും' എന്ന ശീർഷകത്തിൽ 'നായരുപിടിച്ച പുലിവാല്' എന്ന സിനിമയ്ക്കുവേണ്ടി പി. ഭാസ്കരൻ എഴുതിയ തമാശയിൽ കുതിർന്ന പാട്ടിന്റെ ഓർമ്മ തങ്ങിനില്പുണ്ട്. ചരിത്രത്തിൽനിന്നും സാമ്പത്തികശാസ്ത്രത്തിൽനിന്നുമുള്ള സൂചനകൾ പയ്യൻകഥകളിൽ സുലഭമാണ്. യുദ്ധതന്ത്രത്തേയും 'മിലിട്ടറി ഇന്റലിജൻസി'നേയും ആസ്പദമാക്കിയുള്ള പരാമർശങ്ങൾ വി.കെ.എന്നിന്റെ പദശേഖരത്തിന് ഊർജ്ജം പകരുന്നു. കലിഡോസ്കോപ്പിൽ വർണ്ണചിത്രങ്ങൾ തെളിയുന്നതുപോലെയാണ് വി.കെ. എൻ കഥകളിൽ ക്ലാസ്സിക്കുകളിൽനിന്നും ജനപ്രിയ സാഹിത്യത്തിൽ നിന്നും വിജ്ഞാനത്തിന്റെ വിഭിന്നമേഖലകളിൽനിന്നും കടംകൊണ്ട പദാവലി മിന്നിപ്പൊലിയുന്നത്. നമ്മുടെ സംവേദനശീലത്തിന്റെ പല കോണുകളെ ഒരേസമയം സ്പർശിക്കുന്ന, നിരവധി പാളികളുള്ള ഈ ഭാഷാശില്പം ആധുനിക മലയാള സാഹിത്യത്തിലെ കിടയറ്റ രൂപമാതൃകകളിലൊന്നായി വേറിട്ടുനിൽക്കുന്നു.

'തേങ്ങ' എന്ന കഥയിൽ "വമ്പൻ ചോറ്റുരുളകൾ പച്ചടിയിൽ മുക്കി തുടർച്ചയായി സ്പിൻബൗൾ ചെയ്യുന്നതിനിടയ്ക്ക് ഓൾഡ്മാൻ അമ്മയോടു പറഞ്ഞു" എന്നൊരു വാക്യം കാണാം. വി.കെ.എന്നിന്റെ ബിംബനിർമ്മാണരീതിയുടെ പ്രധാനസവിശേഷതയിലേക്ക് വിരൽ ചൂണ്ടുന്ന ഒന്നാണീ പ്രയോഗം. പ്രത്യക്ഷത്തിൽ പരസ്പരബന്ധമില്ലാത്ത വസ്തുതകളെ/അനുഭവമേഖലകളെ കൂട്ടിയോജിപ്പിച്ചുകൊണ്ട് തീർത്തും നൂതനമായ ദൃശ്യവാങ്മയം സൃഷ്ടിക്കുന്ന രീതിയോട് അദ്ദേഹത്തിന് ഏറെ പഥ്യമുണ്ട്. ചിലപ്പോൾ ശബ്ദബന്ധമായിരിക്കും ഇമ്മട്ടിലുള്ള പ്രയോഗങ്ങൾക്ക് തിരികൊളുത്തുക. ഒരു സംഭാഷണത്തിനിടയിൽ 'നാരായവേരുകൾ' എന്നു കേൾക്കുമ്പോൾ പയ്യൻ പൊടുന്നനെ, ചങ്ങമ്പുഴയുടെ ഓർമ്മ പുതുക്കിക്കൊണ്ട്, 'നാരകീയാഗ്നികൾ' എന്നു കൂട്ടിച്ചേർക്കുന്നു. ഇങ്ങനെ

ശബ്ദം അർത്ഥത്തെ നിർദ്ദേശിക്കുന്ന രീതിയും വി.കെ.എന്നിന്റെ ശൈലീ തന്ത്രത്തിന്റെ ഭാഗമാണ്. 'സ്കൈ ഈസ് ദ ലിമിറ്റി'ൽനിന്ന് 'തൈ ഈസ് ദ ലിമിറ്റി'ലേക്കുള്ള അകലം കുറയുന്നത് ഇങ്ങനെയാണ്.

പയ്യൻ കഥകൾ ചേർത്തുവെച്ചു വായിക്കുമ്പോൾ ചെടിപ്പുളവാക്കുന്ന ആവർത്തനങ്ങൾ നമ്മുടെ കണ്ണിൽ തടഞ്ഞെന്നിരിക്കും. ഇതിനു കാരണമുണ്ട്. പയ്യന് വളർച്ച നിഷേധിക്കപ്പെട്ടിരിക്കുന്നു. പയ്യൻ വൃദ്ധനായിത്തീരുകയും ജീവിതത്തെക്കുറിച്ച് വീണ്ടുവിചാരം നടത്തുകയും ചെയ്യുന്ന ഒരവസ്ഥ ആർക്കെങ്കിലും സങ്കല്പിക്കാനാകുമോ? ഒരു ബൊഹീമിയൻ യുവാവിന്റെ കൊതികളിലും ചാപല്യങ്ങളിലും തളച്ചിടപ്പെട്ടതിനാലാവാം, അയാളുടെ ചിന്തയിലും തമാശപറച്ചിലിലും വികൃതിത്തരങ്ങളിലും ഒരു തരം ഏകതാനത കടന്നുകൂടിയിരിക്കുന്നു. വി.കെ.എൻ. ഇതിനെക്കുറിച്ച് ബോധവാനായിരുന്നു എന്നതിന്റെ സൂചനകൂടിയാണ്, പയ്യൻപുരാണത്തിന്റെ ഒടുക്കമെത്തുമ്പോൾ അദ്ദേഹം തന്റെ കഥാനായകന് ഒരു 'ഇരട്ട'യെ സൃഷ്ടിക്കുന്നതും 'അതികഥന'ത്തിന്റെ സങ്കേതമവലംബിക്കുന്നതും. പയ്യൻ കഥകളിൽ അവസാനത്തേതായി ചേർത്തിട്ടുള്ള 'പയ്യൻ' എന്നൊരു കഥയുണ്ട്. ഇതിൽ അയാളെപ്പോലെ തികഞ്ഞ ആത്മവിശ്വാസവും കൗശലവും വാക്സാമർത്ഥ്യവും മറ്റാളുകളുടെ കണ്ണിൽ പൊടിയിടാനുള്ള വാസനയുമുള്ള ഒരു 'ഡബിൾ' പിറവിയെടുക്കുന്നു. 'ജീവാത്മാവ്' എന്ന 'പിരാന്ഡലൊ സ്പർശ'മുള്ള കഥയിൽ എഴുത്തുകാരനെ തേടിവരുന്ന കഥാപാത്രങ്ങളെ നാം കണ്ടുമുട്ടുന്നു. ഈ കഥയിലും പയ്യൻ ഒരെഴുത്തുകാരനാണ്. താൻ എഴുതാൻ പോകുന്ന കഥയിൽ ഒരു റോൾ ചോദിച്ചു വന്ന ഒരു കഥാപാത്രത്തെ എവിടെ പ്രതിഷ്ഠിക്കാം എന്ന ചിന്തയുമായി നടക്കുമ്പോൾ പയ്യന്റെ കൺമുമ്പിലൂടെ വി.കെ.എൻ. സൃഷ്ടിച്ചിട്ടുള്ള പയ്യൻ കഥകളിൽ പതിവായി മുഖം കാണിക്കുന്ന കഥാപാത്രങ്ങൾ ഓരോന്നായി കടന്നുപോകുന്നു. *ഡോൺ ക്വിക്സോട്ടി*ന്റെ അവസാനമെത്തുമ്പോൾ സെർവാന്റസിന് താൻ സൃഷ്ടിച്ച (പ്രതി) നായകന്റെ ഉണ്മയെക്കുറിച്ച് സംശയം തോന്നിത്തുടങ്ങിയതിന്റെ അടയാളങ്ങൾ കാണാൻ കഴിയുമെന്ന് ചില വിമർശകന്മാർ അഭിപ്രായപ്പെട്ടിട്ടുണ്ട്. ഏതാണ്ട് ഈ രീതിയിൽ, തിരശ്ശീല വീഴാറായപ്പോൾ വി.കെ.എന്നിന് തന്റെ ഹാസ്യനായകന്റെ സത്യാവസ്ഥ സംബന്ധിച്ച് ചെറിയൊരു സന്ദേഹം അനുഭവപ്പെട്ടിരിക്കാൻ ഇടയുണ്ടോ? ധാരാളിത്തം സൃഷ്ടിക്കുന്ന മടുപ്പ്?

'നിലനില്പിന്റെ താങ്ങാനാവാത്ത ലാഘവം' എന്ന പ്രയോഗം മിലൻ കുന്ദേരയുടേതാണ്. ജീവിതത്തെ ഭാരമുള്ളതാക്കിത്തീർക്കുന്ന എന്തിനേയും കൂച്ചുവിലങ്ങില്ലാത്ത തമാശകൊണ്ട് അലിയിച്ചെടുക്കാൻ കഴിയുമെന്നു തെളിയിച്ച ഒരെഴുത്തുകാരനാണ് വി.കെ.എൻ. വായനക്കാരന്റെ ഹൃദയത്തേയോ ആത്മാവിനേയോ ഒട്ടുംതന്നെ സ്പർശിക്കാതെ, അവന്റെ ഇന്ദ്രിയസംവേദനങ്ങളെ നവീകരിക്കാൻ മുതിർന്ന ഒരാൾ.

■

ഒമ്പത്

രാഷ്ട്രീയ ഭാവനയുടെ അതിരുകൾ

ബ്രിട്ടീഷ് നോവലിസ്റ്റും കഥാകൃത്തുമായ ഡോറിസ് ലെസ്സിംഗ് "സ്റ്റാലിൻ മരിച്ച ആ ദിവസം" എന്ന പേരിൽ ഒരു കഥ എഴുതിയിട്ടുണ്ട് (Doris Lessing, 'The day that Stalin died', 1957). കഥ നടക്കുന്നത് ലണ്ടനിലാണ്. കഥയിലെ ആഖ്യാതാവും പേരില്ലാത്ത പ്രധാന കഥാപാത്രവും ഡോറിസ് ലെസ്സിംഗിന്റെ പ്രതിനിധി എന്ന തോന്നലുളവാക്കുന്ന എഴുത്തുകാരിയായ ഒരു സ്ത്രീയാണ്. ബ്രിട്ടീഷ് കമ്മ്യൂണിസ്റ്റ് പാർട്ടിയിൽ അംഗത്വമുള്ള ഒരുവളാണ് ഈ സ്ത്രീ. എന്നാൽ സോവിയറ്റ് യൂണിയനിൽ സ്റ്റാലിന്റെ കീഴിൽ അരങ്ങേറിയ 'ശുദ്ധീകരണ' പ്രക്രിയയെ സംബന്ധിച്ച കഥകൾ അവളുടെ പ്രത്യയശാസ്ത്രക്കൂറുകളിൽ ഉലച്ചിലുണ്ടാക്കിയതായി കഥാരംഭത്തിൽ സൂചനകളുണ്ട്. ഈ സ്ത്രീയുടെ ഒരു ദിവസത്തെ അനുഭവങ്ങളുടെ വിവരണമാണ് കഥയിലുള്ളത്. ശീതസമരകാലഘട്ടത്തിൽ പടിഞ്ഞാറൻ നാടുകളിൽ നില നിന്നു പോന്ന വലിഞ്ഞു മുറുകിയ രാഷ്ട്രീയാന്തരീക്ഷം സംബന്ധിച്ച പരാമർശങ്ങൾ കഥയിൽ തുടക്കം മുതൽ കടന്നുവരുന്നുണ്ട്.

"എന്റെ അന്നത്തെ ദിവസം മോശമായാണ് തുടങ്ങിയത്" എന്ന പ്രസ്താവനയുമായാണ് കഥ ആരംഭിക്കുന്നത്. പ്രധാനമായും രണ്ടു കാര്യങ്ങളാണ് കഥാനായികയുടെ മനസ്സിലുള്ളത്. ലണ്ടനിൽനിന്ന് തെല്ലകലെ താമസിക്കുന്ന തന്റെ അമ്മായിയിൽനിന്ന് അവൾക്ക് ഒരു കത്ത് ലഭിക്കുകയുണ്ടായി. അന്നത്തെ ദിവസം വൈകുന്നേരം തന്റെ മകൾ ജെസ്സിയെ ഒരു ഫോട്ടോഗ്രാഫറുടെ അടുത്ത് കൂട്ടിക്കൊണ്ടു പോകാമെന്ന നായികയുടെ വാഗ്ദാനത്തെക്കുറിച്ച് ഓർമ്മിപ്പിച്ചുകൊണ്ടുള്ള ഒരു കത്തായിരുന്നു അത്. എന്നാൽ ആ ദിവസം വൈകുന്നേരം നാലുമണി നേരത്ത് അമേരിക്കയിൽ നിന്നുള്ള ബിൽ എന്ന പത്രപ്രവർത്തകനുമായി അവൾ ഒരു കൂടിക്കാഴ്ചയ്ക്ക് ഏർപ്പാടുചെയ്തിരുന്നു. ഈ ബിൽ അമേരിക്കയിൽ സെനറ്റർ മക്കാർത്തിയുടെ മേൽനോട്ടത്തിൽ നടന്ന കമ്മ്യൂണിസ്റ്റ്

വേട്ടയുടെ ഇരകളിൽ ഒരാളായിരുന്നു. ഒരു സെക്രട്ടറിയെ ആവശ്യമുണ്ടായിരുന്ന അയാൾക്ക് ബിയാട്രിസ് എന്ന തന്റെ കൂട്ടുകാരിയെ പരിചയപ്പെടുത്തിക്കൊടുക്കാമെന്ന് നായിക ഏറ്റിരുന്നു. എന്നാൽ ബിയാട്രിസിന് ബില്ലിനെ ഇഷ്ടപ്പെട്ടില്ല, അതുകൊണ്ട് ആ കൂടിക്കാഴ്ച നടക്കാതെ പോയി. നായിക ഇങ്ങനെ തന്റെ പരിപാടികൾ ക്രമീകരിക്കുന്നതിനിടയിൽ ജീൻ എന്ന കൂട്ടുകാരി അവളെ കാണാനെത്തുന്നു. ഈ ജീൻ ഒരുത്തമ പാർട്ടി വിശ്വാസിയാണ്. ആയിരത്തിതൊള്ളായിരത്തി മുപ്പതുകളിൽ സോവിയറ്റ് യൂണിയനിൽ നടന്ന പരസ്യവിചാരണകളെക്കുറിച്ചുള്ള ഭയം ജനിപ്പിക്കുന്ന വാർത്തകൾ പുറത്തുവന്നതിനെത്തുടർന്ന് നായികയുടെ രാഷ്ട്രീയ സമീപനങ്ങളിൽ വന്നുപെട്ടിട്ടുള്ള ചാഞ്ചല്യം ജീനിന്റെ ശ്രദ്ധയിൽപ്പെട്ടിട്ടുണ്ട്. സംഭാഷണത്തിനിടയിൽ ജീൻ അവളുടെ കൂറുകളെ ഉറപ്പിച്ചുനിർത്താൻ ശ്രമിക്കുന്നു. പാർട്ടിക്കെതിരായി നടക്കുന്ന കുപ്രചരണങ്ങളിൽ വീണുപോകരുതെന്നും തൊഴിലാളികളുമായി അടുത്തിഴപഴകുകയും സജീവമായ പാർട്ടിപ്രവർത്തനത്തിലേർപ്പെടുകയും ചെയ്യുന്നതിലൂടെ അവൾക്ക് ശരിയായ വർഗ്ഗവീക്ഷണം രൂപപ്പെടുത്തിയെടുക്കാനും അതിലൂടെ അവളുടെ രചനകളെ വർഗ്ഗസമരത്തിലെ ആയുധമാക്കി മാറ്റാനും സാധിക്കുമെന്ന് ഉദ്ബോധിപ്പിച്ചുകൊണ്ടാണ് ജീൻ പിരിയുന്നത്.

ഇത്രയുമാകുമ്പോൾ ഈ കഥയുടെ രാഷ്ട്രീയ പശ്ചാത്തലം തെളിഞ്ഞുവരുന്നു. ഒരുവശത്ത് വിപ്ലവത്തിന്റെ പിതൃഭൂമിയിൽ പാർട്ടിനേതൃത്വത്തിന്റെ ആശീർവാദത്തോടെ അരങ്ങേറിയ പാതകങ്ങളെ സംബന്ധിച്ച വെളിപ്പെടുത്തലുകൾ പടിഞ്ഞാറുള്ള കലാകാരന്മാരിലും ബുദ്ധിജീവികളിലും സൃഷ്ടിച്ച നടുക്കം. മറ്റൊരിടത്ത് യുദ്ധാനന്തരവർഷങ്ങളിൽ ഇംഗ്ലണ്ടിൽ നിലവിലുണ്ടായിരുന്ന അസംതൃപ്തിയും നൈരാശ്യവും നിറഞ്ഞ രാഷ്ട്രീയ കാലാവസ്ഥയിൽ ഏതു നിലപാട് സ്വീകരിച്ചാലാണ് തൊഴിലാളിവർഗ്ഗത്തിന്റെ ഐക്യത്തേയും മനുഷ്യസാഹോദര്യത്തേയും സംബന്ധിച്ച് തങ്ങൾ ഉൾക്കൊണ്ടിട്ടുള്ള ധാരണകളോട് നീതിപുലർത്താൻ കഴിയുക എന്നതു സംബന്ധിച്ച് പുരോഗമനവീക്ഷണം പുലർത്തിപ്പോന്ന എഴുത്തുകാർക്കിടയിൽ ഉടലെടുത്ത സംശയങ്ങൾ. അമേരിക്കയിൽ മക്കാർത്തി അഴിച്ചുവിട്ട കമ്മ്യൂണിസ്റ്റ് വിരുദ്ധ അപസ്മാരത്തിന് ഇരകളായിത്തീർന്ന ആയിരക്കണക്കിന് സാംസ്കാരികപ്രവർത്തകർക്കുണ്ടായ ദുരിതാനുഭവങ്ങൾ. ഇങ്ങനെ യുദ്ധാനന്തരദശകത്തിന്റെ ആദ്യപകുതിയിൽ പാശ്ചാത്യലോകത്തിൽ നിലവിലുണ്ടായിരുന്ന സന്ദിഗ്ദ്ധതകൾ നിറഞ്ഞ പ്രത്യയശാസ്ത്രപരിസരത്തെ വിദഗ്ദ്ധമായ ചില സൂചനകളിലൂടെ തൊട്ടുണർത്തിക്കൊണ്ടാണ് ലെസ്സിംഗിന്റെ കഥ തുടങ്ങുന്നത്.

ലണ്ടനിലെത്തുന്ന അമ്മായിയേയും മകൾ ജെസ്സിയേയും കഥാനായിക ഒരു ഫോട്ടോഗ്രാഫറുടെ അടുത്തേക്കു കൂട്ടിക്കൊണ്ടുപോകുന്നതിന്റെ വിവരണമാണ് കഥയുടെ തുടർന്നുള്ള ഭാഗങ്ങളിലുള്ളത്. ടെലിവിഷനിൽ ഒരു താരമായിത്തീരുക എന്ന സ്വപ്നം ഉള്ളിൽപ്പേറി നടക്കുന്ന ജെസ്സിക്കും അവളുടെ അമ്മയ്ക്കും പുറംലോകത്തിൽ സംഭവിക്കുന്ന

കാര്യങ്ങളിൽ താത്പര്യം കുറവാണ്. യുദ്ധാനന്തര ഇംഗ്ലണ്ടിലെ മദ്ധ്യവർഗ്ഗത്തിലെ നല്ലൊരു വിഭാഗം പ്രകടിപ്പിച്ചുപോന്ന രാഷ്ട്രീയമായ ഉദാസീനതയേയും യാഥാസ്ഥിതികമായ നിലപാടുകളേയും ഉദാഹരിക്കുന്ന രണ്ടുപേരാണ് ഈ അമ്മയും മകളും. അവരേയും കൂട്ടി തെരുവീഥിയിലൂടെ നടക്കുന്നതിനിടയിൽ ന്യൂസ്ബോർഡിൽ കാണാനിടയായ ഒരു വാർത്ത കഥാനായികയുടെ ശ്രദ്ധ പിടിച്ചുപറ്റുന്നു: സ്റ്റാലിൻ മരിച്ചുകൊണ്ടിരിക്കുകയാണ്. തുടർന്നങ്ങോട്ട് തന്നെ ഒരു പ്രദർശനവസ്തുവായി കാണാനിഷ്ടപ്പെടുന്ന ഫാഷൻ ഭ്രമം മുറ്റിയ ഒരു പെൺകുട്ടി ഒരു ഫോട്ടോ സ്റ്റുഡിയോ സന്ദർശിക്കുന്ന നിമിഷങ്ങളിലൂടെ തെന്നിനീങ്ങുന്ന കഥയിലെ ആഖ്യാനതലത്തിൽ അന്താരാഷ്ട്രസമൂഹത്തിൽ വൻ ചലനങ്ങൾക്കു വഴിയൊരുക്കിയ ഒരു സംഭവത്തിന്റെ അലയൊച്ചകൾ കടന്നുകൂടുന്നു. സ്റ്റാലിന്റെ അന്ത്യമടുത്തു എന്ന വാർത്ത ലോകകാര്യങ്ങളുമായി ബന്ധമൊന്നുമില്ലാത്ത സാധാരണ മനുഷ്യരിൽ ഉണ്ടാക്കുന്ന ആദ്യപ്രതികരണങ്ങൾ കഥയിൽ രേഖപ്പെടുത്തിയിട്ടുണ്ട്. സോവിയറ്റ് ഭരണാധിപൻ അടഞ്ഞ മുറിക്കുള്ളിൽ പത്രം വായിച്ചും മീറ്റിംഗുകളിൽ പങ്കുകൊണ്ടും കഴിച്ചുകൂട്ടിയ വ്യായാമരഹിതമായ ജീവിതത്തെക്കുറിച്ച് പത്രവില്പനക്കാരൻ ഒരു നിരീക്ഷണം നടത്തുന്നതു കാണാം. ഫോട്ടോ സ്റ്റുഡിയോവിൽവെച്ച് ഫോട്ടോഗ്രാഫറുടെ ചങ്ങാതിയായ ജാക്കി സ്മിത്ത് രണ്ടാം ലോകമഹായുദ്ധത്തോടുകൂടി സ്റ്റാലിനെക്കൊണ്ടുള്ള പ്രയോജനം തീർന്നതായി അഭിപ്രായപ്പെടുന്നു. കഥാനായികയാണെങ്കിൽ ഈ വാർത്തയുടെ ഗൗരവം കനത്ത നിശ്ശബ്ദതയോടെ ഏറ്റുവാങ്ങിയ മട്ടുണ്ട്. അവളുടെ മനസ്സിൽ ഏതൊക്കെയോ തരത്തിലുള്ള അളക്കലും ചൊരിയലും നടക്കുകയാണെന്ന് ഒരാൾക്ക് ഊഹിക്കാൻ കഴിയും.

ജെസ്സി സ്റ്റുഡിയോയുടെ ഉള്ളിൽ കടന്നുചെല്ലുമ്പോൾ ഫോട്ടോഗ്രാഫർ റഷ്യൻ സംഗീതജ്ഞനായ സ്ട്രവിൻസ്കിയുടെ 'റൈറ്റ്സ് ഓഫ് സ്പ്രിംഗ്' എന്ന വിഖ്യാതമായ സിംഫണി കേട്ടുകൊണ്ടിരിക്കുകയാണ്. വസന്തത്തിന്റെ ആഗമനം വിളിച്ചോതുന്ന അനുഷ്ഠാനങ്ങളുടെ പശ്ചാത്തലത്തിൽ ഒരു പെൺകുട്ടി നൃത്തം ചവിട്ടിക്കൊണ്ട് മരണത്തിലേക്ക് നീങ്ങുന്നതാണ് ഈ സംഗീതശില്പത്തിന്റെ പ്രമേയം. ആധുനികകാലഘട്ടത്തിലെ സോവിയറ്റ് യൂണിയനിലെ സാർ ചക്രവർത്തി അവസാന ശ്വാസം വലിച്ചുകൊണ്ടിരിക്കുന്ന വേളയിൽ ഈ സിംഫണിയുടെ ഓർമ്മ പുതുക്കിയത് സാരവത്തായി തോന്നുന്നു.

കേൾവിക്കാരെ അഗാധമായ ഭാവമൂർച്ഛയിൽ കൊണ്ടെത്തിക്കുന്ന സ്ട്രവിൻസ്കിയുടെ സിംഫണി എന്നല്ല ഒരുതരം സംഗീതവും ജെസ്സിക്ക് ഇഷ്ടമല്ല. മാത്രമല്ല സ്റ്റുഡിയോവിലെ അന്തരീക്ഷവുമായി ഇണങ്ങിച്ചേരാൻ അവൾക്കു കഴിയാതെ പോകുന്നു. അങ്ങനെ അവൾ വന്ന കാര്യം സാധിക്കാതെ പോയതിലുള്ള ഇച്ഛാഭംഗവും അമർഷവുമായി അമ്മയുമൊത്ത് നാട്ടിലേക്കു തിരിച്ചുപോകുന്നു. അവരെ യാത്രയാക്കിയതിനുശേഷം കഥാനായിക തന്റെ മാളത്തിൽ തിരിച്ചെത്തുന്നു.

ഈ സമയത്ത് അവൾക്ക് തന്റെ മനസ്സിൽ വിങ്ങിനിൽക്കുന്ന വികാരങ്ങൾ പങ്കിടാൻ പറ്റിയതായി ഒരാൾമാത്രം: കഥാരംഭത്തിൽ നാം കണ്ട സഖാവ് ജീൻ. ജീനിനെ സംബന്ധിച്ച മറ്റൊരു വിവരംകൂടി കഥാനായിക നമുക്കു നൽകുന്നു. കുപ്രസിദ്ധമായ സ്റ്റാലിൻ-ഹിറ്റ്ലർ ഉടമ്പടിയെത്തുടർന്ന് ജീനിന്റെ ഭർത്താവ് കമ്മ്യൂണിസ്റ്റ് ബന്ധമുപേക്ഷിച്ച് ലേബർ പാർട്ടിയിൽ ചേർന്നു. ഇത് അവരുടെ വിവാഹമോചനത്തിൽ കലാശിച്ചു. അതിനുശേഷം ജീൻ ചുരുങ്ങിയ സൗകര്യങ്ങളുള്ള ഒരു വീട്ടിൽ, കിടക്കയുടെ മുകളിൽ സ്റ്റാലിന്റെ ഛായാചിത്രം തൂക്കിയിട്ടുകൊണ്ട്, റൊട്ടിയും ചായയും ഭക്ഷണമാക്കി ജീവിച്ചുവരികയായിരുന്നു. ടെലിഫോണിന്റെ അങ്ങേത്തലയ്ക്കൽനിന്ന് അവളുടെ വിതുമ്പുന്ന ശബ്ദം: "ഭയങ്കരം. അവർ അദ്ദേഹത്തെ കൊന്നു." മുതലാളിത്തത്തിന്റെ പിണിയാളുകൾ സ്റ്റാലിനെ വകവരുത്തിയതാണ് എന്ന കാര്യത്തിൽ അവൾക്ക് സംശയമില്ല. കഥാനായിക അവളെ തിരുത്താൻ ശ്രമിക്കുന്നു. സ്റ്റാലിന് 73 വയസ്സായി, ഈ പ്രായത്തിൽ ആളുകൾ മരിക്കുന്നത് സ്വാഭാവികമാണ്. പക്ഷേ, ജീൻ ഇത് സമ്മതിച്ചുകൊടുക്കാൻ ഒരുക്കമല്ല. പൊതുവേദിയിൽനിന്നുകൊണ്ട് ഒരു രാഷ്ട്രീയപ്രവർത്തകൻ സംസാരിക്കുന്ന സ്വരത്തിൽ അവൾ തുടരുന്നു: "അദ്ദേഹത്തിന്റെ പാത പിന്തുടരുമെന്ന് നമുക്കു പ്രതിജ്ഞയെടുക്കാം." നായികയുടെ മറുപടി: "ശരിയാണ്, നമുക്കെല്ലാം അങ്ങനെ ചെയ്യാം." പാർട്ടി യന്ത്രം മുടങ്ങാതെ ചവച്ചുതുപ്പാറുള്ള മുദ്രാവാക്യങ്ങളിലും സ്ഥിരം വിശദീകരണങ്ങളിലും കുടുങ്ങിക്കഴിയുന്ന ഒരു പഴയതരം കമ്മ്യൂണിസ്റ്റ് ബുദ്ധിജീവിയെ തെല്ല് ഹാസ്യാത്മകമായ വെളിച്ചത്തിൽ അവതരിപ്പിച്ചുകൊണ്ട് കഥ അവസാനിപ്പിച്ചതിലൂടെ ഡോറിസ് ലെസ്സിംഗ് സ്റ്റാലിന്റെ മരണം അവശേഷിപ്പിച്ച പല സമസ്യകളിലൊന്നിൽ വിരലമർത്തിയതുപോലുണ്ട്.

നിത്യജീവിതത്തിൽനിന്നു അടർത്തിയെടുത്ത ഒരു ചെറുസന്ദർഭത്തിലൂടെ രാജ്യാന്തരപ്രാധാന്യമുള്ള ഒരു വാർത്തയുടെ ഊക്കൻ സ്വഭാവം ധ്വനിപ്പിക്കാൻ കഴിഞ്ഞതിലാണ് ലെസ്സിംഗിന്റെ കലാവിദ്യയുടെ സാഫല്യം കുടികൊള്ളുന്നത്. മറ്റേതു ദിവസവുമെന്നപോലെ സ്റ്റാലിൻ മരിച്ച ദിവസവും കഴിഞ്ഞുപോയതായി കഥ തീരുമ്പോൾ നാം മനസ്സിലാക്കുന്നു. ഈ സംഭവത്തിനുശേഷം ലോകം പഴയതുപോലെയാവില്ല എന്ന തിരിച്ചറിവുകൂടി ഇവിടെ നമ്മുടെ മനസ്സിന്റെ ചെറിയൊരു കോണിൽ സ്ഥാനം പിടിക്കുന്നുണ്ട്. 1957-ൽ ഡോറിസ് ലെസ്സിംഗ് എഴുതിയ ഈ കഥയിലൂടെ കടന്നുപോകുമ്പോൾ ഇന്നത്തെ ഒരു വായനക്കാരൻ സ്റ്റാലിന്റെ മരണം സോവിയറ്റ് യൂണിയന്റെ ആഭ്യന്തരരംഗത്തുണ്ടാക്കിയ ഗൗരവമാർന്ന പ്രത്യാഘാതങ്ങളും സാർവ്വദേശീയ കമ്മ്യൂണിസ്റ്റ് പ്രസ്ഥാനത്തിൽ ഉടലെടുത്ത പിളർപ്പിന്റെ ചരിത്രവും യെവ്തുഷങ്കൊ അദ്ദേഹത്തിന്റെ ഹൃദയഹാരിയായ ഒരു കവിതയിൽ വിവരിച്ചതുപോലെ സ്റ്റാലിന്റെ ശൂന്യമായ സിംഹാസനം, അതുണർത്തുന്ന എല്ലാ നടുക്കുന്ന ഓർമ്മകളോടുംകൂടി, റഷ്യയുടെ ഹൃദയത്തിൽ ബാക്കിനിൽക്കുന്ന

കാര്യവും മനസ്സിൽ പുനഃസൃഷ്ടിക്കാനിടയുണ്ട്. മൂന്നു പതിറ്റാണ്ടുകാലം സോവിയറ്റ് യൂണിയൻ അടക്കിവാണ ഏകാധിപതിയുടെ അന്ത്യം അവ ശേഷിപ്പിച്ച അവസാനിക്കാത്ത വൈരുദ്ധ്യങ്ങളില്ലേ, അവയിൽ ചിലതിന്റെ മാറ്റൊലി ഒറ്റനോട്ടത്തിൽ സരളമായ ലെസ്സിംഗിന്റെ കഥയിൽ മുഴങ്ങി നില്പുണ്ട്.

ചെറുകഥയുടെ സങ്കേതങ്ങൾ ഉപയോഗപ്പെടുത്തിക്കൊണ്ട് പൊതു പ്രമേയങ്ങൾ കൈകാര്യം ചെയ്യുന്നതിന്റെ പല ദൃഷ്ടാന്തങ്ങളിൽ ഒന്നാണിത്. ചെറുകഥപോലെ കൃശഗാത്രിയായ ഒരു സാഹിത്യരൂപത്തിന് ദേശവും ഭരണകൂടവും പാർട്ടിയുമായൊക്കെ ബന്ധപ്പെട്ട പ്രശ്നങ്ങളുടെ ഭാരം എത്രമാത്രം താങ്ങാൻ കഴിയും എന്നൊരു ചോദ്യം ഉയർന്നുവരാനിടയുണ്ട്. ഇവിടെയാണ് കാഥികന്റെ കലയ്ക്ക് സഹജമായുള്ള ചില സിദ്ധികൾ നാം തിരിച്ചറിയുന്നത്. കലാലോകത്തിൽ റിയലിസം വാഴ്ച നടത്തിയിരുന്ന കാലത്ത് ചെറുകഥാകൃത്തുക്കളിൽ ഏറിയ പങ്കും തുറന്നടിച്ച രാഷ്ട്രീയപ്രതിഷേധത്തിന്റേയും ചങ്കിൽകൊള്ളുന്ന ആക്ഷേപഹാസ്യത്തിന്റേയും മാർഗ്ഗങ്ങളാണ് അവലംബിച്ചതെന്ന് പൊതുവിൽ പറയാൻ കഴിയും. വർഗ്ഗസമരത്തിലെ ആയുധമായി കഥയേയും നോവലിനേയും മാറ്റാനുള്ള ആഹ്വാനം ചെവിക്കൊണ്ട എഴുത്തുകാർ സാധാരണക്കാർക്കു മനസ്സിലാകുന്നതരത്തിലുള്ള ഋജുവായ ആഖ്യാനരീതികൾ സ്വീകരിച്ചു. മാധ്യമവും സന്ദേശവും ഒന്നായിത്തീരുന്ന അവസ്ഥയാണ് അക്കാലത്ത് നാം കണ്ടത്. അതേസമയം ഭരണവ്യവസ്ഥയോടുള്ള എതിർപ്പ് നേരിട്ടു പ്രകടിപ്പിക്കാൻ കഴിയാത്ത ചുറ്റുപാടുകളിൽ അകപ്പെട്ട എഴുത്തുകാർ പരോക്ഷമായ മാർഗ്ഗങ്ങളിലൂടെ തങ്ങളുടെ കഥകളിൽ രാഷ്ട്രീയ താത്പര്യങ്ങൾ ഒളിച്ചുകടത്താൻ തുനിയുകയുണ്ടായി. അധികാരികളുടെ കണ്ണുവെട്ടിച്ച് നിഷേധത്തിന്റേയും മാറ്റത്തിന്റേയുമൊക്കെ സന്ദേശം വായനക്കാരിലെത്തിക്കാനുള്ള ശ്രമത്തിൽ ഈ എഴുത്തുകാരുടെ കൈകളിൽ പക്ഷിമൃഗാദികൾ കഥാപാത്രങ്ങളായിവരുന്ന ദൃഷ്ടാന്തകഥയും അന്യാപദേശവും പ്രതിരൂപവും ചടുലമായ ആവിഷ്കരണോപാധികളായി പരിണമിച്ചു. ചെറുകഥയിലെ രാഷ്ട്രീയഭാവനയുടെ വിളയാട്ടത്തിലേക്കു കണ്ണോടിക്കുകയാണെങ്കിൽ, അത് പരുക്കൻ യാഥാർത്ഥ്യത്തിനും മിത്തിന്റെ തലത്തിലേക്കു നീങ്ങുന്ന ഭാവനാരീതിക്കുമിടയിൽ തെന്നിനീങ്ങിയതായി തെളിഞ്ഞെന്നിരിക്കും.

സോദ്ദേശസാഹിത്യത്തിന്റെ വക്താവും പ്രചാരകനുമായിരുന്ന മാക്സിം ഗോർക്കി 'പ്രാപ്പിടിയന്റെ ഗാനം' എന്ന പേരിൽ ഒരു ചെറുകഥ എഴുതിയിട്ടുണ്ട് (Maxim Gorky, 'Song of the Falcon,' 1894). നിലാവുള്ള ഒരു രാത്രിയിൽ നിശ്ചലമായി കിടന്ന് ശ്വസിക്കുന്ന ഒരു കടലിന്റെ തീരത്തിരിക്കുന്ന രണ്ടു കൂട്ടുകാരെ കാണിച്ചു തന്നുകൊണ്ടാണ് കഥ ആരംഭിക്കുന്നത്. അവരിലൊരാൾ ഒരു കഥ പറയുന്നു. ഒരു സർപ്പവും 'സ്വാതന്ത്ര്യത്തിന്റെ പക്ഷി' എന്നു വിശേഷിപ്പിക്കപ്പെടുന്ന ഒരു പ്രാപ്പിടിയനുമാണ്

ഇതിലെ കഥാപാത്രങ്ങൾ. ആഴത്തിൽ മുറിവേറ്റ്, ചോരയൊലിക്കുന്ന ചിറകുകളുമായാണ് പ്രാപ്പിടിയൻ സർപ്പത്തിന്റെ അടുത്തു ചെന്നു വീഴുന്നത്. ഭൂമിയിൽക്കിടന്ന് ഇഴഞ്ഞുനീങ്ങാൻ ഇഷ്ടപ്പെടുന്ന സർപ്പവും ആകാശത്തേക്ക് കുതിക്കാൻ വെമ്പൽകൊള്ളുന്ന പ്രാപ്പിടിയനും തമ്മിലുള്ള സംവാദത്തിന്റെ രൂപത്തിലാണ് കഥ പുരോഗമിക്കുന്നത്. ഭക്ഷണമോ ജീവജാലങ്ങൾക്ക് സംരക്ഷണമോ ലഭിക്കാത്ത ശൂന്യമായ ആകാശപ്പരപ്പിൽ ജീവിതത്തിന്റെ ആനന്ദം തേടുന്ന പ്രാപ്പിടിയന്റെ മനോഭാവം സർപ്പത്തിന് ഉൾക്കൊള്ളാനാകുന്നില്ല. പറക്കലല്ല, നിലത്ത് ഇഴയുകയാണ് തന്റെ നിയോഗം എന്നു സർപ്പം മനസ്സിലാക്കുന്നു. എന്നാൽ പ്രാപ്പിടിയനാവട്ടെ സൂര്യപ്രകാശത്തിൽ തിളങ്ങുന്ന സമുദ്രത്തിനുമീതെ, ഉയരത്തിലുയരത്തിൽ പറക്കുന്നു. പ്രാപ്പിടിയന്റെ ഗാനം ഭൂമിയിലും സ്വർഗ്ഗത്തിലും മാറ്റൊലിക്കൊള്ളുന്നു. സ്വപ്നം കാണാനിഷ്ടപ്പെടുന്ന ധീരന്മാരുടെ സാഹസികതയ്ക്കുള്ള സ്തുതിഗീതം കൂടിയാണ് ആ പാട്ട്.

നേരിട്ടുള്ള രാഷ്ട്രീയ പ്രചാരണം ലക്ഷ്യമാക്കിക്കൊണ്ട് ഗോർക്കി എഴുതിയ അസംഖ്യം ചെറുകഥകളെക്കാളും നോവലുകളെക്കാളും വശ്യശക്തിയുള്ള ഒന്നാണ് ഭാവഗാനത്തോട് ചേർന്നുനിൽക്കുന്ന ഈ കഥ. ആസന്നമായ വിപ്ലവത്തിനുപിന്നിൽ തുടിച്ചുനിൽക്കുന്ന ഒരു ജനസമൂഹത്തിന്റെ സ്വാതന്ത്ര്യാഭിലാഷത്തിന് ഗോർക്കി ചമച്ച ഉണർത്തുപാട്ട് എന്ന നിലയ്ക്കാണ് ഈ രചന നമ്മെ സ്പർശിക്കുന്നത്. കഥയിൽ 'സ്വാതന്ത്ര്യത്തിന്റെ പക്ഷി' പാടുന്ന പാട്ടിനെ വിശ്വപ്രകൃതിയെയാകെ പുളകംകൊള്ളിക്കുന്ന ഏതോ സർഗ്ഗപ്രേരണയുടെ വിതാനത്തിലേക്ക് ഉയർത്തിയതിലൂടെ പിറവിയെടുക്കാൻ പോകുന്ന നവലോകത്തിന്റെ ലാവണ്യദീപ്തി സംബന്ധിച്ച് കാഥികൻ സൂചന നൽകിയിരിക്കുകയാണ്. പ്രത്യക്ഷമായ ഉദ്ബോധനത്തെക്കാൾ വായനക്കാരനെ ഇളക്കിമറിക്കാനുള്ള ശക്തിയുണ്ട് ലഹരി പൂണ്ട സ്വപ്നബിംബത്തിന് എന്ന വസ്തുതയിലേക്ക് ഈ കഥ വിരൽചൂണ്ടുന്നു.

പക്ഷികളും മൃഗങ്ങളും കഥാപാത്രങ്ങളായി വരുന്ന കെട്ടുകഥയുടെ (fable) സങ്കേതമുപയോഗിച്ചുകൊണ്ട് രാഷ്ട്രീയ പ്രസ്താവന നടത്തുന്നതിന്റെ മികവുറ്റ ഒരുദാഹരണമാണ്, 'ഡ്രിന നദിക്കു മുകളിലെ പാലം' എന്ന നോവലിന്റെ കർത്താവും, നോബൽ സമ്മാന ജേതാവുമായ ഇവൊ ആൻഡ്രികിന്റെ 'വിസീയറുടെ ആന' (Ivo Andric, 'The Vizier's Elephant,' 1947). ബോസ്നിയ പശ്ചാത്തലമാക്കിക്കൊണ്ട് ഇവൊ ആൻഡ്രിക് എഴുതിയ പ്രതീകാത്മകസ്വഭാവമുള്ള കഥകളിൽ ഒന്നാണിത്. ട്രാവ്നിക് എന്ന പട്ടണത്തിലാണ് സംഭവങ്ങൾ നടക്കുന്നത്. ക്രൂരകൃത്യങ്ങൾക്ക് പേരെടുത്ത ഒരുദ്യോഗസ്ഥപ്രമാണി (വിസീയർ) ഈ പട്ടണത്തിൽ എത്തിച്ചേരുന്നു. അയാളെ ആരും നേരിൽ കണ്ടിട്ടില്ല, പക്ഷേ, അയാൾ പുറംനാട്ടിൽ നിന്നു കൊണ്ടുവന്ന ആന നഗരവാസികളുടെ

ശ്രദ്ധാകേന്ദ്രമായിത്തീരുന്നു. വാസ്തവത്തിൽ ഈ ആന നിരുപദ്രവകാരിയായ ഒരു ജീവിയാണ്. എന്നാൽ അധികം വൈകാതെ നഗരവാസികൾക്ക് വിസീയറുടെ നേർക്കനുഭവപ്പെടുന്ന ഭയവും വെറുപ്പും ആനയുടെ നേർക്കു തിരിയുന്നു. ആ ആന ഭീതി പരത്തുന്ന സ്വേച്ഛാധിപത്യത്തിന്റെ പ്രതിരൂപമായി പരിണമിക്കുന്നു. പട്ടണത്തിനു മുകളിലുള്ള ഒരു കുന്നിൻ പുറത്തിരുന്നുകൊണ്ട് തന്റെ സഹജീവികൾ അകപ്പെട്ടിട്ടുള്ള ഊരാക്കുടുക്കിന്റെ സ്വഭാവം നോക്കിക്കാണുന്ന അൽജൊ എന്ന സാധാരണക്കാരനായ ഒരുവന്റെ കാഴ്ചപ്പാടിലൂടെ, ഏങ്കോണിച്ച ഫലിതം കലർന്ന സ്വരത്തിൽ ആഖ്യാനം ചെയ്യപ്പെട്ടിട്ടുള്ള 'വിസീയറുടെ ആന' ദൃഷ്ടാന്തകഥയുടെ ഛായ വഹിക്കുന്നു. ഏകാധിപത്യം എന്ന ശാശ്വതമായ തിന്മയോട് നിസ്സഹായരായ മനുഷ്യജീവികൾക്കുള്ള പ്രതികരണങ്ങൾ ചേർത്തൊരുക്കിയ ഈ രചനയിലൂടെ ഇവൊ ആൻഡ്രിക് അടിച്ചമർത്തലിന്റേയും ഉപരോധത്തിന്റേയും അനുഭവങ്ങളിലൂടെ കടന്നുപോയ ബോസ്നിയൻ ജനതയുടെ ജീവിതത്തിന്റെ പൊരുൾ പുറത്തെടുത്തു കാണിച്ചിരിക്കുന്നു.

ഈ രീതിയിൽ അത്യുക്തിയുടേയും സ്ഥൂലീകരണത്തിന്റേയും വക്രീകരണത്തിന്റേയും സങ്കേതങ്ങൾ ഉപയോഗിച്ചുകൊണ്ട് ആദർശരാജ്യത്തെക്കുറിച്ചുള്ള പ്രതീക്ഷകളും 'ഡിസ്റ്റോപ്യൻ' പേക്കിനാവുകളും പകർത്തിക്കാട്ടിയ കഥാകാരന്മാർ യൂറോപ്പിൽ മാത്രമല്ല, ലാറ്റിൻ അമേരിക്കൻ നാടുകളിലും ആഫ്രിക്കൻ രാജ്യങ്ങളിലും ഉണ്ടായതായിക്കാണാം.

രണ്ട്

ഞാൻ ഈ സന്ദർഭത്തിൽ ആലോചിക്കുന്നത് മലയാള ചെറുകഥാസാഹിത്യത്തിൽ പട്ടത്തുവിള കരുണാകരനും എം.സുകുമാരനും പ്രതിനിധാനം ചെയ്യുന്ന ഒരു ധാരയെക്കുറിച്ചാണ്. ഈ രണ്ടുപേരുടേയും രചനകളെ ജീവൽസാഹിത്യപ്രസ്ഥാനത്തിന്റെ ഭാഗമായി രൂപം കൊണ്ട 'സോഷ്യൽ റിയലിസ'ത്തിന്റെ വകുപ്പിൽ ഉൾപ്പെടുത്തിക്കൊണ്ട് വേണമെങ്കിൽ വിലയിരുത്താം. എന്നാൽ ഇവിടെ കണക്കിലെടുക്കേണ്ട ഒരു വസ്തുതയുണ്ട്. ഈ രണ്ട് എഴുത്തുകാരും പരിവർത്തനത്തിന്റെ ആവശ്യകതയെക്കുറിച്ചോ, പരിഷ്കാരത്തിന്റെ സാദ്ധ്യതകളെക്കുറിച്ചോ അല്ല സംസാരിച്ചത്. അനാർക്കിസ്റ്റുകളും മാർക്സിസ്റ്റുകളും പങ്കിടുന്ന ക്ലാസിക്കൽ രീതിയിലുള്ള വിപ്ലവസങ്കല്പത്തിൽ എല്ലാറ്റിനേയും ശുദ്ധീകരിക്കാൻ വേണ്ടിയുള്ള ഹിംസ എന്നൊരാശയം ഉൾച്ചേർന്നിട്ടില്ലേ; അത് ഇരുവരുടേയും സൃഷ്ടികളിൽ ഊറ്റത്തോടെ കടന്നു വരുന്നതു കാണാം. ചോരയിൽ കുതിർന്ന ഒരു ചുവന്ന പ്രഭാതത്തിന്റെ ചിത്രമാണ് തങ്ങളുടെ സർഗ്ഗജീവിതത്തിന്റെ നല്ലൊരു ഭാഗത്തുടനീളം അവർക്ക് പ്രചോദനം പകർന്നത്. ആ പുലരി സാക്ഷാത്കരിക്കാൻ വേണ്ടി നടന്നതും നടക്കാതെ

പോയതുമായ പോരാട്ടങ്ങളുടെ ഓർമ്മകളും തങ്ങൾ കാത്തിരുന്ന മുക്തിയുടെ ദിനം അകന്നുപോകുന്നതിലുള്ള അമർഷവുമായിരുന്നു അവരുടെ നിർമ്മാണവാസനയുടെ ഉറവിടം. അസാദ്ധ്യമെന്നു തെളിഞ്ഞ ഒരു ചെമ്പൻകിനാവിന്റെ മുറിഞ്ഞുപോയ ഈണങ്ങൾ അവരുടെ ശില്പബോധത്തെ രൂപപ്പെടുത്തുകയും രചനാതന്ത്രങ്ങളെ വഴിതിരിച്ചുവിടുകയും ചെയ്തതായിക്കൂടി കാണാൻ സാധിക്കും.

പട്ടത്തുവിള കരുണാകരന്റെ കഥാലോകത്തിലൂടെ കടന്നുപോകുന്ന ഇന്നത്തെ സംവേദനശീലനായ ഒരു വായനക്കാരന് തോന്നാനിടയുള്ള വിയോജിപ്പുകളെപ്പറ്റി പറഞ്ഞുകൊണ്ടാരംഭിക്കാം. പട്ടത്തുവിള* തന്റെ കഥാപാത്രങ്ങളുടെ പിന്നിൽ മറഞ്ഞിരുന്നുകൊണ്ട് ഗാന്ധിജിയെക്കുറിച്ച് പലപ്പോഴും നടത്തിയിട്ടുള്ള നെറികെട്ടതും നിന്ദ്യവുമായ പരാമർശങ്ങളും സ്വാതന്ത്ര്യസമരകാലഘട്ടം മുതൽക്കുള്ള നമ്മുടെ ദേശീയ നേതാക്കന്മാരുടെ നേർക്കു ചൊരിയുന്ന വിലകുറഞ്ഞ പരിഹാസവും പോയ നൂറ്റാണ്ടിലെ രക്തദാഹികളായ കമ്മ്യൂണിസ്റ്റ് സ്വേച്ഛാധിപതികളോട് വെച്ചുപുലർത്തുന്ന അന്ധമായ ആരാധനയും ഇന്നത്തെ ഒരു വായനക്കാരനിൽ വെറുപ്പുളവാക്കാനിടയുണ്ട്. ഇന്ത്യൻ ദേശീയത എന്ന പ്രതിഭാസവുമായി പൊരുത്തപ്പെടാൻ പട്ടത്തുവിളയ്ക്ക് എന്നെങ്കിലും കഴിഞ്ഞതായി തോന്നുന്നില്ല. ഇന്ത്യൻ യാഥാർത്ഥ്യത്തെ ആഴത്തിൽ മനസ്സിലാക്കാൻ അദ്ദേഹം ശ്രമിച്ചതായി തെളിഞ്ഞിട്ടില്ല. ചെഗുവേരയുടെ ഡയറിക്കുറിപ്പുകളും മാവോ സൂക്തങ്ങളും ആവേശത്തോടെ ഉദ്ധരിക്കുന്ന ഈ എഴുത്തുകാരൻ വിപ്ലവം, അത് വിജയിച്ച നാടുകളിൽ, സ്വന്തം സന്തതികളെ കൊന്നുതിന്നതിനെക്കുറിച്ചും നിർബ്ബന്ധിത ലേബർ ക്യാമ്പ് സോഷ്യലിസ്റ്റ് യാഥാർത്ഥ്യത്തിന്റെ അന്തിമരൂപമായി മാറിയതിനെക്കുറിച്ചും അജ്ഞത നടിക്കുകയാണ് ചെയ്യുന്നത്.

എന്നാൽ കാലം അദ്ദേഹത്തെ കടത്തിവെട്ടിക്കൊണ്ട് മുമ്പോട്ടു നീങ്ങിയതിന്റെ കൗതുകകരമായ ഒരു ദൃഷ്ടാന്തം കാണാതിരുന്നുകൂടാ. 'നൈറ്റ് ഡ്യൂട്ടി' എന്ന പേരിൽ പട്ടത്തുവിളയുടെ ഒരു കഥയുണ്ട് (1979). ഇരുട്ടിന്റെ മറവിൽ നെഹ്റുവിന്റെ പ്രതിമ തകർക്കാനുള്ള തീരുമാനവുമായി മുന്നോട്ടുനീങ്ങുന്ന പപ്പൻ എന്നൊരാളെ കാട്ടിത്തന്നുകൊണ്ടാണ് 'നൈറ്റ് ഡ്യൂട്ടി' അവസാനിക്കുന്നത്. ഈ വീരസാഹസികകൃത്യം എതിർപാർത്ത് നമുക്കുണ്ടായ രോമാഞ്ചം കെട്ടടങ്ങുന്നതിനുമുമ്പ് – ഒരു വ്യാഴവട്ടം കഴിയുംമുമ്പ് – സോവിയറ്റ് യൂണിയനിൽ സ്റ്റാലിന്റേയും ലെനിന്റേയും പ്രതിമകൾ തച്ചുടക്കാൻ ആർത്തിരമ്പുന്ന ആൾക്കൂട്ടം ഇറങ്ങിത്തിരിച്ചു. പട്ടത്തുവിള 1985-ൽ അന്തരിച്ചു. അതുകൊണ്ട് അദ്ദേഹത്തിന് ഇതു കാണേണ്ടിവന്നില്ല. കുറെക്കാലംകൂടി ജീവിച്ചിരുന്നുവെങ്കിൽ അദ്ദേഹം ചരിത്രത്തിന്റെ അടങ്ങാത്ത പ്രതികാരദാഹം മുൻനിർത്തി വേറൊരു കഥ എഴുതുമായിരുന്നുവോ? തീർച്ചയില്ല. തന്നെ പുറത്താക്കിയ ചുവന്ന

* കഥ: പട്ടത്തുവിള പ്രസാ. ശിഖ പബ്ലിക്കേഷൻസ്, ഗുരുവായൂർ, 1984

സാമ്രാജ്യത്തിന്റെ ശൈഥില്യത്തിനു സാക്ഷ്യം വഹിക്കാനുള്ള നിയോഗം കൈവന്ന, ഗുലാഗുകളുടെ കഥകൾ ലോകത്തോട് വിളംബരം ചെയ്ത, അലക്സാണ്ടർ സോൾഷെനിത്സൻ അപ്പോൾ ഒരുപക്ഷേ, അകലെയിരുന്നുകൊണ്ട് നമ്മുടെ എഴുത്തുകാരനെ നോക്കി പുഞ്ചിരിതൂകുമായിരുന്നു.

വിപ്ലവത്തിന്റെ പ്രവാചകന്മാരുടേയും മുൻനിരയിലെ നേതാക്കന്മാരുടേയും 'ഐക്കണോഗ്രഫി' കൃത്യമായി പിന്തുടരുന്ന ഒരെഴുത്തുകാരനാണ് പട്ടത്തുവിള. ഒപ്പം തന്നെ തന്റെ കഥകളിൽ വിപ്ലവഗ്രന്ഥങ്ങളുടെ പേരുകൾ വാരിവിതറാനും അദ്ദേഹം മറക്കാറില്ല. ഭാരതത്തിനു പുതുതായി കൈവന്ന ദേശീയസ്വാതന്ത്ര്യത്തെ ചോരയിൽ മുക്കികൊല്ലാനായി അവിഭക്ത കമ്മ്യൂണിസ്റ്റ്പാർട്ടി പരീക്ഷിച്ചുനോക്കിയ ഒളിപ്പോരുകളെക്കുറിച്ചുള്ള ഗൃഹാതുരത്വം കലർന്ന പരാമർശങ്ങൾ അദ്ദേഹത്തിന്റെ രചനകളിൽ ചിതറിക്കിടപ്പുണ്ട്. എന്നാൽ പട്ടത്തുവിള കരുണാകരൻ എന്ന ചെറുകഥാകൃത്തിനെ അടയാളപ്പെടുത്താൻ ശ്രമിക്കുമ്പോൾ ഇത്രയും പറഞ്ഞ് നിർത്തുന്നത് ശരിയായിരിക്കുകയില്ല. അദ്ദേഹം വർഗ്ഗസമരത്തിന്റെ ചതുരവടിവിലുള്ള സമവാക്യങ്ങളിലൊതുങ്ങാത്ത പ്രശ്നപരിസരത്തേക്ക് കണ്ണയച്ചതിന്റെ ചുരുക്കം ചില ഉദാഹരണങ്ങളെങ്കിലും നമ്മുടെ മുന്നിലുണ്ട്. തന്റെ മാധ്യമം ഉയർത്തുന്ന വെല്ലുവിളികളെക്കുറിച്ച് പട്ടത്തുവിള ബോധവാനായിത്തീർന്നതിന്റെ കൊച്ചുകൊച്ചടയാളങ്ങൾ അദ്ദേഹത്തിന്റെ കഥാലോകത്തിൽ ബാക്കിനില്പുണ്ട്.

പട്ടത്തുവിളയുടെ രചനകളിൽ ആവർത്തിച്ചു കടന്നുവരുന്ന മൂന്നു കഥാപാത്രങ്ങളുണ്ട്: പ്രതാപൻ, രൂപ, രാമു. 'സത്യാന്വേഷണം', 'ഹരേ കൃഷ്ണ', 'ആദിതാളം', 'എഴുതാത്ത മറുപടി', 'നട്ടെല്ലികളുടെ ജീവിതം', 'വാനരസേന' എന്നീ കഥകളിലാണ് ഇവരുടെ സാന്നിദ്ധ്യം നാം പ്രധാനമായും തിരിച്ചറിയുന്നത്. കാല്പനിക വിപ്ലവകാരിയുടെ കരുവിൽ വാർത്തെടുക്കപ്പെട്ട ഒരു കഥാപാത്രമാണ് പ്രതാപൻ. പഠിച്ചിരുന്നകാലത്ത് ധിക്കാരിയും ബൊഹീമിയനുമായി നടന്ന് ഒന്നാംക്ലാസ്സിൽ ഒന്നാം റാങ്കോടെ തത്ത്വചിന്തയിൽ എം.എ. പാസ്സായി, യൂറോപ്പിൽ കുറെക്കാലം ചുറ്റിനടന്നതിനുശേഷം സന്ന്യാസിയുടെ വേഷത്തിൽ ഇന്ത്യയിൽ മടങ്ങിയെത്തി, നക്സൽബാരി കലാപത്തെത്തുടർന്ന് നാട്ടിലെങ്ങും നടന്ന പൊലീസ് വേട്ടയ്ക്കിരയായി രക്തസാക്ഷിത്വംവരിച്ച ഒരാളായാണ് പ്രതാപൻ ചിത്രീകരിക്കപ്പെട്ടിട്ടുള്ളത്. പ്രതാപനു ചുറ്റും ഒരു വീരപരിവേഷം നിർമ്മിച്ചെടുക്കാനുള്ള ബോധപൂർവ്വമായ ശ്രമം കാഥികന്റെ ഭാഗത്തുനിന്നുണ്ടാകുന്നുണ്ട്. സമൃദ്ധിയുടെ മടിത്തട്ടിൽ ജനിച്ചു വളർന്ന സുന്ദരിയും ബുദ്ധിമതിയുമായ രൂപ ട്രോട്സ്കിയെയ്റ്റും ലോഹ്യ സോഷ്യലിസ്റ്റുമായി വേഷങ്ങളണിഞ്ഞ് നമ്മുടെ മൂല്യബോധത്തെ പരിഹസിക്കുന്നു. പ്രതാപനുമായി തനിക്കുള്ള പ്രത്യയശാസ്ത്രപരമായ വിയോജിപ്പ് കടുത്ത ഭാഷയിൽ പ്രകടിപ്പിക്കുമ്പോൾത്തന്നെ അയാളെ ഗൂഢമായി ആരാധിക്കുന്നവളാണ് രൂപ. പ്രതാപൻ നാടുവിട്ടതിനുശേഷം

അവൾ താൻ ഏറ്റവും വെറുക്കുന്ന ചലച്ചിത്രസംസ്കാരത്തിന്റെ പ്രതിനിധിയായ ഒരു ഫിലിം പ്രൊഡ്യൂസറെ വിവാഹം കഴിക്കുന്നു. അയാളുടെ ഭാര്യയായി പുറമെ ആർഭാടപൂർണ്ണമായ ജീവിതം നയിക്കുമ്പോൾത്തന്നെ രൂപ വിപ്ലവപ്രസ്ഥാനങ്ങൾക്ക് രഹസ്യമായി ആയുധങ്ങൾ എത്തിച്ചുകൊടുക്കുന്ന ദൗത്യമേറ്റെടുക്കുന്നു. പ്രതാപന്റേയും രൂപയുടേയും സഹപാഠിയും ഉറ്റചങ്ങാതിയുമായിരുന്നു പല കഥകളിലും ആഖ്യാതാവായി പ്രത്യക്ഷപ്പെടുന്ന രാമു. പൊരുത്തക്കേടുകൾ ബാക്കിനിൽക്കുന്ന ഒരു ദാമ്പത്യബന്ധത്തിന്റെ ഭാരംപേറി, തീർത്തും ഭദ്രമായ ചുറ്റുപാടുകളിൽ കഴിയുന്ന ഒരു മദ്ധ്യവർഗ്ഗബുദ്ധിജീവിയായാണ് ഇയാൾ നമ്മുടെ മുമ്പിൽ പ്രത്യക്ഷപ്പെടുന്നത്. ഉള്ളുകൊണ്ട് വിപ്ലവസംരംഭങ്ങളോടു കൂറു പുലർത്തുന്ന ഈ കഥാപാത്രം, സ്വയം തീർത്ത തടവറയിൽനിന്ന് പുറത്തുകടക്കാനാവാതെ, തന്റെ നിഷ്ക്രിയത്വത്തെ പഴിച്ച് നാളുകൾ നീക്കുന്നു. “ഞാൻ കൂടുതലും കാഴ്ചക്കാരനായിരുന്നുവെന്നു തോന്നുന്നു” എന്ന ഏറ്റുപറച്ചിലിൽ (‘എഴുതാത്ത മറുപടി’ എന്ന കഥ) അയാൾ അനുഭവിക്കുന്ന കുറ്റബോധത്തിന്റേയും ആത്മനിന്ദയുടേയും അംശമടങ്ങിയിട്ടുണ്ട്. ഈ മൂന്നു കഥാപാത്രങ്ങളിലൂടെയാണ് ഗർഭച്ഛിദ്രം സംഭവിച്ച ഇന്ത്യൻ വിപ്ലവത്തെ സംബന്ധിച്ച തന്റെ കാഴ്ചപ്പാടുകൾ പട്ടത്തുവിള അവതരിപ്പിക്കുന്നത്. ‘കഥ: പട്ടത്തുവിള’ എന്ന സമാഹാരത്തിൽ ആദ്യം ചേർത്തിട്ടുള്ള ‘സത്യാന്വേഷണം’ എന്ന കഥയിൽ നീണ്ട വർഷങ്ങൾക്കു ശേഷം സന്ന്യാസിയുടെ രൂപത്തിൽ നാട്ടിൽ തിരിച്ചെത്തുന്ന പ്രതാപൻ, പഴയ കോളേജ് ജീവിതത്തിലേക്ക് തിരിഞ്ഞുനോക്കിക്കൊണ്ട്, രൂപയുടെ ഒട്ടിക്കിടന്ന വയറ്റിൽ ഒരു മൾബറി പഴത്തിന്റെ വലിപ്പത്തിലുള്ള ബീജം നുരയ്ക്കുന്നുണ്ടായിരുന്നു എന്നു മനസ്സിലാക്കിയപ്പോൾ താൻ സ്ഥലം വിടുകയാണ് ചെയ്തതെന്ന് രാമുവിനോട് തുറന്നു സമ്മതിക്കുന്ന ഒരു രംഗമുണ്ട്. ബൂർഷ്വജനാധിപത്യവ്യവസ്ഥിതിയിൽ നടമാടുന്ന തട്ടിപ്പിന്റേയും വഞ്ചനയുടേയും നേർക്ക് അവജ്ഞയോടെ മുഖംതിരിച്ചുകൊണ്ട് പുതിയ ആകാശവും പുതിയ ഭൂമിയും സൃഷ്ടിക്കാൻ ഇറങ്ങിത്തിരിച്ച യുവവിപ്ലവകാരിയുടെ വാഴ്വിന്റെ കാണാപ്പുറങ്ങളിൽ പതുങ്ങിയിരിക്കുന്ന കാപട്യമാണ് ഇവിടെ നമ്മളെ തുറിച്ചുനോക്കുന്നത് എന്നുപറഞ്ഞാൽ തെറ്റായിരിക്കുമോ?

ഈ മൂന്നുപേരും മുഴുപ്പുള്ള കഥാപാത്രങ്ങളാണ് എന്നു പറയാനാവില്ല. മിക്കവാറും സമയത്ത് വടിവൊത്ത അച്ചടിഭാഷയിൽ പ്രത്യയശാസ്ത്രത്തിന്റെ അതിപ്രസരമുള്ള സംഭാഷണങ്ങളിലേർപ്പെടുന്ന ഇവർ കഥാകൃത്തിന്റെ കൈയിലെ യന്ത്രപ്പാവകളാണ് എന്ന തോന്നൽ വായനക്കാരനെ അലട്ടുന്നുണ്ട്. (പാത്രസൃഷ്ടിയിലെ ആഴം എന്നത് ബൂർഷ്വ സൗന്ദര്യശാസ്ത്രം താലോലിക്കുന്ന ഒരു പരികല്പനയാണെന്ന് പട്ടത്തുവിള വാദിക്കാനിടയുണ്ടോ?) അതേസമയം ഈ കഥാപാത്രങ്ങളുടെ ആവർത്തിച്ചുള്ള കടന്നുവരവും, അവരുടെ പാത്രാവിഷ്കരണത്തിൽ

കാണുന്ന നൈരന്തര്യവും പട്ടത്തുവിളയുടെ കഥാലോകത്തിന് ഒരു ചട്ടക്കൂടൊരുക്കാൻ സഹായിക്കുന്നതായി തോന്നുന്നു. പ്രതാപൻ ഒഴികെയുള്ള മറ്റു രണ്ടു കഥാപാത്രങ്ങളുടെ അവസ്ഥയിൽ, കഥാകൃത്ത് അറിഞ്ഞോ അറിയാതെയോ, ഹാസ്യാനുകരണത്തിന്റേതായ ഒരംശം കടന്നുകൂടിയതുപോലുണ്ട്. ഹിംസാത്മകമായ മാർഗ്ഗങ്ങളിലൂടെ ഭരണകൂടത്തെ ഇല്ലായ്മ ചെയ്യാനുള്ള ആഹ്വാനം ദൂരെ മുഴങ്ങിക്കേൾക്കുമ്പോൾ, വിപ്ലവകാരിയുടെ പാത തിരഞ്ഞെടുക്കാൻ കഴിയാത്തതിലുള്ള ദുഃഖം കടിച്ചൊതുക്കി, തന്റെ പൊള്ളയായ ജീവിതം വെച്ചുനീട്ടുന്ന സുരക്ഷിതത്വത്തിലമർന്നുകഴിയുന്ന ചിന്താശീലനായ ഒരിടത്തരക്കാരനെ സംബന്ധിച്ചോളം ദുരന്തത്തിന്റേയും കോമാളിത്തത്തിന്റേയും അതിർവരമ്പുകൾ ചിലപ്പോൾ ലോലമായിത്തീരുന്നു എന്നുകൂടി ഇവരുടെ നാൾവഴികൾ നമുക്കു കാട്ടിത്തരുന്നു.

വിപ്ലവാചാര്യന്മാരുടെ വചനങ്ങൾക്കും വിപ്ലവസൂക്തങ്ങൾക്കുമൊപ്പം കുലാർണ്ണവതന്ത്രത്തിൽനിന്നും ബുദ്ധപുരാണത്തിൽനിന്നും ഉപനിഷത്തുകളിൽനിന്നുമുള്ള ഉദ്ധരണികളൊരുക്കുന്ന ഒരു മേല്പാളി പട്ടത്തുവിളയുടെ കഥാലോകത്തിൽ തങ്ങിനില്പുണ്ട്. ഇതിന്റെ അർത്ഥം അദ്ദേഹം തന്റെ വിപ്ലവസങ്കല്പത്തിന് ഏതെങ്കിലും തരത്തിലുള്ള ദാർശനികമാനം സമ്മാനിക്കാൻ ശ്രമിക്കുന്നു എന്നോ, രാഷ്ട്രീയലക്ഷ്യങ്ങളേയും ആദ്ധ്യാത്മികതയേയും കൂട്ടിയിണക്കാൻ ആഗ്രഹിക്കുന്നു എന്നോ അല്ല. വ്യത്യസ്തമായ അനുഭവതലങ്ങളെ ഇടകലർത്തുക എന്നത്, വിപരീതകോടികളിൽ നിൽക്കുന്ന ചിന്താധാരകളെ നേർക്കുനേർ പിടിച്ച് അവയ്ക്കിടയിലുള്ള സംഘർഷത്തിൽ നിന്ന് നൂതനമായ അർത്ഥങ്ങൾ സൃഷ്ടിച്ചെടുക്കുക എന്നത്, പട്ടത്തുവിളയുടെ കലാതന്ത്രത്തിന്റെ ഭാഗമാണ്.

സാക്ഷാൽ തഥാഗതനെ അനീതിയിലും ചൂഷണത്തിലുമധിഷ്ഠിതമായ പ്രബലമായ ഒരു വ്യവസ്ഥിതിക്കെതിരായി ഉറച്ച കാൽവെയ്പുകളോടെ നീങ്ങുന്ന വിമോചകന്റെ വേഷത്തിൽ പടക്കോപ്പണിയിക്കുന്നതിൽ ഈ എഴുത്തുകാരൻ ആനന്ദം കണ്ടെത്തുന്നു. ആധുനികകാലഘട്ടത്തിലെ തഥാഗതനെ നയിക്കേണ്ടത് കാരുണ്യമല്ല, നേരെമറിച്ച് ശത്രുവിനോടുള്ള പരിശുദ്ധമായ വെറുപ്പായിരിക്കണം എന്ന് ഗുവെരെയുടെ വാക്കുകൾ ഉദ്ധരിച്ചുകൊണ്ട് പട്ടത്തുവിള സാക്ഷ്യപ്പെടുത്തുന്നു. പട്ടത്തുവിളയുടെ ലോകത്തിൽ ബൊളീവിയൻ കാടുകളിൽ പിടഞ്ഞു വീണു മരിച്ച വിപ്ലവകാരിയുടെ വെളിപാടുകൾ ബുദ്ധവചനങ്ങളുമായി ഇടകലരുന്നു. “സമയമാകുമ്പോൾ ഉണരാത്തവൻ, കരുത്തനെങ്കിലും യുവാവെങ്കിലും ഭീരുവാണ്” എന്ന ബുദ്ധന്റെ അരുളപ്പാടിനെ ആലസ്യം ബാധിച്ച വർത്തമാനസമൂഹത്തിനുള്ള താക്കീതായി കഥാകൃത്ത് മാറ്റിയെടുക്കുന്നു. ചെഗുവേര പടക്കളത്തിൽനിന്നുകൊണ്ട് അനുയായികൾക്കു നൽകിയ സന്ദേശം പൗരാണികമായ ഒരു മുഴക്കത്തോടുകൂടിയാണ് നമ്മുടെ കാതുകളിൽ മാറ്റൊലിക്കൊള്ളുന്നത്: “മരണം എവിടെ പതിയിരുന്നാലും നിർഭയത്തോടെ നാം അതിനെ നേരിടുന്നു. എന്നാൽ ഒന്നുമാത്രം: ധ്യാനമന്ത്രം

ശ്രവിക്കാൻ ഒരു ചെവി ഉണ്ടായിരിക്കുക. ദണ്ഡ് ഏറ്റുവാങ്ങാൻ ഒരു കരം നീളുക. എങ്കിൽ ശവദാഹനേരത്ത് ഓതുന്ന മന്ത്രം ഏറ്റുപാടുന്നത്, വർഗ്ഗ സമരത്തിന്റെ കാഹളമായിരിക്കും." രക്തദാഹിയായ ദുർഗ്ഗ കാഥികഭാവന യിൽ ഇന്ദിരാഗാന്ധിയുടെ രൂപത്തിൽ പുനരവതരിക്കുന്നു. പട്ടത്തുവിള യുടെ മദ്ധ്യവർഗ്ഗപ്രതിനിധിയായ കഥാനായകൻ, തന്നെ ബാധിച്ചിരിക്കുന്ന മടുപ്പിൽനിന്നും നിസ്സഹായതാബോധത്തിൽനിന്നും രക്ഷപ്പെടാനായി, ചിലപ്പോൾ അതീന്ദ്രിയധ്യാനത്തിന്റേയും വിചിത്രമായ ഉപാസനകളു ടേയും മാർഗ്ഗങ്ങളണയ്ക്കുന്ന പ്രലോഭനം തേടിച്ചെല്ലുന്നു. 'നചികേതൻ യമദേവനോടു ചോദിച്ചത്' എന്ന കഥയിലെ നായകൻ താൻ സന്ന്യാസ ത്തിന്റെ മാർഗ്ഗം സ്വീകരിക്കാൻ പോവുകയാണെന്ന് ഭാര്യയെ വിളിച്ചറി യിച്ചതിനുശേഷം നചികേതസ്സ് അസ്തിത്വ രഹസ്യം ആരാഞ്ഞുകൊണ്ട് യമനോടു ചോദിച്ച ചോദ്യം മനസ്സിലിട്ടു കടയുന്ന ഒരു മുഹൂർത്തമുണ്ട്: "എന്താണ് തെറ്റിനും ശരിക്കും മറുപുറത്ത്? എന്താണ് ഹേതുവിനും ഫലത്തിനും മീതെ? എന്താണ് ഭൂതത്തിനും ഭാവിക്കും വർത്തമാനത്തിനും അപ്പുറത്ത്?" മാർക്സിസ്റ്റ് സൈദ്ധാന്തികഗ്രന്ഥങ്ങളിൽ മുൻകൂട്ടി തയ്യാ റാക്കിവെച്ചിട്ടുള്ള ഉത്തരങ്ങളുടേയും പരിഹാരമാർഗ്ഗങ്ങളുടേയും വെളിച്ച ത്തിൽ വർത്തമാനയാഥാർത്ഥ്യത്തെ നിർദ്ധാരണം ചെയ്തു ശീലിച്ച ഒരെഴുത്തുകാരനിൽനിന്ന് സാധാരണഗതിയിൽ നാം പ്രതീക്ഷിക്കുന്ന ഒന്നല്ല സത്താപരമായ നിഗൂഢതയെക്കുറിക്കുന്ന ഈ വിഹ്വലസ്വരം.

വിശ്വപ്രശസ്തരായ സിനിമാസംവിധായകന്മാരുടെ പേരുകളും ചല ച്ചിത്രസംജ്ഞകളും പട്ടത്തുവിളയുടെ കഥകളിൽ പലപ്പോഴും കടന്നു വരുന്നതു കാണാം. 'സിനിമാറ്റിക്' എന്നു പറയാവുന്ന സങ്കേതങ്ങൾ അവലംബിച്ചുകൊണ്ട് കഥാശില്പം രൂപപ്പെടുത്താനുള്ള ശ്രമവും അദ്ദേഹം നടത്തിയിട്ടുണ്ട്. വേണ്ടതിലധികം പ്രകടമായ ആക്ഷേപഹാസ്യ ത്തിന്റെ വിതാനം വിട്ട് ഏറെയൊന്നും ഉയരാത്ത പട്ടത്തുവിളയുടെ കഥാ ലോകത്തിന് എന്തെങ്കിലുംതരത്തിലുള്ള പുതുമ സമ്മാനിക്കുന്നത് ഇത്തരം ചില പൊടിക്കൈകളാണ്.

ബാഹ്യവും ആഭ്യന്തരവുമായ അനുഭവതലങ്ങൾ ഇഴകോർത്തു കൊണ്ടുപോകുന്നതിൽ പട്ടത്തുവിള കുറച്ചെങ്കിലും വിജയം കൈവരി ച്ചിട്ടുള്ള ഒരേയൊരു കഥ 'അല്ലോപനിഷത്' (1969) ആണെന്നു ഞാൻ കരുതുന്നു. കേരളത്തിന്റെ മുഖ്യമന്ത്രി എന്ന നിലയിലുള്ള ഇ.എം.എസ്. നമ്പൂതിരിപ്പാടിന്റെ രണ്ടാം വരവിനെത്തുടർന്നുണ്ടായ പ്രതീക്ഷാഭംഗവും പുൽപ്പള്ളി പൊലീസ്സ്റ്റേഷന്റെ നേർക്കുള്ള ആക്രമണത്തിന് പിന്നാലെ യുണ്ടായ സംഭവങ്ങൾ ഇവിടത്തെ വ്യവസ്ഥാപിത ഇടതുപക്ഷത്തിൽ സൃഷ്ടിച്ച ചിന്താക്കുഴപ്പവുമാണ് ഈ കഥയുടെ രാഷ്ട്രീയ പശ്ചാത്തല ത്തിൽ ഉൾച്ചേർന്നിട്ടുള്ളത്. കുടുംബജീവിതത്തിൽ നിന്നു അടർത്തി യെടുത്ത ഒരു തരളമുഹൂർത്തത്തിൽ നിന്നാണ് ഈ കഥയിലെ സംഘർഷ തലങ്ങൾ വികസിക്കുന്നത്. സ്നേഹം വറ്റിത്തീർന്ന ഒരു ദാമ്പത്യത്തിന്റെ വിരസമായ ചിട്ടകളിലൂടെ കടന്നുപോകുന്ന ഒരാളാണ് ഈ കഥയിലെ

ആഖ്യാതാവായ 'ഞാൻ'. പ്രായത്തിൽ ഏറെ ഇളപ്പമുള്ള ഭാര്യാസഹോദരിക്ക് ഈ 'ഏട്ട'നോടു തോന്നുന്ന ലൈംഗികാകർഷണം കഥയുടെ തുടക്കംതൊട്ട് മറനീക്കി പുറത്തുവരുന്നു. എന്നാൽ അയാൾക്ക് ഇതംഗീകരിക്കാൻ പ്രയാസമുണ്ട്. ഇവർ തമ്മിലുള്ള നീണ്ട സംഭാഷണത്തിനിടയിൽ, ഒരു മദ്ധ്യവർഗ്ഗ കുടുംബത്തിന്റെ നാലു ചുവരുകൾക്കുള്ളിൽ സംശയവും അസൂയയുമുണർത്തിക്കൊണ്ട് നാമ്പിടുന്ന അരുതാത്ത ഒരു ബന്ധവും പുറംലോകത്തെ ഇളക്കിമറിക്കുന്ന രാഷ്ട്രീയസംഭവവികാസങ്ങളുടെ അലയൊച്ചകളും വിചിത്രമായ തരത്തിൽ കെട്ടുപിണയുന്നു. ഒരു ചരിത്രപുസ്തകം വായിച്ചുകൊണ്ടിരിക്കുന്ന 'ഏട്ടൻ' തന്റെ മനസ്സിനെ ഒക്ടോബർ വിപ്ലവത്തിന്റെ രക്തരൂഷിതമായ നാൾവഴികളിലൂടെ അലയാൻ വിട്ടിരിക്കുകയാണ്. വിപ്ലവത്തിന്റെ വർഷങ്ങളിൽ റഷ്യയിൽ നിലവിലുണ്ടായിരുന്ന രാഷ്ട്രീയസാഹചര്യങ്ങളും നെഹ്റുയുഗം അവസാനിച്ചതിനുശേഷമുള്ള ദശകത്തിൽ ഇന്ത്യയിൽ രൂപംകൊണ്ട കുഴഞ്ഞുമറിഞ്ഞ സാമൂഹ്യ-രാഷ്ട്രീയാവസ്ഥയും തമ്മിലുള്ള വൈരുദ്ധ്യം അയാളുടെ ഈ ചരിത്രാനുധ്യാനത്തിനിടയിൽ വായനക്കാരൻ തിരിച്ചറിയുന്നു. ഭാര്യാസഹോദരിയാണെങ്കിൽ നിർത്താതെ സംസാരിച്ചുകൊണ്ടിരിക്കുകയാണ്. തെന്നിത്തെറിച്ചു നീങ്ങുന്ന ആ സംഭാഷണത്തിനിടയിൽ അവളുടെ മനസ്സിൽ തുടിച്ചുപൊങ്ങുന്ന ആസക്തിയോടൊപ്പം ഇന്ത്യയിലെ ഇടതുപക്ഷപ്രസ്ഥാനം അഭിമുഖീകരിക്കുന്ന പ്രതിസന്ധിയെപ്പറ്റിയുള്ള പരാമർശങ്ങളും പുറമെ നിഷ്കളങ്കമെന്ന തോന്നലുളവാക്കുന്ന ചില ആധ്യാത്മികമായ സംശയങ്ങളും കടന്നുകൂടുന്നു.

ഇന്ത്യയിലെ ഇടതുപക്ഷപ്രസ്ഥാനത്തിന് പിഴവുപറ്റിയത് എവിടെയാണ് എന്നതു സംബന്ധിച്ച സൂചന ഇതിനിടയിൽ വായനക്കാരന്റെ മുഖത്ത് എടുത്തെറിയപ്പെടുന്നുണ്ട്. റഷ്യയിൽ വിപ്ലവം നയിച്ചത് 'ശൂദ്രന്മാർ' ആയിരുന്നു. ഇവിടെ ഒരു തലമുറയ്ക്ക് വിപ്ലവമന്ത്രമോതിക്കൊടുത്തത് 'ആഢ്യ'നായ നമ്പൂതിരിപ്പാടാണ്. ഒരുവശത്ത് ഈ രാഷ്ട്രീയ വിമർശനം കത്തിക്കയറുന്നതിനിടയിൽ ഭാര്യാസഹോദരി സവർണ്ണ ഹൈന്ദവരുടെ പുണ്യഗ്രന്ഥങ്ങളായ വേദങ്ങളിൽ ആത്മാവിന്റെ അലിംഗത്വത്തെക്കുറിച്ചുപറയുന്ന ഭാഗങ്ങൾ ഉദ്ധരിക്കുന്നു. അതേസമയം അവൾ 'ഏട്ട'ന്റെ നേർക്കുതോന്നുന്ന കാമവികാരത്താൽ തരിച്ചുപൊട്ടുന്ന തന്റെ ഉടലിനെ മടികൂടാതെ പ്രദർശിപ്പിക്കുന്നു. തുടർന്ന് അവൾ ഇ.എം.എസ്. ഭരിച്ചുകൊണ്ടിരിക്കുമ്പോൾ മന്ദാകിനിക്കും അജിതയ്ക്കും പൊലീസ് സ്റ്റേഷനിൽ അനുഭവിക്കേണ്ടിവന്ന പീഡനത്തെക്കുറിച്ചു സംസാരിക്കുന്നു. പതിന്നാലാം വയസ്സിൽ സായുധവിപ്ലവം പഠിക്കാൻ പോയ അവളുടെ 'ഏട്ടൻ' ഇപ്പോൾ തന്റെ മദ്ധ്യവർത്തിജീവിതവുമായി പൊരുത്തപ്പെട്ടു കഴിയുകയാണ്. നിശ്ചയദാർഢ്യമുള്ള കമ്മ്യൂണിസ്റ്റ് പോരാളികൾ ചോര ചൊരിച്ചിലിലൂടെ അധികാരം പിടിച്ചെടുത്ത നാടിന്റെ മുഖം ഭാവനയിൽ കണ്ട് തൃപ്തിയടയുന്ന അയാൾക്ക് ഇപ്പോൾ മന്ദാകിനിയെച്ചൊല്ലി 'അസൂയപ്പെടാൻ' മാത്രമേ കഴിയൂ.

നായകന്റെ സ്വകാര്യജീവിതത്തിലും പൊതുമണ്ഡലത്തിലും ഇടഞ്ഞു നിൽക്കുന്ന പൊരുത്തക്കേടുകളും വൈരുദ്ധ്യങ്ങളും പരിഹാരമില്ലാതെ തുടരുമെന്ന സൂചനയോടുകൂടിയാണ് കഥ അവസാനിക്കുന്നത്. 'അല്ലോ പനിഷത്' എന്ന ശീർഷകത്തിനു പിന്നിലും ഇത്തരമൊരു ധ്വനിപാഠം മറഞ്ഞുകിടപ്പുണ്ട്. ഹിന്ദുമതത്തിന്റേയും ഇസ്ലാമിന്റേയും അടിസ്ഥാനദർശ ങ്ങളെ സമന്വയിപ്പിച്ചുകൊണ്ട് പുതിയൊരു മതം സ്ഥാപിക്കാനുള്ള അക്ബറുടെ ശ്രമത്തിന്റെ ഭാഗമായിരുന്നു അല്ലോപനിഷത്തിന്റെ രചന. അക്ബറുടെ ഈ ശ്രമം പാഴിൽ കലാശിക്കുകയാണുണ്ടായത്. ഇതേ മട്ടിൽ, തന്റെ വേറൊരു കഥയിൽ അമേരിക്കൻ സാഹിത്യചരിത്രത്തിൽ നിന്ന് കടംകൊണ്ട ഒരു സംജ്ഞ ഉപയോഗിച്ചുകൊണ്ട് 'ലോസ്റ്റ് ജെന റേഷൻ' എന്ന വിശേഷണം പട്ടത്തുവിള ചാർത്തിക്കൊടുത്ത ഒരു തല മുറയെ സംബന്ധിച്ചിടത്തോളം അതിനെ ആഴത്തിൽ ഗ്രസിച്ചിട്ടുള്ള ചിന്താ ക്കുഴപ്പത്തിൽനിന്നും നിഷ്ക്രിയത്വത്തിൽനിന്നും പുറത്തുകടക്കുക പ്രയാസമാണ് എന്ന തിരിച്ചറിവ് കാഴ്ചവെച്ചുകൊണ്ട്, 'തുറന്ന' മട്ടിലാണ് 'അല്ലോപനിഷത്' അവസാനിക്കുന്നത്.

മാധവിക്കുട്ടിക്കും എം.ടി.വാസുദേവൻനായർക്കുമൊപ്പമാണ് പട്ടത്തു വിള കഥയെഴുത്താരംഭിച്ചത്. ഈ എഴുത്തുകാരുടേതിൽനിന്ന് എത്രമാത്രം വിഭിന്നമായിരുന്നു അദ്ദേഹം തിരഞ്ഞെടുത്ത മാർഗ്ഗം എന്നു നാമിവിടെ കാണാനിടയായി. ഒരുപക്ഷേ, അവരിൽനിന്ന് പട്ടത്തുവിളയ്ക്ക് ഉൾ ക്കൊള്ളാൻ കഴിയുമായിരുന്ന ഒരു കാര്യമുണ്ട്. വാക്കുകൾക്കിടയിലുള്ള ശൂന്യസ്ഥലങ്ങളിൽ ഉറഞ്ഞുകിടക്കുന്ന മൗനത്തിന് ഉയിരേകുന്ന കലാ വിദ്യയാണത്. രാഷ്ട്രീയം മുഖ്യവിഷയമായുള്ള ചെറുകഥകളിൽ ഇത് എങ്ങനെ ഫലവത്തായി ഉപയോഗിക്കാമെന്ന് കൊസ്സാക്കുകളുടെ കാഥി കനായ ഇസ്സാക് ബാബേൽ കാണിച്ചുതരികയുണ്ടായി. ഏറിയ പങ്കും കല്ലുവെച്ച പ്രസ്താവനകളിൽ അഭിരമിക്കുന്ന പട്ടത്തുവിളയെ സംബ ന്ധിച്ചിടത്തോളം തീർത്തും അന്യമായ ഒന്നാണീ ഗുണവിശേഷം. 'വ്യക്തി ഗതമായതുതന്നെയാണ് രാഷ്ട്രീയം' എന്ന ഉപദർശനത്തെ തീക്ഷ്ണമായി ഉദാഹരിക്കുന്ന ഒരു കഥാസന്ദർഭം കൈയിൽ കിട്ടിയിട്ടും 'അല്ലോപനി ഷത്തി'നെ അവിസ്മരണീയമായ ഒരു രചനയാക്കി മാറ്റാൻ അദ്ദേഹ ത്തിനു കഴിയാതെ പോയത് ഇത്തരം പരിമിതികൾ മൂലമാണ്.

മൂന്ന്

'**വ**സന്തത്തിന്റെ ഇടിമുഴക്കം' എന്ന പേരിൽ അറിയപ്പെട്ട രാഷ്ട്രീയ പ്രകമ്പനം പൊതുമണ്ഡലത്തിലും സാംസ്കാരികലോകത്തിലും അനു രണനങ്ങൾ സൃഷ്ടിച്ച കാലത്താണ് എം. സുകുമാരൻ ഒരു ചെറുകഥാ കൃത്തെന്ന നിലയിൽ സ്വയം കണ്ടെത്തിയത്. ഒരു രാഷ്ട്രം എന്ന നില യിൽ ഭാരതത്തിന് ദിശാബോധം കൈമോശംവന്ന ഒരിടവേളയായിരുന്നു

അത്. രൂക്ഷമായ തൊഴിലില്ലായ്മയും പെരുകിവരുന്ന സാമ്പത്തികാസമത്വവും ഗ്രാമാന്തരങ്ങളിൽ ബാക്കി നിന്നിരുന്ന ഭൂവുടമസമ്പ്രദായം എടുത്തണിഞ്ഞ ചൂഷണത്തിന്റെ പുതിയ മുഖങ്ങളും പാർലമെന്ററി സ്ഥാപനങ്ങൾക്കു പടിപടിയായി സംഭവിച്ച മൂല്യശോഷണവും കൂടിച്ചേർന്ന് ഇന്ത്യൻ സമൂഹത്തെ ഇക്കാലത്ത് ആഴമേറിയ ഒരു വിശ്വാസപ്രതിസന്ധിയിൽ കൊണ്ടെത്തിച്ചു. അപ്പോൾ 'കിഴക്ക് ചുവന്നിരിക്കുന്നു' എന്ന അർത്ഥത്തിൽ അയൽരാജ്യത്തിൽനിന്ന് ഉയർന്നുകേട്ട ഗാനത്തിലേക്ക് ആകർഷിക്കപ്പെട്ട ചെറുപ്പക്കാരുടെ തലമുറ ആപൽക്കരമായി ചിന്തിക്കാനും ആപൽക്കരമായി ജീവിക്കാനും ശീലിച്ചുതുടങ്ങി. നിലവിലുള്ള വ്യവസ്ഥിതിക്കെതിരായുള്ള പ്രതിഷേധം ഹിംസാപൂർണ്ണമായ മാർഗ്ഗങ്ങളിലേക്കു തിരിഞ്ഞപ്പോൾ ഉടലെടുത്ത സംഘടനാപരമായ പ്രശ്നങ്ങളും ധാർമ്മിക സന്ദിഗ്ദ്ധതകളും ഇടചേർന്ന ഒരനുഭവമണ്ഡലമാണ് എം. സുകുമാരന്റെ കഥകൾക്ക് പ്രചോദനകേന്ദ്രമായിത്തീർന്നത്.

സുകുമാരൻ ഇക്കാലത്തെഴുതിയ കഥകളുടെ അടിത്തട്ടിൽ രാഷ്ട്രീയ പ്രചാരണത്തിന്റെ അംശം തങ്ങിനില്പുണ്ട്.* തന്റെ പ്രചാരണലക്ഷ്യം സാക്ഷാത്കരിക്കാനായി സുകുമാരൻ അവലംബിച്ച കലാമാർഗ്ഗങ്ങളാണ് അദ്ദേഹത്തെ മറ്റെഴുത്തുകാരിൽ നിന്നു വ്യത്യസ്തനാക്കിയത്. ഉദാഹരണത്തിന് അദ്ദേഹം തന്റെ ചില കഥാപാത്രങ്ങൾക്കു നൽകിയിട്ടുള്ള പേരുകൾ നോക്കുക: ധർമ്മപാലൻ, സത്യദേവൻ, ദയാവർമ്മൻ, വിശ്വരൂപൻ, പ്രിയഗുപ്തൻ, ഗൗതമൻ, ശശാങ്കൻ, ഗോകുലൻ, ഉമാപതി. ഇവർ കടന്നുവരുന്ന കഥകൾക്കു പശ്ചാത്തലമായി നിലകൊള്ളുന്നത് നാടുവാഴിത്തഘട്ടവുമായി ബന്ധപ്പെട്ട ഒരു സാമൂഹ്യപരിസരമാണ്. കാലിക രാഷ്ട്രീയപ്രശ്നങ്ങളെ യഥാതഥമായ രീതിയിൽ കൈകാര്യം ചെയ്യുന്ന, ഋജുവായ ആഖ്യാനരീതി അവലംബിച്ചുകൊണ്ടുള്ള കഥകൾ അദ്ദേഹം എഴുതിയിട്ടില്ല എന്നല്ല. തന്റെ ഒപ്പടയാളം പതിഞ്ഞുകിടക്കുന്ന പ്രധാനപ്പെട്ട രചനകളിലെല്ലാം സുകുമാരൻ ചെയ്തിട്ടുള്ളത് കൺമുമ്പിലുള്ള യാഥാർത്ഥ്യങ്ങളെ പഴയൊരു കാലഘട്ടത്തിലേക്ക് തിരിച്ചുവെയ്ക്കുക എന്നതാണ്. പഴങ്കഥകളുടേയും അന്യാപദേശത്തിന്റേയും സങ്കേതങ്ങളോട് സുകുമാരന് ഏതാണ്ടൊരു സ്വാഭാവികാകർഷണം അനുഭവപ്പെട്ട ഒരു ഘട്ടം അദ്ദേഹത്തിന്റെ സാഹിത്യജീവിതത്തിലുണ്ടായിരുന്നു.

കാലത്തിലൂടെയുള്ള ഈ പിൻനടത്തം അദ്ദേഹത്തിന്റെ ഭാവനാരീതിയുടെ ചില സവിശേഷതകളുമായി ബന്ധപ്പെട്ട ഒന്നായിരുന്നു എന്നു തോന്നുന്നു. സുകുമാരന്റെ സർഗ്ഗപ്രേരണകൾക്ക് ആദ്യം തടമൊരുക്കിയത് പാലക്കാടൻ ഗ്രാമീണപരിസരവുമായി ബന്ധപ്പെട്ട ചില ഓർമ്മകളായിരുന്നു. പ്രതിജ്ഞാബദ്ധനായ ഒരെഴുത്തുകാരനായി ജ്ഞാനസ്നാനം ചെയ്യുന്നതിനുമുമ്പ് അദ്ദേഹമെഴുതിയ കഥകളിലെല്ലാം പാലക്കാടു ഭാഗത്തുള്ള ഗ്രാമീണാന്തരീക്ഷം, അതിന്റെ എല്ലാ അഴകോടും ദൈന്യത്തോടും

* എം.സുകുമാരന്റെ കഥകൾ: സമ്പൂർണ്ണം, പ്രസാ. ഡി.സി.ബുക്സ്, 2012

കൂടി, തലനീട്ടുന്നതു കാണാം. ഫ്യൂഡലിസവുമായി ബന്ധപ്പെട്ട ആചാരാനുഷ്ഠാനങ്ങൾ വിട്ടൊഴിയാതെനിൽക്കുന്ന തെക്കൻ മലബാറിലെ നാട്ടിൻപുറങ്ങളുടെ ജീവിതതാളം ഈ എഴുത്തുകാരന്റെ ഓർമ്മയിൽ അള്ളിപ്പിടിച്ചു നിന്നതായി തോന്നുന്നു. വർത്തമാനകാലഘട്ടത്തിലെ ദുരിതങ്ങളേയും സംഘട്ടനങ്ങളേയും ഒരു നഷ്ടഭൂതകാലത്തിലേക്കു ആവാഹിക്കുന്നതിലൂടെ തന്റെ സന്ദേശം കൂടുതൽ ആഴത്തിൽ വായനക്കാരുടെ മനസ്സിൽ പതിയുമെന്നും ഭാവിയെ സംബന്ധിച്ച തന്റെ ആഗ്രഹചിന്തയ്ക്ക് അത് കൂടുതൽ ഓജസ്സ് പകരുമെന്നും അദ്ദേഹം കരുതിയിരിക്കാനിടയുണ്ട്. 'ഗ്രാമങ്ങൾ നഗരങ്ങളെ വളയും' എന്ന വിപ്ലവാചാര്യന്റെ പ്രവചനം അദ്ദേഹം അതേപടി ഉൾക്കൊണ്ടതിന്റെ തെളിവൊന്നുമില്ല. എന്നാൽ സുകുമാരന്റെ കഥാലോകത്തിൽ ഗ്രാമങ്ങളിൽനിന്നു പടർന്നേറുന്ന സംഘർഷങ്ങളാണ് പലപ്പോഴും നാടിനെ നടുക്കുന്ന ജനകീയപ്രതിരോധത്തിന് വഴിയൊരുക്കുന്നത്. ഗൃഹാതുരത്വത്തിന്റെ നേരിയ ഒരംശം പോലുമില്ലാതെ സുകുമാരൻ പുനഃസൃഷ്ടിക്കുന്ന ഈ നാടുവാഴിത്തഘട്ടവുമായി ബന്ധപ്പെട്ട ഒന്നാണ് അദ്ദേഹത്തിന്റെ ബിംബസമൃദ്ധമായ ഭാഷാശൈലി. കൂർപ്പിച്ച രാഷ്ട്രീയ ലക്ഷ്യങ്ങളുള്ള ഒരു ചെറുകഥാകൃത്തിൽ നിന്ന് സാധാരണഗതിയിൽ പ്രതീക്ഷിക്കാനാവാത്ത മട്ടിൽ ഉപമകളും രൂപകങ്ങളും ക്ഷണിക്കാതെ കയറി വന്ന് മഴവിൽക്കാവടിയാട്ടം നടത്തുന്ന ഒരാവിഷ്കരണരീതിയാണ് സുകുമാരന്റേത്. "പാദുകങ്ങൾ വർഗ്ഗവൈരുദ്ധ്യങ്ങളെപ്പോലെ മുഖം തിരിച്ചുനിന്നു" എന്നെഴുതാൻ സുകുമാരനു മാത്രമേ കഴിയൂ. സുകുമാരന്റെ രാഷ്ട്രീയമായ ജാഗ്രത ചുറ്റും കാണുന്ന വസ്തുക്കൾക്കും പ്രകൃതിദൃശ്യങ്ങൾക്കും സവിശേഷമായ ഒരാകൃതിയോ നിറമോ സമ്മാനിച്ചു. പ്രകൃതിയിൽ നിന്നു കടംകൊണ്ട ബിംബങ്ങൾ, പ്രത്യേകിച്ച് ഋതുക്കളുടെ ആവർത്തനവുമായും കൃഷിപ്പണിയുമായും ബന്ധപ്പെട്ട കല്പനകൾ, അദ്ദേഹത്തിന്റെ രാഷ്ട്രീയസംവേദനങ്ങൾക്കു കൊഴുപ്പു പകർന്നു.

സുകുമാരന്റെ കഥകളുടെ രാഷ്ട്രീയമായ ഉള്ളടക്കത്തിലേക്കു കടന്നു ചെല്ലുമ്പോൾ മനസ്സിലാക്കാൻ കഴിയുന്ന ഒരു കാര്യം, വിപ്ലവതീവ്രവാദത്തിന്റെ നേർക്കുള്ള ആകർഷണം വെളിപ്പെടുത്തുന്ന കഥകൾക്കൊപ്പം വ്യവസ്ഥാപിത ഇടതുപക്ഷത്തോടു ആഭിമുഖ്യം പുലർത്തുന്ന തൊഴിലാളി-മദ്ധ്യവർഗ്ഗ സംഘടനകൾക്കുള്ളിൽ ആവിർഭവിക്കുന്ന വൈരുദ്ധ്യങ്ങളും വ്യതിയാനങ്ങളും കൈകാര്യം ചെയ്യുന്ന കഥകളും അദ്ദേഹം എഴുതിയിട്ടുണ്ട് എന്നതാണ്. ചെറിയൊരു ഗ്രൂപ്പ് നായകത്വം കൈയാളുന്ന, സംഘം ചേർന്നുള്ള ഗൂഢാലോചനയുടേയും അട്ടിമറിയുടേയും സൂചനകൾ നിറഞ്ഞ വിപ്ലവരാഷ്ട്രീയത്തിന്റെ ഭാഷ സംസാരിക്കുന്ന മിക്കവാറും കഥകളുടേയും സങ്കേതം അന്യാപദേശമോ പഴംകഥയോ ആണ്. നേരെമറിച്ച് ട്രേഡ്യൂണിയനുകളുടെ ദൗർബല്യങ്ങളും പരാധീനതകളും വിഷയമായുള്ള, അതല്ലെങ്കിൽ ഭരണത്തിന്റെ സിരാകേന്ദ്രമെന്നു പറയാവുന്ന

സ്ഥാപനങ്ങളുടെ ജീർണ്ണത ചിത്രീകരിക്കുന്ന, കഥകളുടെ മാധ്യമം റിയലിസമാണ്. മുഖ്യധാരയിൽപ്പെട്ട ഇടതുകക്ഷിയുടെ അഭിമാനപ്രതീകമായ മാസികയുടെ ഓഫീസിൽ നടക്കുന്ന താത്പര്യസംഘട്ടനത്തെ വലം വെച്ചു നീങ്ങുന്ന 'ശേഷക്രിയ' എന്ന നോവൽ യഥാതഥമെന്നോ, നാചുറലിസ്റ്റിക് എന്നോ പറയാവുന്ന ഒരാഖ്യാനരീതി പിന്തുടരുന്നു.

ഉറപ്പുള്ള ആശയപരമായ അടിത്തറയിലാണ് സുകുമാരന്റെ കഥാലോകം നിലകൊള്ളുന്നത് എന്നു പറയാനാവില്ല. സൈദ്ധാന്തികരൂപത്തിലുള്ള ചർച്ചകളോ, പ്രത്യയശാസ്ത്രതലത്തിലുള്ള തലനാരിഴകീറി പരിശോധിക്കലോ ഒന്നും സുകുമാരന്റെ കഥകളിൽ കാണാൻ കഴിഞ്ഞുവെന്നു വരില്ല. ഇതിന് അപവാദമായി നിലകൊള്ളുന്നത് മാർക്സിയൻ ചരിത്രവീക്ഷണം സ്വാംശീകരിച്ചതിന്റെ സ്പഷ്ടമായ അടയാളങ്ങളടങ്ങുന്ന 'ചരിത്രഗാഥ' മാത്രമാണ്. ആളുകൾ നായാടിയും കൃഷി ചെയ്തും കഴിഞ്ഞിരുന്ന നാളുകൾതൊട്ട് സ്വകാര്യസ്വത്തിന്റെ ഉദയവും അതിനെത്തുടർന്നുണ്ടായ മനുഷ്യാദ്ധ്വാനത്തിന്റെ ചൂഷണവും ഉയർത്തിയ പ്രശ്നങ്ങൾ നേരിട്ടുതുടങ്ങിയ കാലഘട്ടംവരെയുള്ള മർത്ത്യസമുദായത്തിന്റെ പരിണാമം ചെപ്പിലൊതുക്കിയ ഈ കഥ മാർക്സിയൻ ദ്വന്ദ്വാത്മക ഭൗതികവാദം കാഴ്ചവെയ്ക്കുന്ന ചരിത്രദർശനത്തിന്റെ പരാവർത്തനം മാതിരിയുണ്ട്. അതേസമയം മാവോയുടെ ഉദ്ധരണികളടങ്ങുന്ന "പർവ്വതങ്ങളെ നീക്കം ചെയ്ത വിഡ്ഢിയായ വൃദ്ധൻ" സന്ദേശം മുഴച്ചുനിൽക്കുന്ന ഒരു ദുർബല രചനയായി കലാശിച്ചിരിക്കുന്നു. പ്രജ്ഞാപരതയുടെ അംശം സുകുമാരന്റെ കഥകളിൽ പൊതുവിൽ കുറവാണെന്നു പറയാം. അവസാനമില്ലാതെ നീളുന്ന ഒരു ദുഃസ്വപ്നത്തിൽ പങ്കാളികളായിത്തീരാനാണ് സുകുമാരൻ തന്റെ വായനക്കാരെ ക്ഷണിക്കുന്നത്. ഹംഗേറിയൻ സംവിധായകനായ മിക്ലോസ് യാങ്ചൊയുടെ ഒരു സിനിമയുടെ അവസാനഭാഗത്തു ഉയർന്നുകേൾക്കുന്ന വെല്ലുവിളിയെ ഓർമ്മിപ്പിക്കുമാറ്, "നിത്യേന മരിക്കാൻ നമുക്കു കരുത്തുണ്ടോ?" എന്ന ചോദ്യവുമായാണ് സ്വത്വനഷ്ടം സംഭവിച്ച തന്റെ കഥാപാത്രങ്ങളെ അദ്ദേഹം അഭിമുഖീകരിക്കുന്നത്.

മാർക്സിയൻ ഭാഷ്യമനുസരിച്ച് വിപ്ലവത്തിനുള്ള വസ്തുനിഷ്ഠമായ ഭൗതികസാഹചര്യങ്ങൾ മൂപ്പെത്തിനിൽക്കുന്ന ഒരു സമൂഹത്തിന്റെ ചിത്രമാണ് വിശാലാർത്ഥത്തിൽ സുകുമാരന്റെ രചനകളിലൂടെ ഉയിർകൊള്ളുന്നത്. അദ്ദേഹം പീഡനകാലത്തിന്റെ കാഥികനാണ്. അനീതി തീമഴപോലെ പെയ്യുന്ന, മനുഷ്യത്വം വില്പനച്ചരക്കായി മാറിക്കഴിഞ്ഞ, നീതിപീഠങ്ങൾ രാഷ്ട്രീയാധികാരത്തിനു മുന്നിൽ മുട്ടുമടക്കുന്ന ഒരു കാലഘട്ടത്തിന്റെ വികൃതമായ മുഖച്ഛായകൾ ഭാവപരവും ശൈലീസംബന്ധമായും സമാനസ്വഭാവം പുലർത്തുന്ന ഒരുപറ്റം ചെറുകഥകളിൽ സുകുമാരൻ കോറിയിട്ടിരിക്കുന്നു.

ഈ കഥകളുടെ കേന്ദ്രസ്ഥാനത്ത് കുറ്റം, ശിക്ഷ, വിചാരണ, നീതി എന്നീ പരികല്പനകൾ കടന്നുകൂടിയിട്ടുള്ളതായി കാണാൻ കഴിയും.

നിയമത്തെ ഒരു രൂപകമായി ഉപയോഗിച്ചിട്ടുള്ള മലയാളത്തിലെ ചുരുക്കം ചില കാഥികരിലൊരാളാണ് സുകുമാരൻ. വെറും പ്രഹസനമോ, ക്രൂരമായ ഒരു ഫലിതമോ ആയി മാറുന്ന വിചാരണയാണ് അദ്ദേഹത്തിന്റെ പല കഥാപാത്രങ്ങളേയും കാത്തിരിക്കുന്നത്. ഈ വിചാരണ, കാഫ്കയുടെ ലോകത്തിൽ കാണുന്നതുപോലെ, മനുഷ്യാസ്തിത്വത്തിന്റെ ആത്യന്തികമായ യുക്തിരാഹിത്യത്തിലേക്കും അസംബന്ധസ്വഭാവത്തിലേക്കും വിരൽചൂണ്ടുന്ന ദാർശനികസ്വഭാവമുള്ള ഒരു രൂപകമല്ല. നേരെമറിച്ച് ഒരു വർഗ്ഗാധിഷ്ഠിതസമൂഹത്തിൽ നിസ്വരും ആലംബരഹിതരുമായ മനുഷ്യരെ കാത്തിരിക്കുന്ന ചതിക്കുഴികളിൽ ഒന്നായിട്ടാണ് സുകുമാരൻ തന്റെ കഥകളിൽ നീതിന്യായ വ്യവസ്ഥയെ അടയാളപ്പെടുത്തിയിട്ടുള്ളത്. സുകുമാരന്റെ ലോകത്തിൽ നീതിയുടെ ത്രാസ് എല്ലായ്പോഴും ചെരിഞ്ഞാണ് കാണപ്പെടുന്നത്. തികഞ്ഞ നിഷ്പക്ഷതയോടെ നീതിനിർവ്വഹണം നടത്തിയതിന്റെ പേരിലുള്ള ആത്മസംതൃപ്തിയോടെ വിശ്രമജീവിതം നയിക്കുന്ന ഒരു ന്യായാധിപനെ കേന്ദ്രകഥാപാത്രമാക്കിക്കൊണ്ട് 'അന്നന്നത്തെ അത്താഴം' എന്ന പേരിൽ സുകുമാരൻ ഒരു കഥയെഴുതിയിട്ടുണ്ട്. ഈ ന്യായാധിപന്റെ വീട്ടിൽ അടുത്തുള്ള കുട്ടികൾ ചേർന്ന് 'കള്ളനും പൊലീസും' കളിക്കുന്ന ഒരു രംഗം ഈ കഥയിലുണ്ട്. ഈ പിള്ളേർ തങ്ങളുടെ കളിയിൽ പിന്തുടരുന്ന നിയമങ്ങൾ നമ്മുടെ നാട്ടിലെ നീതിന്യായവ്യവസ്ഥയെ തെളിഞ്ഞും മറഞ്ഞും സ്വാധീനിക്കുന്ന പക്ഷപാതങ്ങളേയും മുൻവിധികളേയും വിദഗ്ദ്ധമായി അനുകരിക്കുന്നു. കഥയുടെ അവസാനമെത്തുമ്പോൾ അടുത്തകാലത്ത് നാട്ടിൽനടന്ന ഒരു വെടിവെയ്പിനെക്കുറിച്ച് അന്വേഷിക്കാനുള്ള കമ്മിഷനായി സർക്കാർ തന്നെ നിയമിച്ചതായി ന്യായാധിപൻ പത്രത്തിൽ വായിച്ചറിയുന്നു. ഈ വാർത്തയോടുള്ള അയാളുടെ പ്രതികരണം അടിവരയിട്ട് കാണിക്കുന്ന ഒരു കാര്യം അധികാരിവർഗ്ഗത്തിന് തന്നെ ഉപയോഗിക്കാൻ പാകത്തിൽ നിന്നുകൊടുക്കുകയാണ് ഈ മനുഷ്യൻ എല്ലാകാലത്തും ചെയ്തുപോന്നിട്ടുള്ളത് എന്നാണ്. സമൂഹത്തിൽ നീറിപ്പിടിച്ചുനിൽക്കുന്ന താത്പര്യസംഘട്ടനങ്ങളുടെ നേർക്ക് തന്റെ മനഃസാക്ഷിയെ കൊട്ടിയടച്ചുകൊണ്ടാണ് അയാൾ നിയമങ്ങൾ വ്യാഖ്യാനിച്ചുപോന്നിട്ടുള്ളത്. കടുത്ത ചായങ്ങൾ കൊണ്ടല്ല, മറിച്ച് നരച്ച വരകളും വർണ്ണങ്ങളും ഉപയോഗിച്ചാണ് കഥാകൃത്ത് അയാളുടെ പാത്രസൃഷ്ടിക്കൊരുമ്പെട്ടിട്ടുള്ളത്. പുറമെ സൽപ്പേരുള്ള ഒരു ന്യായാധിപന്റെ 'നിഷ്പക്ഷത'യ്ക്കു പിന്നിൽ കുടികൊള്ളുന്ന കാപട്യമാണ് ഇവിടെ മറനീക്കി പുറത്തുവരുന്നത്.

വർത്തമാനസമൂഹം നേരിടുന്ന പ്രതിസന്ധിയെ പല കോണുകളിൽ നിന്നുകൊണ്ട് അപഗ്രഥിക്കുന്ന ശീലം സുകുമാരൻ വളർത്തിയെടുത്തതായി കാണാം. ചില കഥകളിൽ അവലംബിച്ചിട്ടുള്ളത് ഇരയുടെ കാഴ്ചപ്പാടാണ്. ഇവിടെ പ്രതിരോധശക്തി നഷ്ടപ്പെട്ട, പലപ്പോഴും ശബ്ദിക്കാനറിയാത്ത ചെറിയ മനുഷ്യരുടെ ഭയവിഹ്വലമായ വീക്ഷണത്തിലൂടെ

നാം കാര്യങ്ങൾ കാണുന്നു. ഇന്നത്തെ ചുറ്റുപാടുകളിൽ മാറ്റം കൊതിക്കുന്ന ഒരാൾ നേരിടുന്ന വെല്ലുവിളികളിലൊന്നാണ് സ്വന്തം രക്തവുമായി സാമ്യമുള്ളവരെ തിരിച്ചറിയാൻ സാധിക്കുക എന്നത്. ചിന്തിക്കുന്ന വിഭാഗത്തേയും വൈകാരികമായി പ്രതികരിക്കുന്നവരേയും ഒന്നുപോലെ ആശയക്കുഴപ്പത്തിലാഴ്ത്തുന്ന രീതിയിലാണ്, എണ്ണമില്ലാത്ത അടയാളങ്ങളും സംജ്ഞകളും ഈ പരസ്യയുഗത്തിൽ നാലുദിക്കിൽനിന്നും ചീറിപ്പാഞ്ഞെത്തുന്നത്. പൊയ്മുഖങ്ങൾ എടുത്തണിഞ്ഞ 'ഗൗതമന്മാർ'ക്കിടയിൽ യഥാർത്ഥ ഗൗതമനെ തേടിനടക്കുന്ന ഒരിടത്തരക്കാരന്റെ ചിത്രമാണ് 'സംഘഗാന'ത്തിൽ സുകുമാരൻ അവതരിപ്പിക്കുന്നത്. വിപ്ലവസംരംഭത്തിന്റെ നെടുനായകസ്ഥാനത്ത് തൊഴിലാളിവർഗ്ഗത്തെ പ്രതിഷ്ഠിക്കുന്ന ക്ലാസിക്കൽ മാർക്സിസ്റ്റ് ചിന്താഗതിയുടെ പ്രതിഫലനമുൾക്കൊള്ളുന്ന ഒന്നാണീ കഥ. സമ്പത്തും അധികാരവും കൈയടക്കിവെച്ചിട്ടുള്ള വംശത്തിനുള്ളിൽ നിന്നുതന്നെ എതിർപ്പിന്റേയും നിഷേധത്തിന്റേയും സ്വരം ഉയർന്നുവരുന്നതിന്റെ ഉദാഹരണം 'ഭരണകൂടം' എന്ന കഥയിൽ കാണാൻ കഴിയും. ഇതിൽ ഗോകുലൻ തന്റെ ഓടക്കുഴൽ ശശാങ്കനു കൊടുത്ത് പകരം തോക്ക് വാങ്ങുന്ന രംഗത്തിന്റെ വ്യംഗ്യഭംഗി വായനക്കാരന്റെ മനസ്സിൽ തങ്ങിനിൽക്കാനിടയുണ്ട്. വിപ്ലവത്തിന് സൗന്ദര്യത്തെ ആവശ്യമുള്ള ഒരു ദിവസം വരും എന്ന് ആൽബർ കമ്യു ഒരിടത്തെഴുതിയിട്ടുണ്ട് ('ദ റിബെൽ'). കമ്യൂവിന്റെ പ്രസ്താവനയെ ഓർമ്മിപ്പിക്കുന്ന ഒന്നാണ് 'ഭരണകൂട'ത്തിലെ ഈ മുഹൂർത്തം. സെക്രട്ടറിയുടെ സ്റ്റെനോഗ്രാഫറായ ഒരിടത്തരം പാർട്ടിനേതാവിന്റെ വീക്ഷണത്തിലൂടെ രൂപം കൊള്ളുന്ന ഒന്നാണ് 'കല്പവൃക്ഷത്തിന്റെ ഇല' എന്ന കഥ. വിപ്ലവത്തിന്റെ പേരിൽ ആണയിടുന്ന രാഷ്ട്രീയകക്ഷിയിലും അതിന്റെ പോഷക സംഘടനകളിലും ബൂർഷ്വസമൂഹത്തിൽ നടമാടുന്ന തരത്തിലുള്ള കരീയറിസവും അവസരവാദവും ജീവിത ഭദ്രതയ്ക്കുവേണ്ടിയുള്ള പരക്കംപാച്ചിലും കടന്നുകൂടിയിട്ടുള്ളതിനെച്ചൊല്ലിയുള്ള വിമർശനമാണ് ഇതിലുള്ളത്. നാം ഏറെ പറഞ്ഞുകേട്ടിട്ടുള്ള ഒരു കാര്യമായതിനാലാവാം, ഈ കഥയിലെ മദ്ധ്യവർത്തിനായകന്റെ ആത്മവഞ്ചന ഉൾപ്പെടെ സാമ്പ്രദായിക ഇടതുപക്ഷത്തിന് സംഭവിച്ചുകൊണ്ടിരിക്കുന്ന ജീർണ്ണതയുടെ കൊച്ചുകൊച്ചടയാളങ്ങളുടെ അവതരണം ഒട്ടും പുതുമയില്ലാത്ത ഒന്നായി മാറിയിരിക്കുന്നു.

ഷാൻ-പോൾ-സാർത്രിന്റെ നാടകങ്ങളും ചെറുകഥകളും നോവലുകളും പരിശോധിച്ചാൽ കാണാൻ കഴിയുന്ന ഒരു കാര്യം, ബൂർഷ്വ-ലിബറൽ പശ്ചാത്തലമുള്ള കഥാപാത്രങ്ങൾ മാർക്സിസ്റ്റ് വിശ്വാസത്തിൽ എത്തിപ്പെടുന്ന പ്രക്രിയ ചിത്രീകരിക്കുന്നതിൽ കാണിച്ചിട്ടുള്ള അതേ ദ്വന്ദ്വാത്മകമായ യുക്തിവിചാരശീലത്തോടെ അദ്ദേഹം 'പൊയ് വിശ്വാസ' ത്തിൽ (Bad Faith) പെട്ടുഴലുന്ന വ്യക്തികളുടെ മനഃശാസ്ത്രം പകർത്തിയിട്ടുണ്ട് എന്നതാണ്. ബെർടോൾ ബ്രെഹ്റ്റ് തന്റെ 'പ്രൈവറ്റ് ലൈവ്സ്

ഓഫ് ദ മാസ്റ്റർ റേസ്' എന്ന നാടകത്തിൽ വംശീയാഹന്തയെ വിശ്വാസ പ്രമാണമാക്കി മാറ്റിയെടുത്ത ഒരു വിഭാഗം ആളുകളുടെ അടഞ്ഞ മാനസികലോകം പരതിച്ചെല്ലുന്നതു കാണാം. എം. സുകുമാരൻ പ്രതിജ്ഞാബദ്ധനായ ഒരെഴുത്തുകാരനായി നിലകൊണ്ടിരുന്ന കാലത്ത് ഈ വഴിക്ക് ചിന്തിച്ചതിന്റെ സൂചനകൾ പേറുന്ന ചില രചനകളുണ്ട്. 'സംരക്ഷകരുടെ ത്രാസ്' എന്ന കഥയിൽ നാരായണൻനായരും ബാപ്പുട്ടിയും ഗീവർഗ്ഗീസുമായി മാറിമാറി പ്രത്യക്ഷപ്പെടുന്ന മുഖ്യകഥാപാത്രം തന്റെ മുതലാളിയുടെ വിശ്വസ്തസേവകനാണ്. യജമാനനുവേണ്ടി വീട്ടുവേല ചെയ്തും കൊലപാതകം നടത്തിയും തന്റെ കൂറ് തെളിയിച്ച ഒരാൾ. ഒടുവിൽ കുറ്റബോധം കാർന്നുതിന്നുന്ന മനസ്സുമായി നാടുമുഴുവൻ അലഞ്ഞുനടന്നതിനുശേഷം അയാൾ കുന്നിൻമുകളിലെ കാളിവിഗ്രഹത്തിനു മുമ്പിൽ നിന്നുകൊണ്ട് സ്വയം വിചാരണ ചെയ്യുകയും തന്റെ വിധിന്യായം വായിക്കുകയും ചെയ്യുന്ന രംഗത്തോടുകൂടി കഥ അവസാനിക്കുന്നു. ഈ സമയത്ത് അയാളെ അലട്ടുന്ന ചിന്ത പണ്ട് ഓരോ കുറ്റകൃത്യത്തിനു ശേഷവും തനിക്കു സംരക്ഷണം നൽകിയിരുന്ന തന്റെ പണ്ടത്തെ യജമാനന്മാരിലാരെങ്കിലും വീണ്ടും പ്രത്യക്ഷപ്പെട്ട് താൻ ഓടിയകന്ന പുറംലോകത്തിലേക്കു തന്നെ വീണ്ടും വലിച്ചെറിയുമോ എന്നതാണ്. ഒരു ജീവിതകാലമത്രയും അധമമായ ദാസ്യവൃത്തിയിലൂടെ സ്വയം നിർവ്വചിച്ചുപോന്ന ഒരാൾ ഒടുവിൽ, സംഹാരദേവതയെ സാക്ഷിനിർത്തിക്കൊണ്ട്, പുറംതോടുകൾ അടർന്നുപോയ തന്റെ മനസ്സിന്റെ പേടിപ്പെടുത്തുന്ന വിജനതയെ അഭിമുഖീകരിക്കുന്ന ദൃശ്യത്തിൽ നമ്മുടെ നാട്ടിൽ തഴച്ചു വളർന്നിട്ടുള്ള പാദസേവയുടെ സംസ്കാരത്തെക്കുറിച്ചുള്ള അന്തിമവിധി അടങ്ങിയിട്ടുണ്ട്. 'ജലജീവികളുടെ രോദന'ത്തിൽ അടിയന്തരാവസ്ഥയുടെ നാളുകളിൽ നടന്ന പാതകങ്ങളുമായി ബന്ധപ്പെട്ട് മലയാളിയുടെ ഓർമ്മയിൽ ഇന്നും ജീവിക്കുന്ന ഒരു പൊലീസ് ഉദ്യോഗസ്ഥന്റെ വികൃതമായ മനഃശാസ്ത്രത്തിലേക്ക് കഥാകൃത്ത് ഇറങ്ങിച്ചെല്ലുന്നു. അധികാരതൃഷ്ണയും പരപീഡനവാസനയും കാമാസക്തിയും ക്രൂരതയിൽ ആനന്ദം കണ്ടെത്താനുള്ള വാസനയും ഇടകലർന്നുകിടക്കുന്ന ഒരു മനഃശാസ്ത്രമാണത്. കഥാകൃത്തിന്റെ ഭാഗത്തുനിന്ന് അല്പമെങ്കിലും നിയന്ത്രണം നഷ്ടപ്പെട്ടാൽ വികൃതമായ ഒരു കാരിക്കേച്ചർ ആയി മാറാനിടയുള്ള ഒരാളാണ് ഇതിലെ മുഖ്യകഥാപാത്രം. കഥാവസാനത്തിൽ അണക്കെട്ടു തകർന്ന് പ്രളയജലം ആകാശം തൊടുമാറ് ഉയരുന്നതിന്റെ വർണ്ണനയിൽ അയാളുടെ വർഗ്ഗത്തെ കാത്തിരിക്കുന്ന നാശത്തെക്കുറിച്ചുള്ള പ്രവചനം വേണമെങ്കിൽ വായിച്ചെടുക്കാം.

ഭരണകൂടമൊരുക്കുന്ന കെണികളിൽ അകപ്പെട്ടവരും വ്യക്തമായി നിർവ്വചിക്കപ്പെടാത്ത വിമോചനലക്ഷ്യത്തിലേക്കു നടന്നുനീങ്ങുന്നവരുമായ കഥാപാത്രങ്ങളെ ചിത്രീകരിക്കുമ്പോൾ സുകുമാരന്റെ ശ്രദ്ധ പ്രധാനമായും പതിയുന്നത് അവരുടെ ബോധഘടനയിലാണ്. സമൂഹത്തിലെ ഏതു വിഭാഗത്തിൽപ്പെട്ടവരെ ചൊല്ലിയാണോ തന്റെ ഹൃദയം തുടിച്ചത്

അവരാൽ വേണ്ടവണ്ണം മനസ്സിലാക്കപ്പെടാതെ പോവുകയും അവരുടെ തെറ്റിദ്ധാരണയ്ക്കിരയാവുകയും ഒറ്റിക്കൊടുക്കപ്പെടുകയും ചെയ്യുന്ന ഒരു വിപ്ലവകാരിയെക്കുറിച്ചുള്ളതാണ് 'തൂക്കുമരങ്ങൾ ഞങ്ങൾക്ക്' എന്ന കഥ. വേണ്ടത്ര വികസിക്കാത്ത ബോധനിലവാരത്തിൽ തറഞ്ഞുകിടക്കുന്ന ഒരു സമൂഹത്തിനിടയിൽ മനസ്സുനിറയെ സഹാനുഭൂതിയും നീതിയും സമത്വവും പുലർന്നുകാണാനുള്ള വെമ്പലുമായി എത്തിപ്പെടുന്ന ഒരാളെ കാത്തിരിക്കുന്ന ദുർവിധിയുടെ വിവരണത്തിൽ മറഞ്ഞുകിടക്കുന്ന ചില താക്കീതുകളുണ്ട്. ആയിരത്തിതൊള്ളായിരത്തി അറുപതുകളിൽ മൂന്നാം ലോക രാജ്യങ്ങളെക്കുറിച്ച് പഠനം തയ്യാറാക്കിയ ചിലർ അല്പവികസന മെന്നത് ഒരു ജനതയുടെ മനഃശാസ്ത്രത്തെ മൊത്തം മുരടിപ്പിക്കുന്ന ഒരു യാഥാർത്ഥ്യമായിത്തീരാറുണ്ട് എന്ന മട്ടിൽ നടത്തിയ നിരീക്ഷണം ഇവിടെ ഓർമ്മിച്ചുപോകുന്നു. 'സിംഹാസനങ്ങളിൽ തുരുമ്പ്' എന്ന കഥ യിൽ ഒരു തൂപ്പുകാരന്റെ കാഴ്ചപ്പാടിലൂടെ ഒരു നഗരത്തിന്റെ ചരിത്രം പുനഃസൃഷ്ടിക്കപ്പെടുന്നു. ബ്രിട്ടീഷ് സാമ്രാജ്യത്വത്തിന്റെ അന്ത്യത്തിനു ശേഷം രൂപംകൊണ്ട പുതിയ ഇന്ത്യയുടെ കീശപ്പതിപ്പുപോലുള്ള ഒന്നാണ് ഈ നഗരം. പ്രധാനകഥാപാത്രമായ തൂപ്പുകാരനാണെങ്കിൽ, തങ്ങൾ നവഭാരതത്തിന്റെ സൃഷ്ടിയിൽ പങ്കാളികളാണ് എന്ന തോന്ന ലിൽപ്പെട്ടു കഴിയുകയും അതേസമയം അധികാരിവർഗ്ഗത്താൽ തുടർച്ച യായി വഞ്ചിക്കപ്പെടുകയും ചെയ്ത അദ്ധ്വാനിക്കുന്ന വർഗ്ഗത്തിന്റെ പ്രതി നിധിയും. കഥയുടെ അവസാനമെത്തുമ്പോൾ കൊട്ടാരത്തിലെ ഭടന്മാർ സംഘംചേർന്ന് അയാളെ കീഴ്പെടുത്തിയതിനുശേഷം ഒരു മുറിയിലിട്ടു പൂട്ടുന്നു. ഈ ബന്ധനാവസ്ഥയിൽ അയാൾ പരിഹാസത്തോടെ ചിരിച്ചു കൊണ്ട് തന്റെ മർദ്ദകരെ അഭിമുഖീകരിക്കുന്നു: "എന്റെ തലയിൽ മസ്തിഷ്കം സ്ഥിതിചെയ്യുന്ന ഭാഗത്ത് വിരലൂന്നി ഞാൻ പറഞ്ഞു: ഇതി വിടെ ഉണ്ടെന്ന കാര്യം മറന്നതാണ് നിങ്ങൾക്കും മേയർക്കും അയാളുടെ മുൻഗാമികൾക്കും പറ്റിയ ഏറ്റവും വലിയ അബദ്ധം. ഇതിന്റെ ചലന ങ്ങളെ നിയന്ത്രിക്കുവാനുള്ള താക്കോൽ ഇനിയും കണ്ടുപിടിക്കേണ്ടിയിരി ക്കുന്നു."

തന്റെ നായകന്മാരെ ചൂഴ്ന്നുനിൽക്കുന്ന വിഷമാവസ്ഥ പരിഹാര മില്ലാതെ തുടരുന്നതായി കാണപ്പെടുന്ന ചില കഥകളുടെ അവസാന ഭാഗത്ത് സുകുമാരൻ ഇത്തരം ചില സൂചനകൾ തിരുകിവെച്ചിട്ടുള്ളതായി കാണാം. 'വിചാരണയ്ക്കുമുമ്പ്' എന്ന കഥയുടെ ഒടുവിൽ നാം കാണു ന്നത് ബന്ധനത്തിലകപ്പെട്ട ധർമ്മപാലൻ ഭടന്മാരോടൊപ്പം തന്നെ കാത്തിരിക്കുന്ന അനിശ്ചിതമായ ഭാവിയിലേക്ക് യാത്ര തുടരുന്നതാണ്. ഈ സമയത്ത് തോണിക്കാരൻ പാടുന്ന ഒരു പാട്ട് അന്തരീക്ഷത്തിൽ മുഴങ്ങുന്നു: "എന്റെ രാത്രിയിതാ അവസാനിക്കാൻ പോകുന്നു. എനിക്കു കാവൽനിന്ന നക്ഷത്രങ്ങൾ പകലുറക്കത്തിനു പുറപ്പെട്ടുകഴിഞ്ഞു. ചുവന്ന പ്രഭാതകിരണങ്ങളേ, നിങ്ങൾക്കു സ്വാഗതം." 'തൂക്കുമരങ്ങൾ ഞങ്ങൾക്ക്' എന്ന കഥയിലെ വഞ്ചിക്കപ്പെട്ട വിപ്ലവകാരി തന്റെ

ബാക്കിയായ ദൗത്യത്തെപ്പറ്റി ചിന്തിച്ചുകൊണ്ട് ആർത്തിരമ്പുന്ന കടലിന്റെ മുമ്പിൽ നിൽക്കുമ്പോൾ ഒരശരീരി കേൾക്കാനിടവരുന്നു: "നീന്തി രക്ഷപ്പെടുക. പടിഞ്ഞാറ് അതിശക്തമായ അടിയൊഴുക്കുണ്ട്. ആ വഴിക്കു മാത്രം പോകരുത്." (ദിക്കിനെ സംബന്ധിക്കുന്ന ഈ സൂചനയുടെ രാഷ്ട്രീയവിവക്ഷ സ്പഷ്ടമാണ്.) കഥാവസാനത്തിൽ ശുഭാപ്തിവിശ്വാസം സ്ഫുരിക്കുന്ന സന്ദേശം കെട്ടിവെയ്ക്കുന്ന പണ്ടത്തെ പുരോഗമന സാഹിത്യകാരന്മാരുടെ ശീലത്തിൽനിന്ന് കുറച്ചു വ്യത്യസ്തമായ ഒന്നാണ്, ഭാവിയെക്കുറിക്കുന്ന സർഗ്ഗാത്മകമായ അംശത്തെ വ്യംഗ്യഭംഗിയോടെ കഥയിൽ സന്നിവേശിപ്പിക്കുന്ന സുകുമാരന്റെ രീതി.

രാഷ്ട്രീയമായ മോചനത്തെ വലംവെച്ചുകൊണ്ടുള്ള ഈ എഴുത്തുകാരന്റെ നിനവുകളിൽ സന്ദേഹത്തിന്റെ നിഴൽ പതിഞ്ഞതിന്റെ ആദ്യ സൂചനയായിരുന്നു 'അയൽ രാജാവ്'. നക്സൽബാരി പ്രസ്ഥാനത്തിന്റെ തലമുതിർന്ന നേതാക്കന്മാരിൽ ചിലർ ചൈന സന്ദർശിക്കുകയും അവിടത്തെ കമ്മ്യൂണിസ്റ്റ് പാർട്ടി നേതൃത്വവുമായി ബന്ധപ്പെടുകയും മാവോയെ നേരിൽ കാണാൻ ശ്രമിക്കുകയുമൊക്കെ ചെയ്തതായി വാർത്തകളുണ്ടായിരുന്നു. ഈയൊരു പശ്ചാത്തലത്തിൽവേണം 'അയൽ രാജാവ്' വായിക്കാൻ. അയൽരാജാവിന്റെ മധുരമനോഹരമായ സാമ്രാജ്യത്തെ വാഴ്ത്തുകയും അയാളുടെ രൂപവുമായി സാദൃശ്യമുള്ള വിഗ്രഹങ്ങൾ കൊത്തിയുണ്ടാക്കുകയും ചെയ്തതിന്റെ പേരിൽ സ്വന്തം നാട്ടിൽനിന്നു പുറത്താക്കപ്പെട്ട ഉമാപതി എന്ന ശില്പിയുടെ നോവു നിറഞ്ഞ ഓർമ്മകളുടെ രൂപത്തിലാണ് ഈ കഥയുടെ ചുരുളഴിയുന്നത്. തനിക്കു വിലപ്പെട്ടതെല്ലാം വഴിയിൽ ഉപേക്ഷിച്ചുകൊണ്ടുള്ള ദുരിതപൂർണ്ണമായ ഒരു യാത്രയ്ക്കുശേഷം ഉമാപതി അയൽരാജാവിന്റെ കൊട്ടാരത്തിൽ എത്തിച്ചേരുന്നു. അവിടെ അയാൾ കാണുന്നത് അയൽരാജാവ് ഒരു സൗഹൃദസന്ദർശനത്തിന്റെ ഓർമ്മയ്ക്കായി ഒരു ചിത്രം വരച്ചുകൊണ്ടിരിക്കുന്ന കാഴ്ചയാണ്. ആ ചിത്രം ഉമാപതിയെ പുറത്താക്കിയ ക്രൂരനും മർദ്ദകനുമായ രാജാവിന്റേതായിരുന്നു.

ഇവിടെ സൂചിപ്പിക്കപ്പെടുന്നത് 1960-കളുടെ അവസാനത്തിൽ 'പിംഗ്-പോംഗ്' നയതന്ത്രത്തിന്റെ ലേബലിൽ മാവൊയും നിക്സനും തമ്മിൽ നടന്ന കൂടിക്കാഴ്ചയും ഇതിനെത്തുടർന്ന് ചൈനയ്ക്കും അമേരിക്കയ്ക്കുമിടയിൽ രൂപംകൊണ്ട ചങ്ങാത്തവുമാണ് എന്ന കാര്യം ഏറെക്കുറെ സ്പഷ്ടമാണ്. ഒരർത്ഥത്തിൽ നമ്മെ അമ്പരപ്പിക്കാൻപോന്ന ഒരു വെളിപാടും ഈ കഥാസന്ദർഭത്തിൽ അടങ്ങിയിട്ടില്ല. സോഷ്യലിസ്റ്റ് സാഹോദര്യത്തെ സംബന്ധിച്ച മിഥ്യാധാരണകളെ പുണരുന്നതിനു പകരം ചൈന കടുത്ത പ്രായോഗിക രാഷ്ട്രീയപരിഗണനകളും ദേശീയതാത്പര്യങ്ങളും മുൻനിർത്തിയാണ് അതിന്റെ വിദേശനയം രൂപപ്പെടുത്തിയത് എന്നു മാത്രമാണ് ഇവിടെ തെളിയുന്നത്. 'ചെയർമാൻ മാവോ നമ്മുടെ ചെയർമാൻ' എന്ന മുദ്രാവാക്യത്തിൽ അടങ്ങിയിരുന്ന വങ്കത്തരം ഇവിടത്തെ തീവ്രവാദി സഖാക്കൾ ഏറെ വൈകിയാണ് തിരിച്ചറിഞ്ഞതെങ്കിൽ

അതിന് മറ്റാരെയും കുറ്റപ്പെടുത്തിയിട്ടു കാര്യമില്ലതാനും. 'അയൽ രാജാവി'ന്റെ അവസാനഭാഗം വായനക്കാരെ ചെറുതായെങ്കിലും സ്പർശിക്കുന്നത് അതിൽ ഒളിഞ്ഞിരിക്കുന്ന വിരുദ്ധോക്തി നിയന്ത്രണം വിട്ടുയരുന്നില്ല എന്ന കാരണത്താലാണ്. കഥയുടെ അവസാനഖണ്ഡത്തിൽ അയൽ രാജാവിന്റെ മുറിയിലെ ആഡംബരത്തിന്റെ സൂചന ഉമാപതിക്ക് അനുഭവപ്പെടുന്ന വ്യാമോഹഭംഗത്തിന് മൂർച്ച കൂട്ടുന്നു: "ഞാനവിടെ തളർന്നു വീണാൽ എനിക്കു പരിക്കുകൾ പറ്റില്ല. കാരണം പതുപതുത്ത കട്ടിയുള്ള ചുവന്ന കംബളം നിലത്തുവിരിച്ചിരുന്നു." മാവോ അന്തർദ്ദേശീയബന്ധങ്ങളിൽ തുടക്കംതൊട്ട് പ്രദർശിപ്പിച്ച പിഴയ്ക്കാത്ത കണക്കുകൂട്ടലുകളിലധിഷ്ഠിതമായ പ്രായോഗിക ബുദ്ധിക്കും മാവോയുടെ സ്വകാര്യജീവിതത്തിലെ ആഡംബര ഭ്രമത്തിനുമെല്ലാമപ്പുറം താൻ തടർച്ചയായി അനുഷ്ഠിച്ച പാതകങ്ങളിലൂടെയും മനുഷ്യക്കുരുതിയിലൂടെയും അദ്ദേഹം ചൈനയെ ഏതുവിധത്തിൽ ഭീതിയുടെ റിപ്പബ്ലിക്കായി മാറ്റിയെടുത്തു എന്നു കണ്ടെത്തുമ്പോൾ ആയിരിക്കും ഉമാപതിയെ പോലുള്ളവരുടെ നടുക്കം പൂർത്തിയാകുന്നത്.

കമ്മ്യൂണിസ്റ്റ് വ്യവസ്ഥിതിക്കുള്ളിൽ ഉടലെടുത്തിട്ടുള്ള ദുഷ്പ്രവണതകളേയും അപചയത്തേയും ജീവശാസ്ത്രപരമായ രൂപകങ്ങൾ (biological metaphors) ഉപയോഗിച്ച് ചിത്രീകരിക്കാൻ ചില പടിഞ്ഞാറൻ സാഹിത്യകാരന്മാർ മുതിർന്നു കണ്ടിട്ടുണ്ട്. ഉദാഹരണത്തിന് ആർതർ കെസ്ലർ 'നട്ടുച്ചയ്ക്കിരുട്ട്' എന്ന തന്റെ വിഖ്യാതമായ നോവലിൽ കഥാനായകനായ റുബാഷോവിന്റെ കേടുവന്ന പല്ലിനെ സോവിയറ്റ് വ്യവസ്ഥിതിയെ കാർന്നുതിന്നുന്ന വൈകൃതങ്ങളുടേയും ജീർണ്ണതയുടേയും രൂപകമെന്ന നിലയിൽ ഉപയോഗിച്ചിരിക്കുന്നു. അലക്സാണ്ടർ സോൾഷെനിത്സന്റെ 'ക്യാൻസർ വാർഡ്' എന്ന നോവലിൽ അർബുദരോഗത്തിന്റെ ചിത്രീകരണത്തിൽ സ്റ്റാലിനിസ്റ്റ് റഷ്യയെ ഗ്രസിച്ചിട്ടുള്ള പ്രതിസന്ധിയെ സംബന്ധിച്ച ഭീഷണമായ സൂചനകൾ തിങ്ങിക്കൂടുന്നതു കാണാം. ഈ നോവലിൽ കഥാനായകനെ ബാധിച്ചിട്ടുള്ള ക്യാൻസറിന്റെ വളർച്ചയുടെ വിവരണം, സ്റ്റാലിനിസ്റ്റ് സമഗ്രാധിപത്യത്തിന്റെ വിവിധ ഘട്ടങ്ങളിലൂടെയുള്ള വികാസത്തെ ഓർമ്മിപ്പിക്കുന്ന ഒന്നാണെന്ന് ചില വിമർശകന്മാർ ചൂണ്ടിക്കാണിച്ചിട്ടുണ്ട്. 'വെള്ളെഴുത്ത്' എന്ന കഥയിൽ സുകുമാരൻ കാഴ്ചയെ ഒരു രൂപകമായി അവലംബിച്ചുകൊണ്ട് കിഴക്കൻ കമ്മ്യൂണിസത്തിൽ മുളപൊട്ടിയ ഭിന്നതകൾ രാഷ്ട്രങ്ങൾ തമ്മിലുള്ള തുറന്ന സംഘട്ടനത്തിൽ കലാശിച്ചപ്പോൾ ബാക്കിയായ മാനുഷികപ്രശ്നങ്ങളിലേക്കു വിരൽചൂണ്ടുന്നു. പ്രതീക്ഷിക്കാത്ത ദിശയിലേക്കു നീങ്ങിയ അന്തർദ്ദേശീയ സംഭവവികാസങ്ങൾ തന്റെ പൂർവ്വനിശ്ചിതമായ ധാരണകൾക്കു പോറലേല്പിക്കുന്നതു കണ്ട് പകച്ചു നിൽക്കുന്ന കേരളത്തിലെ ഒരു സാധാരണ പാർട്ടി അനുഭാവിയുടെ മാനസികലോകത്തിൽ പെട്ടെന്ന് ഇരുട്ടു പരക്കുന്ന ദൃശ്യമാണ് ഈ കഥയിലുള്ളത്. ഇതിനു പശ്ചാത്തലമായി നിലകൊള്ളുന്നതാകട്ടെ 1979-ലെ ചൈന-വിയറ്റ്നാം യുദ്ധവും.

തികഞ്ഞ സാഹോദര്യത്തിൽ കഴിഞ്ഞിരുന്ന രണ്ട് ഏഷ്യൻ സോഷ്യ ലിസ്റ്റ് രാജ്യങ്ങൾക്കിടയിൽ ഓർക്കാപ്പുറത്ത് രൂപംകൊണ്ട സ്പർദ്ധ വരുത്തിവെച്ച ചിന്താക്കുഴപ്പവും, ലോകത്തെ നോക്കിക്കാണുന്ന രീതി യിലുണ്ടായിരുന്ന വ്യക്തതയുടെ നഷ്ടവുമാണ് ഒരുത്തമ പാർട്ടിവിശ്വാസി യായ കഥാനായകനെ പെട്ടെന്നു പിടികൂടുന്ന തിമിരത്തിലൂടെ ധ്വനിപ്പിക്ക പ്പെട്ടിട്ടുള്ളത്.

ഈ വെള്ളെഴുത്ത് അയാളിലുളവാക്കിയ അങ്കലാപ്പ് ചിത്രീകരിച്ചു കൊണ്ട് നീങ്ങുന്ന കഥ ഒടുവിലെത്തുമ്പോൾ ലളിതവത്കരിക്കപ്പെട്ട യുക്തിയിൽ ചെന്നു തടയുന്നതായി തോന്നുന്നു. “ചീന-വിയറ്റ്നാം യുദ്ധം തീർന്നു” എന്ന അറിയിപ്പോടുകൂടിയാണ് കഥ അവസാനിക്കുന്നത്. ഈ രണ്ടു കമ്മ്യൂണിസ്റ്റ് രാജ്യങ്ങൾ തമ്മിൽ നടന്ന യുദ്ധം അവസാനിച്ചതും കഥാനായകന് കാഴ്ചശക്തി തിരിച്ചുകിട്ടിയതും തമ്മിൽ പ്രത്യക്ഷബന്ധം സ്ഥാപിച്ചെടുത്തിരിക്കുന്ന രീതിയിൽ പതിയിരിക്കുന്ന അപകടം കാണാ തിരുന്നുകൂടാ. ചീന-വിയറ്റ്നാം യുദ്ധം ഏതാനും ദിവസങ്ങൾക്കുള്ളിൽ അവസാനിച്ചു. എന്നാൽ ഇരുരാജ്യങ്ങൾക്കുമിടയിലുള്ള പ്രശ്നങ്ങൾ ഏറെക്കാലം ബാക്കി നിന്നു. (തെക്കൻ ചൈന സമുദ്രമേഖലകളെച്ചൊല്ലി രണ്ടുകൂട്ടരും തമ്മിലുള്ള തർക്കം ഇപ്പോഴും തുടരുകയാണല്ലൊ.) ഈ യുദ്ധത്തിനു വഴിയൊരുക്കിയ ചൈനയുടെ വികസനമോഹത്തെ, അല്ലെ ങ്കിൽ അക്രമാസക്തമായ രൂപം കൈക്കൊണ്ടിട്ടുള്ള ചൈനീസ് ദേശീ യത രാഷ്ട്രീയപ്രത്യയശാസ്ത്രത്തെ മറയാക്കിക്കൊണ്ട് അതിന്റെ ലക്ഷ്യ ങ്ങളിലേക്ക് കുതിക്കുന്ന രീതിയെ, ഏതെങ്കിലും രീതിയിൽ സംബോ ധന ചെയ്യാനുള്ള ഒരു ശ്രമവും ഈ കഥയിലില്ല. കഥയുടെ അവസാന ഭാഗത്ത് ചിത്രീകരിച്ചിട്ടുള്ള യൂണിയനാഫീസിലെ യോഗവും ഏതാ ണ്ടൊരു കോമാളിരൂപംപോലെ അവിടെ അവതരിക്കുന്ന കേന്ദ്രകമ്മറ്റി മെമ്പറുടെ പ്രസംഗവും പ്രമേയത്തിന്റെ ഗൗരവം കെടുത്തുന്നു.

അനിശ്ചിതത്വവും ആത്മസന്ദേഹവും നിറഞ്ഞ, പതിറ്റാണ്ടുകാലം നീണ്ടു നിന്ന മൗനത്തിനു വിരാമം കുറിച്ചുകൊണ്ട് സുകുമാരൻ എഴുതിയ നീണ്ടകഥയാണ് ‘പിതൃതർപ്പണം’ (1992). ഈ കാലയളവിൽ അദ്ദേഹ ത്തിന്റെ മൂല്യാവബോധത്തിൽ ഒരു പുനഃക്രമീകരണമോ, അഴിച്ചു പണിയോ നടന്നതിന്റെ വ്യക്തമായ സൂചന ഉൾക്കൊള്ളുന്ന ഒരു രചന യാണിത്. ഒപ്പം താൻ സഞ്ചരിച്ചുപോന്ന പാതയുടെ അവസാനമെത്താ റായി എന്നു കണ്ടെത്തിക്കഴിഞ്ഞ ഒരു എഴുത്തുകാരൻ നടത്തുന്ന വിട വാങ്ങലിന്റെ സ്വരം ഈ കഥയുടെ പരിസരത്തിൽ എവിടെയോ തേങ്ങി നില്പുണ്ട്.

‘പിതൃതർപ്പണ’ത്തിലെ കേന്ദ്രകഥാപാത്രമായ വേണുകുമാരമേനോൻ സുകുമാരന്റെ മുമ്പുള്ള കഥകളിലെ നായകന്മാരെപ്പോലെ ഏതെങ്കിലും കള്ളിയിൽപ്പെടുത്താവുന്ന ഒരാളല്ല. വാക്കുകളിലൊതുങ്ങാത്ത ഏതോ ഭാരം മനസ്സിൽ പേറിനടക്കുന്ന ഈ കഥാപാത്രത്തിന് നമ്മുടെ കൺമുമ്പിൽ

വെച്ച് പരിണാമം സംഭവിക്കുന്നുണ്ട്. വേണുകുമാരമേനോന്റെ വിശദീകരിക്കാനാവാത്ത നിശ്ശബ്ദതയും പൊട്ടിത്തെറിയും അന്തർമ്മുഖമായ പിൻവാങ്ങലുമെല്ലാം അയാളുടെ മനസ്സിന്റെ ആഴങ്ങളിൽ പയ്യെ രൂപം കൊണ്ട ഒരു തീരുമാനത്തിന്റെ മുന്നോടിയായിരുന്നുവെന്ന് വായനക്കാരൻ ഒടുവിൽ കണ്ടെത്തുന്നു.

സുകുമാരന്റെ മറ്റൊരു കഥയിലും കാണാൻ കഴിയാത്ത തരത്തിലുള്ള മതവിശ്വാസത്തിന്റെ അംശം 'പിതൃതർപ്പണ'ത്തിൽ കടന്നുകൂടിയിട്ടുണ്ട്. രക്തസാക്ഷിയായ ജോയി സൈമന്റെ അനാഥയായ പെങ്ങൾ എലിസബത്തിനെ വിവാഹം കഴിച്ച വേണുകുമാരമേനോന്റെ വീട്ടിൽ രണ്ട് മതവിശ്വാസങ്ങൾ സഹവർത്തിക്കുന്നു. ക്രിസ്ത്യൻ വിശ്വാസവുമായി ബന്ധപ്പെട്ട പ്രാർത്ഥനകളും അനുഷ്ഠാനങ്ങളും കഥയിലെ കനത്തുവരുന്ന അന്തരീക്ഷത്തിന് മന്ദ്രമായൊരു ഈണം പകരുന്നു.

മാർക്സിസവും ഗാന്ധിസവും തമ്മിലുള്ള അർത്ഥവത്തായ ഒരു സംവാദത്തിനുള്ള സാദ്ധ്യത ഈ കഥയിൽ തുറന്നുകിടപ്പുണ്ട്. തീവ്രവാദപ്രസ്ഥാനത്തിൽ പങ്കുചേർന്ന് യൗവ്വനം പാഴിൽ കളഞ്ഞ വേണുകുമാരമേനോൻ മദ്ധ്യവയസ്സിൽവെച്ച് ജീവിതമൊടുക്കാനുള്ള സാഹസികമായ തീരുമാനത്തിൽ എത്തിച്ചേരുന്നതിനുമുമ്പ്, സ്വാതന്ത്ര്യസമരസേനാനിയും ഗാന്ധിയനുമായിരുന്ന തന്റെ അച്ഛന്റെ പൈതൃകം തിരിച്ചറിയുന്ന ഒരു മുഹൂർത്തം കഥയിലുണ്ട്. ലക്ഷ്യവും മാർഗ്ഗവും തമ്മിലുള്ള ബന്ധത്തെ സ്പർശിക്കുന്ന അടിസ്ഥാനപ്രശ്നത്തെ മാർക്സിസവും ഗാന്ധിസവും വ്യത്യസ്തരീതികളിലാണ് സമീപിക്കുന്നത് എന്ന കാര്യം എല്ലാവർക്കുമറിയാം. ഈ വൈരുദ്ധ്യം നിലനിൽക്കുമ്പോൾത്തന്നെ, അനുയായികൾ നശിപ്പിച്ചിട്ടും നാശമില്ലാതെ ബാക്കിനിൽക്കുന്ന ഗാന്ധിയൻ ആദർശവാദവും സ്ഥാപനവൽക്കരിക്കപ്പെടാത്ത കമ്മ്യൂണിസ്റ്റ് ആശയവും തമ്മിൽ കൂട്ടിമുട്ടിക്കാൻ കഴിയുമോ എന്നൊരു ചോദ്യം കഥാനായകന്റെ ആത്മസംവാദത്തിനിടയിൽ ഉരുവംകൊള്ളുന്നുണ്ട്.

രാഷ്ട്രീയ വിദ്യാഭ്യാസം ഒട്ടുമില്ലാത്ത, അച്ഛന്റെ വിശ്വാസാദർശങ്ങളെ ദൂരെ മാറിനിന്നുകൊണ്ട് ബഹുമാനിക്കാൻ മാത്രം ശീലിച്ച മകളുടെ കാഴ്ചപ്പാടിലൂടെയാണ് കഥാഖ്യാനം നിർവ്വഹിക്കപ്പെട്ടിട്ടുള്ളത് എന്ന വസ്തുത നമ്മുടെ പ്രത്യേക ശ്രദ്ധയർഹിക്കുന്നു. മകളുടെ കാഴ്ചപ്പാടിലൂടെ കഥ പറയാനുള്ള തീരുമാനം കഥാകൃത്ത് കരുതലോടെ കൈക്കൊണ്ട ഒന്നായിരുന്നുവെന്ന് അനുമാനിക്കേണ്ടിയിരിക്കുന്നു. കൗമാരപ്രായത്തിലെത്തിനിൽക്കുന്ന മകൾക്ക് അച്ഛന്റെ മനസ്സിനെ മഥിക്കുന്ന പ്രശ്നങ്ങളൊന്നും ഉൾക്കൊള്ളാനുള്ള കഴിവില്ല. അതേസമയം അവൾക്കും അച്ഛനുമിടയിൽ ആഴത്തിലുള്ള ഒരു വൈകാരികബന്ധമുണ്ട്. അച്ഛനു വന്നുകൊണ്ടിരിക്കുന്ന മാറ്റം അടുത്തുനിന്നു നിരീക്ഷിക്കുന്ന അവൾക്ക് പരിഹാരമില്ലാത്ത ഏതൊക്കെയോ ചോദ്യങ്ങളും സംശയങ്ങളും അച്ഛനെ അലട്ടുന്നതായി തിരിച്ചറിയാൻ സാധിക്കുന്നുണ്ട്. ഈ സ്കൂൾ വിദ്യാർത്ഥിനിയുടെ നിഷ്കളങ്കത ചോർന്നുപോകുന്ന കാഴ്ചപ്പാടിലൂടെ രൂപം

കൊള്ളുന്ന മുൻ വിപ്ലവകാരിയുടെ ചിത്രത്തിന് വിശ്വാസ്യതയേറുമെന്ന് കാഥികൻ കരുതിയിരിക്കാനിടയുണ്ട്.

“പിതൃതർപ്പണ”ത്തിൽ സുകുമാരൻ തന്റെ മറ്റൊരു കഥയിലും ചെയ്തിട്ടില്ലാത്ത രീതിയിൽ പശ്ചാത്തലനിർമ്മിതിയിൽ മനസ്സിരുത്തിയതായി തോന്നുന്നു. വേണുകുമാരമേനോന്റെ കുടുംബം കഴിഞ്ഞുകൂടുന്ന ചെറിയ ഫ്ളാറ്റിന്റെ കിഴക്കേ ജാലകം തുറന്നിട്ടാൽ കാണാൻ കഴിയുക നഗരത്തിൽ കോർപ്പറേഷന്റെ വകയായുള്ള ഒരേയൊരു വൈദ്യുതശ്മശാനമാണ്. മരണത്തിന്റെ സാന്നിദ്ധ്യം വിട്ടൊഴിയാതെ നിൽക്കുന്ന ഈ ആത്മവിദ്യാലയത്തിലേക്കുള്ള നേർക്കാഴ്ച കഥാഖ്യാനം നിർവ്വഹിക്കുന്ന പെൺകുട്ടിയുടെ മനസ്സിൽ അള്ളിപ്പിടിച്ചുനില്പാണ്. തന്റെ അച്ഛന്റെ അവസ്ഥയെച്ചൊല്ലി ഉൽക്കണ്ഠ നിറഞ്ഞ ഒരു മാനസികാവസ്ഥയിൽ ചെന്നെത്തി നിൽക്കുന്ന അവൾക്ക് ഈ പശ്ചാത്തലദൃശ്യം വിഹ്വലതയണയ്ക്കുന്നു.

ദിശാബോധം പൊയ്പോയ ഒരു പഴയ കമ്മ്യൂണിസ്റ്റുകാരന്റെ ഹതാശമായ സ്വാതന്ത്ര്യ പ്രഖ്യാപനമായി കഥാനായകന്റെ ആത്മഹത്യയെ കാണുന്നത് ശരിയായിരിക്കുമോ? വേണുകുമാരമേനോന്റെ മാനസികാസ്വാസ്ഥ്യത്തിന് പെട്ടെന്ന് പ്രകോപനമൊരുക്കുന്നത്, സോവിയറ്റ് യൂണിയന്റെ തകർച്ച അയാളെപ്പോലുള്ള അനേകായിരം പേരിൽ ജനിപ്പിച്ച നൈരാശ്യമാണ്. ഗതികിട്ടാതെ അലയുന്ന ലെനിന്റെ പ്രേതത്തെക്കുറിച്ച് കഥയിൽ ചുട്ടുനീറിയ ഒരു പരാമർശമുണ്ട്. സോവിയറ്റ് യൂണിയന്റെ ശൈഥില്യം സൃഷ്ടിച്ച സൈദ്ധാന്തികമായ ശൂന്യതയിൽനിന്നുകൊണ്ടാണ് അയാൾ പ്രത്യയശാസ്ത്രഗ്രന്ഥങ്ങൾ നിരത്തിവെച്ചിട്ടുള്ള ഷെൽഫിന്റെ താഴത്തെ തട്ടിൽനിന്ന് തന്റെ ജാതകം കണ്ടെടുത്ത് വായിക്കുന്നതും അച്ഛന്റെ ശ്രാദ്ധമൂട്ടുന്നതും ക്ഷേത്രദർശനം നടത്തുന്നതും നെറ്റിയിൽ നീളത്തിലൊരു ചന്ദനക്കുറി തൊടുന്നതും. പോയ നൂറ്റാണ്ടിലെ ഒരു ചിന്തകൻ കമ്മ്യൂണിസത്തെ വിശേഷിപ്പിച്ചത് മദ്ധ്യയുഗത്തിനുശേഷം ലോകം കണ്ട ഏറ്റവും വലിയ അന്ധവിശ്വാസം എന്നാണ്. തന്റെ ജീവിതം നങ്കൂരമടിച്ചുകിടന്ന ഈ വിശ്വാസത്തിനേറ്റ തിരിച്ചടി കണ്ട് അമ്പരന്നുനിൽക്കുന്ന കഥാനായകന്റെ മുമ്പിലുള്ള തിരഞ്ഞെടുപ്പുകളെ സൂചിപ്പിക്കുന്ന ചിഹ്നങ്ങളുടെ ഒരു കേന്ദ്രീകരണം തന്നെ കഥയുടെ അവസാനഭാഗത്ത് കാണാൻ കഴിയും. ഇതിൽ ഒടുവിലത്തെ സൂചകമാണ് കയറിൽ തൂങ്ങിമരിക്കുമ്പോൾ അയാൾ തലയിൽ ധരിച്ചിരുന്ന മുഷിഞ്ഞ ഗാന്ധിത്തൊപ്പി. വേണുകുമാരമേനോന്റെ ആത്മഹത്യ പിന്നിൽ അവശേഷിപ്പിച്ച വികല്പങ്ങൾ വേർതിരിക്കുന്ന ജോലി വായനക്കാരന്റേതാണ്.

എം.സുകുമാരന്റെ സമ്പൂർണ്ണകഥാസമാഹാരത്തിന് ആമുഖപഠനമെഴുതിയ സച്ചിദാനന്ദൻ ഈ എഴുത്തുകാരന്റെ പ്രധാന പരിമിതിയായി എടുത്തുകാട്ടുന്നത് അദ്ദേഹത്തിന്റെ രാഷ്ട്രീയ ഭാവനയ്ക്ക് മിത്തിന്റെ തലത്തിലേക്കു ഉയരാൻ കഴിയാതെപോകുന്നു എന്നതാണ്. ഇതിനുള്ള

കാരണവും സച്ചിദാനന്ദൻ സൂചിപ്പിക്കുന്നുണ്ട്. സുകുമാരന്റെ ഏറിയപങ്ക് കഥാപാത്രങ്ങളും വർഗ്ഗപ്രതിനിധികളാണ്. തങ്ങൾ പ്രതിനിധാനം ചെയ്യുന്ന വർഗ്ഗത്തിന്റെ ധർമ്മങ്ങൾ (functions) എന്ന നിലയ്ക്കുള്ള അസ്തിത്വമാണ് അവർക്ക് പ്രധാനമായുള്ളത്. രാഷ്ട്രീയമായ മുക്തി ലക്ഷ്യമാക്കുന്ന ഏതു വിപ്ലവപ്രസ്ഥാനത്തിനും അകത്തുനിന്ന് ഓജസ്സു പകരുന്ന ആത്മനിഷ്ഠമായ ഒരു ഘടകമുണ്ടല്ലോ, അത് തിരിച്ചറിയാനോ വ്യാഖ്യാനിക്കാനോ പട്ടത്തുവിള കരുണാകരനെന്നതുപോലെ എം. സുകുമാരനും കഴിയാതെ പോയി.

ഒരുപക്ഷേ, ഈ വസ്തുത മനസ്സിലാക്കാൻ നമ്മെ സഹായിക്കുന്ന ഒരു രചനയാണ് സി.ആർ. പരമേശ്വരന്റെ “പ്രകൃതി നിയമ”ത്തിനു (1988) ശേഷം മലയാളത്തിലെ രാഷ്ട്രീയ നോവലുകളുടെ ചരിത്രത്തിൽ ഒരു വഴിത്തിരിവു കുറിച്ച ഇ. സന്തോഷ്കുമാറിന്റെ “അന്ധകാരനഴി” (2011). അടിയന്തരാവസ്ഥയുടെ വർഷങ്ങളിൽ കേരളത്തിന്റെ പല ഭാഗങ്ങളിലും സജീവമായിത്തീർന്ന നക്സൽ പ്രസ്ഥാനത്തിന്റെ ഗതിവിഗതികൾ ചിത്രീകരിക്കുന്ന ഈ നോവലിൽ സന്തോഷ്കുമാർ നമ്മെ കൂട്ടിക്കൊണ്ടുപോകുന്നത് കവിതയും സ്വപ്നവും ഭ്രാന്തും ഇഴപിരിക്കാനാവാത്ത തരത്തിൽ കൂടിക്കലർന്നു കിടക്കുന്ന വിചിത്രമായ ഒരു ലോകത്തിലേക്കാണ്. അവിടെ നാം കാണുന്നത് ചരിത്രത്തിന്റെ ഇളവില്ലാത്ത നിയമങ്ങൾ അനുസരിച്ചുകൊണ്ട് ഇരുളിന്റെ മറവിൽ വർഗ്ഗശത്രുവിന്റെ തലകൊയ്യാൻ ഇറങ്ങിപ്പുറപ്പെട്ട മുഖമില്ലാത്ത വിപ്ലവകാരികളെയല്ല. അവരിൽ ഓരോ ആളിനും തിളച്ചുമറിയുന്ന ഒരാഭ്യന്തരജീവിതമുണ്ട്. അകലെയുള്ള ലക്ഷ്യത്തിലേക്കു കുതിക്കാൻ അവരെ പ്രേരിപ്പിക്കുന്ന ആദർശബോധവും പലപ്പോഴും അവരെ തളർത്തുന്ന മാനുഷികമായ ദൗർബല്യങ്ങളും ചേർത്തുവെച്ചുകൊണ്ട് ഒരു തലമുറയുടെ ചിതറിപ്പോയ സ്വപ്നങ്ങൾ പുനഃസൃഷ്ടിക്കാനാണ് നോവലിസ്റ്റ് ഇവിടെ ശ്രമിക്കുന്നത്. ഒറ്റുകാരുടേയും വർഗ്ഗശത്രുക്കളുടേയും നിഴലുകൾ തെളിയുകയും മായുകയും ചെയ്യുന്ന വഴിത്താരയിലൂടെ, അടുത്തുകേൾക്കുന്ന ഓരോ കാലൊച്ചയിലും അപകടം പതിയിരിപ്പുണ്ട് എന്ന തോന്നലുമായി നീങ്ങുന്ന വിപ്ലവകാരിക്ക് താൽക്കാലികമായ അഭയസങ്കേതമായി മാറുന്ന ഒരു തുരുത്തിനെ കഥയുടെ കേന്ദ്രസ്ഥാനത്ത് പ്രതിഷ്ഠിച്ചതിലാണ് ഈ നോവലിന്റെ കലാമർമ്മം കുടികൊള്ളുന്നത്. ഈ തുരുത്തിനുള്ളിലെ ജീവിതവും തോറ്റുപിൻവാങ്ങിയവരുടേയും കാണാതായവരുടേയും അവസാനമില്ലാത്ത കാത്തിരിപ്പിനു വിധിക്കപ്പെട്ടവരുടേയും ആത്മഹത്യയിലൂടെ ശാന്തി കണ്ടെത്തിയവരുടേയും കഥകൾ ബാക്കിനിൽക്കുന്ന പുറംലോകത്തിന്റെ ചിത്രവും കൂട്ടിയുരുമ്മിക്കൊണ്ടു തീർക്കുന്ന യാഥാർത്ഥ്യത്തിന്റെ പുതിയൊരു തലമുണ്ട്. അത് സാക്ഷാൽക്കരിച്ചതിലൂടെയാണ് ‘അന്ധകാരനഴി’ തീവ്രവാദ രാഷ്ട്രീയത്തിന്റെ വിപര്യയങ്ങളെ ആസ്പദമാക്കി എഴുതപ്പെട്ടിട്ടുള്ള നോവലുകളുടെ സ്ഥിരം പരിമിതി മറികടന്ന് ഒരുതരം രൂക്ഷസൗന്ദര്യം കൈവരിക്കുന്നത്.

'അന്ധകാരനഴി'യിലൂടെ കടന്നുപോകുന്ന വേളയിൽ ചിലരെങ്കിലും ദസ്തയേവ്സ്കിയുടെ 'ഭൂതാവിഷ്ട'രുടെ ഓർമ്മപുതുക്കാനിടയുണ്ട് (F.Dostoyevsjy, *The Possessed*, 1872). രാഷ്ട്രീയ നോവലിന്റെ പരമോന്നത മാതൃകയായി കരുതപ്പെടുന്ന ഈ കൃതിയിൽ ദസ്തയേവ്സ്കി, പത്തൊമ്പതാം നൂറ്റാണ്ടിന്റെ രണ്ടാം പകുതിയിൽ റഷ്യയുടെ മനസ്സിനു വേണ്ടി പോരടിച്ച രണ്ടുമൂന്നു രാഷ്ട്രീയ ചിന്താഗതികൾ ചൊരിഞ്ഞ ഉഗ്രമായ പ്രകാശത്തിനും ഇരുട്ടിനും എതിരെവെച്ച്, ആത്മഹത്യയ്ക്കും കൊലക്കുമിടയിലൂടെ നീങ്ങിയ ഒരു തലമുറയുടെ ദുരന്തം ചിത്രീകരിച്ച രീതി കിടയറ്റ ഒന്നായിരുന്നു. ലക്ഷ്യ-മാർഗ്ഗങ്ങളുടെ പ്രശ്നമായാലും ശരി, വ്യക്തിയും രാഷ്ട്രീയസംഘടനയും തമ്മിലുള്ള ബന്ധമായാലും ശരി, നീതിയുടേയും സ്വാതന്ത്ര്യത്തിന്റേയും ദ്വന്ദ്വങ്ങൾ ഉയർത്തുന്ന സമസ്യയായാലും ശരി, 'ഭൂതാവിഷ്ട'രിൽ ചർച്ച ചെയ്യപ്പെടാത്ത ഒരു വിഷയവും പിൽക്കാലത്തുണ്ടായ രാഷ്ട്രീയനോവലുകൾക്ക് വിഷയമായിത്തീർന്നിട്ടില്ല. വിധ്വംസക പ്രവർത്തനത്തിന്റെ നൈതികതയെ സംബന്ധിക്കുന്ന അടിസ്ഥാനപരമായ ചോദ്യങ്ങൾ ഉന്നയിക്കുന്നതിലൂടെ ദസ്തയേവ്സ്കി ഇതിൽ അധി രാഷ്ട്രീയമെന്നു (meta political) വിശേഷിപ്പിക്കാവുന്ന ഒരനുഭവമേഖല എത്തിപ്പിടിച്ചിരിക്കുന്നു. ഈ ജനുസ്സിൽപ്പെട്ട ഒരു നോവലെഴുതാനാണ് 'അന്ധകാരനഴി'യുടെ സ്രഷ്ടാവ് ഒരുപക്ഷേ ആഗ്രഹിച്ചത്.

നാല്

ചെറുകഥയിലെ രാഷ്ട്രീയാംശമെന്നത് കരുതലോടെ കൈകാര്യം ചെയ്യേണ്ട ഒരു വിഷയമാണ്. ചിലപ്പോൾ ഒരു കഥാകൃത്ത് ചില തരം പ്രമേയങ്ങളെ സംബന്ധിച്ച് പാലിക്കുന്ന മൗനത്തിൽ അയാളുടെ രാഷ്ട്രീയ പക്ഷപാതം ഒളിഞ്ഞുകിടപ്പുണ്ട് എന്നുവരാം. എന്തുകൊണ്ട് ചിലതരം വിഷയങ്ങൾ അയാൾ ഒഴിവാക്കി എന്നു ചിന്തിച്ചുചെല്ലുമ്പോഴായിരിക്കും ആ എഴുത്തുകാരന്റെ അപ്രസ്താവിതമായ രാഷ്ട്രീയതാത്പര്യങ്ങൾ നമ്മുടെ കണ്ണിൽത്തടയുന്നത്. വേറെ ചില സന്ദർഭങ്ങളിൽ ഒരു കാഥികന്റെ പ്രഖ്യാപിതലക്ഷ്യങ്ങളും അയാളുടെ രചനകൾക്കകത്ത് ഉരുത്തിരിഞ്ഞെത്തുന്ന രാഷ്ട്രീയ സംവേദനങ്ങളും രണ്ട് വ്യത്യസ്ത ദിശകളിലേക്ക് വിരൽചൂണ്ടുന്ന സ്ഥിതിവിശേഷമുണ്ടാകാറുണ്ട്. ഒരു കഥയെഴുത്തുകാരൻ ഏതു വർഗ്ഗത്തിൽ ജനിച്ചു എന്നതിനെ മുൻനിർത്തിക്കൊണ്ട്, അതല്ലെങ്കിൽ ചില പൊതുപ്രശ്നങ്ങളിൽ അയാൾ പരസ്യമായി കൈക്കൊണ്ട നിലപാടുകളെ ആസ്പദമാക്കി, അയാളുടെ രചനകളിലെ രാഷ്ട്രീയമായ ഉള്ളടക്കത്തെ വ്യാഖ്യാനിക്കാൻ മുതിരുന്നതിലും അപകടമുണ്ട്. ■

പത്ത്

ധ്യാനത്തിന്റെ കലങ്ങിയ അരുവികൾ

കാക്കനാടന്റെ വേർപാടോടുകൂടി മലയാളസാഹിത്യത്തിലെ ആധുനികതാപ്രസ്ഥാനത്തിന്റെ ചരിത്രത്തിൽനിന്ന് ഒരു ഖണ്ഡം അറ്റുപോയിരിക്കുകയാണ്. കാക്കനാടൻ ഏതെങ്കിലും ലേബലിൽ ഒതുങ്ങിക്കൂടാൻ ആഗ്രഹിച്ച ഒരെഴുത്തുകാരനായിരുന്നില്ല. ഒരു പുതിയ സാഹിത്യത്തലമുറയുടെ പ്രതിനിധിയായി കയറിവന്ന കാലത്ത് വീറുറ്റ ഭാഷയിൽ നടത്തിയ ചില പ്രഖ്യാപനങ്ങളും എഴുതിയ കുറിപ്പുകളും മാറ്റിനിർത്തിയാൽ സൈദ്ധാന്തിക ഛായ കലർന്ന സാഹിത്യസംവാദങ്ങളിൽ അദ്ദേഹം കുറവായേ പങ്കുകൊണ്ടിരുന്നുള്ളൂ എന്നു കാണാൻ കഴിയും. ആധുനികൻ എന്ന മുദ്ര ഏറെക്കാലം പേറിനടന്ന ഈ എഴുത്തുകാരന്റെ ചിന്താജീവിതത്തിൽ വിപരീതദിശകളിൽ വിരൽചൂണ്ടുന്ന പല ധാരകളും കലങ്ങിമറിഞ്ഞ് കിടപ്പുള്ളതായി തോന്നുന്നു. എങ്കിൽക്കൂടി ആധുനികത എന്നറിയപ്പെടുന്ന സൗന്ദര്യപ്രതിഭാസത്തിനു കളമൊരുക്കിയ അനുഭവപരിസരത്തിൽനിന്ന് ഊറിക്കൂടിയ ചില പ്രേരണകളാണ് ഈ എഴുത്തുകാരന്റെ സർഗ്ഗവാസനയെ രൂപപ്പെടുത്തിയത് എന്നു പറഞ്ഞാൽ തെറ്റുണ്ടാവില്ല. ഒറ്റവാക്കിൽ പറഞ്ഞാൽ, ആയിരത്തിതൊള്ളായിരത്തി അറുപതുകളുടെ രണ്ടാം പകുതിയിൽ പടിഞ്ഞാറുള്ള വികസിത രാഷ്ട്രങ്ങളിൽ നിന്നാരംഭിച്ച് ഇന്ത്യയുൾപ്പെടെയുള്ള മൂന്നാം ലോകരാജ്യങ്ങളിൽ അലകളുയർത്തിയ പ്രതിസംസ്കാരമാണ് (counter culture) ഈ എഴുത്തുകാരന്റെ യൗവ്വനകാലഘട്ടത്തിലെ ആവേശങ്ങൾക്കും കലഹവാസനകൾക്കും ഊർജ്ജം പകർന്നത്. സ്വതന്ത്രരതിയോടുള്ള ആഭിമുഖ്യവും മയക്കുമരുന്നുകളുൾപ്പെടെയുള്ള കൃത്രിമമായ പ്രചോദനമാർഗ്ഗങ്ങളിലൂടെ അപൂർവ്വമായ ഇന്ദ്രിയാനുഭവങ്ങൾ എത്തിപ്പിടിക്കാനുള്ള ആസക്തിയും തലമുറകൾ തമ്മിലുള്ള വിടവു സമ്മാനിച്ച അലോസരവും മാമൂലുകളെ ധിക്കരിക്കാനും വ്യവസ്ഥാപിതമായ കീഴ്‌വഴക്കങ്ങളെ വെല്ലുവിളിക്കാനുമുള്ള അക്ഷമ കലർന്ന തന്റേടവും ഈ പ്രതിസംസ്കാരത്തിന്റെ ലക്ഷണങ്ങളായിരുന്നു. ഹിപ്പികളുടെ തലമുറ കെട്ടുപാടുകൾ പൊട്ടിച്ചെറിയുന്നതിലൂടെ കൈവരിച്ച ഒരുതരം സ്വച്ഛന്ദതയില്ലേ, അത് അറുപതുകളുടെ

വൈകാരികാന്തരീക്ഷത്തെ മൊത്തത്തിൽ നിർവ്വചിച്ച ഒരവസ്ഥാവിശേഷമായിരുന്നു. ഇത് ഒരളവിൽ സ്വാംശീകരിച്ചുകൊണ്ടാണ് മറുനാടൻ മലയാളിയായി കുറെ വർഷങ്ങൾ ഇന്ത്യയുടെ തലസ്ഥാനനഗരത്തിൽ കഴിച്ചുകൂട്ടിയ കാക്കനാടൻ സാഹിത്യലോകത്തിൽ കാൽവെയ്പു നടത്തിയത്. ആനന്ദിനെപ്പോലൊരു എഴുത്തുകാരൻ നെഹ്റുയുഗത്തിന്റെ സന്ധ്യാവേളയിൽ ഭാരതത്തിലെ ചിന്തിക്കുന്ന നല്ലൊരു വിഭാഗം ആളുകൾ അനുഭവിച്ച അനിശ്ചിതത്വവും ചിന്താക്കുഴപ്പവും കരുക്കളാക്കിക്കൊണ്ട് ഒരു രാജ്യവും ഒരു ഉപഭൂഖണ്ഡവും പങ്കിട്ട പ്രതീക്ഷാപ്രതിസന്ധി വിവരിക്കാൻ ശ്രമിച്ചപ്പോൾ കാക്കനാടനടക്കമുള്ള ആധുനികസാഹിത്യകാരന്മാർ തങ്ങളുടെ ശ്രദ്ധ കേന്ദ്രീകരിച്ചത് ഇന്ത്യയിലെ മഹാനഗരങ്ങളുടെ വെളിച്ചം കുറഞ്ഞ മൂലകളിൽ പതിയിരിക്കുന്ന വൈകൃതങ്ങളും നിഷിദ്ധാനന്ദങ്ങളും തേടിച്ചെന്ന്, മുഖ്യധാരയിൽനിന്നു കുതറിമാറിയ ഒരു തലമുറയുടെ കീഴ്മേൽമറിഞ്ഞ മൂല്യബോധത്തിന്റെ ഗാഥകൾ രചിക്കുന്നതിലായിരുന്നു.

കാക്കനാടന്റെ കലാവ്യക്തിത്വത്തെ അതിന്റെ പൂർണ്ണതയിൽ അടയാളപ്പെടുത്താൻ ശ്രമിക്കുന്ന ഏതൊരാളിനേയും ശല്യം ചെയ്യാനിടയുള്ള ഒരു വസ്തുതയാണ്, അദ്ദേഹത്തിന്റെ സാഹിത്യജീവിതത്തിന്റെ രണ്ടാം പകുതിയിൽ - ഏതാണ്ട് മൂന്നു പതിറ്റാണ്ടുകാലം നീണ്ടുനിന്ന ഒന്നായിരുന്നു ഈ ഉത്തരാർദ്ധം - തെളിഞ്ഞുകാണുന്ന പ്രചോദനത്തകർച്ച. ഒരിക്കൽ നിഷേധത്തിന്റേയും തിരസ്കാരത്തിന്റേയും സന്ദേശവുമായി സാഹിത്യലോകത്തിൽ കടന്നുവന്ന ഈ എഴുത്തുകാരന് എങ്ങനെ പിൽക്കാലത്ത് കാമ്പു കുറവായ അലസരചനകളിൽ മുഴുകാൻ കഴിഞ്ഞു? താൻ കൂടി ജന്മം നൽകിയ സൗന്ദര്യവിപ്ലവത്തെ മധ്യത്തിൽ വെച്ച് കൈയൊഴിഞ്ഞ്, മുമ്പ് താൻ അപഹസിച്ചിരുന്ന അതിഭാവുകത്വം നിറഞ്ഞ എഴുത്തിന്റെ വഴികളിലൂടെ ഏറെ ദൂരം സഞ്ചരിച്ചപ്പോൾ അദ്ദേഹം ഒരു വക കുറ്റബോധം അനുഭവിച്ചിരിക്കാനിടയില്ലേ? ഇതിനൊക്കെ ഉത്തരം പറയാൻ കാക്കനാടൻ ഇപ്പോൾ നമ്മോടൊപ്പമില്ല. തന്നോടൊപ്പം ആധുനികതയുടെ വക്താവായി രംഗത്തു വന്ന എം. മുകുന്ദൻ നിരന്തരം സ്വയം നവീകരിക്കാനും അതിലൂടെ ഭാഷയുടേയും ആഖ്യാനശില്പത്തിന്റേയും അതിരുകൾ വികസിപ്പിച്ചെടുക്കനും കാണിച്ചതരത്തിലുള്ള ഉത്സാഹം - പടിഞ്ഞാറൻ നാടുകളിലെ ആധുനിക സാഹിത്യകാരന്മാരുടെ അടയാളമുദ്രകളിലൊന്നായ പരീക്ഷണകൗതുകം - കാക്കനാടനെ തീരെ അനുഗ്രഹിക്കാതെ പോയി. എളുപ്പത്തിൽ വിശദീകരിക്കാൻ കഴിയാത്ത തരത്തിലുള്ള വിടവ് അദ്ദേഹത്തിന്റെ സാഹിത്യജീവിതത്തിലെ രണ്ടു ഘട്ടങ്ങൾക്കിടയിലുണ്ട്. ഇക്കാര്യം ഓർമ്മയിൽ നിലനിർത്തിക്കൊണ്ട്, കാക്കനാടന്റെ സർഗ്ഗപ്രതിഭയുടെ തനതടയാളം വഹിക്കുന്ന അദ്ദേഹത്തിന്റെ കഥാസപര്യയിലെ ചില മുഹൂർത്തങ്ങൾ തപ്പിയെടുക്കാനാണ് ഞാനിവിടെ ശ്രമിക്കുന്നത്.

മലയാളത്തിലെ ആധുനികരായ ചെറുകഥാകൃത്തുക്കളെ സംബന്ധിച്ചിടത്തോളം ഏറെ വെള്ളം ചേർക്കപ്പെട്ട ഒരുതരം അസ്തിത്വദർശനം ആരംഭദശയിൽ അവരുടെ കാഴ്ചപ്പാടിൽ കുതിർന്നിറങ്ങിയതായി പലരും ചൂണ്ടിക്കാണിച്ചിട്ടുണ്ട്. അസ്തിത്വവാദം എന്നതുകൊണ്ട് നാം അർത്ഥമാക്കുന്ന ദാർശനികവീക്ഷണത്തെ അതിന്റെ ആഴത്തിലും വ്യാപ്തിയിലുമുൾക്കൊള്ളാൻ ഇവർക്കു സ്വാഭാവികമായും കഴിയുമായിരുന്നില്ല. കാരണം, പടിഞ്ഞാറൻ തത്ത്വചിന്തയിൽ പത്തൊമ്പതാം നൂറ്റാണ്ടിൽ കീർക്കഗോറിൽനിന്നും നീഷേയിൽനിന്നുമാരംഭിച്ച പ്രാതിഭാസികവും അസ്തിത്വസംബന്ധിയുമായ ഒരന്വേഷണരീതിയുടെ സ്വാഭാവിക പരിണാമമായിരുന്നു, ഹൈദഗറിലൂടെയും പിന്നീട് സാർത്ര്, കമ്യു, മെർലൊ-പോണ്ടി എന്നീ ഫ്രഞ്ച് സാഹിത്യകാരന്മാരിലൂടെയും വളർച്ചപൂണ്ട എക്സിസ്റ്റെൻഷ്യലിസ്റ്റ് ആശയഗതി. ഈയൊരു സാംസ്കാരിക പശ്ചാത്തലമില്ലാത്ത മലയാളിയായ ഒരെഴുത്തുകാരനെ സംബന്ധിച്ചിടത്തോളം ഇത്തരമൊരു തത്ത്വചിന്താപദ്ധതിയുടെ അന്തഃസത്തയിലേക്ക് ഇറങ്ങിച്ചെല്ലുക എന്നത് തന്റെ കഴിവിനപ്പുറത്തുള്ള ഒരു വെല്ലുവിളിയാണ്. എക്സിസ്റ്റെൻഷ്യലിസ്റ്റ് സാഹിത്യവുമായുള്ള പരിചയത്തിലൂടെ നമ്മുടെ ആധുനിക ചെറുകഥാകൃത്തുക്കൾക്കു തെളിഞ്ഞുകിട്ടിയ ഒരുൾക്കാഴ്ചയാണ്, പ്രപഞ്ചവും മനുഷ്യനും തമ്മിലുള്ള പൊരുത്തക്കേട് എന്നത്. അഭയസങ്കേതങ്ങൾ എന്നു കരുതിപ്പോന്ന മതപരവും ആദ്ധ്യാത്മികവുമായ വിശ്വാസക്രമങ്ങൾ ഓരോന്നായി നിലംപൊത്തിയതിനെത്തുടർന്ന് പൊടുന്നനെ അപരിചിതഭാവം കൈവരിച്ച ഒരു ലോകത്തിൽ വ്യക്തി അനുഭവിക്കുന്ന ഏകാന്തതയെച്ചൊല്ലിയുള്ള ഉത്ക്കണ്ഠ ഈ തലമുറയിൽപ്പെട്ട എഴുത്തുകാർ പൊതുവിൽ പങ്കിട്ട ഒന്നായിരുന്നു. ഈ ഭാവത്തെ അതിന്റെ തീക്ഷ്ണത ചോർന്നുപോകാതെ ആവിഷ്കരിക്കുന്ന രണ്ടു കഥകൾ അടുത്തടുത്ത വർഷങ്ങളിൽ നമ്മുടെ ഭാഷയിൽ പിറവിയെടുക്കുകയുണ്ടായി: 'കണ്ണാടി വീട്' (കാക്കനാടൻ), 'രാധ-രാധമാത്രം' (എം. മുകുന്ദൻ). 'രാധ-രാധമാത്രം' കാണിച്ചുതരുന്നത്, മുകുന്ദൻ കബളിപ്പിക്കുന്ന ലാളിത്യം കലർന്ന തന്റെ ശൈലിയിൽ, പാത്രസൃഷ്ടിയും അന്തരീക്ഷസംവിധാനവുമുൾപ്പെടെയുള്ള ആവിഷ്കരണ സാമഗ്രികൾ ഒതുക്കത്തോടെ ഉപയോഗപ്പെടുത്തിക്കൊണ്ട്, മനുഷ്യബന്ധങ്ങൾ പൊള്ളയായ ഉപചാരങ്ങളായി മാറിയ ഒരു ലോകത്തിൽ തന്റെ കഥാനായിക അനുഭവിക്കുന്ന സ്വത്വനഷ്ടം അടയാളപ്പെടുത്തുന്നതാണ്. സംഭാഷണങ്ങളും നാടകീയമുഹൂർത്തങ്ങളും കുറവായ 'കണ്ണാടിവീട്' ഒരു ദൃഷ്ടാന്തകഥയുടെ (parable) ഛായ വഹിക്കുന്നു. ദീർഘകാലം പുറത്തു കഴിച്ചുകൂട്ടിയതിനുശേഷം തന്റെ കുട്ടിക്കാലത്തിന്റെ ഓർമ്മകൾ കതിരിട്ടുനിൽക്കുന്ന ഗ്രാമപരിസരത്തിൽ തിരിച്ചെത്തി തന്റെ പൊയ്പോയ വേരുകൾ വീണ്ടും കണ്ടെത്താൻ ശ്രമിക്കുന്ന ഒരുവന്റെ ചിന്തകളിൽനിന്നാണ് 'കണ്ണാടിവീട്' ആരംഭിക്കുന്നത്. ആൽബർ കമ്യുവിന്റെ ആവിഷ്കരണരീതിയുടെ ഓർമ്മയുണർത്തിക്കൊണ്ട്, തന്റെ പേരില്ലാത്ത കഥാനായകന്റെ ജീവിതത്തെ

സംബന്ധിക്കുന്ന അർത്ഥവത്തായ പല വിശദാംശങ്ങളും കാക്കനാടൻ ബോധപൂർവ്വം ഒഴിവാക്കിയിരിക്കുന്നു. പ്രവാസം മതിയാക്കി ജന്മസ്ഥലമായി താൻ ഓർമ്മയിൽ സൂക്ഷിക്കുന്ന നാട്ടിൽ ഗൃഹാതുരത്വം തുടികൊട്ടുന്ന മനസ്സുമായി യാത്ര ചെയ്തെത്തുന്ന കഥാനായകനെ തിരിച്ചറിയാനോ, അംഗീകരിക്കാനോ സ്ഥലവാസികൾ തയ്യാറാവുന്നില്ല. സംശയവും സ്പർദ്ധയും നിറഞ്ഞ നോട്ടങ്ങളാണ് അയാളെ എങ്ങും കാത്തിരിക്കുന്നത്. ചുവന്നു തുടിച്ച കണ്ണുകളും വലിയ മീശയും താടിയുമുള്ള ഒരു മനുഷ്യൻ അയാൾക്കു താമസിക്കാൻ ഇടംകൊടുക്കുന്നു. പക്ഷേ, ആ മനുഷ്യനും ഒരു വിദേശിയാണെന്ന് ആരോ പറഞ്ഞ് അയാൾ അറിയുന്നു. തനിക്കു ചുറ്റും രഹസ്യങ്ങളൊന്നുമില്ലെന്നു തെളിയിക്കാനും അതിലൂടെ ഗ്രാമവിശ്വാസികളുടെ വിശ്വാസം നേടിയെടുക്കാനും അയാൾ ഒരുപായം കണ്ടെത്തുന്നു. കണ്ണാടിച്ചുവരുകളുള്ള ഒരു വീടു പണിത് അയാൾ അതിൽ താമസം തുടങ്ങുന്നു. എന്നാൽ അയാളെ മറ്റു മനുഷ്യരിൽനിന്ന് അകറ്റുന്ന അദൃശ്യമായ ഭിത്തി ഇല്ലാതാക്കാൻ ഇതുകൊണ്ടും കഴിയുന്നില്ല. അയാൾ കള്ളൻ മാത്രമല്ല ഭ്രാന്തൻകൂടിയാണെന്നാണ് ജനം ഇപ്പോൾ പറയുന്നത്. സഹാനുഭൂതിക്കും സ്നേഹത്തിനുംവേണ്ടി കൈ നീട്ടി തളർന്ന കഥാനായകൻ തന്റെ കണ്ണാടിവീടു വിട്ട് എങ്ങോട്ടെന്നില്ലാതെ ഇറങ്ങിത്തിരിക്കുന്നത് കാട്ടിത്തന്നുകൊണ്ട് കഥ അവസാനിക്കുന്നു.

ഈ കഥയിൽ 'അന്യ'ന്റെ പ്രശ്നം കൈകാര്യം ചെയ്യുന്നതിൽ കാക്കനാടൻ കാണിക്കുന്ന വൈദഗ്ദ്ധ്യം കുടികൊള്ളുന്നത് കണ്ണാടിവീട് എന്ന ഹൃദയഹാരിയായ കല്പനയുടെ ഉപയോഗത്തിലാണ്. എന്റെ മനസ്സിൽ ഈ സന്ദർഭത്തിൽ കടന്നുവരുന്നത് യുദ്ധാനന്തര അമേരിക്കൻ സാഹിത്യത്തിൽ ഏറെ ചലനങ്ങൾ സൃഷ്ടിച്ച റാൽഫ് എലിസന്റെ *ദി ഇൻവിസിബിൾ മാൻ* എന്ന നോവലാണ്. പ്രത്യക്ഷവും പരോക്ഷവുമായ രൂപങ്ങളിൽ വിവേചനം നിലനിൽക്കുന്ന ഒരു സാമൂഹ്യവ്യവസ്ഥിതിക്കുള്ളിൽ കഴിയാൻ വിധിക്കപ്പെട്ട കറുത്തവർഗ്ഗക്കാരനായ ഒരുവനെ കേന്ദ്രീകരിച്ചാണ് ഇതിലെ കഥ മുന്നോട്ടുനീങ്ങുന്നത്. അയാൾക്കു എല്ലാവരേയും കാണാം, എന്നാൽ ചുറ്റുമുള്ളവർക്കു അയാളെ കാണാൻ കഴിയുന്നില്ല. കഥാനായകന്റെ ഈ അദൃശ്യത, വെള്ളക്കാർ ആധിപത്യം കൈയാളുന്ന അസഹിഷ്ണുതയും വെറുപ്പും മുറ്റിയ ഒരു സാമൂഹ്യാന്തരീക്ഷത്തിൽ കറുത്തവർഗ്ഗക്കാർ അനുഭവിക്കുന്ന സ്വത്വനഷ്ടത്തെക്കുറിക്കുന്ന ഒരു രൂപകമാണ്. തന്റെ നിലനില്പിനെ അവഗണിക്കുകയും ചോദ്യംചെയ്യുകയും ചെയ്യുന്ന ഒരു സമൂഹത്തിന്റെ മുമ്പിൽ സ്വന്തം ഉൺമ വിളംബരം ചെയ്യാനുള്ള അവസാനത്തെ ഹതാശമായ ശ്രമമെന്ന നിലയിൽ ഒരു സ്ഫടിക ഭവനം തീർത്ത് അതിൽ താമസം തുടങ്ങുന്ന തന്റെ കഥാനായകന്റെ അവസ്ഥയിലൂടെ കാക്കനാടൻ സാക്ഷാത്കരിക്കാൻ ശ്രമിച്ചിട്ടുള്ളത് ആധുനികമനുഷ്യനെ ഒഴിയാതെ വേട്ടയാടുന്ന അന്യതാബോധത്തിന്റെ ഭീഷണിയാണ്.

ഇരുപതാംനൂറ്റാണ്ടിലെ നോവൽ - ചെറുകഥാ - സാഹിത്യത്തിൽ ആവർത്തിച്ചു കടന്നുവരുന്ന ഒരു കഥാപാത്രമാണ്, അടുത്തുള്ളവരുടെ തെറ്റിദ്ധാരണയും ശത്രുതയുമേറ്റുവാങ്ങിക്കൊണ്ട് പുറംലോകത്തിൽനിന്ന് പലായനം ചെയ്യാൻ വിധിക്കപ്പെട്ട പ്രതിഭാശാലിയായ കലാകാരൻ. പലപ്പോഴും നാടുകടത്തലിന്റെ അനുഭവത്തിലേക്കു നീളുന്ന ഒന്നാണ് അയാളുടെ ഒറ്റപ്പെടൽ. തോമസ് മൻ തൊട്ടിങ്ങോട്ട് ഒട്ടേറെ എഴുത്തുകാർ ബഹിഷ്കൃതനായ കലാകാരന്റെ ഭിന്നമുഖങ്ങൾ തങ്ങളുടെ രചനകളിൽ ആവിഷ്കരിക്കുകയുണ്ടായി. ഈ പ്രമേയത്തിന്റെ ഒരു കൊച്ചു കീറ് കാക്കനാടന്റെ 'സിന്ന എന്ന കവി'യിൽ കണ്ടെത്താൻ കഴിയും. ഷേക്സ്പിയറുടെ *ജൂലിയസ് സീസറിൽ* നിന്ന് കടംകൊണ്ട ഒന്നാണ് ഇതിലെ കഥാസന്ദർഭം. ജൂലിയസ് സീസറുടെ വധത്തെത്തുടർന്നുണ്ടാവുന്ന സ്തോഭജനകമായ സംഭവവികാസങ്ങൾക്കിടയിൽ മാർക് ആന്റണിയുടെ പ്രസംഗം കേട്ട് ഇളകി മറിഞ്ഞ ആൾക്കൂട്ടം സീസർക്കെതിരായി ഗൂഢാലോചന നടത്തിയ പൗരമുഖ്യന്മാർക്കെതിരായി തിരിയുന്നു. അവരുടെ കൂട്ടത്തിൽ സിന്ന എന്നൊരാളുണ്ട്. സിന്ന കവിയാണെന്ന് ആരോ പറയുമ്പോൾ 'അവനെ കൊല്ലുക' എന്ന് കൂടി നിൽക്കുന്ന ജനം ആക്രോശിക്കുന്നു. ഇങ്ങനെ ആൾക്കൂട്ടത്താൽ വേട്ടയാടപ്പെടുന്ന സിന്നയുടെ ചിതറിയ മാനസികവ്യാപാരങ്ങളിലൂടെയാണ് കാക്കനാടന്റെ കഥ വികാസം കൊള്ളുന്നത്. സിന്നയുടെ പീഡാനുഭവത്തിന്റെ ചിത്രീകരണത്തിനിടയിൽ കഥാകൃത്ത് അയാളുടെ വർഗ്ഗം പലപ്പോഴും ഏറ്റുവാങ്ങിയിട്ടുള്ള ദുരന്തത്തിലേക്കു വിരൽചൂണ്ടുന്ന ഒരു പുരാവൃത്തത്തിന്റെ ഓർമ്മ പുതുക്കുന്നുണ്ട്. പണ്ടത്തെ റോമസാമ്രാജ്യത്തിലെ ഭരണാധികാരികളുടെ വിനോദങ്ങളിലൊന്നായിരുന്നു, സിംഹക്കൂട്ടിലേക്കു അടിമകളെ എറിഞ്ഞുകൊടുത്ത് സിംഹവും അടിമയും തമ്മിലുള്ള മല്പിടിത്തം കണ്ട് രസിക്കുക എന്നത്. അങ്ങനെ സ്കിപിയോ എന്ന സേനാപതി താൻ പിടിച്ചുകൊണ്ടുവന്ന് പേരിട്ടു വളർത്തിയ ദെമെത്രിയസ് എന്ന അടിമയെ സിംഹവുമായി പോരടിക്കാൻ നിയോഗിക്കുന്നു. ദെമെത്രിയസ് സാധാരണ അടിമകളിൽനിന്ന് വ്യത്യസ്തനാണ്. അവന്റെ കണ്ണുകളിൽ 'നിദ്രയുടെ, വിഷാദത്തിന്റെ, ഭാവനയുടെ നിഴൽ' പതിഞ്ഞുകിടപ്പുണ്ട്. യുദ്ധം മുറുകുമ്പോൾ സിംഹത്തിന്റെ അടിയേറ്റ് ദെമെത്രിയസ് നിലംപതിക്കുന്നു. അതേ കിടപ്പിൽ കിടന്നുകൊണ്ട് അയാൾ പാടാൻ ആരംഭിക്കുന്നു. അപ്പോൾ മറ്റാർക്കും പിടികിട്ടാത്ത ഒരു രഹസ്യം സിംഹത്തിനു മനസ്സിലാകുന്നു. ദെമെത്രിയസിന്റെ രക്തത്തിനു ചുവപ്പുനിറമില്ല; അതിനു നിറമേയില്ല. വെള്ളംപോലുള്ള ഒരു ദ്രാവകമാണ് ആ അടിമയുടെ ശരീരത്തിൽ നിന്നൊഴുകുന്നത്. ഇതു കണ്ട് അദ്ഭുതപ്പെടുന്ന സ്കിപിയോ അവൻ ഒരു പിശാചാണെന്നും അവനെ കൊന്നു കുഴിച്ചുമൂടണമെന്നും പറയുന്നു. ദെമെത്രിയസ് പാട്ടുപാടിക്കൊണ്ട് ലോകത്തോട് വിടവാങ്ങുന്നു. അധികാരിവർഗ്ഗത്തിന്റെ അഹന്തയേയും ക്രൂരതയേയും അതിജീവിക്കുന്ന കലയുടെ അനശ്വരഭംഗിയാണ് ഇതിലൂടെ കഥാകൃത്ത് ധ്വനിപ്പിക്കുന്നത്.

ദെമെത്രിയസിനെപ്പോലെ സിരകളിൽ വെള്ളനിറമുള്ള രക്തമുള്ള സിന്ന തന്റെ നേർക്കു പാഞ്ഞടുക്കുന്ന ആൾക്കൂട്ടത്തിൽനിന്ന് ഓടിയകലുന്ന ദൃശ്യം ഒരു കൊച്ചുവാക്യത്തിൽ കഥാകൃത്ത് പകർത്തുന്നു. എന്നാൽ കഥാകൃത്ത് സിന്നയെ തിരുവനന്തപുരത്തെ തെരുവീഥികളിലേക്കു കൊണ്ടുവരുന്നതോടുകൂടി കഥയ്ക്ക് മുറുക്കം നഷ്ടപ്പെടുന്നു. യഥാർത്ഥ ത്തിൽ കുറ്റമൊന്നും ചെയ്തിട്ടില്ലാത്ത സിന്ന അഭിമുഖീകരിച്ച തരത്തി ലുള്ള ആൾക്കൂട്ടത്തിന്റെ പ്രതികാരദാഹം വർത്തമാനകാലഘട്ടത്തിലെ കലാകാരന്മാരുടെമേൽ വന്നു പതിക്കാനിടയുള്ള ദൗർഭാഗ്യത്തിന്റെ കൂടി സൂചനയാണ് എന്നു കാണിക്കാൻവേണ്ടിയാണ് കഥാകൃത്ത് സിന്നയെ ഈ മട്ടിൽ അവതരിപ്പിച്ചിട്ടുള്ളതെന്നു തോന്നുന്നു. പക്ഷേ, തിരുവനന്ത പുരത്തെ നിരത്തുകളിലൂടെയുള്ള സിന്നയുടെ ഓട്ടത്തിന്റെ വർണ്ണന ബാലിശമായ വിതാനത്തിലെത്തി നിൽക്കുന്നു. ഈ കഥ അതിന്റെ നഷ്ടപ്പെട്ട ഗൗരവം കുറച്ചെങ്കിലും വീണ്ടെടുക്കുന്നത് ഓടിത്തളർന്ന സിന്ന മൃഗശാലയ്ക്കുള്ളിൽ കയറി ഒഴിഞ്ഞ ഒരു കൂടിനകത്തു കടക്കുന്ന സന്ദർഭ ത്തിലാണ്. സ്വയം തിരിച്ചറിയാനാവാത്ത നിലയിൽ 'ഞാനാരാണ്?' എന്ന ചോദ്യവുമായി ഇരുമ്പഴികളുള്ള കൂടിനുള്ളിൽ നിൽക്കുന്ന സിന്നയുടെ ചിത്രത്തോടെ കഥ അവസാനിക്കുന്നു.

'കണ്ണാടിവീട്', 'സിന്ന എന്ന കവി': ഈ രണ്ടുകഥകൾ ഒപ്പംവെച്ചു വായിക്കുമ്പോൾ ആധുനികസാഹിത്യകാരന്മാരെ മഥിച്ചുപോന്ന ഒരു പ്രമേയം കാക്കനാടന്റെ കൈകളിൽ എങ്ങനെ രൂപപ്പെട്ടുവെന്ന് വായന ക്കാരൻ ചിന്തിക്കാനിടയുണ്ട്.

തന്റെ തലമുറയിലെ ചില എഴുത്തുകാരെപ്പോലെ കാക്കനാടനും ചിത്രകലയിൽ താല്പര്യമുണ്ടായിരുന്നു. ഒ.വി.വിജയന്റെ മികവുറ്റ ഏതാനും ചെറുകഥകളിലും *ഖസാക്കിന്റെ ഇതിഹാസ*ത്തിലും കാണുന്ന തരത്തിലുള്ള വരകളുടേയും വർണ്ണങ്ങളുടേയും മേളനം കാക്കനാടന്റെ ശില്പപരിചരണ രീതിക്കു ചാരുത പകരുന്നുണ്ടെന്നോ, അതല്ലെങ്കിൽ ക്യൂബിസ്റ്റ് ചിത്രകലാസങ്കേതങ്ങളുമായുള്ള പരിചയം എം.മുകുന്ദൻ ഒരു ഘട്ടത്തിൽ എഴുതിയ ചെറുകഥകളുടെ ആഖ്യാനരൂപത്തെ നിർണ്ണയി ക്കുകയുണ്ടായി എന്നുപറയുന്ന അർത്ഥത്തിൽ ചിത്രകലയുടെ ഭാഷയു മായുള്ള അടുപ്പം കാക്കനാടന്റെ ആവിഷ്കരണസമ്പ്രദായങ്ങൾക്കു പുതു ജീവൻ സമ്മാനിച്ചതായോ ഞാനിവിടെ അർത്ഥമാക്കുന്നില്ല. ചിത്രകാര ന്മാർ കടന്നുപോകുന്ന പരീക്ഷണങ്ങളേയും പ്രലോഭനങ്ങളേയും വലം വെച്ചുകൊണ്ട് ഏതാനും ചെറുകഥകൾ കാക്കനാടൻ എഴുതിയിട്ടുണ്ട്. അമൂർത്തചിത്രകലയെ സംബന്ധിക്കുന്ന ചില പരാമർശങ്ങൾ അദ്ദേഹ ത്തിന്റെ കഥാലോകത്തിൽ അങ്ങിങ്ങ് ചിതറിക്കിടപ്പുണ്ട്. താന്ത്രികകല കാക്കനാടനെ വശീകരിച്ച ഒരു ഘട്ടമുണ്ടായിരുന്നു അദ്ദേഹത്തിന്റെ കാഥികജീവിതത്തിൽ. ശിവ-ശക്തിമേളനം സംബന്ധിച്ച പ്രാചീനമായ ഭാരതീയ സങ്കല്പങ്ങളിലേക്കു കടന്നുചെല്ലാൻ താന്ത്രികകലയോടു തോന്നിയ ആഭിമുഖ്യം അദ്ദേഹത്തിനു വഴിയൊരുക്കിയതായി തോന്നുന്നു.

ശക്തിസ്വരൂപിണിയായ സ്ത്രീയെക്കുറിച്ചുള്ള സങ്കല്പം, അതിൽ അടങ്ങിയിട്ടുള്ള എല്ലാ ഭയാകർഷണങ്ങളോടുംകൂടി, ഈ എഴുത്തുകാരന്റെ ബോധാബോധങ്ങളിൽ നിറഞ്ഞു നിന്നിരുന്ന കാലത്ത് പിറവിയെടുത്ത പ്രശസ്ത രചനയാണ് 'ശ്രീചക്രം'. മനസ്സിന്റേയും ഇന്ദ്രിയങ്ങളുടേയും പ്രവർത്തനത്തെ പിടിച്ചുലയ്ക്കുകയും താറുമാറാക്കുകയും ചെയ്യുന്ന തരത്തിൽ ആപൽക്കരമായ സാധ്യതകളടങ്ങിയ നിഗൂഢസ്വഭാവമുള്ള ഒരാരാധനാക്രമത്തെ സൃഷ്ടിയുടെ വിഭവമാക്കി മാറ്റിയെടുത്ത ഈ കഥ ആദ്യം വായിക്കുമ്പോൾ ഒരാൾക്കു തോന്നാനിടയുള്ളത്, ഇത് ആത്മവിസ്മൃതിയുടെ നിമിഷങ്ങളിൽ ആവിർഭവിച്ച ഒരു രചനയാണ് എന്നാണ്.

സാധകനായ ചിത്രകാരൻ, വാടകയ്ക്കെടുത്ത മോഡൽ, വെളുത്ത താടിയും ആനന്ദം പതയുന്ന കണ്ണുകളുമുള്ള ഗുരു: ഈ മൂന്നു കഥാപാത്രങ്ങളാണ് 'ശ്രീചക്രത്തിലുള്ളത്. കഥ മുന്നോട്ടു കുതിക്കുമ്പോൾ ഈ മൂവരുമിരിക്കുന്ന മുറിയും പരിസരവും ഭൂമിയുടെ തലംവിട്ട് അജ്ഞാതരഹസ്യങ്ങൾ മുഴങ്ങുന്ന ഒരു അതീതലോകത്തിലേക്ക് ഉയരുന്നു. വാടകയ്ക്കെടുത്ത വേശ്യയായ മോഡലിനെ ഉപകരണമാക്കിക്കൊണ്ട്, ബീജാക്ഷരങ്ങളിലൂടെ രൂപമെടുക്കുന്ന മന്ത്രോച്ചാരണത്തിലൂടെ കുണ്ഡലിനിയെ ഉണർത്താനാണ് ചിത്രകാരൻ ശ്രമിക്കുന്നത്. ദ്രുതതാളത്തിൽ ഉയർന്നുപൊങ്ങുന്ന ആവാഹനം ആനന്ദമൂർച്ഛയുടെ അവസ്ഥയിലേക്കു നീങ്ങുന്നതോടെ അയാൾ ഒരുതരം മോഹനിദ്രയിലെത്തിപ്പെടുന്നു. താൻ ചക്രരഹസ്യം കണ്ടെത്താറായി എന്ന വിഭ്രാന്തിക്ക് അടിപ്പെട്ട് (ഒമ്പത് എന്ന അക്കത്തിന് താന്ത്രികകലയിലുള്ള പ്രാധാന്യം കഥയിൽ അടിവരയിട്ടുപറയുന്നുണ്ട്) ചിത്രകാരൻ തന്റെ മുമ്പിലിരിക്കുന്ന മോഡലിനെ കഴുത്തു ഞെരിച്ചുകൊല്ലുന്നു.

ശങ്കരാചാര്യരുടെ സൗന്ദര്യലഹരിയിൽ വിവരിച്ചിട്ടുള്ള ശാക്തേയമാർഗ്ഗത്തെ കഥാരൂപത്തിലാക്കുക മാത്രമല്ല കാക്കനാടൻ ഇവിടെ ചെയ്തിട്ടുള്ളത്. പണംകൊണ്ട് വാടകയ്ക്കെടുത്ത, പറയത്തക്ക അഴകോ ചൈതന്യമോ ഇല്ലാത്ത ഒരു മോഡലിനെ ചുറ്റിപ്പറ്റിയാണ് ഈ കഥയിലെ ചിത്രകാരന്റെ ശക്ത്യുപാസന ഉയരങ്ങളിലേക്കു നീങ്ങുന്നത് എന്ന കാര്യം ശ്രദ്ധിക്കുക. ഇതിൽ അടങ്ങിയിട്ടുള്ള വിരുദ്ധോക്തി കാണാതിരുന്നുകൂടാ. ചിത്രകാരൻ എത്തിപ്പിടിക്കാൻ ശ്രമിക്കുന്ന അഭൗമതേജസ്സ് കലർന്ന ദേവതാസങ്കല്പവും അയാൾ പ്രചോദനവസ്തുവായി ഉപയോഗിക്കുന്ന മ്ലേച്ഛമായ സ്ത്രീരൂപവും തമ്മിലുള്ള ഹാസ്യാത്മകമായ അകലം ഈ കഥയിലെ പ്രധാന പ്രമേയത്തിന് മറ്റൊരു മാനം സമ്മാനിക്കുന്നതായി തോന്നുന്നില്ലേ? സർഗ്ഗോന്മാദവും ഹിംസാവാസനയും തമ്മിലുള്ള വേഴ്ചയിലേക്കു വിരൽചൂണ്ടുന്ന ഒരു ലാക്ഷണികകഥയായി 'ശ്രീചക്ര'ത്തെ വേണമെങ്കിൽ വ്യാഖ്യാനിക്കാം. ഇവിടെ പെട്ടെന്ന് മനസ്സിൽ കടന്നുവരുന്ന ഒരുദാഹരണം പിക്കാസ്സോയുടെ ജീവിതവുമായി ബന്ധപ്പെട്ടതാണ്.

പിക്കാസ്സോയെപ്പറ്റി അദ്ദേഹത്തിന്റെ ഭാര്യമാരടക്കമുള്ളവർ എഴുതിയിട്ടുള്ള ഓർമ്മക്കുറിപ്പുകളിൽനിന്ന് വെളിപ്പെട്ടിട്ടുള്ള ഒരു കാര്യമാണ്, അദ്ദേഹത്തിന്റെ അമാനുഷമായ തോതിലുള്ള സൃഷ്ടിപ്രേരണകൾ തന്റെ സ്വകാര്യവ്യക്തിത്വത്തിലെ വിലക്ഷണവാസനകളിൽ - പ്രത്യേകിച്ചും കടിഞ്ഞാണിട്ടുനിർത്തിയ ക്രൂരതയുടെ ശക്തികളിൽ - എത്രമാത്രം ആണ്ടുകിടന്നിരുന്നു എന്നത്. നിയന്ത്രണാധീനമായ ഭ്രാന്ത് എന്നതുപോലെ മെഴുക്കിട്ട ക്രൂരതയും പല വിശ്വോത്തരകലാകാരന്മാരുടേയും നിർമ്മാണരഹസ്യത്തിനു പിന്നിൽ കുടികൊണ്ടിരുന്നതായി തെളിഞ്ഞിട്ടുണ്ട്. 'ശ്രീചക്ര'ത്തിൽ വർണ്ണിച്ചിട്ടുള്ള തരത്തിലുള്ള കലോപാസനയിൽ വിധ്വംസകമായ ഒരംശം മൂർത്തരൂപത്തിൽ പതിഞ്ഞുകിടപ്പുണ്ട്.

പ്രവചനത്തിന്റെ സൂചനയുൾക്കൊള്ളുന്ന രാഷ്ട്രീയമായ അന്യാപദേശകല്പനയെന്നത് വഴുവഴുപ്പുള്ള ഒരു കഥാരൂപമാണ്. എഴുത്തുകാരന്റെ കൈ ചെറുതായൊന്ന് പിഴച്ചാൽമതി, രചന വിരസവും യാന്ത്രികവുമായി മാറിയെന്നിരിക്കും. ഈ അപകടം ഒഴിവാക്കിക്കൊണ്ട് കാക്കനാടൻ നടത്തിയ വിജയകരമായ ഒരു പരീക്ഷണമാണ് 'ബാബേൽ'.

ആധുനികകാലഘട്ടത്തിൽ ഭാഷയുടെ പരാജയവും മനുഷ്യർക്കിടയിലുള്ള സംവേദനപ്രതിസന്ധിയും സംബന്ധിച്ച പ്രശ്നങ്ങൾ കൈകാര്യം ചെയ്തിട്ടുള്ള ജോർജ്ജ് സ്റ്റെയ്നറെപ്പോലുള്ള സാഹിത്യചിന്തകന്മാർ അനുസ്മരിച്ചിട്ടുള്ള ഒന്നാണ് വേദപുസ്തകത്തിലെ ബാബേൽ ഗോപുരത്തിന്റെ ദൃഷ്ടാന്തം. എന്നാൽ കാക്കനാടൻ ബാബേലിനെ രൂപകമാക്കി രചിച്ചിട്ടുള്ളത് ഇതിൽനിന്നു വിഭിന്നമായ പൊരുൾ ഉൾക്കൊള്ളുന്ന ഒരു ഇരുണ്ട അന്യാപദേശകഥയാണ്.

വേദപുസ്തകത്തിൽനിന്നുള്ള ഉദ്ധരണിയോടുകൂടിയാണ് കാക്കനാടന്റെ കഥ ആരംഭിക്കുന്നത്:

> ആകാശത്തോളം എത്തുന്ന ഒരു ഗോപുരം പണിക,
> നമുക്കു ഒരു പേരും ഉണ്ടാക്കുക എന്ന് അവർ പറഞ്ഞു...
> സർവഭൂമിയിലേയും ഭാഷ യഹോവ അവിടെവെച്ച് കലക്കിക്കളയുകയാൽ അതിന് ബാബേൽ എന്ന പേരായി....
>
> — ഉത്പത്തി (ബൈബിൾ) 11.3-9

അന്ധവിശ്വാസവും ചൂഷണവും നടമാടുന്ന ഒരു ഇന്ത്യൻ ഗ്രാമത്തിന്റെ ചിത്രം മങ്ങിയ ശോഭയോടെ ഈ കഥയിൽ തെളിഞ്ഞുവരുന്നു. വേദപുസ്തകത്തിൽനിന്ന് കടമെടുത്ത ഒരു കല്പനയെ ഹിന്ദുമതവിശ്വാസവും ആചാരാനുഷ്ഠാനങ്ങളും തിറയാട്ടം നടത്തുന്ന ഒരു ഗ്രാമപശ്ചാത്തലത്തിൽ സന്നിവേശിപ്പിച്ചുകൊണ്ട് കാക്കനാടൻ പറയുന്നത് പ്രകടമായ രാഷ്ട്രീയവിവക്ഷകളുള്ള ഒരു കഥയാണ്. കഴിഞ്ഞ രണ്ടുമൂന്നു പതിറ്റാണ്ടുകൾക്കിടയിൽ നാം സാക്ഷ്യം വഹിച്ച, കമ്മ്യൂണിസ്റ്റ് പരീക്ഷണത്തിനു വന്നുപെട്ട ദുരന്തത്തെ ഓർമ്മിപ്പിക്കുന്ന തരത്തിലുള്ള,

അടിച്ചമർത്തപ്പെട്ട ഒരു ജനസമൂഹത്തിന്റെ വിമോചനസ്വപ്നത്തിന്റെ ഉദയവും തകർച്ചയും കുറിക്കുന്ന ആദിമദ്ധ്യാന്തമൊത്ത ഒരു പ്രതീകാത്മകരചനയാണ് 'ബാബേൽ'* എന്ന് ആദ്യവായനയിൽ ഒരാൾക്കു തോന്നാനിടയുണ്ട്. അതേസമയം ഇവിടെ ബാക്കിനിൽക്കുന്ന ചില ചോദ്യങ്ങളുണ്ട്.

അനേകം തലമുറകളായി അടിമത്തത്തിലും അജ്ഞതയിലുമകപ്പെട്ട് കഴിഞ്ഞിരുന്ന ഗ്രാമവാസികളുടെ മുമ്പിൽ സ്വാതന്ത്ര്യത്തിന്റേയും സമത്വത്തിന്റേയും വാഗ്ദാനവുമായി പ്രത്യക്ഷപ്പെടുന്ന ഗുരുവിൽ ഒരു കപടനാട്യക്കാരന്റെ അംശങ്ങൾ മറഞ്ഞിരിപ്പില്ലേ? ഈ രക്ഷകൻ ഒടുവിൽ ഒരു പരാജയപ്പെട്ട ദൈവമായി മാറുന്നത്, അയാളുടെ പ്രവചനത്തിലും അയാൾ നിർദ്ദേശിക്കുന്ന വിപ്ലവാനന്തര പുനർനിർമ്മാണപദ്ധതിയിലും അടങ്ങിയിരിപ്പുള്ള അഗാധമായ ഏതെങ്കിലും പാളിച്ചയുടെ കൂടി ഫലമായിട്ടായിരിക്കുമോ? നാട്ടുകാർ സംഘബലം കൊണ്ട് പണിതുയർത്തിയ കൂറ്റൻ മാളിക കൊടുങ്കാറ്റിലും പേമാരിയിലും നിലംപൊത്തുന്നതിന്റെ ചിത്രം വഴി കാഥികൻ നിർദ്ദേശിക്കുന്നത് എന്താവാം? മനുഷ്യനിർമ്മിതമായ ഒരഭയസങ്കേതത്തിന് പ്രകൃതിനിയമങ്ങളെ ധിക്കരിച്ചുകൊണ്ട് നിലനിൽക്കാനാവില്ല എന്നതിന്റെ തെളിവായിരിക്കുമോ ഇത്? മാളിക തകർന്നു വീണതിനെത്തുടർന്ന് ആലംബമറ്റ ഗ്രാമവാസികൾ കാവിലമ്മയെ പ്രാർത്ഥിച്ചു തുടങ്ങുകയും തങ്ങളുടെ പഴയ വിശ്വാസത്തിലേക്കു തിരിച്ചു പോവുകയും ചെയ്യുന്നതായി ചിത്രീകരിച്ചതിലൂടെ കഥാകൃത്ത് ലക്ഷ്യമിടുന്നത് എന്താണ്? ഉട്ടോപ്യകൾ തകരുമ്പോൾ ബാക്കിനിൽക്കുന്നത് ഒരുപിടി പഴയ ഉറപ്പുകളാണ് എന്ന അനുമാനത്തിലേക്കാണോ ഈ കഥ വായനക്കാരനെ നയിക്കുന്നത്? നമ്മുടെ കാലഘട്ടത്തിലെ പല വിപ്ലവ സംരംഭങ്ങൾക്കും പിണഞ്ഞ ദാരുണപരാജയത്തിലേക്കു വിരൽചൂണ്ടിക്കൊണ്ട്, നാടൻ ശൈലിയിൽ, ഉത്തമപുരുഷൻ ബഹുവചനത്തിലൂടെ പറഞ്ഞുപോകുന്ന ഈ കഥയിൽ ഇത്രമാത്രം വ്യാഖ്യാനസാദ്ധ്യതകൾ അടക്കം ചെയ്തതാണ് കാഥികന്റെ വിജയമെന്നു തോന്നുന്നു.

ഇത്തരം ചില കാമ്പുറ്റ രചനകളിൽ കാക്കനാടൻ അവലംബിക്കുന്ന വായ്ത്താരിയുടെ രീതിയെ (style of rhetoric) സംബന്ധിക്കുന്ന ഒരു നിരീക്ഷണത്തിന് ഈ സന്ദർഭത്തിൽ ചെറിയൊരു പ്രസക്തിയുണ്ട്. കാക്കനാടൻ ന്യൂനോക്തിയെ ആശ്രയിക്കുന്ന ഒരു കലാകാരനല്ല. വിശേഷണപദങ്ങൾ ഒന്നിനുപിന്നാലെ ഒന്നായി കൊരുത്തുചേർത്ത്, താളപ്പുളപ്പിന്റെ പ്രതീതി സൃഷ്ടിച്ചുകൊണ്ട്, ആരോഹണക്രമത്തിൽ അടിവെച്ചു കയറുന്ന ഒരു പ്രതിപാദനരീതി ഈ എഴുത്തുകാരന് ഏറെ പ്രിയപ്പെട്ട ഒന്നാണെന്നു തോന്നുന്നു. 'ശ്രീചക്രം' പോലുള്ള മാന്ത്രികസ്പർശം കലർന്ന ഉള്ളടക്കം

---

* കാക്കനാടൻ ഇതെഴുതിയത് ആയിരത്തിതൊള്ളായിരത്തി എഴുപതുകളുടെ ആദ്യപാദത്തിലായിരുന്നു.

വഹിക്കുന്ന ചെറുകഥകളിൽ ഭാഷയുടെ ഈ താണ്ഡവലീല അതിന്റേതായ സാഫല്യം കണ്ടെത്തുന്നു. അതേസമയം കഥാവസ്തു ഉൾക്കനം കുറഞ്ഞ ഒന്നാകുമ്പോൾ ഇതേ ഭാഷാരീതി അതിവാചാലതയിൽ ചെന്നു മുട്ടി തകരുകയും ചെയ്യുന്നു. 'ശ്രീചക്ര'ത്തിന്റെ തുടർച്ചപോലെ വായിക്കാവുന്ന 'നീലഗ്രഹണ'ത്തിൽ സംഭവിച്ചിട്ടുള്ളത് ഇതാണ്. മനസ്സിനെ ഉടക്കിവലിക്കുന്ന ആഖ്യാനമുഹൂർത്തങ്ങളുടെ അഭാവം നിമിത്തം ഇവിടെ നീലനിറത്തിന്റെ ആവർത്തിച്ചുള്ള പ്രയോഗത്തിലൂടെ കഥാകൃത്ത് ഒരുക്കൂട്ടുന്ന ആഭിചാരക്രിയ ലക്ഷ്യത്തിലെത്താതെ പോകുന്നു.

ക്രമരാഹിത്യത്തിൽനിന്ന് ക്രമം സൃഷ്ടിച്ചെടുക്കാനുള്ള ശ്രമമായി കാക്കനാടന്റെ സാഹിത്യജീവിതത്തെ കണക്കാക്കാമെങ്കിൽ അതിന്റെ വിജയകരമായ മാതൃക എന്ന് സംശയം കൂടാതെ വിവരിക്കാവുന്ന അരഡസൻ ചെറുകഥകൾ അദ്ദേഹം മലയാളികൾക്കു സമ്മാനിച്ചിട്ടുണ്ട്. ■

പതിനൊന്ന്

നീലവെളിച്ചത്തിൽ തങ്ങിയ കാഥികഭാവന

"ഗ്രിഗർ സാംസ ഒരുനാൾ പുലർച്ചയ്ക്ക് അസുഖകരമായ സ്വപ്ന ങ്ങളിൽനിന്നുണർന്ന് കിടക്കയിൽ കിടന്നപ്പോൾ താൻ ഒരു കൂറ്റൻ പാറ്റ യായി മാറിയിരിക്കുന്നതായി അയാൾ കണ്ടെത്തി." കഴിഞ്ഞ നൂറ്റാണ്ടിൽ ചെറുകഥ എന്ന സാഹിത്യരൂപത്തിന്റെ ജനിതകഘടനയിൽ വിപ്ലവകര മായ മാറ്റങ്ങൾക്ക് വഴിയൊരുക്കിയത് ഫ്രാൻസ് കാഫ്കയുടെ 'രൂപാന്തര പ്രാപ്തി'യിലെ ഈ ആരംഭവാക്യമാണ് (Franz Kafka,'The Metamorphosis,' 1915). 'ചെറുകഥ 'രൂപാന്തരപ്രാപ്തി'ക്കു മുമ്പും പിമ്പും' എന്ന മട്ടിലുള്ള വിഭജനത്തിന് ചില വിമർശകന്മാർ മുതിർന്നു കണ്ടിട്ടുണ്ട്. ഗ്രിഗർ സാംസയുടെ കീടജന്മത്തിന്റെ പൊരുളിനെ സംബ ന്ധിച്ചും അതിനു പിന്നിലുള്ള ആത്മകഥാപരമായ പ്രേരണകളെ സംബ ന്ധിച്ചും എണ്ണമറ്റ ചർച്ചകൾ ഇതിനുള്ളിൽ നടന്നുകഴിഞ്ഞിരിക്കുന്നു. ഫ്രോയിഡിയൻ മനഃശാസ്ത്രത്തിന്റെ വെളിച്ചത്തിലും മാർക്സിയൻ കാഴ്ചപ്പാടിലൂടെയുമൊക്കെ ഏറെ അപഗ്രഥിക്കപ്പെട്ട ഒന്നാണ് കാഫ്ക യുടെ കഥ. ഇവിടെ നാം ശ്രദ്ധിക്കേണ്ട ഒന്നുരണ്ടു കാര്യങ്ങളുണ്ട്. ഗ്രിഗർ സാംസയെ സംബന്ധിച്ചിടത്തോളം തനിക്കു കൈവന്ന പുതിയ ജന്മം വേറൊരു തലത്തിൽ നിന്നുകൊണ്ട് ജീവിതത്തെ നിരീക്ഷിക്കാനും വില യിരുത്താനുമുള്ള ഒരവസരംകൂടിയായി മാറുന്നു. മനുഷ്യരൂപം വെടിഞ്ഞ് ഷഡ്പദമായി മാറിയ കാഫ്കയുടെ കഥാനായകൻ സ്വന്തം കുടുംബാംഗ ങ്ങളുമായും തന്റെ തൊഴിലുമായും പുറംലോകവുമായുമൊക്കെയുള്ള ബന്ധങ്ങളെ പുതിയൊരു രീതിയിൽ അനുഭവിച്ചറിയാൻ നിർബ്ബന്ധിത നായിത്തീരുന്നു. ജീവിതത്തെക്കുറിച്ചു വെച്ചുപുലർത്തിയിരുന്ന ധാരണ കളെയെല്ലാം ഉടച്ചു തകർത്തുകൊണ്ടുള്ള വേദനാപൂർണ്ണമായ അറിവി ലേക്ക് ഇഴഞ്ഞു നീങ്ങുന്ന ഒരു ജീവിയെയാണ് തുടർന്നങ്ങോട്ട് നമുക്ക് കാണാനിട വരുന്നത്. ഗ്രിഗർ സാംസയ്ക്കു വന്നുപെടുന്ന രൂപപരിണാമം അയാളുടെ കുടുംബാംഗങ്ങളിലുളവാക്കുന്ന ഞെട്ടലിൽനിന്നു തുടങ്ങി

സ്വന്തം അച്ഛന്റെ കൈകൊണ്ടുള്ള അയാളുടെ മരണംവരെ നീണ്ടു നിൽക്കുന്ന കഥയിലെ പ്രധാനസംഭവങ്ങൾ വിവരിച്ചിരിക്കുന്നതാവട്ടെ തീർത്തും യഥാതഥമായ, വിശ്വാസയോഗ്യമായ രീതിയിലാണ്. കഥയിലെ അടിസ്ഥാനപരമായ പൂർവ്വപക്ഷം (premise) എന്നു പറയുന്നത് അവി വാഹിതനും കുടുംബത്തിന്റെ ആശ്രയവുമായിരുന്ന ഈ ചെറുപ്പക്കാരൻ ഓർക്കാപ്പുറത്ത് ഒരു പാറ്റയായിത്തീർന്നു എന്നതാണ്. ഇത് അംഗീകരിച്ചു കഴിഞ്ഞാൽ കഥയിൽ തുടർന്നുനടക്കുന്ന കാര്യങ്ങളെല്ലാം തീർത്തും യുക്തിസഹമായി മാത്രമെ നമുക്കു അനുഭവപ്പെടുകയുള്ളു. വിമർശന സംജ്ഞകൾ ഉപയോഗിച്ചുകൊണ്ടു പറഞ്ഞാൽ, 'എക്സ്പ്രഷനിസ്റ്റ് ഫാന്റസി'യുടെ ചട്ടക്കൂടിനുള്ളിൽ റിയലിസം എന്നു വിശേഷിപ്പിക്കാവുന്ന ഒരാഖ്യാനമാർഗ്ഗമാണ് കാഫ്ക ഇവിടെ അവലംബിച്ചിരിക്കുന്നത്.

ഈ രീതിയിൽ രൂപാന്തരപ്രാപ്തിയെ വലംവെച്ചുകൊണ്ടുള്ള വേറെയും ചില പ്രശസ്ത രചനകൾ പാശ്ചാത്യചെറുകഥാസാഹിത്യ ത്തിൽ കണ്ടെത്താൻ കഴിയും. ഒരുപക്ഷേ ഇതിനു തുടക്കംകുറിച്ചത് റഷ്യൻ സാഹിത്യകാരനായ ഗോഗളിന്റെ 'മൂക്ക്' എന്ന നീണ്ട കഥയാണ് (Nikolai Gogol, 'The Nose', 1836). ഈയിടെ അന്തരിച്ച ഫിലിപ്പ് റോത്തിന്റെ 'മുല' ഇവിടെ ഓർമ്മിക്കാം (Philip Roth, 'The Breast', 1973). ഈ രണ്ടു കഥകളിലും കാഫ്കയുടെ 'രൂപാന്തരപ്രാപ്തി'യിലും പൊതു വായി കണ്ടെത്താൻ കഴിയുന്ന ഒരു കാര്യം രൂപാന്തരപ്രാപ്തിയെന്ന നമ്മുടെ സാമാന്യയുക്തിക്കു നിരക്കാത്ത അനുഭവത്തെ പ്രധാനമായും ഒരു രൂപകം എന്ന നിലയിലാണ് കഥാകൃത്തുക്കൾ കൈകാര്യം ചെയ്തി ട്ടുള്ളത് എന്നതാണ്. മനഃശാസ്ത്രപരവും രാഷ്ട്രീയവുമായ തലങ്ങളിൽ അർത്ഥപ്രസക്തി തേടുന്ന ഒരലങ്കാരകല്പനയുടെ പ്രതീതിയാണ് ഈ ചെറുകഥകളിലെ നായകന്മാർക്ക് വന്നുപെടുന്ന ജീവശാസ്ത്രപരമായ പരിണാമം വായനക്കാരനിൽ ജനിപ്പിക്കുന്നത്.

ചെറുകഥയുടെ വളർച്ചയിൽ നാഴികക്കല്ലുകളിലൊന്നായിരുന്നു ഭ്രമ കല്പന (fantasy) എന്ന ആഖ്യാനരൂപത്തിന്റെ ആവിർഭാവം. നാം സാധാ രണയായി കരുതിപ്പോരുന്നത് 'റിയലിസ'ത്തിനു എതിർനിൽക്കുന്ന ഒരു സംജ്ഞയാണ് 'ഫാന്റസി' എന്നാണ്. ഇത് ഒരു കണക്കിൽ ശരിയാണ്. യഥാതഥ രചനയുടേയും ഭ്രമകല്പനയുടേയും രീതികൾ തീർത്തും വിഭിന്നങ്ങളാണ്. അതേസമയം ഭ്രമകല്പനയുടെ ഉദ്ദേശ്യലക്ഷ്യങ്ങൾ ഏറ്റവും മുരടൻസ്വഭാവമുള്ള യഥാതഥ രചനയുടേതിൽനിന്ന് ഏറെ വ്യത്യസ്തമല്ല എന്നു വായനക്കാർക്കു തോന്നിപ്പോകുന്ന ചില സന്ദർഭ ങ്ങളുണ്ട്. ഭ്രമകല്പനയെന്നത് യാഥാർത്ഥ്യത്തിൽനിന്നുള്ള ഒരൊളിച്ചോട്ട മല്ല, നേരെമറിച്ച് യാഥാർത്ഥ്യത്തെ വേറിട്ടൊരു രീതിയിൽ പുനരാവിഷ്കരി ക്കാനുള്ള ശ്രമത്തിന്റെ ഫലമാണ്. ഭ്രമകല്പനയിലൂടെ അവതരിപ്പിക്ക പ്പെടുന്ന ലോകം, തർക്കമില്ല, നമ്മുടേതുതന്നെയാണ്. എന്നാൽ ഇവിടെ, ഒരു സ്വപ്നത്തിലെന്നപോലെ, സാധാരണലോകത്തെ ഭരിക്കുന്ന

യുക്തിയും സാധാരണലോകത്തിൽ വസ്തുക്കൾക്കും സ്ഥാപനങ്ങൾക്കും കല്പിക്കപ്പെടുന്ന അർത്ഥങ്ങളും കീഴ്മേൽമറിഞ്ഞു കാണപ്പെടുന്നു. നിത്യപരിചിതമായ ചുറ്റുപാടുകളും ജീവിതസന്ദർഭങ്ങളും ഇവിടെ വിചിത്രവും ഭീഷണവുമായ രൂപങ്ങൾ കൈക്കൊള്ളുന്നു. ഒരു ചിത്രദർശിനിക്കുഴലിലെന്നപോലെ, ഭ്രമകല്പനയിൽ വർണ്ണസങ്കലനങ്ങൾ ഒരു ക്രമത്തിനും വഴങ്ങാതെ തെളിയുകയും മായുകയും ചെയ്യുന്നു. ജീവിതത്തെക്കുറിച്ച് നമുക്കുള്ള മാമൂൽധാരണകളിൽനിന്നും പ്രതീക്ഷകളിൽനിന്നും രക്ഷപ്പെടാനുള്ള ഒരുപാധി എന്ന നിലയ്ക്കാണ് ഭ്രമകല്പന പലപ്പോഴും പ്രവർത്തിക്കുന്നത്. ഈ ഒളിച്ചോട്ടത്തിന്റെ – അതിനെ അങ്ങനെ വിളിക്കാമെങ്കിൽ – ലക്ഷ്യമെന്നു പറയുന്നത്, നാം കുടുങ്ങിക്കിടക്കുന്ന 'നിത്യനൈമിത്തിക'ത്തിന്റെ ലോകം എത്രമാത്രം സങ്കുചിതവും ഞെരുക്കുന്നതുമായ ഒന്നാണെന്ന് വെളിപ്പെടുത്തലാണ്. അങ്ങനെ ഭ്രമകല്പനയിലൂടെ കാഴ്ചയുടേയും കേൾവിയുടേയും നൂതന സാദ്ധ്യതകൾ സാക്ഷാത്കാരം കണ്ടെത്തുന്നു. യുക്തിയെ ധിക്കരിച്ചുകൊണ്ട്, നേർവരയിലൂടെയുള്ള സമയസങ്കല്പത്തെ നിരാകരിച്ചുകൊണ്ട്, മനുഷ്യമനസ്സിന്റെ അബോധതലങ്ങളിൽ കുടികൊള്ളുന്ന ശക്തികൾ സ്വച്ഛന്ദം വിഹരിക്കുന്ന ഒരു സമാന്തരപ്രപഞ്ചം ഒരുക്കൂട്ടുകയാണ് ഭ്രമകല്പനയുടെ സ്രഷ്ടാവ് ചെയ്യുന്നത്.

പാശ്ചാത്യ ചെറുകഥയുടെ ചരിത്രം പരിശോധിച്ചാൽ കണ്ടെത്താൻ കഴിയുന്ന ഒരു വസ്തുത, റിയലിസത്തിന്റേയും ഭ്രമകല്പനയുടേയും ധാരകൾ സമാന്തരമായും ചിലപ്പോൾ ഇടകലർന്നും നീങ്ങുകയുണ്ടായി എന്നതാണ്. പത്തൊമ്പതാം നൂറ്റാണ്ടിലെ യൂറോപ്യൻ ചെറുകഥാസാഹിത്യത്തിൽ ഭ്രമകല്പനയുടെ സങ്കേതങ്ങൾക്ക് ആകൃതി നൽകിയ രണ്ടുപേരാണ് അമേരിക്കൻ കവിയും ചെറുകഥാകൃത്തുമായ എഡ്ഗർ അലൻപോയും റഷ്യൻ എഴുത്തുകാരനായ ഗോഗളും. ജീർണ്ണതയും അഗമ്യഗമനം സംബന്ധിച്ച സൂചനകളും ഒരു ബിന്ദുവിൽ കേന്ദ്രീകരിക്കുന്ന, 'ഹൊറർ സ്റ്റോറി'യുടെ ഛായ വഹിക്കുന്ന ഒരു രചനയാണ് അലൻപോയുടെ 'ഉഷർ ഭവനത്തിന്റെ പതനം' (Edgar Allan Poe, 'The Fall of the House of Usher', 1845). വിശ്വചെറുകഥാസാഹിത്യത്തിലെ മാസ്റ്റർപീസുകളിലൊന്നായി ഇത് പരിഗണിക്കപ്പെടുന്നു. ഗോഗളിന്റെ 'ഓവർകോട്ടി'ൽ നിസ്സാരനായ ഒരു മനുഷ്യന്റെ ജീവിതത്തിലെ ഒരു നുറുങ്ങുസംഭവത്തിന്റെ ചിത്രീകരണത്തിൽ പ്രകൃത്യതീതശക്തികളുടെ കടന്നുവരവിന്റെ ഫലമായി രൂപംകൊള്ളുന്ന തെല്ല് വിചിത്രമായ അന്തരീക്ഷം നീലവെളിച്ചം പരത്തുന്നു (Gogol, 'Overcoat', 1842). കഥാസാഹിത്യത്തിൽ റിയലിസ്റ്റിക് പാരമ്പര്യം ശക്തമായി നിലകൊണ്ടിരുന്ന ഒരു കാലഘട്ടത്തിലാണ് ഈ രണ്ടെഴുത്തുകാരും ഭ്രമകല്പനയുടെ സാധ്യതകൾ തേടിപ്പോയത്. ഇരുപതാംനൂറ്റാണ്ടിൽ ഭ്രമകല്പനയുടെ

ചക്രവാളങ്ങളെ വികസ്വരമാക്കിയ എഴുത്തുകാരുടെ കൂട്ടത്തിൽ മുൻപന്തിയിൽ നിലയുറപ്പിച്ചിട്ടുള്ളത് ബോർഹസും നബൊക്കോഫുമാണ്. ആധുനിക ചെറുകഥയുടെ പരിച്ഛേദമടങ്ങുന്ന പല സമാഹാരങ്ങളിലും ഇടംകണ്ടെത്തിയിട്ടുള്ള വിഭ്രാമകമായ ഒരു കഥയാണ് ഫ്രഞ്ച് സാഹിത്യകാരനായ മാഴ്സൽ ഏമിയുടെ 'ഭിത്തികളിലൂടെ നടന്ന ആൾ' (Marcel Ayme, 'The Man who walked through walls', 1945).

കുരുന്നുമനസ്സുകൾക്ക് ഇമ്പമണയ്ക്കുന്ന യക്ഷിക്കഥകൾതൊട്ട് സർവ്വനാശത്തിന്റെ സൂചനകൾ വഹിക്കുന്ന 'സയൻസ് ഫിക്ഷൻ'വരെയുള്ള ആവിഷ്കരണരൂപങ്ങൾ ഭ്രമകല്പനയുടെ പരിധിയിൽ വരുന്നതായി കാണാം. ഇരുപതാംനൂറ്റാണ്ടിലെ റഷ്യൻ സാഹിത്യത്തിലെ വിസ്മയങ്ങളിലൊന്നായ 'മാസ്റ്റർ ആന്റ് മർഗരിറ്റ' എന്ന നോവലിന്റെ കർത്താവായ മിഖായേൽ ബുൾഗാക്കോവ് 'മാരകമായ മുട്ടകൾ' എന്ന പേരിൽ ശാസ്ത്രസാഹിത്യത്തിന്റെ ചട്ടക്കൂട് അവലംബിച്ചുകൊണ്ട് ഒരു നീണ്ട കഥ എഴുതുകയുണ്ടായി. (Michael Bulgakov, 'The Fatal Eggs', 1925). ബുൾഗാക്കോവിന്റെ മരണശേഷം വെളിച്ചം കണ്ട ഈ കഥ ഭ്രമകല്പനയെക്കുറിച്ചു പഠിക്കാൻ ശ്രമിച്ചിട്ടുള്ള വിമർശകന്മാർക്ക് ഏറെ കൗതുകം പകർന്ന ഒരു രചനയാണ്. ശാസ്ത്രസംബന്ധമായ ഒരു കണ്ടുപിടിത്തത്തിന്റെ പ്രത്യാഘാതങ്ങൾ വിവരിച്ചുകൊണ്ട് മുന്നോട്ടുനീങ്ങുന്ന പ്രത്യക്ഷത്തിൽ നിരുപദ്രവകരമായ ഒരു കഥയിലൂടെ, അത്യുക്തിയുടേയും വിലക്ഷണമായ ഭ്രമകല്പനയുടേയും സങ്കേതങ്ങൾ ഉപയോഗിച്ചുകൊണ്ട്, രാഷ്ട്രീയമായ പൊരുൾ ഉൾക്കൊള്ളുന്ന രൂക്ഷമായ ആക്ഷേപഹാസ്യം സംവേദനം ചെയ്യുന്നതെങ്ങിനെയെന്ന് 'മാരകമായ മുട്ടകൾ' കാട്ടിത്തരുന്നു. കഥ നടക്കുന്ന വർഷം 1928. മോസ്കൊ സുവോളജിക്കൽ ഇൻസ്റ്റിറ്റ്യൂട്ടിലെ പ്രൊഫസ്സറായ പെഴ്സിക്കോവാണ് ഇതിലെ നായകൻ. അയാളുടെ പരീക്ഷണശാലയിലാണ് കഥയിലെ പ്രധാന സംഭവങ്ങളുടെ തുടക്കം. ഒരു ദിവസം മൈക്രോസ്കോപിലൂടെ നോക്കുന്നതിനിടയിൽ പെഴ്സിക്കോവ് തിളക്കമുള്ള ഒരു ചുവന്ന രശ്മി കണ്ടെത്തുന്നു. (ഈ 'ചുവപ്പുനിറം' എന്താണ് അർത്ഥമാക്കുന്നതെന്ന് വായനക്കാരന് ഊഹിക്കാൻ കഴിയും). കോഴിമുട്ടകളുടെ ഉല്പാദനം വർദ്ധിപ്പിക്കാൻ വേണ്ടിയാണ് ഈ ചുവപ്പുരശ്മി ആദ്യം ഉപയോഗിക്കപ്പെടുന്നത്. ഈ രശ്മി ഉപയോഗിച്ചുകൊണ്ടുള്ള പരീക്ഷണങ്ങൾ പുരോഗമിക്കുന്നതിനിടയിൽ ഒരു നാൾ, ഒരു കൈയബദ്ധത്തിന്റെ ഫലമായി, കോഴിമുട്ടകൾക്കു പകരം പാമ്പിന്റേയും ഒട്ടകപ്പക്ഷിയുടേയും മുട്ടകൾ പെഴ്സിക്കോവിന്റെ പരീക്ഷണശാലയിൽ എത്തിപ്പെടുന്നു. ഈ മുട്ടകൾ അതിവേഗത്തിൽ പെറ്റുപെരുകുന്നു. അങ്ങനെ മോസ്കൊ നഗരത്തിലും പ്രാന്തപ്രദേശങ്ങളിലും ഇഴജന്തുക്കൾ പാറിപ്പറന്നു നടക്കുന്നു. വിഷവാതകപ്രയോഗം കൊണ്ടൊന്നും ഈ ഭീഷണി നിലയ്ക്കുന്നില്ല. സർപ്പങ്ങൾ സ്വൈരവിഹാരം നടത്തുന്ന മോസ്കൊ നഗരത്തിന്റെ സർറിയൽ ദൃശ്യത്തിൽ കഥാകൃത്തിന്റെ ഭാവന തെല്ലിട തങ്ങിനിൽക്കുന്നു. ഈ സംഭവത്തെ

ത്തുടർന്നു പൊട്ടിപ്പുറപ്പെടുന്ന ജനരോഷത്തിൽപ്പെട്ട് പെഴ്സിക്കോവും അയാളുടെ അസിസ്റ്റന്റായ പാൻക്രാറ്റും കൊല്ലപ്പെടുന്നു. ഒടുവിൽ മുമ്പില്ലാത്ത തരത്തിലുള്ള ഒരു കൊടുംശൈത്യത്തിന്റെ വരവോടുകൂടിയാണ് ജനജീവിതത്തെയാകെ പേടിയിലമർത്തിയ ഇഴജന്തുക്കൾ ചത്തൊടുങ്ങാൻ തുടങ്ങിയത്. പെഴ്സിക്കോവിന്റെ മരണത്തോടുകൂടി ഏപ്രിൽ മാസത്തിലെ വല്ലാത്തൊരു രാത്രിയിൽ അയാൾ കണ്ടെത്തിയ ശോണരശ്മിയുടേയും കഥ അവസാനിച്ചു. അയാൾക്കുശേഷം സുവോളജിക്കൽ ഇൻസ്റ്റിറ്റ്യൂട്ടിന്റെ ഡയറക്ടറായിവന്ന വ്യക്തിക്കൊന്നും ഈ രശ്മി വീണ്ടും നിർമ്മിക്കാൻ കഴിഞ്ഞില്ല. അതിന് ഒരു പ്രത്യേകസിദ്ധി വേണമായിരുന്നു. ഈ ലോകത്തിൽ അതുണ്ടായിരുന്ന ഒരേയൊരാൾ നമ്മുടെ പെഴ്സിക്കോവായിരുന്നു.

സോവിയറ്റ് വ്യവസ്ഥിതിയിൻ കീഴിൽ ശാസ്ത്രത്തിന്റെ അനുഗ്രഹങ്ങൾ ദുരുപയോഗം ചെയ്യപ്പെടുന്നതും, ഭരണകൂടം സ്വന്തം താല്പര്യങ്ങൾക്കനുസരണമായി ശാസ്ത്രജ്ഞനെ കൗശലത്തോടെ കൈകാര്യം ചെയ്യുന്നതുമൊക്കെയാണ് വ്യംഗ്യഭംഗിയോടെ ബുൾഗാക്കോവ് ഈ കഥയിൽ ആവിഷ്കരിച്ചിട്ടുള്ളത്. ആയിരക്കണക്കിനാളുകളുടെ ജീവന പഹരിച്ചുകൊണ്ട് മോസ്കൊവിലും പ്രാന്തപ്രദേശങ്ങളിലും വിളയാട്ടം നടത്തുന്ന ഇഴജന്തുക്കളുടെ വർണ്ണനയിൽ ബുൾഗാക്കോവ് ഈ കഥയെഴുതിയ കാലത്ത് സോവിയറ്റ് യൂണിയനെ ആകമാനം ഗ്രസിച്ചു കഴിഞ്ഞ സ്റ്റാലിനിസം എന്ന കൊടും തിന്മയെക്കുറിച്ചുള്ള സൂചന നമുക്കു വേണമെങ്കിൽ വായിച്ചെടുക്കാം.

രണ്ട്

മലയാള സാഹിത്യത്തിന്റെ നേർക്കു തിരിയുകയാണെങ്കിൽ 'ഫാന്റസിസ്റ്റ്' എന്ന വിശേഷണമർഹിക്കുന്ന ഒരു കഥാകൃത്തുണ്ടായതായി പറയാനാവില്ല. എങ്കിൽക്കൂടി ആധുനികകാലഘട്ടത്തിൽ എം.പി. നാരായണപിള്ള തുടക്കമിട്ട ഒരു പ്രവണതയുടെ വികാസം വിളിച്ചറിയിച്ചുകൊണ്ട് ഭ്രമകല്പനയുടെ സാദ്ധ്യതകൾ കൂടിയും കുറഞ്ഞുമുള്ള അളവിൽ ഉപയോഗപ്പെടുത്തിയ കാഥികരുടെ ഒരു ചെറിയ നിര ഇവിടെ പ്രത്യക്ഷപ്പെടുകയുണ്ടായി. അക്കൂട്ടത്തിൽ വേറിട്ടുനിൽക്കുന്ന രണ്ടുപേരാണ് ഒ.വി. വിജയനും സേതുവും. പാലക്കാടൻ കുന്നുകളിൽ കാറ്റത്താടുന്ന കരിമ്പനകളുടെ സീൽക്കാരത്തിൽ അദ്ധ്വാനിക്കുന്ന വർഗ്ഗത്തിന്റെ പടഹത്തിനായി കാതോർത്തുകൊണ്ടാണ് വിജയൻ തന്റെ സാഹിത്യജീവിതമാരംഭിച്ചത് ('മൂന്നു യുദ്ധങ്ങളു'ടെ ആമുഖം നോക്കുക). ഇക്കാലത്ത് വിജയൻ പിന്തുടർന്നത് തികച്ചും യഥാതഥമായ ഒരു പരിചരണരീതിയും ഭാഷാപ്രയോഗവുമായിരുന്നു. കേവലയുക്തിയുടെ നാലതിരുകൾക്കപ്പുറമുള്ള ജീവിതസത്യങ്ങൾ വിജയന്റെ ലോകത്തിൽ കടന്നുവരുന്നതിന്റെ ആദ്യ

സൂചനയായിരുന്നു 'നിദ്രയുടെ താഴ്വര' എന്ന ചെറുകഥ. അധികം വൈകാതെ അദ്ദേഹം ഇരുണ്ട ഫലിതവും ഹാസ്യാനുകരണവും ഭ്രമകല്പനയും കൂടിക്കലർന്ന ഒരാവിഷ്കരണശൈലി വളർത്തിയെടുത്തു. ഒരു കാർട്ടൂണിസ്റ്റിന് സഹജമായി കൈവരുന്ന വക്രീകരണം (distortion) അദ്ദേഹത്തിന്റെ യാഥാർത്ഥ്യബോധത്തിന്റെ മുഖമുദ്രയായിത്തീർന്നു. മലയാള കഥാസാഹിത്യത്തിലെ ഏറ്റവും ഭാവപ്പൊലിമയാർന്ന ഒന്നുരണ്ടു ഭ്രമകല്പനകൾ വിജയന്റെ തൂലികയിൽനിന്നാണ് നമുക്ക് കൈവന്നത്. സേതുവിനെക്കുറിച്ചു പറയുകയാണെങ്കിൽ, അവസാനമില്ലാതെ നീളുന്ന ഏതോ പേടിസ്വപ്നത്തിന്റെ ആഴങ്ങളിൽ തെന്നിവീഴുന്ന നിസ്സഹായരായ മനുഷ്യരുടെ കോടിപ്പോയ മുഖങ്ങളാണ് അദ്ദേഹത്തിന്റെ കഥാലോകത്തിൽ നമ്മെ എതിരേൽക്കുന്നത്. വാസ്തവത്തിന്റെ തലം വെടിഞ്ഞ് ഭീതികലർന്ന ദുഃസ്വപ്നത്തിന്റെ മേഖലയിലേക്ക് കുത്തനെ തെറിച്ചു വീഴുന്ന വസ്തുക്കളേയും വ്യക്തികളേയുമാണ് സേതുവിന്റെ കഥകളിൽ നാം കാണുന്നത്. ആഭിചാരത്തിന്റേയും ദുർമ്മന്ത്രവാദത്തിന്റേയും സൂചനകൾ ഈ രചനകളിൽ തിങ്ങിപ്പാർക്കുന്നു. യുക്തി ഉപയോഗിച്ചുകൊണ്ടുള്ള അപഗ്രഥനത്തിനു വഴങ്ങാത്ത അജ്ഞാതശക്തികളുടെ കൈകളിലെ കളിപ്പാട്ടമാണ് മനുഷ്യൻ എന്ന പ്രതീതി ജനിപ്പിച്ചുകൊണ്ടാണ് അദ്ദേഹത്തിന്റെ പല കഥകളും അവസാനിക്കുന്നത്. ഇവിടെ പുറംലോകം ഏതാണ്ട് എല്ലായ്പോഴും ഭീഷണവും ദുരൂഹവുമായ ഭാവം കൈക്കൊള്ളുന്നു. അവിടെനിന്ന് അഭയം കൊതിക്കുന്ന വ്യക്തികളെ കാത്തിരിക്കുന്നതാവട്ടെ അതിവേഗത്തിൽ ശിഥിലമായിക്കൊണ്ടിരിക്കുന്ന സ്ഥല-കാലങ്ങളുടെ ഗർത്തവും.

സേതുവിന്റെ 'രാജാവിന്റെ വാൾ'* എന്ന കഥയിലെ നായകനും കോളേജധ്യാപകനുമായ രാമുവിന്റെ ജീവിതം സമനിരപ്പിലൂടെ നീങ്ങിക്കൊണ്ടിരിക്കുകയായിരുന്നു. സമൂഹം വിലമതിക്കുന്ന ഒരു ജോലിയും അയാളുടെ നന്മ മാത്രം ആഗ്രഹിക്കുന്ന ബന്ധുക്കളും അയാളെ ആരാധനയോടെ നോക്കിക്കാണുന്ന വിദ്യാർത്ഥിനികളുമുൾപ്പെട്ട ഭദ്രമായ ചുറ്റുപാടുകളിലാണ് രാമു കഴിയുന്നത്. രാജാവിന്റെ വാൾ സ്വപ്നം കണ്ടുതുടങ്ങിയത് മുതൽക്കാണ് അയാളുടെ രാപ്പകലുകളുടെ താളം തെറ്റിയത്. ഈ വാൾ എന്താണ് അർത്ഥമാക്കുന്നതെന്ന് കഥയിൽ വിശദീകരിക്കപ്പെടുന്നില്ല. തന്റെ 'അറിവിന്റെ ശിക്ഷ'യാണ് താൻ കാണുന്ന ഈ സ്വപ്നമെന്ന് കഥയുടെ തുടക്കത്തിൽ രാമു പറയുന്നുണ്ട്. തന്റെ സ്വപ്നത്തെ അയാൾ വിവരിക്കുന്നത് ഇങ്ങനെയാണ്: "തലനാരിഴയിൽ തൂങ്ങിക്കിടക്കുന്ന നീണ്ട വാൾ തേച്ച് മൂർച്ചവരുത്തിയ മുനയുടെ തിളക്കം. ആ മുന ഒരു രസബിന്ദുവിനെപ്പോലെ മുമ്പിൽക്കിടന്ന് ഓളം വെട്ടുന്നു.

---

* പൂർണ പബ്ലിക്കേഷൻസ് പ്രസിദ്ധപ്പെടുത്തിയ സേതുവിന്റെ സമ്പൂർണ്ണ കഥകൾ (വാല്യം - ഒന്ന്) എന്ന പുസ്തകത്തിൽനിന്ന്. പുറം. 242-248

അകാരണമായ ഒരു ഭയമായി, അശാന്തിയായി, അത് പിന്നിൽ പടരുന്നു. ഒരു ചെറുകാറ്റ് മതി, ഒരു ദീർഘനിശ്വാസം മതി, ആ തലനാരിഴ പൊട്ടാൻ. തലയോട് പിളർന്നുകൊണ്ട്, എന്റെ നീചബുദ്ധി പകുത്തുകൊണ്ട്, വാളിന് ആണ്ടിറങ്ങാൻ." മനുഷ്യാസ്തിത്വത്തിനു മുകളിൽ തൂങ്ങിക്കിടക്കുന്ന പേരില്ലാത്ത ഏതോ ഭീഷണിയുടെ, നിലനില്പിന്റെ ആത്യന്തികമായ വ്യർത്ഥതയുടെ, പ്രതിരൂപമായിരിക്കുമോ രാജാവിന്റെ വാൾ? ഒരു തവണ ഈ സ്വപ്നത്തിന്റെ ചുഴിയിലകപ്പെട്ട ഒരാൾക്ക് അതിൽനിന്ന് പുറത്തു കടക്കാനാവില്ല എന്ന് രാമുവിന്റെ അനുഭവം വിളിച്ചോതുന്നു. പിന്നീട് എത്രതന്നെ ആഗ്രഹിച്ചാലും താൻ ഉപേക്ഷിച്ചുപോയ ഗ്രാമീണജീവിതത്തിന്റെ ശാലീനഭംഗികൾ നിറഞ്ഞ ലോകം അയാൾക്ക് തിരിച്ചുകിട്ടാൻ പോകുന്നില്ല. തന്റെ 'പായൽമൂടിയ ഭൂതകാലം' അയാൾക്ക് എന്നെന്നേക്കുമായി നഷ്ടപ്പെട്ടുകഴിഞ്ഞു. ആ ഭൂതകാലത്തെ അയാൾ വെച്ചുമാറിയത് സ്വൈരം കെടുത്തുന്ന, ഇന്ദ്രിയങ്ങളെ താറുമാറാക്കുന്ന, മനസ്സിനേയും ബുദ്ധിയേയും ദ്രവിപ്പിക്കുന്ന ആത്യന്തികമായ ഒരു അറിവിനുവേണ്ടിയായിരുന്നു. അയാളെ സാധാരണനിലയിലേക്കു മടക്കിക്കൊണ്ടുവരാൻ ബന്ധുക്കളടക്കം പലരും ശ്രമിക്കുന്നുണ്ട്. പക്ഷേ, പുസ്തകങ്ങൾ വാരിക്കൂട്ടിയ മുറിക്കുള്ളിൽ, തന്നെ മാടിവിളിക്കുന്ന പേക്കിനാവിന്റെ പിടിയിൽ അമർന്നു കഴിയുന്ന രാമുവിനെ സംബന്ധിച്ചിടത്തോളം ഒരു തിരിച്ചുപോക്ക് അസാധ്യമാണ്. പുറംലോകം അയാളെ ഇപ്പോൾ ഏതുവിധത്തിലാണ് നോക്കിക്കാണുന്നത് എന്നതിന്റെ സൂചന അയാളെ ഇഷ്ടപ്പെട്ടിരുന്ന രാധ എന്ന പെൺകുട്ടിയുടെ സംഭാഷണത്തിലൂടെ നമുക്കു ലഭിക്കുന്നു: "കോളേജിൽ കേട്ടത്... സാറിനെ ചങ്ങലക്കിട്ടിരിക്കുകയാണെന്ന്." ഭ്രാന്തന്റെ വേഷത്തിൽ താൻ അരങ്ങുതകർക്കാൻ പോവുകയാണ് എന്ന രാമുവിന്റെ തീരുമാനത്തോടുകൂടി കഥ അവസാനിക്കുന്നു.

സേതുവിന്റെ പല കഥകളിലും ആവർത്തിച്ചു പ്രത്യക്ഷപ്പെടുന്ന ഭ്രമകല്പനയുടെ ഘടനയാണ് 'രാജാവിന്റെ വാളി'ലുള്ളത്. രണ്ടു ലോകങ്ങളാണ് ഇവിടെ കൂട്ടിമുട്ടുന്നത്. ഒന്ന് കുടുംബം, തൊഴിൽ, ഉത്തരവാദിത്വങ്ങൾ, സ്ത്രീസാന്നിദ്ധ്യം ഇവയെല്ലാമടങ്ങുന്ന ബാഹ്യപ്രപഞ്ചം. വേറൊന്ന് ഈ പ്രപഞ്ചം കാഴ്ചവെയ്ക്കുന്ന എല്ലാത്തരം ഉറപ്പുകളേയും ഒറ്റയടിക്കു പിളർക്കാൻ പോന്ന, വാക്കുകൾക്കും വ്യാഖ്യാനങ്ങൾക്കുമപ്പുറമുള്ള ഏതോ കണ്ടെത്തലുമായി അയാളെ വശീകരിക്കുന്ന ഒരു വിദൂരഗ്രഹം. അവിടെനിന്നുള്ള അടയാളങ്ങൾ ഏറ്റുവാങ്ങിയ ഒരാൾക്ക് താൻ ചുറ്റും കാണുന്നതെല്ലാം അയഥാർത്ഥമാണ് എന്ന തോന്നലുമായി മാത്രമേ മുന്നോട്ടുനീങ്ങാനാവൂ.

1971-ൽ എഴുതിയ ഈ കഥയുടെ അവസാനത്തിൽ സേതു ആയിരത്തി തൊള്ളായിരത്തി അറുപതുകളിൽ ആർ.ഡി.ലെയിംഗിനെപ്പോലുള്ള മനഃശാസ്ത്രജ്ഞന്മാർ ഭ്രാന്തിനേയും വെളിവിനേയും സംബന്ധിച്ച് ഉന്നയിച്ച സിദ്ധാന്തങ്ങൾ അറിഞ്ഞോ അറിയാതെയോ സ്പർശിക്കുന്നുണ്ട്.

വിവരിക്കാനാവാത്ത തരത്തിൽ മത്സരബുദ്ധിയും ഹിംസവാസനയും പര പീഡനകൗതുകവും നിറഞ്ഞ വർത്തമാന സമൂഹത്തിനാണോ അതോ ആ സമൂഹം ഭ്രാന്തനെന്നു മുദ്രകുത്തി മാറ്റിനിർത്തുകയും ശിക്ഷി ക്കുകയും ചെയ്യുന്ന വ്യക്തിക്കാണോ യഥാർത്ഥത്തിൽ സുബുദ്ധി നഷ്ട പ്പെട്ടിരിക്കുന്നത് എന്നൊരു ചോദ്യം 'എക്സിസ്റ്റെൻഷ്യൽ സൈക്കി യാട്രി'യുടെ വക്താക്കൾ ഇക്കാലത്ത് ചർച്ചാവിഷയമായി മാറ്റുക യുണ്ടായി. ഭ്രാന്തിനെ സംബന്ധിച്ച 'കാല്പനിക' വീക്ഷണമാണ് ഇക്കൂട്ടർ അവതരിപ്പിച്ചത് എന്ന് പരാതിയുടെ സ്വരത്തിൽ ചിലർ ചൂണ്ടിക്കാണി ക്കുകയുണ്ടായി. ഈ വീക്ഷണഗതിയനുസരിച്ച് ഭ്രാന്തുള്ളവരെന്നു നാം കരുതുന്ന പലരും വിശേഷപ്പെട്ട ചില ഉൾക്കാഴ്ചകൾ ലഭിച്ചവരാണ്. പുറം ലോകത്തിൽ നടമാടുന്ന കാപട്യവും ക്രൂരതയും സഹിക്കാൻ വിഷമ മായ നിലയിലെത്തിയപ്പോഴാണ് അവർ ബോധത്തിന്റെ പുതിയ തലങ്ങൾ എത്തിപ്പിടിക്കാനാരംഭിച്ചത്. അവരെ സംബന്ധിച്ചിടത്തോളം തങ്ങൾക്കു കൈവന്നിട്ടുള്ള പുതിയ ഉൾക്കാഴ്ചകൾ എടുത്തുമാറ്റിയാൽ ജീവിതം അർത്ഥശൂന്യമായിത്തീർന്നെന്നിരിക്കും. 'ഭ്രാന്ത്' എന്ന് മറ്റുള്ളവർ വിവരി ക്കുന്ന അവസ്ഥ അവരുടെ ഉണ്മയുമായി അത്രയേറെ ഇഴുകിച്ചേർന്നിരി ക്കുന്നു. അതുകൊണ്ടാണ് സേതുവിന്റെ കഥയിലെ നായകൻ ഒടുവിൽ ഇങ്ങനെ പ്രാർത്ഥിക്കുന്നത്: "നന്മകളുടെ രാജാവേ! ഈ അറിവ് എന്നിൽ നിന്നു മാറ്റരുതേ! ഈ വാൾ എന്റെ ശിരസ്സിൽനിന്നു മാറ്റരുതേ...!"

ഇതിനു സമാനമായ ഒരു സന്ദർഭമാണ് 'ആശ്വിനത്തിലെ പൂക്കൾ' എന്ന കഥയിലുള്ളത് (1972). മുപ്പതുവയസ്സുള്ള കഥാനായകൻ കടന്നു പോകുന്ന സ്വത്വപ്രതിസന്ധി ഒരുകാലത്ത് പാശ്ചാത്യ നോവൽ സാഹിത്യ ത്തിലെ മുഖ്യപ്രമേയങ്ങളിലൊന്നായിരുന്നു. ആധുനികതാപ്രസ്ഥാന ത്തിന്റെ ഉച്ചസമയത്ത് പിറവികൊണ്ട പ്രശസ്തമായ പല നോവലുകളും മുപ്പതുകാരനായ ഒരാളുടെ ആന്തരജീവിതത്തിലും ബാഹ്യജീവിത ത്തിലും വന്നുപെടുന്ന പിളർപ്പിന്റെ കഥ പറയുന്നവയാണ്. സേതുവിന്റെ കഥയിലെ നായകനായ വേണു മുപ്പതു വയസ്സുള്ള ഒരാളാണ്. നേർവര യിലൂടെ നീങ്ങിയിരുന്ന അയാളുടെ ജീവിതം എവിടെയോ വെച്ച് വഴിമുട്ടി നിന്നതായി നാം മനസ്സിലാക്കുന്നു. അശാന്തി നിറഞ്ഞ ഒരു ഘട്ടത്തി ലൂടെ കടന്നു പോയതിനുശേഷം തന്റെ അച്ഛന്റെ സുഹൃത്തിന്റെ ക്ഷണം സ്വീകരിച്ച് മലഞ്ചെരിവിലുള്ള അയാളുടെ വീട്ടിൽ വിശ്രമത്തിനായി എത്തിയിരിക്കുകയാണ് വേണു. അവിടെ മഞ്ഞുതുള്ളികൾ വറ്റിയാറുന്ന കുന്നിൻചെരിവുകളിൽ ചിതറിക്കിടക്കുന്ന മഞ്ഞനിറമുള്ള പൂക്കൾ കഥ യുടെ ഭാവാന്തരീക്ഷത്തിൽ ഒരു പങ്ക് വഹിക്കുന്നുണ്ട്.

> "ആശ്വിനത്തിലെ ദൃഢതയില്ലാത്ത പുലരിയിലൂടെ നോക്കു മ്പോൾ രാത്രിയിൽ ചേക്കാറാൻവന്ന പക്ഷികളുടെ മുട്ടകൾ ഉടഞ്ഞുപരന്നതായേ തോന്നൂ. പിന്നീട്, വെയിൽ മൂക്കുന്ന തോടെ മഞ്ഞപ്പൂക്കളുടെ മുഖങ്ങൾ വേർതിരിയുന്നു.

നോക്കിനിൽക്കെ, പൂത്തിട്ടുകൾ തെളിയുന്നു. ചരിവിലെ കാറ്റിൽ മഞ്ഞപൊട്ടുകളുള്ള ചേലകൾ പറന്നുപോകുന്നു. ആശ്വിനത്തിലെ പൂക്കൾക്കെല്ലാം മഞ്ഞനിറമായിരിക്കുമോ? മഞ്ഞപ്പൂക്കൾ, മഞ്ഞയിലകൾ, മഞ്ഞത്തിട്ടകൾ."

"മഞ്ഞ എത്ര മനോഹരമാണ്!" എന്ന് വിസ്മയംകൊണ്ട വാൻ ഗോഗിനെ ഓർമ്മയില്ലേ? വാൻ ഗോഗിനെ സംബന്ധിച്ചിടത്തോളം മഞ്ഞ നിറം സൂര്യന്റെ തിളക്കത്തേയും ഗോതമ്പുപാടങ്ങളുടെ സുവർണ്ണശോഭ യേയുമാണ് പ്രതിനിധീകരിച്ചത്. അത് സൃഷ്ടിയുടെ നിറമായിരുന്നു. അതോടൊപ്പം വാൻ ഗോഗിന്റെ ഉന്മാദം മുറ്റിയ ഭാവനയുടെ കൂടി ചിഹ്ന മായിരുന്നു അത്. മഞ്ഞയുടെ തിരയിളക്കം കാണാവുന്ന അദ്ദേഹത്തിന്റെ ചിത്രങ്ങളെല്ലാം അഗാധമായ വൈകാരികാസ്വാസ്ഥ്യത്തിൽ നിന്നു പിറവി യെടുത്തവയായിരുന്നു. 'ആശ്വിനത്തിലെ പൂക്കളി'ലെ മഞ്ഞനിറത്തിന്റെ വിന്യാസം അമിതമായ തോതിൽ എത്തിനിൽക്കുന്നു എന്നു കരുതുന്ന വരുണ്ടാവാം. വെളിവിനും വിസ്മൃതിക്കുമിടയിൽ പതറി നിൽക്കുന്ന മനുഷ്യമനസ്സിന്റെ ആഴങ്ങളിലേക്കു ദൃഷ്ടി പായിക്കുന്ന സർഗ്ഗരചനകളിൽ ഇത്തരത്തിൽ ചിലതരം വർണ്ണങ്ങളുടേയും ഗന്ധങ്ങളുടേയും ആവർത്തി ച്ചുള്ള ഉപയോഗം സ്വാഭാവികമായി സംഭവിക്കുന്ന ഒന്നാണെന്നു തോന്നുന്നു.

ഡോക്ടർ മാമയുടെ വീട്ടിൽ സ്നേഹപൂർണ്ണമായ പരിചരണമാണ് വേണുവിനു ലഭിക്കുന്നത്. പക്ഷേ തന്റെ നില തെറ്റിയ മനസ്സിനെ പിടിച്ചു നിർത്താൻ അയാൾക്കാവുന്നില്ല. വേണു എവിടെവെച്ചാണ് പകൽവെളിച്ച ത്തിൽ തെളിയുന്ന ലോകവുമായി പിണങ്ങിപ്പിരിഞ്ഞ് നിയന്ത്രണംവിട്ട മനോരാജ്യങ്ങളുടേയും നോവുനിറഞ്ഞ സ്വപ്നങ്ങളുടേയും മേഖല യിലൂടെ വഴുതിനീങ്ങാനാരംഭിച്ചത് എന്നു വ്യക്തമല്ല. ഉൽക്കടമായ ഒരു ഭാവനാജീവിതത്തിനുടമയാണ് അയാൾ എന്നനുമാനിക്കുന്നതിൽ തെറ്റില്ല. പ്രകൃതിയിലെ ദൃശ്യങ്ങളോടും പുറംലോകത്തിലെ ചലനങ്ങളോടുമുള്ള അയാളുടെ അതിലോലമായ പ്രതികരണങ്ങൾ ഇതിനു തെളിവാണ്. കൗമാരപ്രായത്തിൽ അയാൾക്കേറ്റ ഒരു വൈകാരികാഘാതത്തെക്കുറിച്ച് കഥയുടെ അവസാനമടുക്കുമ്പോൾ നാം അറിയാനിടവരുന്നു. ഡോക്ടർ മാമയുടെ മകളായ രാധ അയാളുടെ കളിക്കൂട്ടുകാരിയായിരുന്നു. വേണു വിന്റെ മനസ്സിൽ തെളിയുന്ന രാധയുടെ ചിത്രത്തിൽ ആസക്തിയുടെ അംശം തങ്ങിനില്പുണ്ട്. ഒരു ദസറക്കാലത്ത് ദുർഗയുടെ കോലമെടുത്തു കൊണ്ടുള്ള ഗ്രാമീണരുടെ ആഘോഷം തെരുവിൽ അരങ്ങേറുന്നതിനിട യിൽ ഇഷ്ടപ്പെട്ട പെൺകുട്ടിയുടെ സാമീപ്യം കൊതിച്ച് വീട്ടിൽ ഓടിയെ ത്തിയ വേണുവിനെ എതിരേറ്റത് ഈ കാഴ്ചയായിരുന്നു: "അപ്പോൾ സ്റ്റോർമുറിയുടെ നിലത്ത് കിതപ്പോടെ പിടയുന്ന രാധ. അവളുടെ കിതപ്പുകൾ ഏറ്റുവാങ്ങുന്ന മുരുകൻ എന്ന തമിഴൻ. കറുത്തുരുണ്ട മാംസ പേശികളും മഞ്ഞപ്പല്ലുകളുമുള്ള മുരുകൻ എന്ന തമിഴൻ. കിതപ്പിൽ

മുങ്ങിപ്പോകുന്ന രാധയുടെ ചിരി." തന്റെ അസ്ഥിരമായ ഭൂതകാലം പരതുന്നതിനിടയിൽ അയാൾ ഊക്കോടെ ചെന്നു തടയുന്നത് മനഃശാസ്ത്രജ്ഞന്മാർ 'ട്രോമ' എന്നുവിശേഷിപ്പിക്കാറുള്ള ഈ സംഭവത്തിന്റെ ഓർമ്മയിലാണ്. വേണു അച്ഛനമ്മമാരുടെ സ്നേഹമറിയാതെ ബോർഡിംഗ് സ്കൂളിൽ കഴിച്ചുകൂട്ടിയ ബാല്യത്തിന്റെ ചിത്രം ഇതോട് ചേർത്തു വെയ്ക്കാം.

ഒരു ദുഃസ്വപ്നത്തിൽനിന്നു ഞെട്ടിയുണരുന്ന വേണുവിനെ കാട്ടിത്തന്നുകൊണ്ടാണ് കഥ അവസാനിക്കുന്നത്. ഈ സന്ദർഭത്തിൽ അയാൾ കാലമൊരുക്കുന്ന ചതിക്കുഴികളിൽപ്പെട്ട് ശിഥിലമായിക്കൊണ്ടിരിക്കുന്ന തന്റെ ബുദ്ധിസ്ഥിരത സംബന്ധിച്ച് വായനക്കാരനുമായി പങ്കിടുന്ന തെല്ല സാധാരണമായ ഒരുൾക്കാഴ്ചയുണ്ട്:

> "ഇതെല്ലാം ഓർമ്മയുടെ ചീളുകൾ മാത്രമാണ് ഡോക്ടർ. ഭൂതവും ഭാവിയും വർത്തമാനവും കൂടിക്കുഴയുമ്പോൾ ത്രിമാനങ്ങളുടെ അതിരുകൾ വേർതിരിക്കാൻ കഴിയാതാകുന്നു. ശരിയോ തെറ്റോ ആകാം. നടന്നതോ നടക്കാത്തതോ ആകാം. ഉറയ്ക്കാൻ മടിക്കുന്ന ഒരു കൊഴുത്ത മഞ്ഞദ്രാവകമാണ് ഭൂതകാലം. എന്നെ അലട്ടാനായി മാത്രം അതു ചിലപ്പോൾ ഉറയ്ക്കുന്നു; പക്ഷികളുടെ മുട്ടകളായി, ആശ്വിനത്തിലെ പൂക്കളായി. എന്നിട്ടും കിടക്കയിൽ തിരിഞ്ഞും മറിഞ്ഞും കിടക്കുമ്പോൾ പിറ്റേന്നു വിടരാനിരിക്കുന്ന ആശ്വിനത്തിലെ പൂക്കളെക്കുറിച്ചുമാത്രമേ എനിക്ക് ഓർക്കാൻ കഴിയുന്നുള്ളൂ."

'ഉറയ്ക്കാൻ മടിക്കുന്ന ഒരു കൊഴുത്ത മഞ്ഞദ്രാവകമാണ് ഭൂതകാലം' എന്ന തിരിച്ചറിവ് നമ്മെ നേരെ കൊണ്ടുപോകുന്നത് ഉത്തരാധുനിക നോവൽ സാഹിത്യത്തിന്റെ പ്രമേയപരിസരത്തിലേക്കാണ്. വ്ളാഡിമിർ നബൊക്കോഫിന്റേയും സാമുവൽ ബെക്കറ്റിന്റേയും സൽമാൻ റുഷ്ദിയുടേയും നോവലുകളിലെ നായകന്മാരുടെ വാസ്തവബോധത്തെ സങ്കീർണ്ണമാക്കുന്ന ഒരു കാര്യം, അവർക്കു നിയതമായ ഒരു ഭൂതകാലമില്ല എന്നതാണ്. കഴിഞ്ഞകാലത്തെ സംബന്ധിച്ച അവരുടെ ഓർമ്മകളിൽ നിറയെ വിടവുകളും സുഷിരങ്ങളുമാണുള്ളത്. അവർ പലപ്പോഴും ചെയ്യുന്നത് ഒരു ഭൂതകാലത്തെ കെട്ടിച്ചമയ്ക്കുക (invent) എന്നതാണ്. ഇങ്ങനെ പുനരാവിഷ്കരിക്കപ്പെടുന്ന ഭൂതകാലത്തിൽ നടന്ന കാര്യങ്ങൾ മാത്രമല്ല, നടന്നതായി അവർ സങ്കല്പിക്കുന്ന കാര്യങ്ങളും, നടന്നുകാണാനാഗ്രഹിച്ച കാര്യങ്ങളും മറ്റുള്ളവരിൽനിന്നു കേട്ടറിഞ്ഞ കാര്യങ്ങളും സ്വപ്നത്തിൽ പുണർന്ന സത്യങ്ങളും ഉൾപ്പെടുന്നുണ്ട്. ഈ ഭൂതകാലത്തിലെ ദൃശ്യങ്ങളും സംഭാഷണശകലങ്ങളും ഒരു 'ഡിസ്ടോർടിംഗ് ലെൻസി'ലെന്നപോലെ, അടുക്കുതെറ്റിയും കലങ്ങിമറിഞ്ഞും രൂപം കൊള്ളുന്നു. ഇളകിയാടുന്ന ഈ ഭൂതകാലം ചിലപ്പോൾ വർത്തമാന

യാഥാർത്ഥ്യത്തിനു കുറുകെ കടന്നുവരുന്നു, ചില സന്ദർഭങ്ങളിൽ അതു ഭാവിയുടെ സാദ്ധ്യതകളെ പയ്യെ കാർന്നുതിന്നുന്നു.

മലയാള നോവൽ സാഹിത്യത്തിൽ ഭ്രമകല്പനയുടെ ആവിഷ്കരണ സങ്കേതത്തിനു കൈവന്നിട്ടുള്ള ഏറ്റവും മനോഹരവും തീവ്രവുമായ സാക്ഷാത്കാരമെന്നു ധൈര്യപൂർവ്വം വിശേഷിപ്പിക്കാവുന്ന 'പാണ്ഡവപുര'ത്തിന്റെ (1977) ബീജം 'ആശ്വിനത്തിലെ പൂക്കളു'ടെ അവസാനഭാഗത്തുള്ള ഈ ഉൾക്കാഴ്ചയിലടങ്ങിയിട്ടുണ്ട്. കടൽത്തീരത്ത് കുട്ടികൾ മൺകൂമ്പാരം കെട്ടിപ്പൊക്കുന്നതുപോലെ, നുണയും ഭാവനയും വിഭ്രാന്തിയുമിടകലർത്തിക്കൊണ്ട് ഇല്ലാത്ത ഒരു ഭൂതകാലത്തെ നിർമ്മിക്കുകയും തച്ചുടയ്ക്കുകയും ചെയ്ത് രസിക്കുന്ന ഒരുവളാണ് ഈ നോവലിലെ നായികയും സ്കൂൾ ടീച്ചറുമായ ദേവി. അവളെ സംബന്ധിച്ചിടത്തോളം തന്റെ വൈകാരികജീവിതത്തിലെ കടുത്ത നിർബ്ബന്ധങ്ങളിൽ നിന്നുടലെടുത്ത ഒന്നാണീ വിനോദം. സാങ്കല്പികമായ ഒരു ഭൂതകാലത്തിന്റെ വിടവുകളിൽ താൻ ഒരിക്കലും കണ്ടിട്ടില്ലാത്ത ഒരു നഗരത്തിൽ തന്നെ തേടിവന്ന അതികാമികളായ ജാരന്മാരുടെ മുഖച്ഛായകൾ വരച്ചും മായ്ച്ചും പുതിയ വർണ്ണങ്ങൾ ചാലിച്ച് രൂപപ്പെടുത്തിയും കൂട്ടിച്ചേർത്തുകൊണ്ട് ദേവി തന്റെ ലൈംഗികാഭിലാഷത്തിന്റെ വാസ്തുശില്പം ഒരുക്കൂട്ടുന്നു. ഭർത്താവിൽനിന്നു തനിക്കു ലഭിച്ച അവഗണനയ്ക്ക് ഇങ്ങനെയാണ് അവൾ പകരംവീട്ടുന്നത്.

'ആശ്വിനത്തിലെ പൂക്കളി'ലെ പുലർവെളിച്ചംകൂടി 'ദൃഢതയില്ലാത്ത' ഒന്നാണെന്ന് നാം കണ്ടു കഴിഞ്ഞു. യാഥാർത്ഥ്യത്തിനു മേലുള്ള വേണുവിന്റെ പിടി അയഞ്ഞു കൊണ്ടിരിക്കുന്നത് സൂചിപ്പിക്കാൻ വേണ്ടിയാണ് സേതു ഇത്തരം ബിംബകല്പനകൾ തുടർച്ചയായി ഉപയോഗിച്ചിട്ടുള്ളത്. കഥാനായകന്റെ മനസ്സ് നിലായില്ലാക്കയങ്ങളിൽ താഴുംതോറും അയാളുടെ ചുറ്റുമുള്ള കാഴ്ചകൾക്ക് ഉറപ്പു നഷ്ടപ്പെട്ട്, അവ അയാൾ ചെന്നെത്തിയിരിക്കുന്ന കുന്നിൻചെരിവിൽ പരന്നു തുടങ്ങിയ മൂടൽമഞ്ഞിൽ പോയി ഒളിക്കുന്നു.

സേതുവിന്റെ രണ്ടു കഥകളിലേയും നായകന്മാർ വ്യക്തിത്വശൈഥില്യത്തിന്റെ ഭീഷണി അനുഭവിക്കുന്നവരാണെന്ന് തെളിഞ്ഞുവല്ലോ. ആധുനികസാഹിത്യത്തിൽ ആഴത്തിൽ പതിഞ്ഞു കിടക്കുന്ന ഒരനുഭവം കൂടിയാണിത്. കാഫ്ക തന്റെ ഡയറികളിലൊരിടത്ത് "മറ്റാളുകളുടെ മുമ്പിൽ ചെറിയൊരു മദ്യക്കുപ്പി കൂടി പതറാതെ നിൽക്കുമ്പോൾ എന്റെ ചുറ്റും ഒരു ഹിമപാതം കണക്ക് ആഴ്ന്നാഴ്ന്നു പോകുന്ന വസ്തുക്കളെ"യോർത്ത് വിഹ്വലനായിത്തീരുന്നുണ്ട്. ഇരുപതാം നൂറ്റാണ്ടിലെ നോവൽ - ചെറുകഥാസാഹിത്യത്തിൽ ഭ്രമകല്പനയുടെ പരിചരണരീതി മനസ്സിലാക്കാൻ ശ്രമിച്ചിട്ടുള്ള ചില വിമർശകന്മാർ എത്തിച്ചേർന്നിട്ടുള്ള നിഗമനങ്ങളിലൊന്ന്, കാഫ്കയുടെ ഈ ഏറ്റുപറച്ചിലിൽ നിഴലിക്കുന്ന

ശൈഥില്യബോധത്തിന് ഇണങ്ങുന്ന ആവിഷ്കരണരൂപമാണ് ഫാന്റസി എന്നതാണ്. ഗൊഗളിന്റെ 'മൂക്ക്' മുതൽ ഒ.വി. വിജയന്റെ 'അരിമ്പാറ' (1977) വരെയുള്ള കഥകൾ ഇതു ശരിവെയ്ക്കുന്നു.

'പാറകൾ' എന്ന കഥയിൽ ഒ.വി.വിജയൻ നമ്മെ കൂട്ടിക്കൊണ്ടുപോകുന്നത് കാലം മരവിച്ചുനിൽക്കുന്ന ഒരു ലോകത്തിലേക്കാണ്.* രണ്ട് ഏഷ്യൻ രാജ്യങ്ങൾ തമ്മിലുണ്ടായ യുദ്ധത്തിന്റെ അനന്തരഫലമായി ബാഹ്യപരിസരവും ജീവജാലങ്ങളും കത്തിയെരിഞ്ഞ, ആണവശിശിരത്തിന്റെ ഭീഷണി തങ്ങി നിൽക്കുന്ന ഒരു ലോകമാണത്. ചാരനിറം പൂണ്ട മേഘങ്ങളും അങ്ങിങ്ങ് തലനീട്ടുന്ന പ്രകൃതിയുടെ പച്ചപ്പും മാറ്റിവെച്ചാൽ ഈ ലോകത്തിൽ ബാക്കിയുള്ളത് രണ്ടു പടയാളികളാണ്. ഇന്ത്യാക്കാരനായ മൃഗാംഗമോഹനനും ചൈനാക്കാരിയായ താൻവാനും. 1962–ൽ ഇന്ത്യയ്ക്കും ചൈനയ്ക്കുമിടയിലുണ്ടായ അതിർത്തിയുദ്ധത്തിന്റെ ഓർമ്മ ഈ കഥയെഴുതുന്ന വേളയിൽ വിജയന്റെ മനസ്സിന്റെ പശ്ചാത്തലത്തിലുണ്ടായിരുന്നുവോ? അങ്ങനെ കരുതാൻ ന്യായമുണ്ട്. 1960–കളിൽ വിജയൻ വരച്ച കാർട്ടൂണുകളിലും പലപ്പോഴായി എഴുതിയ രാഷ്ട്രീയലേഖനങ്ങളിലും രാജ്യാതിർത്തികളെക്കുറിച്ചും ദേശഭക്തിയെക്കുറിച്ചുമുള്ള മുരടൻ വിശ്വാസങ്ങളെ പരിഹാസതീക്ഷ്ണമായ രീതിയിൽ നോക്കിക്കാണാനുള്ള വാസന തെളിഞ്ഞുനിന്നിരുന്നു. നമ്മുടെ രാഷ്ട്രീയവ്യവസ്ഥയുടെ അടിസ്ഥാനഘടകങ്ങളിൽ ചിലതിനെ ചോദ്യം ചെയ്യാനും വെറിപൂണ്ട ദേശീയവികാരത്തിന്റെ പ്രകടനങ്ങളെ മാറിനിന്നുകൊണ്ട് വിമർശിക്കാനും വിജയൻ മുതിർന്നു കണ്ടു. രാഷ്ട്രം എന്ന ആശയത്തെത്തന്നെ അപനിർമ്മിച്ചുകൊണ്ടുള്ള ചില നിരീക്ഷണങ്ങൾ വിജയൻ ഇക്കാലത്ത് നടത്തുകയുണ്ടായി. വിജയന്റെ കാർട്ടൂണുകളിലും രാഷ്ട്രീയവിശകലനങ്ങളിലും തെളിഞ്ഞും മറഞ്ഞും കടന്നുവന്നിരുന്ന ചില നിലപാടുകളുടെ അലയൊച്ചകൾ 'പാറകളി'ൽ തങ്ങിനില്പുള്ളതായി കാണാം.

ഒരു യുദ്ധവിരുദ്ധപ്രസ്താവനയുടെ രൂപത്തിലേക്ക് ഈ ചെറുകഥയെ മാറ്റിയെടുക്കാനുള്ള പ്രലോഭനം വിജയന്റെ മുന്നിലുണ്ടായിരുന്നു. എന്നാൽ അദ്ദേഹം ചെയ്യുന്നത് മറ്റൊന്നാണ്. ഏഷ്യയിലെ രണ്ട് വൻ അയൽരാജ്യങ്ങൾക്കിടയിൽ വളർന്നുവന്ന സംശയവും വെറുപ്പും പഴുതടച്ച ഒരു യുദ്ധത്തിനും സർവ്വനാശത്തിനും വഴിയൊരുക്കിയതിന്റെ ചിത്രീകരണമടങ്ങുന്ന ഒരാഖ്യാനസന്ദർഭത്തിൽ ഊന്നിനിന്നുകൊണ്ട് ഈ എഴുത്തുകാരൻ പ്രപഞ്ചത്തിൽ മനുഷ്യനുള്ള സ്ഥാനത്തെക്കുറിച്ചും മർത്ത്യവർഗ്ഗത്തിന്റെ ഭാവിയെ സംബന്ധിച്ചുമുള്ള അടിസ്ഥാനപരമായ ചില സംശയങ്ങൾ നമ്മളുമൊത്തു പങ്കിടുന്നു. യുദ്ധക്കെടുതിയിൽ

---

* 'പാറകൾ' (1970). ഡി.സി. ബുക്സ് പ്രസിദ്ധീകരിച്ച ഒ.വി. വിജയന്റെ കഥകൾ എന്ന സമാഹാരത്തിൽ (2000;2017)

എരിഞ്ഞമർന്ന ഒരു ലോകത്തിൽ പാറിനടക്കുന്ന 'മരണത്തിന്റെ പരാഗ' ങ്ങളെ സാക്ഷിനിർത്തിക്കൊണ്ട് അദ്ദേഹം മനുഷ്യാവസ്ഥയെക്കുറിച്ചുള്ള ആത്യന്തികമായ ചില ചോദ്യങ്ങൾ എടുത്തിടുന്നു. കാലികമായ ഒരു വിഷയത്തിൽനിന്ന് കാലാതീതമായ പൊരുൾ വഹിക്കുന്ന ഒരു പേടി സ്വപ്നം എങ്ങനെ സൃഷ്ടിച്ചെടുക്കാമെന്നതിന്റെ ഉദാഹരണം കൂടിയാണ് 'പാറകൾ'.

'ഖസാക്കിന്റെ ഇതിഹാസ'ത്തിന്റെ മാറ്റൊലികൾ നിറഞ്ഞ വാങ്മയ ത്തോടു കൂടിയാണ് കഥയാരംഭിക്കുന്നത്. മൃഗാംഗമോഹനന്റെ കുട്ടിക്കാല ത്തിന്റെ സ്മൃതിതരളമായ ചിത്രം ഇവിടെ ഉയിർകൊള്ളുന്നു. 'ഖസാ ക്കിന്റെ ഇതിഹാസ'ത്തിൽ നാം കാണുന്ന 'ചുവന്ന പാതയിലെ സായാഹ്ന യാത്രകളുടെ അച്ഛനു'പകരം ഇവിടെയുള്ളത് കർക്കശസ്വഭാവിയായ ഒരു പിതൃരൂപമാണ് എന്നൊരു വ്യത്യാസമുണ്ട്. ബാല്യത്തിൽ അച്ഛൻ അടി ച്ചേല്പിച്ച ഒരു 'വിലക്ക്' മൃഗാംഗമോഹനൻ മറന്നിട്ടില്ല (ഇവിടത്തെ ഫ്രോയിഡിയൻ വിവക്ഷ സ്പഷ്ടമാണ്). ആ വിലക്കിനെ മറികടന്നു കൊണ്ട് അടുത്ത വീട്ടിലെ സുനന്ദയോടൊപ്പം ഒളിച്ചോടി മാണിക്യകിരീടം ചൂടിയ നാഗത്താന്മാരുടെ താഴ്വരയിൽ കളിക്കാൻ പോകാൻ തനിക്കു കഴിയാതെ വന്നതിലുള്ള ഖേദം അയാളെ പിന്തുടരുന്നുണ്ട്. പിൽക്കാലത്ത് ജന്മരാജ്യത്തിനുവേണ്ടി കൊല്ലാനും മരിക്കാനും തയ്യാറായ ഈ സൈനി കന്റെ മനസ്സിൽ കതിരിട്ടുനിൽക്കുന്ന ബാല്യകാലസ്മരണകളെ കഥയുടെ തുടക്കത്തിൽ ആവാഹിച്ചത്, തനിക്കു കൈമോശംവന്ന നിഷ്കളങ്കത യ്ക്കു പകരം മൃഗാംഗമോഹനൻ സമ്പാദിച്ച അറിവ് എത്രമാത്രം ക്രൂര മായ ഒന്നായിരുന്നുവെന്ന് തെളിച്ചു കാട്ടാൻ വേണ്ടിയാവാം.

യുദ്ധം തരിശാക്കി മാറ്റിയ രാജ്യങ്ങളുടെ അതിർത്തിയിൽവെച്ച് മൃഗാംഗമോഹനനുമൊത്ത് ഓർമ്മകൾ പങ്കുവെയ്ക്കുന്ന താൻവാനിൽ ഒരു കാമുകിയുടെ വിലാസചേഷ്ടകളും മാതൃത്വത്തിന്റെ മധുരോൽക്കണ്ഠ കളും സമ്മേളിക്കുന്നതു കാണാം. "നിങ്ങളുടെ ക്ഷേത്രങ്ങളിലെ ദേവത മാരെപ്പോലെ എനിക്കും വലിയ മുലകൾ ഉണ്ടായിരുന്നെങ്കിൽ എന്നു ഞാൻ ആശിച്ചു പോവുകയാണ്... എങ്കിൽ നിങ്ങൾക്കു കൂടുതൽ ആനന്ദം തരുവാൻ എനിക്കു കഴിയുമായിരുന്നു" എന്ന് താൻ അവസാനമായി ഇണചേർന്ന പുരുഷനോടു പറയുന്ന താൻവാൻ തകർച്ചയുടെ ദൃശ്യ ങ്ങൾക്കു നടുവിൽ സ്വയം പുതുക്കാൻ വെമ്പുന്ന സ്ത്രീത്വത്തിന്റെ പ്രതി രൂപമാണ്. അവൾക്ക് ചെൻ എന്നു പേരുള്ള ഒരു മകനുണ്ടായിരുന്നു. ശത്രുവിന്റെ ശരമേറ്റ് കൈകളിലും കാലുകളിലുമൊക്കെ ആണവപ്രസരം കാളിപ്പടരുമ്പോൾ ചെൻ പറഞ്ഞു: "അമ്മേ, എനിക്ക് നോവുന്നു." ആരും തോൽക്കുകയും ജയിക്കുകയും ചെയ്യാത്ത ഒരു യുദ്ധത്തിന്റെ അവശിഷ്ട ങ്ങൾക്കിടയിൽ തന്റെ അവസാന നിമിഷങ്ങൾ എണ്ണിക്കഴിയുന്ന താൻവാനെ അലട്ടുന്നത് ഈ ഓർമ്മയാണ്. മുതിർന്നവരുടെ ലോകത്തിൽ നടമാടുന്ന ഹിംസയേയും പിഞ്ചുകുട്ടികളുടെ മനസ്സിൽ നീറിപ്പിടിക്കുന്ന

സങ്കടത്തേയും അടുപ്പിച്ചുവെയ്ക്കുന്ന ഈ രീതി വിജയന്റെ കലാവിദ്യയുടെ സൂക്ഷ്മരഹസ്യങ്ങളിലൊന്നാണ്.*

ഒരു സംഹാരകേളിക്കു ശേഷമുള്ള വിജനത നിറഞ്ഞുനിൽക്കുന്ന കാടിന്റെ പശ്ചാത്തലത്തിൽ ഒരു നിഴൽനാടകത്തിൽ എന്നവണ്ണമാണ് ഈ രണ്ടു ശത്രുരാജ്യങ്ങളിലെ സൈനികരും കണ്ടുമുട്ടുന്നതും അടുക്കുന്നതും യാത്രാമൊഴി പറയുന്നതും. ഭാഷയ്ക്കും ആശയവിനിമയത്തിനും പ്രസക്തി നഷ്ടപ്പെട്ട ഒന്നാണ് അവരുടെ ഈ സമാഗമവേള. എന്നിട്ടും മൃഗാംഗമോഹനനും താൻവാനും പരസ്പരം മനസ്സിലാക്കാൻ ശ്രമിക്കുന്നു, രതി അനുഷ്ഠിക്കുന്നു. അവരുടെ ഇണചേരലിനുശേഷം താൻവാൻ മൃഗാംഗമോഹനനോട് ഇങ്ങനെ പറയുന്നുണ്ട്: “അങ്ങേയ്ക്ക് ആഗ്രഹമാണെങ്കിൽ അങ്ങയുടെ വിത്തുകൾ ഇനിയും ഞാനേറ്റു വാങ്ങാം. അവ മുളയെടുക്കാനായി ഞാൻ കാത്തിരിക്കാം. ഈ പുൽത്തകിടി അവരെക്കൊണ്ടുനിറയും. ജനസഞ്ചയങ്ങളും രാഷ്ട്രങ്ങളുമായി അവർ പെരുകും.” ഈ കാമുകീകാമുകന്മാരിലൂടെ ജീവിതം വീണ്ടും തളിരിടാനുള്ള സാദ്ധ്യത തുറന്നു കിടപ്പുണ്ടായിരുന്നു. പക്ഷേ, വിവരിക്കാനാവാത്ത ഒരുതരം മടുപ്പ് അവരിരുവരേയും കീഴ്പ്പെടുത്തിയിരിക്കുന്നു. മനുഷ്യവംശ പരമ്പരയുടെ തുടർച്ചയിൽ ആഹ്ലാദിക്കാനായി യാതൊന്നുമില്ല എന്ന് അവർ കണ്ടെത്തിയിരിക്കുന്നു. സാന്ധ്യനക്ഷത്രങ്ങളിലേക്കു കണ്ണയച്ചുകൊണ്ട് മൃഗാംഗമോഹനനുമൊത്ത് പൂക്കളുടെ പുതപ്പിൽ കിടക്കുമ്പോൾ താൻവാൻ പറയുന്നത് ശ്രദ്ധിക്കുക: “മൃഗാംഗാ, സൃഷ്ടിക്കപ്പെട്ട എല്ലാറ്റിന്റേയും ഉള്ളിന്റെ ഉള്ളിൽ ശൂന്യത മാത്രമാണ്.”

മുമ്പൊരിക്കൽ ശുഭാപ്തിവിശ്വാസത്തിന് ഖ്യാതി നേടിയ ഒരു മലയാള കവി ചുറ്റുമുള്ള കാരുണ്യമില്ലായ്മയും നീതിനിഷേധവും തന്നിലുളവാക്കിയ ധാർമ്മികരോഷത്തിന്റെ പാരമ്യത്തിൽ മർത്ത്യതയുടെ കടയ്ക്കൽ ഒരു കൂമ്പുപോലും പൊട്ടിമുളയ്ക്കാതിരിക്കട്ടെ എന്ന അർത്ഥത്തിലുള്ള ഒരു ശാപവചനം വെച്ചുനീട്ടുകയുണ്ടായില്ലേ, അതിനെ ഓർമ്മിപ്പിക്കുന്നതരത്തിലുള്ള ആഴത്തിലുള്ള ഒരുതരം നൈരാശ്യബോധം ഈ കഥയിൽ പതിഞ്ഞുകിടപ്പുണ്ട്. സൃഷ്ടിയുടെ ഉദ്ദേശ്യത്തേയും മനുഷ്യരാശിയുടെ പ്രയാണഗതിയേയും സംബന്ധിച്ച അടങ്ങിത്തെളിയാത്ത സന്ദേഹം ഒരു മഹായുദ്ധത്തിനുശേഷമുള്ള പ്രപഞ്ചത്തെ വിഭാവന ചെയ്യുന്ന ഈ കഥയുടെ സൂക്ഷ്മകോശങ്ങളിലുണ്ട്. ‘ഡിസ്ടോപ്യൻ ഫാന്റസി’ എന്നു വിശേഷിപ്പിക്കാവുന്ന ഭ്രമകല്പനയുടെ രൂപം ഇവിടെ

---

* ‘ഖസാക്കിന്റെ ഇതിഹാസ’ത്തിൽ (പതിനാലാമധ്യായം) ഇതുപോലൊരു മുഹൂർത്തമുണ്ട്.

“ഉങ്കള്ക്ക് തെരിയാത്.” ചാന്തുമ്മ പറഞ്ഞു.

“എന്ത്?” രവി ചോദിച്ചു.

“ചിന്ന കൊളന്തകളുടെ നോവ്.”

ആത്യന്തികമായ വ്യർത്ഥതാബോധത്തിൽ അഭയം കണ്ടെത്തിയതു പോലുണ്ട്.

അപ്പോൾ പാറകൾക്ക് കഥയിലുള്ള പങ്ക് എന്താണ്? അതിലേക്കു കടക്കുന്നതിനുമുമ്പായി പാറകളുടെ നാനാർത്ഥങ്ങളെപ്പറ്റി അല്പം ചിന്തിക്കുന്നതിൽ തെറ്റുണ്ടോ? തന്റെ ശിഷ്യരെ നോക്കിക്കൊണ്ട് "നീ പത്രോസാണ്. ഈ പാറമേൽ എന്റെ സഭ ഞാൻ സ്ഥാപിക്കും" എന്ന് അരുളിച്ചെയ്ത വേളയിൽ യേശുവിന്റെ മനസ്സിൽ പാറ ഉറച്ച വിശ്വാസത്തിന്റെ പ്രതിരൂപമായാണ് നിലകൊണ്ടിരുന്നത്. എന്നാൽ വേറൊരു കണ്ണിലൂടെ നോക്കിയാൽ പാറയെന്നത് അചേതനവും നിരാർദ്രവുമായ ഒരു വസ്തുവാണ്. നമ്മുടെ പുരാണങ്ങളിലെ അഹല്യ മുനിശാപം ഏറ്റുവാങ്ങിയതിന്റെ ഫലമായി പാറയായിത്തീർന്നപ്പോൾ അവൾക്ക് നഷ്ടപ്പെട്ടത് ഇന്ദ്രിയാനുഭൂതികളുടെ ലോകമായിരുന്നു. ടി.എസ്.എലിയറ്റ് 'തരിശുനില'ത്തിൽ ഒന്നാംലോകമഹായുദ്ധത്തിന്റെ ഫലമായി തകർന്നുടഞ്ഞ ഒരു ലോകം കാഴ്ചവെച്ച ഭഗ്നബിംബങ്ങൾക്കു നടുവിൽനിന്നുകൊണ്ട് വായനക്കാരോട് "നിങ്ങൾ ഈ ചുവന്ന പാറയുടെ നിഴലിൽ വരൂ... ഒരു കൈപ്പിടി ചാരത്തിൽ ഭീതി എന്താണെന്നു ഞാൻ നിങ്ങൾക്ക് കാട്ടിത്തരാം" എന്നു പറയുന്നുണ്ട്.

വിജയന്റെ കഥയിൽ തുടക്കംതൊട്ട് പാറകൾ ഇടം പിടിച്ചതായി കാണാം. മൃഗാംഗമോഹനൻ 'അസ്തമയത്തിന്റെ ഇളംചൂട് തൊടീച്ച' പാറകളിൽ ചവിട്ടിക്കൊണ്ട് താഴ്വരയ്ക്കപ്പുറത്തുള്ള കാഴ്ചകളെക്കുറിച്ച് ചിന്തിച്ചുകൊണ്ട് നടക്കുന്നതിന്റെ വിവരണവുമായാണ് കഥയാരംഭിക്കുന്നത്. അവനെ സംബന്ധിച്ചിടത്തോളം വീട്ടിലെ അരുതായ്മകൾ നിറഞ്ഞ അന്തരീക്ഷത്തിൽനിന്നു പുറത്തുകടക്കാനുള്ള അവസരം കൂടിയായിരുന്നു ഇത്. "കുട്ടിയുടെ കാലടികളിൽ പാറകൾ തുടിച്ചു. കാല്പടങ്ങളിലൂടെ പാറകളുടെ സ്പർശം ഉടലിലത്രയും നിറഞ്ഞു" എന്നാണ് കഥാകൃത്ത് എഴുതിയിട്ടുള്ളത്. ഈ പാറകളുടെ യഥാർഥമായ പൊരുൾ വ്യക്തമാക്കുന്നത് കഥാവസാനത്തിലാണ്. ഉപ്പുവെള്ളത്തിന്റെ തിരമാലകൾ പാറകളിൽ ആഞ്ഞടിച്ചതിന്റെ ഫലമായാണ് ജീവന്റെ ആദ്യത്തെ കുരുന്നുണ്ടായത്. പാറകൾ അങ്ങനെ മനുഷ്യജീവന്റെ ആദിമസത്തയുൾക്കൊള്ളുന്നു. ഈ ജീവന്റെ മുളകൾ ചത്തും കൊന്നും പരിണമിക്കുന്ന കാഴ്ചയ്ക്ക് മൂകസാക്ഷികളായിരുന്നു പ്രത്യക്ഷത്തിൽ ചലനമറ്റുകിടക്കുന്ന ഈ പ്രകൃതിപ്രതിഭാസം. ജീവിപരമ്പര ആത്മനാശത്തിന്റെ പാത തിരഞ്ഞെടുത്തതോടുകൂടി സൃഷ്ടിതന്നെ ഒരബദ്ധമായിരുന്നുവെന്ന് തെളിഞ്ഞിരിക്കുകയാണ്.

'പാറകൾ വീണ്ടും സമാധിയിൽ മുഴുകി' എന്നു പറഞ്ഞുകൊണ്ടാണ് കഥ അവസാനിക്കുന്നത്. മനുഷ്യരാശിയുടെ കൂട്ടായ ആത്മഹത്യ എതിർപാർത്തതിനുശേഷം പാറകളുടെ മുമ്പിൽ ബാക്കിയുണ്ടായിരുന്ന ഒരേയൊരു മാർഗ്ഗം ഇതായിരുന്നു. മനുഷ്യനും പ്രകൃതിയും തമ്മിലുള്ള സനാതനമായ ഉടമ്പടി ഇവിടെവെച്ച് അവസാനിച്ചിരിക്കുന്നു.

ആധുനിക നോവൽ – ചെറുകഥാ സാഹിത്യത്തിൽ ഭ്രമകല്പനയ്ക്ക് ഇത്തരത്തിലുള്ള നിഷേധാത്മകമായ ഉള്ളടക്കമാണ് പലപ്പോഴും കൈവന്നിട്ടുള്ളത് എന്നു പറയുന്നതിൽ തെറ്റുണ്ടാവില്ല. റഷ്യൻ സാഹിത്യകാരനായ സംയാച്ചിന്റെ 'ഞങ്ങളും' (Zamayatin, *We,* 1921), ആൽഡസ് ഹക്സലിയുടെ 'ധീരനവലോക'വും (Aldous Huxley, *Brave New World,* 1931), ജോർജ് ഓർവെലിന്റെ 1984-ഉം (George Owell, *1984,* 1949) പോലുള്ള രചനകൾ ഇതിനുദാഹരണമാണ്. മനുഷ്യന് സാന്ത്വനം പകരാനും അവനെ പുനരുജ്ജീവിപ്പിക്കാനുംപോന്ന ഒരു മാദ്ധ്യമമായിട്ടല്ല ആധുനികസാഹിത്യത്തിൽ ഭ്രമകല്പന രൂപം കൊണ്ടിട്ടുള്ളത്. ഭ്രമകല്പനയുടെ സങ്കേതം അവലംബിച്ചിട്ടുള്ള ചെറുകഥകളും നോവലുകളും ഏറിയപങ്കും സംവേദനം ചെയ്യുന്നത് മനുഷ്യന്റെ നഷ്ടബോധവും ഭയാശങ്കകളുമാണ്. മനുഷ്യന്റെ പ്രശ്നങ്ങൾക്കു പരിഹാരം തേടുന്നതിനു പകരം അവയെ പൊലിപ്പിച്ചുകാട്ടാൻ വേണ്ടിയാണ് പല എഴുത്തുകാരും ഫാന്റസിയുടെ മാതൃകകൾ ഉപയോഗിച്ചിട്ടുള്ളത്.

■

പന്ത്രണ്ട്

നറുക്കു വീണപ്പോൾ

നാം ഇന്നറിയുന്ന തരത്തിലുള്ള ഭാഗ്യക്കുറിയുടെ ഏർപ്പാട് മലയാളിയുടെ സ്വപ്നഭൂപടത്തിൽ ചെറുതല്ലാത്ത ഒരിടം കണ്ടെത്തിയിട്ട് വർഷങ്ങൾ ഏറെയായി. അതിന്റെ ഇന്ദ്രജാലത്താൽ കുടിൽ കൊട്ടാരമായി മാറുന്നതും ആകാശത്തിൽ നീലത്താമര വിരിയുന്നതുമൊക്കെ നാം കണ്ടുകഴിഞ്ഞതാണ്. അടുത്തു നടക്കാൻ പോകുന്ന കുറിയെടുപ്പിനെപ്പറ്റിയുള്ള മധുരോത്കണ്ഠയിൽ കേരളത്തിലെ അനേകം മദ്ധ്യവർഗ്ഗകുടുംബങ്ങളുടെ നാലു ചുവരുകൾക്കകത്ത് കാലം സ്തംഭിച്ചു നിൽക്കുന്നതിന്റെ കഥകൾ ഇവിടെ പലർക്കും പരിചിതമാണ്. അരനൂറ്റാണ്ടിനുമുമ്പാണ് കേരളസർക്കാർ ലോട്ടറി വില്പനയുടെ മണ്ഡലത്തിൽ നേരിട്ടു കടന്നുചെല്ലാനുള്ള ചരിത്രപരമായ തീരുമാനം കൈക്കൊണ്ടത്. അധികം വൈകാതെ സംസ്ഥാനാന്തര മാഫിയാസംഘങ്ങളുടെ കടന്നുകയറ്റത്തിന്റെ ഫലമായി കേരളത്തിലെ ലോട്ടറി വ്യവസായം ഭീമമായ തോതിലുള്ള ഒരു ചൂഷണോപാധിയായി മാറുകയുണ്ടായി.

ദൈവനിയോഗവും ആകസ്മികതയും ചേർന്നൊരുക്കുന്ന ഏതോ അജ്ഞാതമായ ലീലയാണ് ജീവിതം എന്ന് മനുഷ്യർ വിശ്വസിച്ചിരുന്ന കാലംതൊട്ട് വാതുവെയ്പും നറുക്കെടുപ്പുംപോലുള്ള വിനോദോപാധികൾക്കു സമൂഹമദ്ധ്യത്തിൽ പ്രചാരം ലഭിച്ചുതുടങ്ങിയതായി കരുതേണ്ടിയിരിക്കുന്നു. ബാർട്ടർ സമ്പ്രദായം നിലവിലുണ്ടായിരുന്ന പ്രാകൃതസമൂഹങ്ങളിൽ നറുക്കെടുപ്പ് പൊതുജീവിതത്തിനു ഹരം പകരുന്ന പലതരം വിനോദോപാധികൾക്കിടയിൽ സ്ഥാനം കണ്ടെത്തിയതായി തെളിഞ്ഞിട്ടുണ്ട്. കുറിയെടുപ്പിൽ അടങ്ങിയിട്ടുള്ള സാമ്പത്തികമായ ആകർഷണത്തിന്റെ അളവ് വർദ്ധിച്ചതോടുകൂടി അതിന്റെ നടത്തിപ്പിൽ കൗശലവിദ്യയും കള്ളത്തരവും കയറിപ്പറ്റിയതായി അനുമാനിക്കേണ്ടിയിരിക്കുന്നു. അതോടെ ഒരു സാധാരണ വ്യക്തിയുടെ ജീവിതത്തെ മാറ്റിമറിക്കാൻ ലോട്ടറി ടിക്കറ്റിനുള്ള സിദ്ധിക്കു പുതിയ അർത്ഥമാനങ്ങൾ ലഭിച്ചുതുടങ്ങി.

വിശ്വസാഹിത്യത്തിലെ പുകൾപെറ്റ രണ്ടു ചെറുകഥകൾ ലോട്ടറിയെ കേന്ദ്രമാക്കി എഴുതപ്പെട്ടവയാണ്. അന്തർദ്ദേശീയ സാഹിത്യസംസ്കാരം വിളിച്ചോതുന്ന ചെറുകഥാസമാഹാരങ്ങളിൽ ഈ രണ്ടു രചനകളും തോളോടു തോളുരുമ്മി പ്രത്യക്ഷപ്പെടുന്നതുകണ്ടിട്ടുണ്ട്. ബാഹ്യാംശങ്ങളിൽ ഈ കഥകൾ തികഞ്ഞ വ്യത്യസ്തത പുലർത്തുന്നു. അതേ സമയം ലോട്ടറി ഒരു വിഷയം എന്നതിനപ്പുറം ഒരു രൂപകമോ പ്രതിരൂപമോ ഒക്കെയായി മാറുന്ന സന്ദർഭമില്ലേ, അത് ഈ കഥകളെ പരസ്പരം ബന്ധിപ്പിക്കുന്നതായി കാണാൻ സാധിക്കും. ഈ ചെറുകഥകളിലൂടെയുള്ള പര്യടനം കൊണ്ട് ലക്ഷ്യമാക്കുന്നത്, നമുക്കിടയിലെ കൊച്ചുമനുഷ്യരുടെ വൈരസ്യം നിറഞ്ഞ ജീവിതത്തിന് ഉന്മേഷംപകരാൻ ഉദ്ദേശിച്ചുകൊണ്ടുള്ള ഒരു സാമൂഹ്യവിനോദം ആധുനികകാലഘട്ടത്തിലെ രണ്ട് എഴുത്തുകാരുടെ കൈകളിൽ എങ്ങനെ മനുഷ്യാസ്തിത്വത്തിന്റെ ഇരുണ്ട രഹസ്യങ്ങളിലേക്കു വിരൽചൂണ്ടുന്ന ഒരാശയമോ പ്രമേയമോ ആയി പരിണമിച്ചു എന്നു കണ്ടെത്തുകകൂടിയാണ്.

ഷെർലി ജാക്സൻ എന്ന അമേരിക്കൻ എഴുത്തുകാരി ഇന്ന് പ്രധാനമായും ഓർമ്മിക്കപ്പെടുന്നത് 'ലോട്ടറി' എന്ന ചെറുകഥയുടെ പേരിലാണ് (Shirley Jackson, 'The Lottery,' 1948). ഈ കഥ ഉയർത്തിയ അടങ്ങാത്ത വിവാദങ്ങളുടെ പശ്ചാത്തലത്തിൽ ഷെർലി ജാക്സൻ ഇതിന്റെ ഉല്പത്തിയിലേക്കു വെളിച്ചം വീശിക്കൊണ്ട് ചെറിയൊരു കുറിപ്പ് എഴുതുകയുണ്ടായി ('The Public Reception of The Lottery,' 1960). നീലാകാശവും പുഞ്ചിരിപൊഴിക്കുന്ന സൂര്യനും സാക്ഷിനിന്ന ജൂൺമാസത്തിലെ പ്രസന്നമായ ഒരു പ്രഭാതത്തിലാണ് താൻ ഈ കഥ പൂർത്തിയാക്കിയതെന്ന് മിസ്സിസ് ജാക്സൻ ഈ കുറിപ്പിൽ അനുസ്മരിക്കുന്നു. തന്റെ പല രചനകളുടെ കൂട്ടത്തിൽ ഒന്ന് എന്നതിൽക്കവിഞ്ഞ് എന്തെങ്കിലും പ്രാധാന്യം 'ലോട്ടറി'ക്കുള്ളതായി തനിക്കു താക്കീതു തരുന്ന ദൈവികമായ ഒരടയാളവും ആ ദിവസം ലഭിക്കുകയുണ്ടായില്ല. 1948 ജൂൺ 28-ാം തീയതി ഈ കഥ *ദ ന്യൂയോർക്കർ* മാസികയിൽ അച്ചടിച്ചുവന്നു. കഥ വെളിച്ചം കണ്ടതിനു തൊട്ടുപിന്നാലെ പത്രമാപ്പീസിലേക്കു വായനക്കാരുടെ കത്തുകൾ പ്രവഹിച്ചുതുടങ്ങി. ഒരുതരം അവിശ്വാസവും ഭീതിയും ഭീഷണിയും നിറഞ്ഞവയായിരുന്നു ആ കത്തുകളെല്ലാംതന്നെ. *ദ ന്യൂയോർക്കർ* മാസികയുടെ ആരംഭകാലംതൊട്ട് അതിൽ പ്രത്യക്ഷപ്പെട്ട ഏതു സാഹിത്യരചനയ്ക്കു ലഭിച്ചതിനെക്കാളും വലിയ പ്രതികരണമാണ് 'ലോട്ടറി' ഇളക്കിവിട്ടത്. കത്തെഴുതിയവരെല്ലാം ഉന്നയിച്ച ഒരു ചോദ്യമുണ്ടായിരുന്നു: ഈ കഥ കൊണ്ട് ജാക്സൻ എന്താണ് അർത്ഥമാക്കുന്നത്? ചില വായനക്കാർക്ക് അറിയേണ്ടിയിരുന്നത് കഥയിൽ വിവരിച്ചിട്ടുള്ള ലോട്ടറി എവിടെയാണ് നടക്കുന്നത്, അവർക്ക് ആ പ്രദേശത്തേക്കു പോകാനും കളികാണാനും കഴിയുമോ, എന്നൊക്കെയായിരുന്നു. 'ലോട്ടറി' എഴുത്തുകാരിയുടെ സ്വകാര്യജീവിതത്തെ അക്ഷരാർത്ഥത്തിൽ മാറ്റിമറിച്ചു. ഈ

കഥയുടെ പ്രസിദ്ധീകരണത്തോടുകൂടി സ്വന്തം അമ്മയടക്കം ലക്ഷക്കണക്കിനാളുകളുടെ മനസ്സിൽ ജാക്സനെപ്പറ്റി പ്രകടമായ ഒരുതരം ഇഷ്ടക്കേട് സ്ഥാനംപിടിച്ചു. ഈ കഥ വായനക്കാരിൽ ആദ്യം ഉണർത്തിയ അമ്പരപ്പ് ഏറെക്കാലം വിട്ടുമാറാതെ നിലനിന്നു. അധികം വൈകാതെ 'ലോട്ടറി' പല ചെറുകഥാസമാഹാരങ്ങളിലും ഇടം കണ്ടെത്തി. നാടകത്തിന്റേയും ടെലിവിഷൻ പരമ്പരകളുടേയും ബാലെയുടെയുമൊക്കെ രൂപങ്ങളിൽ ഈ കഥ പുനരാവിഷ്കരിക്കപ്പെട്ടു. ഇതിനെപ്പറ്റി പലതരം വ്യാഖ്യാനങ്ങളും പഠനങ്ങളും ഉടലെടുത്തു. എന്നാൽ പല ഭാഗത്തു നിന്നും ഏറെ പ്രകോപനമുണ്ടായിട്ടും ഈ കഥയിലൂടെ താൻ എന്താണ് പറയാൻ ശ്രമിച്ചത് എന്നതിനെക്കുറിച്ച് ജാക്സൻ മൗനം പാലിക്കുകയാണുണ്ടായത്. ആറേഴുപതിറ്റാണ്ടുകൾക്കുശേഷവും 'ലോട്ടറി'യുടെ നിഗൂഢാകർഷണത്തിന് എന്തെങ്കിലും കുറവു സംഭവിച്ചതായി കാണുന്നില്ല.

മുന്നൂറാളുകൾ മാത്രമുള്ള ഒരു ഗ്രാമത്തിലാണ് കഥ നടക്കുന്നത്. അവിടെ ലോട്ടറിയുടെ ഏർപ്പാടാരംഭിച്ചിട്ട് വർഷങ്ങളേറെയായി. കഷ്ടിച്ച് രണ്ടുമണിക്കൂറുകൾക്കുള്ളിൽ അവസാനിക്കുന്ന ഒരു വിനോദമാണിത്. രാവിലെ പത്തുമണിക്കു ഹാജരായി ഉച്ചയൂണിനുമുമ്പു പിരിഞ്ഞുപോകാൻ ഗ്രാമവാസികൾക്കു സൗകര്യമൊരുക്കുന്ന രീതിയിലുള്ള ഒന്നാണ് ഇതിന്റെ ക്രമീകരണം എന്ന് കഥാകൃത്ത് തുടക്കത്തിൽത്തന്നെ പറഞ്ഞുവെയ്ക്കുന്നു. കഥ ആരംഭിക്കുമ്പോൾ നാം കാണുന്നത് ഒരു പറ്റം കുട്ടികൾ കീശയിൽ നിറയെ മിനുസമുള്ള ഉരുളൻകല്ലുകളുമായി ലോട്ടറിയിൽ പങ്കുകൊള്ളാൻ വന്നണയുന്ന കാഴ്ചയാണ്. ഈ കല്ലുകൾ എന്തിനുവേണ്ടിയാണെന്ന് കഥയുടെ അവസാനഭാഗത്താണ് വെളിപ്പെടുന്നത്.

ഒരാചാരം എന്നപോലെ മുറതെറ്റാതെ ഗ്രാമവാസികൾ അനുഷ്ഠിക്കുന്ന ഈ നറുക്കെടുപ്പ് ചില്ലറ പരിഷ്കാരങ്ങളിലൂടെ കടന്നുപോയതിനു ശേഷമാണ് ഇപ്പോഴത്തെ നിലയിൽ എത്തിയതെന്ന് വായനക്കാരൻ വൈകാതെ അറിയാനിടവരുന്നു. കഥ നടക്കുന്ന സമയത്ത് ലോട്ടറിയുടെ ചുമതല വഹിക്കുന്നത് സമ്മേഴ്സ് എന്നൊരാളാണ്. ലോട്ടറി നടക്കുന്ന പൊതുസ്ഥലത്ത് സമ്മേഴ്സ് തടികൊണ്ടുണ്ടാക്കിയ ഒരു കറുത്തപെട്ടിയുമായി കടന്നുവരുന്നത് നാം കാണുന്നു. ആ പെട്ടിയിൽ നിറയെ കടലാസ് കഷ്ണങ്ങളാണ്. ഈ തുണ്ടുകടലാസുകളിൽനിന്ന് ഓരോന്ന് തിരഞ്ഞെടുത്തുകൊണ്ടാണ് ഗ്രാമവാസികൾ ഭാഗ്യപരീക്ഷയ്ക്ക് തുടക്കം കുറിക്കുന്നത്. ഈ നടപടിക്രമമൊക്കെ കഥാകൃത്ത് വിവരിക്കുന്നത് അത്യുക്തിയുടെ നിറം കലരാത്ത യഥാതഥ രീതിയിലാണ്. അമേരിക്കയിലെ ഒരു ചെറിയ ഗ്രാമത്തിൽ നടന്നുപോരുന്ന, അല്ലെങ്കിൽ നടക്കാനിടയുള്ള ഒരു പൊതുവിനോദം എന്ന മട്ടിലാണ് കാഥിക നറുക്കെടുപ്പിനെ അവതരിപ്പിച്ചിരിക്കുന്നത്. ഒപ്പംതന്നെ ഈ ഗ്രാമത്തിലെ ഉറപ്പുള്ള സാമൂഹ്യബന്ധങ്ങളുടെ ചെറിയൊരു ചിത്രവും കഥയിൽ തെളിയുന്നുണ്ട്.

എല്ലാവർഷവും വേണ്ടത്ര തയ്യാറെടുപ്പോടെ ആചരിക്കപ്പെടുന്ന ഒന്നാണ് ഈ ഭാഗ്യപരീക്ഷയെന്നും അതിനാൽ ഈ ദിവസത്തിനായി എല്ലാവരും പ്രതീക്ഷയോടെ കാത്തിരിക്കുന്നുവെന്നും കഥാകൃത്ത് വായനക്കാരെ അറിയിക്കുന്നു. ഇതിനിടയിൽ നമ്മുടെ ശ്രദ്ധയിൽനിന്ന് തെന്നിപ്പോകാനിടയുള്ള നേരിയൊരു വിശദാംശമുണ്ട്. കീശനിറയെ കല്ലുകളുമായി ലോട്ടറിനടക്കുന്ന ഗ്രാമചത്വരത്തിൽ എത്തിയിരിക്കുന്ന കുട്ടികളിൽ ഒരുവന്റെ പേർ ഡിക്കി ഡെലാക്രൊ (Dickie Delacroix) എന്നാണ്. അവന്റെ അച്ഛൻ ഡെലാക്രൊ. നാമിവിടെ സ്വാഭാവികമായും പ്രശസ്ത ഫ്രഞ്ച് ചിത്രകാരനായ ഡെലാക്രൊയെ ഓർമ്മിച്ചുപോകുന്നു. പത്തൊമ്പതാം നൂറ്റാണ്ടിൽ ജീവിച്ചിരുന്ന വിഖ്യാത റൊമാന്റിക് കലാകാരനായ ഡെലാക്രൊയുടെ രചനകൾക്കു ജീവൻ പകരുന്നത് ഹിംസാത്മകമായ തീവ്രവികാരങ്ങളാണ്. അദ്ദേഹത്തിന്റെ ജ്വരബാധിതമായ ഭാവന ക്രൂരതയുടേയും മനുഷ്യക്കുരുതിയുടേയും ദൃശ്യങ്ങളിൽ ആകർഷണം കണ്ടെത്തി. ലോട്ടറിയിൽ പങ്കുകൊള്ളാൻ വേണ്ടി ഉത്സാഹത്തിമിർപ്പോടെ പൊതുവേദിയിൽ എത്തിയിരിക്കുന്ന പയ്യന് ഡെലാക്രൊ എന്ന പേരു നൽകിയതിലൂടെ ഷെർലി ജാക്സൻ താൻ വിവരിക്കുന്ന ഗ്രാമജീവിതത്തിന്റെ ശാന്തമായ ഉപരിതലത്തിനടിയിൽ മറഞ്ഞിരിക്കുന്ന അക്രമവാസനയെക്കുറിച്ച് വായനക്കാരന് മുന്നറിയിപ്പ് നൽകിയിരിക്കുകയാണ് എന്നു കരുതുന്നതിൽ തെറ്റുണ്ടോ?

ഗ്രാമവാസികളുടെ കൂട്ടായ്മ വിളിച്ചോതുന്ന സൊറപറച്ചിലും ചില്ലറ വക്കാണങ്ങളുമായി മുന്നോട്ടുനീങ്ങുന്ന ഈ ചടങ്ങിൽ ഇരയായിത്തീരാനുള്ള നിയോഗം കൈവരുന്നത് ബിൽ ഹച്ചിൻസൻ എന്ന ആളിന്റെ ഭാര്യയായ ടെസ്സിക്കാണ്. ഈ വൃദ്ധദമ്പതികൾ അല്പം വൈകിയാണ് സംഭവസ്ഥലത്ത് എത്തിച്ചേരുന്നത്. ഹച്ചിൻസൻ കടലാസ് കഷ്ണങ്ങൾക്കിടയിൽനിന്നു ഒരെണ്ണം പെറുക്കിയെടുത്ത് അതിൽ തുറിച്ചുനോക്കുന്നു. സമ്മേഴ്സ് തനിക്കിഷ്ടമുള്ള കടലാസ് തിരഞ്ഞെടുക്കാൻ ഹച്ചിൻസനു വേണ്ടത്ര സമയം നൽകിയില്ല എന്ന് ടെസ്സി പരാതിപ്പെടുന്നു. എന്നാൽ ഡെലാക്രൊയുടെ ഭാര്യ അവളെ തിരുത്തുന്നു. ഹച്ചിൻസൻ തപ്പിയെടുത്ത കടലാസ് മറ്റുള്ളവരുടേതെന്നപോലെ ശൂന്യമായ ഒന്നാണ്. അതേസമയം ടെസ്സിയുടെ കൈയിലുള്ള കടലാസിൽ ഒരു കറുത്ത പുള്ളിയുണ്ട്. തലേന്നു രാത്രി കളിയുടെ നിയമങ്ങൾക്കനുസരണമായി സമ്മേഴ്സ് ഒരു തടിയൻ പെൻസിൽകൊണ്ട് അടയാളപ്പെടുത്തിയ ഒന്നാണിത്. നറുക്കു വീണിരിക്കുന്നത് ടെസ്സിക്കാണെന്നർത്ഥം. ഇതറിയുമ്പോൾ ആൾക്കൂട്ടത്തിനിടയിൽ ചെറിയൊരു ചലനമുണ്ടാക്കുന്നു.

“ശരി, കൂട്ടരേ, നമുക്കു വേഗം പണിതീർക്കാം” എന്ന് സമ്മേഴ്സ് അവിടെ കൂടിനിൽക്കുന്നവരോടു പറയുന്നു. ഒട്ടും വൈകാതെ എല്ലാവരും ഈ സൂചന ഏറ്റുപിടിക്കുന്നു. കുട്ടികൾ നേരത്തെ ഒരുക്കൂട്ടിയ കല്ലുകളുടെ കൂമ്പാരം അവർക്കെല്ലാം ഉപയോഗിക്കാൻ പാകത്തിൽ അവിടെ

കിടപ്പുണ്ടായിരുന്നു. ഡെലാക്രൊയുടെ ഭാര്യ ഒരു കൂറ്റൻ കല്ല് കൈയിൽ താങ്ങിയെടുത്തുകൊണ്ട് തന്റെ കൂട്ടുകാരികളോടു ഇങ്ങനെ പറയുന്നു: "വരൂ, വേഗമാകട്ടെ." ടെസ്സി ഹച്ചിൻസൻ ഇപ്പോൾ തുറസ്സായ ഒരു സ്ഥലത്ത് ഒറ്റയ്ക്ക് നിൽക്കുകയാണ്. ഗ്രാമവാസികൾ കല്ലുകളും പേറിക്കൊണ്ട് കൂട്ടത്തോടെ തന്റെ നേർക്കടുക്കുന്നതുകണ്ട് ആ സ്ത്രീ ഹതാശമായ സ്വരത്തിൽ വിളിച്ചുപറയുന്നു: "ഇതു നീതിയല്ല, ഇതു ശരിയല്ല." ടെസ്സിയുടെ തലയുടെ വശത്ത് ഒരു കല്ല് ചെന്നുവീഴുന്നു. ഗ്രാമവാസികൾ വർദ്ധിച്ച ഉത്സാഹത്തോടെ ടെസ്സിയുടെ നേർക്കു പാഞ്ഞടുക്കുന്നു. ടെസ്സി ഉച്ചത്തിൽ നിലവിളിക്കുന്നു. അപ്പോഴേക്കും ആൾക്കൂട്ടം ആ സ്ത്രീയെ വളഞ്ഞുകഴിഞ്ഞു. "ലോട്ടറി"യിലെ വിലക്ഷണമായ കഥാവസ്തു ഇവിടെവെച്ച് അവസാനിക്കുന്നു.

ഈ കഥ അപഗ്രഥിക്കാൻ തുനിഞ്ഞിട്ടുള്ള വിമർശകന്മാർ എടുത്തു പറഞ്ഞിട്ടുള്ള ഒരു സംഗതിയുണ്ട്. 'ലോട്ടറി'ക്കു പരിമിതമായ ഒരർത്ഥം കല്പിക്കുന്നത്, അല്ലെങ്കിൽ ഇതിനെ മൂല്യസംബന്ധമായ ഏതെങ്കിലും പ്രസ്താവനയിലേക്കു വെട്ടിച്ചുരുക്കുന്നത് ശരിയായിരിക്കുകയില്ല. കഥാകൃത്തുതന്നെ താൻ ഈ കഥകൊണ്ട് എന്താണ് അർത്ഥമാക്കുന്നത് എന്നതിനെസംബന്ധിച്ച വായനക്കാരുടെ വ്യാഖ്യാനങ്ങൾക്കു ധാരാളം പഴുതുകൾ തുറന്നിട്ടുകൊണ്ടുള്ള ഒരു സമീപനമാണ് കൈക്കൊണ്ടത്. 'ലോട്ടറി' ഇന്നും നമ്മുടെ സാമാന്യബുദ്ധിയെ പരിഹസിച്ചുകൊണ്ട് ഒരു കടംകഥപോലെ നിലകൊള്ളുന്നത് ഇതിൽ മനുഷ്യസ്വഭാവത്തെ സംബന്ധിച്ച് ഷെർലി ജാക്സൻ നടത്തുന്ന നിരീക്ഷണങ്ങൾ ഒന്നോ രണ്ടോ നീതിസാരവാക്യങ്ങളിൽ ഒതുക്കാൻ കഴിയാത്ത രീതിയിൽ സൂക്ഷ്മവും സങ്കീർണ്ണവുമാണ് എന്നതിനാലാവാം. ഈ കഥ ഉണർത്തുന്ന വൈകാരികപ്രതികരണങ്ങൾക്കു അടിവരചേർക്കുന്ന ഒരു വസ്തുതയുണ്ട്. കഥയുടെ അവസാനത്തിൽ കഴിഞ്ഞകാലമത്രയും തന്നോടൊപ്പം സുഖദുഃഖങ്ങൾ പങ്കിട്ടുകഴിഞ്ഞിരുന്ന സ്ഥലവാസികളുടെ പേരില്ലാത്ത ക്രൂരത ഏറ്റുവാങ്ങിക്കൊണ്ട് തുറന്ന മൈതാനത്തിൽ നിസ്സഹായയായി നിൽക്കുന്ന ടെസ്സി ഒരു ബലിയാടാണ്. ആ ഗ്രാമത്തിലെ ജനങ്ങളുടെ ഹൃദയാന്തരാളത്തിൽ ഊറിക്കൂടിനിന്ന ഹിംസവാസനയാണ് ടെസ്സിയുടെ വാർദ്ധക്യം ബാധിച്ച ശരീരത്തിൽ ചിന്നംപിന്നം വന്നുവീഴുന്ന കല്ലുകളുടെ രൂപത്തിൽ പ്രത്യക്ഷപ്പെടുന്നത്. ഒരു സമൂഹത്തിന്റേയോ ഒരാൾക്കൂട്ടത്തിന്റെയോ അടിമനസ്സിൽ തങ്ങിനിൽക്കുന്ന പ്രാകൃതവാസനകൾ ഒരു ബലിയാടിന്റെമേൽ ചെന്നു പതിക്കുന്നതിന്റെ ദൃഷ്ടാന്തങ്ങൾ മനുഷ്യചരിത്രത്തിലുടനീളം കണ്ടെത്താൻ കഴിഞ്ഞേക്കും. ഷെർലി ജാക്സന്റെ കഥ വെളിച്ചം കണ്ടത് രണ്ടാംലോകമഹായുദ്ധം കഴിഞ്ഞുള്ള സമയത്താണ്. യുദ്ധകാലത്ത് ലോകം കണ്ട നടുക്കുന്ന മനുഷ്യക്കുരുതിയുടെ ഓർമ്മയുടെ വെളിച്ചത്തിൽ 'ലോട്ടറി'യെ വ്യാഖ്യാനിക്കാൻ ചിലർ മുതിർന്നുകണ്ടു. നാസി ജർമ്മനിയിൽ ഹിറ്റ്ലർ ജൂതന്മാരെ കൂട്ടത്തോടെ കൊന്നൊടുക്കിയപ്പോൾ തീർത്തും സാധാരണക്കാരായ പൗരന്മാരടങ്ങുന്ന

ഒരു നിശ്ശബ്ദഭൂരിപക്ഷം പുലർത്തിയ ധാർമ്മികമായ ഉദാസീനതയുമായി ബന്ധപ്പെടുത്തിക്കൊണ്ട് ഈ കഥയിലെ സംഭവങ്ങളെ വായിച്ചെടുക്കാൻ കുറെപ്പേർ തയ്യാറായി. ഈ സാധാരണ പൗരന്മാർ തങ്ങളുടെ മൗനത്താലും നിഷ്ക്രിയത്വത്താലും പരോക്ഷമായി ഹിറ്റ്ലറുടെ പാതകങ്ങളിൽ പങ്കുകൊള്ളുകയാണ് ചെയ്തത്. 'ഗിൽറ്റ് ബൈ അസോസിയേഷൻ' എന്നു വിവരിക്കപ്പെടുന്ന ഇക്കൂട്ടരുടെ കുറ്റബോധം അന്യാപദേശകല്പനയുടെ ഛായ വഹിക്കുന്ന ഈ ചെറുകഥയിൽ പ്രതിഫലനം കണ്ടെത്തിയതായി ചില വിമർശകന്മാർ അഭിപ്രായപ്പെട്ടു. ഇവിടെ പരസ്പരസൗഹാർദ്ദം പങ്കിട്ടുകൊണ്ട് തീർത്തും ശാന്തശീലരായി വർഷംതോറും നടക്കുന്ന പൊതുപരിപാടിയിൽ പങ്കുകൊള്ളാനെത്തിയ ഗ്രാമവാസികൾക്കു ഒരു ഇര മുന്നിൽവന്നു വീണപ്പോൾ സംഭവിച്ച രൂപാന്തരം നാം കാണുകയുണ്ടായി. ആൾക്കൂട്ടത്തിന്റെ മനഃശാസ്ത്രത്തെ ആസ്പദമാക്കി പിൽക്കാലത്ത് എലിയാസ് കാനെറ്റിയെപ്പോലുള്ളവർ നടത്തിയ പഠനങ്ങളിൽ അടങ്ങിയിട്ടുള്ള ചില കണ്ടെത്തലുകളുടെ നേർക്കു വിരൽ ചൂണ്ടുന്ന ഒന്നാണ് ഇരുണ്ട ഹാസ്യം തത്തിക്കളിക്കുന്ന ഈ കഥയുടെ 'ക്ലൈമാക്സ്.'

രണ്ട്

അർജന്റീനിയൻ സാഹിത്യകാരനായ ലൂയി ബോർഹെസിന്റെ 'ബാബിലോണിലെ ലോട്ടറി' എന്ന ചെറുകഥ പൂർണ്ണമായ അർത്ഥത്തിൽ ദാർശനികഛായകലർന്ന ഒരു ഭ്രമകല്പനയാണ് (Jorge Luis Borges, 'The Lottery in Babylon'). ബോർഹെസിന് ഏറെ പ്രിയപ്പെട്ട വ്യാജ ഉപന്യാസത്തിന്റെ (mock essay) രൂപത്തിലാണ് ഈ കഥ ചിട്ടപ്പെടുത്തിയിട്ടുള്ളത്. ഉത്തമപുരുഷൻ ഏകവചനത്തിലൂടെ കഥ പറയുന്ന സങ്കേതമാണ് ബോർഹെസ് ഇതിൽ അവലംബിച്ചിരിക്കുന്നത്. 'ബാബിലോണിലെ ലോട്ടറി'യിലെ ആഖ്യാനകാരൻ നമ്മുടെ വാസ്തവബോധത്തെ അപഹസിക്കുന്ന മട്ടിൽ വിചിത്രവും വിവരണാതീതവുമായ ഭാഗ്യവിപര്യയങ്ങളിൽക്കൂടി കടന്നു പോയ ഒരാളാണ്. ഒരു കപ്പൽ തന്നെ കാത്തുനിൽക്കുന്നുണ്ടെന്നും അതുകൊണ്ട് താൻ പറയാനുള്ള കാര്യങ്ങൾ വേഗത്തിൽ പറഞ്ഞുതീർക്കാൻ ശ്രമിക്കുകയാണെന്നും അയാൾ കഥയിലൊരിടത്ത് നമ്മെ അറിയിക്കുന്നു. താൻ ഓർമ്മയിലൂടെ പുനഃസൃഷ്ടിക്കുന്ന സംഭവങ്ങൾ നടക്കുന്ന വേളയിൽ അയാൾ ബാബിലോണിലില്ല. മറ്റെങ്ങോ ഇരുന്നുകൊണ്ട് അയാൾ താൻ ബാബിലോണിൽ നിരീക്ഷിക്കാനിടയായ രഹസ്യസംഗതികൾ കേൾവിക്കാരുമായി പങ്കുവെയ്ക്കുന്ന രീതിയിലാണ് കഥ മുന്നോട്ടുനീങ്ങുന്നത്. യാത്ര പുറപ്പെടുന്നതിനു മുമ്പ് താൻ തിരക്കുപിടിച്ചു നടത്തുന്ന ഈ പ്രസ്താവനയിൽ, മുഖാവരണമണിഞ്ഞ മനുഷ്യർ സാന്ധ്യപ്രകാശത്തിൽ കടുത്ത ദൈവനിന്ദ നിറഞ്ഞ

അഭ്യൂഹങ്ങൾ അവ്യക്തമായി ഉച്ചരിക്കുന്ന ആ നാട്ടിൽ താൻ സാക്ഷ്യം വഹിച്ച പലതരം കടുംകൈകകളേയും പകിട്ടുള്ള ദൃശ്യങ്ങളേയും തെറ്റായി അവതരിപ്പിച്ചതായി അയാൾ സമ്മതിക്കുന്നുണ്ട്. ഈ കുറ്റസമ്മതത്തെ അതിന്റെ മുഖവിലയ്ക്കു സ്വീകരിക്കുകയാണെങ്കിൽ അയാൾ തീർത്തും വിശ്വാസയോഗ്യനല്ലാത്ത ഒരാഖ്യാനകാരനാണ് (unreliable narrator) എന്ന അനുമാനത്തിൽ നാം എത്തിച്ചേരാനിടയുണ്ട്. അയാളുടെ വിവരണത്തിലെ നേരും നുണയും വേർതിരിച്ചെടുക്കുക എന്ന എളുപ്പമല്ലാത്ത ജോലി കൂടി വായനക്കാരനെ കാത്തിരിക്കുന്നു.

ലോട്ടറിയുടെ ഏർപ്പാട് ജീവിതത്തിൽ വരുത്തിക്കൂട്ടിയ മാറ്റംമറിച്ചിലുകളുടെ ഫലമായി, ബാബിലോണിലെ മറ്റെല്ലാ മനുഷ്യരേയുംപോലെ, താൻ നയതന്ത്ര പ്രതിനിധിയും അടിമയുമായിരുന്നിട്ടുണ്ട് എന്ന് കഥാരംഭത്തിൽ അയാൾ നമ്മെ അറിയിക്കുന്നു. താൻ പരമാധികാരവും പരസ്യാവഹേളനവും ജയിൽവാസവും അനുഭവിച്ചിട്ടുണ്ട്. വലതുകൈയിലെ ചൂണ്ടുവിരൽ എങ്ങനെയോ തനിക്കു നഷ്ടപ്പെട്ടു. തന്റെ വയറിൽ സിന്ദൂരവർണ്ണമുള്ള പച്ചകുത്ത് പതിഞ്ഞുകിടപ്പുണ്ട്. ഇത് അയാൾക്കു അപൂർവ്വമായൊരു മാന്ത്രികസിദ്ധി സമ്മാനിച്ചിരിക്കുന്നു. ഒരിക്കൽ താൻ തടവറയിൽ കിടന്നുകൊണ്ട് പുലരിയുടെ അരണ്ടവെളിച്ചത്തിൽ ഒരു കറുത്ത കല്ലിന്റെ മുമ്പിൽവെച്ച് വിശുദ്ധനായ ഒരു കാളയുടെ കഴുത്തിലെ ഞരമ്പ് അറുത്തിട്ടുണ്ട്. ഒരു ചാന്ദ്രവർഷത്തിൽ അയാൾ അപ്രത്യക്ഷനായതായി പ്രഖ്യാപിക്കപ്പെട്ടു. ഒരിക്കൽ വെങ്കലം കൊണ്ടുണ്ടാക്കിയ ഒരറയിൽവെച്ച് ഒരപരിചിതൻ ശബ്ദമുണ്ടാക്കാതെ കൈലേസ്കൊണ്ട് തന്റെ കഴുത്തിറുക്കാൻ ശ്രമിച്ച വേളയിൽ പ്രതീക്ഷ തന്നെ കൈ വെടിഞ്ഞില്ല. അതുപോലെ ആനന്ദത്തിന്റെ നദിയിലും ഭീതി തന്നെ പിന്തുടർന്നിരുന്നു. പണ്ടു കാലത്ത് ഗ്രീക്കുകാർക്കു അജ്ഞാതമായിരുന്ന ഒരു കാര്യം താൻ അനുഭവിച്ചറിഞ്ഞിട്ടുണ്ട്: അനിശ്ചിതത്വം.

വിലക്ഷണവും വൈവിദ്ധ്യപൂർണ്ണവുമായ ഈ അനുഭവങ്ങൾക്കെല്ലാം താൻ കടപ്പെട്ടിരിക്കുന്നത്, മറ്റു റിപ്പബ്ലിക്കുകളിൽ ഇല്ലാത്തതോ, അല്ലെങ്കിൽ അവിടങ്ങളിൽ അപൂർണ്ണമായും രഹസ്യമായും പ്രവർത്തിക്കുന്നതോ ആയ ഒരു സ്ഥാപനത്തോടാണെന്ന് അയാൾ അഭിമാനപൂർവ്വം പ്രഖ്യാപിക്കുന്നു: ലോട്ടറി. ലോട്ടറി ജീവിതയാഥാർത്ഥ്യത്തിനടിസ്ഥാനമായി വർത്തിക്കുന്ന ഉന്മത്തമായൊരു രാജ്യത്തിൽനിന്നാണ് താൻ വരുന്നത് എന്ന വിളംബരത്തോടുകൂടി അയാൾ തന്റെ തിരിഞ്ഞുനോട്ടമാരംഭിക്കുന്നു. മുമ്പൊന്നും താൻ ഇതിനെക്കുറിച്ച് കാര്യമായി ചിന്തിച്ചിരുന്നില്ല എന്ന സത്യം അയാൾ മറച്ചുവെയ്ക്കുന്നില്ല. എന്നാൽ ഇപ്പോൾ, ബാബിലോണിൽനിന്നും അവിടത്തെ ആളുകൾക്കു ഏറെ പ്രിയപ്പെട്ട ആചാരങ്ങളിൽനിന്നും ഏറെ അകലെ കഴിയുമ്പോൾ, അയാൾ അടക്കവയ്യാത്ത അത്ഭുതത്തോടെ ലോട്ടറിയെക്കുറിച്ച് ചിന്തിച്ചുപോകുന്നു.

വർഷങ്ങൾക്കും ഒരുപക്ഷേ നൂറ്റാണ്ടുകൾക്കുംമുമ്പ് ബാബിലോണിലെ ലോട്ടറി സരളവും തീർത്തും അപരിഷ്കൃതവുമായ ഒരേർപ്പാടായിരുന്നു.

അക്കാലത്ത് ലോട്ടറി നടന്നുപോന്നിരുന്നത് പകൽവെളിച്ചത്തിലായിരുന്നു. അതിൽ വിജയികളാകുന്നവർക്ക്, മറ്റു ഭാഗ്യപരീക്ഷകളൊന്നുംകൂടാതെ, വെള്ളിനാണയങ്ങൾ സമ്മാനമായി കിട്ടിയിരുന്നു. ഈ വിനോദത്തിന്റെ രീതി സാമാന്യബുദ്ധിക്കു നിരക്കുന്നമട്ടിൽ ലളിതവും സുതാര്യവുമായിരുന്നു.

ചെറിയ ചെറിയ പരിഷ്കാരങ്ങളിലൂടെ കടന്നു പോയതിനു ശേഷമാണ് ബാബിലോണിലെ ലോട്ടറി കഥയിൽ വിവരിച്ചിട്ടുള്ള തരത്തിലുള്ള ഒന്നായിത്തീർന്നത്. പരമാധികാര സ്വഭാവമുള്ള, അദൃശ്യമായ ഒരു കമ്പനി ലോട്ടറിയുടെ നിർവ്വഹണം ഏറ്റെടുത്തതോടുകൂടി അത് ജനജീവിതത്തെ ഇളക്കി മറിക്കുന്നതരത്തിലുള്ള ഒരു പൊതുസംരംഭമായി മാറി. അറുപതു രാത്രി കൂടുമ്പോൾ ദൈവങ്ങളുടെ ദുർഘടമായ തെരുവീഥികളിൽവെച്ച് എല്ലാത്തരം ആളുകളുടേയും പങ്കാളിത്തത്തോടെ നടത്തപ്പെടുന്ന വിശുദ്ധമായ ഒരാചാരമായി പരിണമിച്ചു ബാബിലോണിലെ ലോട്ടറി. രണ്ടു തരം ചീട്ടുകളാണ് ഇതിൽ ഉപയോഗിക്കപ്പെട്ടിരുന്നത്. ഒന്ന് ഭാഗ്യം സമ്മാനിക്കുന്നതും; മറ്റൊന്ന് നിർഭാഗ്യവും. ചിലപ്പോൾ മാനഹാനിയും ദുരിതവും പ്രദാനം ചെയ്യുന്നതും. ഇതിൽ ഏതു നറുക്കു കിട്ടുന്നു എന്നതിനെ ആശ്രയിച്ചാണ് ഈ നടപടി ക്രമത്തിൽ പങ്കാളിയായ ഓരോ വ്യക്തിയുടേയും അടുത്ത കുറിയെടുപ്പിന്റെ നാൾവരെയുള്ള കാലയളവിലെ ഭാഗധേയം നിലകൊണ്ടിരുന്നത്. ഇപ്പറഞ്ഞതിന്റെ പ്രത്യാഘാതങ്ങൾ നിർണ്ണയാതീതമാണ്. ഉദാഹരണത്തിന് ഭാഗ്യം വഹിക്കുന്ന നറുക്ക് കൈവശം വന്നുചേരുന്ന ഒരുവന്റെ ഫലസിദ്ധി സ്ഥാനക്കയറ്റമോ, ശത്രുനാശമോ, അല്ലെങ്കിൽ, തന്റെ മുറിയിലെ ശാന്തമായ അന്ധകാരത്തിൽ, തന്നെ ഉത്തേജിപ്പിക്കുന്ന, വീണ്ടും കാണുമെന്ന് താനൊരിക്കലും പ്രതീക്ഷിക്കാത്ത സ്ത്രീയുടെ സാമീപ്യമോ ഒക്കെയായിരിക്കും. നേരെ മറിച്ച് അനുകൂലമില്ലാത്ത നറുക്കുവീഴുന്ന ഒരാളെ കാത്തിരിക്കുന്നത്, അംഗവിച്ഛേദവും പലതരത്തിലുള്ള അപകീർത്തിയും മരണവുമായിരിക്കും. ഈ തീർപ്പ് ഇളവില്ലാത്ത ഒന്നാണ്, ഇതിൽനിന്ന് ആർക്കും വിടുതലില്ല. ഈ രീതിയിൽ അനുകൂലവും പ്രതികൂലവുമായ ഫലങ്ങൾ സൂചിപ്പിക്കുന്ന ചീട്ടുകൾ ഇടകലർത്തിക്കൊണ്ട് അറുപതു ദിവസം തികയുമ്പോൾ നറുക്കെടുപ്പു നടത്തുക എന്നത് വിഷമകരമായ ഒരു ദൗത്യമായിരുന്നു. ഇതിനായി കമ്പനി ഒരുപായം കണ്ടെത്തി. നാട്ടിലെ ഓരോ വ്യക്തിയുടേയും ഗാഢമായ പ്രതീക്ഷകളും ഭീതികളും എന്തൊക്കെയാണെന്നു കണ്ടെത്താൻ കമ്പനി ചാരന്മാരേയും ജ്യോത്സ്യന്മാരേയും നിയോഗിച്ചു. അവർ യഥാസമയം കമ്പനിക്കുവേണ്ട വിവരമെത്തിച്ചുകൊടുത്തു. നാട്ടിലെ സാധാരണമനുഷ്യർക്ക് കമ്പനി നടത്തുന്ന ബുദ്ധിശാലികളും സർവ്വാധികാരികളുമായ ഉദ്യോഗസ്ഥന്മാരെ നേരിട്ട് സമീപിക്കാൻ മാർഗ്ഗമുണ്ടായിരുന്നില്ല. കളിയുടെ നിയമങ്ങൾ അനുസരിച്ചുകൊണ്ട് ഭാഗ്യപരീക്ഷയിൽ പങ്കുചേരാൻ ബാദ്ധ്യസ്ഥരായിരുന്നു അവരെല്ലാംതന്നെ.

ആളുകളുടെ പരാതികൾക്കു നേരിട്ടു മറുപടിനൽകുന്ന പതിവ് കമ്പനിക്കില്ലായിരുന്നു. മുഖംമൂടി നിർമ്മിക്കുന്ന ഫാക്ടറിയുടെ കുപ്പയിൽ കോറിയിട്ട ഒരു പ്രസ്താവനയിൽ കമ്പനി ലോട്ടറിയെ വിശേഷിപ്പിച്ചത്, 'പ്രപഞ്ചക്രമത്തിൽ ആകസ്മികതയുടെ കൂട്ടിച്ചേർക്കൽ' എന്നായിരുന്നു. യാദൃച്ഛികസംഭവങ്ങൾ മനുഷ്യജീവിതത്തെ ഏതുവിധത്തിൽ മാറ്റിമറിക്കുന്നു എന്നതിന്റെ തെളിവോ ഉദാഹരണമോ ഒക്കെയായിരുന്നു ഈ കമ്പനിയുടെ പ്രവർത്തനരീതി. ആഖ്യാനകാരൻ ലോട്ടറിക്കു നൽകുന്ന വേറൊരു വിശേഷണം 'പ്രപഞ്ചത്തിൽ അടിക്കടി സംഭവിക്കുന്ന അരാജകത്വത്തിന്റെ നിവേശിപ്പിക്കൽ' എന്നാണ്. വാസ്തവത്തിൽ കമ്പനിയുടെ കൈവശമുണ്ടായിരുന്ന നറുക്കുകളുടെ എണ്ണം അനന്തമായിരുന്നു. ഇക്കാരണത്താൽത്തന്നെ ഭാഗ്യപരീക്ഷയിൽ നിരവധി സങ്കീർണ്ണതകൾ കടന്നുകൂടി. ഉദാഹരണത്തിന് ഒരുവന് ആദ്യത്തെ നറുക്കെടുപ്പിൽ കൈവരുന്ന ഫലസിദ്ധി മരണമാണെന്നിരിക്കട്ടെ. അതിന്റെ നിർവ്വഹണരീതി അറിയാനായി അയാൾക്കു മറ്റൊരു തവണകൂടി നറുക്കെടുക്കേണ്ടി വരുന്നു. ആ നറുക്കിൽ അടങ്ങിയിട്ടുള്ള സൂചന അയാളെ വേറൊന്നിലേക്കു നയിക്കുന്നു. ഇങ്ങനെ പലവട്ടം കുറിയെടുക്കുമ്പോൾ അവസാനം ലഭിക്കുന്ന ഉത്തരവ് ആദ്യത്തേതിൽനിന്നു തീർത്തും വിഭിന്നമായ ഒന്നായെന്നിരിക്കും. ബാബിലോണിലെ ലോട്ടറി എന്ന സ്വർഗ്ഗീയമായ ആദിരൂപത്തിനടിയിലുള്ളത് തോന്നിയപാടുള്ള ക്രമരാഹിത്യമാണെന്ന് ആഖ്യാനകാരൻ തിരിച്ചറിയുന്നു. ആകസ്മികതയുടെ ഈ വിളയാട്ടം ലോട്ടറിയുടെ നടത്തിപ്പിൽ പല രൂപങ്ങളിലാണ് പ്രത്യക്ഷപ്പെടുന്നത്. ഉദാഹരണത്തിന്, കുറിമാനം കിട്ടിയതിനെത്തുടർന്ന് മുന്തിയ തരം വീഞ്ഞിന്റെ ഡസൻ കുപ്പികൾ വാങ്ങുന്ന ഒരാൾ അവയിലൊന്നിൽ ഒരു സർപ്പത്തെ കണ്ടെത്തിയാൽ അതിൽ അതിശയിക്കേണ്ടതില്ല. നിയമസാധുതയുള്ള ഒരുടമ്പടി എഴുതിയുണ്ടാക്കുന്ന ഗുമസ്തൻ അതിൽ തെറ്റായ വിവരങ്ങൾ ഉൾപ്പെടുത്താൻ ഒരിക്കലും മറക്കാറില്ല. എന്തിന്, നമ്മുടെ ആഖ്യാനകാരൻതന്നെ ബാബിലോണിലെ ജനതയുടെ ജീവിതത്തിൽ താൻ കാണാനിടവന്ന ദുർഗ്രാഹ്യമായ ഏകതാനതയടക്കമുള്ള പല കാര്യങ്ങളും നിറം കലർത്തിയും വളച്ചൊടിച്ചുമാണ് നമ്മുടെ മുമ്പിൽ അവതരിപ്പിച്ചിരിക്കുന്നത്.

ലോട്ടറി നടത്തുന്ന കമ്പനി, ദൈവികമായ എളിമയോടെ, എല്ലാത്തരം പ്രചാരണത്തിൽനിന്നും ഒഴിഞ്ഞുനിന്നു. ഈശ്വരന്റേതുപോലെ നിശ്ശബ്ദമായ അതിന്റെ പ്രവർത്തനരീതി ഒട്ടേറെ അഭ്യൂഹങ്ങൾക്കു വഴിയൊരുക്കുകയുണ്ടായി. ചിലർ നടത്തിയ നിന്ദ്യമായ ദുഃസൂചന, എത്രയോ നൂറ്റാണ്ടുകളായി അത് ഇത്തരമൊരു നിലയിലായിരുന്നു എന്നും നമ്മുടെ ജീവിതത്തിൽ കാണുന്ന വിശുദ്ധമായ ക്രമരാഹിത്യം തലമുറകളായി കൈമാറ്റം ചെയ്യപ്പെട്ട ഒന്നാണ് എന്നുമുള്ള രീതിയിലായിരുന്നു. മറ്റു ചിലർ നടത്തിയ വിലയിരുത്തൽ അനുസരിച്ച് ഈ കമ്പനി ശാശ്വതമായ ഒന്നാണ്, അവസാനത്തെ ദൈവം പ്രപഞ്ചത്തെ ഇല്ലായ്മ ചെയ്യുന്ന രാത്രി വരെ അതുണ്ടായിരിക്കും. മറ്റൊരാൾ പ്രഖ്യാപിച്ചത് ഈ കമ്പനി സർവ്വ

ശക്തിയുള്ള ഒന്നാണ്, അതേസമയം അതിന്റെ സ്വാധീനത ചെറിയ സംഗതികളിൽ ഒതുങ്ങി നിൽക്കുന്നു എന്നാണ്. മറഞ്ഞിരുന്ന് ദൈവനിന്ദ നടത്തുന്ന ചിലർ പറഞ്ഞു നടന്നത്, ഇത്തരമൊരു കമ്പനി ഒരിക്കലും ഉണ്ടായിരുന്നിട്ടില്ല, ഇനി ഉണ്ടാവാനുമിടയില്ല എന്നാണ്. ഇത്രതന്നെ നീചരായ വേറൊരു കൂട്ടർ വാദിച്ചത്, അത്യന്തം രഹസ്യസ്വഭാവമുള്ള ഇത്തരമൊരു സ്ഥാപനത്തിന്റെ അസ്തിത്വത്തെ സ്ഥിരീകരിക്കാനോ നിഷേധിക്കാനോ തുനിയുന്നത് വ്യർത്ഥമാണ് എന്നാണ്. കാരണം കമ്പനിയുടെ ആസ്ഥാനമായ ബാബിലോൺ ആകസ്മികതയുടെ അപാരമായൊരു ലീലയല്ലാതെ മറ്റൊന്നുമല്ല. ബോർഹസിന്റെ രചനകളിൽ ആവർത്തിച്ചു കടന്നുവരുന്ന 'സ്വപ്നത്തിനുള്ളിലെ സ്വപ്നം' എന്ന ആശയമാണ് കഥാന്ത്യത്തിൽ തെളിയുന്നത്. സ്വപ്നം കാണുന്ന ആൾ ഒടുവിൽ മനസ്സിലാക്കുന്നു, താൻ മറ്റൊരാൾ കണ്ട സ്വപ്നത്തിലെ ഒരു കഥാപാത്രമാണ് എന്ന്. അല്ലെങ്കിൽ കുറ്റകൃത്യത്തിന്റെ മറഞ്ഞുകിടക്കുന്ന ക്രമംതേടി ച്ചെല്ലുന്ന അപസർപ്പകവിദഗ്ദ്ധൻ ഒടുക്കം കണ്ടെത്തുന്നു, യഥാർത്ഥ പ്രതി താൻ തന്നെയാണെന്ന്. പ്രപഞ്ചയാഥാർത്ഥ്യത്തിന്റെ പ്രശ്നാത്മകവും ദുരൂഹവുമായ സ്വഭാവം ബോർഹെസിനെ എല്ലാകാലത്തും അലട്ടിപ്പോന്ന ഒരു സമസ്യയായിരുന്നു.

ബോർഹെസിന്റെ ഈ കഥയിലൂടെ കടന്നു പോകുന്ന ഒരാൾക്കു പെട്ടെന്നു കൈവരുന്ന പ്രതീതി ഫ്രാൻസ് കാഫ്ക തന്റെ ചെറുകഥകളിലും നോവലുകളിലും ആവിഷ്കരിച്ചിട്ടുള്ള യാഥാർത്ഥ്യത്തിൽനിന്നു പേക്കിനാവിലേക്കു അതിവേഗത്തിൽ തെന്നിവീഴുന്ന ലോകത്തിന്റെ ഛായ ഇതിൽ പതിഞ്ഞുകിടപ്പുണ്ട് എന്നതാണ്. അകലെ നിലകൊള്ളുന്ന, അപ്രാപ്യമായ ഒരധികാരകേന്ദ്രവും അത് ഒരുക്കുന്ന ഊരാക്കുടുക്കുകളിൽപ്പെട്ട് ഭയചകിതരായി അലയുന്ന ചെറിയ മനുഷ്യരും തമ്മിലുള്ള ബന്ധത്തെ വലംവെച്ചുകൊണ്ട് ഫ്രാൻസ് കാഫ്ക എഴുതിയിട്ടുള്ള ദൃഷ്ടാന്തകഥകളുടേയും പ്രതിരൂപാത്മകസ്വഭാവമുള്ള നോവലുകളുടേയും ഓർമ്മയുണർത്തുന്ന ഒന്നാണ് 'ബാബിലോണിലെ ലോട്ടറി.' ബോർഹെസിന്റെ തന്നെ 'ബാബേലിലെ ലൈബ്രേറി'പോലുള്ള കഥകളുമായി ഇതിനു ഏറെ സാമ്യമുണ്ട്. മേൽപ്പറഞ്ഞ കഥയിലെ ലൈബ്രേറി എന്നതുപോലെ ഈ കഥയിലെ ലോട്ടറി നടത്തുന്ന സ്ഥാപനത്തേയും ഒരു രൂപകം എന്ന നിലയിലാണ് ബോർഹെസ് കൈകാര്യം ചെയ്തിരിക്കുന്നത് എന്നു കാണാൻ കഴിയും. ശ്രേണീബദ്ധമായ, അനന്തമായ ഉൾപ്പിരിവുകളുള്ള, അപാരമായ ഒരു പ്രപഞ്ചം എന്ന ആശയമാണ് ഈ രണ്ടു കഥകളിലേയും ഭയവിസ്മയം കലർന്ന ആഖ്യാനസ്വരത്തിനടിയിൽ വർത്തിക്കുന്നത്. 'ബാബിലോണിലെ ലോട്ടറി'യിലെ ആഖ്യാനകാരൻ താൻ മുമ്പു ജീവിച്ച മോഹാലസ്യം ജനിപ്പിക്കുന്ന നാട്ടിൽ സർവ്വപ്രതാപത്തോടുംകൂടി കാര്യങ്ങൾ നിയന്ത്രിക്കുന്ന കോർപ്പറേഷന്റെ പ്രവർത്തനരീതി അപഗ്രഥിക്കാൻ ശ്രമിക്കുംതോറും തന്റെ ദയനീയമായ പരിമിതിയെക്കുറിച്ചു ബോധവാനായിത്തീരുന്നു. കാരണം ഈ സ്ഥാപനം രാവണൻകോട്ട (labyrinth)

പോലെ സങ്കീർണ്ണമായ ഒന്നാണ് (ബോർഹെസിന് ഏറെ പ്രിയപ്പെട്ട രാവണൻ കോട്ട എന്ന കല്പന കഥയിലൊരിടത്തു കടന്നുവരുന്നുണ്ട്). അസാധ്യമായ ഒരു വിഷയത്തെക്കുറിച്ചാണ് താൻ പറയാൻ ശ്രമിക്കുന്നത് എന്ന ചിന്ത അയാളുടെ വിവരണത്തിനു വിഹ്വലത പകരുന്നു.

ലോട്ടറി മുഖ്യവിഷയമായുള്ള ഈ രണ്ടു കഥകളും ചേർത്തുവെച്ചു വായിക്കുമ്പോൾ ഇവയിലെ ആഖ്യാനമാർഗ്ഗങ്ങൾ തമ്മിലുള്ള വ്യത്യാസം നമ്മുടെ ശ്രദ്ധയിൽപ്പെട്ടെന്നിരിക്കും. വരികൾക്കിടയിൽ മൗനം ഒളിപ്പിച്ചു വെച്ചുകൊണ്ട്, പ്രത്യക്ഷത്തിൽ ലളിതവും ഋജുവുമായ ഒരു വിവരണ രീതിയാണ് ഷെർലി ജാക്സൻ പിന്തുടരുന്നത്. അതിന്റെ ഫലമായി കഥയുടെ അവസാനഭാഗത്ത് വായനക്കാരനെ കാത്തിരിക്കുന്ന നടുക്കത്തിന് ആഘാതമേറുന്നു. എന്നാൽ ബോർഹെസിന്റെ ആഖ്യാനകലയുടെ രഹസ്യം കുടികൊള്ളുന്നത് ഒരുതരം നിർബ്ബന്ധബുദ്ധിയോടെ നമുക്കു ചുറ്റുമുള്ള പരിചിതമായ ലോകത്തിൽനിന്നു കുതറി മാറിക്കൊണ്ട് മറ്റൊന്ന് പ്രപഞ്ചം വിഭാവന ചെയ്യുന്നതിലാണ്. ബോർഹെസിന്റെ ലോകം തികഞ്ഞ ധൈഷണികസ്വഭാവമുള്ള അമൂർത്തമായ ആശയങ്ങളുടെ ലോകമാണ്. വിശദാംശങ്ങളിൽ തികഞ്ഞ ശ്രദ്ധ പുലർത്തിക്കൊണ്ട്, ജ്യാമതീയരൂപങ്ങളെ ഓർമ്മിപ്പിക്കുന്ന രീതിയിലാണ് ബോർഹെസ് തന്റെ കഥാശില്പം ചിട്ടപ്പെടുത്തിയിട്ടുള്ളത്. അദ്ദേഹത്തിന്റെ വിസ്മയകരമാം വണ്ണം വിസ്തൃതമായ വായനയുടെ പൊട്ടും തരിയും മറ്റെല്ലാ രചനകളിലുമെന്നപോലെ 'ബാബിലോണിലെ ലോട്ടറി'യിലും പറ്റിച്ചേർന്നു കിടപ്പുണ്ട്. ചരിത്രത്തിന്റേയും ജ്യോതിശാസ്ത്രത്തിന്റേയും ദുർമ്മന്ത്രവാദത്തിന്റേയും മേഖലകളെ സ്പർശിക്കുന്ന പല സൂചനകളും ഇടതൂർന്നു നിൽക്കുന്ന ഒന്നാണ് ഇതിലെ ഭാവഘടന. ചില നിരൂപകന്മാർ ചരിത്രകാരനായ ഗിബ്ബന്റെ ആശയങ്ങളുടെ മാറ്റൊലികൾ ഈ കഥയിൽ കണ്ടെത്തിയിട്ടുണ്ട്.

ഇത്തരത്തിൽ വ്യത്യസ്തമായ ആവിഷ്കരണ സമ്പ്രദായങ്ങൾ അവലംബിച്ചുകൊണ്ട് ഈ രണ്ടു ചെറുകഥാകൃത്തുക്കളും ചെന്നണയുന്ന ഉൾക്കാഴ്ചകൾ മനുഷ്യസ്വഭാവത്തെ സംബന്ധിച്ച ഒരേ തരം പ്രഹേളികയുടെ നിർദ്ധാരണമായിത്തീർന്നിരിക്കുന്നു.

■

പതിമ്മൂന്ന്

നോഹയുടെ പേടകത്തിൽ ആരൊക്കെ...

കേരളത്തിന്റെ ഹൃദയഭൂമിയിലും തീരപ്രദേശങ്ങളിലും നാശം വിതച്ച ഒരു പ്രളയത്തിന്റെ അനുഭവത്തിലൂടെ കടന്നുപോയതിനുശേഷം ഇതിനു സമാനമായി പണ്ടുണ്ടായ ഒരു പ്രകൃതിദുരന്തത്തിന്റെ ഓർമ്മ തേടിപ്പോയ മലയാളി വായിക്കാൻ കൈയിലെടുത്ത ഒരു സാഹിത്യരചനയാണ് തകഴി ശിവശങ്കരപ്പിള്ളയുടെ 'വെള്ളപ്പൊക്കത്തിൽ'.* ഒരർത്ഥത്തിൽ രണ്ടുപതിറ്റാണ്ടുകൾക്ക് മുമ്പ് ആരംഭിച്ച ഒന്നാണ് ഈ ചെറുകഥയുടെ പുനർവായന. നമ്മുടെ സാംസ്കാരികലോകത്തിൽ ശക്തിയാർജ്ജിച്ചു തുടങ്ങിയ പാരിസ്ഥിതികാവബോധത്തിന്റെ വെളിച്ചത്തിൽ ഈ കഥയെ പുതിയൊരു രീതിയിൽ സമീപിക്കാൻ പലരും മുന്നോട്ടുവന്നു. 'വെള്ളപ്പൊക്കത്തിൽ' തകഴിയുടെ ചെറുകഥകളുടെ പൊതുസ്വഭാവത്തിൽ നിന്ന് വേറിട്ടുനിൽക്കുന്ന ചില പ്രവണതകളടങ്ങുന്ന ഒരു സൃഷ്ടിയാണെന്നും ഒരുപക്ഷേ, തകഴി തന്നെ കരുതിയിരിക്കാനിടയില്ലാത്ത ചില മാനങ്ങൾ ഈ കഥയ്ക്ക് ഉണ്ടെന്നുമുള്ള തോന്നൽ ചിലരൊക്കെ പങ്കിടുകയുണ്ടായി.

തകഴിയുടെ സാഹിത്യജീവിതത്തിന്റെ ആരംഭഘട്ടത്തിൽ പിറവിയെടുത്ത ഒരു കഥയാണ് 'വെള്ളപ്പൊക്കത്തിൽ'. 1935-ൽ പ്രസിദ്ധപ്പെടുത്തിയ 'പുതുമലർ' എന്ന പേരിലുള്ള തകഴിയുടെ ആദ്യചെറുകഥാസമാഹാരത്തിൽ ഇത് ഉൾപ്പെടുത്തിയിരുന്നു. ഇരുപത്തിരണ്ടോ ഇരുപത്തിമൂന്നോ വയസ്സുള്ള കാലത്ത് തകഴി എഴുതിയ ഈ കഥ അദ്ദേഹം തുടർന്നു സഞ്ചരിച്ച പാതയിലേക്കു വിരൽ ചൂണ്ടുന്നതിനുപകരം, പിൽക്കാലത്ത് വേണ്ട രീതിയിൽ സാക്ഷാത്കരിക്കപ്പെടാതെ പോയ ചിലതരം താത്പര്യങ്ങളേയും സർഗ്ഗപ്രേരണകളേയുംകുറിച്ചുള്ള സൂചനകൾ വഹിച്ചുകൊണ്ട് വേറിട്ടു നിൽക്കുന്നതായി ചിലർക്കെങ്കിലും തോന്നാനിടയുണ്ട്.

---

* ഡി.സി. ബുക്സ് പ്രസിദ്ധപ്പെടുത്തിയ തകഴിയുടെ 'വെള്ളപ്പൊക്കത്തിലും മറ്റ് പ്രധാനകഥകളും' എന്ന സമാഹാരത്തിൽ നിന്നാണ് (2003) എല്ലാ ഉദ്ധരണികളും.

തൊണ്ണൂറ്റിയൊമ്പതിലെ വെള്ളപ്പൊക്കം എന്ന പേരിൽ മലയാളികൾ ഇന്നും ഓർമ്മിക്കുന്ന സംഭവമാണ് ഇതിനു പിന്നിലുള്ള പ്രേരണ എന്നു കരുതപ്പെടുന്നു. 'വെള്ളപ്പൊക്കത്തിൽ' കാലപ്പഴക്കത്തിലൂടെ കൈവരിച്ചിട്ടുള്ള നശിക്കാത്ത പ്രസക്തിയെക്കുറിച്ച് ചിന്തിച്ചുകൊണ്ട് തുടങ്ങാം.

പെട്ടെന്നുണ്ടായ പേമാരി കേരളക്കരയിലെ ഒരു താഴ്ന്ന പ്രദേശത്തുള്ള ആവാസവ്യവസ്ഥയേയും ജീവിതക്രമത്തേയും മാറ്റിമറിച്ചതെങ്ങനെയെന്നു ചിത്രീകരിക്കുന്ന ഒരു കഥയിൽ ദൃശ്യാത്മകമായ അംശത്തിന് മിഴിവു ലഭിക്കുന്നത് ഏറെക്കുറെ സ്വാഭാവികമായ കാര്യമാണ്. തകഴിയെപ്പോലെ സൂക്ഷ്മഭാവങ്ങൾക്ക് ഏറെ ഇടം അനുവദിക്കാത്ത യഥാതഥ വിവരണങ്ങൾക്കു പേരെടുത്ത ഒരെഴുത്തുകാരന്റെ കാര്യത്തിൽ പോലും ഇതാണ് സത്യം. ഇവിടെ നമ്മുടെ ശ്രദ്ധപിടിച്ചുപറ്റുന്ന ഒരു വസ്തുത പദചിത്രങ്ങൾ കൊരുത്തുചേർത്താണ് തകഴി കഥാശില്പം രൂപപ്പെടുത്തിയിട്ടുള്ളത് എന്നതാണ്. വെള്ളപ്പൊക്കത്തിന്റെ ശബ്ദഘോഷവും ജലപ്രവാഹത്തിൽ അമർന്ന പ്രകൃതി പരിസരത്തിൽ തങ്ങിനിൽക്കുന്ന മൂകതയും ധ്വനിപ്പിക്കുന്ന കൊച്ചുകൊച്ചു ദൃശ്യങ്ങളിലൂടെയാണ് ഈ കഥ മുന്നോട്ടു നീങ്ങുന്നത്.

തകഴിയുടെ കഥാലോകത്തിൽ അത്ര സുലഭമല്ലാത്ത സാഹിത്യ സംബന്ധവും മതാത്മകവുമായ സൂചനകൾ ഈ കഥയിൽ കയറിക്കൂടിയിരിക്കുന്നു. കോൾറിഡ്ജിന്റെ 'ഒരു പുരാതനനാവികന്റെ ഗാനം' എന്ന കവിതയിൽ നിന്നുള്ള മാറ്റൊലിയുമായാണ് കഥ ആരംഭിക്കുന്നത്: "വെള്ളം! സർവ്വത്ര ജലം!" ചേന്നപ്പറയൻ തന്റെ കിടാങ്ങളെയും പെണ്ണാളിനേയും പട്ടിയേയും പൂച്ചയേയും പുരയുടെ വാരിക്കിടയിൽക്കൂടി വലിച്ച് വെളിയിലിട്ട് കെട്ടുവള്ളത്തിൽ കയറ്റി യാത്ര പുറപ്പെടുന്നതിന്റെ വിവരണത്തിൽ വേദപുസ്തകത്തിൽ പറഞ്ഞിട്ടുള്ള നോഹയുടെ പേടകത്തിന്റെ ഓർമ്മ ഒളിഞ്ഞുനോക്കുന്നുണ്ട്.

കഥ തുടങ്ങുന്നത് ഇങ്ങനെയാണ്: "നാട്ടിലെ പൊക്കം കൂടിയ സ്ഥലം ക്ഷേത്രമാണ്. അവിടെ, ദേവൻ കഴുത്തറ്റം വെള്ളത്തിൽ നിൽക്കുന്നു." കഴുത്തറ്റം വെള്ളത്തിലാണ്ടു നിൽക്കുന്ന ഈ ദേവൻ തുടർന്നുള്ള സംഭവങ്ങൾക്കെല്ലാം മൂകസാക്ഷിയാണ്. കാരണം അയാളുടെ നിലനില്പുതന്നെ അപകടത്തിലാണ്. അങ്ങിനെ കലിതുള്ളി നിൽക്കുന്ന പ്രകൃതിയുടെ കാരുണ്യത്തിന് മനുഷ്യരേയും ഇതരജീവജാലങ്ങളെയും വിട്ടുകൊടുത്തുകൊണ്ട് ഈശ്വരൻ പൊടുന്നനെ പിൻവാങ്ങിയ ഒരു ലോകത്തിലാണ് ഈ കഥ നടക്കുന്നത്.

നെൽപ്പാടത്തെ വലം വെച്ചുകൊണ്ടുള്ള ഒരു ജീവിതരീതിയുടെ സൂചനകൾ തങ്ങിനിൽക്കുന്ന ഈ ചെറുകഥയ്ക്ക് പശ്ചാത്തലമായി വർത്തിക്കുന്നത് പിൽക്കാലത്ത് തകഴിയുടെ ഭാവനാലോകത്തിന്റെ തലസ്ഥാനമായിത്തീർന്ന കുട്ടനാടൻ പ്രദേശമാണ് എന്ന കാര്യം ഏറെക്കുറെ സ്പഷ്ടമാണ്. പരിസരമാകെ വെള്ളത്തിനടിയിലായതോടെ

ചേന്നപ്പറയനെ വീട്ടുകാവൽ ഏല്പിച്ചുകൊണ്ട് അവന്റെ തമ്പുരാൻ കര തേടിപ്പോയതായി കഥാരംഭത്തിൽ നാം മനസ്സിലാക്കുന്നു. നാട്ടുകാരെല്ലാം ക്ഷേത്രത്തിലെ മൂന്നുമുറിയുള്ള മാളികപ്പുറത്ത് അഭയം കണ്ടെത്തിയിരിക്കുന്നു. പ്രകൃതിയുടെ രോഷം ഏറ്റുവാങ്ങാൻ ബാക്കിനിൽക്കുന്നത് ചേന്നപ്പറയനും അവൻ പോറ്റി വളർത്തുന്ന ജന്തുക്കളുമാണ്. ഈ തരംതിരിവിൽ അക്കാലത്ത് തിരുവിതാംകൂറിൽ നിലവിലുണ്ടായിരുന്ന ഫ്യൂഡൽവ്യവസ്ഥിതിയുടെ ചിത്രം ഉയിർകൊള്ളുന്നുണ്ട്. മേൽജാതിക്കാർക്ക് സുരക്ഷിതത്വമൊരുക്കുന്ന ക്ഷേത്രത്തിനും അധഃസ്ഥിത വിഭാഗത്തിൽപ്പെട്ടവരുടെ ഓലമേഞ്ഞ കുടിലിനുമിടയിൽ പറഞ്ഞറിയിക്കാനാവാത്ത അകലമുണ്ട്.

തന്നെ ആശ്രയിച്ചു കഴിയുന്നവരെയെല്ലാം ധൃതിപ്പെട്ട് കെട്ടുവള്ളത്തിൽ കയറ്റുന്നതിനിടയിൽ ചേന്നപ്പറയൻ വീട്ടിലെ പട്ടിയുടെ കാര്യം മറന്നുപോകുന്നു. ഉപേക്ഷിക്കപ്പെട്ട ഈ പട്ടിയാണ് കഥയിലെ നായകൻ. തുടർന്നങ്ങോട്ട് നാം കാര്യങ്ങൾ കാണുന്നത് ഈ പട്ടിയുടെ കാഴ്ചപ്പാടിലൂടെയാണ് എന്നു പറഞ്ഞാൽ തെറ്റുണ്ടാവില്ല. തകഴി ഉൾപ്പെടെയുള്ള നവോത്ഥാന കാലഘട്ടത്തിലെ ചെറുകഥാകൃത്തുക്കളെയും നോവലെഴുത്തുകാരെയും പറ്റി പൊതുവിൽ പറഞ്ഞുകേട്ടിട്ടുള്ള ഒരു പരാതി അവർ തങ്ങളുടെ കഥാപാത്രങ്ങളോട് ദൈവത്തെപ്പോലെ പെരുമാറുന്നു എന്നതാണ്. കഥാഗതിയിൽ നേരിട്ട് ഇടപെടാനും സാരോപദേശം വിളമ്പാനും വായനക്കാരെ കൈപിടിച്ച് നയിക്കാനുമൊക്കെയുള്ള വാസന തകഴിയടക്കമുള്ള നവോത്ഥാന കാഥികന്മാർ പൊതുവിൽ പങ്കുപറ്റിയ ഒന്നായിരുന്നു. എന്നാൽ തന്റെ ഈ ആദ്യകാലരചനയിൽ തകഴി ഒരിടത്തു മാത്രമാണ് കഥാപാത്രത്തിന്റെ മനസ്സിനുള്ളിൽ കടന്നുകൂടി വായനക്കാരനോട് നേരിട്ടു സംസാരിക്കുന്നത്. ചേന്നപ്പറയന്റെ നായ തന്റെ ദയനീയമായ ഒറ്റപ്പെടലിനെക്കുറിച്ച് മനസ്സിലാക്കുന്ന മുഹൂർത്തം കഥാകൃത്ത് പകർത്തിയിട്ടുള്ളത് ഇപ്രകാരമാണ്: "ലോകത്തോട് അന്ത്യയാത്ര പറയും പോലെ മുറുമുറുത്തുകൊണ്ട് അത് പുരപ്പുറത്തു കയറി. ഇനി ഒരിക്കലും മനുഷ്യനെ സ്നേഹിക്കുകയില്ല എന്ന് അത് പറയുകയാവാം." കഥയിൽ മറ്റൊരിടത്തും ആഖ്യാനകാരൻ പട്ടിക്കും വായനക്കാരനുമിടയിൽ കടന്നു വരുന്നില്ല. മറിച്ച് എല്ലാവരാലും ഉപേക്ഷിക്കപ്പെട്ട് വിശപ്പും ജീവഭയവും കൊണ്ട് പൊറുതിമുട്ടി കഴിയുന്ന ഈ ശ്വാനന്റെ ചേഷ്ടകളും ഗന്ധസ്പർശാനുഭവങ്ങളും ചുറ്റുപാടുകളോടുള്ള പ്രതികരണങ്ങളും സൂക്ഷ്മമായി അടയാളപ്പെടുത്തിക്കൊണ്ടാണ് കഥ പുരോഗമിക്കുന്നത്. പട്ടിയുടെ ദൈന്യത്തിന്റെയും പരാക്രമങ്ങളുടെയും വിവരണത്തിൽ ഒരിടത്ത് ഹാസ്യത്തിന്റെ മിന്നലാട്ടം കടന്നുവരുന്നുണ്ട്: "മലവെള്ളത്തിൽ ഒഴുകിവന്ന ഒരു എറുമ്പിൻകൂട് ആ പുരപ്പുറത്തടിഞ്ഞു. അവ രക്ഷപ്പെട്ടു. ഭോജ്യസാധനമെന്നു നണ്ണിയാവാം നമ്മുടെ നായ് അവയ്ക്ക് ഒരുമ്മകൊടുത്തു. ചീറ്റിത്തുമ്മി അതിന്റെ മൃദുലമായ മോന്ത ചുമന്നു തടിച്ചു."

തിരസ്കാരത്തിന്റെ നോവ് ഏറ്റുവാങ്ങിയ ഈ പട്ടിയെകൂടാതെ പെരുവെള്ളപ്പാച്ചിലിൽ മുഖം കാണിക്കുന്ന വേറെയും ചില ജീവികൾ

കഥയിലുണ്ട്. കാഥികന്റെ ഭാഷയിൽ, ഒരു 'ഉഗ്രനായ നക്രം,' തവളകൾ, കാക്ക, അഴുകിയൊഴുകുന്ന ഒരു ഊക്കൻ പോത്ത്, ഉറുമ്പുകൾ, ഒരു ചത്ത പശു. മനുഷ്യൻ ഒഴിഞ്ഞുപോയ കായൽനിലത്തിൽ ഇവരോടൊപ്പം ഇണങ്ങിയും പിണങ്ങിയും പട്ടി കുറെ മണിക്കൂറുകൾ കഴിച്ചുകൂട്ടുന്നു. ഈ സമയത്തൊക്കെ യജമാനന്റെ വീട്ടുകാവൽ എന്ന ദൗത്യം അവർ നിറവേറ്റുന്നുണ്ട്. ഒടുവിൽ കൊടുങ്കാറ്റിൽ കുടിൽ നിലം പൊത്തി അകപ്പെടുന്നതുവരെ സ്വാമിഭക്തിയുള്ള ആ മൃഗം യജമാനന്റെ വീട് കാത്തു എന്നു കഥാകൃത്ത് സാക്ഷ്യപ്പെടുത്തുന്നു. വെള്ളം ഇറങ്ങിയതോടെ പട്ടിയെ അന്വേഷിച്ച് കുടിലിലേക്കു വന്ന ചേന്നനെ എതിരേറ്റത് അവന്റെ അഴുകിയ ശവമാണ്.

ലോകാവസാനമായോ എന്ന ആശങ്ക ജനിപ്പിച്ചുകൊണ്ട് തകർത്തു പെയ്യുന്ന കർക്കിടകമാസത്തിലെ മഴയും അലറിയടുക്കുന്ന കൊടുങ്കാറ്റും ചേർന്നു നടത്തുന്ന താണ്ഡവത്തിനിടയിൽ സ്വന്തം കടമ മറക്കാതെ യജമാനന്റെ കുടിലിന്റെ മോന്തായത്തിൽ നിലയുറപ്പിച്ച ഈ പട്ടി മലയാള ചെറുകഥാസാഹിത്യത്തിലെ ജന്തുപരമ്പരയുടെ അങ്ങേത്തലയ്ക്കലുള്ള ഒരു കഥാപാത്രമാണ്. അവന്റെ പിന്മുറക്കാരായി കാളയും ആടും ആനയും പൂച്ചയും പാമ്പും പഴുതാരയുമൊക്കെ നമ്മുടെ കഥകളിൽ സ്ഥാനം പിടിക്കുകയുണ്ടായി. സംസാരിക്കുന്ന പൂച്ചകളെ നോവൽ സാഹിത്യത്തിൽ ആദ്യമായി അവതരിപ്പിച്ചത് മിഖയേൽ ബുൾഗാകോഫ് ആയിരുന്നു. (മാസ്റ്റർ ആന്റ് മർഗരിറ്റ ഓർമ്മിക്കുക). നമ്മുടെ ഒരു കഥാകൃത്ത് ബന്ധങ്ങളിൽ വിള്ളൽ വീണ ഒരു കുടുംബത്തിന്റെ നാലു ചുവരുകൾക്കുള്ളിൽ ചാരപ്പണി നടത്തുന്ന ഒരു പൂച്ചയെ വലംചുറ്റി ഏതൊക്കെയോ മർമ്മങ്ങളിൽ ചെന്നു കൊള്ളുന്ന ഒരു രചന നടത്തിയിട്ടുണ്ട്. ഈ പൂച്ചയുടെ രഹസ്യജീവിതത്തിലൂടെ ഒരു അതിസമ്പന്ന മുതലാളിത്ത രാഷ്ട്രം വളർത്തിക്കൊണ്ടുവന്നിട്ടുള്ള, ഭരണാധിപന്മാരെയും ജനസമൂഹങ്ങളെയും ജാഗ്രതയോടെ നിരീക്ഷിക്കുകയും തുരപ്പൻപണി ചെയ്യുകയും ചെയ്യുന്ന ഒരു ചാരസംഘടനയുടെ പ്രവർത്തനരീതി ധ്വനിപ്പിക്കാൻ കൂടി അദ്ദേഹത്തിനു കഴിഞ്ഞു. എം.ടി.യുടെ 'ഷെർലക്' എന്ന കഥയിലെ കൗശലക്കാരനായ പൂച്ച ചേന്നന്റെ പട്ടിയെപ്പോലെ തന്നെ നമ്മുടെ ഓർമ്മയിൽ അള്ളിപ്പിടിച്ചു നിൽക്കുന്ന ഒരു കഥാപാത്രമാണ്. ഇവരെക്കൂടാതെ ഇഴജന്തുക്കളും മിണ്ടാപ്രാണികളും അക്രമവാസനയുള്ള മൃഗങ്ങളുമൊക്കെയായി തിര്യക്കുകളുടെ ചെറുതല്ലാതെ ഒരു നിര തന്നെ നമ്മുടെ കഥാസാഹിത്യത്തിൽ ഇടം കണ്ടെത്തുകയുണ്ടായി.

പുരാണേതിഹാസങ്ങളുടെ കാലംതൊട്ട് നാം കണ്ടുവന്നിട്ടുള്ള ഒരു പ്രതിഭാസമാണിത്. വാല്മീകിരാമായണം വായിക്കുന്ന ഏതൊരാൾക്കും രാമരാവണയുദ്ധത്തിൽ വാനരന്മാർ വഹിക്കുന്ന പങ്ക് മറക്കാനാവില്ല. യുദ്ധത്തിൽ വീറോടെ പങ്കെടുക്കുന്ന കുരങ്ങന്മാരുടെ ചേഷ്ടകളും ആയോധനമുറകളും ഗൗരവവും ഹാസ്യഭാവവും ഇടകലർന്ന രീതിയിലാണ് ആദികവി വർണ്ണിക്കുന്നത്. ഹോമറുടെ ഇലിയഡിൽ കുതിരകൾ വഹിക്കുന്ന

പങ്ക് പലരും എടുത്തുകാട്ടിയിട്ടുണ്ട്. ഒരു ധീരയോദ്ധാവിന്റേയോ രാജകുമാരന്റേയോ മരണത്തിനുപോലും കല്പിക്കാത്ത അന്തസ്സാണ് ഹോമർ ചില സന്ദർഭങ്ങളിൽ ഒരു കുതിരയുടെ മരണത്തിന് ചാർത്തിക്കൊടുത്തിട്ടുള്ളത് എന്ന സംഗതി പ്രസിദ്ധമാണ്.

രണ്ട്

1990-കളുടെ ആരംഭത്തിലാണ് മേതിൽ രാധാകൃഷ്ണൻ ഒന്നൊന്നര പതിറ്റാണ്ടു കാലത്തെ മൗനത്തിനുശേഷം എഴുത്തിലേക്കു മടങ്ങിയത്. തന്റെ തിരിച്ചുവരവിന്റെ ഭാഗമായി മേതിൽ നടത്തിയ ഒരു പ്രസ്താവന ചിലരൊക്കെ ശ്രദ്ധിക്കുകയുണ്ടായി. കലയ്ക്ക് വൈയക്തികതലവും സാമൂഹ്യതലവും മാത്രമല്ല ഒരു ജന്തുതലം കൂടിയുണ്ടെന്നും ഈ ത്രിഘടനയുടെ മാട്രിക്സിൽ നിന്നാവും ഇനിയത്തെ അസ്സൽ സൗന്ദര്യശാസ്ത്രത്തിന്റെ തുടക്കമെന്നുമാണ് മേതിൽ പറഞ്ഞുവെച്ചത് (പാഠഭേദം/ഏപ്രിൽ 16–30/1991). സത്യത്തിൽ ഇത് പുതുമയുള്ള ഒരു വെളിപാടൊന്നും ആയിരുന്നില്ല. കൃത്യമായി പറഞ്ഞാൽ പാശ്ചാത്യ സാഹിത്യലോകത്തിലെ കാല്പനികകലാപത്തിന്റെ കാലഘട്ടം തൊട്ട് കവികളും നോവലെഴുത്തുകാരും സാഹിത്യസൗന്ദര്യശാസ്ത്രത്തിൽ അഴിച്ചുപണി നടത്തിയ ചിന്തകന്മാരും ഈ വഴിക്കു ചിന്തിച്ചതിന്റെ ധാരാളം തെളിവുകൾ നമ്മുടെ മുന്നിലുണ്ട്. ഒരെഴുത്തുകാരന്റെ പ്രപഞ്ചവീക്ഷണത്തിൽ സസ്യപ്രകൃതിയും ജന്തുസമൂഹവും എന്തു പങ്കാണ് വഹിക്കുന്നത് എന്ന രീതിയിലുള്ള അന്വേഷണം ആധുനികകാലഘട്ടത്തിൽ ആരംഭിച്ച ഒന്നല്ല, മറിച്ച് അതിന് ഏറെ പഴക്കമുണ്ട്. കലയുടെ 'ജന്തുതല'ത്തെ സംബന്ധിച്ച പരാമർശത്തിലൂടെ താൻ സർഗ്ഗപ്രേരണയുടെ ഉറവിടങ്ങളെക്കുറിച്ച് നിത്യനൂതനമായ ഒരു സിദ്ധാന്തം അവതരിപ്പിക്കുകയായിരുന്നു എന്ന തെറ്റിദ്ധാരണ നമ്മുടെ എഴുത്തുകാരനെ കലശലായി പിടികൂടിയ മട്ടുണ്ട്.

ഇതോടൊപ്പം 'ഞാൻ ഇക്കോ സിസ്റ്റത്തിന്റെ ആദ്യത്തെ കവിയാണ്' എന്നൊരു പ്രഖ്യാപനവും അദ്ദേഹം നടത്തുകയുണ്ടായി (ആത്മഭാഷണങ്ങൾ - മേതിൽ രാധാകൃഷ്ണൻ, 'പാഠഭേദം', 1–15 മേയ് 1991). മേതിലിനെപ്പോലുള്ള ഒരാളിൽ നിന്ന് നാം ഒട്ടും പ്രതീക്ഷിക്കാത്ത തരത്തിലുള്ള അർത്ഥശൂന്യമായ ഒരവകാശവാദമാണിത്. 'ഇക്കോ-സിസ്റ്റം' സംബന്ധിച്ച അവബോധമെന്നത് ഉപനിഷത്തുകളിലും ബുദ്ധദർശനത്തിലും ആഴത്തിൽ പതിഞ്ഞുകിടപ്പുള്ള ഒന്നാണെന്ന വസ്തുത മേതിൽ അറിയാതെ പോയതാണോ? പത്തൊമ്പതാം നൂറ്റാണ്ടിന്റെ ഉത്തരാർദ്ധത്തിൽ എമേഴ്സനെയും തോറൊയെയും പോലുള്ള തത്ത്വചിന്തകന്മാർ ഇതിന് പുതിയ ഊന്നലുകൾ സമ്മാനിച്ചതായി കാണാം. അവർക്കു ശേഷം ഒട്ടേറെ കവികളും ശാസ്ത്രജ്ഞന്മാരും പരിസ്ഥിതി

സംരക്ഷണത്തിന്റെ വക്താക്കളും മനുഷ്യനും ബാഹ്യപ്രകൃതിയും തമ്മിലുള്ള പരസ്പരാശ്രിതത്വത്തെ അടിസ്ഥാനമാക്കിയുള്ള നിരീക്ഷണങ്ങൾക്കും ആശയഗതികൾക്കും ആഴം പകരുകയുണ്ടായി. ശാസ്ത്രത്തിന്റെയും കലയുടെയും ഭാരതീയ ദർശനത്തിന്റെയും മേഖലകളിലൂടെ അനായാസം തെന്നിനീങ്ങി പ്രപഞ്ചസംവിധാനത്തിൽ മനുഷ്യനുള്ള സ്ഥാനം സംബന്ധിച്ച് വിസ്മയകരമാം വണ്ണം മൗലികമായ ഉൾക്കാഴ്ചകൾ അവതരിപ്പിച്ച ഫ്രിജൊ കാപ്രയാണ് ഇക്കൂട്ടത്തിൽ നാം നന്ദിപൂർവ്വം ഓർമ്മിക്കേണ്ട ഒരാൾ. 'ഇക്കോസിസ്റ്റ'ത്തിന്റെ 'പേയ്റ്റന്റ്' അവകാശപ്പെട്ടതിനോടൊപ്പം മേതിൽ 'ഞാനൊരു ഡാർവിനിസ്റ്റാണ്' എന്ന് വിളംബരം ചെയ്തതായി കണ്ടു. ഡാർവിന്റെ പരിണാമ സിദ്ധാന്തം പത്തൊമ്പതാം നൂറ്റാണ്ടിന്റെ ചിന്താലോകത്തിൽ സൃഷ്ടിച്ച വിപ്ലവത്തിന്റെ പ്രാധാന്യം ആർക്കും കുറച്ചുകാണിക്കാനാവില്ല. അതേസമയം, 'ഏറ്റവും കരുത്തുള്ളതു മാത്രം അതിജീവിക്കുന്ന' ഒരു ലോകത്തെക്കുറിച്ചുള്ള ഡാർവിന്റെ കാഴ്ചപ്പാടും മർത്ത്യവർഗ്ഗവും പ്രപഞ്ചത്തിലെ ഇതരജീവജാലങ്ങളും തമ്മിലുള്ള സഹവർത്തിത്വത്തേയും സാഹോദര്യത്തേയും സംബന്ധിച്ച ഗാഢമായ വിശ്വാസത്തിൽ അധിഷ്ഠിതമായ ഗഹന പരിസ്ഥിതിവാദത്തിന്റെ (Deep Ecology) ആശയപരിസരവും തമ്മിൽ നികത്താനാവാത്ത വിടവുണ്ട്. താൻ ഉയർത്തിപ്പിടിക്കുന്ന നിലപാടുകളിൽ (അതോ ലേബലുകളിലോ?) അടങ്ങിയിട്ടുള്ള അടിസ്ഥാനപരമായ ഈ വൈരുധ്യം മേതിൽ മനഃപൂർവ്വം അവഗണിക്കുകയാണോ?

മേതിലിന്റെ വേറൊരു അവകാശവാദം മലയാളത്തിലെ മറ്റുകവികൾ പ്രകൃതിയെ സംബന്ധിച്ച കാല്പനികവും മതാത്മകവുമായ സങ്കല്പങ്ങളിൽ കുടുങ്ങിക്കിടന്നപ്പോൾ താൻ 'ഇക്കോ പൊളിറ്റിക്സ്' എന്നു വിളിക്കാവുന്ന മൗലികമായൊരു സിദ്ധാന്തം രൂപപ്പെടുത്തുകയായിരുന്നു എന്നതാണ്. ഈ 'ഭൂമിയുടെ രാഷ്ട്രീയ'ത്തിന്റെ മുഖമുദ്രയായി അദ്ദേഹം കാണുന്നത് 'ജന്തുനീതി'യാണ് ("ഞാൻ അനിമൽ ലിബറേഷന്റെ ജിഹ്വയാകുന്നു"). ഇവിടെ മേതിൽ മറന്നുപോകുന്ന ഒരു കാര്യം ഡി.എച്ച്. ലോറൻസ് 1920-കളിൽ തന്റെ കവിതകളിൽ ചൈതന്യവത്തായി സാക്ഷാത്കരിച്ചിട്ടുള്ള ഒന്നാണ് 'ജന്തുനീതി'യെച്ചൊല്ലിയുള്ള ആവേശവും ഉത്കണ്ഠയും എന്നതാണ്. മൃഗങ്ങളെക്കുറിച്ചുള്ള ലോറൻസിന്റെ കവിതകൾ വെളിച്ചം കണ്ടത് ഇക്കാലത്തായിരുന്നു. പിന്നീട് ഈ കവിതകൾ ഒരു സമാഹാരത്തിന്റെ രൂപത്തിൽ പ്രസിദ്ധീകരിക്കപ്പെട്ടു. ലോറൻസിന്റെ ഏറെ പ്രശസ്തമായ 'സർപ്പം' (The Snake) എന്ന കവിത പുറത്തുവന്നത് 1923-ലായിരുന്നു. മേതിൽ തന്റെ തനതു കണ്ടുപിടിത്തമായി അവതരിപ്പിക്കുന്ന ഭൂമിയുടെ രാഷ്ട്രീയവും ഒപ്പം ഉപബോധ മനസ്സിന്റെ രാഷ്ട്രീയവും ഇടകലർന്ന്, മനുഷ്യന്റെ നൈസർഗ്ഗിക ചോദനകളുടെ അടിച്ചമർത്തലിൽ (repression) അധിഷ്ഠിതമായ ആധുനിക സംസ്കാരത്തിന്റെ അടിസ്ഥാനധാരണകളുടെ നേർക്ക് ചീറ്റിയടുക്കുന്ന 'സർപ്പ'ത്തിന് ഇപ്പോഴും പുതുമ നശിച്ചിട്ടില്ല. പിന്നീട് ബ്രിട്ടീഷ് കവിയായ ടെഡ്ഹ്യൂസ്

തന്റെ രചനകളിലൂടെ ജന്തുലോകത്തെ ഭരിക്കുന്ന പ്രാകൃത ചോദന കളുടെ ഭയാനകലാവണ്യം കലർന്ന ലോകംതന്നെ തുറന്നുകാട്ടുക യുണ്ടായി. ടെഡ്ഹ്യൂസിന്റെ കവിതകളിൽ മൃഗങ്ങൾ ചിലപ്പോൾ തങ്ങളുടെ 'മൃഗസ്വത്വ'ത്തിൽ നിന്നു പുറത്തുകടക്കുന്നു. അവരുടെ ലോക ത്തിൽ കുടികൊള്ളുന്ന ഹിംസാവാസനയും ക്രൂരതയും മനുഷ്യവ്യക്തി ത്വത്തിൽ ഉറങ്ങിക്കിടക്കുന്ന ആദിമചോദനകളുമായി ബന്ധം സ്ഥാപിച്ചെടു ക്കുന്നു. ജന്തുലോകത്തെ അതിന്റെ തനിമയിൽ ലേശംപോലും അതി ഭാവുകത്വമില്ലാതെ വീണ്ടെടുക്കാൻ ശ്രമിച്ച രണ്ടു കവികൾ എന്ന നില യ്ക്കാണ് ലോറൻസിനേയും ടെഡ്ഹ്യൂസിനേയും ഇവിടെ ഓർമ്മിക്കു ന്നത്. ഈ വഴിയിലൂടെ സഞ്ചരിച്ച വേറെയും കവികളും കാഥികന്മാരും കഴിഞ്ഞ നൂറ്റാണ്ടിലുണ്ടായിരുന്നു. ലോറൻസിന്റെ കവിതകളിൽ മാത്ര മല്ല ചില ചെറുകഥകളിലും നോവലുകളിലും ജന്തുലോകത്തിൽ നിന്നുള്ള അനുരണനങ്ങൾ കടന്നുവരുന്നതു കാണാം. ഇതൊന്നും മനസ്സിലാ ക്കാതെ 'ജന്തുവിമോചന'ത്തിന്റെ ശബ്ദം ആദ്യമായി കേൾപ്പിച്ച കവി താനാണ് എന്ന് മേതിൽ പറയുമ്പോൾ വിലകുറഞ്ഞൊരു തമാശയായി മാത്രം അതിനെ കണ്ടാൽ മതിയെന്നു തോന്നുന്നു.

ഇനി ഇത്തരം പൊള്ളയായ അവകാശവാദങ്ങൾ മാറ്റിനിർത്തിക്കൊണ്ട് മേതിലിന്റെ സർഗ്ഗരചനകളിലേക്ക് കടന്നുചെല്ലാം. താൻ എഴുത്തിൽ നിന്നു വിട്ടു നിന്ന വർഷങ്ങളിൽ മേതിൽ ജന്തുശാസ്ത്രത്തിൽ താത്പര്യം വളർത്തിയെടുത്തതായും ബ്രിട്ടനിലെ ഒരു എന്റൊമോളജിക്കൽ സൊസൈറ്റിയുടെ ആനുകാലികങ്ങളിൽ ജന്തുശാസ്ത്രം സംബന്ധിച്ച നിരീക്ഷണങ്ങൾ പ്രസിദ്ധപ്പെടുത്തിയതായും അദ്ദേഹത്തിന്റെ ജീവചരിത്ര ക്കുറിപ്പിൽ നിന്നു മനസ്സിലാക്കാൻ കഴിഞ്ഞു. 1990-കളിൽ അദ്ദേഹ മെഴുതിയ ഒരു കൂട്ടം കവിതകളിലും ചെറുകഥകളിലും ഇതിന്റെ അട യാളങ്ങൾ തെളിഞ്ഞു നില്പുണ്ട്.

ഭൂമിയേയും മരണത്തേയും കുറിച്ച് എന്ന പേരിലുള്ള കവിതാസമാ ഹാരം (1992; 2017) മേതിൽ രാധാകൃഷ്ണന്റെ പാരിസ്ഥിതിക ചിന്തകൾ വളർച്ച പൂണ്ടു നിൽക്കുന്ന ഒരു രചനയാണ്. ഇതിലെ കവിതകളുടെ ലാവണ്യാംശത്തിലേക്കു കടന്നുചെല്ലുമ്പോൾ നമ്മെ ശല്യം ചെയ്യുന്ന ഒന്നു രണ്ടു ഘടകങ്ങളുണ്ട്. താളബോധം കമ്മിയായ ഒരു കവിയാണ് മേതിൽ. ഇതിന്റെ കൂടി ഫലമായാണ് അദ്ദേഹം ഗദ്യത്തിലെഴുതിയ ചില കവിതകൾ വാചാലമായ പ്രസ്താവനയുടെ തലത്തിൽ എത്തിനിൽക്കു ന്നത്. കാവ്യശില്പത്തെ അതിന്റെ സമഗ്രതയിൽ വിഭാവന ചെയ്യാനോ, 'ജന്തുകവിത' ആവശ്യപ്പെടുന്ന തരത്തിൽ കേന്ദ്രസ്ഥാനത്തുള്ള ഒരു രൂപകത്തിനു ചുറ്റും തന്റെ നിരീക്ഷണങ്ങളെയും അനുധ്യാനങ്ങളെയും സംഘടിപ്പിക്കാനോ മേതിൽ പലപ്പോഴും ശ്രമിക്കാറില്ല. വാക്കുകൾ തിര ഞ്ഞെടുക്കുന്നതിൽ ചില സന്ദർഭങ്ങളിൽ കടന്നു കൂടുന്ന അശ്രദ്ധയാണ് അദ്ദേഹത്തെ കൊണ്ട് 'മൈഥിലി, നീയെനിക്കൊരു/ഇക്കോളജിക്കൽ ദേവത' എന്നൊക്കെ എഴുതിക്കുന്നത്. ഈ പോരായ്മകൾ ബാക്കി

നിൽക്കുമ്പോൾക്കൂടി, *ഭൂമിയേയും മരണത്തേയും കുറിച്ച്* എന്ന സമാഹാരത്തിലെ കവിതകളിൽ, മനുഷ്യകേന്ദ്രീകൃതമായ ഒരു പ്രപഞ്ചവീക്ഷണത്തെ പാടെ നിരാകരിച്ചുകൊണ്ട് ഭൂമിയുടെ അന്തർഭാഗത്തുള്ള ജീവന്റെ തുടിപ്പുകൾക്കായി കാതോർക്കുന്ന ഒരാളുടെ ഒപ്പടയാളം തെളിഞ്ഞുകാണാം.

'എം. ഗോവിന്ദൻ' എന്ന കവിതയിൽ മേതിൽ നടത്തുന്ന സത്യവാങ്മൂലം ശ്രദ്ധിക്കുക:

"എനിക്കു കവികളുടെ ഭാഷ അറിയില്ല
എന്നോട് കവികൾ സംസാരിക്കാറുമില്ല
എന്തെന്നാൽ ഞാൻ അട്ടകളുമായി കൂട്ടുകൂടിയിരിക്കുന്നു
ചിലന്തികളുമായും ചാഴികളുമായും ഗൂഢാലോചനകളിലും
ചിതലുമായി അഗമ്യഗമനത്തിലും ഏർപ്പെട്ടിരിക്കുന്നു."

ഈ ഏറ്റുപറച്ചിലിൽ അടങ്ങിയിട്ടുള്ള ആർജ്ജവത്തെ ആരും ചോദ്യം ചെയ്യേണ്ടതില്ല. കവിയുടെ നിഷിദ്ധാനുരാഗത്തിന്റെ ഓർമ്മകൾ പേറുന്ന ഒരു പറ്റം കവിതകൾ ഈ സമാഹാരത്തിലുണ്ട്. അവയിൽ ചിലതിൽ ജന്തുലോകത്തെ കേന്ദ്രീകരിച്ചുകൊണ്ട് മേതിൽ രൂപപ്പെടുത്തിയിട്ടുള്ള ബിംബകല്പനകൾ നമ്മുടെ കാഴ്ചയേയും കേൾവിയേയും ഗന്ധസ്പർശസംവേദനങ്ങളേയും നവീകരിക്കാൻ പാകത്തിൽ മൗലികമാണ്. ബിംബസ്വീകരണത്തിൽ കാണാൻ കഴിയുന്ന പുതുമയാണ് ഈ കവിതകൾക്ക് വ്യത്യസ്തത സമ്മാനിക്കുന്നത്. ഉദാഹരണത്തിന് 'ഒച്ചുകളുടെ ഗാഥ' എന്ന കവിതയിൽ 'ഒച്ചുകളുടെ വിതുമ്പുന്ന പഗോഡകൾ' എന്നൊരു പ്രയോഗം കാണാം. ഈ കവിതയിൽ തന്റെ വീട്ടുമുറ്റത്ത് അരിച്ചെത്തുന്ന ഒച്ചുകൾക്ക് കവി ചാർത്തിക്കൊടുക്കുന്ന അലങ്കാരങ്ങൾ മനുഷ്യന്റെ ചോരയും ഇഴജന്തുക്കളുടെ വിഷവും കൂടിക്കലർന്ന് ഉരുവം കൊള്ളുന്ന കാമനകളുടെ സ്തോത്രമായി മാറുന്നു. ഞാഞ്ഞൂലും പാമ്പും പഴുതാരയും ശിശിരത്തിലെ കുതിരകളും പാറയ്ക്കുള്ളിൽ ചുരമാന്തുന്ന ജന്തുവുമെല്ലാം ഈ കവിതകളിൽ കടന്നുവരുന്നുണ്ട്. ജന്തുസ്വഭാവം സംബന്ധിച്ച കവിയുടെ സൂക്ഷ്മമായ നിരീക്ഷണങ്ങൾ ഈ കവിതകളുടെ സ്വരശില്പത്തിന് മാർദ്ദവവും കാഠിന്യവും മാറി മാറി സമ്മാനിക്കുന്നു.

'ആഴങ്ങളിലെ ഇറച്ചി' എന്ന കവിത തുടങ്ങുന്നത് ഇങ്ങനെയാണ്.

"എന്റെ തീൻമേശപ്പുറത്ത് മത്സ്യമരുത്
ആഴങ്ങളുടെ ഗന്ധമാണ് അതിനുള്ളത്
എത്രമേൽ എരിച്ചാലും പൊരിച്ചാലും കൊള്ളാം
ഉപ്പിലും മുളകിലും മസാലക്കൂട്ടുക്കളിലും
സംസ്കരിച്ചാലും കൊള്ളാം
മീനിറച്ചിയുടെ ഉള്ളറകളെനിക്ക് തിരിച്ചറിയാം
ആഴങ്ങളുടേതായ ആ സവിശേഷഗന്ധം."

തീൻമേശയിൽ നിരത്തിവെച്ചിട്ടുള്ള മത്സ്യത്തിന്റെ മണം പിടിച്ചുകൊണ്ട് 'ജീവന്റെ ഉറവിട'ങ്ങളിലേക്ക് ഇറങ്ങിച്ചെല്ലാൻ കവി കാട്ടുന്ന കൗതുകമാണ് ഈ കവിതയുടെ ആകർഷണം. കരയിലും കടലിന്റെ ആഴങ്ങളിലുമുള്ള ജീവികളുടെ മെരുങ്ങാത്ത ശീലങ്ങളും കുസൃതികളും പ്രണയലീലകളും ജീവന്റെ ആദിമമായ രഹസ്യങ്ങളെക്കുറിച്ചുള്ള തിരിച്ചറിവിൽ കവിയെ കൊണ്ടെത്തിക്കുന്ന മുഹൂർത്തങ്ങൾ ഈ സമാഹാരത്തിലെ ചില കവിതകളിലുണ്ട്.

എന്നാൽ മേതിലിന്റെ ചെറുകഥകൾ കാഴ്ചവെയ്ക്കുന്ന ചിത്രം ഇതിൽ നിന്നു വ്യത്യസ്തമായ ഒന്നാണ്. ചെറുകഥയുടെ മാധ്യമം മേതിലിന് വഴങ്ങിയതായി തോന്നുന്നില്ല. കഥാശില്പത്തിന് ഉൾക്കൊള്ളാൻ കഴിയാത്ത തരത്തിലുള്ള കാര്യങ്ങൾ തന്റെ രചനകളിൽ കുത്തിനിറയ്ക്കാനുള്ള വ്യഗ്രത പലപ്പോഴും അദ്ദേഹത്തിന്റെ അധികബാധ്യതയായി മാറുന്ന മട്ടുണ്ട്. മേതിലിന്റെ ചെറുകഥകളിൽ ഏറിയ പങ്കും 'കൊളാഷ്' രൂപത്തിലുള്ളവയാണ്. അദ്ദേഹത്തിന് കംപ്യൂട്ടർ പരിജ്ഞാനവും ശാസ്ത്രബോധവും ആധുനിക കാലഘട്ടത്തിലെ സ്ത്രീപുരുഷ ബന്ധത്തെക്കുറിച്ചുള്ള നിരീക്ഷണങ്ങളും 'ക്രൈം മിസ്റ്ററി'യോടുള്ള ആഭിമുഖ്യവും ഇടകലർന്നു കിടക്കുന്ന ഈ രചനകളിലെ ഒരംശം മാത്രമാണ് പാരിസ്ഥിതിബോധമെന്നത്. അതുകൊണ്ടാവാം, മേതിലിനെ ആവേശം കൊള്ളിക്കുന്ന 'ജന്തുതലം' ഈ കഥകളിൽ മുഴുപ്പാർജ്ജിക്കുന്നില്ല.*

ടി.എസ്. എലിയറ്റിന്റെ 'ദ ലൗ സോംഗ് ഓഫ് ജെ. ആൽഫ്രഡ് പ്രൂഫ്റോക്ക്' എന്ന കവിതാശീർഷകത്തിന്റെ ചുവടുപിടിച്ചുകൊണ്ട് 'ആൽഫ്രഡ് ഹിച്കോക്കിന്റെ പ്രേമഗാനം' എന്ന പേരിൽ മേതിൽ ഒരു കഥയെഴുതിയിട്ടുണ്ട്. ആസൂത്രിതമായ ഒരു കൊലപാതകത്തെ ചൂഴ്ന്നുള്ള രഹസ്യാത്മകത കഥാഘടനയിലുള്ളതിനാലാവാം ഹിച്കോക്ക് ഇവിടെ അനുസ്മരിക്കപ്പെട്ടിട്ടുള്ളത്. ഭർത്താവിനും ഭാര്യയ്ക്കും അവളുടെ കാമുകനുമിടയിലുള്ള വിചിത്രമായ ഒരു ബന്ധത്തിന്റെ ഉൾപ്പിരിവുകളെക്കുറിച്ച് പറഞ്ഞുകൊണ്ടാരംഭിക്കുന്ന ഈ കഥ വായനക്കാരന്റെ ക്ഷമ പരീക്ഷിക്കുന്ന മട്ടിൽ വൃഥാസ്ഥൂലമായിത്തീർന്നിരിക്കുന്നു. കഥയിൽ ഒരിടത്ത് മുഖ്യകഥാപാത്രമായ നകുലൻ ഇങ്ങനെ പറയുന്നുണ്ട്: "ഒരു ഉറുമ്പിന് മനസ്സിലാക്കാൻ കഴിയാത്ത കാര്യങ്ങൾ മനസ്സിലാക്കുന്നതിന് എനിക്കു താല്പര്യമില്ല." എന്നാൽ ഉറുമ്പിന്റെ വാസ്തവബോധത്തിന്റെ അടയാളമായ സരളത അയാൾ എപ്പോഴെങ്കിലും കൊതിക്കുന്നതിന്റെ യാതൊരടയാളവും കഥയിലില്ല. നേരെ മറിച്ച് ഒരു കംപ്യൂട്ടറിന്റെ ചിട്ടയൊപ്പിച്ച പ്രവർത്തനരീതിയാണ് അയാളുടെ തലച്ചോറിനെ നിയന്ത്രിക്കുന്നത്. തന്റെ കഥകൾ എഞ്ചിനീയറിംഗ് നിർമ്മിതിയാണെന്ന മേതിലിന്റെ പ്രസ്താവനയെ അസ്സലായി ഉദാഹരിക്കുന്ന ഒന്നാണീ കഥ.

---

* മാതൃഭൂമി ബുക്സ് പ്രസിദ്ധപ്പെടുത്തിയ *മേതിൽകഥകൾ* എന്ന സമാഹാരത്തിൽ നിന്നാണ് (2013; 2014) എല്ലാ ഉദ്ധരണികളും.

ഒരു ജലസമാധിയുടെ വിവരണമടങ്ങുന്ന 'ഡിലൈല' എന്ന കഥ തുടങ്ങുന്നത് ഇങ്ങിനെയാണ്: "മത്സ്യങ്ങൾക്ക് ഒച്ചയില്ല, മത്സ്യങ്ങൾ കുമിളകളിലൂടെ സംസാരിക്കുന്നു." ഡയാനയുടെ ഭർത്താവായ ചെറിയാൻ കിണറിന്റെ ആഴങ്ങളിൽ മുങ്ങിച്ചത്തപ്പോൾ അതു കണ്ടുനിന്ന മത്സ്യങ്ങൾ, ശബ്ദിക്കാൻ കഴിയാത്തതുകൊണ്ട്, കുമിളകളിലൂടെ സംസാരിച്ചു എന്ന ഒറ്റ വിശദാംശത്തെ മുൻനിർത്തികൊണ്ട് മാനുഷികതലത്തിൽ അരങ്ങേറുന്ന ദുരന്തവും ജലജീവികളുടെ മൂകഭാഷയും തമ്മിൽ ബന്ധപ്പെടുത്തി ഏകാഗ്രസുന്ദരമായ ഒരു കഥ രൂപപ്പെടുത്താനുള്ള സാധ്യത ഇവിടെ തുറന്നു കിടപ്പുണ്ടായിരുന്നു. പക്ഷേ, ചേർച്ചയുള്ളതും ഇല്ലാത്തതുമായ പലതരം കാര്യങ്ങളെ (കംപ്യൂട്ടർ പ്രോഗ്രാമിംഗും ഇതിൽപ്പെടും) കഥാഗാത്രത്തിൽ സന്നിവേശിപ്പിക്കാനുള്ള തന്റെ വ്യഗ്രതമൂലം മേതിൽ മറ്റൊരു വഴിയിലൂടെയാണ് നീങ്ങുന്നത്. സാഹിത്യത്തിന്റെ ജന്തുതലത്തെ മുൻനിർത്തിയുള്ള ഈ എഴുത്തുകാരന്റെ അഭിനിവേശം അദ്ദേഹത്തിന്റെ ചെറുകഥകളിൽ ഒരു ഉപരിപരിചരണം മാത്രമായി അവശേഷിക്കുന്നു എന്ന തോന്നൽ പലപ്പോഴും വായനക്കാരനുണ്ടാകുന്നതിന്റെ കാരണം മേതിലിന്റെ ഈ അച്ചടക്കമില്ലായ്മാണ്.

'പ്രാതലിന് ഒരു കൂണ്' എന്ന കഥ ഇങ്ങനെയാണ് അവസാനിക്കുന്നത്: "നിങ്ങൾ കല്ലെടുത്ത് ദൂരേക്കെറിഞ്ഞ് കുഴിമൂടുമ്പോൾ ഓർമിപ്പിക്കട്ടെ. ഇത് പൂച്ചകളുടെ രഹസ്യമാണ്. പൂച്ചകൾ കാഷ്ഠം മറവുചെയ്ത്, ഗന്ധംകൊണ്ട് 'ടെറിട്ടറി' രേഖപ്പെടുത്തുന്നത് ഇങ്ങനെയാണ്. ജന്തുവിന്റെ ഭാഷയാണിത്." "ഒന്നിലധികം തവണ നിങ്ങൾ മനുഷ്യവിനിമയത്തിലെ ക്രമക്കേടുകളെപ്പറ്റി ചിന്തിക്കാൻ ഇടയായതു കൊണ്ടാണ്" താൻ ഇത് എടുത്തു പറയുന്നത് എന്ന് കാഥികൻ കൂട്ടിച്ചേർക്കുന്നു. ജന്തുവിന്റെ ഭാഷയെക്കുറിച്ചുള്ള പരാമർശം അങ്ങിനെ കഥയിൽ ഒരു ഏച്ചുകെട്ടായി ബാക്കി നിൽക്കുന്നു.

'വരമ്പിൽ ഒരു കൊറ്റി' എന്ന കഥയിൽ കൊറ്റിയുടെ സാന്നിധ്യം ഉടനീളമുണ്ട്. ദൃശ്യതലത്തിൽ ഇമ്പമണയ്ക്കുന്ന ഒരു വർണ്ണനാശകലത്തോടുകൂടിയാണ് കഥയുടെ തുടക്കം: "പറന്നുവന്ന് വരമ്പിൽ നിലയുറപ്പിക്കുന്ന കൊറ്റി ചുറ്റുപാടുകളെ ഒരു നിശ്ചലചിത്രമാക്കുന്നു. ഭൂദൃശ്യങ്ങളുടെ ബകധ്യാനം." കഥയിൽ ഉടുമ്പും മീനും കടന്നു വരുന്നുണ്ട്. എന്നാൽ കഥ മുന്നോട്ടുപോകുംതോറും പരസ്പരബന്ധമില്ലാത്ത പല സംഗതികളും കയറിക്കൂടി ഈ പ്രകൃതി പരിസരത്തിൽ അടർന്നുവീഴുന്ന സുന്ദരനിമിഷങ്ങളുടെ ശോഭ കെടുത്തുന്നു.

കുറെയേറെ നീണ്ടുപോയ ഒരു കഥയാണ് 'ജിറാഫുകൾ കഴുത്തു നീട്ടുമ്പോൾ'. ജന്തുസ്വഭാവം സംബന്ധിച്ച മേതിലിന്റെ നിരീക്ഷണങ്ങളുടെ സമൃദ്ധി ഈ കഥയെ അനുഗ്രഹിച്ചിട്ടുണ്ട്. അതേസമയം കഥാവസ്തുവിന്റെ മേലുള്ള അദ്ദേഹത്തിന്റെ കൈയടക്കം നഷ്ടപ്പെട്ടതിന്റെ ഫലമായി ഈ രചനയും അതിന്റെ ലക്ഷ്യത്തിലെത്താതെ പോയിരിക്കുന്നു.

ഇതിലെ ജിറാഫുകൾ കഴുത്തു നീട്ടുക മാത്രമല്ല നാവ് വേണ്ടതിലേറെ ചലിപ്പിക്കുകയും കൂടി ചെയ്യുന്നു എന്ന തോന്നൽ ഒഴിവാക്കാനാകുന്നില്ല.

'ശൈലജയും ലാറസ് പക്ഷികളും' എന്ന കഥയിൽ ലാറസ് എന്നു പേരുള്ള ധ്രുവപ്പക്ഷിയുടെ നിഴൽ കടന്നുവരുന്നുണ്ട്. സർറിയലിസ്റ്റ് ചിത്രകാരനായ റെനെ മാഗ്‌റിറ്റിന്റെ പെയിന്റിംഗിനെക്കുറിച്ചുള്ള പരാമർശവും ലാറസ് പക്ഷിയുടെ ആശയവിനിമയരീതിയുടെ സവിശേഷതയെപ്പറ്റിയുള്ള സൂചനയും ചേർന്ന് ഈ കഥയ്ക്ക് അസാധാരണമായ ഒരു ഭാവസങ്കലനക്രമം സമ്മാനിക്കേണ്ടതായിരുന്നു. എന്നാൽ ചെറുകഥയുടെ ചട്ടക്കൂടിൽ നിന്നു കൊണ്ട് ജന്തുതലത്തേയും മാനുഷികതലത്തേയും പരസ്പരം ബന്ധിപ്പിക്കുന്നതെങ്ങിനെ എന്ന ചോദ്യം ഉയർന്നു വരുമ്പോഴാണ് മേതിൽ പതറിപ്പോകുന്നത്.

തന്റെ കിടപ്പറയിൽ കടന്നുകൂടിയ ഒരു ശവശരീരത്തെ എങ്ങനെ നീക്കം ചെയ്യണം എന്ന വിഷമസമസ്യയുമായി മല്ലിടുന്ന ഒരു മധ്യവർത്തി കുടുംബത്തിലെ ഗൃഹനാഥനെ കേന്ദ്രമാക്കി യൂജിൻ അയനസ്കൊ എഴുതിയ നാടകം 'തിയേറ്റർ ഓഫ് ദി അബ്സേഡി'ന്റെ ചരിത്രത്തിലെ നാഴികക്കല്ലുകളിലൊന്നാണ്. മേതിലിന്റെ 'എങ്ങനെയൊരു പഴുതാരയെ കൊല്ലാം' എന്ന കഥയിലെ മധ്യവർഗ്ഗക്കാരനും പ്രവാസിയുമായ മുഖ്യകഥാപാത്രത്തിന്റെ മുന്നിലുള്ള പ്രശ്നം, തന്റെ ഭാര്യ പരിമള കിടപ്പറയിൽ കട്ടിലിനടിയിൽ കൊണ്ടുവെച്ച പൂച്ചട്ടിയിൽ കയറിക്കൂടിയ പഴുതാരയെ എങ്ങിനെ ഇല്ലാതാക്കണം എന്നതാണ്. കഥാനായകൻ സ്വയം പരിചയപ്പെടുത്തുന്നത് 'വളരെ കാര്യനിഷ്കർഷയുള്ള ഒരു ജന്തുസ്വഭാവനിരീക്ഷകൻ' എന്ന നിലയ്ക്കാണ്. താൻ "ഷഡ്പദങ്ങൾ, തേളുകൾ, ഒച്ചുകൾ, ഞാഞ്ഞൂളുകൾ തുടങ്ങിയ ചെറിയ ജീവികളുടെ ചലനങ്ങളേയും അഭിഗതികളേയും കുറിച്ച് ഒരു ഗവേഷണ പ്രബന്ധം തയ്യാറാക്കുന്നതിൽ വ്യാപൃതനായിരുന്നു." എന്നും അയാൾ നമ്മെ അറിയിക്കുന്നുണ്ട്. എന്നാൽ കഥ നടക്കുന്ന കുവേറ്റിൽ കേട്ടുകേഴ്‌വി പോലുമില്ലാത്ത പഴുതാര എന്ന ഭുഗർഭജീവി വീട്ടിനകത്ത് ഭാര്യ കൊണ്ടുവെച്ച പൂച്ചട്ടിയിൽ ഇടംപിടിച്ചതിനെത്തുടർന്ന് ഉടലെടുക്കുന്ന പ്രശ്നങ്ങൾ പരിഹരിക്കുന്നതിൽ അയാൾ കുറഞ്ഞൊരു ആത്മവിശ്വാസക്കുറവും അങ്കലാപ്പും പ്രകടിപ്പിക്കുന്നു. തികഞ്ഞ നർമ്മബോധത്തോടെ കൈകാര്യം ചെയ്യേണ്ടിയിരുന്ന ഒരു കഥാസന്ദർഭമാണ് ഇവിടെയുള്ളത്. കഥാകൃത്ത് കുറെക്കൂടി ചടുലമായ ഒരാഖ്യാനരീതി അവലംബിച്ചിരുന്നുവെങ്കിൽ, കുവൈറ്റ് പോലുള്ള ഒരു നാട്ടിൽ ഒട്ടും തന്നെ സാധ്യമല്ലാത്ത പഴുതാര, നേരിയൊരു ഭീഷണിയുടെ അംശമടങ്ങിയ അവാസ്തവികമായ ഒരനുഭവതലത്തിന്റെ സന്ദേശവും വഹിച്ചുകൊണ്ട്, വീട്ടിനുള്ളിൽ പ്രവേശിച്ചതിന്റെ ഫലമായി ജന്തുനിരീക്ഷകനായ ഭർത്താവിനും ഹോസ്പിറ്റലിൽ ജോലി ചെയ്യുന്ന ഭാര്യക്കുമിടയിലുണ്ടാകുന്ന അസ്വാരസ്യങ്ങൾ ഹാസ്യത്തിൽ ചാലിച്ചെടുത്ത ഉന്മേഷത്തോടെ വായനക്കാരന്റെ മനസ്സിൽ പതിയുമായിരുന്നു. കഥയുടെ രണ്ടാം പകുതിയിൽവെച്ച് ഭ്രമകല്പനയുടെ

അംശങ്ങൾ ഉപയോഗപ്പെടുത്തിയിരുന്നെവങ്കിൽ 'പുഴുതിന്റെ താര' എന്നു കഥാകൃത്ത് വിശേഷിപ്പിക്കുന്ന പഴുതാരയും പ്ലാസ്റ്റിക് ചട്ടിയിലെ ചുവന്ന പൂവും ജന്തുനിരീക്ഷകനായ ഭർത്താവും കിടപ്പറയിൽ ക്ഷണിക്കാതെ വന്നുകയറിയ അതിഥിയെ പേടിയോടെ നോക്കിക്കാണുന്ന ഭാര്യയും തമ്മിലുള്ള കെട്ടുപിണച്ചിൽ പുതിയ ഉൾക്കാഴ്ചകളിൽ വായനക്കാരനെ കൊണ്ടുചെന്നെത്തിക്കുമായിരുന്നു. എന്നാൽ വൈകാരികാംശം ചോർത്തിക്കളഞ്ഞുകൊണ്ടുള്ള മേതിലിന്റെ കഥപറച്ചിൽ രീതിയുടെ സവിശേഷത മൂലം, കഥാന്ത്യത്തിൽ സംഭവിക്കുന്ന പഴുതാരയുടെ കൊല വായനക്കാരനെ കാര്യമായി സ്പർശിക്കുന്നില്ല. പ്രകൃതി സംരക്ഷണത്തെ ചൊല്ലിയുള്ള ഉത്കണ്ഠകൾ മനസ്സിൽ കൊണ്ടുനടക്കുന്ന ഒരെഴുത്തുകാരനിൽ നിന്ന് നാം തീരെ പ്രതീക്ഷിക്കാത്ത അബദ്ധപൂർണ്ണമായ ഒരു നിരീക്ഷണത്തോടു കൂടിയാണ് കഥ അവസാനിക്കുന്നത്: "പഴുതാര തുടങ്ങുന്നിടത്ത് ഒരു പൂന്തോട്ടം മുടിയുന്നു." ഇതിനെ തുടർന്നു വരുന്നതാണെങ്കിൽ പഴുതാര പൂവായി മാറുന്ന കാഴ്ചയും.

പ്രകൃതിയുടെ ലോകത്തിലേക്കുള്ള യാത്രയിലൂടെ മേതിൽ രാധാകൃഷ്ണൻ തന്റെ കവിതകളിൽ സാക്ഷാത്കരിച്ച സംവേദനതലം കഥാരചനയിൽ അദ്ദേഹത്തിൽ നിന്ന് തെന്നി മാറിയതിനെക്കുറിച്ചാണ് നാം ഇതുവരെ ചിന്തിച്ചത്. കവിതയിലായാലും ചെറുകഥയിലായാലും ജന്തുലോകം ഉയിർകൊണ്ടിട്ടുള്ള രീതികൾ മനസ്സിലാക്കാൻ ശ്രമിക്കുന്ന ഒരാളെ കാത്തിരിക്കുന്ന ചില തരം കണ്ടെത്തലുകളുണ്ട്.

തകഴിയുടെ 'വെള്ളപ്പൊക്ക'ത്തിലൂടെ കടന്നുപോയപ്പോൾ നാം ശ്രദ്ധിക്കാനിടയായ ഒരു കാര്യം ചേന്നന്റെ വളർത്തുനായയുടെ ഗുണവിശേഷമായി കാഥികൻ ഉയർത്തിക്കാട്ടുന്നത് അവന്റെ 'സ്വാമിഭക്തി'യാണ് എന്നതാണ്. ഇങ്ങിനെ ജന്തുക്കളെ കരുക്കളാക്കിക്കൊണ്ട് മനുഷ്യരെ സത്യസന്ധതയുടെയും ധാർമ്മികതയുടെയും പാഠങ്ങൾ പഠിപ്പിക്കുന്ന സമ്പ്രദായം സാഹിത്യലോകത്തിൽ ഏറെ പഴക്കം ചെന്ന ഒന്നാണ്. മനുഷ്യരെപ്പോലെ സംസാരിക്കുകയും പ്രവർത്തിക്കുകയും ജീവിക്കുകയും ചെയ്യുന്ന മൃഗങ്ങളെ പഞ്ചതന്ത്രം കഥകളിലും ഈസോപ്പ് കഥകളിലും അറേബ്യൻ കഥകളിലുമെല്ലാം നാം കണ്ടിട്ടുള്ളതാണല്ലോ. ജന്തുലോകത്തെ വലംവെച്ചുകൊണ്ടുള്ള ബിംബ-പ്രതിരൂപ കല്പനകൾ മെനഞ്ഞെടുത്ത് വർത്തമാന സമൂഹത്തിന് ഗുണപാഠങ്ങളും താക്കീതുകളും നൽകുന്ന രീതിയും പല എഴുത്തകാരും ഉപയോഗപ്പെടുത്തിയിട്ടുണ്ട്. ആധുനിക കാലഘട്ടത്തിൽ ജോർജ് ഓർവെൽ തന്റെ പ്രശസ്തമായ ആക്ഷേപ ഹാസ്യനോവലിൽ, ഒരു മാതൃകാകൃഷിയിടം സ്ഥാപിക്കാൻ ഇറങ്ങിപ്പുറപ്പെട്ട ഏതാനും മൃഗങ്ങൾക്കിടയിൽ ഉടലെടുത്ത ആഭ്യന്തരകലഹത്തിന്റെ ചിത്രീകരണത്തിലൂടെയാണ് സ്വന്തം സന്തതികളെ കൊന്നുതിന്നുക എന്ന ദുരന്തപരിണാമത്തിലേക്കു നീങ്ങിയ ഒക്ടോബർ വിപ്ലവത്തിന്റെ കഥ പറയുന്നത്. അതേസമയം ഡി.എച്ച്. ലോറൻസിന്റെ ചെറുകഥകളും കവിതകളും ഒപ്പം ടെഡ്ഹ്യൂസിന്റെ കവിതകളും വായിക്കുമ്പോൾ

നമ്മുടെ മനസ്സിൽ തറയ്ക്കുന്ന ചില കാര്യങ്ങളുണ്ട്. ഈ എഴുത്തുകാർ 'ചുവപ്പുനിറമാർന്ന പല്ലും നഖങ്ങളുമുള്ള' പ്രകൃതിയുടെ സാമീപ്യം തേടിപ്പോകുന്നത് മനുഷ്യാസ്തിത്വത്തിന്റെ നിഗൂഢമായ ആഴങ്ങൾ പരതുന്നതിന്റെ ഭാഗമായി കൂടിയാണ്. ജന്തുക്കളുടെ സ്വഭാവരീതികൾ മനസ്സിലാക്കാനും പെരുമാറ്റക്രമങ്ങൾ അടയാളപ്പെടുത്താനും ശ്രമിക്കുന്നതുവഴി അവർ പ്രകൃതിയിൽ ഉൾച്ചേർന്നിട്ടുള്ള ആദിമമായ ഊർജ്ജവുമായുള്ള ബന്ധം പുനഃസ്ഥാപിക്കാൻ കൂടിയാണ് ലക്ഷ്യമിടുന്നത്.

ചിലതരം മൃഗങ്ങളിൽ കുടികൊള്ളുന്ന ഘോരമായ ഹിംസാവാസനയെ മനുഷ്യസ്വഭാവത്തിൽ അടങ്ങിയിട്ടുള്ള ആക്രമണോത്സുകതയുമായി ബന്ധപ്പെടുത്തിയാണ് അവർ നോക്കിക്കാണുന്നത്. മനുഷ്യനും അടിസ്ഥാനപരമായി ഒരു മൃഗമാണ് എന്ന തിരിച്ചറിവ് കുടഞ്ഞുകളയാൻ ഈ എഴുത്തുകാർ തയ്യാറല്ല. തന്റെ അവസ്ഥയെക്കുറിച്ച് മനുഷ്യൻ ബോധവാനാണ് എന്നതു മാത്രമാണ് അവനെ മറ്റു മൃഗങ്ങളിൽ നിന്നു വേർതിരിച്ചു നിർത്തുന്ന ഘടകം. മൃഗങ്ങളുടെ ലോകത്തെപ്പറ്റിയുള്ള സൂക്ഷ്മമായ നിരീക്ഷണങ്ങളിലൂടെ ഈ എഴുത്തുകാർ പലപ്പോഴും ഉയർത്തിക്കാട്ടുന്നത് ആധുനികമനുഷ്യസമൂഹത്തെ ഉലയ്ക്കുന്ന ഭീതികളും ഉത്കണ്ഠകളുമാണ്. വൈവിധ്യമാർന്ന ജന്തുലോകത്തിലെ ചിലതരം മൃഗങ്ങളുടെ ഇരതേടൽ മാർഗ്ഗങ്ങളേയും ശത്രു നിഗ്രഹ സമ്പ്രദായങ്ങളേയും കുറിക്കുന്ന ദൃശ്യവാങ്മയത്തിലൂടെ അവർ എടുത്തുകാട്ടുന്നത് മനുഷ്യമനസ്സിൽ മറഞ്ഞിരിക്കുന്ന ആദിമവാസനകളെയാണ്. അവർ തങ്ങളുടെ രചനകളിലെ ഭാഷാശില്പവും ശൈലിയും ബിംബഘടനയും മിത്തുകളും ഒരുക്കൂട്ടുന്നത് ഈ മട്ടിൽ പ്രകൃതിപ്രപഞ്ചത്തിൽ പതിയിരിക്കുന്ന രഹസ്യാത്മകത ആവാഹിക്കാനായിട്ടാണ്.

■

പതിന്നാല്

പൊന്നാനിക്കാരന്റെ മനോരാജ്യത്തിലെ ചമയത്തെക്കുറിച്ച്*

ചെറുകഥയും കവിതയും തമ്മിലുള്ള അതിർവരമ്പുകൾ മാഞ്ഞു പോകുന്ന അനുഭവം മലയാളികളായ വായനക്കാർക്ക് ആദ്യം കൈവന്നത് ഉറൂബിന്റെ രചനകളിലായിരുന്നു. കവിതയെഴുതിക്കൊണ്ടാണ് ഉറൂബ് സാഹിത്യക്കളരിയിൽ പ്രവേശിച്ചത്. ഒരു കവിയുടെ കാല്പാടുകൾ അദ്ദേഹത്തിന്റെ നോവലുകളിലും ചെറുകഥകളിലും ആഴത്തിൽ പതിഞ്ഞുകിടപ്പുള്ളതായി കാണാം. ഒരുപക്ഷേ, കഥയെഴുത്തിലും നോവൽ രചനയിലും ഉറൂബ് നേരിട്ടിരിക്കാവുന്ന പ്രശ്നങ്ങളിലൊന്ന്, ഈ രണ്ട് ആവിഷ്കരണ മാദ്ധ്യമങ്ങളിലും അടങ്ങിയിട്ടുള്ള ആഖ്യാനാംശത്തെ കവിത ചുരത്തുന്ന ഒരു ഭാവനാരീതിയുടെ ശ്രുതിലയങ്ങളുമായി എങ്ങനെ കൂട്ടിയിണക്കും എന്നതായിരുന്നു.

ചെറുകഥയിൽ അങ്ങിങ്ങ് വർണ്ണനകൾ വാരിവിതറുകയും മേമ്പൊടിക്ക് അലങ്കാരങ്ങൾ തിരുകിക്കയറ്റുകയും ചെയ്ത എഴുത്തുകാർ ഉറൂബിനു മുമ്പുണ്ടായിട്ടുണ്ട്. എന്നാൽ ഉറൂബിൽ നമുക്കു കാണാൻ സാധിക്കുന്നത് ബിംബഭാഷയെ കഥയുടെ അടിസ്ഥാനാംശമാക്കി മാറ്റിയ ഒരു കലാകാരനെയാണ്. രൂപകങ്ങളിലൂടെ ചിന്തിക്കുക എന്നൊരവസ്ഥയില്ലേ, അത് ഉറൂബിന് സ്വാഭാവികമായി കൈവന്ന ഒന്നായിരുന്നു. യഥാതഥമെന്നു പറയാവുന്ന ഒരാഖ്യാനരീതി പിന്തുടർന്ന ആളായിരുന്നു ഉറൂബ്. അതേ സമയം ധ്വനിതരളമായ ഒരു വിവരണരീതിയിലൂടെ റിയലിസത്തിന്റെ അന്തഃസത്തയ്ക്കു ചാരുത പകരുന്ന വിദ്യ അദ്ദേഹം വശപ്പെടുത്തുകയുണ്ടായി. ഈ എഴുത്തുകാരനെ സംബന്ധിച്ചിടത്തോളം പ്രകൃതിയുടെ ജീവനസംഗീതം ഊറിക്കൂടിയ ചിത്രകല്പനകൾ വിളിപ്പാടകലെയാണ് എന്ന തോന്നലാണ് അദ്ദേഹത്തിന്റെ കഥാലോകത്തിലൂടെ കടന്നു

---

* അവലംബം: ഉറൂബിന്റെ തെരഞ്ഞെടുത്ത കഥകൾ (ഒന്നും രണ്ടും വാല്യങ്ങൾ), പൂർണ്ണ പബ്ലിക്കേഷൻസ്, കോഴിക്കോട്.

പോകുന്ന ഒരു വായനക്കാരന് ലഭിക്കുന്നത്. ഉറൂബിന്റെ ഒരുപറ്റം മികച്ച രചനകളിൽ ഈ ചിത്രകല്പനകൾ കഥയുടെ ബാഹ്യോപരിതലം വിട്ട് അന്തർഭാവത്തിൽ കിനിഞ്ഞിറങ്ങിയതിന്റെ അടയാളങ്ങൾ തെളിഞ്ഞു നില്പുണ്ട്.

ഉറൂബിന്റെ കഥാപ്രപഞ്ചത്തിൽ തലയെടുപ്പോടെ മാറിനിൽക്കുന്ന ഒരു രചനയാണ് 'രാച്ചിയമ്മ'. മലയാളകഥാസാഹിത്യത്തിലെ ഏറ്റവും മിഴിവാർന്ന സ്ത്രീകഥാപാത്രങ്ങളിൽ ഒരുവളെ ഉറൂബ് ഇതിൽ തീക്ഷ്ണ വർണങ്ങളിൽ അവതരിപ്പിച്ചിരിക്കുന്നു. 'എന്നെ അളക്കാൻ നിങ്ങളുടെ മുഴക്കോലുകൾ പാകമല്ല' എന്ന് മാന്യന്മാരുടെ ലോകത്തെ നോക്കിക്കൊണ്ട് നേർത്ത പരിഹാസച്ചിരിയോടെ വിളിച്ചു പറയുന്ന സാധാരണക്കാരിയായ ഒരു കഥാനായികയെ മുൻനിർത്തിക്കൊണ്ട് ഉറൂബ് ഇവിടെ സ്ത്രീകാമനയുടെ പതുങ്ങിക്കിടക്കുന്ന ആഴങ്ങളെ വിരൽത്തുമ്പിൽ ഒതുക്കിക്കാട്ടുന്നു.

രാച്ചിയമ്മ ഏതോ പ്രകൃതി പ്രതിഭാസം കണക്കാണ് നമ്മുടെ മുന്നിൽ വന്നുപെടുന്നത്. തനിക്കു ചുറ്റുമുള്ള ഭൂപ്രദേശങ്ങളിൽ നിന്നു വേറിട്ട് രാച്ചിയമ്മയ്ക്ക് ഒരസ്തിത്വമുള്ളതായി ഒരാൾക്കു സങ്കല്പിക്കാനാകുമോ? സംശയമാണ്. രാച്ചിയമ്മയുടെ ശരീരത്തിന്റെ വടിവുകളും ഹൃദയത്തുടിപ്പുകളും അവളെ ചൂഴ്ന്നു നിൽക്കുന്ന പ്രകൃതിപരിസരവുമായി ആഴത്തിൽ ബന്ധപ്പെട്ടു കിടക്കുന്നു. ഇതിനൊപ്പിച്ച രീതിയിലാണ് ഈ ചെറുകഥയിലെ ബിംബഘടന വിടർച്ച കൊള്ളുന്നത്. കവിതയോടു ചേർന്നു നിൽക്കുന്ന അലങ്കാരസാന്ദ്രമായ ഒരു കഥാകഥനരീതി പിന്തുടരുന്ന ഉറൂബിന്റെ രചനകളുടെ മുൻപന്തിയിലാണ് 'രാച്ചിയമ്മ'യുടെ സ്ഥാനം.

കഥയുടെ തുടക്കത്തിലുള്ള ഈ വിവരണം ശ്രദ്ധിക്കുക:

> "ഇളം നീലവർണ്ണമായ ആകാശത്തിനു ചുവട്ടിൽ അലംഭാവത്തോടെ കിടക്കുന്ന പച്ചക്കുന്നുകളുടെ കരുത്തും കമനീയതയും രാച്ചിയമ്മ എപ്പോഴും ഓർമ്മപ്പെടുത്തി."

ഈ സ്ത്രീ-പ്രകൃതിബന്ധം കഥയിൽ ഉടനീളം വർത്തിക്കുന്നുണ്ട്. ഇതിനു തൊട്ടു മുമ്പുള്ള ഖണ്ഡികയിൽ ആഖ്യാനകാരൻ ഇങ്ങനെ പറയുന്നു: "ഇരുട്ടത്തു കൈയും വീശി കുതിച്ചു നടന്നുവരുന്ന രാച്ചിയമ്മയെ കണ്ടറിയുക വയ്യ; കേട്ടറിയാം. കൈകളിലെ അയഞ്ഞ വെള്ളിവളകൾ പൊട്ടിച്ചിരിക്കും." കഥയിൽ വേറൊരിടത്തു ഇങ്ങനെ കാണാം: "ഇതു പറഞ്ഞിട്ട് രാച്ചിയമ്മ പൊട്ടിപ്പൊട്ടിച്ചിരിച്ചു. ഇടിമിന്നൽക്കഷണങ്ങൾ ചിതറും പോലെയുണ്ടായിരുന്നു ആ ചിരി." ഉറൂബ് ചിലതരം സ്ത്രീകഥാപാത്രങ്ങളെ അടയാളപ്പെടുത്തുന്നത് ഇത്തരത്തിൽ ശബ്ദബിംബങ്ങളിലൂടെയാണ്. 'പാരുഷ്യം' എന്ന കഥയിലെ നായിക തന്റെ അമ്മയെ ഓർമ്മിക്കുന്നത് ഇപ്രകാരമാണ്: "എന്റെ അമ്മയ്ക്ക് ചെറുപ്പമായിരുന്നു. അമ്മ ചിരിക്കുമ്പോൾ ഇടിമിന്നൽ ചിതറുന്നതുപോലെ തോന്നും." ഉറൂബിന് ഏറെ പഥ്യമുള്ള ഒരലങ്കാരകല്പനയാണിത്. ഇടിമിന്നൽ

ചിതറുന്നതുപോലെ ചിരിക്കുന്ന വേറെയും സ്ത്രീകഥാപാത്രങ്ങളെ അദ്ദേഹത്തിന്റെ സർഗ്ഗപ്രപഞ്ചത്തിൽ കണ്ടെത്താൻ കഴിയും.

രാച്ചിയമ്മ പാൽ വിറ്റ് ജീവിക്കുന്ന ഒരനാഥ സ്ത്രീയാണ്. തന്റെ പരുക്കൻ പ്രകൃതത്തിനുള്ളിൽ അലിവിന്റെ നീരുറവകൾ ഒളിപ്പിച്ചുവെച്ച തന്റേടക്കാരിയായ ഒരുവൾ. അവളുടെ തനിക്കുതാൻ പോരിമയ്ക്കും അവളെ ചൂഴ്ന്നുനിൽക്കുന്ന ഏകാന്തതയ്ക്കും കാഥികൻ രാജകീയമായ അന്തസ്സ് ചാർത്തിക്കൊടുത്തപോലുണ്ട്. അവളുടെ 'കരിങ്കൽപ്രതിമപോലെ യുള്ള ശരീരവും ചങ്കൂറ്റ'വുമൊക്കെ കുടകുപ്രദേശത്തിലെ നീലമലകളുടെ വന്യമായ ആകർഷണവുമായി ഒട്ടിപ്പിടിച്ചുനില്പാണ്. ഒരുപക്ഷേ, ഉറൂബ് ഇവിടെ തന്റെ വേറൊരു കഥയിലും ചെയ്തിട്ടില്ലാത്ത തരത്തിൽ പ്രകൃതി യിൽനിന്നു കടമെടുത്ത ബിംബങ്ങളുടെ സൂക്ഷ്മമായ വിന്യാസത്തിലൂടെ സ്ത്രീസത്തയ്ക്ക് അഴകും ആഴവും പകർന്നിരിക്കുന്നു.

ആദ്യം കണ്ടപ്പോൾ രാച്ചിയമ്മ ആഖ്യാനകാരനിൽ ഉണർത്തിയ പ്രതി കരണം നോക്കുക: "ഞാൻ എല്ലാം ജാലകത്തിലൂടെ നോക്കിയിരിക്കുക യായിരുന്നു. അവളെ ഏതോ കരിങ്കൽക്കുന്നു പെറ്റ് പുറത്തേക്കെറിഞ്ഞ താണെന്നു തോന്നി." നീലഗിരിയിലെ കരിങ്കൽക്കുന്നുകളുടേയും കാട്ടരുവികളുടേയും വനനീലിമയുടേയും നിഗൂഢഭാവങ്ങൾ രാച്ചിയമ്മ യിൽ അലിഞ്ഞുചേർന്നിട്ടുണ്ട്. കുടകിലെ ബാഹ്യപ്രകൃതിയുമായി മാത്ര മല്ല അവിടത്തെ ജീവജാലവുമായും രാച്ചിയമ്മ സാഹോദര്യം പുലർത്തു ന്നുണ്ട്. ഒരു സന്ധ്യയ്ക്ക് തീർത്തും അപ്രതീക്ഷിതമായി അവൾ താൻ താമസിക്കുന്ന വാടകവീട്ടിൽ കടന്നുവന്നതിനെക്കുറിച്ച് കഥാനായകൻ ഓർമ്മിക്കുന്നത് ഇപ്രകാരമാണ്: "നെൽവയലിന് അരുപറ്റിവരുന്ന ഒരു കറമ്പിപ്പശുവിനെപ്പോലെയുണ്ടായിരുന്നു." കാട്ടുപൊന്തകൾ വകഞ്ഞു മാറ്റി നടന്നുപോകുന്ന രാച്ചിയമ്മയെ വിശേഷിപ്പിക്കാൻ അയാൾ മൃഗ ങ്ങളുടെ ലോകത്തിൽനിന്ന് ഒരുപമ കടമെടുക്കുന്നു: "പന്നി പുളയുന്ന നെൽവയലിലെന്നപോലെ കാടിന്റെ മുകൾപ്പരപ്പിലുണ്ടായ അല വളഞ്ഞു പുളഞ്ഞു ദൂരെ മറഞ്ഞു." ഇങ്ങനെ മനഃശാസ്ത്രപരവും ജീവശാസ്ത്ര പരവുമായ തലങ്ങളിൽ ഉറൂബിന്റെ നായിക പ്രകൃതിയിലെ ശക്തികളു മായി താദാത്മ്യം പ്രാപിച്ചിരിക്കുന്നു. നീണ്ടകാലത്തെ വേർപാടിനു ശേഷം രാച്ചിയമ്മയെ വീണ്ടും കണ്ടുമുട്ടിയ സന്ദർഭത്തിൽ കഥാനായകന്റെ മനസ്സിൽ പൊട്ടി വിടരുന്ന ഓർമ്മയുടെ താളപ്പുളപ്പ് കണ്ടില്ലേ? "ഒന്നിന്റെ ചുമലിൽ മറ്റൊന്ന് തലചായ്ചുകൊണ്ട് നിരന്നുകിടക്കുന്ന പച്ചക്കുന്നു കളേയും കാട്ടിനുള്ളിൽനിന്ന് പെട്ടെന്നു പ്രത്യക്ഷപ്പെട്ട് പൊട്ടിച്ചിരിക്കുന്ന വെള്ളച്ചാട്ടങ്ങളേയും കണ്ടപ്പോൾ ഞാൻ എന്തുകൊണ്ട് രാച്ചിയമ്മയെ പ്പറ്റി ഓർത്തില്ല?" കഥയുടെ അവസാനമടുക്കുമ്പോൾ അവൾ വനദുർഗ്ഗ യുടെ രൂപം കൈക്കൊള്ളുന്നു.

രാച്ചിയമ്മയെ അവസാനമായി നിർവ്വചിക്കാൻ ശ്രമിക്കുമ്പോൾ കഥാ നായകന്റെ മനസ്സിൽ ഒരു പഴയ വരി പൊന്തിവരുന്നു: "അവളെ പേടിച്ചാരും നേർവഴി..." ഉടൻതന്നെ അയാൾ സ്വയം തിരുത്തുന്നു:

“കാൽച്ചിലങ്ക തിമർത്തു കുലുക്കീട്ടാടുന്നോരമ്മേ...” നീലഗിരിയിൽ താമസിച്ചിരുന്ന കാലത്ത് ശരീരമാകെ ഉയർന്നുപൊങ്ങിയ വസൂരിയുടെ കുരിപ്പുകളുമായി കിടക്കയിൽക്കിടന്നു ഞരങ്ങിയപ്പോൾ അയാളുടെ മുമ്പിൽ രാച്ചിയമ്മ പ്രത്യക്ഷപ്പെട്ടത് ഇഷ്ടജനങ്ങൾക്കു സൗഖ്യമരുളുന്ന മാരിയമ്മയുടെ രൂപത്തിലായിരുന്നു. ഗോത്രമന്ത്രവാദത്തിന്റെ സൂചന വഹിക്കുന്ന ഒന്നാണ് അയാളുടെ രോഗമുക്തിയുടെ വിവരണമടങ്ങുന്ന കഥാഭാഗം. കഥാന്ത്യത്തിൽ ആഖ്യാനകാരന്റെ ഗൃഹാതുരത്വം കലർന്ന് ഓർമ്മകൾക്കിടയിൽ രാച്ചിയമ്മയെ ചുറ്റിപ്പറ്റിയുള്ള ദേവീസങ്കല്പം സന്ദേഹത്തോടെ തലനീട്ടുന്നതു കാണാം.

ഈ കഥയിലെ ലൈംഗികതയുടെ പരിചരണം അതിലെ ശാലീന ഭംഗികൊണ്ട് വായനക്കാരന്റെ ശ്രദ്ധയാകർഷിക്കുന്നു. മുമ്പ് ‘മുളകൾക്കും മനസ്സിനും ആണ്ടപൊട്ടുന്ന കാലത്ത്’, കഥാനായകൻ കൈയിൽ കടന്നു പിടിച്ചപ്പോൾ താൻ അമ്മയ്ക്കു കൊടുത്ത വാക്കിന്റെ പേരുംപറഞ്ഞ് രാച്ചിയമ്മ അയാളിൽനിന്നു ഒഴിഞ്ഞുമാറി. വർഷങ്ങൾക്കുശേഷം വീണ്ടും കണ്ടുമുട്ടിയപ്പോൾ തലയിൽ ചെറുതായി വെള്ളിനര കയറിയ രാച്ചിയമ്മ പഴയ ശപഥം മാറ്റിവെച്ച് അയാൾക്ക് തന്നെത്തന്നെ സമർപ്പിച്ചു. അവളുടെ അടിമനസ്സിലെ മോഹത്തിന് വിരഹം ജ്വാല പകർന്നതിന്റെ പതിഞ്ഞമട്ടിലുള്ള ഈ വിവരണത്തോടുകൂടി രാച്ചിയമ്മയുടെ പാത്രസൃഷ്ടിക്ക് അസാധാരണമായ മുഴുപ്പ് കൈവരുന്നു.

പച്ചമനുഷ്യരെന്നു വിശേഷിപ്പിക്കാവുന്ന കഥാപാത്രങ്ങളുടെ ചിത്തവൃത്തികൾക്കും പെരുമാറ്റത്തിനും നർമ്മത്തിന്റെ അടിയൊഴുക്കുള്ള നാടൻ പ്രയോഗങ്ങളിലൂടെയും ഉപമകളിലൂടെയും പൊലിമയണയ്ക്കുന്ന വിദ്യ ഉറൂബിനറിയാം. നിത്യജീവിതത്തിൽനിന്നു അടർത്തിയെടുത്ത കഥാസന്ദർഭങ്ങൾക്ക് ഭാവാത്മകത്വം തികഞ്ഞ അലങ്കാരങ്ങളുടെ പ്രയോഗം വഴി വൈകാരികോർജം പകരുന്ന സമ്പ്രദായം ഉറൂബിന്റെ ശില്പകലയുടെ ഇന്ദ്രജാലത്തിന് ഉദാഹരണങ്ങളൊരുക്കുന്നു.

നിറനിലാവുള്ള ഒരു രാത്രിയിൽ കടൽപ്പുറത്തുകൂടി സഞ്ചരിക്കുന്ന രണ്ടു സ്നേഹിതന്മാരെ കാട്ടിത്തന്നുകൊണ്ടാണ് ‘കുറിഞ്ഞിപ്പൂച്ച’ എന്ന കഥ തുടങ്ങുന്നത്. ഇതിൽ കടലിനെ വലംചുറ്റി വിടരുന്ന ചില ഉല്ലേഖങ്ങളുണ്ട്. ‘മുല്ലപ്പൂമാലകൾ ചൂടിയ തിരകൾ ഓടിയോടിയെത്തുന്ന’ കാഴ്ച ഈ കഥയിലെ ‘ഫ്ളാഷ്ബാക്കു’കൾക്കു മുന്നോടി കുറിക്കുന്നു. കരയിൽ ഊക്കോടെ വന്നടിച്ച് പൊട്ടിച്ചിരിച്ചുകൊണ്ട് കിടന്നുരുളുന്ന തിരമാലകൾ കഥയിലെ ആഖ്യാനകാരന്റെ മനസ്സിലുണർത്തുന്നത് ‘തിരുവാതിരകളിക്കിറങ്ങിയ പെൺകിടാക്കളുടെ’ ചിത്രമാണ്.

ഇരുണ്ട ഹാസ്യത്തിന്റെ സ്പർശമടങ്ങുന്ന ഒരു കഥയാണ് ‘ഒരു പറ കണ്ണുനീർ’. ഇതിലെ നായകന്റെ ഒരു നിരീക്ഷണം: “വക്കീൽ എന്ന ജീവിയെ അന്നെനിക്കു വെറുപ്പായിരുന്നു. അതു കടവാതിൽപോലെയുള്ള എന്തോ ഒന്നാണെന്നായിരുന്നു എന്റെ ധാരണ.” ആദ്യാനുരാഗത്തിന്റെ വെമ്പലാർന്ന നിമിഷങ്ങൾ ഉയിർകൊള്ളുന്നത് ഇങ്ങനെയാണ്: “പലതും

സംസാരിച്ചു. എന്തൊക്കെയാണു പറഞ്ഞത്. സ്വപ്നങ്ങൾക്ക് അർത്ഥം പറയാമോ? കിനാവുകളുടെ ചിറകിലേറി കളിവാക്കുകളെക്കൊണ്ടു പരസ്പരം എറ്റിക്കളിക്കുന്ന ആ കാലഘട്ടത്തിൽ വാക്കുകൾ ഓർത്തു പറയുന്നവയാണോ? ഏതു വാക്കാണ് മധുരമല്ലാത്തത്? മനോരാജ്യങ്ങളെ കിളർത്തിവിടാത്തത്?"

നീലഗിരിയിലെ മലഞ്ചെരിവുകളാണ് 'നല്ല മന്ത്' എന്ന കഥയ്ക്ക് പശ്ചാത്തലമൊരുക്കുന്നത്. അവിടെ ഒരു സന്ധ്യയ്ക്ക് മുക്കൂട്ടപ്പെരുവഴിയിൽ തനിച്ചുനിൽക്കുന്ന നായകന്റെ അവസ്ഥ വിവരിക്കുന്ന വേളയിൽ, മെല്ലെ ഇരുളുന്ന അന്തരീക്ഷത്തിൽ അരിച്ചിറങ്ങുന്ന ഭയം ഒരു വാങ്മയ ചിത്രത്തിലൂടെ കഥാകൃത്ത് നമുക്ക് അനുഭവവേദ്യമാക്കിത്തീർക്കുന്നു: "ഞാൻ അഗാധമായ താഴ്വരകളിലേക്കു നോക്കിക്കൊണ്ടുനിന്നു. ഒരു കൊച്ചുനീർച്ചാൽ വെള്ളിക്കെട്ടൻ പാമ്പുപോലെ പാറക്കെട്ടുകളുടെ ഇടയിലൂടെ ഇഴഞ്ഞുവന്ന് ഒരു കൊക്കരണിയിലേക്കു മെല്ലെ തലയിട്ടു നോക്കുകയാണ്." ചുറ്റുമുള്ള ആയിരം നാവുള്ള നിശ്ശബ്ദത ഏറ്റുവാങ്ങാൻ അയാളുടെ മനസ്സൊരുങ്ങുന്നു: "എല്ലാ ശബ്ദങ്ങളും സ്വന്തം ചിറകുകളിലേക്കു തലയൊതുക്കുകയാണ്. ഏകാന്തനിശ്ശബ്ദമായ അന്തരീക്ഷം."

ഉറൂബിന് എന്നും കൂട്ടായിരുന്നിട്ടുള്ള ഹാസ്യബോധമാണ് "ടൂത്ത് പേസ്റ്റ് തുറുപ്പിച്ചെടുക്കുന്നതുപോലെ ഒരു മന്ദസ്മിതം തൂകുന്ന" സ്ത്രീ എന്നൊക്കെ അദ്ദേഹത്തെക്കൊണ്ട് എഴുതിക്കുന്നത് ('3334-ന്റെ ചരിത്രം'). 'ബിസിനസ്സുകാരൻ' എന്ന കഥയിൽ രണ്ടു ചങ്ങാതിമാർ തമ്മിലുള്ള കൂടിക്കാഴ്ചയുടെ വിവരണത്തിനിടയിൽ കടന്നുവരുന്ന നർമ്മരസികതയാർന്ന ഒരു നിരീക്ഷണമുണ്ട്: "രഘു അങ്ങോട്ടുനോക്കി പുഞ്ചിരിതൂകി. കറുത്തു വിശാലമായ ആ മുഖത്തു വെളുത്ത പുഞ്ചിരി വിടർന്നുവരുന്നതു കൗതുകകരമാണ്. തേങ്ങാപ്പൂൾ കടിച്ചുനിൽക്കുന്ന ഒരു കരിമ്പൂച്ചയെപ്പോലെയല്ല, ഒരു വെള്ളമന്ദാരപ്പൂ കൊത്തിപറിക്കുന്ന കുയിലിനെപ്പോലെയാണ്."

"ഒടയുത്തതേ ഒടയുത്തതേ..." എന്ന കഥയിൽ വിരഹത്തിന്റെ മധുരനൊമ്പരം തങ്ങിനിൽക്കുന്ന ഒരു മുഹൂർത്തം കാണാം: "ചെറിയ ബന്ധം പോലും വേർപാടിൽ വേദനയുണ്ടാക്കുന്നു. നാം എത്ര അകലേക്കോടിയാലും പ്രപഞ്ചം നിഴലുപോലെ നമ്മെ പിന്തുടരുന്നു."

ഉറൂബിന്റെ പല കഥകളിലും സംഗീതപരാമർശങ്ങൾ കടന്നുവരുന്നതു കാണാം. സൈഗൾ എന്ന ഗായകൻ പാടിയ വിഷാദാർദ്രമായ പാട്ടുകൾ ഉറൂബിന്റെ കാഥികഭാവനയുടെ പശ്ചാത്തലത്തിൽ തങ്ങിനില്പുണ്ട്. സൈഗളിന്റെ മാതൃകയിലുള്ള ഒരു ഗായകനേയും അയാളുടെ അഭിസാരികയായ കൂട്ടുകാരിയേയും കുറിച്ചുള്ളതാണ് 'വെപ്പാട്ടി' എന്ന ചെറുകഥ. ഇതിലെ ആഖ്യാനകാരൻ ഒരപ്രധാന കഥാപാത്രമാണ്. അയാളുടെ കാഴ്ചപ്പാടിലൂടെയാണ് കഥയിലെ ആഖ്യാനം.

ഈ കഥയുടെ തുടക്കത്തിൽ തുടർന്നു വരാൻപോകുന്ന സംഭവങ്ങൾക്കു മുന്നോടി കുറിക്കുന്ന ഒരു ദൃശ്യബിംബം നമ്മെ എതിരേൽക്കുന്നു: "പിറ്റേ ആഴ്ചയും അവൾ എന്നെ പിടികൂടി. പോക്കുവെയിൽ തടവുന്ന മാവിലേക്കു നോക്കിനിൽക്കുകയായിരുന്നു. ഉജ്ജീവകമായ സ്നേഹത്തെ കൈവെടിയേണ്ടിവന്ന ആ മാവ് നിശ്ചലനും പ്രിയംകരനുമായി നിന്നു. നിന്റെ വേദനയിൽ ഞാൻ എന്നെ കാണുന്നുവെന്നു വിളിച്ചു പറഞ്ഞില്ല."

'ഒരു യക്ഷിയാൽ ബന്ധിക്കപ്പെട്ട ഗാനഗന്ധർവ്വൻ' എന്നാണ് ഈ കഥയിലെ പാട്ടുകാരനെ ആഖ്യാനകാരൻ വിശേഷിപ്പിക്കുന്നത്. പിന്നീട് യക്ഷിയായി മാറിയ സ്ത്രീയും കലാകാരനും തമ്മിലുള്ള ആദ്യസമാഗമത്തിന്റെ വർണ്ണനയിൽ ഉറൂബിന്റെ കാവ്യസിദ്ധികൾ പൂത്തുലഞ്ഞു നിൽക്കുന്നതു കാണാൻ കഴിയും: "താലപ്പൊലിയിൽവെച്ചാണ് കാണുന്നത്. അലരിപ്പൂക്കളും മഞ്ഞപ്പൊടിയും ചെണ്ടമേളവും ചിലമ്പൊലിയും വാളും കൂറയും രക്തവും കൂടിക്കലർന്ന മാദകവും ഏതാണ്ട് അലൗകികവുമായ ഒരു ലോകത്തിൽ, താലവുമേന്തി വരിവരിയായി നിൽക്കുന്ന പെൺകിടാക്കളുടെ കൂട്ടത്തിൽ അവളെ വേറിട്ടു കാണാമായിരുന്നുവത്രേ. കൈയിൽപ്പിടിച്ച താലത്തിൽ മലർത്തിവെച്ച തൂവെള്ളയായ വാഴപ്പോളയിൽ കത്തിനിൽക്കുന്ന തീനാളത്തിൽ ആ മുഖം തെളിഞ്ഞുകണ്ടു - ഒരു ചെമ്പകപ്പൂങ്കുലപോലെ."

ശൈഥില്യത്തിലേക്കു അടിവെച്ചുനീങ്ങുന്ന ആ കലാകാരൻ ആലപിക്കുന്ന ഗാനത്തിൽ അയാളുടെ ഹൃദയത്തിലെ നൊമ്പരം മുഴുവൻ ഉഴറിക്കൂടുന്നു:

> "കൽവിളക്കുകളായി രൂപപ്പെട്ട പാറക്കുഴികളിൽ എണ്ണ പകരാൻ വന്ന യാത്രക്കാരാ, നിന്നോടു ഞാൻ യാത്ര പറയുന്നില്ല. കാലത്തിന്റെ നിശ്വാസം മങ്ങിപ്പോകുന്ന നാളങ്ങളെ ഊറ്റിക്കുടിക്കാൻ നോക്കുമ്പോൾ, നീ എന്തിന് അവയിൽ സ്നേഹം പകരുന്നു? യാത്രക്കാരാ, നിന്നോടു ഞാൻ യാത്ര പറയുന്നില്ല..."

ആഖ്യാനകാരന്റെ മനസ്സിൽ മുറിപ്പാടുവീഴ്ത്തിക്കൊണ്ട് കടന്നുപോകുന്ന ഒന്നാണ് ഗായകന്റെ വെപ്പാട്ടിയുമായുള്ള അവസാനത്തെ കൂടിക്കാഴ്ച. ആ സ്ത്രീ തന്നെ കാത്തിരിക്കുന്ന ഇരുട്ടുനിറഞ്ഞ ഭാവിയിൽ പോയ്മറയാൻ പോവുകയാണ് എന്ന സത്യം അയാൾ തിരിച്ചറിയുന്നു: "ഇത്തവണ അവൾ ചവിട്ടിക്കുതിച്ചു കടന്നുപോയില്ല. ഒഴുക്കുകുറഞ്ഞ നദിയിലെ അകന്നകന്നുപോകുന്ന ഓളം പോലെയുണ്ടായിരുന്നു."

ധർമ്മവും അധർമ്മവും വേർതിരിക്കാനാവാത്തവണ്ണം ഇടകലർന്നു കിടക്കുന്ന ഭാരതയുദ്ധഭൂമിയിലേക്കുള്ള ഒരു തിരിഞ്ഞുനോട്ടമാണ് 'ഭഗവാന്റെ അട്ടഹാസം' എന്ന കഥ. മൃദുലതന്ത്രികൾ മീട്ടാൻ മാത്രമല്ല, കയ്പുനിറഞ്ഞ പരിഹാസം കൈയാളാനും തനിക്കറിയാമെന്ന് ഉറൂബ്

ഇതിലൂടെ തെളിയിച്ചിരിക്കുന്നു. കൗരവപാണ്ഡവയുദ്ധത്തിൽ ഘടോൽക്കചൻ മരണത്തിനു ഇരയായിത്തീർന്നതിന്റെ പിന്നിൽ വർത്തിച്ചിരുന്ന ശ്രീകൃഷ്ണന്റെ നിർദ്ദയമായ കണക്കുകൂട്ടലുകൾ മറനീക്കിക്കാണിച്ചുകൊണ്ട്, ഒരു വംശത്തിന്റെ ധർമ്മനീതിയെ മൊത്തം വിചാരണയ്ക്ക് വിധേയമാക്കിയിരിക്കുകയാണ് കാഥികനിവിടെ. കഥാരംഭത്തിൽ ഘടോൽക്കചന്റെ വേർപാട് ഭീമസേനനിൽ ഉണർത്തിയ വേദന പകർത്തുന്നതിനിടയിൽ, യുദ്ധത്തിൽ ഒരു ബലിയാടാവാൻ വിധിക്കപ്പെട്ട ഈ രാക്ഷസകുമാരന്റെ സ്വത്വഗുണം സംബന്ധിച്ച് ഓജസ്സുറ്റ ഒരു നിരീക്ഷണം കഥാകൃത്ത് കാഴ്ചവെയ്ക്കുന്നുണ്ട്: "മലയിടുക്കുകളിലൂടെ വീശിയടിക്കുന്ന കറുത്ത തേജസ്സാണവൻ. ഒന്നിനും തടുക്കാൻ കഴിയില്ല. തടുത്തതെന്തും തകർന്നുതരിപ്പണമാകും. കാറ്റിന്റെ ശക്തി തലമുറകളിലേക്കു വ്യാപിച്ചു നിൽക്കുന്നു..."

ഉറൂബിന്റെ ബിംബസ്വീകരണരീതിയുടെ സവിശേഷതകളിലൊന്ന് അത് മലയാണ്മയുമായി ഗാഢബന്ധം പുലർത്തുന്ന ഒന്നാണ് എന്നതാണ്. കേരളത്തിന്റെ ഭൂപ്രകൃതിയും ഇവിടത്തെ ഋതുഭേദങ്ങളും മാത്രമല്ല, ഇന്നത്തെ തലമുറയ്ക്കു നഷ്ടമായ ചില ആചാരാനുഷ്ഠാനങ്ങളും വിശ്വാസരീതികളുംകൂടി ഉറൂബിന്റെ കഥാലോകത്തിലെ നിറക്കൂട്ടിന് തടമൊരുക്കുന്നുണ്ട്. ഉദാഹരണത്തിന് "അവൾ കോണിയിറങ്ങിയപ്പോൾ ഒരു തിരുവാതിര നക്ഷത്രം വീണുപോയി എന്നാ തോന്നിയത്" ('പാരുഷ്യം') എന്നു വായിക്കുമ്പോൾ അഴക് കടഞ്ഞെടുത്ത ഒരു സ്ത്രീരൂപം മാത്രമല്ല ഒരാളുടെ മുമ്പിൽ തെളിയുന്നത്. തിരുവാതിര ഞാറ്റുവേലയുമായി ബന്ധപ്പെട്ട ശാലീനസുന്ദരമായ ഓർമ്മകൾ തൊട്ടുണർത്താൻകൂടി പോന്നതാണ് ഈ വർണ്ണന. 'ഓർഡർ ഓഫ് ദി ഡേ' എന്ന കഥയിലെ ചരടുകൾ മുറുകുന്നത് ഭാനുമതി എന്ന കഥാപാത്രത്തിന്റെ കുതറിത്തെറിക്കുന്ന വ്യക്തിത്വത്തെ ചുറ്റിപ്പറ്റിയാണ്. ഫ്യൂഡൽകാലഘട്ടത്തിൽ തെക്കൻ മലബറിൽ നിലവിലുണ്ടായിരുന്ന ചില ആരാധനാക്രമങ്ങളിൽനിന്ന് ജീവൻവെച്ച ഒരു ദൃശ്യബിംബം ഭാനുമതിയുടെ വിവരണത്തിന് കുസൃതിച്ഛായ പകരുന്നു: "അണച്ചെടുത്ത കത്തിത്തലപ്പുപോലെ തിളക്കമുള്ളതായിരുന്നു ആ കണ്ണുകൾ. പക്ഷേ, ഒരു സർപ്പക്കാവിലെ ചിത്രപടക്കല്ലിൽക്കയറിയിരുന്ന് ഇപ്പോൾ മുള്ളുമെന്ന് തോന്നിക്കുന്ന മൂങ്ങയുടെ ഭാവവും അവൾക്കുണ്ടായിരുന്നു."

നിലാവിലാറാടിനിൽക്കുന്ന വിസ്തൃതമായ പുൽപ്രദേശങ്ങൾ റഷ്യൻ സാഹിത്യകാരനായ ബോറിസ് പാസ്റ്റർനാക്കിനെ വിസ്മയം കൊള്ളിച്ചിരുന്നതായി എവിടെയോ വായിച്ചിട്ടുണ്ട്. പാസ്റ്റർനാക്കിന്റെ *ഡോക്ടർ ഷിവാഗൊ* എന്ന നോവലിൽ കഥാനായകനായ ഷിവാഗൊ നിലാവു നിറഞ്ഞ ഒരു രാത്രിയിൽ മുമ്പിൽ പരന്നുകിടക്കുന്ന കനംകുറഞ്ഞ മഞ്ഞുപാളികളിൽ വെളിച്ചത്തിന്റെ നാളങ്ങൾ പാറിക്കളിക്കുന്നതു നോക്കിക്കൊണ്ട് കവിതയെഴുതുന്ന ഒരു രംഗമുണ്ട്. ഉറൂബിനെക്കുറിച്ചു പറയുകയാണെങ്കിൽ, മഞ്ഞുമറയിലൂടെ തല നീട്ടുന്ന ഭൂഭാഗങ്ങളുടെ നേർക്ക്

അദ്ദേഹത്തിന് ഒരുതരം സ്വാഭാവികാകർഷണം അനുഭവപ്പെട്ടിരുന്നതായി തോന്നുന്നു. ഉറൂബിന്റെ ചില കഥകളിൽ മൂടൽമഞ്ഞിന്റെ നീലമേലാപ്പിലൂടെ തെളിഞ്ഞുകാണുന്ന മലനിരകളും വനസ്ഥലിയും നമ്മുടെ കണ്ണുകളെ വിരുന്നൂട്ടുന്നു. 'മൂടൽമഞ്ഞ്' എന്ന കഥയിൽനിന്നുള്ള ഒരു ഭാഗം:

"അന്നും അയാൾ വരാന്തയിൽ വന്നിരുന്നു. മഞ്ഞൊഴിഞ്ഞ തെളിനിലാവ്. പ്രപഞ്ചം ഒരു വെള്ളത്താമരപ്പൂപോലെ മുമ്പിൽ നിൽക്കുന്നു. ചുറ്റും കണ്ണോടിക്കാതിരിക്കാൻ കഴിഞ്ഞില്ല. ആ കൊച്ചുതടാകം ഞൊറിഞ്ഞുപോകുന്ന അലകളിൽ വീഴുന്ന നിഴല്പാടുകളെ ഹൃദയത്തിൽ ഒതുക്കിവെയ്ക്കുകയാണ്. യൂക്കാലിപ്റ്റസ് മരങ്ങളുടെ നീളംകൂടിയ നിഴലുകൾ സുന്ദരമായ പ്രപഞ്ചത്തിനു നേരെ വാളോങ്ങിക്കൊണ്ടുനിൽക്കുന്നു. വിവിധങ്ങളായ വികാരങ്ങൾ ആ മുഖത്തു തെളിഞ്ഞും മാഞ്ഞും നിന്നു. എത്രനേരം ആ ഇരിപ്പിൽ ഇരുന്നുവെന്നു പറയുക വയ്യ."

മൂടൽമഞ്ഞിന്റെ മുഖപടമണിഞ്ഞ ഭൂമിയുടെ അടിത്തട്ടിൽനിന്നു ഉയർന്നുവരുന്ന മൂകസംഗീതമില്ലേ, അത് ഏറ്റുവാങ്ങുന്ന മനുഷ്യഹൃദയത്തിന്റെ തുടിപ്പുകൾ പകർത്തുന്ന വേളയിൽ ഈ കാഥികൻ ഭാഷയുടെ പരിമിതികൾ മറികടക്കുന്നതായി തോന്നുന്നില്ലേ?

'വെളുത്ത കുട്ടി', 'താമരത്തൊപ്പി' എന്നിങ്ങനെയുള്ള ചുരുക്കം ചില കഥകളിൽ മാത്രമാണ് ഉറൂബ് ഭ്രമകല്പനയുടെ സങ്കേതം പരീക്ഷിച്ചു നോക്കിയിട്ടുള്ളത്. ഭ്രമകല്പന എന്നു വിശേഷിപ്പിക്കാനാവില്ലെങ്കിൽക്കൂടി, യഥാതഥമായ തലത്തിൽനിന്നു കുറച്ച് ഉയർന്നുനിൽക്കുന്ന ഒരു രചനയാണ് 'മുളകുവള്ളി'. ഒരൊഴിവുദിവസത്തിൽ നാടിന്റെ പണ്ടത്തെ ചരിത്രം വിവരിക്കുന്ന ഒരു പുസ്തകം വായിച്ച് തലയ്ക്കുപിടിച്ചതിന്റെ ഫലമായി ഭാവനയുടെ ലോകത്തിലേക്കു തെന്നിനീങ്ങിയ ഒരു ഗൃഹനാഥനെ അവതരിപ്പിച്ചുകൊണ്ടാണ് ഈ കഥ ആരംഭിക്കുന്നത്. നാടിന്റെ നഷ്ടഭൂതകാലത്തിലേക്കുള്ള ഒരു തിരിച്ചുപോക്കിനു സജ്ജമായിരിക്കുകയാണ് അയാളുടെ തരളിതമായ മനസ്സ്. നിലാവുള്ള രാത്രിയിൽ പുറത്തിറങ്ങി നിൽക്കുമ്പോൾ വീട്ടുമുറ്റത്തുള്ള പ്ലാവിൽ ചുറ്റിപ്പിണഞ്ഞുകിടക്കുന്ന കുരുമുളകുവള്ളികൾ അയാളുടെ ശ്രദ്ധയിൽപ്പെടുന്നു. കുരുമുളകിന്റെ നേർത്ത എരിവുമണം അന്തരീക്ഷത്തിൽ പരന്നിട്ടുണ്ട്. കഥാനായകൻ നോക്കി നിൽക്കുമ്പോൾ പവിഴമാലകൾ പോലത്തെ മുളകുവള്ളികൾ ജീവൻ വെയ്ക്കുന്നു. അവ പാടാനും നൃത്തംവെയ്ക്കാനും തുടങ്ങുന്നു. കഥാകൃത്ത് തന്റെ വർണ്ണനാസിദ്ധികൾ മുഴുവനും വാരിവിതറിക്കൊണ്ട്, വിടർന്നുനിൽക്കുന്ന ആ കുരുമുളകുവള്ളികളെ വലംവെച്ച് മായികമായ ഒരന്തരീക്ഷം സൃഷ്ടിച്ചെടുക്കുന്നു. മുളകുവള്ളിയുടെ പാട്ടിന്റെ ലയത്തിൽ മയങ്ങിത്തുടങ്ങുന്ന ആഖ്യാനകാരന്റെ മുമ്പിൽ ദീർഘകായകനായ ഒരാൾ പ്രത്യക്ഷപ്പെടുന്നു. റിച്ച് കോഫ് വാൻ ഗൂൺസ്. കുരുമുളകിന്റെ മാദകമായ മണത്താൽ പ്രലോഭിതനായി കേരളക്കരയിലെത്തിയ ലന്തക്കാരിൽ പ്രമാണി. അയാളുമൊത്തുള്ള ആഖ്യാനകാരന്റെ സംഭാഷണത്തിലൂടെ വ്യാപാരത്തിനെത്തിയ ഡച്ചുകാർ കുറച്ചുകാലം മലനാട് അടക്കി വാണ

കഥയുടെ ചുരുളുകൾ നിവരുന്നു. മെല്ലെ ഇന്ത്യയിലെ വൈദേശികാധിപത്യം സംബന്ധിച്ച ചെറിയൊരു അനുധ്യാനത്തിലേക്കു കഥാഗതി വികസിക്കുന്നു.

ഈ കഥയിൽ കുരുമുളകുവള്ളി കേന്ദ്രബിംബവും, ധ്വനിചിഹ്നവുമായി മാറിയിരിക്കുന്നു. നമ്മുടെ നാടുവാഴികളുടെ ദൗർബല്യങ്ങൾ മുതലെടുത്ത് ഇവിടത്തെ മണ്ണിൽ കാലുകുത്തിയതിനുശേഷം വിദേശീയർ കൊള്ളയടിച്ച കേരളത്തിന്റെ പ്രകൃതിസമ്പത്തിന്റെ പ്രതിരൂപമാണ് ഈ കഥയിലെ കുരുമുളകുവള്ളി. മറ്റെന്തിലുമുപരി കുരുമുളകിന്റെ മദിപ്പിക്കുന്ന മണമാണ് ഭാരതത്തിന്റെ തെക്കേ അറ്റത്തേക്കുള്ള സാഹസികയാത്രയ്ക്ക് ഡച്ചുകാരെ പ്രേരിപ്പിച്ചതെന്ന് റിച്ച്കോഫ് വാൻഗൂൺസ് സാക്ഷ്യപ്പെടുത്തുന്നുണ്ട്. അങ്ങനെ ഉറൂബിന്റെ വേറൊരു രചനയിലും കാണാത്ത തരത്തിൽ ഗന്ധബിംബങ്ങളുടെ പെരുപ്പം ഈ കഥയിൽ നമുക്കനുഭവപ്പെടുന്നു. ഒപ്പം കുരുമുളകുവള്ളിക്കു ഒരു വെള്ളത്താമരപ്പൂവിന്റെ വടിവു നൽകി അതിനെ ഭൂമിക്കും ആകാശത്തിനുമിടയിലുള്ള ഒരു മണ്ഡലത്തിലേക്കുയർത്താൻ കഥാകൃത്ത് ശ്രമിക്കുന്നുണ്ട്. കഥാരംഭത്തിൽ മുളകുവള്ളി 'റാ-റാ-റാ-റാ-റ...” എന്നു പാടിക്കൊണ്ട് നൃത്തംവെയ്ക്കുന്നതായി നാം കാണുന്നു. കഥ തീരുമ്പോഴും അത് ഉത്സാഹത്തോടെ പാടുകയും നൃത്തം ചവിട്ടുകയും ചെയ്യുന്നു.

ഉറൂബിന്റെ ചെറുകഥയിൽ ചലനവുമായി ബന്ധപ്പെട്ട ബിംബങ്ങൾ കുറവായെ കാണാനാവൂ. അതേസമയം സുന്ദരികളും സുന്ദരന്മാരും എന്ന നോവൽ വായിക്കുന്ന ഒരാളെ സംബന്ധിച്ചിടത്തോളം വേറിട്ടുള്ള ഒരനുഭവമാണ് അതിനകത്തെ രണ്ടു നൃത്തരംഗങ്ങളുടെ ചിത്രീകരണം. “നർത്തകനെ നൃത്തത്തിൽനിന്ന് നിങ്ങൾക്കു എങ്ങനെ വേറിട്ടറിയാനാവും?” എന്ന് പണ്ടൊരു കവി ചോദിച്ചില്ലേ, ആ ഒരവസ്ഥയുടെ സാക്ഷാത്കാരം പോലെ തോന്നിപ്പിക്കുന്ന രണ്ട് നൃത്തദൃശ്യങ്ങൾ ഈ നോവലിലുണ്ട്. മനുഷ്യനും പ്രകൃതിയും തമ്മിലുള്ള താളൈക്യത്തിൽനിന്നാണ് നൃത്തം പിറവിയെടുക്കുന്നത് എന്നു പറയാറുണ്ട്. ഉറൂബിനെ സംബന്ധിച്ചിടത്തോളം ഇതിനു പ്രത്യേകം പ്രാധാന്യമുണ്ട്. ചരിത്രത്തിന്റെ ക്രൂരതയ്ക്കും പ്രതികാരദാഹത്തിനും ഇരയായിത്തീർന്ന് ജീവിതത്തിന്റെ കളിത്തട്ടിൽനിന്നു ഇളകിത്തെറിക്കുകയും വീണ്ടും പിടിച്ചുകയറുകയുമൊക്കെ ചെയ്യുന്ന ഏതാനും ചെറിയ മനുഷ്യരുടെ കഥയാണ് ഇതിഹാസതുല്യമായ ഈ നോവലിൽ ഉറൂബ് പറഞ്ഞുവെച്ചിരിക്കുന്നത്. ഭൗതികതലത്തിലുള്ള അവരുടെ സംഘർഷങ്ങൾ പരിഹാരം തേടുന്നത് നൃത്തം കൊണ്ടർത്ഥമാക്കുന്ന ലയവിസ്മൃതിയുടെ മേഖലയിലാണ്. മനുഷ്യന്റെ അടിസ്ഥാനപരമായ നന്മയിൽ തനിക്കുള്ള വിശ്വാസം ഏറെ പരീക്ഷിക്കപ്പെട്ട അവസ്ഥയിൽക്കൂടി സഹജീവികളെ സുന്ദരന്മാരും സുന്ദരികളുമായി കാണാനിഷ്ടപ്പെട്ട ഈ എഴുത്തുകാരനെ സംബന്ധിച്ചിടത്തോളം നിത്യജീവിതത്തിൽ കാണാൻ പ്രയാസമുള്ള പൊരുത്തവും ലാവണ്യസുഭഗതയുമാണ് നൃത്തമെന്ന കലാരൂപത്തിൽ അടങ്ങിയിട്ടുള്ളത്.

പടിഞ്ഞാറ് ചെറുകഥ എന്ന സാഹിത്യരൂപം സംബന്ധിച്ച ലാവണ്യവിചാരത്തിൽ ബിംബയോജനയെപ്പറ്റിയുള്ള നിരീക്ഷണങ്ങൾക്കു ചെറുതല്ലാത്ത പ്രാധാന്യം കൈവന്നിട്ടുണ്ട്. ഉദാഹരണത്തിന് ജെയിംസ് ജോയ്സ് ഡബ്ലിൻ പശ്ചാത്തലമാക്കി എഴുതിയ ചെറുകഥകളിൽ ആവർത്തിച്ചു കടന്നുവരുന്ന തളർവാതത്തിന്റേയും ജീർണ്ണതയുടേയും ബിംബങ്ങളെപ്പറ്റി വിമർശകന്മാർ എഴുതിക്കണ്ടിട്ടുണ്ട്. ഫ്രാൻസ് കാഫ്കയുടെ ചെറുകഥകളിൽ ഒഴിയാബാധപോലെ കടന്നുവരുന്ന കീടകല്പന നിരൂപകന്മാരുടെ ശ്രദ്ധ പിടിച്ചു പറ്റിയിട്ടുണ്ട്. ഇമേജറി രോഗലക്ഷണമായി മാറുന്നതിന്റെ ദൃഷ്ടാന്തം കൂടിയാണിത്. ഉറൂബിന്റെ കാര്യമെടുത്താൽ, ഏതെങ്കിലും തരത്തിലുള്ള ഭാവബദ്ധതയുടെ ഛായ വഹിക്കുന്ന ബിംബങ്ങളുടെ നിര അദ്ദേഹത്തിന്റെ കഥകളിൽ കണ്ടെത്താൻ കഴിയുമെന്നു തോന്നുന്നില്ല. അതേസമയം കേവലം ചിത്രപ്പണിക്കപ്പുറം കഥയുടെ മൊത്തം ചൈതന്യത്തേയും ആവാഹിക്കുന്ന തരത്തിലുള്ള രൂപകങ്ങളുടെ സമൃദ്ധി അദ്ദേഹത്തിന്റെ രചനകളുടെ പാവുനെയ്ത്തിൽ തെളിഞ്ഞുനില്പുണ്ട്.

ഒരിക്കൽ പാരീസ് റിവ്യൂവിനു അനുവദിച്ച ഒരഭിമുഖസംഭാഷണത്തിൽ അമേരിക്കൻ ചെറുകഥാകൃത്തായ ട്രൂമാൻ കപ്പോട്ട് തന്റെ പണിപ്പുരരഹസ്യങ്ങളിലേക്കു തിരിഞ്ഞുനോക്കുകയുണ്ടായി. രചനാവേളയിൽ താളപ്പിഴയുള്ളതായി ('faulty rhythm') അനുഭവപ്പെടുന്ന വാക്യങ്ങൾ വെട്ടിക്കളയുന്ന ശീലം തനിക്കുള്ളതായി കപ്പോട്ട് പറഞ്ഞു. ഉറൂബിനെക്കുറിച്ചു പറയുകയാണെങ്കിൽ, താളപ്പിഴയുള്ള ഒറ്റ വാക്യംപോലും അദ്ദേഹത്തിന് എഴുതാനാവില്ല എന്നതാണ് നേര്. ഗദ്യഭാഷയെ താളബദ്ധമായി, കാവ്യാത്മകമായി ഉപയോഗിക്കലാണ് ചെറുകഥ എന്ന ആവിഷ്കരണ മാദ്ധ്യമത്തിലൂടെ ഉറൂബ് ചെയ്തത്. ആശയങ്ങൾ കൊണ്ടല്ല അദ്ദേഹം തന്റെ കഥാലോകത്തിന് അസ്തിവാരമൊരുക്കിയത്. ശബ്ദവും പദതാളവും ബിംബകല്പനയും പ്രതിരൂപവും സ്വരവും വീക്ഷണരീതിയും ഇഴുകിച്ചേർന്നാണ് ഉറൂബിന്റെ കഥകളിൽ വൈകാരികാനുഭൂതി സംവേദനം ചെയ്യുന്നത്.

ഭാവഗാന ഭാഷാരീതിയെ (lyricism) ആധുനിക ചെറുകഥാസാഹിത്യത്തിന്റെ കേന്ദ്രസ്ഥാനത്തു പ്രതിഷ്ഠിച്ച ഇറ്റാലിയൻ നോവലിസ്റ്റും കഥാകൃത്തുമായ ആൽബർടൊ മൊറാവിയയെക്കുറിച്ച് ഈ സന്ദർഭത്തിൽ ഓർമ്മിച്ചുപോകുന്നു. ഉറൂബും ഈ വഴിക്കു ചിന്തിച്ച ആളായിരുന്നുവെന്ന് എനിക്കു ചിലപ്പോൾ തോന്നിയിട്ടുണ്ട്. തന്റെ നീണ്ടകാലത്തെ സാഹിത്യജീവിതത്തിനിടയിൽ ഉറൂബ് ചെറുകഥ എന്ന സാഹിത്യരൂപത്തെ ആസ്പദമാക്കി ഏതെങ്കിലും തരത്തിലുള്ള സിദ്ധാന്തനിർമ്മിതിക്കു മുതിർന്നുകണ്ടില്ല എന്നത് മറ്റൊരു കാര്യം.

■

പതിനഞ്ച്

വീക്ഷണങ്ങൾ, അകലങ്ങൾ

There are as many ways of telling stories as there are writers

-Henry James

ഏറെ പതിറ്റാണ്ടുകൾക്കു മുമ്പാണ് എം.പി. പോളിന്റെ *ചെറുകഥാസാഹിത്യം* പിറവിയെടുത്തത്. ചെറുകഥ എന്ന സ്വതന്ത്രസാഹിത്യരൂപത്തിന്റെ സവിശേഷതകൾ വിശദീകരിക്കാൻ ശ്രമിക്കുന്ന മലയാളത്തിലെ ഒന്നാമത്തെ ലക്ഷണഗ്രന്ഥമായിരുന്നു അത്. പ്രധാനമായും ഇംഗ്ലീഷ് സാഹിത്യത്തിൽനിന്ന് കടംകൊണ്ട ദൃഷ്ടാന്തങ്ങളും രൂപമാതൃകകളുമായിരുന്നു പോളിന്റെ കൃതിക്കാധാരം. കേസരി ബാലകൃഷ്ണപിള്ളയെപ്പോലെ ആംഗ്ലോ-സാക്സൻ പാരമ്പര്യത്തിനപ്പുറം കടന്ന് പടിഞ്ഞാറൻ സാഹിത്യലോകത്തിൽ സംഭവിച്ചുകഴിഞ്ഞതും നടന്നുകൊണ്ടിരിക്കുന്നതുമായ പരിവർത്തനങ്ങളിലേക്കു ഇറങ്ങിച്ചെല്ലുന്ന വിശാലദൃഷ്ടി പോളിനുണ്ടായിരുന്നോ എന്നു ചോദിച്ചാൽ ഉത്തരം പറയാൻ നാം ഞെരുങ്ങിയേക്കും. പോൾ തന്റെ പുസ്തകരചനയിൽ ഉപജീവിച്ചത് നോവലിനെക്കുറിച്ചും ചെറുകഥയെക്കുറിച്ചും അക്കാലത്ത് ഇംഗ്ലീഷിലുണ്ടായിരുന്ന അതിപ്രശസ്തമായ ഒന്നുരണ്ട് വിമർശനകൃതികളെയായിരുന്നുവെന്ന് ഇന്ന് തിരിഞ്ഞുനോക്കുമ്പോൾ നമുക്കു കണ്ടെത്താൻ കഴിയും. കൂട്ടത്തിൽ വളർച്ചയുടെ ആദ്യദശ കഷ്ടിച്ചു പിന്നിട്ടുകഴിഞ്ഞ മലയാളത്തിലേയും ബംഗാളിയിലേയും ചെറുകഥാസാഹിത്യത്തിൽനിന്ന് ആവുന്നത്ര ഉദാഹരണങ്ങൾ തേടിയെടുത്ത് തന്റെ ലാവണ്യ ചർച്ചയ്ക്ക് രസം പകരാൻ അദ്ദേഹം ഈ കൃതിയിൽ ആദ്യന്തം മനസ്സിരുത്തുകയുണ്ടായി. ചെറുകഥാസാഹിത്യത്തിന്റെ ആറാമദ്ധ്യായം മുൻഭാഗങ്ങളെ അപേക്ഷിച്ച് ഒതുക്കമുള്ളതാണ്. ഇവിടെ പോൾ വ്യത്യസ്തതരം കഥാഖ്യാനരീതികളിലേക്കു കണ്ണയക്കുന്നു. അക്കാലത്ത് ജനപ്രീതിനേടിയ ചില മലയാള ചെറുകഥകളിൽനിന്ന് പ്രസക്തഭാഗങ്ങൾ ഉദ്ധരിച്ചുകൊണ്ട് പ്രധാനപ്പെട്ട നാലഞ്ച് ആഖ്യാനസമ്പ്രദായങ്ങളെക്കുറിച്ചും അവയിലോരോന്നും പിന്തുടരുന്നതിന്റെ ഫലമായുള്ള സൗന്ദര്യപരമായ ലാഭനഷ്ടങ്ങളെ

ക്കുറിച്ചും ചെറിയൊരു താത്വിക ചർച്ചയ്ക്ക് മുതിർന്നിരിക്കുകയാണ് പോൾ ഇവിടെ.*

ഈ ലക്ഷണഗ്രന്ഥം എഴുതപ്പെട്ട കാലത്ത് കഥാകൃത്തുക്കളുടെ മുമ്പി ലുണ്ടായിരുന്ന അതേ അടിസ്ഥാനസങ്കേതങ്ങൾ തന്നെയാണ് ഇന്നത്തെ ഒരെഴുത്തുകാരൻ ഉപയോഗപ്പെടുത്തുന്നത്. ക്രിയ (action), സംഭാഷണം (dialogue), വിവരണം (description), ചിന്തകൾ (thoughts), പിന്നെ സംഘർഷപ്രധാനമായ ഒരു സന്ദർഭം വളർത്തിയെടുക്കാനും അതിന്റെ കുരുക്കഴിക്കാനും പ്രയോഗിക്കുന്ന ആഖ്യാനരീതി (exposition) എന്നി ങ്ങനെ ചെറുകഥാകൃത്തിന്റെ കൈവശമുള്ള പഞ്ചോപകരണങ്ങളെ വിമർശകന്മാർ തരംതിരിച്ചിരിക്കുന്നു. എന്നാൽ ആധുനികസാഹിത്യ ത്തിൽ കഥാസങ്കേതത്തിന്റെ മറ്റൊരു മുഖം തെളിഞ്ഞുവന്നതായി കാണാം. ചെറുകഥാകൃത്തിന് സ്വായത്തമായ ആറാമത്തെ ആഖ്യാനോ പാധിയായി കരുതപ്പെടുന്ന ഇതിനെയാണ് വീക്ഷണസ്ഥാനം (Point of View) എന്ന പേരിട്ടുവിളിക്കുന്നത്.

നോവലിന്റെ കാര്യത്തിലെന്നപോലെ ചെറുകഥയെ സംബന്ധിച്ചും വീക്ഷണസ്ഥാനം എന്ന വിമർശനസംജ്ഞയ്ക്ക് തികച്ചും സാങ്കേതിക മായ അർത്ഥധ്വനികളാണുള്ളത്. ഒരു ചെറുകഥയിലെ വീക്ഷണസ്ഥാനം നിർണ്ണയിക്കുന്നതിന്റെ ഭാഗമായി ഇനിപ്പറയുന്ന ചോദ്യങ്ങൾക്കു ഉത്തരം കാണേണ്ടിയിരിക്കുന്നു. ആരാണ് കഥ പറയുന്നത്? കഥ പറയുന്ന ആളിന് കഥയുമായുള്ള ബന്ധം ഏതുതരത്തിലുള്ളതാണ്? ഏതു നിലപാടിൽ നിന്നാണ് കഥ ആഖ്യാനം ചെയ്യപ്പെടുന്നത്? ചെറുകഥാസങ്കേതങ്ങളെ ക്കുറിച്ച് എഴുതിയിട്ടുള്ള മിക്ക വിമർശകന്മാരും ഈ ചോദ്യങ്ങൾ ഒരുമി ച്ചെടുത്ത് അവയ്ക്കുള്ളിൽ തരംതിരിവുകൾ നടത്താൻ ശ്രമിച്ചതായി കാണാം. കൂടാതെ ഒരേ തത്ത്വം വിശദീകരിക്കാനായി വിമർശകന്മാർ വായനക്കാർക്കു ചിന്താക്കുഴപ്പമുണ്ടാക്കുന്ന രീതിയിൽ വ്യത്യസ്തമായ സംജ്ഞകൾ ഉപയോഗിച്ച സന്ദർഭങ്ങളുണ്ട്. ഉദാഹരണത്തിന് ഒരു നിരൂ പകൻ 'Neutral Omniscient Point of View' എന്നു വിളിക്കുന്ന വീക്ഷണ സ്ഥാനത്തിനായിരിക്കും വേറൊരാൾ 'Objective Point of View' എന്നു പേരു നൽകുന്നത്. ചെറുകഥാസങ്കേതങ്ങളെക്കുറിച്ചുള്ള ചർച്ച പല പ്പോഴും വേണ്ടതിലധികം സങ്കീർണ്ണമായിത്തീരുന്നതിന്റെ പ്രധാന കാരണം വിമർശനത്തിന്റെ പദാവലിയെ സംബന്ധിക്കുന്ന ഈ യോജി പ്പില്ലായ്മയാണ്. അതുകൊണ്ട് ഇവിടെ നാം ചെറുകഥയിലെ വീക്ഷണ സ്ഥാനത്തെ സംബന്ധിക്കുന്ന പ്രശ്നത്തെ രണ്ടായി പകുക്കുകയാണ്: ആഖ്യാനകാരനെ നിർണ്ണയിക്കലും (choice of narrator) കഥ ഏതു നില പാടിൽനിന്നുകൊണ്ട് പറയപ്പെടുന്നു എന്നതും (choice of position).

* എം.പി.പോൾ, ചെറുകഥാപ്രസ്ഥാനം (1932), ആറാംപതിപ്പ്, പ്രസാ. സാഹിത്യപ്രവർത്തക സഹകരണസംഘം, കോട്ടയം, പുറം. 125–144.

ആഖ്യാതാവിനെ നിർണ്ണയിക്കുന്ന കാര്യത്തിൽ ഒരു ചെറുകഥാകൃത്തിന്റെ മുമ്പിൽ രണ്ടു സാദ്ധ്യതകൾ തുറന്നുകിടപ്പുണ്ട്. അയാൾക്ക് ഒന്നുകിൽ ഉത്തമപുരുഷൻ ഏകവചനം ("I") ഉപയോഗപ്പെടുത്താം. അതല്ലെങ്കിൽ തൃതീയപുരുഷനിലൂടെ ("he") കഥ പറയാം. സ്വാഭാവികമായും 'ഞാൻ' പ്രധാനകഥാപാത്രമായി വന്നു കൊണ്ടു പറയുന്ന കഥ അതിന്റെ ഉള്ളടക്കത്തിലും ഘടനയിലും പദശില്പത്തിലുമെല്ലാം 'അയാളു'ടെ കാഴ്ചപ്പാടിൽ നിന്നുകൊണ്ട് ആഖ്യാനം ചെയ്യപ്പെടുന്ന കഥയിൽനിന്ന് വിഭിന്നമായിരിക്കും. സാങ്കൽപികമായ ഒരു കഥാസന്ദർഭത്തിലൂടെ ഇക്കാര്യം വ്യക്തമാക്കാം. ഒരെഴുത്തുകാരൻ വിപ്ലവത്തിന്റെ വിജയത്തെ ആസ്പദമാക്കി ഒരു കഥ എഴുതുകയാണെന്നിരിക്കട്ടെ. അയാൾ വിപ്ലവത്തെ സ്വാഗതം ചെയ്യുന്ന ഒരുവനാണെന്നു കരുതുക. ഒന്നുകിൽ അയാൾക്കു തന്റെ പ്രധാന കഥാപാത്രത്തിന്റെ ഓർമ്മകളിലൂടെയും ചിന്തകളിലൂടെയും കഥ അവതരിപ്പിക്കാവുന്നതാണ്. ഈ കഥാപാത്രം പരിമിതമായ വിദ്യാഭ്യാസമുള്ള, ഇടുങ്ങിയ ചിന്താഗതി വച്ചു പുലർത്തുന്ന, ഫലത്തിൽ വിപ്ലവത്തിനുമുമ്പുള്ള സാമൂഹ്യവ്യവസ്ഥിതിയുടെ മാപ്പുസാക്ഷിയായി മാറിയ ഒരാളാണെന്നു സങ്കല്പിക്കുക. സ്വാഭാവികമായും അയാളുടെ മാനസികഘടനയായിരിക്കും കഥയുടെ ഉള്ളടക്കത്തേയും ശൈലിയേയും നിർണ്ണയിക്കുന്നത്. കഥാകൃത്ത് വായനക്കാരിൽ വിപ്ലവത്തിന് അനുകൂലമായ എന്തെങ്കിലും പ്രതികരണം സൃഷ്ടിക്കാൻ ഉദ്ദേശിച്ചിട്ടുണ്ടെങ്കിൽ പരോക്ഷമായ മാർഗ്ഗങ്ങളിലൂടെ – ഉദാഹരണത്തിന് ഐറണിയുടെ പ്രയോഗത്തിലൂടെ – മാത്രമേ അതു സാക്ഷാത്കരിക്കാനാവൂ. (ഒ.വി.വിജയൻ 'അരിമ്പാറ' എന്ന നീണ്ടകഥയിൽ ഫാസിസ്റ്റ് മനഃശാസ്ത്രത്തിന്റെ രോഗാതുരമായ ആകർഷണത്തിനു അടിപ്പെടുന്ന ഒരാളുടെ സ്മൃതിധാരയിലൂടെ സമകാലിക ഇന്ത്യൻ രാഷ്ട്രീയത്തിൽ വളർച്ചപൂണ്ട വിപത്ത് ആവിഷ്കരിച്ചതോർമ്മയില്ലേ?) മറ്റൊരു രീതിയിൽ പറഞ്ഞാൽ ഒരു ചെറുകഥാകൃത്ത് ഉത്തമപുരുഷനിലൂടെ കഥ പറയാൻ മുതിരുമ്പോൾ ഫലത്തിൽ അയാൾ ആ കഥയിൽ നിന്ന് സ്വയം വേർപ്പെടുത്തുകയാണ് ചെയ്യുന്നത്. കഥാകൃത്ത് തന്റെ ആഖ്യാനകാരന്റെ ജീവിതപശ്ചാത്തലത്തോടും സ്വഭാവപ്രത്യേകതകളോടും ശൈലിയോടും കൂറു പുലർത്താൻ ബാദ്ധ്യസ്ഥനാണിവിടെ. എന്നാൽ, ഇതേ കാഥികൻ സർവ്വജ്ഞനും സർവ്വവ്യാപിയുമായി നിലകൊണ്ടുകൊണ്ട് തൃതീയപുരുഷാഖ്യാനരീതി അവലംബിച്ച് കഥ പറയുകയാണെങ്കിലോ? അപ്പോൾ, തന്റെ മുഖ്യകഥാപാത്രത്തിനും വായനക്കാർക്കുമിടയിൽ തോന്നുമ്പോഴെല്ലാം കടന്നുവരാനും വേണ്ടിവന്നാൽ അഭിപ്രായപ്രകടനം നടത്താനും അയാൾക്കു സ്വാതന്ത്ര്യമുള്ളതുകൊണ്ട്, കഥയുടെ സ്വരവും ശൈലിയും തികച്ചും വേറൊന്നായിരിക്കും; ആ സ്വരവും ശൈലിയും കാഥികന്റെ സ്വന്തമായിരിക്കും. ഒരുപക്ഷേ, ഇതിനുമപ്പുറം, പ്രസ്തുത കഥയുടെ ഉള്ളടക്കം തന്നെ വ്യത്യാസപ്പെടാനിടയുണ്ട്. കാരണം കഥാഖ്യാനം ഈ മട്ടിലാകുമ്പോൾ വിപ്ലവത്തിന്റെ നേർക്കുള്ള കാഥികന്റെ മനോഭാവം കഥയിൽ കുതിർന്നിറങ്ങാനുള്ള അവസരം തുറന്നുകിടപ്പാണ്.

ഒരു ചെറുകഥയുടെ ഉള്ളടക്കവും ഭാഷാരീതിയും അതു വായനക്കാരിൽ ഉളവാക്കുന്ന വൈകാരിക പ്രതികരണവും ഒരുക്കൂട്ടുന്നതിൽ ആഖ്യാനക്കാരനെ നിശ്ചയിക്കൽ കാതലായൊരംശമാണെന്ന് ഇതിൽ നിന്നു തെളിയുന്നു. എന്നാൽ ഇതിനെക്കാൾ പ്രാധാന്യമർഹിക്കുന്ന ഒരു വസ്തുതയാണ് കഥ ഏതു നിലപാടിൽ നിന്നുകൊണ്ട് പറയപ്പെടുന്നു എന്നത് – അതായത് ആഖ്യാതാവിനു കഥയുമായുള്ള ബന്ധത്തിന്റെ ശരിയായ സ്വഭാവം. എന്നാൽ ഈയൊരു ഘടകം ചർച്ചയ്ക്കെടുക്കുമ്പോൾ പലതരം ചേരുവകൾക്കും കൂടിക്കലർപ്പുകൾക്കുമുള്ള സാദ്ധ്യത കൂടി നാം കണക്കിലെടുക്കേണ്ടിയിരിക്കുന്നു. ഒരറ്റത്ത് റോബർട്ട് പെൻ വാറൻ വിശാലദൃശ്യം (panoramic) എന്നു വിശേഷിപ്പിച്ചിട്ടുള്ള രീതി മുതൽ (ഒരു കഥ നിരന്തരം മാറിക്കൊണ്ടിരിക്കുന്ന സ്ഥാനങ്ങളിൽനിന്നുകൊണ്ട് ആഖ്യാനം ചെയ്യുന്ന രീതി) മറ്റേത്തലയ്ക്കൽ പെൻ വാറൻ തന്നെ നിഷ്കൃഷ്ടമായ നിരീക്ഷണകേന്ദ്രം (strict focus) എന്നു വിളിക്കുന്ന സമ്പ്രദായം വരെ (നന്നെ സൂക്ഷ്മതയോടെ സംവിധാനം ചെയ്യപ്പെട്ടിട്ടുള്ള ആത്മനിഷ്ഠമായ ചില ചെറുകഥകളിൽ കണ്ടുവരുന്ന ആഖ്യാനരാശിയാണിത്) കൗതുകകരമായ പലതരം വീക്ഷണരീതികൾ ആധുനിക ചെറുകഥകളിൽ പരീക്ഷിക്കപ്പെട്ടിട്ടുണ്ട്. ഇവയ്ക്ക് ഇടയിലുള്ള വ്യതിയാനങ്ങളും സൂക്ഷ്മഭേദങ്ങളും തട്ടിക്കഴിച്ചാൽ, ഒരു ചെറുകഥാകൃത്തിന് പ്രധാനമായും നാലു സ്ഥാനങ്ങളിൽനിന്നുകൊണ്ടു കഥ പറയാനുള്ള സ്വാതന്ത്ര്യമുള്ളതായി കാണാം. സർവ്വജ്ഞനായ ഒരാളുടെ വീക്ഷണം (Omniscient Point of View), പ്രധാന കഥാപാത്രത്തിന്റെ കാഴ്ചപ്പാടിലൂടെയുള്ള കഥപറച്ചിൽ (Central Omniscient or limited Omniscient Point of View), കഥയിലെ ഒരപ്രധാന കഥാപാത്രത്തിന്റെ കണ്ണിലൂടെ കാര്യങ്ങൾ കാണുന്ന രീതി (Peripheral Point of View), കഥാകൃത്ത് തീർത്തും പുറത്തുനിന്നുകൊണ്ട് വസ്തുനിഷ്ഠമായി കഥയെ സമീപിക്കുന്ന സമ്പ്രദായം (Objective Point of View) എന്നിവയാണ് അവ.

മുകളിൽ സൂചിപ്പിച്ചതുപോലെ, സുശിക്ഷിതനായ ഒരു വായനക്കാരനെ സംബന്ധിച്ചിടത്തോളം ഒരു ചെറുകഥയിലെ വീക്ഷണരീതിയെക്കുറിച്ചുള്ള ധാരണ, അതിനുള്ളിലെ സംഘർഷങ്ങളുടെ സ്വഭാവം കണ്ടെത്തുന്നതുപോലെയും പ്രമേയം വ്യാഖ്യാനിക്കുന്നതുപോലെയുംതന്നെ വിലപ്പെട്ട കാര്യമാണ്.* കഥ പറയുന്ന ആൾ ആരാണ്, അയാളുടെ പരിമിതികൾ എന്തൊക്കെയാണ്, കഥയിലുള്ള അയാളുടെ പങ്കാളിത്തം, അതല്ലെങ്കിൽ കഥയിൽനിന്ന് അയാൾ പുലർത്തുന്ന അകൽച്ച ഏതുതരത്തിലുള്ളതാണ്, എന്നുള്ള കാര്യങ്ങൾ വേണ്ടതരത്തിൽ പരിഗണിക്കാതെ

* എം.പി. പോളിനുശേഷം ചെറുകഥാസാഹിത്യത്തെ സംബന്ധിച്ച് ഗൗരവപൂർണ്ണമായ പഠനം നടത്തിയ എം. അച്ചുതൻ ഇക്കാര്യം സൂചിപ്പിക്കുന്നുണ്ട്. ചെറുകഥ ഇന്നലെ ഇന്ന് (1973), രണ്ടാം പതിപ്പ്, പ്രസാ. സാഹിത്യപ്രവർത്തക സഹകരണസംഘം, കോട്ടയം, പുറം. 295–300.

കഥയിലെ ഇതരഘടകങ്ങളെ പൂർണ്ണമായി ഉൾക്കൊള്ളാൻ നമുക്കു സാധിച്ചുവെന്നുവരില്ല. ഇത്തരുണത്തിൽ നമ്മുടെ ആദ്യത്തെ കർത്തവ്യം കഥാഖ്യാനത്തിന്റെ വീക്ഷണകോടി ഏതാണെന്നു തിരിച്ചറിയുകയും ഒപ്പം കഥാകൃത്ത് എന്തുകൊണ്ട് ഈ വീക്ഷണസ്ഥാനംതന്നെ തിരഞ്ഞെടുത്തു, മറ്റൊന്ന് വേണ്ടെന്നുവെച്ചു എന്നു കണ്ടെത്താൻ ശ്രമിക്കുകയുമാണ്. ഇതിലേക്കുള്ള ഏറ്റവും ലളിതമായ ചുവടുവെയ്പ് ഇതായിരിക്കും: ഏതു കഥാപാത്രത്തിന്റെ (കഥാപാത്രങ്ങളുടെ) ഹൃദയഗതികളിലേക്കാണ് രചയിതാവ് നമുക്ക് ഏറ്റവുമധികം പ്രവേശനമനുവദിക്കുന്നതെന്ന് സ്വയം ചോദിക്കുക.

ഈ അന്വേഷണത്തിന്റെ അടുത്തപടി കുറെക്കൂടി സൂക്ഷ്മ വൈദഗ്ദ്ധ്യം ആവശ്യപ്പെടുന്ന ഒന്നാണ്. നോവലിന്റെ സൗന്ദര്യശാസ്ത്രം സംബന്ധിച്ച ആധുനികകാലത്തെ പഠനങ്ങളിൽ ഒരു ഗതിമാറ്റംകുറിച്ച തന്റെ പുസ്തകത്തിൽ (Rhetoric of Fiction) വെയ്ൻ ബൂത്ത് അവതരിപ്പിച്ച ആഖ്യാനകാരന്റെ പ്രാമാണികത (authority of the narrator) എന്ന ആശയവുമായി ബന്ധപ്പെട്ടുകിടക്കുന്ന ഒന്നാണിത്. ഇതു തീരുമാനിക്കാൻ എളുപ്പവഴിയൊന്നുമില്ല; കഥയിലെ വീക്ഷണരീതി എന്നതുപോലെ ഇതും പല വ്യതിയാനങ്ങൾക്കും വിധേയമായ ഒന്നാണ്. ഓരോ കഥയുടെ പിന്നിലും ഒരു കഥപറച്ചിലുകാരനുണ്ട്. ഇത് എഴുത്തുകാരൻ തന്നെയാവാം, അതല്ലെങ്കിൽ കഥയിൽ മറഞ്ഞുകിടക്കുന്ന, അതേസമയം ആരെന്നു വ്യക്തമായി സൂചിപ്പിക്കപ്പെടുന്ന ഒരാഖ്യാനകാരനാവാം (implied narrator). ചിലപ്പോൾ കഥയിലെ പ്രധാന കഥാപാത്രം തന്നെയായിരിക്കും വക്താവ്. ഒരപ്രധാന കഥാപാത്രത്തെക്കൊണ്ട് കഥ പറയിക്കുന്ന വിഷമകരമായ സങ്കേതവും ആധുനികസാഹിത്യത്തിൽ നമുക്കു പരിചിതമാണ്. ഇതിനെല്ലാം പുറമെ അജ്ഞാതനാമാവായ ഒരാളിലൂടെയോ, ഒരുകൂട്ടം കഥാപാത്രങ്ങളിലൂടെയോ ആഖ്യാനം നിർവ്വഹിക്കുന്ന രീതിയും ചുരുക്കം ചില പാശ്ചാത്യ ചെറുകഥകളിൽ പരീക്ഷിക്കപ്പെട്ടിട്ടുണ്ട്. ഒരു കഥയിൽനിന്ന് വായനക്കാർക്ക് എന്തു ലഭിക്കുന്നു എന്നത് - കഥ ഉല്പാദിപ്പിക്കുന്ന അർത്ഥം - കഥ പറച്ചിലുകാരന്റെ വിശ്വാസ്യതയെ (Reliability) ആശ്രയിച്ചിരിക്കുന്നു. വിശ്വാസ്യത എന്ന സംജ്ഞയ്ക്ക് ഇവിടെ നിശ്ചിതമായൊരു വിവക്ഷയുണ്ട്. ഇതുകൊണ്ടർത്ഥമാക്കുന്നത് കഥയിലെ ആഖ്യാനകാരൻ കഥയിൽ വിവരിച്ചിട്ടുള്ള അനുഭവത്തെ വ്യാഖ്യാനിക്കുന്ന രീതി, ആ അനുഭവത്തിന്റെ നേർക്കുള്ള അയാളുടെ മനോഭാവം കഥാകൃത്തിന്റെ വ്യാഖ്യാനത്തോടും മനോഭാവത്തോടും എത്രമാത്രം പൊരുത്തപ്പെട്ടിരിക്കുന്നു എന്നതൊക്കെയാണ്. ആർജ്ജവമുള്ള ഏതു ചെറുകഥയുടേയും പിന്നിൽ ജീവിതത്തെക്കുറിച്ചും മനുഷ്യാവസ്ഥയെക്കുറിച്ചും ചില ധാരണകൾ വെച്ചുപുലർത്തുന്ന ഒരെഴുത്തുകാരനെ കണ്ടെത്താൻ കഴിയും. ഈ ധാരണകൾ വായനക്കാർക്കു സംവേദനം ചെയ്യാൻ ഏറ്റവും ഫലപ്രദമായ മാർഗ്ഗം കണ്ടെത്തനായിരിക്കും അയാളുടെ ശ്രമം. സാധാരണഗതിയിൽ, ഒരു ചെറുകഥ സർവ്വജ്ഞ

വീക്ഷണരീതിയാണ് അവലംബിക്കുന്നതെങ്കിൽ - അതായത് കഥ പറയുന്ന ആൾ നേരിട്ടു തന്റെ കഥയെ വ്യാഖ്യാനിക്കുമ്പോൾ - നമുക്കു അനുമാനിക്കാം, ആഖ്യാനകാരൻ ഏറെക്കുറെ സത്യസന്ധനും വിശ്വസനീയനുമാണെന്ന്. ഒരു ചെറുകഥ തീർത്തും വസ്തുനിഷ്ഠമായ വീക്ഷണകോണിൽ നിന്നുകൊണ്ട് രചിക്കപ്പെട്ടതാവട്ടെ, അപ്പോഴും നമുക്കു ഇതേ നിഗമനത്തിൽ ചെന്നെത്താവുന്നതാണ്. എന്നാൽ ഇത്തരം കഥകളിലൂടെ സൂചിതാഖ്യാനകാരൻ എല്ലായ്പോഴും കഥാകൃത്തിന്റെ വക്താവോ പ്രതിനിധിയോ ആയിരിക്കണമെന്നില്ല. താനൊഴികെയുള്ള വേറൊരു കഥാപാത്രത്തിന്റെ കണ്ണിലൂടെ സംഭവങ്ങൾ വിവരിക്കാൻ ചെറുകഥാകൃത്ത് എപ്പോൾ മുതിരുന്നുവോ അപ്പോൾതൊട്ട് ആഖ്യാനകാരന്റെ വിശ്വാസ്യത സംശയാസ്പദമായിത്തീരുന്നു. കാരണം ഈ കഥാപാത്രം സ്രഷ്ടാവിന്റെ സ്വന്തം സ്വരമല്ല കേൾപ്പിക്കുന്നത്. ജോസഫ് കോൺറഡിന്റെ കഥാസാഹിത്യത്തിൽ സാധാരണയായി പ്രത്യക്ഷപ്പെടുന്ന മാർലൊ എന്നൊരാഖ്യാനകാരനുണ്ട്. മാർലൊ ഏറെക്കുറെ നമുക്കു നമ്പാവുന്ന ഒരു കഥാപാത്രമാണ്. വർഗ്ഗബന്ധങ്ങളെക്കുറിച്ചും അധികാരത്തെക്കുറിച്ചും തിന്മയെക്കുറിച്ചും കോൺറഡിനുള്ള അഭിപ്രായം തന്നെയാണ് അയാളുടെ വിവരണങ്ങളിൽ പ്രതിധ്വനിക്കുന്നത്. നേരെമറിച്ച് അമേരിക്കൻ കാഥികനായ റിങ് ലാർഡ്നറുടെ ആഖ്യാനകാരന്മാർ സത്യനിഷ്ഠയില്ലാത്തവരാണ്, അവർ പറയുന്നത് പൊളിയാണെന്നു മനസ്സിലാക്കി നാം മിക്കപ്പോഴും അവരുടേതിൽനിന്ന് തീർത്തും വിപരീതമായ ഒരു വ്യാഖ്യാനത്തെ എത്തിപ്പിടിക്കുന്നു. ഈ രണ്ടറ്റങ്ങൾക്കിടയിൽ, സത്യസന്ധതയുടെ കാര്യത്തിൽ പല തട്ടുകളിൽ നിൽക്കുന്ന ആഖ്യാനകാരന്മാരെ വീക്ഷണകോണസങ്കേതമവലംബിച്ച് എഴുതപ്പെട്ട ആധുനിക ചെറുകഥകളിൽ കണ്ടെത്താൻ കഴിയും. ഒരു കുട്ടിയുടെ നിലപാടിലൂടെ പറയപ്പെടുന്ന ഒരു കഥയെ സംബന്ധിച്ചിടത്തോളം, അല്ലെങ്കിൽ മന്ദബുദ്ധിയോ വിഡ്ഢിയോ ആയ ഒരുവന്റെ വാക്കുകളിലൂടെ ചുരുളഴിയുന്ന ഒരു കഥ വായിച്ചാസ്വദിക്കുമ്പോൾ, ആഖ്യാനകാരന്റെ ധാരണാശക്തിയുടെ പരിമിതികൾക്കുവേണ്ടത്ര ഇളവ് അനുവദിച്ചുകൊടുത്തതിനുശേഷം മാത്രമേ പ്രസ്തുതകഥയിലൂടെ എഴുത്തുകാരൻ വായനക്കാരോട് എന്താണ് പറയാൻ ഉദ്ദേശിച്ചതെന്ന് കണ്ടെത്താനാവൂ.

ആധുനിക ചെറുകഥാകൃത്തായ എം. മുകുന്ദന്റെ കലാസപര്യയെ മുൻനിർത്തി ഈ പ്രശ്നത്തിന്റെ വിഭിന്നമാനങ്ങൾ ചർച്ച ചെയ്യാനാണ് ഞാനിവിടെ ശ്രമിക്കുന്നത്. തന്റെ കാഥികജീവിതത്തിന്റെ വ്യത്യസ്തഘട്ടങ്ങളിൽ മുകുന്ദൻ അവലംബിച്ച ആഖ്യാനസങ്കേതങ്ങളുടെ സ്വഭാവം കണ്ടെത്താനും ആ സങ്കേതങ്ങൾ അദ്ദേഹത്തിന്റെ മാറിക്കൊണ്ടിരിക്കുന്ന കൗതുകങ്ങളും വിഹ്വലതകളും പകർന്നുതരുന്നതിൽ എത്രമാത്രം ഉപകരിച്ചു എന്നു മനസ്സിലാക്കാനുമുള്ള സംരംഭമാണിത്. അവസാനവിശകലനത്തിൽ, ഒരു ചെറുകഥാകൃത്ത് അവലംബിക്കുന്ന വീക്ഷണരീതിക്കു

പിന്നിൽ കലാത്മകമെന്നതുപോലെ പ്രത്യയശാസ്ത്രപരമെന്നോ തത്ത്വചിന്താപരമെന്നോ വിവരിക്കാവുന്ന ഒരു തിരഞ്ഞെടുപ്പ് അന്തർഭവിച്ചിരിക്കുന്നു. ആധുനികനോവലിന്റെ ശില്പസങ്കീർണ്ണത ചർച്ച ചെയ്യുന്നതിനിടയിൽ പല വിമർശകന്മാരും എടുത്തുകാട്ടിയിട്ടുള്ള ഒരു വസ്തുതയാണിത്. ഉദാഹരണത്തിന് ജെയിംസ് ജോയ്സും വിർജീനിയാ വുൾഫും വില്യം ഫോക്നറും. എന്തുകൊണ്ട് വിക്ടോറിയൻ നോവലിസ്റ്റുകളെപ്പോലെ കഥാപാത്രങ്ങളോട് ഈശ്വരതുല്യം പെരുമാറുന്ന ആഖ്യാതാവിന്റെ നിലപാടിൽനിന്നുകൊണ്ട് സംഭവങ്ങളെ വീക്ഷിക്കാൻ മുതിർന്നില്ല, പകരം അവർ എന്തുകൊണ്ട് ഒറ്റപ്പെട്ട കഥാപാത്രങ്ങളുടെ മാനസികഫലകത്തിലൂടെ കടന്നുപോകുന്ന സൂക്ഷ്മാനുഭവങ്ങൾ ആവിഷ്കരിച്ചു തൃപ്തിയടഞ്ഞു എന്നുള്ള അന്വേഷണം നമ്മെ ഒടുവിൽ കൊണ്ടുചെന്നെത്തിക്കുന്നത് താത്ത്വികമായൊരു മേഖലയിലായിരിക്കും. ആധുനിക നോവലിസ്റ്റുകളെ സംബന്ധിച്ചിടത്തോളം സർവ്വജ്ഞനും സർവ്വവ്യാപിയുമായ കഥപറച്ചിലുകാരന്റെ നിലപാടുതറയിൽനിന്നുള്ള പിൻതിരിയൽ ഒരു സാമൂഹ്യദർശനത്തിന്റെ അപചയവുമായോ, പണ്ടുള്ള മൂല്യവ്യവസ്ഥിതിയുടെ തിരോധാനവുമായോ ഒക്കെ ബന്ധപ്പെട്ടുകിടക്കുന്ന ഒരു വസ്തുതയാണ്. എഴുത്തുകാർക്കും സമൂഹത്തിനുമിടയിലുണ്ടായിരുന്ന പൊതുവിശ്വാസങ്ങളുടെ തകർച്ച, അബോധമനസ്സിന്റെ പ്രവർത്തനം സംബന്ധിച്ച ഫ്രോയ്ഡിന്റെ കണ്ടെത്തലുകൾ മനുഷ്യവ്യക്തിത്വത്തെക്കുറിച്ചുള്ള ധാരണകളിൽ വരുത്തിയ മാറ്റങ്ങൾ, ബെർഗ്സന്റെ കാലസങ്കല്പം, ഐൻസ്റ്റീന്റെ സാപേക്ഷികതാസിദ്ധാന്തം പ്രപഞ്ചത്തിൽ മനുഷ്യനുള്ള സ്ഥാനം സംബന്ധിച്ച് കാഴ്ചവെച്ച പുതിയ നിർവ്വചനങ്ങൾ, 'ആത്മനിഷ്ഠതയാണ് സത്യം' എന്നു വെളിപാടുകൊണ്ട കീർക്കഗോറിന്റെ കാലംതൊട്ട് കേവലമായ ഉൺമയേയും സമഗ്രമായ ജ്ഞാനസമ്പാദനത്തേയും നിരാകരിക്കുന്ന രീതിയിൽ അസ്തിത്വചിന്തയിൽ രൂപംകൊണ്ട പ്രവണതകൾ, ഇവയുടെയെല്ലാം പരിണതഫലമാണ് ആധുനികനോവലിൽ കാണുന്ന മാമൂൽവിരുദ്ധമായ ആഖ്യാനസങ്കേതങ്ങൾ. ഇവിടെ എം. മുകുന്ദന്റെ സൃഷ്ടികളെ ആസ്പദമാക്കി കഥാകഥനരീതിയുടെ നൂതനസാദ്ധ്യതകൾ മനസ്സിലാക്കാൻ ശ്രമിക്കുന്നതോടൊപ്പം ഈയൊരു സംഗതിയിൽക്കൂടി വിരലൂന്നാൻ ഞാനാഗ്രഹിക്കുന്നു. മുകുന്ദന്റെ സാഹിത്യജീവിതത്തിന്റെ ആദ്യപകുതിക്ക് പ്രാതിനിധ്യം വഹിക്കുന്ന അര ഡസൻ ചെറുകഥകളാണ് നമ്മുടെ മുൻപിലുള്ളത്. കാഥികൻ എന്ന നിലയിൽ മുകുന്ദൻ കടന്നുപോയ വളർച്ചയുടെ ഘട്ടങ്ങൾ വ്യക്തമാക്കിത്തരുന്ന രചനകളാണിവ. ചുറ്റുപാടുകളോട് എന്നും സജീവമായി പ്രതികരിച്ചുപോന്നിട്ടുള്ള ഈ എഴുത്തുകാരന്റെ ചിന്താജീവിതത്തിൽ ഉഴറിക്കൂടിയ പ്രത്യയശാസ്ത്രപരവും ദാർശനികവുമായ പലതരം പ്രലോഭനങ്ങൾ ഇവയിൽ പതിഞ്ഞുകിടപ്പുണ്ട്. അവ സാക്ഷാത്കരിക്കുന്നതിനിടയിൽ അദ്ദേഹം അയവും ദീപ്തിയുമുള്ള ഒരു കാവ്യോപകരണമായി കഥാരൂപത്തെ എങ്ങനെ മാറ്റിയെടുത്തു എന്ന നിലയിൽക്കൂടി ഈ അന്വേഷണം വ്യാപിക്കേണ്ടിയിരിക്കുന്നു.

ഒന്ന്

എസ്.കെ. പൊറ്റെക്കാട്ടിന്റേയും എം.ടി. വാസുദേവൻനായരുടേയും കാൽവയ്പുകൾ പിന്തുടർന്നുകൊണ്ട് സാഹിത്യവേദിയിൽ കടന്നുവന്ന മുകുന്ദൻ തനിക്കു പരിചയമുള്ള നാട്ടിൻപുറത്തിന്റെ കഥകളാണ് ആദ്യ മാദ്യം എഴുതിയത്. കുടുംബജീവിതത്തിലെ പൊരുത്തക്കേടുകൾ, ശരാശരി മനുഷ്യരുടെ കൊച്ചുകൊച്ചു സ്വപ്നങ്ങൾ, പഞ്ഞത്തിലും തൊഴിലില്ലായ്മയിലും ആണ്ടുകിടക്കുന്ന സാധാരണക്കാരുടെ ദൈനം ദിനസമരങ്ങൾ, ഗ്രാമീണജീവിതത്തിൽ പൊടുന്നനെ ജ്വലിച്ചുയരുന്ന സ്പർദ്ധയും പകയും നേർവരയിൽനിന്ന് തെറ്റിനടക്കുന്ന വ്യക്തികളുടെ ഗൗരവം കലർന്ന ചാപല്യങ്ങൾ – ഇതൊക്കെയാണ് 1962–67 കാലഘട്ട ത്തിൽ അദ്ദേഹമെഴുതിയ കഥകളുടെ പ്രതിപാദ്യം. ഈ വിഭാഗത്തിൽ പ്പെടുന്ന കഥകളുടെ കൂട്ടത്തിൽ ശകലം അസാധാരണത്വം കലർന്ന ഒരു രചനയാണ് 'മുലപ്പാൽ'.*

മുഴുപ്പുള്ള ഒരു സംഭവം, ലഘുവായ മനഃശാസ്ത്രനിരീക്ഷണങ്ങൾ, 'നാടകീയ'മായ പര്യവസാനം, നാടൻ ഭാഷാരീതി, ഇത്രയുമടങ്ങിയ റിയ ലിസ്റ്റിക് കഥാരൂപം മുകുന്ദന് എത്ര വേഗത്തിൽ വഴങ്ങിക്കിട്ടി എന്നതിനു തെളിവാണ് 'മുലപ്പാൽ'. കഥാകൃത്തിവിടെ എല്ലാമറിയുന്ന ആളായി, അടക്കിപ്പിടിച്ച ഉദ്വേഗത്തോടെ, മാറിനിന്നുകൊണ്ട് സംഭവങ്ങൾ വിവരി ക്കുകയാണ് ചെയ്യുന്നത് (Omniscient Point of View). കഥയിലെ പ്രധാന സന്ദർഭത്തിനടിയിൽ മറഞ്ഞുകിടക്കുന്ന തീവ്രമെന്നോ ആദിമമെന്നോ വിശേഷിപ്പിക്കാവുന്ന മനഃശാസ്ത്രപരമായ പൊരുൾ മെല്ലെ ആളിപ്പിടി ക്കാൻ അനുവദിക്കുന്ന ഒരു രീതിയാണിത്. ഇവിടെ നാം കാണുന്ന കൊച്ചുകുടുംബത്തിന്റെ നാലുചുവരുകൾക്കുള്ളിൽ നടക്കുന്ന സംഘട്ടനം മൂകവും അഗാധവുമായ ഒന്നാണ്: അതിൽ പങ്കാളികളായവർക്ക് ഒരി ക്കലും പിടികൊടുക്കാത്ത ബോധാതീതമായ (subliminal) ഒരു തലം അതിൽ ഉൾച്ചേർത്തിരിക്കുന്നു. ബാഹ്യമായ വിവരണങ്ങളെമാത്രം ആശ്രയിച്ചുകൊണ്ട് ഇത് പുറത്തെടുത്തു കാണിക്കാൻ ശ്രമിക്കുമ്പോൾ കഥാകൃത്ത് എത്രമാത്രം നിയന്ത്രണം പാലിക്കേണ്ടതുണ്ട് എന്നു വെളി വാക്കുന്ന ഒന്നാണ് 'മുലപ്പാലി'ന്റെ ചിട്ടയൊപ്പിച്ച സംവിധാനരീതി.

നായകനായ രാജു അമ്മയുടെ അമിത സംരക്ഷണം ലഭിച്ച കുട്ടി യാണെന്ന് കഥ പുരോഗമിക്കുംതോറും വ്യക്തമായിത്തീരുന്നു. അമ്മ രണ്ടാമതും പ്രസവിക്കുന്നതോടുകൂടി രാജുവിന്റെ മുന്നിൽ പുതിയ പ്രശ്ന ങ്ങളുയരുകയാണ്. തന്റേതു മാത്രമായിരുന്ന പ്രത്യേകാവകാശം കവർന്നെ ടുത്ത് അമ്മയുടെ മടിയിലിരുന്ന് മുലപ്പാലീമ്പുന്ന ഇളയവന്റെ നേർക്കുള്ള രാജുവിന്റെ വെറുപ്പ് ഒരു പുരാതനശത്രുവിന്റെ സാന്നിദ്ധ്യത്തിൽ

* 'മുലപ്പാൽ', മുകുന്ദന്റെ കഥകൾ (ഒന്നാം പതിപ്പ്). പ്രസാ. ഡി.സി.ബുക്സ്, കോട്ടയം, 1982. പുറം. 102–108.

കൂടുതൽ ഉള്ളിലോട്ട് നീറിപ്പടർന്നുകാണണം. അച്ഛന്റെ പ്രതികാരനടപടികൾ അവന്റെ കുരുന്നുമോഹത്തിന് ഒന്നുകൂടി ശക്തിപകരുന്നു. (ഇടയിൽ ഒരു ചോദ്യം. അച്ഛൻ രാജുവിനെ ശിക്ഷിക്കുന്നതിന്റെ വിവരണത്തിൽ, ഭാര്യയുടെ ആരോഗ്യനിലയെക്കുറിച്ചുള്ള അയാളുടെ ഉത്ക്കണ്ഠയെക്കാളധികം ശരിക്കുമൊരു പ്രതിയോഗിയുടെ മുഴുത്ത ക്രോധമല്ലേ നിഴലിക്കുന്നത്?) ഈ പ്രതിസന്ധിയിലൊക്കെ അമ്മ തന്നോടൊപ്പമുണ്ടെന്ന് അവന് ഉറപ്പുണ്ട്. ആ തോന്നൽകൂടിയാണ് മുലപ്പാലിനുവേണ്ടിയുള്ള ആവശ്യത്തിൽ പിടിച്ചുനിൽക്കാൻ അവനു ധൈര്യം പകരുന്നത്. കഥയുടെ അവസാനത്തിൽ അമ്മയുടെ ദേഹത്തുനിന്ന് എടുത്തുമാറ്റപ്പെട്ട് ഉമ്മറത്ത് നിലാവെളിച്ചത്തിൽ പാൽചുരത്തുന്ന പട്ടിയുടെ അകിടുകൾക്കരികിൽ കുനിഞ്ഞിരിക്കുന്ന രാജു എന്റേയും നിങ്ങളുടേയും ബാല്യാനുഭവങ്ങളിൽ കല്ലിച്ചുകിടക്കുന്ന, നമ്മളിൽ കുറച്ചുപേരുടെയെങ്കിലും വ്യക്തിത്വത്തിൽ സ്ഥായിയായ വൈകാരികാഘാതമേല്പിച്ച, ഒരു ശിക്ഷാവിധിയുടെ ഓർമ്മയുണർത്തുന്നു.

ശരി, രാജുവിന്റെ കാഴ്ചപ്പാടിൽ നിന്നായിരുന്നു ആഖ്യാനമെങ്കിൽ 'മുലപ്പാലി'ലെ ഈഡിപ്പൽ സ്പർദ്ധയ്ക്ക് കൂടുതൽ തിളക്കം കിട്ടുമായിരുന്നുവോ? കുട്ടിക്കാലംവിട്ട് കൗമാരത്തിലേക്കു കടക്കുന്ന രാജു തന്റെ വൈകാരികമണ്ഡലത്തിൽ ആഴത്തിൽ പോറലേല്പിച്ച ഒരു സംഭവത്തിന്റെ ഓർമ്മ മനസ്സിലിട്ട് കടയുന്ന രീതിയിലായിരുന്നു ഈ കഥ രൂപപ്പെടുത്തിയിരുന്നതെങ്കിൽ കഥാന്തരീക്ഷത്തിലെ ഫ്രോയിഡിയൻ അനുരണനങ്ങൾ കുറെക്കൂടി ഗൂഢവും വശ്യവുമായി തീരുമായിരുന്നില്ലേ? ഈ സന്ദർഭത്തിൽ ഫ്രാങ്ക് ഓ' കോണറുടെ 'എന്റെ ഈഡിപ്പസ് കോംപ്ലെക്സ്' എന്ന ആർദ്രമനോഹരമായ ചെറുകഥ ഞാൻ ഓർമ്മിച്ചുപോവുകയാണ്. (Frank O'Connor, "My Oedipus Complex") ഒന്നാംലോകമഹായുദ്ധം അവസാനിച്ചതിനെത്തുടർന്ന് വീട്ടിൽ തിരിച്ചെത്തിയ അച്ഛനിൽ തന്റെ എതിരാളിയെ കണ്ടെത്തുന്ന ലാറി എന്ന അഞ്ചുവയസ്സുകാരന്റെ പരാതികളും പ്രതിഷേധവുമൊക്കെയാണ് ഈ കഥയുടെ പ്രതിപാദ്യം. ആഖ്യാനകാരൻ ലാറി തന്നെ; പക്ഷേ, അവൻ കുറെക്കൂടി മുതിർന്നതിനുശേഷം തന്റെ ബാല്യത്തിലെ മുറിപ്പാടുകൾ എടുത്തോമനിക്കുന്ന മട്ടിലാണ് പ്രതിപാദനം. ഒരർത്ഥത്തിൽ മുകുന്ദന്റെ കഥയിൽനിന്ന് വിപരീതമായ പ്രതികരണമാണ് ഓ'കോണറുടെ 'എന്റെ ഈഡിപ്പസ് കോംപ്ലെക്സ്' വായനക്കാരിൽ ജനിപ്പിക്കുന്നത്. മുകുന്ദൻ കരുണത്തിന്റെ അടിയൊഴുക്കുകലർന്ന ശോകഭാവമുണർത്താൻ ഉപയോഗിച്ച അതേ കഥാവസ്തുവിൽനിന്ന് ആ ഐറീഷ് കാഥികൻ ചിരിയിൽപ്പൊതിഞ്ഞ ആക്ഷേപഹാസ്യമുല്പാദിപ്പിക്കുന്നു. അമ്മയുടെമേൽ തനിക്കുണ്ടായിരുന്ന പ്രത്യേകാവകാശം കവർന്നെടുക്കാനെത്തിയ അപരിചിതനായ അച്ഛനെതിരായി ലാറി പയറ്റുന്ന അടവുകളും രണ്ടാമത്തെ കുട്ടിയുടെ ജനനത്തോടുകൂടി അവരിരുവരുടേയും ബന്ധത്തിലുണ്ടാവുന്ന രസകരമായ മാറ്റവും നർമ്മദീപ്തികലർന്ന ഭാഷയിലാണ് ഓ'കോണറുടെ കഥയിൽ ആവിഷ്കരണം

കണ്ടെത്തുന്നത്. എങ്കിലും ഈ രണ്ടു കഥകളും ചേർത്തുവെച്ചു പരിശോധിച്ചാൽ ഒരു കാര്യം വ്യക്തമാകാനിടയുണ്ട്. വിവരണത്തിന് കുട്ടിയുടെ കാഴ്ചപ്പാട് തിരഞ്ഞെടുത്തതിലൂടെ ഓ' കോണർ മറ്റുതരത്തിൽ അതിഭാവുകത്വത്തിലേക്കു തെന്നിവീഴുമായിരുന്ന കഥാംശങ്ങളുടെമേൽ പൂർണ്ണനിയന്ത്രണം നേടിയിരിക്കുന്നു.[1]

ഈയൊരു ശില്പ സാധ്യതയെക്കുറിച്ച് മുകുന്ദൻ ചെറിയതോതിൽ ബോധവാനായിരുന്നു എന്ന് കഥയുടെ മൂർദ്ധന്യത്തിലെത്തുമ്പോൾ നമുക്ക് തോന്നിയേക്കും. അച്ഛൻ കാണാതെ കിടക്ക വിട്ടെണീക്കുന്ന രാജു പട്ടിയുടെ പാൽ ചുരത്തിക്കുടിക്കുന്ന ദൃശ്യത്തിലൂടെ കാഥികൻ അവന്റെ മാതൃകാമനയുടെ വികൃതപരിണാമം വെളിപ്പെടുത്തുന്നു. കഥയിൽ അതുവരെ പിൻതുടർന്നിരുന്ന യഥാതഥമായ ആഖ്യാനശൈലിയിൽനിന്നുള്ള വ്യതിയാനം കുറിക്കുന്ന ഒന്നാണ്, അവസാനഖണ്ഡികയിലെ വിലക്ഷണഭാവം കലർന്ന കല്പന എന്നു കാണാൻ പ്രയാസമില്ല. വായനക്കാരനെ ചെറുതായി നടുക്കാൻ ഉദ്ദേശിച്ചുകൊണ്ട് കഥാഗതിക്കു നൽകിയിട്ടുള്ള ഈ തിരിവ് മുകുന്ദന്റെ അന്വേഷണം കൂടുതൽ അന്തർമ്മുഖവും സ്വകാര്യവുമായ ഒരനുഭവതലത്തിലേക്കു നീങ്ങുന്നതിന്റെ - അതിന്റെ ഫലമായി അദ്ദേഹത്തിന്റെ ആവിഷ്കരണസങ്കേതങ്ങൾ കുറെക്കൂടി നവീനമായിത്തീരുന്നതിന്റേയും - മുന്നോടിയായിരുന്നു എന്നു തോന്നുന്നു.

രണ്ട്

"രാധ - രാധമാത്രം" എന്ന കഥയാണ് അടുത്തതായി പരിശോധിക്കാനുള്ളത്.[2] ഇരുപതാംനൂറ്റാണ്ടിലെ കഥാസാഹിത്യത്തിൽ കാഫ്കയേയും മാക്സ് ഫ്രിഷിനേയും ബെക്കറ്റിനേയുംപോലുള്ള എഴുത്തുകാർ വ്യത്യസ്തരൂപങ്ങളിൽ അവതരിപ്പിച്ച ദാർശനികച്ഛായ കലർന്ന ഒരു പ്രമേയത്തെ തന്റേതായ രീതിയിൽ ലാളിത്യവും ആഴവും കലർന്ന ശൈലിയിൽ ആവിഷ്കരിച്ചിരിക്കുകയാണ് മുകുന്ദനിവിടെ.

കഥാകാരൻ തന്നെയാണ് വക്താവെങ്കിലും അയാൾ പ്രധാന കഥാപാത്രത്തെ തൊട്ടിരിക്കുകയും ആ കഥാപാത്രത്തിന്റെ കാഴ്ചപ്പാടിലൂടെ

---

1. ഒരുവൻ തന്റെ ജീവിതത്തിൽ ആദ്യമായി തിന്മയെ എതിരിടുന്ന - ഉദാഹരണത്തിന് ഒരു കുട്ടി ലൈംഗികതയുമായും മരണവുമായും ബന്ധപ്പെട്ട ചില സത്യങ്ങൾ കണ്ടെത്തുന്ന - മുഹൂർത്തങ്ങൾ ആവിഷ്കരിക്കുന്ന ചെറുകഥകൾക്ക് പൊതുവിൽ initiation stories എന്ന പേരു നൽകികണ്ടിട്ടുണ്ട്. ഏണസ്റ്റ് ഹെമിംഗ്‌വെയുടെ 'The Killers', ഷെർവുഡ് ആൻഡേഴ്സന്റെ 'I want to know why', ജെയിംസ് ജോയ്സിന്റെ 'Araby' എന്നീ കഥകൾ ഇവിടെ ഓർമ്മിക്കാം. ബാലമനസ്സുകൾ കേന്ദ്രമാക്കി മാധവിക്കുട്ടിയും സക്കറിയയും എഴുതിയിട്ടുള്ള ചില കഥകളിൽ ഈ രീതിയിലുള്ള ആരംഭമിടൽ (initiation) പ്രധാനപ്രമേയമായി കടന്നുവരുന്നുണ്ട്.
2. 'രാധ - രാധമാത്രം', മുകുന്ദന്റെ കഥകൾ, പുറം. 148-155.

കാര്യങ്ങൾ വീക്ഷിക്കുകയും ചെയ്യുന്ന രീതിയാണ് ഈ കഥയിൽ അവലംബിച്ചിട്ടുള്ളത് (Central Omniscient Point of View).* കഥാകാരൻ രാധയുടെ വിഹ്വലമായ മാനസികാവസ്ഥയിലേക്കു നമുക്കു ഉൾക്കാഴ്ച അനുവദിച്ചിരിക്കുന്നു; എന്നാൽ മറ്റു കഥാപാത്രങ്ങളുടെ ചിത്തവൃത്തികളിലേക്കു കടന്നുചെല്ലാൻ നമുക്കു സ്വാതന്ത്ര്യമില്ല. രാധയുമായി ബന്ധപ്പെടുത്തിക്കൊണ്ടു മാത്രമാണ് ഇതര കഥാപാത്രങ്ങളെ വായനക്കാരൻ കാണുന്നത്. പുറമെ നിന്നുനോക്കുമ്പോൾ ശാന്തമെന്നും ഭദ്രമെന്നും തോന്നിച്ചിരുന്ന അവളുടെ ലോകത്തിൽ പൊടുന്നനെ കടന്നുവരുന്ന യുക്തിഭംഗത്തിന്റെ അംശത്തെ സഹതാപാർദ്രമായ സ്വരത്തിൽ എടുത്തുകാട്ടുകയാണ് കാഥികനിവിടെ. ഒന്നാമതായി രാധയുടെ കാമുകനായ സുരേഷ് അവളെ അറിയില്ലെന്നു പറയുന്നു. അവൾക്കു ചുറ്റുമുള്ള ചെറിയ സമൂഹം അവളെ കൈയൊഴിയുന്നു. പെറ്റമ്മപോലും അവൾ പറയുന്നത് നുണക്കഥയാണെന്നു വിധിക്കുന്നു. കഥയിലെ അവസാനഖണ്ഡികയിലെത്തുമ്പോൾ പക്ഷികളും വൃക്ഷങ്ങളും സമുദ്രവും കാറ്റും ആകാശവുമെല്ലാം അവൾക്കെതിരായ ഏതോ ഗൂഢാലോചനയിൽ പങ്കുചേരുന്നത് നാം കാണുന്നു. അങ്ങനെ പൊടുന്നനെ അപരിചിതമായി മാറിയ പ്രപഞ്ചത്തിൽ വ്യക്തി അനുഭവിക്കുന്ന ഭീതിനിറഞ്ഞ ഒറ്റപ്പെടലിന്റെ ചിത്രം വരച്ചുകാണിച്ചുകൊണ്ട് കഥ അവസാനിക്കുന്നു.

(കഥയുടെ അവസാനഭാഗത്ത് കാഥികനൊന്ന് മുഖം കാണിക്കുന്നുണ്ട്. കഥയിൽ വിവരിച്ചിട്ടുള്ള വിചിത്രസംഭവത്തെക്കുറിച്ച് അഭിപ്രായ പ്രകടനം നടത്താനോ കഥയെ ഏതെങ്കിലുമൊരു ലക്ഷ്യത്തിൽ അടുപ്പിക്കാനോ വേണ്ടിയുള്ളതല്ല, മറിച്ച് അതുവരെ വളർത്തിയെടുത്ത സ്വരശില്പത്തിന് ആഴം പകരാൻ ഉദ്ദേശിച്ചുകൊണ്ടുള്ളതാണ് അവസാനഖണ്ഡികയിലെ കാഥികന്റെ സാന്നിദ്ധ്യം).

'രാധ – രാധമാത്രം' എന്ന കഥയുടെ ആന്തരഘടന ചർച്ച ചെയ്യുമ്പോൾ നേരത്തെ സൂചിപ്പിച്ച വിശ്വാസ്യതയുടെ (Reliability) പ്രശ്നത്തിന് പ്രസക്തിയുള്ളതായി ഞാൻ കരുതുന്നു. കാരണം ഒരർത്ഥത്തിൽ ഈ കഥ സത്യത്തിന്റെ വിപരീത വ്യാഖ്യാനങ്ങളെക്കുറിച്ചുള്ളതാണ്, അതല്ലെങ്കിൽ സത്യം ഏറെ ആത്മനിഷ്ഠവും വൈരുദ്ധ്യങ്ങൾ നിറഞ്ഞതുമായിത്തീർന്ന ഒരു ലോകത്തിൽ മനുഷ്യാവസ്ഥയെ ചൂഴ്ന്നു നിൽക്കുന്ന അനിവാര്യമായ ദുരന്തത്തിലേക്കു വിരൽചൂണ്ടുന്ന ഒന്നാണ്. ഇവിടെ ആരുടെ ഭാഗത്താണ് ശരി എന്നൊരു ചോദ്യമുദിക്കുന്നുണ്ട്. ശരി രാധയുടെ ഭാഗത്താണോ അതോ അവളെ പ്രതിക്കൂട്ടിൽ നിർത്തുന്ന ബന്ധുജനങ്ങളുടെ ഭാഗത്താണോ? അവൾ ആവർത്തിച്ചു പറയുന്നതത്രയും നുണയായിക്കൂടെന്നുണ്ടോ – അവളുടെ വികലമായ ബുദ്ധി മെനഞ്ഞെടുത്ത കല്പിതകഥ? അവൾക്കുണ്ടാവുന്ന ദുഃസ്വപ്നസമാനമായ

* നേരത്തെ Central Omniscient Point of View എന്നു വിശേഷിപ്പിച്ചത് ഇതിനെത്തന്നെയാണ്. ഹെൻറി ജെയിംസിന്റെ പ്രശസ്തമായ പ്രയോഗം: 'Central Intelligence.'

അനുഭവം മറ്റുള്ളവർ അവളോടു പ്രകടിപ്പിക്കുന്ന ഉദാസീനതയുടേയും ക്രൂരതയുടേയും ഫലം എന്നതിനെക്കാൾ അവളുടെ ദുരാഗ്രഹത്തിൽ നിന്നു ആവിർഭവിച്ച ഒന്നായിക്കൂടേ? ഒരുറച്ച കത്തോലിക്കമതവിശ്വാസിക്ക് ഈ കഥ വായിക്കാൻ കൊടുത്തു നോക്കൂ. അയാൾ പറയും രാധയ്ക്ക് തന്റെ കാമുകനേയും അച്ഛനമ്മമാരേയും കുറ്റപ്പെടുത്താൻ അർഹത യില്ലെന്ന്; തന്റെ അഹന്തയുടെ പ്രതിഫലമാണ് അവൾക്കു കിട്ടിയതെന്ന്. നേരെമറിച്ച് ഒരു മാർക്സിസ്റ്റ് നിരൂപകന്റെ നോട്ടപ്പാടിൽ ഇതിൽ നിന്നൊക്കെ വ്യത്യസ്തമായ ഒരർത്ഥമായിരിക്കും, ഈ കഥയിൽ കേരള ത്തിലെ ഒരു ചെറിയ പട്ടണത്തിൽ നടക്കുന്നതായി വിവരിച്ചിട്ടുള്ള സംഭവ ങ്ങൾ വഹിക്കുന്നത്. മാർക്സിസ്റ്റ് വിമർശകൻ ചൂണ്ടിക്കാണിക്കാനിടയുള്ള ഒരു കാര്യം, രാധ തനിക്കുള്ളതായോ, തനിക്കവകാശപ്പെട്ടതായോ കരുതിയ കുടുംബബന്ധങ്ങളും പ്രേമത്തിന്റെ സ്ഥിരതയും സാമൂഹികാം ഗീകാരവുമെല്ലാം അവളുടെ പൊയ് വിശ്വാസത്തിൽ നിന്നു ജനിച്ച ആഗ്രഹ ചിന്തയുടെ ഫലമാണ് എന്നുള്ളതായിരിക്കും. അവളുടെ യഥാർത്ഥ പ്രശ്നം മാനുഷികമൂല്യങ്ങൾക്കു ശോഷണം സംഭവിച്ച ബൂർഷ്വ യാഥാർ ത്ഥ്യത്തിൽ നിന്നുള്ള അന്യവത്കരണമാണ്. കഥയുടെ അവസാനഭാഗത്ത് പ്രകൃതിയാകെ നിറഞ്ഞുനിൽക്കുന്ന രോദനമായി പെരുകി ഉയരുന്ന അവളുടെ ആത്മവത്തയുടെ നഷ്ടം ഒരു നിശ്ചിത സാമൂഹികസന്ദർഭത്തിൽ അവൾ അനുഭവിക്കുന്ന വിഷമാവസ്ഥയുടെ പരിണതഫലമാണ്...

അപ്പോൾ രാധയുടെ വിശ്വാസ്യത സ്ഥാപിക്കാൻ, ഒപ്പംതന്നെ രാധ മനസ്സിലാക്കുകയും അനുഭവിക്കുകയും ചെയ്യുന്ന കാര്യങ്ങളാണ് വായന ക്കാരൻ മനസ്സിലാക്കാനും അനുഭവിക്കാനും കഥാകൃത്ത് ഉദ്ദേശിച്ചിട്ടുള്ളത് എന്നു തെളിയിക്കാൻ, എന്താണ് മാർഗ്ഗം? ഇവിടെ നമുക്കു 'കഥാബാഹ്യ' മായ ചില സൂചനകളെക്കൂടി ആശ്രയിക്കേണ്ടിവരുന്നു.

മുകുന്ദന്റെ സർഗ്ഗജീവിതത്തിന്റെ ഒരു പ്രത്യേകഘട്ടത്തിൽ അടിയറ്റം വരെ പതിഞ്ഞുകിടന്ന പ്രശ്നസങ്കുലമായ മാനസികാവസ്ഥയുടെ ഒപ്പട യാളം വഹിക്കുന്ന ഒരു രചനകൂടിയാണ് 'രാധ – രാധമാത്രം'. ഇക്കാലത്ത് മുകുന്ദൻ എഴുതിയ കഥകളുടെ പശ്ചാത്തലത്തിൽ എക്സിസ്റ്റെൻഷ്യ ലിസത്തിന്റെ സ്വാധീനത തെളിഞ്ഞുകാണാം. അസ്തിത്വത്തിന്റെ ദുരൂഹത, ആധുനികലോകത്തിൽ മനുഷ്യബന്ധങ്ങൾക്കു വന്നുപെട്ട വിലയിടിവ്, എല്ലാത്തരം സ്ഥാപനങ്ങളും വ്യവസ്ഥിതികളും വ്യക്തി സത്തയെ ഞെരുക്കാൻ വേണ്ടിയുള്ളതാണെന്ന ഭീതി, മരണാഭിലാഷം, എന്നിങ്ങനെ ഈ കഥകളിൽ ആവർത്തനസ്വഭാവത്തോടെ കടന്നുവരുന്ന ചില ഭാവബദ്ധതകളുണ്ട്. 'കയർ', 'അജ്ഞൻ', 'നിലവിളക്ക്', 'നദിയും തോണിയും', 'പ്രഭാതം മുതൽ പ്രഭാതം വരെ', 'ജീവിക്കുന്നവർ, മരിച്ച വർ', 'രാധ – രാധമാത്രം' – ഇത്രയും കഥകൾ അടുക്കിവെച്ചു പരിശോധി ക്കുകയാണെങ്കിൽ അവയിലെ കർത്തൃസ്വരം (authorial voice) സമാന മാണെന്നു കണ്ടെത്താൻ കഴിയും. കഥാകൃത്ത് ഈ കഥകളിലെ ആഖ്യാ താക്കളുമായി വലിയൊരളവിൽ താദാത്മ്യം പ്രാപിച്ചതായും ദുർബല ചിത്തരും പരാജിതരുമായ ഒരുപറ്റം കഥാപാത്രങ്ങളിലൂടെ അദ്ദേഹം തന്റെ

ആഴത്തിലുള്ള ചില വ്യഥകൾ ആവിഷ്കരിച്ചതായും അനുമാനിക്കുന്നതിൽ തെറ്റുണ്ടാവില്ല. 'രാധ – രാധമാത്രം' എന്ന കഥയിൽ ബോധപൂർവ്വം ഉൾച്ചേർത്തിട്ടുള്ള ഒരു സാഹിത്യപരാമർശത്തിന്റെ പ്രസക്തിയെക്കുറിച്ചുകൂടി ഈ സന്ദർഭത്തിൽ ഒരു വാക്ക് പറയേണ്ടിയിരിക്കുന്നു. സാമുവൽ ബെക്കറ്റിന്റെ 'പിംഗ്' എന്ന കവിത അടങ്ങുന്ന മാസിക കഥാനായിക തന്റെ കാമുകന്റെ നേരെ എടുത്തുനീട്ടുന്നുണ്ട്. സമൂഹത്തിന്റെ ഓരങ്ങളിൽ അലഞ്ഞുനടക്കുന്ന വ്യക്തികളെക്കുറിച്ചാണ് ബെക്കറ്റിന്റെ രചനകളധികവും. അവർക്കു സ്വന്തമായി ഒരു ഭൂതകാലമില്ല. മുറിഞ്ഞുപോയ ഓർമ്മകൾ തുന്നിച്ചേർത്ത് തങ്ങളുടെ കഴിഞ്ഞുപോയ ജീവിതത്തെ സംബന്ധിച്ച് അവർ നിർമ്മിക്കുന്ന തെളിവുകൾ പലപ്പോഴും പരസ്പര വിരുദ്ധമാണ്. 'ഞാൻ ആരാണ്?' എന്ന വലിയ ചോദ്യത്തെ അഭിമുഖീകരിച്ചുനിൽക്കുന്ന തന്റെ കഥാനായികയ്ക്ക് ബെക്കറ്റിന്റെ വഴിപോക്കരായ കഥാപാത്രങ്ങളുടെ അവസ്ഥയുമായുള്ള അടുപ്പം പരോക്ഷമായി നിർദ്ദേശിച്ചതിലൂടെ കഥാകൃത്ത് തന്റെ വീക്ഷണഗതി സംബന്ധിച്ച് വായനക്കാരന് വ്യക്തമായ സൂചന നൽകിയിരിക്കുകയാണ്.

മൂന്ന്

പാത്രാവിഷ്കരണത്തെ സംബന്ധിച്ചിടത്തോളം 'രാധ – രാധമാത്രം' എന്ന കഥയിൽ അവലംബിച്ചിട്ടുള്ള പരിമിതമായ സർവ്വജ്ഞവീക്ഷണ രീതി (limited omniscience) ഒരു പരിധിക്കപ്പുറം പോകാൻ സഹായകരമല്ല എന്ന കാര്യം ഏറെക്കുറെ വ്യക്തമാണ്. നാമിവിടെ സ്വത്വം തേടിയുള്ള കഥാനായികയുടെ അന്വേഷണത്തിന്റെ വ്യഗ്രത കണ്ടറിയുന്നു. എന്നാൽ പുറംലോകത്തിന്റെ പ്രതിനിധികൾ ഓരോരുത്തരായി തന്നെ നിരാകരിക്കുമ്പോൾ അവളുടെ ഉള്ളിൽ അരങ്ങേറുന്ന സംഘർഷങ്ങൾ നമ്മളിൽ നിന്ന് മറച്ചുവെയ്ക്കപ്പെട്ടിരിക്കുന്നു.

മനുഷ്യമനസ്സിന്റെ ആഴങ്ങൾ പരതിപ്പോയ ആധുനികകാലഘട്ടത്തിലെ കഥാകൃത്തുക്കൾ ബാഹ്യമായ റിയലിസത്തിൽനിന്ന് പൂർണമായി വിട്ടകന്നുകൊണ്ടുള്ള ആവിഷ്കരണരീതികൾ കരുപ്പിടിപ്പിച്ചതായി കാണാം. കാലത്തിന്റേയും ഓർമ്മയുടേയും ഉപയോഗത്തിൽ പുതിയ പരീക്ഷണങ്ങൾ ആവശ്യമാക്കിത്തീർക്കുന്ന ഇത്തരം കഥാസങ്കേതങ്ങൾക്കു തുടക്കമിട്ടത് ജെയിംസ് ജോയിസായിരുന്നു ('ഡബ്ലിനേഴ്സ്' എന്ന കഥാസമാഹാരത്തിൽ). തുടർന്ന് വില്യം ഫോക്നർ തന്റെ നോവലുകളിലും ഏതാനും ചെറുകഥകളിലും ജോയിസിന്റെ സമ്പ്രദായം, ഒരുപക്ഷേ ജോയിസിനെക്കാൾ തീവ്രതയോടെ, പ്രയോഗിക്കുകയുണ്ടായി. ഗബ്രിയൽ ഗാർസിയ മാർകേസിനേയും ജൂവാൻ റുൽഫൊവിനേയും അല്യേഹോ കാർപെന്റിയറേയും പോലുള്ള ചില ലാറ്റിൻ അമേരിക്കൻ സാഹിത്യകാരന്മാർ, ഫോക്നറുടെ സ്വാധീനത ഏറ്റുപറഞ്ഞുകൊണ്ട്, ബോധധാരാ

രീതിയിലൂടെ (stream of consciousness) ഏറിയ മട്ടിൽ അസാധാരണത്വം കലർന്ന കഥാപാത്രങ്ങളുടെ വിചിത്രമായ മാനസിക ഭാവങ്ങൾ ആവിഷ്കരിക്കാൻ ശ്രമിച്ചതിന്റെ ദൃഷ്ടാന്തങ്ങൾ നമ്മുടെ മുൻപിലുണ്ട്.

ഭാര്യയുടെ ചിതയൊരുക്കിയതിനുശേഷം വിങ്ങി നിൽക്കുന്ന ശൂന്യതാബോധവുമായി അലയുന്ന ഒരാളുടെ ഇരുപത്തിനാലു മണിക്കൂർ നേരമുള്ള ചിന്തകളാണ് മുകുന്ദന്റെ 'ഇന്ദ്രിയങ്ങളിൽ ശൈത്യം' എന്ന ചെറുകഥയുടെ വിഷയം.* കഥ ആരംഭിക്കുന്നത് ഇങ്ങനെയാണ്:

"ഭാര്യയുടെ ശരീരം ദഹിപ്പിച്ചതിനുശേഷം, അവളുടെ ഒരുപിടി ചാരം യമുനയിൽ നിക്ഷേപിച്ചതിനുശേഷം നിരത്തിലിറങ്ങി എങ്ങോട്ടെന്നില്ലാതെ നടന്നു." ഈ വാക്യം പല്ലവിപോലെ കഥയിൽ പലതവണ ആവർത്തിച്ചിരിക്കുന്നു.

ഭാര്യ എന്നേക്കുമായി നഷ്ടപ്പെട്ടു എന്ന സത്യവുമായി തികച്ചും പൊരുത്തപ്പെട്ടിട്ടില്ലാത്ത ഒരവസ്ഥയിലാണ് ഈ മനുഷ്യനിപ്പോൾ. ഭൂതവർത്തമാനങ്ങൾക്കിടയിൽ തെന്നിക്കളിക്കുന്ന അയാളുടെ മനസ്സിന്റെ ഭ്രാന്തമായ ആഴങ്ങളിൽ നൂലിട്ടിറങ്ങുന്ന ഒന്നാണ് ഈ കഥയിലെ രചനാസങ്കേതം. നിരത്തിലിറങ്ങി എങ്ങോട്ടെന്നില്ലാതെ നടക്കുന്നതിനിടയിൽ താൻ കാണുന്ന ദൃശ്യങ്ങൾ, എത്തിപ്പെടുന്ന സ്ഥലങ്ങൾ, എല്ലാം അയാളെ കഴിഞ്ഞകാലത്തിലേക്കു തള്ളിവിടുന്നു. അങ്ങനെ ഓർമ്മയും യാഥാർത്ഥ്യവും പരസ്പരം കൊളുത്തി വലിക്കുന്ന ഏതാനും മുഹൂർത്തങ്ങൾ കരുതലോടെ തിരഞ്ഞെടുത്ത് ചിത്രീകരിച്ചുകൊണ്ടാണ് ആത്മഹത്യയിൽ കലാശിക്കുന്ന അയാളുടെ ജീവിതനൈരാശ്യത്തിന് കഥാകാരൻ ഭാവസ്ഫൂർത്തിയരുളുന്നത്.

പരിസരങ്ങളുടെ, ഇന്ദ്രിയസംവേദനങ്ങളുടെ, തീക്ഷ്ണമായ ഭാവബന്ധത്തിലൂടെ (association) രൂപം കൊള്ളുന്നവയാണ് കഥയിലെ പ്രധാന കഥാപാത്രത്തിന്റെ വൈകാരികാഘാതങ്ങൾ. ചൈനീസ് റെസ്റ്റോറന്റിൽ തനിച്ചിരുന്ന് കണ്ണീരൊപ്പിക്കൊണ്ട് പരിചാരകൻ കുറെ നേരം മുമ്പുകൊണ്ടുവെച്ചുപോയ തണുത്ത ചായ മോന്തുമ്പോൾ നാളുകൾക്കുമുമ്പ് അതേസ്ഥലത്ത് ഭാര്യയുമൊരുമിച്ചിരുന്ന് സമൃദ്ധമായി ആഹാരം കഴിച്ചതിന്റെ സ്മരണ അയാളെ തേടിയെത്തുന്നു.

ഓർമ്മകൾക്കു സംഗീതമുണ്ടെന്ന് കണ്ടെത്തിയത് ആരായിരുന്നു - മാഴ്സൽ പ്രൂസ്റ്റ്? പ്രൂസ്റ്റിന്റെ നോവലുകളിലെ കഥാപാത്രങ്ങൾ ഈണം കലർന്ന, നീണ്ട വാക്യങ്ങളിലൂടെ പോയ കാലത്തിന്റെ അറകളിലെ ഗന്ധങ്ങളും സ്പർശങ്ങളും തിരിച്ചുവിളിക്കാൻ ശ്രമിക്കുന്നതുകാണാം. (ജോയിസിന്റെ 'ദ ഡെഡ്' എന്ന കഥയിലും നാം കേൾക്കുന്നത് നഷ്ടസ്മൃതികളുടെ തരളമായ സംഗീതം തന്നെ). അതേസമയം ഫോക്നറുടേയും

---

* 'ഇന്ദ്രിയങ്ങളിൽ ശൈത്യം', മുകുന്ദന്റെ കഥകൾ പുറം. 148-155.

സോൾബെല്ലോയുടേയും ചില നോവലുകളിൽ വേഗതയേറിയ, ശ്ലഥമായ ഓർമ്മകളിൽ നിന്നുതിരുന്ന വേറൊരുതരം സംഗീതം നമുക്കു തിരിച്ചറിയാൻ കഴിയും. 'ഇന്ദ്രിയങ്ങളിൽ ശൈത്യ'ത്തിൽ ശൈഥില്യത്തിലേക്ക് അടിവെച്ചുനീങ്ങുന്ന തന്റെ കഥാനായകന്റെ ആഭ്യന്തരയാഥാർത്ഥ്യം പകർത്താൻ മുകുന്ദൻ കൈക്കൊണ്ടിരിക്കുന്നത് ഇത്തരത്തിലുള്ള ഒരു ഭാഷാശൈലിയാണ്. കഥയിലെ ചെറിയ ഖണ്ഡികകൾ, മുറിഞ്ഞുപോകുന്ന കൊച്ചുവാക്യങ്ങൾ, ആവർത്തിച്ചു പ്രത്യക്ഷപ്പെടുന്ന പ്രമേയതന്തുക്കൾ - അയാളുടെ പിടയുന്ന ആത്മാവിന്റെ ചലനങ്ങൾ ഒപ്പിയെടുക്കുന്നു.

ഇതേ കഥ സംഭവങ്ങൾ പുറത്തുനിന്നു നിരീക്ഷിക്കുന്ന സർവ്വജ്ഞനായ ആഖ്യാതാവിന്റെ നിലപാടിൽനിന്നുകൊണ്ട് അവതരിപ്പിച്ചിരുന്നുവെങ്കിൽ അത് വായനക്കാരിൽ ഉണർത്തുന്ന പ്രഭാവം (effect) എന്തായിരുന്നേനെ? കഥാനായകനോടു നമുക്കു തോന്നുന്ന തീവ്രമായ സഹാനുഭൂതി ഇതേ അളവിൽ ഉദ്ദീപിപ്പിക്കാൻ അത്തരമൊരു വിവരണരീതി ഉതകുമായിരുന്നുവോ? ആനന്ദലഹരിയിൽ തുടിച്ചുനിന്ന തന്റെ ദാമ്പത്യജീവിതത്തിൽ പൊടുന്നനെ ഇരച്ചുകയറിയ ശൈത്യത്തിനടിപ്പെട്ട് ചകിതനായി നിൽക്കുന്ന ഈ കഥാപാത്രത്തിന്റെ മാനസികവ്യാപാരങ്ങൾ ആവിഷ്കരിക്കാൻ ഏറ്റവും പറ്റിയത് ബോധധാരാസങ്കേതമാണെന്ന് കഥാകൃത്ത് ശരിയായിത്തന്നെ തീരുമാനിച്ചുകാണണം. പടിഞ്ഞാറൻ സാഹിത്യത്തിൽ ബോധധാരാസങ്കേതമവലംബിച്ച് എഴുതപ്പെട്ട പ്രശസ്തമായ ചില ചെറുകഥകൾ പരിശോധിച്ചാൽ കണ്ടെത്താൻ കഴിയുന്ന കൗതുകകരമായ ഒരു വസ്തുത, ഈ കഥകളിൽ അനാവരണം ചെയ്യപ്പെടുന്ന മനസ്സുകളധികവും വഴുക്കൽ നിറഞ്ഞവയും സങ്കീർണ്ണവും യുക്തിയുടെ നിയന്ത്രണത്തിൽനിന്നു തെറ്റി സഞ്ചരിക്കുന്നവയുമാണെന്നതാണ്. തീർത്തും 'നോർമൽ' ആയ ഒരുവന്റെ ജീവിതത്തിലേക്കു കടന്നുചെല്ലാൻ, അതല്ലെങ്കിൽ ഹാസ്യപ്രധാനമായ ഒരു രംഗം ആവിഷ്കരിക്കാൻ, ഈ ആഖ്യാനരീതി അനാവശ്യമോ അസമർത്ഥമോ ആയിത്തീർന്നേക്കും. നേരെമറിച്ച് മന്ദബുദ്ധികളും കോമാളികളും ചെറുപ്രായക്കാരുമായ കഥാപാത്രങ്ങളുടെ സൂക്ഷ്മാനുഭവങ്ങൾ പിടിച്ചെടുക്കാൻ ആധുനിക സാഹിത്യകാരന്മാർ ഈ മാർഗ്ഗം ഫലപ്രദമായി ഉപയോഗിച്ചു കണ്ടിട്ടുണ്ട്.

മലയാളസാഹിത്യത്തിൽ നവോത്ഥാനകാലഘട്ടത്തിലെ കാഥികന്മാർക്കു പിന്നാലെവന്ന ടി. പത്മനാഭനും എം.ടി.യും മാധവിക്കുട്ടിയുമടങ്ങുന്ന എഴുത്തുകാരുടെ തലമുറയാണ് അബോധമനസ്സിലെ ഇരുട്ടിന്റെ നേർക്ക് ആദ്യമായി കണ്ണാടി തിരിച്ചുപിടിച്ചത്. ആ ഇരുട്ട് ആത്മഭാഷണത്തിന്റേയും ബോധധാരയുടേയും സങ്കേതങ്ങളിലൂടെ വാർന്നുവീഴുന്നതിന്റെ സൗന്ദര്യം നമുക്കനുഭവപ്പെടുത്തിത്തരുന്ന രണ്ട് രചനകളാണ്

പത്മനാഭന്റെ 'ഭയ'വും, എം.ടി.യുടെ 'ഇരുട്ടിന്റെ ആത്മാവും'. ഈ കഥകളിൽ കാണുന്നതരത്തിലുള്ള കൈയടക്കമാണ് 'ഇന്ദ്രിയങ്ങളിൽ ശൈത്യ'ത്തിൽ മുകുന്ദൻ പ്രദർശിപ്പിക്കുന്നത്. അദ്ദേഹം എന്തുകൊണ്ട് ഈ രചനാമാർഗ്ഗം തുടർന്നുള്ള തന്റെ കാഥികജീവിതത്തിൽ പരീക്ഷിച്ചു നോക്കിയില്ല എന്ന് നേരിയൊരത്ഭുതത്തോടെ ചോദിക്കാൻ ഞാനിവിടെ മുതിരുകയാണ്.

നാല്

ദൽഹി (1969), ഹരിദ്വാരിൽ മണികൾ മുഴങ്ങുന്നു (1972) എന്നീ കൃതികളുടെ രചനാവർഷങ്ങളിൽ മുകുന്ദന്റെ കലാജീവിതം വർണ്ണശബളവും സാഹസപൂർണ്ണവുമായ ഒരു ഘട്ടത്തിൽ എത്തിനിന്നു. ആയിരത്തി തൊള്ളായിരത്തി അറുപതുകളുടെ അറുതിയിൽ ദൽഹി പോലുള്ള മഹാനഗരങ്ങളിൽ നാമ്പിട്ട 'പ്രതിസംസ്കാര'ത്തിന്റെ (counter culture) സ്വാധീനത അദ്ദേഹം ഇക്കാലത്ത് എഴുതിയ കഥകൾക്കു ജീവൻ പകർന്നതായി തോന്നുന്നു. ഈ കഥകളിൽ തുടർച്ചയായി കടന്നുവരുന്ന രണ്ട് കഥാപാത്രങ്ങളാണ്, കലാകാരനും വേശ്യയും. അവരിലൂടെ കഥാകൃത്ത് വ്യവസ്ഥാപിതസദാചാരത്തിന്റെ വിലക്കുകളിൽനിന്ന് സ്വാതന്ത്ര്യം പ്രഖ്യാപിക്കുന്നു. രൂപശില്പത്തെ സംബന്ധിച്ചിടത്തോളം ഈ കഥകൾ ഏറ്റവുമധികം സാദൃശ്യം വഹിക്കുന്നത് സംഗീതത്തോടും ചിത്രകലയോടുമാണ്. ഒരു ക്യൂബിസ്റ്റ് കൊളാഷിനെ ഓർമ്മിപ്പിക്കുന്ന 'നിത്യദാഹ'വും സർറിയൽ ഇമേജുകൾ നിറഞ്ഞ 'ചിറകുള്ള തീവണ്ടി'യും ഇക്കൂട്ടത്തിൽപ്പെടുന്നു. ചിത്രകലയും സംഗീതവും സമാന കലാരൂപങ്ങൾ എന്ന നിലവിട്ട് പല കഥകളുടേയും പ്രധാന പ്രമേയമായി മാറിയ മട്ടുണ്ട്.

'അവർ പാടുന്നു' എന്ന കഥ നോക്കുക.* ഈ കഥയുടെ വിചിത്രമായ അന്തരീക്ഷത്തിലേക്കു കടന്നു ചെല്ലുന്നതിനു മുമ്പായി ഇതിന്റെ പിന്നിലുള്ള സർഗ്ഗപ്രക്രിയയുടെ സ്വഭാവം മനസ്സിലാക്കേണ്ടിയിരിക്കുന്നു. മയക്കുമരുന്നുകൾ സൃഷ്ടിക്കുന്ന വിഭ്രാമകമായ വൈകാരികാവസ്ഥയിൽ നിന്നുണ്ടായതാണ് ഈ കഥ. ആറു പേജുകളിൽ പരന്നുകിടക്കുന്ന ഒരു സൈക്കിഡെലിക് സ്വപ്നം. നിയതമായൊരു കഥാവസ്തുവോ പരാവർത്തനവിധേയമായൊരു ഉള്ളടക്കമോ ഇതിലില്ല. കഥയിലെ ചിത്രകാരൻ നാനാവർണ്ണങ്ങൾ ഇരമ്പുന്ന ഒരു സമുദ്രത്തെ കിനാവുകണ്ടാണ് ഉറക്കമെണീക്കുന്നത്. വീട്ടിലും പണിസ്ഥലത്തും കാമുകിയുടെ സാന്നിദ്ധ്യത്തിലുമെല്ലാം ആ സ്വപ്നത്തിന്റെ കത്തിയാളുന്ന സൗന്ദര്യം അയാളെ പിന്തുടരുന്നു. കഥയുടെ ഒടുവിൽ അയാൾ കാമുകിയുമൊത്ത് ശവ

* 'അവർ പാടുന്നു', മുകുന്ദന്റെ കഥകൾ പുറം. 181–187.

കുടീരത്തിന്റെ ഉള്ളിൽക്കയറി 'ഞങ്ങൾ മരിച്ചു' എന്നു പാടുമ്പോൾ അത് മറ്റൊരു എൽ.എസ്.ഡി.ട്രിപ്പിന്റെ ആരംഭമാണെന്ന് നാമറിയുന്നു.

പ്രധാനകഥാപാത്രത്തിന്റെ മനസ്സാണ് ഇവിടത്തെ വിവരണത്തിന്റെ കേന്ദ്രബിന്ദു (focus of narration) എന്നു പറഞ്ഞാൽ ശരിയായിരിക്കുമോ? അയാളുടെ വികാരവിചാരങ്ങൾ അപഗ്രഥിക്കാൻ കാഥികൻ ശ്രമിക്കുന്നുണ്ടോ? എനിക്കു തോന്നുന്നു, 'രാധ - രാധമാത്രം', 'ഇന്ദ്രിയങ്ങളിൽ ശൈത്യം' എന്നീ കഥകളിൽ കണ്ടതുപോലെ കഥാകൃത്ത് മുഖ്യകഥാപാത്രത്തോട് ഒട്ടിനിന്ന് ആഖ്യാനം നിർവ്വഹിക്കുന്ന സമ്പ്രദായത്തെക്കാൾ - ഇതിനെ ചില വിമർശകന്മാർ 'എൽബൊ റൈറ്റിംഗ്' എന്നു വിശേഷിപ്പിച്ചുകണ്ടിട്ടുണ്ട് - വിഷമകരമാണ് 'അവർ പാടുന്നു' വിൽ ഭ്രമകല്പന കൈകാര്യം ചെയ്തിട്ടുള്ള രീതിയെന്ന്. ഒരു കണക്കിൽ, ആന്തര സംഘർഷങ്ങൾ പകർത്തുമ്പോൾ ആവശ്യമായതിനെക്കാൾ നിശിതമായ തെരഞ്ഞെടുപ്പും (selectivity) ഏകാഗ്രതയും കാഥികന്റെ സമീപനത്തിന് അടിവരയിടേണ്ട ഒന്നാണ്, ലഹരിസാധനങ്ങൾ സമ്മാനിക്കുന്ന ആനന്ദ മൂർച്ഛയിൽ മനസ്സ് പറന്നടുക്കുന്ന ബോധാതീതമായ അവസ്ഥകളുടെ ആവിഷ്കരണം. ഇത്തരം കഥകളിൽ ഒരു വാക്കോ, വാചകമോ അധികപ്പറ്റായി കടന്നുകൂടിയാൽമതി, ലയഭംഗം സംഭവിക്കാൻ. ആയിരത്തിതൊള്ളായിരത്തി അറുപതുകളിൽ അമേരിക്കയിൽ മയക്കുമരുന്നുകൾ എഴുത്തുകാരന്റെ ഭാവനയ്ക്ക് വർദ്ധിച്ചതോതിൽ ഉത്തേജനം പകർന്നു തുടങ്ങിയ കാലത്ത് ജാക്ക് കെറുവാക്കിനെപ്പോലുള്ള നോവലിസ്റ്റുകൾ വിജയകരമായി പരീക്ഷിച്ച ഒരു ആവിഷ്കരണമാർഗ്ഗമാണിത്.

'അവർ പാടുന്നു'വിൽ വിവരിച്ചിട്ടുള്ള സൈക്കിഡെലിക് അനുഭൂതി വടിവൊത്ത ഗദ്യശില്പത്തിന്റെ ചട്ടക്കൂടിൽ ഒതുങ്ങുന്ന ഒന്നല്ല, മറിച്ച് അത് അതിന്റേതായൊരു പദശില്പവും താളക്രമവും സൃഷ്ടിക്കുന്നുവെന്ന് ഈ കഥയുടെ ഘടന പരിശോധിച്ചാൽ തെളിയും. ഇവിടെ വിവരിച്ചിട്ടുള്ള സംഭവങ്ങൾ ഒറ്റ ദിവസത്തിലേതാണോ അതോ പല ദിവസങ്ങളിൽ നടക്കുന്നവയാണോ എന്ന് തിരിച്ചറിയാൻ കഴിയാത്തവണ്ണം കഥാകൃത്ത് സമയപ്രവാഹത്തെ വലിച്ചുനീട്ടിയിരിക്കുന്നു. വെള്ള, നീല, ചുവപ്പ് എന്നീ വർണ്ണങ്ങളുടെ മേളനത്തിൽനിന്ന് ഉരുത്തിരിയുന്ന ദൃശ്യപ്രതീതി പ്രധാന കഥാപാത്രം വരയ്ക്കാനാഗ്രഹിക്കുന്ന ചിത്രത്തിന്റെ മാന്ത്രികഭാവത്തിന് ആഴം പകരുന്നു. ഷെ ഗുവാരെ, ദോമേർഗ്ഗിന്റെ 'ന്യൂഡ്', രാജാവിന്റേയും രാജ്ഞിയുടേയും കബർ എന്നീ പരാമർശങ്ങൾ അയാളുടെ വാസ്തവബോധത്തിനു സംഭവിച്ചുകൊണ്ടിരിക്കുന്ന തകർച്ചയിലേക്കു വിരൽ ചൂണ്ടുന്നു. ചില വാക്കുകൾ കഥയിൽ ആവർത്തിച്ചുകടന്നുവരുന്നു, പരസ്പരബന്ധമില്ലാത്ത ആശയങ്ങൾ ചേർന്ന് വാക്യങ്ങളുണ്ടാവുന്നു... കഥാഘടനയേയും ശൈലിയേയും നിർണ്ണയിക്കുന്നതിൽ വീക്ഷണരീതി എത്രത്തോളം പ്രധാനപ്പെട്ട പങ്കുവഹിക്കുന്നു എന്നതിന്റെ വശ്യമായ ഉദാഹരണംകൂടിയാണ് 'അവർ പാടുന്നു'.

അഞ്ച്

ഈ ഘട്ടത്തെ തുടർന്നുവന്ന മുകുന്ദന്റെ രചനകളുടെ കൂട്ടത്തിൽ ഏറ്റവു മധികം പ്രശംസയും എതിർപ്പും ഏറ്റുപിടിച്ച കഥയാണ് 'ദൽഹി 1981.'* എൺപതുകളുടെ ആരംഭത്തിൽ ഈ എഴുത്തുകാരന്റെ പ്രപഞ്ചാവ ബോധത്തിൽവന്ന മാറ്റത്തിന്റെ സൂചനയായാണ് പലരും ഇതിനെ കണ്ടത്. മുകുന്ദന്റെ ആധികൾ രാഷ്ട്രീയവും സാമൂഹ്യവുമായ അർത്ഥ മാനങ്ങൾ കൈവരിക്കുന്നതിന്റെ, ഒപ്പം അദ്ദേഹത്തിന്റെ കഥാശില്പം കൂടുതൽ ഋജുവും സരളവുമായിത്തീരുന്നതിന്റെ തെളിവായാണ് പലരും ഈ കഥയെ വ്യാഖ്യാനിച്ചത്.

ഇന്ദ്രപ്രസ്ഥത്തിലെ ഒരൊഴിഞ്ഞ മൈതാനത്തിൽ പകൽസമയത്തു നടക്കുന്ന ഒരു കൊലപാതകത്തിന്റേയും ബലാൽസംഗത്തിന്റേയും വിവ രണമാണ് ഈ കഥയിലുള്ളത്. ഈ ക്രൂരതയ്ക്ക് ഇരയാകുന്നവർ വഴി നടന്നുവരുന്ന ഒരു ചെറുപ്പക്കാരനും അയാളുടെ സുന്ദരിയായ ഭാര്യയു മാണ്. കുറ്റവാളികൾ സ്ഥലത്തെ പ്രധാന തെമ്മാടികളായ രഘുവീറും നാനക് ചന്ദും. ഇവരെക്കൂടാതെ രണ്ടുമൂന്നുപേർകൂടി കഥയിലുണ്ട് - രാജിന്ദർപാണ്ഡെ, കിശോർ ലാൽ, ബ്രീഫ്കേസ് വഹിക്കുന്ന മാന്യൻ. തുടക്കത്തിൽ നമുക്കുതോന്നും പാണ്ഡെയുടെ കാഴ്ചപ്പാടിലൂടെയാണ് കഥാകൃത്ത് സംഗതികൾ വീക്ഷിക്കുന്നതെന്ന്. എന്നാൽ സംഭവങ്ങളുടെ ചുരുളഴിയുംതോറും പാണ്ഡെയ്ക്ക് കഥയിലുള്ള പങ്ക് വ്യക്തമായി ത്തീരുന്നു. അയാളും കിശോർലാലും സാക്ഷികളാണ്. ഒരു സിനിമാ സ്കോപ്പ് ചിത്രം കണ്ടിരിക്കുന്ന അതേ ഹരത്തോടുകൂടിയാണ് അവർ തങ്ങളുടെ കൺമുമ്പിൽ നടക്കുന്ന ബീഭത്സമായ പാതകം നിരീക്ഷിക്കു ന്നത്. ഇടയിൽ പ്രോത്സാഹജനകമായ ചില കമന്റുകൾ, സ്ത്രീയുടെ കരച്ചിൽകേട്ട് കൈയിൽ ബ്രീഫ്കേസുള്ള മാന്യൻ ഓടിവരുമ്പോൾ ആ രസംകൊല്ലി എല്ലാം തകരാറിലാക്കുമോ എന്ന ആശങ്ക, അയാൾ തോറ്റു മടങ്ങുമ്പോൾ അതിരുവിട്ട ആഹ്ലാദം, കുറ്റവാളികളുടെ വീരസാഹസി കതയുടെ നേർക്കുള്ള അകമഴിഞ്ഞ ആദരവ് - ഇത്തരം പ്രതികരണ ങ്ങളിലൂടെ പാണ്ഡെയുടേയും ലാലിന്റേയും സ്വഭാവത്തിലേക്കു വായനക്കാരന് ചില പാർശ്വവീക്ഷണങ്ങൾ ലഭിക്കുന്നു. കാര്യങ്ങൾ ക്ലൈമാക്സിലെത്തുമ്പോൾ - ചെറുപ്പക്കാരനെ വകവരുത്തിയതിനു ശേഷം കുറ്റവാളികൾ സ്ത്രീയെ പീഡിപ്പിക്കാൻ ശ്രമിക്കുമ്പോൾ - നമ്മുടെ സാധാരണപ്രേക്ഷകരുടെ ചലച്ചിത്രാഭിരുചിക്ക് ഇണങ്ങുന്ന ഒരു സംശയം അവർ അന്യോന്യം കൈമാറുന്നു ('ആരാണ് ആദ്യം?').

ചെറുകഥയുടെ വളർച്ചക്കിടയിൽ പ്രത്യക്ഷപ്പെട്ട താരതമ്യേന നൂതന മായ പ്രവണതകളെ ഉദാഹരിക്കുന്ന ഒന്നാണ് 'ദൽഹി-1981'-ൽ മുകുന്ദൻ അവലംബിച്ചിട്ടുള്ള വസ്തുനിഷ്ഠമായ വീക്ഷണരീതി (Objective Point

* 'ദൽഹി - 1981', മുകുന്ദന്റെ കഥകൾ പുറം. 293-299.

of View). ഇവിടെ കഥാകൃത്ത് പുറത്തുനിന്ന് കഥയെ സമീപിക്കുന്നു. നിങ്ങൾ കഥയിൽ പങ്കുകൊള്ളുകയല്ല (participating), മറിച്ച് തീയേറ്ററിലെ സീറ്റിലിരുന്ന് കഥയെ നിരീക്ഷിക്കുകയാണ് (watching) എന്നു സങ്കല്പിക്കുകയാവും ഈ ആഖ്യാനസങ്കേതത്തെ വിവരിക്കാനുള്ള ഏറ്റവും നല്ല വഴി. ആധുനിക കഥാസാഹിത്യത്തിന്റെമേൽ നാടകം ചെലുത്തിയിട്ടുള്ള ശക്തമായ സ്വാധീനതയുടെ ഫലംകൂടിയാണ് ഈ വീക്ഷണരീതി എന്നു ചൂണ്ടിക്കാണിക്കപ്പെട്ടിട്ടുണ്ട് (ബ്രെഹ്തിയൻ നാടകവേദിയിലെ 'ഏലിയനേഷൻ ഇഫക്ട്' ഓർമ്മിക്കുക). നാടകത്തിൽ എന്നതുപോലെ ഈ വീക്ഷണരീതി അനുസരിച്ച് എഴുതപ്പെടുന്ന കഥയിലും ഏതെങ്കിലും കഥാപാത്രത്തിന്റെ മനസ്സിലേക്കോ ആന്തരഭാവങ്ങളിലേക്കോ, പരോക്ഷമായ അനുമാനങ്ങളിലൂടെയല്ലാതെ, ഇറങ്ങിച്ചെല്ലാൻ വായനക്കാർക്കു പഴുതില്ല. ഇവിടെ ഏതാണ്ട് എല്ലാ കാര്യങ്ങളും നാം പുറമെനിന്ന് നോക്കിക്കാണുകയാണ്. ബാഹ്യമായ ക്രിയകളിലൂടെയും സംഭാഷണങ്ങളിലൂടെയും അല്ലെങ്കിൽ കഥാപാത്രങ്ങളുടെ അവതരണത്തിലൂടെയും പശ്ചാത്തല വിവരണത്തിലൂടെയും മാത്രമാണ് ഇത്തരം കഥകൾ അവയുടെ ലക്ഷ്യമണയുന്നത്.

'ദൽഹി-1981' സൂക്ഷ്മമായി പരിശോധിച്ചാൽ അവസാനത്തെ രണ്ടു ഖണ്ഡികകളിൽ നേരിയൊരു വീക്ഷണ വ്യതിയാനം കണ്ടെത്താൻ കഴിയും. ഈ ഖണ്ഡികകളിൽ കഥാകൃത്ത് വായനക്കാരോട് നേരിട്ടു സംസാരിക്കുന്നു. എന്നാൽ കഥാകൃത്തിന്റെ ഈ നേരിട്ടുള്ള ഇടപെടൽ (authorial intrusion) കഥയിൽ അതുവരെ പിൻതുടർന്നുവന്ന വസ്തുനിഷ്ഠമായ വീക്ഷണരീതിയെ ദുർബലമാക്കുകയല്ല, അതിനു പൊലിമയണയ്ക്കുകയാണ് ചെയ്യുന്നത്. മുകുന്ദനെ സംബന്ധിച്ചിടത്തോളം കഥാന്ത്യത്തിലെ 'ട്വിസ്റ്റ്' എല്ലാകാലത്തും പ്രിയങ്കരമായ ഒരു ശില്പോപായമായിരുന്നു. 'ദൽഹി-1981'-ന്റെ അവസാനഭാഗത്ത് അദ്ദേഹം കരുതിക്കൂട്ടിയുള്ള സ്ഥൂലീകരണത്തിലൂടെ കഥയിൽ അടിയൊഴുക്കായി വർത്തിക്കുന്ന ആക്ഷേപഹാസ്യത്തിന് പുതിയൊരു ചാൽ കീറിയിരിക്കുന്നു. കഥ നടക്കുന്ന വിജനമായ മൈതാനം അങ്ങനെ ഇന്ത്യയായി മാറുന്നു. പാണ്ഡെയും ലാലും മനഃസാക്ഷി മരവിച്ച ഒരു ജനതയുടെ പ്രതിനിധികളായി തുറന്നു കാട്ടപ്പെടുന്നു. നമ്മുടെ പാപ്പരായ രാഷ്ട്രീയനേതൃത്വവും നിഷ്ക്രിയരായ ബുദ്ധിജീവികളും അവിടെ അരങ്ങേറുന്ന നാടകത്തിന് തിരശ്ശീലവലിക്കുന്ന ജോലി സ്വയം ഏറ്റെടുക്കുന്നു. ബഹുഭൂരിപക്ഷം വരുന്ന ആളുകളുടെ - വിശേഷിച്ച് മദ്ധ്യവർഗ്ഗത്തിന്റെ - ഭീരുതയുടേയും സിനിസിസത്തിന്റേയും ഫലമാണ് വൻനഗരങ്ങളിൽ കാണുന്ന അധോലോകത്തിന്റെ വളർച്ച എന്ന് കൗശലപൂർവ്വം ധ്വനിപ്പിച്ചുകൊണ്ട് പിൻവാങ്ങുകയാണ് കാഥികനിവിടെ.

കഥയിൽ കൈകാര്യം ചെയ്യാൻ ഏറ്റവും എളുപ്പമുള്ള വിവരണരീതി സർവ്വജ്ഞവീക്ഷണമാണ്; പാളിപ്പോകാൻ ഏറ്റവുമിടയുള്ള സമ്പ്രദായവും ഇതുതന്നെ. നേരെ മറിച്ച് വസ്തുനിഷ്ഠമായ വീക്ഷണരീതി അതിസൂക്ഷ്മമായ പരിചരണം ആവശ്യപ്പെടുന്ന ഒന്നാണ്; ഇത് ഏറിയപക്ഷവും

കുറിക്കുകൊള്ളാനാണിട. ഈ രീതിയുടെ ഒരു സവിശേഷത, അത് ചില തരം വിഷയങ്ങൾക്കുമാത്രമേ ഇണങ്ങുകയുള്ളു എന്നതാണ്. പാശ്ചാത്യ സാഹിത്യത്തിൽ മോപ്പസാംഗ് ആദ്യമായി പ്രചരിപ്പിച്ച കടുത്ത യഥാതഥ സ്വഭാവമുള്ള വിഷയങ്ങൾ ഉൾക്കൊള്ളുന്ന ചെറുകഥകളുമായി (slice-of-life stories) ബന്ധപ്പെടുത്തിയാണ്, ഈ കഥനരീതിയെക്കുറിച്ച് വിമർശന്മാർ സാധാരണയായി പറയാറുള്ളത്. കാഥികന്റേയോ പ്രധാനകഥാപാത്രത്തിന്റേയോ അഭിപ്രായപ്രകടനം കൂടാതെ, സ്വയം സംസാരിക്കാൻ അനുവദിക്കുമ്പോൾ മാത്രം പരമാവധി ഫലം ചെയ്യുന്ന ചിലതരം കഥകളില്ലേ, അവയുടെ പ്രകാശനത്തിന് വസ്തുനിഷ്ഠമായ വീക്ഷണരീതി ഏറ്റവും പറ്റിയതാണ്. ഒരൊറ്റ കഥാപാത്രത്തെ ആഴത്തിൽ ചിത്രീകരിക്കാൻ ഇതു പോരാതെ വരും. അതേസമയം ഒരു ബന്ധത്തിന്റെ ആവിഷ്കരണത്തിന് – ഉദാഹരണത്തിന് ഭാര്യയോ ഭർത്താവോ മുഖ്യകഥാപാത്രമായി കടന്നുവരാത്ത ഒരു വിവാഹബന്ധം ചിത്രീകരിക്കുന്ന കഥയിൽ – തിരഞ്ഞെടുക്കാവുന്ന മൂർച്ചയുള്ള ഒരു ശില്പസങ്കേതമാണിത്.

ആറ്

മലയാള ചെറുകഥാസാഹിത്യത്തിലെ ഒന്നാം തലമുറയിൽപ്പെട്ട എഴുത്തുകാർ കത്തുകളിലൂടെ കഥ പറയുന്ന സമ്പ്രദായം (Epistolary technique) പരക്കെ ഉപയോഗപ്പെടുത്തിയിരുന്നു. വേണ്ടതിലേറെ കൃത്രിമവും പലപ്പോഴും ആവർത്തനവിരസവുമായ ഈ ആഖ്യാനരീതി മിക്കവാറും ഉപേക്ഷിക്കപ്പെട്ട നിലയാണിന്ന്. എന്നാൽ ആധുനിക ചെറുകഥാകൃത്തുക്കളെ ഏറെ ആകർഷിച്ചിട്ടുള്ള പരിഷ്കൃതമായ വേറൊരു സങ്കേതത്തെപ്പറ്റി ഇവിടെ ചെറുതായെങ്കിലും പരാമർശിക്കേണ്ടിയിരിക്കുന്നു. ചില സന്ദർഭങ്ങളിൽ പ്രധാന കഥാപാത്രത്തെ വക്താവായി സ്വീകരിക്കുന്നതിനു പകരം ഒരപ്രധാനകഥാപാത്രത്തിന്റെ കണ്ണിലൂടെ കാര്യങ്ങൾ കാണുന്നതായിരിക്കും കഥാകൃത്തിന്റെ ഉദ്ദേശ്യലക്ഷ്യങ്ങൾ സഫലീകരിക്കാൻ കൂടുതൽ ചടുലമായ മാർഗ്ഗം. ഇതിനെയാണ് നിരൂപകന്മാർ പാർശ്വവീക്ഷണസ്ഥാനം (Peripheral Point of View) എന്നു പേരിട്ടു വിളിക്കുന്നത്. ഇവിടെ കാഥികൻ മധ്യത്തിൽനിന്ന് കഥ പറയുന്നതിനുപകരം അരികിൽ നിന്നാരംഭിക്കുന്നു. ഈ രീതി കൊണ്ടുള്ള പ്രയോജനങ്ങൾ പലതാണ്. ഉദാഹരണത്തിന് ഒരു കഥാകൃത്ത് വിവാദപൂർണ്ണമായൊരു പ്രമേയം കൈകാര്യം ചെയ്യുമ്പോൾ സവിശേഷമായ ചില വ്യാഖ്യാനങ്ങളും മനോഭാവങ്ങളും കഥയിൽ ഉൾക്കൊള്ളിക്കാൻ ആഗ്രഹിച്ചുവെന്നു വരാം. ഈ വ്യാഖ്യാനങ്ങളും മനോഭാവങ്ങളും പ്രധാന കഥാപാത്രത്തിലൂടെ അവതരിപ്പിക്കുകയാണെങ്കിൽ അയാളുടെ പാത്രാവിഷ്കരണത്തിന്റെ നൈരന്തര്യവും വിശ്വാസ്യതയും നഷ്ടപ്പെട്ടെന്നിരിക്കും. അതേസമയം എഴുത്തുകാരൻ സർവ്വജ്ഞനും സർവ്വവ്യാപിയുമായി നിന്നുകൊണ്ട് കഥയുടെ അർത്ഥത്തിന് വ്യാഖ്യാനം നൽകിത്തുടങ്ങിയാൽ

അതു കഥയുടെ കെട്ടുറപ്പിനെ ബാധിക്കും. എന്നാൽ ഒരപ്രധാനകഥാപാത്രത്തിന്റെ വീക്ഷണകോണിലൂടെയാണ് കഥയെ സമീപിക്കുന്നതെങ്കിൽ എഴുത്തുകാരന് മറ്റ് 'ഇഫെക്റ്റുകൾ' നഷ്ടപ്പെടുത്താതെതന്നെ സ്വന്തം അഭിപ്രായങ്ങൾ കഥയിൽ ഉൾക്കൊള്ളിക്കാൻ സാധിക്കും. കഥയിലെ പ്രധാനപ്രമേയത്തെ ലഘുവായി വ്യത്യാസപ്പെടുത്താനും പാത്രസൃഷ്ടിക്ക് ആഴമണയ്ക്കാനും കടുത്ത വൈപരീത്യബോധമുണർത്താനുമൊക്കെ - ചുരുക്കിപ്പറഞ്ഞാൽ മറ്റേതൊരു നിലപാടിൽനിന്നുകൊണ്ട് കഥാഖ്യാനം നടത്തിയാലും കിട്ടാത്ത തീവ്രമായ മാനസികാഘാതം വായനക്കാരനിൽ സൃഷ്ടിക്കാൻവേണ്ടി - ആധുനികചെറുകഥാകൃത്തുക്കൾ ഈയൊരു വീക്ഷണസ്ഥാനം അവലംബിച്ചുകണ്ടിട്ടുണ്ട്.

പാർശ്വവീക്ഷണരീതി ഉപയോഗിച്ച് എഴുതപ്പെട്ട പ്രശസ്തമായൊരു നീണ്ടകഥയാണ് സോമർസെറ്റ് മോമിന്റെ 'മഴ' (Somerset Maugham, The Rain, 1921). ഇതിൽ മോം പ്രധാനകഥാപാത്രമായ ഡേവിഡ്സന്റെ സുഹൃത്തായ ഡോ. മക്ഫിലിന്റെ കാഴ്ചപ്പാടാണ് ആഖ്യാനത്തിന് തിരഞ്ഞെടുത്തിരിക്കുന്നത്. ഈ തിരഞ്ഞെടുപ്പിന്റെ സാർത്ഥകതയെക്കുറിച്ച് 'മഴ'യുടെ പ്രമേയഘടന അപഗ്രഥിച്ചിട്ടുള്ള വിമർശകന്മാർ പ്രശംസാപൂർവ്വം എഴുതിക്കണ്ടിട്ടുണ്ട്. ഒരു പാതിരിയുടെ ആത്മാവിൽ കടുത്ത മതഭ്രാന്ത് വരുത്തിക്കൂട്ടുന്ന വൈകൃതങ്ങളും അവയുടെ ദുരന്തപരിണാമവുമാണ് ഫ്രോയിഡിയൻ മനഃശാസ്ത്രത്തിന്റെ സൂക്ഷ്മമായ അടിയൊഴുക്കുകലർന്ന ഈ കഥയുടെ പ്രമേയം. കഥാന്ത്യത്തിൽ പാതിരിയുടെ ആത്മഹത്യയ്ക്കു പിന്നിലുള്ള യഥാർത്ഥ പ്രേരണ എന്തായിരുന്നുവെന്നു വെളിപ്പെടുമ്പോൾ മാത്രമാണ് അയാളുടെ പുറമെയുള്ള ആദർശനാട്യങ്ങൾക്കടിയിൽ അമർത്തിവെച്ചിരുന്ന പച്ചവികാരങ്ങളിലേക്കു നാം ചെറിയൊരു നടുക്കത്തോടെ ഉണരുന്നത്. ഡേവിഡ്സന്റെ വീക്ഷണകോണിലൂടെയായിരുന്നു കഥപറച്ചിലെങ്കിൽ 'മഴ'യുടെ സ്വരശില്പവും ശൈലിയും ഇപ്പോഴത്തേതിൽനിന്ന് തീർത്തും വിഭിന്നമാകുമായിരുന്നു. അയാളുടെ 'പ്യൂരിട്ടനിസ'വും അയാളിൽ ഉറങ്ങിക്കിടക്കുന്ന പ്രകൃതിവാസനകളും തമ്മിലുള്ള വിടവിൽനിന്നു ജനിക്കുന്ന ക്രൂരമായ ഐറണി അപ്പോൾ ഈ കഥയ്ക്ക് നഷ്ടപ്പെടുമായിരുന്നു. മറിച്ച് ഡോക്ടർ മാക്ഫിൽ സാധാരണ മനുഷ്യത്വത്തിന്റെ പ്രതിനിധിയാണ്. അയാൾ സോമർസെറ്റ് മോമിന്റെ ഒരു പതിപ്പാണെന്ന് വേണമെങ്കിൽ പറയാം. കഥയിൽ പങ്കാളിയാണ്, അതേസമയം താൻ വന്നുപെട്ട പുതിയ സ്ഥലത്ത് കണ്ടുമുട്ടിയ ആളുകളുടെ വിചിത്രമായ പെരുമാറ്റം അല്പം അകലെനിന്നു കാണുന്നു, എന്നതാവാം മാക്ഫിലിന്റെ പ്രത്യേകത. ആഖ്യാനം അയാളിലൂടെയാകുന്നതുകൊണ്ട് കഥയുടെ ഗതിവേഗം പതുക്കെ കൂട്ടിക്കൊണ്ടുവരാനും കഥാവസ്തുവിന്റേയും പ്രമേയത്തിന്റേയും വിതാനങ്ങളിൽ നടക്കുന്ന നാനാമാനങ്ങളുള്ള സംഘർഷം ഒട്ടും അത്യുക്തികൂടാതെ വായനക്കാർക്കു പകർന്നുകൊടുക്കാനും മോമിനു സാധിച്ചിരിക്കുന്നു. എങ്കിൽക്കൂടി കഥാകൃത്ത് മാക്ഫിലിന്റെ മനസ്സിനകത്തു കയറിയിരുന്ന് കഥ പറയുകയല്ല എന്നോർമ്മിക്കണം. ഉത്തമപുരുഷനിലൂടെ കഥ പറയുന്നതിനുപകരം

തൃതീയപുരുഷാഖ്യാനമാണ് കഥാകൃത്തിവിടെ സ്വീകരിച്ചിരിക്കുന്നത്. വേറൊരു രീതിയിൽപ്പറഞ്ഞാൽ, വായനക്കാരുടെ അടിസ്ഥാനപരമായ മൂല്യസങ്കല്പങ്ങളെ ചോദ്യംചെയ്യലിനു വിധേയമാക്കുന്ന രീതിയിൽ മതവും രാഷ്ട്രീയവും പോലുള്ള സ്ഫോടകമായ വിഷയങ്ങളെടുത്തു പെരുമാറുമ്പോൾ കാഥികൻ തന്റെ 'മെറ്റീരിയലി'ൽനിന്ന് കുറച്ചൊന്ന് അകൽച്ച പുലർത്തുന്ന വീക്ഷണരീതി അവലംബിക്കുന്നതായിരിക്കും ഉചിതം.

മലയാളത്തിൽ എം.ടി.യുടെ ചില ആദ്യകാല കഥകളിലാണെന്നു തോന്നുന്നു, പാർശ്വവീക്ഷണരീതി അതിന്റെ സാദ്ധ്യതകൾ ആദ്യമായി വെളിപ്പെടുത്തിയത്.[1] പട്ടത്തുവിള കരുണാകരന്റെ ഒരു കഥാപരമ്പരയിൽ ഈ സങ്കേതം പ്രയോഗിക്കപ്പെട്ടു കണ്ടിട്ടുണ്ട്. പട്ടത്തുവിളയുടെ 'സത്യാന്വേഷണം', 'ഹരേ കൃഷ്ണ', 'ആദിതാളം', 'എഴുതാത്ത മറുപടി', 'വാനര സേന' എന്നീ കഥകൾ[2] ചേർത്തുവെച്ചു പരിശോധിക്കുകയാണെങ്കിൽ, പ്രമേയാടിസ്ഥാനത്തിലുമതേ കഥാവസ്തുവിന്റെ തലത്തിലുമതേ, അവയിലെ നായകൻ (protagonist എന്ന അർത്ഥത്തിൽ) പ്രതാപൻ എന്ന കലാപകാരിയാണ് എന്നു കണ്ടെത്താൻ വിഷമമില്ല. എന്നാൽ ഈ കഥകൾ ചുരുൾ നിവരുന്നത് പ്രതാപന്റെ സുഹൃത്തും സഹയാത്രികനുമായിരുന്ന ഒരുവന്റെ ഓർമ്മകളിലൂടെയും ചിന്തകളിലൂടെയുമാണ്. വീടിന്റെ ഭദ്രതയിൽ മെരുങ്ങിക്കഴിയുന്ന, ഒത്തുതീർപ്പുകൾ നിറഞ്ഞ തന്റെ ഉപരിവർഗ്ഗജീവിതത്തെക്കുറിച്ച് അകമേ അസംതൃപ്തിയും പുച്ഛവും വച്ചുപുലർത്തുന്ന ഒരാളാണ് ഈ ആഖ്യാതാവ്. ("ഞാൻ കൂടുതലും കാഴ്ചക്കാരനായിരുന്നുവെന്നു തോന്നുന്നു.") അയാളെ ചകിതനാക്കുന്ന ഒരംശം പ്രതാപന്റെ ധീരസാഹസികതയിലും രക്തസാക്ഷിത്വത്തിലുമടങ്ങിയിരിക്കുന്നു. അതിലൂടെ കഥാകൃത്ത് പാളിപ്പോയ ഇന്ത്യൻ വിപ്ലവ പ്രസ്ഥാനങ്ങൾക്ക് ഒരടിക്കുറിപ്പ് എഴുതിച്ചേർത്തിരിക്കുന്നു.

ആധുനിക ചെറുകഥാസാഹിത്യത്തിൽ വീക്ഷണകോണ സങ്കേതത്തിന്റെ സാർവ്വത്രികമായ ഉപയോഗം കൊണ്ടുണ്ടായിട്ടുള്ള പ്രധാന ഫലങ്ങളിലൊന്ന്, വായനക്കാരന് കഥയിലുള്ള സർഗ്ഗാത്മകമായ പങ്കാളിത്തത്തിന് പുതിയൊരു ചുഴി കൈവന്നിരിക്കുന്നു എന്നതാണ്. സർവ്വജ്ഞ വീക്ഷണരീതി പുലർത്തുന്ന പരമ്പരാഗതമായ ചെറുകഥകളിൽ, എഴുത്തുകാരന് വായനക്കാർക്കാവശ്യമായ സൂചനകൾ നൽകാനും, വായനക്കാരുടെ പ്രതികരണങ്ങളെ പ്രത്യേക ദിശയിലേക്ക് തിരിച്ചുവിടാനും പ്രയാസം കൂടാതെ സാധിക്കും. എന്നാൽ കഥാകൃത്ത് സൃഷ്ടിയിൽനിന്ന് നിശ്ശേഷം

1. എം.ടി.യുടെ 'കുട്ട്യേടത്തി', 'ഓപ്പോൾ' എന്നീ കഥകൾ ഓർമ്മിക്കുക. 'ഓപ്പോൾ' എന്ന കഥയിൽ കുട്ടിയുടെ കാഴ്ചപ്പാട് തിരഞ്ഞെടുത്തതിനെക്കുറിച്ച് കാഥികന്റെ പണിപ്പുരയിൽ എം.ടി. ചെറിയൊരു വിശദീകരണം നൽകുന്നുണ്ട്. കൂടുതൽ സൂക്ഷ്മമായി (subtle) കഥ പറയാൻ പറ്റിയ മാർഗ്ഗം ഇതാണെന്ന് തനിക്കു തോന്നിയതായി എം.ടി. പറയുന്നു.
2. കഥ, പട്ടത്തുവിള പ്രസാ. ശിഖാ പബ്ലിക്കേഷൻസ്, ഗുരുവായൂർ, 1984.

അപ്രത്യക്ഷനായി, തന്നിൽനിന്നു തീർത്തും വ്യത്യസ്തനായൊരു കഥാപാത്രത്തിന്റെ 'അഹംബോധ'ത്തിലൂടെ അനുഭവത്തെ വ്യാഖ്യാനിക്കാൻ ശ്രമിക്കുമ്പോൾ വായനക്കാരന്റെ ഉത്തരവാദിത്വം വർദ്ധിക്കുകയാണ് ചെയ്യുന്നത്. ആരുടെ വീക്ഷണകോണിലൂടെയാണോ കഥ ചുരുളഴിയുന്നത്, ആ കഥാപാത്രം, കഥയിലെ ഇതരകഥാപാത്രങ്ങൾ, വായനക്കാരൻ – ഈ മൂന്നു ഘടകങ്ങൾ തമ്മിലുള്ള സങ്കീർണ്ണമായ പരസ്പരപ്രവർത്തനത്തിൽനിന്നാണ് ഇത്തരം കഥകളിൽ സംഭവിക്കുന്ന കാര്യങ്ങളുടെ യഥാർത്ഥമായ അർത്ഥം ഉരുത്തിരിഞ്ഞെത്തുന്നത്. വീക്ഷണകോണസമ്പ്രദായമനുസരിച്ച് എഴുതപ്പെടുന്ന കഥകളുടെ വ്യാഖ്യാനത്തിൽ സംശയവും സന്ദിഗ്ദ്ധതയും കടന്നുവരുന്നതിന്റെ കാരണവുമിതുതന്നെ. ഈ കഥകളൊന്നുംതന്നെ ജീവിതപ്രശ്നങ്ങൾക്കു ലളിതമായ പരിഹാരങ്ങൾ നിർദ്ദേശിക്കുന്നില്ല. ഈ കഥകളുടെ സ്രഷ്ടാക്കൾ മനുഷ്യാവസ്ഥയിലേക്കു നൽകുന്ന ആത്യന്തികമായ ഉൾക്കാഴ്ചയുടെ സ്വഭാവം നിർണ്ണയിക്കാൻ വായനക്കാരന് സാധിക്കുന്നത് അയാൾ സ്വന്തം വിമർശനബുദ്ധി കൈമുതലാക്കിക്കൊണ്ട് കൃതികൾ വീണ്ടും വീണ്ടും പരിശോധിക്കുമ്പോൾ മാത്രമാണ്. ഇത് ഏറ്റവും പ്രകടമായിത്തീരുന്നത് അവിശ്വസ്തരായ ആഖ്യാതാക്കൾ (Unreliable Narrators) സാക്ഷ്യപ്പെടുത്തുന്ന ചെറുകഥകളിലാണ്. ഈ കഥകൾ പകരുന്ന അനുഭൂതിയെ ശരിയായ അർത്ഥത്തിൽ വിലയിരുത്തുക എന്നത് സംവേദനശീലനായൊരു വായനക്കാരനെ സംബന്ധിച്ചിടത്തോളം ഗൗരവമേറിയ വെല്ലുവിളിയായിരിക്കും. ഈ കഥകളിലെ ആഖ്യാതാക്കളുടെ ആത്മബോധം വളരെ സങ്കുചിതമാണ്; അവർ അറിയുന്ന കാര്യങ്ങളെക്കാൾ എത്രയോ മടങ്ങ് വലുതാണ് അവർക്ക് മനസ്സിലാക്കാനോ ഉൾക്കൊള്ളാനോ കഴിയാത്ത പരമാർത്ഥങ്ങൾ. ആഖ്യാതാവ് തന്നോടു പറയുന്ന സംഗതികളും വസ്തുതകളുടെ ശരിയായ കിടപ്പും തമ്മിലുള്ള വിടവ് വായനക്കാരൻ തിരിച്ചറിയുന്നിടത്തുവെച്ചാണ് ഈ കഥകളിലെ ഐറണി വികസിച്ചുവരുന്നത്. വായനക്കാരന് കഥയിൽ പലതും കൂട്ടിച്ചേർക്കേണ്ടിവരുന്നു, കഥയിൽ അയാൾക്കുള്ള പങ്കാളിത്തം അറിയാതെ വർദ്ധിക്കുന്നു. ഈയൊരു ആഖ്യാനസങ്കേതത്തെ, അതിൽ അടങ്ങിയിട്ടുള്ള എല്ലാ വക്രതയോടും സങ്കീർണ്ണതയോടുംകൂടി, പരീക്ഷിച്ചുനോക്കിയിട്ടുള്ള കാഥികന്മാർ നമുക്കിടയിൽ കുറവാണെന്നു തോന്നുന്നു.* ■

* റിംഗ് ലാർഡ്നറുടെ കഥകളിൽ അവിശ്വസ്തരായ ആഖ്യാതാക്കളെ പരക്കെ കണ്ടെത്താൻ കഴിയും. സത്യസന്ധത കുറവായ ഈ കഥാപാത്രങ്ങൾ സംഭവങ്ങളെക്കുറിച്ചു നൽകുന്ന ഭാഷ്യത്തിൽ (version) പൊളിയുടെ അംശം ഏറിയ അളവിലുണ്ട്. ഈ കഥാപാത്രങ്ങളുടെ വാക്കുകളിൽനിന്ന് സത്യം വേർതിരിച്ചെടുക്കാൻ വായനക്കാരന് സ്വന്തം ലോകപരിജ്ഞാനത്തേയും മൂല്യബോധത്തേയും ആശ്രയിക്കേണ്ടതായിവരുന്നു.

ഭാഗം രണ്ട്

പെണ്ണെഴുത്ത്/പൊളിച്ചെഴുത്ത്

പതിനാറ്

രാവിന് നെഞ്ചിടിപ്പേകിയ ഒരു രാജകീയ വിവാഹം

മാധവിക്കുട്ടിയുടെ ഒരു കവിതാസമാഹാരത്തിന്റെ തലക്കെട്ട് 'ഭയം എന്ന നിശാവസ്ത്രം' എന്നാണ്. ഭയം എന്ന നിശാവസ്ത്രമണിഞ്ഞ സ്ത്രീകളെ നമ്മുടെ ചെറുകഥാസാഹിത്യത്തിൽ ആദ്യമായി അവതരിപ്പിച്ചത് മാധവിക്കുട്ടിയാണെന്നു തോന്നുന്നു. തന്റെ സർഗ്ഗജീവിതത്തിന്റെ ആദ്യപകുതിയിൽ മഹാനഗരം പശ്ചാത്തലമാക്കിക്കൊണ്ട് മാധവിക്കുട്ടി എഴുതിയ ഒരു പറ്റം ചെറുകഥകളിൽ, തങ്ങൾക്കു പരിചിതമായ ലോകം പൊടുന്നനെ രാപ്പേടിയുടെ മേഖലയിലേക്ക് തെന്നിവീഴുന്നതു നോക്കി അമ്പരന്നു നിൽക്കുന്ന സ്ത്രീകൾ പ്രധാന സ്ഥാനത്തു കടന്നുവരുന്നു. ഈ സ്ത്രീകൾ സ്വന്തം വീടിന്റെ സുരക്ഷിതത്വംവിട്ട് പുറത്തിറങ്ങുന്നതോടെ പലതരം ഭീഷണികൾ അവരുടെനേർക്കു പാഞ്ഞടുക്കുന്നു. അവർക്കു ചിലപ്പോൾ നിയമവ്യവസ്ഥയുമായി ഏറ്റുമുട്ടേണ്ടിവരുന്നു. മറ്റു ചില സന്ദർഭങ്ങളിൽ ആരൊക്കെയോ ചേർന്നൊരുക്കിയ കെണികളിൽപ്പെട്ട് അവരുടെ സ്വത്വബോധം ശിഥിലമായിത്തീരുന്നു. ഉറ്റവരും ഉടയവരും പെട്ടെന്നു അപരിചിതരായി മാറുന്നതും തങ്ങളെ തള്ളിപ്പറയുന്നതും അവർക്കു കണ്ടുനിൽക്കേണ്ടിവരുന്നു. മാധവിക്കുട്ടിയുടെ സ്ത്രീകഥാപാത്രങ്ങളെ സംബന്ധിച്ചിടത്തോളം മഹാനഗരം കൊതികളുടെ മാത്രമല്ല, പേരില്ലാത്ത പേടികളുടേയും അതിവേഗം വളർച്ച പ്രാപിക്കുന്ന ആപത്തിന്റേയും കൂടി സങ്കേതമാണ്. നഗരം പശ്ചാത്തലമായി സ്വീകരിച്ചുകൊണ്ട് ഒരു പ്രത്യേകകാലയളവിൽ മാധവിക്കുട്ടി എഴുതിയ ചെറുകഥകളുടെ കൂട്ടത്തിൽ ചില അംശങ്ങളിൽ വ്യത്യസ്തത പുലർത്തുന്ന ഒരു രചനയാണ് 'സ്വയംവരം'. ഒരു പാർക്കിൽവെച്ച് വിചിത്രമായൊരന്തരീക്ഷത്തിൽ അരങ്ങേറുന്ന ബലാൽസംഗവും അതിനെത്തുടർന്നുള്ള മരണവുമാണ് ഈ കഥയുടെ പ്രമേയം.*

---

* മാധവിക്കുട്ടി, 'സ്വയംവരം' (1968) എന്റെ ചെറുകഥകൾ (ഒന്നാം ഭാഗം) എന്ന സമാഹാരത്തിൽനിന്ന്. കോഴിക്കോട്: മാതൃഭൂമി പബ്ലിഷിംഗ് കമ്പനി, 1985. എല്ലാ ഉദ്ധരണികളും ഈ പതിപ്പിൽനിന്ന്.

പാർക്ക് എന്ന പൊതുസ്ഥലം വിശ്രമത്തിനും വിനോദത്തിനും വേണ്ടിയുള്ളതാണ്. എന്നാൽ പാർക്ക് പലതരം ആളുകളെ ആകർഷിക്കുന്നു. അക്കൂട്ടത്തിൽ അനുരാഗികളുണ്ട്, സാമൂഹ്യവിരുദ്ധന്മാരുണ്ട്, താവളം തിരഞ്ഞുനടക്കുന്ന കുറ്റവാളികളുണ്ട്. രാത്രിയുടെ നിഴലുകൾ പരന്നുതുടങ്ങുന്നതോടുകൂടി, ഉല്ലാസം അല തല്ലിയിരുന്ന പാർക്കിൽ തിരിച്ചറിയാനാവാത്ത ആപത്ഭീതികളും വിവരണാതീതമായ വികൃതവാസനകളും പെറ്റു പെരുകുകയായി. പാർക്ക് പശ്ചാത്തലമാക്കിക്കൊണ്ട് മനുഷ്യന്റെ ഏകാന്തതയുടേയും ഒറ്റപ്പെടലിന്റേയും പ്രശ്നങ്ങൾ കൈകാര്യം ചെയ്യുന്ന ചില പ്രശസ്തരചനകളുണ്ട്. ന്യൂയോർക്ക് നഗരത്തിന്റെ മധ്യത്തിലുള്ള ഒരു മൃഗശാലയുടേയും പാർക്കിന്റേയും പരിസരത്തിൽ കണ്ടുമുട്ടുന്ന വിപരീതവ്യക്തിത്വമുള്ള രണ്ടു പുരുഷന്മാർ തമ്മിലുള്ള ഹിംസയിലവസാനിക്കുന്ന സൊറപറച്ചിലിന്റെ ആവിഷ്കരണത്തിലൂടെ മനുഷ്യർക്കിടയിലുള്ള ആശയവിനിമയത്തകർച്ചയുടെ പ്രശ്നത്തിലേക്കും ഭാഷയുടെ പരാജയത്തിലേക്കും വിരൽചൂണ്ടുന്ന 'ദ സൂ സ്റ്റോറി' എന്ന തീക്ഷ്ണമായ ഏകാങ്കനാടകം (എഡ്‌വർഡ് ആൽബി) പെട്ടെന്ന് മനസ്സിൽ കടന്നുവരുന്നു. വീട്ടിൽനിന്ന് കലഹിച്ച് ഇറങ്ങിപ്പോന്ന ഒരു സ്ത്രീ, രാത്രിനേരത്ത് ഒരു പാർക്കിന്റെ വിജനതയിൽ പേടി കലർന്ന ആകർഷണവുമായി വന്നടുക്കുന്ന ഒരപരിചിതന് കീഴ്പ്പെടുന്നത് ചിത്രീകരിക്കുന്ന ഭാവസാന്ദ്രമായൊരു ചെറുകഥ ജാപ്പനീസ് സാഹിത്യകാരനായ യൂക്കിയൊ മിഷിമ എഴുതിയിട്ടുണ്ട്.

താൻ അവന്തിരാജകുമാരിയാണെന്നു വിശ്വസിക്കുന്ന ഒരു ഭ്രാന്തിത്തള്ളയാണ് 'സ്വയംവര'ത്തിലെ മുഖ്യകഥാപാത്രം. ഒരു പാർക്കിലുള്ള വേപ്പുമരത്തിന്റെ ചുവട്ടിൽ അവൾ പതിവുപോലെ ഇരിപ്പുറപ്പിക്കുന്നു. മൂന്നു തെമ്മാടികൾ, തങ്ങൾ യഥാക്രമം കാശിരാജാവും വംഗരാജ്യത്തിലെ ചക്രവർത്തിയും കേരളചക്രവർത്തിയുമാണെന്നു പറഞ്ഞു പരിചയപ്പെടുത്തിക്കൊണ്ട് അവളെ സമീപിക്കുന്നു. തങ്ങൾ അവളെ വിവാഹം കഴിക്കാൻ മോഹിച്ചു വന്നിരിക്കുകയാണെന്നും രാത്രിയിലാണ് സ്വയംവരമുഹൂർത്തമെന്നും അവർ പറയുന്നു. അവരുടെ സ്നേഹപ്രകടനം ഭ്രാന്തിയിൽ ഒളിഞ്ഞുകിടക്കുന്ന ശൃംഗാരഭാവത്തെ വിളിച്ചുണർത്തുന്നു. മുൻകൂട്ടി നിശ്ചയിച്ചതനുസരിച്ച് അവൾ സന്ധ്യയ്ക്ക് പാർക്ക് പൂട്ടിയതിനുശേഷം പുറത്തു കാത്തുനിൽക്കുന്നു. തെമ്മാടികൾ അവളേയുമെടുത്ത് മതിലും കടന്ന് വേപ്പുമരച്ചോട്ടിലെത്തുന്നു. ഉപചാരവാക്കുകൾ കൈമാറിയതിനുശേഷം അവർ പ്രണയലീല ആരംഭിക്കുന്നു:

"ഞങ്ങളെ കുറച്ചെങ്കിലും ആശ്വസിപ്പിക്കൂ, രാജകുമാരി."

"ഞാനെന്തു ചെയ്യണം, രാജാക്കന്മാരെ?", വൃദ്ധ തന്റെ വിറയൽ കലർന്ന സ്വരത്തിൽ ചോദിച്ചു.

ആ ചെറുപ്പക്കാർ അവളുടെ കുപ്പായം സാവധാനത്തിൽ ഊരിയെടുത്തു. അവൾ അടിക്കുപ്പായം ധരിച്ചിരുന്നില്ല. ചുക്കിച്ചുളിഞ്ഞ് തൂങ്ങിക്കിടന്നിരുന്ന മുലകൾ നോക്കിക്കൊണ്ട് ഒരുത്തൻ പൊട്ടിച്ചിരിച്ചു.

"എന്നെ വേദനിപ്പിക്കരുത്."

"ഇല്ല സുന്ദരീ, ഞങ്ങൾ നിങ്ങളുടെ ഭർത്താക്കന്മാരാണ്." കാശി രാജാവ് പറഞ്ഞു.

"അയ്യോ, നിങ്ങൾ എന്നെ വേദനിപ്പിക്കുന്നു," ഭ്രാന്തി തേങ്ങിക്കൊണ്ട് വിളിച്ചു പറഞ്ഞു. "അയ്യോ, എനിക്കു വേദന സഹിക്കാൻ വയ്യ. എന്നെ കടിച്ചു കൊല്ലരുത്."

അവൾ അവരുടെ പിടിയിൽനിന്ന് കുതറി രക്ഷപ്പെടാൻ ശ്രമിച്ചു കൊണ്ടിരുന്നു.

"മിണ്ടരുത്." ഒരാൾ പറഞ്ഞു. "മിണ്ടിയാൽ ഞങ്ങൾ കൊല്ലും."

"ഞാൻ അവന്തി രാജകുമാരിയല്ല." വൃദ്ധ പൊട്ടിക്കരഞ്ഞുകൊണ്ട് പറഞ്ഞു. "എന്നെ ആരും കല്യാണം കഴിക്കണ്ട." (പുറം. 55–56).

അവളുടെ മരണം തെമ്മാടികളിലുണ്ടാക്കുന്ന ഉദാസീനമായ പ്രതി കരണം കാണിച്ചുകൊണ്ട് കഥ അവസാനിക്കുന്നു.

പ്രണയത്തിന്റേയും രതിയുടേയും വ്യത്യസ്ത ഭാവങ്ങൾ ആവിഷ്കരി ച്ചിട്ടുള്ള മാധവിക്കുട്ടിയെ സംബന്ധിച്ചിടത്തോളം, അവരുടെ വിരുത് ഏറ്റവുമധികം തെളിഞ്ഞുകാണുന്നത് മധ്യവയസ്സിലെ ലൈംഗിക തൃഷ്ണകളുടെ ചിത്രീകരണത്തിലാണെന്നു തോന്നുന്നു. തന്നെ "എപ്പോഴും ഉറയിൽ വിശ്രമിക്കുന്ന ഒരു വാൾപോലെയാക്കിത്തീർത്ത" ദാമ്പത്യത്തിന്റെ തടവറയിൽനിന്നു പുറത്തുകടന്ന് സ്വതന്ത്രമായ അനു രാഗത്തിന്റെ കൊതികൾ നുകരാൻ വെമ്പുന്ന സ്ത്രീയുടെ വൈകാരിക സന്ദിഗ്ദ്ധതകൾ പകർത്തുന്ന വേളയിലാണ് മാധവിക്കുട്ടിയുടെ കലാപര മായ ഉൾക്കാഴ്ചകൾ തീക്ഷ്ണതയും സുഭഗതയും കൈവരിക്കുന്നത്. തണുപ്പിനും ഉച്ചച്ചൂടിനുമിടയിലൂടെ തെന്നിനീങ്ങുമ്പോൾ കാലിടറുകയും തങ്ങളെത്തന്നെ പഴിക്കുകയും ഒടുവിൽ തങ്ങളുടെ വിധിയുമായി രാജി യാവുകയും ചെയ്യുന്ന, യൗവ്വനം പിന്നിട്ട സ്ത്രീകളുടെ ഗർവ്വും തോൽവിയും മാധവിക്കുട്ടിക്കു എല്ലാകാലത്തും പ്രിയപ്പെട്ട വിഷയങ്ങളായിരുന്നു. എന്നാൽ 'സ്വയംവര'ത്തിൽ മാധവിക്കുട്ടി തന്റെ തലമുറയിൽപ്പെട്ട മറ്റു കഥാകൃത്തുക്കൾ തൊടാൻ മടി കാണിച്ചിരുന്ന ഒരു ഭാവമേഖലയിൽ കടന്നുചെന്നിരിക്കുകയാണ്. ലൈംഗികതയിൽ അടങ്ങിയിട്ടുള്ള ഭീതിയുടെ അംശം ഈ കഥയിൽ പ്രകാശനം കണ്ടെത്തുന്നു. ലൈംഗികതയുടെ ഒപ്പമുള്ള മധുരമായ ഉത്കണ്ഠകളെക്കുറിച്ചെഴുതി തഴക്കംവന്ന മാധവി ക്കുട്ടിയുടെ തൂലിക ഇവിടെ സെക്സിന്റെ ക്രൂരമായ ഒരു മുഖം മറ നീക്കി ക്കാണിക്കുന്നു. തന്റെ കഥയ്ക്ക് സ്വയംവരം എന്നു പേരുനൽകിയതിലൂടെ കാഥിക പുരാണങ്ങളുടെ കാലംതൊട്ട് നമ്മുടെ നാട്ടിൽ കൊണ്ടാടപ്പെട്ടി ട്ടുള്ള ഒരു വിവാഹ സങ്കല്പത്തിന് ബീഭത്സമായ ഹാസ്യാനുകരണം ഒരുക്കിയിരിക്കുകയാണ്. രാത്രിയുടെ നിശ്ശബ്ദതയിൽ ആളൊഴിഞ്ഞ ഒരു പാർക്കിൽവെച്ച് നമ്മുടെ കാലഘട്ടത്തിലെ അവന്തിരാജകുമാരിക്കു

കൈവന്ന മംഗല്യഭാഗ്യത്തിന്റെ വിവരണത്തിന്റെ അന്ത്യത്തിലെത്തുമ്പോൾ, ഒരു വികൃതമന്ദഹാസത്തോടെ അകലെ മാറിനിന്ന് സംഭവങ്ങൾ പകർത്തുന്ന കഥാകൃത്തിന്റെ സാന്നിധ്യത്തെപ്പറ്റി നാം ബോധവാന്മാരായിത്തീരുന്നു. വായനക്കാരനിൽനിന്ന് നടുക്കം കലർന്ന ഒറ്റ തേങ്ങൽ വലിച്ചെടുത്തുകൊണ്ട് ഒഴിഞ്ഞുപോകുന്ന ഒന്നാണ് ഇവിടത്തെ നിശിതമായ, ഒതുക്കംപൂണ്ട വിരുദ്ധോക്തി.

താൻ അവന്തിനഗരത്തിലെ രാജകുമാരിയാണെന്നു വിശ്വസിക്കുന്ന ഈ കഥയിലെ ഭ്രാന്തി മാധവിക്കുട്ടിയുടെ മറ്റു നായികമാരുമായി പങ്കിടുന്ന ഒരു സ്വഭാവസവിശേഷതയുണ്ട്. രാജകീയ ഭാവമാർന്ന ഉൽപ്രേക്ഷകൾ മാധവിക്കുട്ടിയുടെ നായികമാരുടെ പ്രണയചിന്തകൾക്കു അകമ്പടിയരുളുന്നു. മാധവിക്കുട്ടിയുടെ സ്ത്രീകഥാപാത്രം ദാമ്പത്യത്തിന്റെ അതിരുകൾക്കപ്പുറമുള്ള നിസ്സാരമായ ഒരു പ്രലോഭനം എത്തിപ്പിടിക്കുന്ന വേളയിൽക്കൂടി, തന്റെ അനുഭവത്തിനു പകിട്ടും പ്രൗഢിയും സമ്മാനിക്കുന്നു. ഒരു മധ്യവയസ്കന്റെ വെപ്പാട്ടിയായിരിക്കുമ്പോൾ, താൻ രാജാവിന്റെ പ്രേമഭാജനമാണെന്ന് അവൾ അഭിമാനംകൊണ്ടെന്നിരിക്കും. യുഗങ്ങൾക്കു മുമ്പ് യമുനാനദീതീരത്തു അരങ്ങേറിയ, അനന്തതയിലേക്ക് നീളുന്ന പ്രണയ നാടകത്തിലെ ദാഹാർത്തയായ കാമുകിയായി അവൾ സ്വയം സങ്കല്പിക്കുന്നു. എല്ലാത്തരം പാപചിന്തയ്ക്കും സാമൂഹ്യമായ വിലക്കുകളെക്കുറിച്ചുള്ള ആശങ്കയ്ക്കുമപ്പുറത്തായി, ആഘോഷത്തിന്റേതായ സ്വരം മാധവിക്കുട്ടിയുടെ പ്രണയകഥകൾക്ക് ഉയിരു പകരുന്നു.

മാധവിക്കുട്ടിയുടെ കലാരഹസ്യം കുടികൊള്ളുന്നത്, എത്ര ചുരുങ്ങിയ ഒരു പദശേഖരത്തിലൂടെയാണ് പ്രണയാനുഭൂതിയുടെ സമൃദ്ധിയും കാഠിന്യവും അവർ സംവേദനം ചെയ്യുന്നത് എന്നതിലാണ്. വാക്കുകൾ ധൂർത്തടിക്കുന്നതിനു പകരം കരുതലോടെ, പിശുക്കിമാത്രം ഉപയോഗിക്കുന്ന ഒരു കഥാകൃത്താണവർ. നേർത്ത വരകളും സൗമ്യമായ വർണ്ണങ്ങളും ഉപയോഗിച്ചാണ് തന്റെ 'ഇഫെക്റ്റു'കൾ അവർ നേടിയെടുക്കുന്നത്. അപ്രധാനമെന്നു തോന്നിക്കുന്ന ചില വിശദാംശങ്ങൾ അവതരിപ്പിക്കുന്ന രീതികൊണ്ട് മനുഷ്യവ്യക്തിത്വത്തിൽ ഊറിക്കൂടി നില്പുള്ള വൈരുദ്ധ്യങ്ങൾ അഭിവ്യഞ്ജിപ്പിക്കാൻ അവർക്കു കഴിയുന്നു. 'സ്വയംവര'ത്തിന്റെ ആദ്യഭാഗത്ത്, ഭ്രാന്തി "ആകാശത്തിലേക്കു നോക്കി വായിന്റെ വലതുവശം കോട്ടിക്കൊണ്ട് ഒരു പ്രത്യേകചിരി ചിരിച്ചുകൊണ്ടിരുന്ന"തായി പറയുന്നുണ്ട്. രാജാക്കന്മാരായി പ്രത്യക്ഷപ്പെടുന്ന ചെറുപ്പക്കാർ അവളിൽ ഉറങ്ങിക്കിടക്കുന്ന മൃദുലഭാവങ്ങളെ ഇക്കിളികൊള്ളിക്കുന്നു. ആ സമയത്തും ലജ്ജയാലെന്നപോലെ കുനിഞ്ഞ ഭ്രാന്തിയുടെ മുഖത്തുനിന്നും "ആ ശൂന്യച്ചിരി മറഞ്ഞിരുന്നില്ല" എന്ന് കഥാകൃത്ത് സാക്ഷ്യപ്പെടുത്തുന്നു. കഥയുടെ അവസാനമടുക്കുമ്പോൾ കാമുകന്മാരുടെ പ്രണയസാഹസം താങ്ങാൻ കഴിയാതെ പൊട്ടിക്കരഞ്ഞുകൊണ്ട് "ഞാൻ അവന്തിരാജകുമാരിയല്ല" എന്ന് അവൾ വിളിച്ചു പറയുന്നുണ്ട്. എല്ലാത്തരം

ഭ്രാന്തിന്റെ അവസ്ഥയിലും അഭിനയവും യാഥാർത്ഥ്യവും വേർപിരിയുന്ന മുഹൂർത്തങ്ങൾ വന്നണയാറുള്ളതായി പറഞ്ഞുകേട്ടിട്ടില്ലേ? അത്തരമൊരു നിമിഷമാണ് ബലാൽസംഗത്തിന്റെ മൂർദ്ധന്യനിലയിൽ ഭ്രാന്തിത്തള്ളയ്ക്ക് കൈവരുന്ന വെളിവിനെപ്പറ്റിയുള്ള സൂചനയിലൂടെ കാഥിക നമ്മുടെ ശ്രദ്ധയിൽപ്പെടുത്തുന്നത്.

മിതത്വം തികഞ്ഞ, ധ്വനിതരളമായ ന്യൂനോക്തിയെ അവലംബമാക്കിയുള്ള ഈ ആഖ്യാനകല തന്റെ സാഹിത്യജീവിതത്തിൽ 'എന്റെ കഥ'യുടെ (1972) രചനയോടുകൂടി അവസാനിച്ച ഒരു ഘട്ടത്തിലുടനീളം മാധവിക്കുട്ടിക്കു വശപ്പെട്ടിരുന്നതായി കാണാൻ സാധിക്കും. ■

പതിനേഴ്

ചീന്തിയെറിയപ്പെട്ട ചെമ്പകപ്പൂക്കൾ

സ്വാതന്ത്ര്യസമരകാലഘട്ടം തൊട്ട് നാളിതുവരെയുള്ള നമ്മുടെ ദേശീയ വ്യവഹാരത്തിനു പിന്നിൽ കുടികൊള്ളുന്ന സാംസ്കാരിക ധാരകളെ സ്വാധീനിച്ച ഒരു ഘടകം രാമായണത്തെ ഏതു രീതിയിൽ വായിക്കണം എന്ന വിഷമപ്രശ്നമായിരുന്നു എന്നുള്ള ഒരു പ്രസ്താവന ആരെങ്കിലും നടത്തിയാൽ അതിൽ അത്യുക്തി ആരോപിക്കാനാകുമോ? സ്വാതന്ത്ര്യ സമരത്തിന്റെ എല്ലാ ഘട്ടങ്ങളിലും രാമരാജ്യം എന്ന സ്വപ്നം മഹാത്മാ ഗാന്ധിക്കു പ്രചോദനമായി നിലകൊണ്ടു. ഗാന്ധിജിയെ സംബന്ധിച്ചിട ത്തോളം സത്യവും നീതിയും പുലരുന്ന രാമരാജ്യം സ്വതന്ത്രഭാരത ത്തിന്റെ മുമ്പിലുള്ള മാർഗ്ഗദീപമായിരുന്നു. ഒരു പൂർണ്ണ മനുഷ്യനായാണ് രാമനെ ഗാന്ധിജി നോക്കിക്കണ്ടിരുന്നത്. പ്രജാഹിതമനുസരിച്ച് നാടു വാണ രാജാവിന്റെ ഉത്തമ മാതൃകയായി ഇന്ത്യയിലെ ലക്ഷക്കണക്കി നുള്ള സാധാരണ മനുഷ്യരുടെ അടിമനസ്സിൽ തങ്ങി നിൽക്കുന്ന ശ്രീരാമന്റെ വിരാട് രൂപത്തെ ആദ്ധ്യാത്മികതലത്തിൽ എന്നപോലെ രാഷ്ട്രീയവ്യവഹാരത്തിന്റെ തലത്തിലും കൊണ്ടാടാനുള്ള ബോധപൂർവ്വ മായ ഒരു ശ്രമം 'പൂർണ്ണസ്വരാജി'നെ സംബന്ധിച്ച് പലപ്പോഴായി ഗാന്ധിജി നടത്തിയ നിരീക്ഷണങ്ങളിൽ തങ്ങി നിന്നിരുന്നതായി കാണാം. ഇതിനു സമാന്തരമായി നാടിന്റെ തെക്കു ഭാഗത്തു നിന്നുള്ള ഈശ്വരനിഷേധി യായ ഒരു സാമൂഹ്യവിപ്ലവകാരി രാമന്റെ ദുഷ്ചെയ്തികൾ ഓരോന്നായി എണ്ണിപ്പറഞ്ഞ് ഒരു ബദൽ പുരാണകാവ്യം രചിക്കാനൊരുമ്പെട്ടു. രാമാ യണകഥയിലെ നായകനായി രാവണനെ പ്രതിഷ്ഠിക്കാൻ ഇ.വി. രാമ സ്വാമിനായ്ക്കർ നടത്തിയ ശ്രമം ഒറ്റതിരിഞ്ഞ ഒരു വികടത്തരമായി രുന്നില്ല. ആര്യന്മാരുടെ അധിനിവേശത്തിന്റെ ഫലമായി നിഷ്കാസനം ചെയ്യപ്പെട്ട ദ്രാവിഡവംശത്തിന്റെ അവസ്ഥയെച്ചൊല്ലിയുള്ള ഉത്ക ണ്ഠയും ഉത്തരേന്ത്യൻ മേധാവിത്വത്തോടും ഹിന്ദി ഭാഷയോടുമുള്ള

എതിർപ്പുമുൾപ്പെടെ ഇ.വി.ആർ. നയിച്ച രാഷ്ട്രീയ പ്രസ്ഥാനത്തിന് ഊർജ്ജംപകർന്ന ചില നിലപാടുകളുടെ പ്രതിരൂപാത്മകമായ ആവിഷ്കരണമായിരുന്നു അത്. ഈ രാമ-രാവണ ദ്വന്ദ്വത്തിനു പുറത്ത് രാമായണ കഥയെ അരികുകളിൽ നിന്നും കീഴ്ത്തട്ടിൽ നിന്നും വായിച്ചെടുക്കാനുള്ള ശ്രമങ്ങൾക്ക് സ്വാതന്ത്ര്യാനന്തരകാലഘട്ടത്തിൽ പറ്റെ പ്രചാരം ലഭിച്ചു. രാമായണത്തിന് ഇന്ത്യയിലെ വിഭിന്നഗോത്രങ്ങൾക്കിടയിൽ സിദ്ധിച്ചിട്ടുള്ള പാഠഭേദങ്ങളെ സംബന്ധിച്ചും ഇന്ത്യയ്ക്കു പുറത്തുള്ള ചില ഏഷ്യൻ നാടുകളിൽ പ്രചാരത്തിലുള്ള നാടോടിക്കഥകളിൽ രാമായണത്തിലെ ചില മുഖ്യകഥാപാത്രങ്ങൾക്കു കൈവന്നിട്ടുള്ള ആകൃതിവ്യത്യാസത്തെ സംബന്ധിച്ചുമെല്ലാമുള്ള പുത്തനറിവുകൾ ആധുനിക കാലഘട്ടത്തിലെ രാമായണവായനകൾക്കു ശക്തി പകരുകയുണ്ടായി.

ആയിരത്തിതൊള്ളായിരത്തി തൊണ്ണൂറുകളിൽ ഇന്ത്യയിലെ ഒരു മുഖ്യരാഷ്ട്രീയകക്ഷി അയോദ്ധ്യയിൽ രാമക്ഷേത്രം പണിയുന്നതിന്റെ പേരിൽ അഴിച്ചുവിട്ട, അക്രമാസക്തമായി മാറിയ, പ്രക്ഷോഭണം അധികാരത്തിലേക്കുള്ള മാർഗ്ഗമെന്ന നിലയിൽ രാമഭക്തിയെ ചൂഷണം ചെയ്യാനുള്ള സംഘടിത ശ്രമത്തിന്റെ വിജയം കുറിച്ച ഒന്നായിരുന്നു. അമ്പും വില്ലുമണിഞ്ഞ് അഭിനവ ശ്രീരാമനായി രഥയാത്ര നയിക്കുന്ന ലാൽ കൃഷ്ണ അദ്വാനിയുടെ പടമടങ്ങുന്ന പോസ്റ്ററുകൾ അക്കാലത്ത് രാജ്യത്തുടനീളം പ്രത്യക്ഷപ്പെട്ട കാര്യം ഓർമ്മിക്കുക. കൃത്രിമമായി നിർമ്മിച്ചെടുത്ത ഒരു ഭൂതകാലത്തിന്റെ ഓർമ്മയിലേക്കു നാടിന്റെ മനഃസാക്ഷിയെ തള്ളിവീഴ്ത്താൻവേണ്ടി കൗശലപൂർവ്വം ആസൂത്രണം ചെയ്യപ്പെട്ട ഒരു പദ്ധതിയുടെ ചിഹ്നങ്ങളായിരുന്നു ഈ പോസ്റ്ററുകൾ. രാമജന്മഭൂമി പ്രക്ഷോഭണകാലത്ത് പതഞ്ഞുപൊന്തിയ കൂട്ടായ അപസ്മാരത്തിനു അടിപ്പെട്ട് ഇന്ത്യയുടെ ദേശീയചേതന തെല്ലിട ത്രേതായുഗത്തിലേക്കു ഒരു തിരിച്ചുപോക്കു നടത്തിയോ എന്നുകൂടി പലരും സംശയിക്കുകയുണ്ടായി. ഇങ്ങനെ രാമനെ കൂട്ടുപിടിച്ചുകൊണ്ട് വലതുപക്ഷ ഹിന്ദു വർഗ്ഗീയതയുടെ വക്താക്കൾ നെഹ്റുവിയൻ ഇന്ത്യയുടെ മതേതരപാരമ്പര്യത്തെ അട്ടിമറിച്ചുകൊണ്ട് മതാത്മക ദേശീയതയുടെ ഒരു ബൃഹദാഖ്യാനം നിർമ്മിക്കുന്നതിനിടയിൽ, കാട്ടുജാതിക്കാരുടേയും കീഴാളവർഗ്ഗത്തിന്റേയും അവഗണന പേറുന്ന സ്ത്രീകളുടേയും കാഴ്ചപ്പാടുകളിലൂടെ രാമായണത്തെ പുനർവായനയ്ക്കു വിധേയമാക്കാനുള്ള അർത്ഥപൂർണ്ണമായ ശ്രമങ്ങളും ഇവിടെ അരങ്ങേറുകയുണ്ടായി. മറ്റൊരു രീതിയിൽ പറയുകയാണെങ്കിൽ, ഹിന്ദുഗൃഹങ്ങളിൽ സന്ധ്യാനേരത്ത് ഭക്തിപൂർവ്വം പാരായണം ചെയ്യപ്പെടുന്ന പുണ്യഗ്രന്ഥം എന്ന നിലവിട്ട്, മാറി വരുന്ന ഓരോ തലമുറയ്ക്കും ഓരോ തരം സന്ദേശം കൈമാറുന്ന - വിരുദ്ധ ശ്രുതികൾ ഉൾച്ചേർന്ന - ഏതോ നാടോടിക്കഥയുടെ രൂപാന്തരമാണ്

ഇപ്പോൾ നമ്മുടെ മുമ്പിലുള്ള രാമായണകാവ്യം എന്ന തിരിച്ചറിവ് ഇന്ത്യയുടെ സാംസ്കാരിക മണ്ഡലത്തെ ഉത്തേജനം കൊള്ളിച്ചു.

രാമന്റെ അയനമാണ് രാമായണം. ആധുനികകാലഘട്ടത്തിലെ ചില ഇന്ത്യൻ ചരിത്രകാരന്മാർ രാമന്റെ യാത്രയെ അധിനിവേശത്തിനു വഴിയൊരുക്കിയ പടയോട്ടമായി വ്യാഖ്യാനിച്ചുകണ്ടിട്ടുണ്ട്. ആ യാത്രയ്ക്കിടയിൽ ഇരകളാക്കപ്പെടുകയും തന്ത്രപൂർവ്വം ഇല്ലായ്മ ചെയ്യപ്പെടുകയും പാർശ്വങ്ങളിലേക്കു തള്ളിമാറ്റപ്പെടുകയുമൊക്കെ ചെയ്ത വ്യക്തികളുടേയും ചെറുസമൂഹങ്ങളുടേയും ഗാഥകൾ കൂടി രാമന്റെ മഹത്ത്വം അരക്കിട്ടുറപ്പിക്കാൻവേണ്ടി രചിക്കപ്പെട്ട ആദികാവ്യത്തിൽ പതിഞ്ഞുകിടപ്പുണ്ട് എന്ന വസ്തുത പുതിയ കാലത്തെ ചില എഴുത്തുകാരും കലാകാരന്മാരും ഉൾക്കൊണ്ടതിന്റെ തെളിവുകൾ നമുക്കു മുന്നിലുണ്ട്. ഈ ദിശയിലൂടെ നീങ്ങി, രാമായണത്തെ രാഷ്ട്രീയാർത്ഥത്തിലുള്ള ഒരു പ്രതി - പാരായണത്തിനു വിധേയമാക്കാനുള്ള ശ്രമമാണ് സാറാ ജോസഫ് തന്റെ പുതുരാമായണം എന്ന ചെറുകഥാസമാഹാരത്തിലൂടെ നടത്തുന്നത്. ഇതിൽ രാമായണത്തിലെ പുകൾപെറ്റ ചില കഥാസന്ദർഭങ്ങളെ മാമൂൽവിരുദ്ധമായ രീതിയിൽ വ്യാഖ്യാനിക്കുകയും കഥാപാത്രങ്ങളെ പുതിയൊരു മൂശയിൽ വാർത്തെടുത്ത് അവതരിപ്പിക്കുകയും ചെയ്തുകൊണ്ട് സാറാ ആദികാവ്യം നമ്മുടെ കാലഘട്ടത്തോട് സംവദിക്കുന്ന രീതികൾക്കു വിശ്വാസികളെ ഞെട്ടിക്കുന്നതരത്തിലുള്ള നിർവ്വചനങ്ങളൊരുക്കിരിക്കുന്നു. വാല്മീകിയെ നമ്മുടെ സമകാലികനാക്കാനുള്ള മാർഗ്ഗമാണ് സാറാ ഒരുപക്ഷേ, ഇവിടെ തേടുന്നത്. നന്മതിന്മകളെപ്പറ്റിയും വിധിപൗരുഷങ്ങളെപ്പറ്റിയും ത്രേതായുഗം താലോലിച്ച സങ്കല്പങ്ങളെ കീഴ്മേൽ മറിച്ചുകൊണ്ടു മാത്രമേ ഇതു സാദ്ധ്യമാവൂ എന്ന് ഈ എഴുത്തുകാരിക്കറിയാം. തന്റെ നോവലുകളിലൂടെയും ചെറുകഥകളിലൂടെയും പെണ്ണെഴുത്തിന്റെ തനിമയും കരുത്തും നമുക്കു അനുഭവപ്പെടുത്തിത്തന്ന സാറാ തന്റെ സ്ഥായിയായ ചില ഭാവബദ്ധതകളെ പുരാണകഥാമുഹൂർത്തങ്ങളിൽ ആവാഹിച്ചതിന്റെ അടയാളങ്ങൾ തിരയാനാണ് ഇവിടത്തെ എന്റെ ശ്രമം.*

ഒരു ബലാൽസംഗവും അതുണർത്തുന്ന പ്രത്യാഘാതവുമാണ് ഈ സമാഹാരത്തിലെ ഒന്നാമത്തെ കഥയായ 'ഭൂമിരാക്ഷസ'ത്തിന്റെ ഉള്ളടക്കം. ഇവിടെ അപമാനത്തിന് ഇരയായിത്തീരുന്നത് അസുരഗുരുവായ ശുക്രന്റെ മകളായ അരജയാണ്. വിന്ധ്യന്റെ താഴ്വാരത്തിൽ നിറങ്ങളും മണങ്ങളും വീശിയെറിഞ്ഞുകൊണ്ട് വന്നെത്തിയ വസന്തകാലത്തിന്റെ മാദകമായ പശ്ചാത്തലത്തിലാണ് അരജയെ നാമാദ്യം

* സാറാ ജോസഫ്, പുതുരാമായണം: രാമായണ കഥകൾ വീണ്ടും പറയുമ്പോൾ. തൃശൂർ കറന്റ് ബുക്സ്, 2006

കാണുന്നത്. ബാഹ്യപ്രകൃതിയുമായി ഇണങ്ങിക്കഴിയുന്ന രാക്ഷസവംശത്തിന്റെ സ്വതന്ത്രമായ അസ്തിത്വത്തെക്കുറിച്ചുള്ള സൂചനകൾ കഥാന്തരീക്ഷത്തിൽ സമൃദ്ധമായി വിതറിക്കൊണ്ട്, പൂത്തുലഞ്ഞുകിടക്കുന്ന കൊടുംകാട്ടിൽ സ്വൈരവിഹാരത്തിനിറങ്ങിയ അരജ അവിടെ യാദൃച്ഛികമായി എത്തിപ്പെട്ട ദണ്ഡകമഹാരാജാവിന്റെ കാമാർത്തിക്കു കീഴ്പ്പെട്ട കഥ സാറാ വിവരിക്കുന്നു. തന്നിൽ നിന്ന് അകന്നുപോകുന്ന വസന്തത്തിന്റെ മുഴക്കങ്ങൾ കേട്ടുകൊണ്ട് തളർന്ന് ഭൂമിയോടു ചേർന്നുകിടക്കുന്ന അരജയുടെ ഹൃദയത്തിന്റെ ആഴങ്ങളിൽനിന്ന് ഉയിർകൊണ്ട ശാപം ദണ്ഡകന്റെ സാമ്രാജ്യത്തിനുമേൽ പതിച്ചു. തുടർച്ചയായി മൺമഴ പെയ്തതിന്റെ ഫലമായി മധുമന്തം തരിശുനിലമായി മാറി. അരജയെ ഏറ്റുവാങ്ങിയ നൂറുയോജന ഭൂമിയിൽമാത്രം പച്ചപ്പ് ബാക്കിനിന്നതായി കാഥിക സാക്ഷ്യപ്പെടുത്തുന്നു.

ഈ കഥാസമാഹാരത്തിൽ തുടികൊട്ടിനിൽക്കുന്ന ധ്വനിചിഹ്നങ്ങളെല്ലാം 'ഭൂമിരാക്ഷസ'ത്തിൽ തലകാട്ടുന്നുണ്ട്. കാടിന് ഉടമയായ രാക്ഷസകുലത്തിന്റെ അന്തസ്സിന്റെ വിളംബരവും സ്ത്രീയും പ്രകൃതിയും തമ്മിൽ മനഃശാസ്ത്രപരവും ജീവശാസ്ത്രപരവുമായ തലങ്ങളിലുള്ള ഗാഢമായ വേഴ്ചയുടെ സ്ഥിരീകരണവും അവയിൽപ്പെടുന്നു. അറ്റം കാണാത്ത വനപ്രദേശം വെച്ചുനീട്ടുന്ന ഇന്ദ്രിയാനുഭൂതികൾ നുകർന്നുകൊണ്ട് അലയുന്നതിനിടയിൽ അരജയുടെ മനസ്സിലുദിക്കുന്ന ചിന്ത ശ്രദ്ധിക്കുക: "ദാനവരുടെ പാർപ്പിടങ്ങളെല്ലാം കൊടുംകാടിനകത്താണ്, ആശ്രമപരിസരംപോലെ വെളുപ്പിച്ച സ്ഥലത്തല്ല." രാക്ഷസൻ പാർക്കുന്ന കാടിന്റെ ജീവസ്പന്ദവും ആശ്രമപരിസരത്തിലെ വീർപ്പുമുട്ടിക്കുന്ന അനുഷ്ഠാനക്രമവും തമ്മിലുള്ള വിടവ് കഥാകൃത്ത് ഈ സമാഹാരത്തിലുടനീളം വളർത്തിയെടുക്കുന്ന സാംസ്കാരിക വീക്ഷണത്തിന്റെ കേന്ദ്രബിന്ദുവാണ്. സാറയെ സംബന്ധിച്ചിടത്തോളം ഭൂമിയുടെ മേലുള്ള എല്ലാത്തരത്തിലുമുള്ള കയ്യേറ്റം സ്ത്രീയുടെമേലുള്ള പല മറകളുള്ള അതിക്രമത്തിന്റേയും ബലാൽസംഗത്തിന്റേയും രൂപകമായി മാറുന്നു.

കഥയിൽ അരജ ശുക്രാചാര്യനോട് തന്റെ കാലസങ്കല്പത്തെക്കുറിച്ചു പറയുന്ന ഒരു ഭാഗമുണ്ട്:

> "അച്ഛാ, മരം ഒരേസമയം ത്രികാലങ്ങളിലും നിലയുറപ്പിക്കുന്നതായി എനിക്കു തോന്നുന്നു. ഭൂമിയിൽ ആഴത്തിലൂന്നിയ അതിന്റെ വേര് ഭൂതകാലത്തിൽ, ആകാശത്തിൽ ഇലയും തളിരും പൂവും കായുമായി തഴച്ചുപടരുന്ന തല ഭാവിയിൽ, കാതൽമുറ്റിയ ഈ തായ്ത്തടി വർത്തമാനത്തിന്റെ വിരിഞ്ഞ നെഞ്ച്."

ശുക്രാചാര്യൻ ഇതുകേട്ട് നേർത്ത പരിഹാസച്ചിരിയോടെ മകളോടു ചോദിക്കുന്നു: "നിന്റെ കാലസങ്കല്പം കുത്തനെ മേൽപ്പോട്ടാണോ?" ഒരു പക്ഷേ, അരജയുടെ മുന്നിൽത്തെളിയുന്ന കാലഘടനയിൽ കഥാകൃത്തിന്റെ സൗന്ദര്യലക്ഷ്യം സംബന്ധിച്ച സൂചനകൂടി മറഞ്ഞു കിടപ്പുണ്ട്. പഴമയിൽ ആഴത്തിൽ വേരൂന്നിനിൽക്കുന്ന ഒരിതിഹാസകൃതിയിൽ നവചൈതന്യം പകരാനാഗ്രഹിക്കുന്ന ആധുനികകാലഘട്ടത്തിലെ ഒരെഴുത്തുകാരന്റെ മുമ്പിലുള്ള ദൗത്യമാണ് ഇവിടെ പരോക്ഷമായി പരാമർശിക്കപ്പെടുന്നത്. വർത്തമാനാനുഭവത്തിന്റെ വെളിച്ചത്തിൽ ഭൂതകാലത്തെ നിരന്തരമായി സൂക്ഷ്മപരിശോധനക്കു വിധേയമാക്കുന്നതിലൂടെ മാത്രമേ അയാൾക്കു ഭാവിയുടെ പ്രതീക്ഷകളേയും സ്വപ്നങ്ങളേയും അടയാളപ്പെടുത്തുന്ന പാഠങ്ങൾ നിർമ്മിക്കാനാവൂ. മതഗ്രന്ഥം കൂടിയായി മാറിക്കഴിഞ്ഞ ഒരിതിഹാസകൃതിയെ ചുറ്റിപ്പറ്റിയുള്ള സ്വീകൃതധാരണകളെ അട്ടിമറിക്കുകയും കൃതിയുടെ അർത്ഥഘടനയെ 'അസ്ഥിര'മാക്കുകയും ചെയ്യുന്നതുവഴിയാണ് പുതിയ എഴുത്തുകാരൻ ആ കൃതിയെ നാളെയുടെ നോട്ടത്തിനായി വീണ്ടെടുക്കുന്നത്.

രാമായണകഥയ്ക്കുള്ളിലെ നിഴൽലോകത്തിലെ അന്തേവാസിനികളിൽ ഒരുവളായിട്ടാണ് ശൂർപ്പണഖയെ നാം ഇതുവരെ അറിഞ്ഞുപോന്നിട്ടുള്ളത്. മുറം പോലത്തെ നഖങ്ങളുള്ള ഒരു നിശാചരി. അവൾക്കു പുതിയൊരു ഉടലും ഉയിരും നൽകാനുള്ള ശ്രമമാണ് 'തായ്കുലം' എന്ന കഥയിൽ കാണാൻ കഴിയുക. ശില്പഘടനയുടെ കാര്യത്തിൽ ഈ സമാഹാരത്തിലെ ഏറ്റവും പരീക്ഷണസ്വഭാവമുള്ള രചന ഇതാണ്.

വാല്മീകി രാമായണത്തിലും തുഞ്ചത്തെഴുത്തച്ഛന്റെ അദ്ധ്യാത്മ രാമായണത്തിലും ഏതാണ്ട് ഒരേ മട്ടിലാണ് ശൂർപ്പണഖ ചിത്രീകരിക്കപ്പെട്ടിട്ടുള്ളത്. വാല്മീകി രാമായണത്തിൽ ശൂർപ്പണഖയുടെ കടന്നുവരവിനു മുന്നോടികുറിച്ചുകൊണ്ടെന്നപോലെ ഒരു ഹേമന്തവർണ്ണനയുണ്ട്. പഞ്ചവടി ഹേമന്തത്തിന്റെ പിടിയിലമർന്ന നാളുകളിൽ, മഞ്ഞേറ്റ് മുഷിഞ്ഞ പൗർണ്ണമിമാസത്തിലെ നിലാവ് വനവാസകാലത്ത് വെയിൽ തട്ടി ഇരുണ്ട സീതയ്ക്ക് ഇണങ്ങുന്ന ഒന്നായിരുന്നു എന്ന മനോഹരമായ ഒരലങ്കാരകല്പന ഈ കാവ്യഭാഗത്തിലുണ്ട്. ശൈത്യത്തിലമർന്ന കാടുകൾ പൂക്കൾ കൊഴിഞ്ഞുപോയി നിദ്രയിലാണ്ടുകിടക്കുന്ന വേളയിലാണ് രാവണസഹോദരിയായ ശൂർപ്പണഖ പർണ്ണശാലയിൽ സീതയുമൊത്തിരിക്കുന്ന രാമന്റെ സമീപത്തു വന്നണയുന്നത്. 'ഘോരക്കിഴവി', 'വക്രവാക്കുള്ളവൾ' തുടങ്ങിയ വിശേഷണങ്ങൾ തുടക്കത്തിൽത്തന്നെ അവളെ അകമ്പടി സേവിക്കുന്നുണ്ട്. ഇതോടൊപ്പം രാമന്റെ മെയ്യഴകിനെപ്പറ്റി കവി ഊന്നിപ്പറയുന്നു. സുഭഗനായ ക്ഷത്രിയ രാജകുമാരനെ കണ്ട മാത്രയിൽ അനുരാഗവിവശയായിത്തീരുന്ന ശൂർപ്പണഖ അദ്ദേഹത്തെ

വശീകരിക്കാൻ ശ്രമിക്കുന്നു. സീതയെ ഇല്ലായ്മ ചെയ്തതിനുശേഷം താൻ രാമനുമൊത്ത് പർവ്വതനിരകളിൽ സ്വൈരവിഹാരം നടത്തുന്നതിന്റെ ചിത്രംകൂടി അവതരിപ്പിച്ചുകൊണ്ടാണ് അവൾ രാമനോടുള്ള തന്റെ പ്രണയാഭ്യർത്ഥന അവസാനിപ്പിക്കുന്നത്. വിവാഹിതനായ തനിക്കു സപത്നിയോഗം നിഷിദ്ധമാണെന്നും അതിനാൽ 'ഭാര്യയില്ലാത്തവ'നായ തന്റെ വീരസഹോദരൻ ലക്ഷ്മണനെ സമീപിക്കുന്നതായിരിക്കും നല്ലത് എന്നും പറഞ്ഞ് രാമൻ അവളെ പിന്തിരിപ്പിക്കാൻ ശ്രമിക്കുന്നു. രാമന്റെ വാക്കുകളിൽ മറഞ്ഞിരിക്കുന്ന ഫലിതം മനസ്സിലാക്കിയ ലക്ഷ്മണൻ മറ്റൊരു തന്ത്രമാണ് എടുത്തുപയോഗിക്കുന്നത്. താൻ രാമന്റെ ദാസനാണെന്നും അതിനാൽ അവളെപ്പോലൊരു സുന്ദരിക്കുചേർന്ന ഭർത്താവല്ല താനെന്നും ഉണർത്തിച്ചുകൊണ്ട് ലക്ഷ്മണൻ ആഗ്രഹപ്രാപ്തിക്കായി അവൾക്കു വേറൊരു മാർഗ്ഗം നിർദ്ദേശിക്കുന്നു. രണ്ടാം ഭാര്യയായി തന്നെ കൈക്കൊള്ളണമെന്ന് ശൂർപ്പണഖ അഭ്യർത്ഥിക്കുകയാണെങ്കിൽ രാമൻ അതു നിരസിക്കാനിടയില്ലെന്നും അങ്ങനെ അദ്ദേഹം തന്റെ കിഴട്ടു ഭാര്യയെ വെടിഞ്ഞ് അവളോടു ചേരുമെന്നും പറഞ്ഞ് ലക്ഷ്മണൻ അവളെ കൊതിപ്പിക്കുന്നു. ഇതിനെത്തുടർന്ന് ശൂർപ്പണഖ ഈറ മൂത്ത് സീതയുടെ നേർക്കു പാഞ്ഞടുക്കുന്നു. ഇതുകണ്ട് ക്ഷുഭിതനായിത്തീർന്ന രാമൻ വിരൂപയായ ഈ 'പെരുംവയറിച്ചേട്ട'യ്ക്ക് കൂടുതൽ വൈരൂപ്യം ചേർക്കാൻ ലക്ഷ്മണനോട് ആജ്ഞാപിക്കുന്നു. ലക്ഷ്മണൻ അവളുടെ മൂക്കും കാതും ഛേദിക്കുന്നു. തുടർന്ന് ആ ഘോരരാക്ഷസി മഴക്കാറു പോലെ ഉച്ചത്തിലലറിക്കൊണ്ട് ചോര വാർന്നൊഴുകുന്ന ശരീരവുമായി കൊടുങ്കാട്ടിൽ പോയി മറയുന്നു.

അദ്ധ്യാത്മരാമായണത്തിൽ ഏതാണ്ട് ഇതേ പരിചരണമാണ് ശൂർപ്പണഖയ്ക്ക് ലഭിക്കുന്നത്. ഇതിൽ അവൾ മായയാൽ വേഷംമാറി വിമോഹിനിയായിട്ടാണ് രാമന്റെ മുമ്പിൽ ആദ്യം പ്രത്യക്ഷപ്പെടുന്നത്. രാമനും ലക്ഷ്മണനും മാറിമാറി തന്റെ പ്രണയാഭ്യർത്ഥന തള്ളിക്കളഞ്ഞതിനെത്തുടർന്ന് ശൂർപ്പണഖ തന്റെ മായാരൂപം വെടിഞ്ഞ് അഞ്ജന പർവ്വതംപോലുള്ള ശരീരവും ഘോരദംഷ്ട്രകളും കാട്ടിക്കൊണ്ട് സീതയെ പിടിച്ചുതിന്നാനൊരുമ്പെടുന്നു. ഇതുകണ്ട് ലക്ഷ്മണൻ ഉറയിൽനിന്നു വാളൂരി അവളുടെ മൂക്കും മുലയും മുറിച്ചുമാറ്റുന്നു. നീല നിറമുള്ള പർവ്വതത്തിന്റെ മുകളിൽ നിന്നു നാലഞ്ചു ശാഖകളായി വരുന്ന അരുവി പോലെ രക്തമൊഴുക്കിക്കൊണ്ട് ഭീകരയായ ആ രാക്ഷസി കാടിനുള്ളിൽ നടന്നു മറയുന്നു. ഇനി ഒട്ടും വൈകാതെ രാവണന്റെ വരവുണ്ടാവുമെന്ന് ശ്രീരാമൻ ലക്ഷ്മണനോട് അരുൾ ചെയ്യുന്നു. ശൂർപ്പണഖയുടെ അംഗവിച്ഛേദനത്തിന്റെ വിശദാംശങ്ങൾ സംബന്ധിച്ച് (മൂക്കും കാതും മൂക്കും മുലയും) വാല്മീകി രാമായണത്തിലും അദ്ധ്യാത്മരാമായണത്തിലുമുള്ള വിവരണങ്ങൾ തമ്മിലുള്ള ചെറിയ വ്യത്യാസം ശ്രദ്ധിച്ചില്ലേ? എന്നാൽ

ഈ രണ്ടു രാമായണകാവ്യങ്ങളിലും അരുതാത്തത് ആഗ്രഹിച്ചതിന് ശൂർപ്പണഖയ്ക്കു ലഭിക്കുന്ന ശിക്ഷ അർത്ഥമാക്കുന്നത് അവളുടെ സ്ത്രീത്വത്തിന്റെ ധ്വംസനമാണ്.

'തായ്കുല'ത്തിലെ ശൂർപ്പണഖ തന്നിൽനിന്നു അപഹരിക്കപ്പെട്ട ജീവന്റെ ഉറവകളെച്ചൊല്ലിയുള്ള നൊമ്പരം കടിച്ചമർത്തിക്കഴിയുന്ന ഒരാദിവാസി സ്ത്രീയാണ്. അവളുടെ സഹോദരനായ രാവണനാണെങ്കിൽ പഴക്കംചെന്ന ഒരു ഗോത്രത്തിന്റെ തലവനും. രാമനും രാവണനും തമ്മിലുള്ള പോരാട്ടം അതിന്റെ അവസാനഘട്ടത്തിലേക്കു കടന്നവേളയിൽ, യുദ്ധഭൂമിയിൽനിന്നുള്ള ചൂടുള്ള വാർത്തകൾ വന്നുകൊണ്ടിരിക്കുമ്പോൾ തന്റെ സഹോദരന്റെ പരാജയവും തന്റെ വംശത്തെ കാത്തിരിക്കുന്ന ദുരന്തവും മനസ്സിൽ ഏറ്റുവാങ്ങിയ ശൂർപ്പണഖ നടത്തുന്ന ഒരു തിരിഞ്ഞുനോട്ടത്തിന്റെ രൂപത്തിലാണ് സാറ ഈ കഥ ചിട്ടപ്പെടുത്തിയിരിക്കുന്നത്. വ്യസനവും ഈർഷ്യയും നുരഞ്ഞുപൊന്തുന്ന അവളുടെ ഹൃദയത്തിന്റെ അടിത്തട്ടിൽനിന്നുയരുന്ന നീണ്ട നിലവിളി ചൊരുക്കുള്ള നാടൻപേച്ചിലൂടെ വായനക്കാരന്റെ കാതിൽ വന്നലയ്ക്കുന്നു.

മുളംകുടത്തിൽനിന്നു തേനും മരനീരും ഊറ്റിക്കുടിച്ച് ഉന്മാദത്തിനും വെളിവിനുമിടയിലുള്ള അവസ്ഥയിൽ ഗോദാവരിയുടെ തീരങ്ങളിലൂടെ അലഞ്ഞുനടക്കുന്ന ശൂർപ്പണഖയെ കാട്ടിത്തന്നുകൊണ്ടാണ് കഥയാരംഭിക്കുന്നത്. അവളുടെ ചിതറിത്തെറിക്കുന്ന ഓർമ്മകളിൽ തനിക്കു കൈമോശം വന്ന ജീവിതത്തിന്റെ വസന്തഭംഗികൾ വീണ്ടും തളിരിടുന്നു. പഞ്ചവടിയിൽവെച്ച് തനിക്കു രാമനോടു തോന്നിയ അഭിനിവേശത്തെ സ്വാഭാവികമായ ഒരു വികാരമായാണ് അവൾ നോക്കിക്കാണുന്നത്. അതിന്റെ പേരിൽ രാമലക്ഷ്മണന്മാർ തന്നോടുകാട്ടിയ ക്രൂരതയെപ്പറ്റി ചിന്തിക്കുമ്പോൾ, ശൂർപ്പണഖയെ കറുത്തവർണ്ണങ്ങളിൽ ചിത്രീകരിച്ച ആദികവി കാണാൻ മറന്നുപോയ ഒരു സത്യം അവൾ നമ്മുടെ മുമ്പിൽ എടുത്തുനീട്ടുന്നു: "ഇന്റെ കാനകത്തില് ഒരാണും ഒരു പെണ്ണിനോടും ഈ കൊട്മകാട്ടീട്ടില്യ. പെണ്ണ് കാമംകൊണ്ടുലർന്ന് വരുമ്പൊ ആവതില്ലെങ്കില് ഒടപ്പെറന്നോൾക്ക് ചേർന്ന വാക്കു പറഞ്ഞ്, വേറൊരിടം ചൂണ്ടിവിടും. തായ്മേനി തരിശാക്കാൻ രാവണപ്പെര്മാള് വാളെടുത്ത്ട്ടില്യാ. പെണ്ണിന്റെ വടിവും കോലോം കെട്ത്തി ഇന്റെ കുലത്തിലാരും വീരനായിട്ടില്യ."

രാമന്റെ വികലമായ നീതിബോധത്തിന്റെ ജീവിക്കുന്ന ഇരയായി കഴിയുന്ന ശൂർപ്പണഖയുടെ അവസ്ഥയുടെ ചിത്രീകരണം കഥയിൽ ഒരു കീഴാളസംസ്കാരത്തിന്റെമേൽ വന്നുപെട്ട ഭീഷണിയുടേയും ആ സംസ്കാരത്തിനു തടമൊരുക്കിയ വനപ്രകൃതിക്കു സംഭവിച്ച നാശത്തിന്റേയും ചരിത്രവുമായി ബന്ധപ്പെട്ടുകിടപ്പാണ്. ശൂർപ്പണഖ തന്റെ

മൂക്കിന്റെ സ്ഥാനത്ത് ബാക്കിനിൽക്കുന്ന പൊള്ളയായ ദ്വാരങ്ങളിലൂടെ ചുറ്റുമുള്ള കാടിന്റെ ഗന്ധം പിടിച്ചെടുക്കാൻ ശ്രമിക്കുന്ന ഹൃദയസ്പർശിയായ ഒരു മുഹൂർത്തം കഥയിലുണ്ട്. പഞ്ചവടിയിൽ പൂത്തു തിമിർത്തു നിൽക്കുന്ന ചെമ്പകപ്പൂക്കളുടെ മണം അവൾക്കിപ്പോൾ അന്യമായിത്തീർന്നിരിക്കുന്നു. ഒരുകാലത്ത് തിങ്ങിവിങ്ങി നിന്നിരുന്ന അവളുടെ മുലകളുടെ സ്ഥാനത്ത് ഇപ്പോഴുള്ളത് വറ്റിവരണ്ട മാംസക്കഷ്ണമാണ്. അവളുടെ മുലകൾ ഛേദിച്ചയാൾ അവളുടെ തായ്കുലത്തിന്റെ വേരറുക്കുക കൂടിയാണ് ചെയ്തത്. ആ പാതകിയും അയാളുടെ കൂട്ടാളികളും ചേർന്ന് അവളുടെ ഗോത്രത്തിന്റെ മേച്ചിൽസ്ഥലമായിരുന്ന കരിന്താളിക്കാട്ടു മൂച്ചൂടും മുടിച്ച് അവിടെ കൃത്രിമമായൊരു സംസ്കാരത്തിന്റെ ചിഹ്നങ്ങൾ നാട്ടി.

ശൂർപ്പണഖയുടെ വിക്ഷുബ്ധമായ ആത്മഭാഷണത്തിനിടയിൽ ചരിത്രഗതിയെ സംബന്ധിക്കുന്ന ഒന്നു രണ്ടു സൂചനകൾ കാഥിക കൗശലപൂർവ്വം തിരുകിവെച്ചിട്ടുണ്ട്. ചെമ്പുകൊണ്ടും ഇരുമ്പുകൊണ്ടും തീർത്ത വലിയൊരു ആയുധശേഖരമുണ്ടായിട്ടും രാവണൻ എങ്ങനെ പോരിൽ തോൽക്കാനിടയായി? ഈ ചോദ്യത്തിന് അവൾ ഉത്തരം കണ്ടെത്തുന്നു. അമ്പെയ്താണ് രാമപക്ഷത്തുള്ളവർ പടയിൽ ജയം നേടിയത്. ഈ അസ്ത്രവിദ്യയുടെ രഹസ്യം മനസ്സിലാക്കാൻ രാവണനു കഴിയാതെ പോയി. മധ്യേഷ്യയിൽനിന്നു യാത്രയാരംഭിച്ച് ഭാരതത്തിലെത്തിയ ആര്യന്മാർക്ക് ഇവിടത്തെ ചെറുതും വലുതുമായ പ്രാചീനസമൂഹങ്ങളേയും അവർ വളർത്തിയെടുത്ത തനതുസംസ്കാരത്തിന്റെ ഈടുവെയ്പുകളേയും പടിപടിയായി തുടച്ചുനീക്കാൻ കഴിഞ്ഞത് ഉയർന്ന സാങ്കേതികവിദ്യയുടെ ഉപയോഗം മൂലമായിരുന്നു എന്ന ചരിത്രസത്യമാണ് ഇവിടെ സൂചിപ്പിക്കപ്പെടുന്നത്.

കിരാതമായ ആക്ഷേപഹാസ്യംകൊണ്ട് രാകിയെടുത്ത മറ്റൊരു രംഗം കഥയിലുണ്ട്:

> "സകല ശക്തിയുമെടുത്ത് ശൂർപ്പണഖ ഏർക്കുന്തം പർണ്ണശാലയുടെ നേർക്ക് വലിച്ചെറിഞ്ഞു. ദർഭപ്പുല്ലുകളും ഞാങ്ങണ ഇലകളും തകർത്തെറിഞ്ഞുകൊണ്ട് അത് പർണ്ണശാലയുടെ മൺചുവരിൽ വാകയിലകൊണ്ട് വരഞ്ഞ സ്വസ്തികചിഹ്നത്തിന്റെ നടുവിൽ തറഞ്ഞിരുന്ന് വിറച്ചു!"

ശൂർപ്പണഖയുടെ തായ്കുലത്തിന്റെ അന്തകനായി മാറിയ ക്ഷത്രിയ രാജകുമാരനേയും ഇരുപതാംനൂറ്റാണ്ടിൽ ഒന്നര ദശകക്കാലം ജർമ്മനി അടക്കിവാണ നാസി സ്വേച്ഛാധിപതിയേയും പൊടുന്നനെ അടുപ്പിച്ചുവെച്ചുകൊണ്ട് നടത്തുന്ന ഈ നിരീക്ഷണത്തിലൂടെ കഥാകൃത്ത് ചരിത്രത്തിന്റെ

വഞ്ചനനിറഞ്ഞ ഇടനാഴികളിൽ ഒരു മിന്നൽപ്പിണർ പായിച്ചതുപോലുണ്ട്. ഇവിടത്തെ വിവക്ഷ ഏതാണ്ടൊക്കെ സ്പഷ്ടമാണ്. ശ്രീരാമന്റെ ചെയ്തികൾക്കു താങ്ങായി നിലകൊണ്ട ധർമ്മസംഹിതയും ഹിറ്റ്ലറുടെ നാസിപ്രത്യയശാസ്ത്രവും പൊതുവിൽ പങ്കിടുന്ന മനുഷ്യത്വഹീനമായ ചില പ്രവണതകളുണ്ട്. ദുർബ്ബലജനവിഭാഗങ്ങളുടെ നേർക്കുള്ള അവജ്ഞ കലർന്ന മനോഭാവം, വംശവിശുദ്ധിയെച്ചൊല്ലിയുള്ള ഊറ്റം കൊള്ളൽ, സാമ്രാജ്യമോഹം...

രാമന് എതിരായുള്ള ശൂർപ്പണഖയുടെ കുറ്റാരോപണം ഒന്നിലേറെ ദിശകളിലൂടെ നീങ്ങുന്നതായിക്കാണാം. ഇതു ശ്രദ്ധിക്കൂ: "അവനിന്റെ കുലത്തിന്റെ വേരറ്ത്തു. ഇന്റെ നെറത്തേം എനത്തേം അവമാനിച്ചു. ഇന്റെ മെയ്യും മൊഴിം തകർത്തു. അവനെത്തോറിയ വാലിയെ മരം മറഞ്ഞുനിന്ന്ട്ട് അമ്പെയ്ത് കുലചെയ്ത കൈയാലെ രാവണപ്പെരുമാള്ക്കും തോല്മയുണ്ടെന്ന് കേൾക്കുന്നു." അവളുടെ ശരീരത്തിനു വൈരൂപ്യമണച്ച കൂട്ടർ അവളുടെ 'കാതൽവന'മായിരുന്ന ദണ്ഡകത്തെ തരിശാക്കിമാറ്റുകയും അവളുടെ വംശത്തിന്റെ ഭാഷയെ നശിപ്പിക്കുകയും കൂടി ചെയ്തു. രാമന്റെ കടുംകൈകളുടെ കൂട്ടത്തിൽ ബാലിവധവുമുണ്ട്. ചതിയിൽ ഒളിയമ്പെയ്താണ് 'മര്യാദപുരുഷ'നായ രാമൻ വാനരരാജാവായ ബാലിയെ നിഗ്രഹിച്ചത്. പ്രണയാഭ്യർത്ഥന നടത്തിയതിന് ലക്ഷ്മണൻ മൂക്കും മുലയും അരിഞ്ഞു തള്ളിയ അയോമുഖി എന്ന രാക്ഷസിക്കുണ്ടായ അനുഭവവുമായി ചേർത്തുവെച്ചാണ് ശൂർപ്പണഖ സ്വന്തം അവസ്ഥയെ നോക്കിക്കാണുന്നത്. ശൂർപ്പണഖയുടെ സ്വഗതത്തിലുടനീളം ഈ ഇരട്ട ദുരന്തത്തിന്റെ ഓർമ്മ അള്ളിപ്പിടിച്ചുനില്പുണ്ട്. കഥയുടെ അവസാനഭാഗത്ത് അയോമുഖി നേരിട്ടുകടന്നുവരുന്നു. അവളിൽനിന്നാണ് ശൂർപ്പണഖ രാമരാവണയുദ്ധത്തിന്റെ പരിസമാപ്തിയെക്കുറിച്ച് അറിയാനിടവരുന്നത്. ഈ നേരത്ത് അവളുടെ നാവിൽനിന്ന് ഉയർന്നുപൊങ്ങുന്ന ചോദ്യം സീതയ്ക്ക് എന്തു സംഭവിച്ചു എന്നതാണ്. സീത അഗ്നിപരീക്ഷയ്ക്കു വിധിക്കപ്പെട്ട കാര്യം അയോമുഖി പറഞ്ഞറിയുമ്പോൾ ശൂർപ്പണഖ പൊട്ടിച്ചിരിക്കുന്നു: "കൈകൾ പിന്നാക്കം കുത്തി, തല പുറകിലേക്കെറിഞ്ഞ്, തോളുകൾ കുലുക്കി ശൂർപ്പണഖ ഉച്ചത്തിലുച്ചത്തിൽ ചിരിക്കാൻ തുടങ്ങി." ഒരു പ്രതികാരത്തിന്റെ സംതൃപ്തി സ്ഫുരിക്കുന്ന ഈ ചിരിയുടെ മാറ്റൊലിയോടു കൂടിയാണ് കഥ തീരുന്നത്. പുരുഷമേധാവിത്വത്തിലധിഷ്ഠിതമായ ഒരു ധാർമ്മികസദാചാരം തീർച്ചപ്പെടുത്തിയ ശിക്ഷാവിധികളുടെ ഫലമായി സ്വത്വനഷ്ടം സംഭവിച്ച മൂന്നു പെണ്ണുങ്ങൾ – ശൂർപ്പണഖ, അയോമുഖി, സീത – ഈ ബിന്ദുവിൽവെച്ച് വിചിത്രമായ ഒരുതരം ഐക്യം കണ്ടെത്തുന്നു. വർണ്ണത്തിന്റെ അടിസ്ഥാനത്തിലുള്ള വിവേചനത്തിലും ലിംഗാധിഷ്ഠിതമായ അസമത്വത്തിലും ആണ്ടു

നിൽക്കുന്ന ഒരു ജീവിതവ്യവസ്ഥിതിയുടെ വിചാരണ കഥാകൃത്ത് ഇവിടെ വെച്ചവസാനിപ്പിക്കുന്നു.

ശൂർപ്പണഖയുടെ ജീവിതം അവലോകനം ചെയ്യാൻ സാറാ ജോസഫ് തിരഞ്ഞെടുത്തിട്ടുള്ള നാടകീയമുഹൂർത്തമാണ് ഈ കഥയ്ക്ക് മിഴിവണയ്ക്കുന്ന ഒരു ഘടകമെന്ന് നേരത്തെ സൂചിപ്പിച്ചു. ഈ സന്ദർഭത്തിൽ എന്റെ മനസ്സിൽ കടന്നുവരുന്നത് രാമായണവുമായി ഒട്ടേറെ അംശങ്ങളിൽ സാദൃശ്യം വഹിക്കുന്ന യവനപുരാണകാവ്യമായ *ഇലിയഡി*ന് ആധുനിക കാലഘട്ടത്തിൽ കൈവന്നിട്ടുള്ള ചില പുനർവ്യാഖ്യാനങ്ങളാണ്. ഹോമറുടെ ഇതിഹാസത്തിന്റെ ഒടുവിൽ ട്രോയ്നഗരത്തിന്റെ പതനത്തിനു ശേഷം ഒരിക്കൽക്കൂടി ഗ്രീക്കുകാരുടെ കൈകളിൽ അകപ്പെട്ട് നാട്ടിലേക്കു മടങ്ങാൻ തയ്യാറായി കപ്പൽകാത്തുനിൽക്കുന്ന ഹെലൻ പല പടിഞ്ഞാറൻ കവികൾക്കും പ്രലോഭനമണച്ചിട്ടുള്ള ഒരു കഥാപാത്രമാണ്. ഹെലൻ വിജയികൾക്കുള്ള സമ്മാനമാണ്. ഭർത്താവിനും കാമുകനുമിടയിലുള്ള കളിപ്പന്തായിത്തീരാനായിരുന്നു അവളുടെ നിയോഗം. തന്നെച്ചൊല്ലിയുള്ള യുദ്ധത്തിന്റെ ഫലമായി കത്തിച്ചാമ്പലായിത്തീർന്ന ഒരു മഹാനഗരത്തിന്റെ അവശിഷ്ടങ്ങൾ കണ്ടുകൊണ്ട്, താൻ ഒരിക്കലും സ്നേഹിച്ചിട്ടില്ലാത്ത ഭർത്താവുമൊത്തുള്ള മടക്കയാത്രയ്ക്ക് തയ്യാറെടുത്ത് കടലോരത്തുനിൽക്കുന്ന ഹെലന്റെ മാനസികവ്യാപാരങ്ങൾ ഇംഗ്ലീഷിലും ഫ്രഞ്ചിലുമുള്ള ചില കവിതകൾക്കു വിഷയമായിത്തീർന്നിട്ടുണ്ട്. *ഇലിയഡി*ലെ അപ്രധാനകഥാപാത്രങ്ങളിൽ ഒരാളാണ് പാരീസിന്റെ സഹോദരിയായ കസ്സാൻഡ്ര. യുദ്ധം കഴിഞ്ഞശേഷം ഗ്രീക്കുകാർ അവളെ അടിമയായിപ്പിടിച്ച് കപ്പലിൽകയറ്റി നാട്ടിലേക്കു കൊണ്ടുപോകുന്നതായാണ് നാം മനസ്സിലാക്കുന്നത്. മുമ്പത്തെ കിഴക്കൻ ജർമ്മനിയിൽ നിന്നുള്ള എഴുത്തുകാരിയായ ക്രിസ വുൾഫ് കസ്സാൻഡ്രയെ കേന്ദ്രകഥാപാത്രമാക്കി ഒരു നോവൽ എഴുതിയിട്ടുണ്ട് (Christa Wolf, *Cassandra,* 1983). സോവിയറ്റ് ചേരിയും പടിഞ്ഞാറൻ ചേരിയും തമ്മിലുള്ള ശീതയുദ്ധത്തിന്റെ അനുരണനങ്ങൾ കടന്നുവരുന്ന ഈ നോവലിൽ, ഭാവി പ്രവചിക്കാനുള്ള സിദ്ധിയുണ്ടായിരുന്ന, ആരാലും സ്നേഹിക്കപ്പെടാത്ത പ്രിയാമിന്റെ പുത്രിയുടെ കാഴ്ചപ്പാടിലൂടെ യുദ്ധത്തിന്റേയും സമാധാനത്തിന്റേയും സമസ്യകൾ അവതരിപ്പിക്കാനാണ് ക്രിസ വുൾഫ് ശ്രമിക്കുന്നത്.

സ്ത്രീപക്ഷത്തുനിന്നും കീഴാളപക്ഷത്തുനിന്നും പകർന്നുകിട്ടിയ ഉൾക്കാഴ്ചകൾ ഉപയോഗപ്പെടുത്തിക്കൊണ്ട് നൂറ്റാണ്ടുകളായി വായനക്കാരുടെ മനസ്സിൽ പതിഞ്ഞുകിടപ്പുള്ള ശൂർപ്പണഖയുടെ രൂപത്തെ ഉടച്ചുവാർക്കുന്നതിൽ സാറാ ജോസഫ് എന്തുമാത്രം സ്വാതന്ത്ര്യം കൈയാളിയെന്നു ഇവിടെ നാം കണ്ടു കഴിഞ്ഞു. രാമായണത്തിനും മഹാഭാരതത്തിനും പുതിയ ഭാഷ്യങ്ങളൊരുക്കാൻ ശ്രമിച്ചിട്ടുള്ള ആധുനികരായ

കാഥികരും നോവലെഴുത്തുകാരും എല്ലാംതന്നെ യാഥാസ്ഥിതികരെ ചൊടിപ്പിക്കുന്ന തരത്തിലുള്ള വിഗ്രഹഭഞ്ജനവാസന പ്രദർശിപ്പിച്ചതായി തെളിഞ്ഞിട്ടുണ്ട്. ഈ വിധത്തിൽ ഇതിഹാസരചനകളിലെ വിടവുകളിൽ കയറിപ്പറ്റാനും ഇതിഹാസകാരന്റെ മൗനങ്ങൾ പരതിച്ചെല്ലാനുമുള്ള എഴുത്തുകാരന്റെ സർഗ്ഗാത്മകസ്വാതന്ത്ര്യത്തിനുമേൽ നാൾക്കുനാൾ വിലക്കുകൾ വന്നുവീണുകൊണ്ടിരിക്കുന്ന കാഴ്ചയാണ് ഇപ്പോൾ ചുറ്റിനും കാണാൻ കഴിയുക. വലതുപക്ഷ ഹിന്ദു ദേശീയതയുടെ വൈതാളികന്മാർ ദേശീയവ്യവഹാരത്തിന്റെ മുഖ്യധാരയുടെമേൽ പിടി മുറുക്കാൻ തുടങ്ങിയതുതൊട്ട് ഒരുതരം 'വേദനിന്ദ'യും വെച്ചുപൊറുപ്പിക്കുകയില്ല എന്ന ശാഠ്യം സാംസ്കാരിക മണ്ഡലത്തിൽ ശക്തി പ്രാപിച്ചു വരികയായിരുന്നു. ഒരു മതമൗലികവാദിയുടെ ലോകത്തിൽ ചിരിക്കും വിരുദ്ധോക്തിക്കും അർത്ഥസന്ദിഗ്ദ്ധതയ്ക്കും ബഹുസ്വരതയ്ക്കും ഇടമില്ല. തന്റെ ലക്ഷ്യങ്ങൾ സാധിച്ചെടുക്കുന്നതിന്റെ ഭാഗമായി എല്ലാത്തരം സംസ്കാരനിർമ്മിതികളുടേയും മുകളിൽ ഭയാനകമായ ഒരുതരം ഐകരൂപ്യം അടിച്ചേല്പിക്കാൻ അയാൾ തത്രപ്പെടുന്നു. ■

പതിനെട്ട്

സൃഷ്ടിയും സ്വാതന്ത്ര്യവും

ബഷീർ മുതൽ മുകുന്ദൻവരെ നീണ്ടു കിടക്കുന്ന കഥാസാഹിത്യത്തിലെ ഒരു പ്രധാനധാരയിലേക്കു കണ്ണയക്കുകയാണെങ്കിൽ, എഴുത്തുകാരൻ പ്രധാന കഥാപാത്രമായി കടന്നുവരുന്ന ചെറുകഥകളുടെ ചെറിയൊരു നിരതന്നെ നമ്മുടെ ഭാഷയിൽ രൂപമെടുത്തിട്ടുള്ളതായി കാണാൻ കഴിയും. എഴുത്തുകാരന്റെ (കലാകാരന്റെ) സർഗ്ഗവേദനയെ വലംവെച്ചു കൊണ്ടുള്ള മികച്ച ചില കഥകൾ നമുക്കു ലഭിച്ചിട്ടുണ്ട്. കാണെക്കാണെ ശിഥിലമായിത്തീർന്നുകൊണ്ടിരിക്കുന്ന, നിരീക്ഷകന്റെ ബുദ്ധിയേയും ഭാവനയേയും കുഴയ്ക്കുന്നതരത്തിൽ അരാജകസ്വഭാവം വഹിക്കുന്ന, ബാഹ്യയാഥാർത്ഥ്യത്തിൽനിന്ന് ഊടുനിൽക്കുന്ന ഒരു ലാവണ്യക്രമം സൃഷ്ടിച്ചെടുക്കാനുള്ള എഴുത്തുകാരന്റെ ശ്രമം പല കഥാകൃത്തുക്കളിലും കൗതുകമുണർത്തിയിട്ടുള്ളതായി കാണാം. സ്രഷ്ടാവിന്റെ പണിപ്പുര രഹസ്യങ്ങളിലേക്കു കടന്നുചെന്ന്, നിർമ്മാണമുഹൂർത്തത്തിൽ അയാൾ അനുഭവിക്കുന്ന ഉന്മാദത്തോടടുത്തുനിൽക്കുന്ന വികാരങ്ങൾ പകർത്താൻ ശ്രമിക്കുന്ന ഒറ്റപ്പെട്ട ചില കഥകൾ 'ഉച്ച ആധുനികത'യുടെ (High Modernism) കാലത്ത് മലയാളത്തിൽ പിറവിയെടുക്കുകയുണ്ടായി.

ഈ പരമ്പരയിൽപ്പെട്ട പുതിയ കാലഘട്ടത്തിലെ രചനകളിലൊന്നാണ് ചന്ദ്രമതിയുടെ 'കഥയുടെ കഥ'.* സർഗ്ഗക്രിയയെത്തന്നെ അപനിർമ്മാണത്തിനു വിധേയമാക്കുന്ന ധൈഷണികസ്വഭാവമുള്ള ഈ ഭ്രമകല്പന രചനയെ സംബന്ധിച്ച പരമ്പരാഗതമായ ധാരണകളുടെ നേർക്കുള്ള ഉത്തരാധുനികരീതിയിലുള്ള കടന്നാക്രമണത്തിന്റെ ഛായ വഹിക്കുന്നു.

ഈ ചെറുകഥയിൽ ചന്ദ്രമതി ഉൾക്കൊള്ളിച്ചിട്ടുള്ള അർത്ഥവത്തായ ഒരു സാഹിത്യസൂചന ഇറ്റാലിയൻ നാടകകൃത്തായ ലൂയി പിരാൻഡെലൊയുടെ 'ആറു കഥാപാത്രങ്ങൾ ഒരു സ്രഷ്ടാവിനെ തേടി' (Luigi Pirandello,

---

* ചന്ദ്രമതി, 'കഥയുടെ കഥ,' ദേവിഗ്രാമം എന്ന ചെറുകഥാസമാഹാരം. കോട്ടയം: ഡി.സി. ബുക്സ്, 1997 പുറം. 95–100

Six Characters In Search of An Author) എന്ന നാടകത്തെക്കുറിച്ചുള്ള താണ്. കലയും യാഥാർത്ഥ്യവും തമ്മിലുള്ള ബന്ധത്തെക്കുറിച്ചുള്ള തീക്ഷ്ണമായ പുനർനിർവചനമടങ്ങുന്ന ഒരു കൃതിയായാണ് പിരാൻഡെലൊയുടെ നാടകം കൊണ്ടാടപ്പെട്ടിട്ടുള്ളത്. രചനാപ്രക്രിയയെ ത്തന്നെ ഒരു പ്രമേയമായി മാറ്റിയെടുത്ത വിശ്വസാഹിത്യത്തിലെ പ്രശസ്തരചനകളുടെ കൂട്ടത്തിലാണ് ഇതിന്റെ സ്ഥാനം. പിരാൻഡെലൊ യുടെ നാടകത്തിൽ ജീവിച്ചിരിക്കുന്ന മനുഷ്യർ കഥാപാത്രങ്ങളാവാൻ കൊതിച്ച് റിഹേഴ്സൽ സ്ഥലത്തെത്തി നാടകശില്പികളുമായി ദീർഘ സംവാദത്തിലേർപ്പെടുന്ന കാഴ്ചയാണ് നാം കാണുന്നതെങ്കിൽ, ചന്ദ്ര മതിയുടെ കഥയിൽ കഥാപാത്രങ്ങൾ സാഹിത്യകൃതിക്കുള്ളിൽ നിന്ന് ജീവിതത്തിലേക്കു രക്ഷപ്പെടുന്നതുമായി ബന്ധപ്പെട്ട കുസൃതി മുറ്റിയ സമസ്യകളാണ് നമ്മുടെ ശ്രദ്ധ പിടിച്ചുപറ്റുന്നത്. കലയും യാഥാർത്ഥ്യവും തമ്മിലുള്ള ബന്ധമല്ല, നേരെമറിച്ച് കലാകാരനും അയാൾ സൃഷ്ടിക്കുന്ന കഥാപാത്രങ്ങളും തമ്മിലുള്ള കെട്ടുപിണച്ചിലാണ് ഒരു സൂക്ഷ്മദർശിനി യിലൂടെ എന്നവണ്ണം ഇവിടെ വിലയിരുത്തപ്പെടുന്നത്. അക്ഷരങ്ങൾ ഒരു ക്കുന്ന തടവറയിൽനിന്ന് പുറത്തുകടന്ന് സ്വതന്ത്രമായ അസ്തിത്വം കൈവരിക്കാൻ കഥാപാത്രങ്ങൾ കാണിക്കുന്ന വെമ്പൽ അവരെ എവിടെ യെല്ലാം കൊണ്ടുചെന്നെത്തിക്കുന്നു എന്ന് അന്വേഷിച്ചു ചെല്ലുന്നതിലൂടെ എഴുത്തിന്റെ കല്പിതയാഥാർത്ഥ്യത്തെയാണ് ചന്ദ്രമതി ചോദ്യം ചെയ്യുന്നത്.

ഒളിച്ചോട്ടം നടത്തുന്ന രണ്ടുപേരാണ് ഈ കഥയിലുള്ളത്. രചനയേറെ മുമ്പോട്ടുപോയ ഒരു കഥയിൽനിന്ന് മോചനം കൊതിച്ച് പുറത്തുകടന്ന ഒരു പുരുഷനും എഴുതപ്പെടാത്ത ഒരു കഥയിലെ അമൂർത്തസങ്കല്പ മായ ഒരു സ്ത്രീയും. പുരുഷനെ സംബന്ധിച്ചിടത്തോളം തന്റെ സ്രഷ്ടാ വിന്റെ നേർക്കുള്ള അയാളുടെ കലാപംകൂട്ടൽ നിശിതവും തീവ്രവുമായ ഒന്നാണ്. തന്റെ സ്രഷ്ടാവ് തന്നെ കൈകാര്യം ചെയ്യുന്ന രീതിയോട് അയാൾക്കു പ്രതിഷേധമുണ്ട്. കഥയുടെ ഒരു പ്രത്യേകഘട്ടത്തിൽ കാഥികൻ തന്റെ ഭാഗധേയത്തെ തിരിച്ചുവിട്ട വിധം അയാളിൽ അമർഷ മുളവാക്കി. അക്ഷരങ്ങളുടേയും ചിഹ്നങ്ങളുടേയും ലോകത്തിൽ അയാൾക്ക് അനുഭവപ്പെട്ടത് ഭയങ്കരമായ ചൂടും വീർപ്പുമുട്ടലുമായിരുന്നു. അങ്ങനെ സ്വതന്ത്രമായൊരു നിലനില്പ് തനിക്കാകുമോ എന്നാരാഞ്ഞ് സാഹസികമായ ഒരു പരീക്ഷണത്തിന് ഇറങ്ങിപ്പുറപ്പെട്ടിരിക്കുകയാ ണയാൾ.

എഴുതുക എന്ന ക്രിയയിൽ അടങ്ങിയിട്ടുള്ള ചതിക്കുഴികൾ തൊട്ടു കാണിക്കുന്ന ഈ കഥയിൽ ചന്ദ്രമതി പരിഹാസത്തിന്റേയും ഹാസ്യാ നുകരണത്തിന്റേയും സങ്കേതങ്ങൾ ഉപയോഗപ്പെടുത്തിയിരിക്കുന്നു. കഥ ഉപേക്ഷിച്ചുവന്ന പുരുഷ കഥാപാത്രത്തിന്റെ നിനവുകളിലൂടെ കഥാ സാഹിത്യത്തിലെ ചില പ്രവണതകളും ഭ്രമങ്ങളും രചനാസമ്പ്രദായങ്ങളും ലാഘവം കലർന്ന കുസൃതിയോടെ ഇവിടെ അനുസ്മരിക്കപ്പെടുന്നു. ഒരു

നോവലിനുള്ള വിഭവങ്ങൾ ഗുളികപ്രായത്തിലാക്കി ചെറുകഥയിൽ കടത്തിവിടുന്ന കഥാകൃത്തുക്കളുടെ രീതികളെപ്പറ്റിയും, പൈങ്കിളിരചനകളെപ്പറ്റിയും അസ്തിത്വദുഃഖം അലങ്കാരംപോലെ അണിയുന്ന രചനകളെപ്പറ്റിയും ഇവിടെ പരാമർശമുണ്ട്. പുരുഷകഥാപാത്രം കഥ ഉപേക്ഷിച്ചുപോന്നതുതന്നെ തന്റെ സ്രഷ്ടാവ് കഥാഗതിയിൽ അനധികൃതമായി ഇടപെടുന്നതിൽ പ്രതിഷേധിച്ചുകൊണ്ടാണ്. തീർത്തും ശരാശരിക്കാരനും പഴഞ്ചൻ ചിന്താഗതിക്കാരനുമായ ഒരു ചെറുകഥാകൃത്തിന്റെ സ്വേച്ഛാപരമായ ഇഷ്ടങ്ങൾക്കു വിധേയനായി കഴിയുന്നതിനെക്കാൾ അഭികാമ്യമാണ് ഈ പലായനം എന്ന് ശരിയായ മുഹൂർത്തത്തിൽത്തന്നെ അയാൾ മനസ്സിലാക്കി.

ആയിത്തീരലിന്റെ ഒരു പ്രത്യേകഘട്ടത്തിൽ അക്ഷരക്കൂട്ടത്തിൽ നിന്നു കുതറിപ്പോന്നവനാണ് പുരുഷകഥാപാത്രമെങ്കിൽ സാധ്യതയുടെ മേഖലയിൽ തങ്ങി നിന്ന ഒരുവളായിരുന്നു സ്ത്രീകഥാപാത്രം. അവളുടെ വാക്കുകളിൽ ജിജ്ഞാസ തുടിക്കുന്നു, കണ്ണുകളിൽ ഒഴിയാതെ നിൽക്കുന്നത് വിസ്മയഭാവം. താൻ എങ്ങനെയൊക്കെ രൂപപ്പെടുമായിരുന്നു എന്നതിനെച്ചൊല്ലിയുള്ള സന്ദിഗ്ദ്ധതയും അനിശ്ചിതത്വംനിറഞ്ഞ ഊഹവും അവൾ അനുഭവിക്കുന്ന സ്വാതന്ത്ര്യത്തെ സീമകളില്ലാത്ത ഒന്നാക്കിത്തീർക്കുന്നു.

ഇരുവരും അവസാനം ഇണചേരുന്ന ക്രിയയെപ്പറ്റി എന്തു തോന്നുന്നു? ഒരു പൈങ്കിളിക്കഥയിൽ കാണുന്നതരത്തിൽ വായനക്കാരൻ തീർത്തും പ്രതീക്ഷിച്ചിരുന്ന ഒരന്ത്യം? ഈ സംഭോഗത്തോടുകൂടി അവരുടെ മോചനം പൂർത്തിയാവുകയാണ്. അതോടെ അവർ മുമ്പ് അധിവസിച്ചിരുന്ന രണ്ടു കഥകളും മരിക്കുകയും ചന്ദ്രമതിയുടെ ഭാഷയിൽ, 'കഥയുടെ കഥ ജനിക്കുകയും' ചെയ്യുകയാണ്. കഥാപാത്രങ്ങൾ തനിയേ ജീവൻ വെയ്ക്കുകയും സ്വന്തം ഭാവി കരുപ്പിടിപ്പിക്കുകയും ചെയ്യുന്നതോടെ കഥാകൃത്തിന് തന്റെ പരാജയം സമ്മതിക്കുകയേ വഴിയുള്ളൂ. അങ്ങനെ ഗർഭച്ഛിദ്രം സംഭവിച്ച ഒരു കഥയിൽനിന്ന് വേറൊരു പേരില്ലാക്കഥ പിറക്കുന്നു.

കല ഒരുക്കുന്ന മിഥ്യാഭ്രമത്തിന്റെ അടിസ്ഥാനമെന്ത് എന്ന ചോദ്യം സാഹിത്യമുണ്ടായ കാലംമുതൽക്ക് സൗന്ദര്യചിന്തകന്മാരേയും ഒപ്പം സർഗ്ഗാത്മകസാഹിത്യകാരന്മാരേയും വിടാതെ പിടികൂടിയിട്ടുള്ള ഒന്നാണ്. ആധുനികോത്തരകാലഘട്ടത്തിൽ ഈ ചോദ്യത്തിന് പുതിയൊരാഴവും അടിയന്തരസ്വഭാവവും കൈവന്നതുപോലുണ്ട്. ഗ്രന്ഥകാരന്റെ മരണത്തെക്കുറിച്ചും പാഠത്തിന്റെ അനന്തമായ അനിശ്ചിതത്വത്തെക്കുറിച്ചും സാഹിത്യത്തിൽനിന്നു ജനിക്കുന്ന സാഹിത്യത്തെക്കുറിച്ചും സാഹിത്യകൃതികളുടെ പാഠാന്തരബന്ധത്തെക്കുറിച്ചും ആധുനികോത്തര കാലഘട്ടത്തിൽ ഉയർന്നുവന്നിട്ടുള്ള ആശയങ്ങൾ ഇതിനു തെളിവാണ്. ഉത്തരാധുനികതയുടെ ഇത്തരം താല്പര്യങ്ങൾ പങ്കുപറ്റുന്ന ഒരെഴുത്തുകാരിയാണ് ചന്ദ്രമതി. അതേസമയം 'കഥയുടെ കഥ'യിൽ അവർ

കൈക്കൊണ്ടിട്ടുള്ള ആവിഷ്കരണരീതി പരിശോധിക്കുകയാണെങ്കിൽ അത് നനുത്തതും മൃദുലവുമായ ഒരാഖ്യാനോപരിതലം നിലനിർത്തുന്നതായി കാണാൻ പറ്റും. ചന്ദ്രമതി ഏറിയ പങ്കും ഇമേജുകളിലൂടെയാണ് കഥ പറയുന്നത്. അവരുടെ കൊച്ചു വാക്യങ്ങൾ ചേരുമ്പോൾ ഒരു ഭാവഗീതത്തിന്റെ പ്രതീതിയുണ്ടാവുന്നു. തന്റെ കഥയ്ക്ക് ഭ്രമകല്പനയുടെ അവ്യക്തഭംഗിയാർന്ന അന്തരീക്ഷം സൃഷ്ടിക്കുന്നതിൽ അവർ കാണിക്കുന്ന കരവിരുതും ശ്രദ്ധയർഹിക്കുന്ന ഒന്നാണ്. മറ്റൊരു രീതിയിൽ പറയുകയാണെങ്കിൽ, ഭാവനാനിർമ്മിതമായ യാഥാർത്ഥ്യത്തിന്റെ ഉണ്മയെ സംബന്ധിക്കുന്ന സൈദ്ധാന്തികമായ അനുധ്യാനമടങ്ങിയ ഈ ചെറുകഥ അതിന്റെ അവതരണരീതിയിൽ കവിതയോട് ചേർന്നു നിൽക്കുന്നു.

■

An Annotated Bibliography of Secondary Sources on Short Fiction available in English

A. BOOKS

- **Allen, Walter Ernest. *The Short Story in English.***
  A pioneering work on the evolution of short story in English. Carries no attempt at theorizing.

- **Bates, H.E. *The Modern Short Story.***
  Something in the nature of a primer.

- **Beachcroft, Thomas. *The Modest Art: A Survey of Short Story in English.***
  A valuable introduction to this major narrative form.

- **Canby, Henry Seidel. *The Short Story in English.***
  Presents a chronological account of the genre.

- **Current-Garcia, Eugene, and Walter R. Patric, Eds. *What is the Short Story? Studies in the Development of a Literary Form.***
  Provides a historical view of the genesis and growth of the short story.

- **DeMarinis, Rick. *The Art and Craft of the Short Story.***
  Provides original insights into the expressive methods of modern short story writers. An updated study.

- **Faolain, Sean. *The Short Story.***
  Written in a lucid style by one of the gifted practitioners of the genre in the modern century, this book can serve as a good introduction, especially for beginners.

- **Head, Dominic. *The Modernist Short Story: A Study in Theory and Practice.***
  Brilliantly argumentative, this book examines short story as a central site for modernist innovation. Working within a framework drawn from Althusser and Bakhtin, Head arrives at challenging conclusions.
- **Iftekharrudin, Farhat, Joseph Boyden, Mary Rohrberger, Jaie Claudet, Eds. *The Postmodern Short Story: Forms and Issues.***
  Places in perspective the postmodern trends in short fiction, especially the intersection between history and fiction, the issue of gender identities, the treatment of the death motif and finally, short stories that transcend the genre itself.
- **Lee, Maurice A., Ed. *Writers on Writing: The Art of the Short Story.***
  A valuable anthology. It is interesting to see how contemporary writers from across the world look upon their medium.
- **May, Charles. *Short Story Theories.***
  Considered the best theoretically oriented study on the genre of the short story.
- **Reid, Ian. *The Short Story.***
  An essential primer.

B. JOURNALS

- ***Modern Fiction Studies* (Spring 1982).**
  This is a special number on the short story. Contains two articles of a general nature.

www.ingramcontent.com/pod-product-compliance
Ingram Content Group UK Ltd.
Pitfield, Milton Keynes, MK11 3LW, UK
UKHW042135021026
15589UKWH00003B/840

9 789388 830492